പ്രകാശത്തിനുമേൽ പ്രകാശം

prakasathinumel prakasam
novel

•

b m suhra

•

first edition
september 2012

•

typesetting & published
chintha publishers, thiruvananthapuram

•

printed
anaswara offset pvt ltd

•

cover
vinod

വിതരണം

ദേശാഭിമാനി ബുക്ക് ഹൗസ്
H O തിരുവനന്തപുരം-695 035
www.chinthapublishers.com
chinthapublishers@gmail.com

ബ്രാഞ്ചുകൾ

ഹെഡ്ഓഫീസ് ബ്രാഞ്ച് കുന്നുകുഴി • ഓവർബ്രിഡ്ജ് തിരുവനന്തപുരം • കെ എസ് ആർ ടി സി ബസ് സ്റ്റേഷൻ ആലപ്പുഴ • കെ എസ് ആർ ടി സി ബസ് സ്റ്റേഷൻ എറണാകുളം • മച്ചിങ്ങൽ ലെയ്ൻ തൃശൂർ • ഐ ജി റോഡ് കോഴിക്കോട് • മാവൂർ റോഡ് കോഴിക്കോട് • എൻ ജി ഒ യൂണിയൻ ബിൽഡിങ് കണ്ണൂർ • സെൻട്രൽ ബസ് ടെർമിനൽ കോംപ്ലക്സ് താവക്കര കണ്ണൂർ

CO - 1812 / 3002

പ്രകാശത്തിനുമേൽ പ്രകാശം

(നോവൽ)

ബി എം സുഹറ

ചിന്ത പബ്ലിഷേഴ്സ്
തിരുവനന്തപുരം-695 035

ബി എം സുഹറ

കോഴിക്കോട് ജില്ലയിലെ തിക്കോടിയിൽ ജനിച്ചു.

പിതാവ്: വൈദ്യേരകത്ത് മമ്മദുകുട്ടി ഹാജി.

മാതാവ്: ബടയക്കണ്ടി മാളിയേക്കൽ മറിയുമ്മ.

തിക്കോടി പ്രൈമറിസ്കൂൾ, കോഴിക്കോട് പ്രോവിഡൻസ് ഹൈസ്കൂൾ, പ്രോവിഡൻസ് കോളേജ് എന്നിവിടങ്ങളിൽ വിദ്യാഭ്യാസം.

കൃതികൾ: *കിനാവ്, മൊഴി, ഇരുട്ട്, നിലാവ്, നിഴൽ, ആകാശഭൂമികളുടെ താക്കോൽ* (നോവൽ), *ചോയിച്ചി, ഭ്രാന്ത്, കുഹൂ... കുഹൂ...* (കഥകൾ) *മലമുകളിലെ അപ്പൂപ്പൻ, കുട്ടികളുടെ അറബിക്കഥകൾ, ഏഴാങ്ങളമാരും ഒരു കുഞ്ഞുപെങ്ങളും, പവിഴപ്പുറ്റ്, പഞ്ചതന്ത്രംകഥകൾ, മന്ത്രമോതിരം* (ബാലസാഹിത്യം), *അമൃതപുത്രി, കൊട്ടാരത്തെരുവ്, സൈനിന്റെ കല്യാണം* (പരിഭാഷ), *മുഖാമുഖം* (അഭിമുഖങ്ങൾ).

പുരസ്കാരങ്ങൾ: ലളിതാംബിക അന്തർജനം സ്മാരക വിശേഷാൽ പുരസ്കാരം (1992), കെ ബാലകൃഷ്ണൻ സ്മാരക അവാർഡ് (2004), *ഇരുട്ടും നിലാവും* ഇംഗ്ലീഷിലേക്കും *മൊഴി* കന്നടയിലേക്കും വിവർത്തനം ചെയ്യപ്പെട്ടു. കേന്ദ്രസാഹിത്യ അക്കാദമിയുടെ ഇന്ത്യൻ ലിറ്ററേച്ചറിൽ കഥാപരിഭാഷകൾ പ്രസിദ്ധീകരിച്ചിട്ടുണ്ട്.

പദവികൾ: കേരള സ്റ്റേറ്റ് ലൈബ്രറി കൗൺസിൽ അംഗം, *ഗ്രന്ഥാലോകം* മാസികയുടെ പത്രാധിപ (1995-2001)

ഭർത്താവ് : എഴുത്തുകാരൻ ഡോ. എം എം ബഷീർ

മക്കൾ : അജ്മൽ ബഷീർ, അനീസ് ബഷീർ

കാർട്ടൂണിസ്റ്റ് ബി എം ഗഫൂറും എഴുത്തുകാരി ഉമ്മി അബ്ദുള്ളയും സഹോദരങ്ങൾ.

വിലാസം: മാളിയേക്കൽ
ചേവായൂർ (പി ഒ)
കോഴിക്കോട് - 673017

ആമുഖം

എന്റെ ആദ്യനോവലായ *കിനാവി*ലെ കഥാപാത്രങ്ങളെ പുനരുജ്ജീവിപ്പിക്കുക എന്ന ലക്ഷ്യത്തോടെ പുതിയ നോവലെഴുതാനാരംഭിച്ചപ്പോൾ മനസിൽ സംശയങ്ങൾ. ഒരു നോവലിലെ കഥാപാത്രങ്ങളെ കാലാകാലം നെഞ്ചിലേറ്റി ലാളിക്കാൻ നീയാരാ ഫ്ളോബറോ ദസ്തയേവ്സ്കിയോ ജെയിൻഓസ്റ്റിനോ വെർജീനിയാ വൂൾഫോ നജീബ് മെഹഫൂസോ മറ്റോ ആണോ എന്നു ചോദിച്ച് വായനക്കാർ പരിഹസിക്കില്ലേ? കഥാപാത്രങ്ങളുടെ ഇടയിലേക്ക് നോവലിസ്റ്റ് ഇടയ്ക്കിടെ ഇറങ്ങിച്ചെല്ലുക; അവരിലൊരാളായി ജീവിച്ചുകൊണ്ട് അവരുടെ കഥ പറയുക. വിചാരിക്കുന്നത്ര എളുപ്പമല്ലെന്നറിഞ്ഞുകൊണ്ടുതന്നെയായിരുന്നു തുടക്കം. 1985–ലാണ് *കിനാവ്* എഴുതിയത്. അതിൽനിന്ന് വളരെ വ്യത്യസ്തമാണ് ഇന്നത്തെ ജീവിത സാഹചര്യം. അവരവരുടെ ജാതിയും മതവും വേഷത്തിലൂടെ, വാക്കിലൂടെ സമുദായത്തെ ബോധ്യപ്പെടുത്തേണ്ട ഗതികെട്ട അവസ്ഥയിലാണ് ഇന്നത്തെ ജനത. സമൂഹവും സമുദായവും ആവശ്യമില്ലാതെ ജനജീവിതത്തിൽ ഇടപെട്ട് സ്വകാര്യജീവിതം അസ്വസ്ഥമാക്കുന്ന കാഴ്ചയും വിരളമല്ല. ഭക്തി പ്രകടനമായി മാറിയതോടെ സൗഹൃദബന്ധങ്ങൾ ഇല്ലാതായി. മനുഷ്യമനസുകൾ അടുക്കാനാകാത്തവിധം അകന്നു. ജോലിതേടി യുവജനത കൂട്ടത്തോടെ വിദേശങ്ങളിലേക്ക് ചേക്കേറിയതോടെ വീടുകൾ മാളങ്ങളായി മാറി. ഏകാന്തതയുടെ മാളങ്ങളിലെ ഇരുട്ടിൽ വീർപ്പുമുട്ടുന്ന പഴയ തലമുറയുടെ മനസുകളിൽ സ്നേഹത്തിനു പകരം വിരക്തി സ്ഥാനം പിടിച്ചിരിക്കുന്നു. അവർക്ക് താമസിക്കാൻ അതിമനോഹരമായ സ്വപ്നഗേഹങ്ങളുണ്ട്. വീടുകൾക്ക് മനോഹരമായ പേരുകളുണ്ട്; സൗന്ദര്യമുണ്ട്; ആഡംബരമുണ്ട്; സുഖസൗകര്യങ്ങളെല്ലാമുണ്ട്. പക്ഷേ ജീവനില്ല; ജീവിതവുമില്ല. ജീവനില്ലാത്ത ഇത്തരം സ്വപ്നഗേഹങ്ങളിൽ ജീവി

ക്കുന്ന പഴമക്കാരുടെ കഥ പറയണം. അതോടൊപ്പം ജോലിതേടി വിദേശങ്ങളിൽ കൂടുമാറിയ അവരുടെ രണ്ടാം തലമുറക്കാരുടെയും മൂന്നാംതലമുറക്കാരുടെയും കഥകളും പറയണം.

ഇരുപതുകൊല്ലംമുമ്പ് അവതരിപ്പിച്ച കഥാപാത്രങ്ങളിൽ പലരും ഇപ്പോൾ മനസിലില്ല. എന്നിട്ടും പ്രതീക്ഷയോടെയാണ് കമ്പ്യൂട്ടർ തുറന്നത്. ഉള്ളൂർക്കര എന്നൊരു ഗ്രാമം കേരളത്തിലുണ്ടോ എന്നെനിക്കറിയില്ല. നോവലാരംഭിച്ചപ്പോൾ പെട്ടെന്നു തോന്നിയ പേരിട്ട് ഞാനൊരു സാങ്കൽപ്പികഗ്രാമം സൃഷ്ടിക്കുകയായിരുന്നു. ഉള്ളൂർക്കര ഗ്രാമത്തിലെ കിരീടം വയ്ക്കാത്ത രാജാവായ സെയ്തുട്ടിഹാജിയുടെ പുന്നാരമകളും ഉഗ്രപ്രതാപിയായ ആലിക്കുട്ടിഹാജിയുടെ പിരിശപ്പെട്ട ബീടരുമായ ബീപാത്തുഹജ്ജുമ്മയുടെയും അവരുടെ മക്കളുടെയും പേരമക്കളുടെയും കഥ മാത്രമായിരുന്നില്ല *കിനാവ്.* ഹജ്ജുമ്മയുടെ സഹോദരീസഹോദരന്മാരുടെ കുടുംബം, അവരുടെ സന്ധുബന്ധുക്കൾ, ആശ്രിതർ, കുടികിടപ്പുകാർ, അകത്തും പുറത്തും പണിയെടുക്കുന്ന വിവിധമതസ്ഥരായ പണിക്കാർ, മരിച്ചു മൺമറഞ്ഞുപോയ അവരുടെ പൂർവികർ, നാട്ടുകാർ, അയൽക്കാർ – അവരെല്ലാം *കിനാവി*ലെ കഥാപാത്രങ്ങളായിരുന്നു. പുത്തൻപുര എന്ന അവരുടെ തറവാടും വാസ്തവത്തിൽ കഥയിലെ സജീവമായ കഥാപാത്രംതന്നെയായിരുന്നു. അവർ ഓരോരുത്തരുടെയും മുഖങ്ങൾ കമ്പ്യൂട്ടർ സ്ക്രീനിൽ തെളിഞ്ഞത് ആത്മവിശ്വാസം വർധിപ്പിച്ചു. ഇത്രകാലവും അവരെ വിസ്മരിച്ചതിൽ കുറ്റബോധവും തോന്നാതിരുന്നില്ല. അതോടെ അവരെത്തേടിയുള്ള യാത്രയുടെ ആരംഭമായി.

മുഖ്യകഥാപാത്രമായ ബീപാത്തുഹജ്ജുമ്മ മൂത്തമകൻ കരീമിന്റെ മരണവിവരമറിഞ്ഞ് ആധികയറി മിണ്ടാട്ടവും ഉരിയാട്ടവുമില്ലാതെ കിടക്കുന്നത് ആഖ്യാനംചെയ്തുകൊണ്ടാണ് *കിനാവ്* അവസാനിപ്പിച്ചത്. സഹോദരന്മാർ വല്ലിക്കയെന്നു വിളിക്കുന്ന കരീം മദ്രാസിലായിരുന്നു താമസം. അവിടത്തന്നെയാണ് മരിച്ചതും. പുതിയ നോവലിൽ ബീപാത്തുഹജ്ജുമ്മയെത്തന്നെ പ്രധാനകഥാപാത്രമാക്കി അവരുടെ ഓർമയിൽ ആഖ്യാനം ചെയ്യണമോ അതോ അവരുടെ മക്കളുടെ ഓർമയിൽ ചിത്രീകരിച്ചാൽ മതിയോ എന്ന സംശയം നോവലാരംഭിച്ചിട്ടും മാറിയില്ല. ഹജ്ജുമ്മയുടെ ഏറ്റവും ഇളയമകളായ സൈനുവായിരുന്നു *കിനാവി*ലെ മറ്റൊരു പ്രധാന കഥാപാത്രം. സൈനുവിന്റെ മുഖമാണ് എഴുതാനിരുന്നപ്പോൾ ആദ്യം മനസിൽ തെളിഞ്ഞത്. ബീപാത്തുഹജ്ജുമ്മ മക്കളുടെ ഓർമ്മയിൽ നിറഞ്ഞുനിന്നാൽ മതിയെന്ന തീരുമാനമുണ്ടായത് അങ്ങനെയാണ്. മക്കളും മക്കളുടെ മക്കളുമൊക്കെയായി ബീപാത്തുഹജ്ജുമ്മയുടെ കുടുംബം പടർന്നുപന്തലിച്ചിരിക്കണമല്ലോ. എങ്കിലല്ലേ കഥ മുന്നോട്ടു പോവുകയുള്ളൂ. ഇന്നത്തെ സാഹചര്യമനുസരിച്ച് രണ്ടാംതലമുറയ്ക്ക് ജോലി അന്വേഷിച്ച് കേരളത്തിനു പുറത്തും വിദേശരാജ്യങ്ങളിലും ചേക്കേറാതെ നിവൃത്തിയില്ല. അവരുടെ കഥ പറയുമ്പോൾ അവർ താമസിക്കുന്ന ചുറ്റുപാടുകളെക്കുറിച്ച് പരാമർശിക്കണം. ആ ചുറ്റുപാട് എഴു

ത്തുകാരിക്കുകൂടി പരിചിതമാണെങ്കിലേ സംഗതി എളുപ്പമാകൂ. ബാംഗ്ലൂർ, ഗൾഫ് നാടുകൾ, ഇംഗ്ലണ്ട്, അമേരിക്ക – തുടങ്ങിയ സ്ഥലങ്ങളിലേക്കാണ് ഇന്നത്തെ ചെറുപ്പക്കാരുടെ ഒഴുക്ക്. ആ നാടുകളിലൊക്കെ പോകാൻ സാധിച്ചതുകൊണ്ടും അവിടത്തെ പ്രവാസജീവിതം നേരട്ടറിയാൻ അവസരം ലഭിച്ചതുകൊണ്ടും എഴുത്ത് എളുപ്പമായി. നാട്ടിൽ താമസിക്കുന്ന പഴയതലമുറിയിൽ നിന്നാവണം തുടക്കമെന്ന് മുൻകൂട്ടി തീരുമാനിച്ചതായിരുന്നില്ല. ആറുമക്കളായിരുന്നു ബീപാത്തു ഹജ്ജുമ്മയ്ക്ക്. മരിച്ചുപോയ കരീമിനെക്കൂടാതെ ഐഷ, ഖാദർ, റഷീദ്, റസാഖ്, സൈനബ – എന്നിവരാണ് മറ്റുമക്കൾ. ഇവരിൽ ഐഷയും റഷീദുമൊഴിച്ച് ബാക്കിയെല്ലാവരും കോഴിക്കോട്ടുതന്നെയാണ് താമസിക്കുന്നത് എന്നായിരുന്നു *കിനാവിൽ* സൂചിപ്പിച്ചത്. ഐഷ ഉള്ളൂർക്കരയ്ക്കടുത്തുതന്നെയുള്ള അവരുടെ ഭർത്താവിന്റെ വീട്ടിലും റഷീദ് വയനാട്ടിലുമായിരുന്നു താമസിച്ചിരുന്നത്. ബീപാത്തുഹജ്ജുമ്മയുടെ മൂത്തമകളായ ഐഷയ്ക്ക് *കിനാവിൽ* കാര്യമായ പ്രാതിനിധ്യമൊന്നുമില്ലായിരുന്നു. ബാക്കി മക്കളെല്ലാം ഒത്തൊരുമയോടെ അധികം അകലെയല്ലാതെ താമസിക്കുന്നു എന്നായിരുന്നു പറഞ്ഞത്. ലോകമെമ്പാടും അടിതൊട്ട് മുടിയോളം മാറിയപ്പോൾ ഹജ്ജുമ്മയുടെ മക്കൾക്കും മാറാതെ വയ്യല്ലോ. ആ മാറ്റം സ്വാഭാവികമായ രീതിയിൽ അവതരിപ്പിക്കുക എന്ന ദൗത്യം ഏറ്റെടുത്തുകൊണ്ടാണ് പുതിയ നോവൽ ആരംഭിച്ചത്.

ബീപാത്തുഹജ്ജുമ്മയുടെ ഏറ്റവും ഇളയ മകൾ സൈനുവിന്റെ മുഖം പ്രത്യക്ഷപ്പെട്ടപ്പോൾ എഴുത്ത് എളുപ്പമായി. മുഖം കണ്ടാൽ പ്രായം തോന്നുകയേയില്ല എന്ന പരസ്യവാക്കുകളാണ് ആദ്യം ഓർമയിലെത്തിയത്. സൂക്ഷിച്ചുനോക്കിയാലെ മുടിയിൽ അവിടവിടെയുള്ള വെള്ളിയിഴകൾ കണ്ണിൽപ്പെടുകയുള്ളൂ. അൽപ്പം തടിയും കൂടിയിട്ടുണ്ട്. സൈനബ കമ്പ്യൂട്ടറിലൂടെ പേരക്കുട്ടികളെ ഇംഗ്ലീഷിൽ പുന്നാരിക്കുന്ന ദൃശ്യം മനസിലെത്തിയപ്പോൾ *കിനാവു* വീണ്ടും മറിച്ചു നോക്കി. സൈനബ പ്രിഡിഗ്രിക്ക് പഠിക്കുമ്പോൾ വിവാഹിതയായി എന്നാണ് *കിനാവിൽ* പറഞ്ഞിട്ടുള്ളത്. പുതിയ നോവലിലെ കഥാപാത്രങ്ങളെ പുനരവതരിപ്പിക്കുമ്പോൾ ഇത്തരം മാറ്റങ്ങൾ ഉൾക്കൊള്ളാതെ വയ്യല്ലോ.

കാലം മാറുമ്പോൾ നാടും നഗരവും ജീവിതരീതികളും ഉടുപ്പും നടപ്പുമൊക്കെ മാറിയേ തീരൂ. ഇന്നത്തെ സാഹചര്യത്തിനൊത്ത് അവർക്ക് പാർപ്പിടമൊരുക്കാനായിരുന്നു ആദ്യത്തെ ശ്രമം. നാട്ടിൽ കൂണുപോലെ മുളച്ചുപൊന്തുന്ന വില്ലകളിലും ഫ്ളാറ്റുകളിലും ജീവിക്കാനാണല്ലോ കേരളീയരിൽ ഭൂരിഭാഗംപേരും ഇന്നാഗ്രഹിക്കുന്നത്. അതുകൊണ്ടാണ് ആധുനികസൗകര്യങ്ങളെല്ലാമുള്ള വില്ലാസമുച്ചയം ഒരുക്കിയതും ബീപാത്തുഹജ്ജുമ്മയുടെ മക്കളെ അവിടെ കുടിയിരുത്തിയതും. എന്റെ കുട്ടിക്കാലത്ത് മതം ഓരോരുത്തരുടെയും സ്വകാര്യതയായിരുന്നു. വീട്ടിനുള്ളിൽ മതത്തിന്റെ ചട്ടക്കൂടിൽ കഴിയുന്നവർപോലും അന്യമതക്കാരോട് യാതൊരലോഹ്യവും കാണിക്കാറില്ലെന്നു മാത്രമല്ല ഒത്തൊരുമിച്ചു കഴി

യുകയും ചെയ്തിരുന്നു. ഇന്ന് മനുഷ്യർ സംശയത്തോടെയാണ് പരസ്പരം നോക്കുന്നത്. ജാതിയും മതവും സൗഹൃദങ്ങൾക്ക് ഒരിക്കലും തടസമല്ലെന്നു വിശ്വസിക്കുന്ന ആളാണ് ഞാൻ. അത് എന്റെ രചനയിലും പ്രകടമാകണമെന്നുള്ള ആഗ്രഹത്തിന്റെ പ്രതിഫലനമാണ് വിവിധമതസ്ഥർ ഒന്നിച്ചുകഴിയുന്ന പാർപ്പിടസമുച്ചയം സൃഷ്ടിക്കാൻ പ്രേരണയായത്. ഏറെനാളത്തെ തപസ്സിന്റെ ഫലമായിട്ടാണ് ഡോക്ടർ ജോർജ് ജോസഫ് - ലിസി ജോസഫ്, പ്രൊഫസർ രവീന്ദ്രനാഥ്-സീമ രവീന്ദ്രനാഥ്, ഉണ്ണികൃഷണൻ-ലത ഉണ്ണികൃഷ്ണൻ എന്നീ കഥാപാത്രങ്ങൾക്ക് ജീവൻ നൽകാനായത്. കാലത്തിന്റെ മാറ്റം ഉൾക്കൊണ്ട് തയാറാക്കിയ കഥാപാത്രങ്ങളാണ് ലക്ഷ്മീനായരും സാബിറ പൂന്തോട്ടത്തിലും. സാബിറ പൂന്തോട്ടത്തിലിനും ലക്ഷ്മിനായർക്കും ഭർത്താക്കന്മാർ വേണമോ വേണ്ടയോ എന്ന സംശയം തുടക്കത്തിൽ അലട്ടിയിരുന്നു.

ഒറ്റയ്ക്ക് ജീവിക്കുന്ന സ്ത്രീകളുടെ കഥയറിയാനും വായനക്കാർക്ക് താൽപ്പര്യം ഇല്ലാതിരിക്കില്ലല്ലോ. നോവലിന്റെ കരടുരൂപംപോലും മനസ്സിലില്ലാതെയാണ് എഴുത്ത് തുടങ്ങിയത്. എഴുതുമ്പോൾ എപ്പോഴും കൂടെയുണ്ടാകാറുള്ള അദൃശ്യസുഹൃത്ത് സഹായത്തിനെത്താതിരിക്കില്ലന്ന വിശ്വാസത്തിലാണ് എപ്പോഴും എഴുത്ത് തുടങ്ങാറുള്ളതെങ്കിലും തുടക്കവും ഒടുക്കവും എങ്ങനെവേണമെന്ന് മുൻകൂർ ധാരണ പതിവായിരുന്നു. ഇക്കുറി അതുമുണ്ടായില്ല. കുറേപേരുകൾ വില്ലാസമുച്ചയത്തിന്റെ നെയിം ബോർഡിൽ എഴുതിച്ചേർത്തപ്പോഴും അവർക്ക് താമസിക്കാനുള്ള ഇടവും അതിന്റെ ചുറ്റുപാടും എങ്ങനെയാകണമെന്ന മുൻധാരണയൊന്നുമില്ലായിരുന്നു. സാമാന്യം നല്ലനിലയിൽ കഴിയുന്നവരും സാമ്പത്തികശേഷിയുള്ളവരുമായിക്കോട്ടെ വില്ലാനിവാസികൾ എന്നുള്ള തീരുമാനം മനപ്പൂർവമായിരുന്നില്ല. അത്തരം ജീവിതസാഹചര്യങ്ങൾ പരിചിതമായതും കാലാനുചിതമായതും കൊണ്ടാണ് അങ്ങനെയാകാമെന്ന് വിചാരിച്ചത്. ടിവിയിലും വനിതാപ്രസിദ്ധീകരണങ്ങളിലും സ്ഥിരമായി കാണാറുള്ള അനേകം സ്വപ്നമാളികകളുടെ ചിത്രങ്ങൾ മനസിൽ തെളിഞ്ഞതോടെ അക്കാര്യം സുഗമമായി.

കാലത്തിനൊത്ത എട്ടുവീടുകൾ പണിത് എന്റെ കഥാപാത്രങ്ങളെ കുടിയിരുത്തിയതോടെ ഞാനും അവിടത്തെ താമസക്കാരിയായി മാറുകയായിരുന്നു. ഇടയ്ക്കിടെ കഥാപാത്രങ്ങൾക്കിടയിൽ ഇറങ്ങിച്ചെല്ലാനും അവരുടെ കഥ നേരിട്ടുപറയാനും സാധിച്ചതും അതുകൊണ്ടാണ്. അത് സ്വാഭാവികമായോ എന്ന സംശയം മനസിൽ ഇപ്പോഴും ബാക്കിയാണ്. എല്ലാം സംശയങ്ങളും ബാക്കി നിർത്തിക്കൊണ്ട് എന്റെ പ്രിയപ്പെട്ട വായനക്കാരുടെ മുന്നിൽ ഭയപ്പാടോടെ, പ്രതീക്ഷയോടെ സമർപ്പിക്കുന്നു.

കോഴിക്കോട് **ബി എം സുഹറ**
05.08.2012

1

പുതിയൊരു നോവലെഴുതുന്നതിനെക്കുറിച്ചാലോചിച്ച് എഴുത്തുകാരിയുടെ തല പുകഞ്ഞു. പഴയ നോവലുകളിൽനിന്ന് വിഭിന്നമായിരിക്കണം. അതേസമയം പഴയ നോവലുകളുടെ തുടർച്ചയുമായിരിക്കണം. കാലം ഏറെ മാറി. കാലാനുചിതമായ മാറ്റം നോവലിലെ കഥാപാത്രങ്ങൾക്കുമുണ്ടാകണം. കാരണം, സർഗാത്മകരചനയിൽ കാലത്തിന് ഏറെ പ്രാധാന്യമുണ്ട്. വ്യക്തികളുടെ ജാതിയും മതവും വേഷത്തിലൂടെ, പെരുമാറ്റത്തിലൂടെ, വാക്കുകളിലൂടെ സമുദായത്തെയും സമൂഹത്തെയും ബോധ്യപ്പെടുത്തേണ്ട സാഹചര്യമാണ് ഇന്നുള്ളത്. സമൂഹവും സമുദായവും പ്രത്യക്ഷമായും പരോക്ഷമായും ഇടപെട്ട് സ്വകാര്യജീവിതം അസ്വസ്ഥമാക്കുന്ന കാഴ്ചയും വിരളമല്ല. യുവജനം ജോലിതേടി കൂട്ടത്തോടെ വിദേശരാജ്യങ്ങളിലേക്കു ചേക്കേറിയതോടെ വീടുകൾ താവളങ്ങളായി മാറി. ഏകാന്തതയുടെ താവളങ്ങൾ. ഇത്തരം ഇരുണ്ട ഗുഹകളിൽ വീർപ്പുമുട്ടുന്ന പഴയ തലമുറയുടെ ഉള്ളിൽ സ്നേഹത്തിനു പകരം വിരക്തി സ്ഥാനം പിടിച്ചിരിക്കുന്നു. അവർക്കു പാർക്കാൻ മക്കൾ പണിതുകൊടുത്ത അതിമനോഹരങ്ങളായ സ്വപ്നക്കൂടാരങ്ങളുണ്ട്. ഇവയ്ക്ക് കേൾക്കാനിമ്പമുള്ള പേരുകളുണ്ട്, ആഡംബരമുണ്ട്, സുഖസൗകര്യങ്ങളെല്ലാമുണ്ട്. പക്ഷേ, ജീവനില്ല, ജീവിതവുമില്ല.

പഴമക്കാരുടെ കഥമാത്രം പറഞ്ഞാൽ മതിയാവില്ല. അവരുടെ രണ്ടാം തലമുറയെക്കുറിച്ചും മൂന്നാം തലമുറയെക്കുറിച്ചും പറയണം. കാലത്തിന്റെ മാറ്റങ്ങൾ ഉൾക്കൊണ്ടുകൊണ്ട്, കഥാപാത്രങ്ങളുടെ ഇടയിലേക്ക് നോവലിസ്റ്റ് ഇടയ്ക്കിടെ ഇറങ്ങിച്ചെന്ന് അവരിലൊരാളായി ജീവിച്ചുകൊണ്ട് കഥ പറയാൻ ശ്രമിച്ചാലോ? എളുപ്പമല്ലെന്നറിയാം. ശ്രമിച്ചുനോക്കുന്നതിലെന്താ തെറ്റ് എന്ന് ഉള്ളിലിരുന്ന് ആരോ ശല്യപ്പെടു

ത്തിയപ്പോഴാണ് എഴുത്തുകാരി പ്രതീക്ഷയോടെ കമ്പ്യൂട്ടർ തുറന്നത്.

എവിടെ തുടങ്ങണമെന്നറിയാതെ പുകഞ്ഞിരിക്കുമ്പോഴാണ് ഒരു വീട്ടമ്മയുടെ മുഖം പെട്ടെന്ന് സ്ക്രീനിൽ പ്രത്യക്ഷപ്പെട്ടത്. മുഖം കണ്ടാൽ പ്രായം തോന്നുകയേയില്ല എന്ന പരസ്യവാചകമാണ് ആദ്യമോർത്തത്. സൂക്ഷിച്ചുനോക്കിയാലേ മുടിയിലെ വെള്ളിയിഴകൾ കണ്ണിൽപ്പെടുകയുള്ളൂ. ഇരുത്തംവന്ന വീട്ടമ്മ. ആദ്യനോവലായ *കിനാവി*ലെ സൈനബയെയാണ് എഴുത്തുകാരി പെട്ടെന്നോർത്തത്. അതോടെ *കിനാവി*ലെ മറ്റു കഥാപാത്രങ്ങളായ സൈനബയുടെ ഭർത്താവും അവരുടെ സഹോദരന്മാരും സ്ക്രീനിൽ പ്രത്യക്ഷപ്പെട്ടു. സൈനബ എന്ന സാധാരണക്കാരിയായ വീട്ടമ്മ ഇന്റർനെറ്റിലൂടെ പേരക്കുട്ടികളോട് ഇംഗ്ലീഷിൽ സംസാരിക്കുന്നത് കേട്ട് എഴുത്തുകാരി അങ്കലാപ്പിലായി. പുതിയ കഥാപാത്രങ്ങളെ അവതരിപ്പിക്കുമ്പോൾ ഇത്തരം മാറ്റങ്ങൾ ഉൾക്കൊള്ളേണ്ടിയിരിക്കുന്നു. കാലം മാറുമ്പോൾ ആളുകളുടെ നാടും വീടും മട്ടും മാതിരിയും ഉടുപ്പും നടപ്പും മാറിയേ തീരു. അവർക്ക് താമസിക്കാൻ ഇന്നത്തെ സാഹചര്യത്തിനൊത്ത പാർപ്പിടങ്ങളൊരുക്കേണ്ടിയിരിക്കുന്നു. അപ്പോഴാണ് പ്രഭാതസവാരിക്കിറങ്ങുമ്പോൾ നിത്യവും കാണാറുള്ള വില്ലാസമുച്ചയം മനസിലെത്തിയത്. രാജകൊട്ടാരത്തെ ഓർമിപ്പിക്കുന്ന വിധത്തിലുള്ള പ്രവേശനകവാടം. യൂണിഫോമിട്ട കാവൽക്കാരനും രാജഭടന്റെ ഗമ. അയാൾക്ക് ഇരിക്കാനും കിടക്കാനുമായി ഗേറ്റിനോട് ചേർന്ന് ചെറിയൊരു മുറി. കണ്ണാടി ജനാലകളും വാതിലും ആ ചെറിയ മുറിക്ക് പകിട്ടുകൂട്ടി.

ഗേറ്റ് മലർക്കെ തുറന്നപ്പോൾ വീതിയുള്ള ടാറിട്ട റോഡ്. നടുവിലായി ത്രികോണാകൃതിയിൽ പൂന്തോട്ടം. അതിരുകളിൽ തണൽമരങ്ങൾ. വേലിക്കരികിലായി ഇരിപ്പിടങ്ങൾ. കുട്ടികൾക്ക് കളിക്കാനുള്ള മെറിഗോറൗണ്ടും സീസോയും ഊഞ്ഞാലയും കടുത്ത നിറങ്ങളടിച്ച് മോടി കൂട്ടിയിരിക്കുന്നു. ആരായിരിക്കും താമസക്കാർ? അപ്പോഴാണ് ഗേറ്റിനരികിലുള്ള പേരുകളെഴുതിയ ബോർഡ് കണ്ണിൽപ്പെട്ടത്. അവിടെ താമസിക്കുന്നവരുടെ പേരുവിവരങ്ങളും വീട്ടുനമ്പറും ബോർഡിലുണ്ട്.

1. അഡ്വക്കേറ്റ് ഷംസുദ്ദീൻ - സൈനബ
2. ഖാദർ - സുലേഖ
3. റസാഖ് - റസീന
4. ഡോ. ജോർജ് ജോസഫ് (എം ആർ സി പി കാർഡിയോളജിസ്റ്റ് റിട്ടയർഡ് പ്രൊഫസർ മെഡിക്കൽ കോളേജ്)
   ലിസി ജോസഫ് (ഗൈനക്കോളജിസ്റ്റ് മെഡിക്കൽ കോളേജ്)
5. ഉണ്ണികൃഷ്ണൻ (റിട്ടയർഡ് അസിസ്റ്റന്റ് കമ്മീഷണർ ഓഫ് പൊലീസ്) ലതാ ഉണ്ണികൃഷ്ണൻ.
6. ഡോക്ടർ രവീന്ദ്രനാഥ് - പ്രൊഫസർ സീമാ രവീന്ദ്രനാഥ്
7. ശ്രീമതി സാബിറ പൂന്തോട്ടത്തിൽ
8. ശ്രീമതി ലക്ഷ്മി നായർ

എഴുത്തുകാരി കഥാപാത്രങ്ങളുടെ രൂപരേഖ തയാറാക്കി. ഖാദറും

റസാഖും സഹോദരന്മാർ. സൈനബ അവരുടെ സോഹദരി. ഷംസുദ്ദീൻ വക്കീൽ സൈനബയുടെ ഭർത്താവ്. ഉണ്ണിയും രവീന്ദ്രനാഥും ഡോക്ടർ ജോർജും അവരുടെ സുഹൃത്തുക്കൾ. സാബിറയും ലക്ഷ്മീനായരും അവരുടെ പരിചയക്കാരോ സുഹൃത്തുക്കളോ ആണ്. സാബിറയ്ക്കും ലക്ഷ്മിക്കും ഭർത്താക്കന്മാർ വേണ്ടെന്നോ? ഭർത്താക്കന്മാരില്ലാതെയും സ്ത്രീകൾക്ക് ജീവിക്കണമല്ലോ.

ഇരുവശത്തും തണൽമരങ്ങൾ പിടിപ്പിച്ച് മനോഹരമാക്കിയ നടപ്പാതയിലൂടെ അകത്തേക്കു ചെന്നാൽ യൂണിഫോമിട്ട കുട്ടികളെപ്പോലെ ഒരേമട്ടിലുള്ള എട്ടു വീടുകൾ. നേരെ കാണുന്ന നാലു വീടുകൾക്ക് മറ്റുള്ളതിനേക്കാൾ വലിപ്പം കൂടുതലുണ്ടെന്ന് ഒറ്റനോട്ടത്തിലറിയാം. എല്ലാ വീടുകളുടെയും ഓടുകൾക്ക് പച്ചനിറവും പുറംചുമരിനു മഞ്ഞ നിറവുമാണ്. വെള്ളച്ചായം പൂശിയ കണ്ണാടി ജനാലകൾ. ഓരോ വീട്ടിലും ചെറുതെങ്കിലും ഓരോ പുൽത്തകിടി. മുറ്റത്തിന്റെ അതിരുകളിലും ചുറ്റുമതിലുകളിലും വർണം വാരിവിതറിക്കൊണ്ട് പൂച്ചട്ടികൾ. ഏതു വീട്ടിൽ ആദ്യം കയറിച്ചെല്ലണമെന്ന് പരുങ്ങുന്നതിനിടയിൽ ഒന്നാം നമ്പർ വീടിന്റെ വാതിൽ തുറന്നു. വായനക്കാരെ വീടിനകത്തേക്ക് കൊണ്ടുപോകാനായിരുന്നു ഉദ്ദേശിച്ചത്. പക്ഷേ, അപ്പോഴേക്കും വീട്ടുകാരൻ വാതിൽ തുറന്ന് മുണ്ടും മടക്കിക്കുത്തി റോഡിലേക്കിറങ്ങി. എഴുത്തുകാരിക്ക് അയാളെ പിന്തുടരാതെ നിവൃത്തിയില്ലെന്നായി. മറ്റുവീടുകളിൽനിന്ന് ആണുങ്ങൾ ഓരോരുത്തരായി പുറത്തേക്കിറങ്ങി. അധികംപേരും ട്രാക്സൂട്ടും ഷൂസുമൊക്കെയായി പാശ്ചാത്യവേഷത്തിലാണ്. ഒന്നാം നമ്പർ വീട്ടിലെ ഷംസുദ്ദീൻ വക്കീൽ മാത്രമാണ് മുണ്ടും മടക്കിക്കുത്തി നാടൻമട്ടിൽ ഇറങ്ങി വന്നത്.

നേരം പുലർന്നു തുടങ്ങിയതേയുള്ളൂ. ആകാശത്തിനിപ്പോഴും ചാരനിറം. തോട്ടത്തിലെ മരച്ചില്ലകളിലിരുന്നു കിളികൾ കലപില കൂട്ടുന്നു. ചില വീടുകളിൽനിന്ന് പാത്രങ്ങൾ കൂട്ടിമുട്ടുന്ന ശബ്ദങ്ങളും കുക്കറിന്റെ വിസിലും കേൾക്കാം. ചില വീടുകൾ അപ്പോഴും ഉറക്കത്തിലാണെന്നു തോന്നുന്നു. ഒച്ചയും അനക്കവും കേൾക്കാനില്ല. കൂട്ടുകാർ റോഡിലിറങ്ങി ഉച്ചത്തിൽ സംസാരിക്കാൻ തുടങ്ങിയപ്പോൾ മരച്ചില്ലകളിലും പൂന്തോട്ടത്തിലും ചിലച്ചുകൊണ്ടിരുന്ന മൈനകൾ ഭീതിയോടെ ആകാശത്തേക്കു പറന്നുയർന്നു.

“വക്കീലേ, നിങ്ങക്കുമൊരു കളസമിട്ടൂടെ?”

ഡോക്ടർ ജോർജ് ജോസഫ് ചോദിച്ചു.

“പകൽമുഴുവൻ കോട്ടും ടൈയും കെട്ടി കോടതിയിലിരിക്കാനുള്ളതല്ലേ. ഇപ്പോഴെങ്കിലുമൊന്നു ഫ്രീയാവട്ടെ.”

വക്കീൽ പതിവുപോലെ ഉച്ചത്തിൽ പറഞ്ഞു.

“വക്കീല് സ്വകാര്യം പറഞ്ഞാലും അങ്ങാടിയിൽ കേൾക്കുമെന്ന് വെറുതെയല്ല സൈനബ പറയുന്നത്.”

വക്കീലിന്റെ സുഹൃത്തും അയൽക്കാരനുമായ പ്രൊഫസർ രവീ

ന്ദ്രനാഥ് കളിയായി പറഞ്ഞപ്പോൾ കൂട്ടച്ചിരി. ഉണ്ണികൃഷ്ണന്റെ വീൽച്ചെയർ കണ്ണിൽപ്പെട്ടതും അവർ ചിരി വിഴുങ്ങി ഉണക്കമീൻ കടിച്ചതുപോലെ നിൽപ്പായി. അടുത്തകാലംവരെ ഉണ്ണിയും അവരോടൊപ്പം നടക്കുമായിരുന്നു. പൊലീസുദ്യോഗസ്ഥനായതിനാലാവാം കൂട്ടത്തിൽ ചുറുചുറുക്ക് ഉണ്ണിക്കായിരുന്നു. തമാശകൾ പറഞ്ഞും ലോകമെമ്പാടും നടക്കുന്ന കാര്യങ്ങളെക്കുറിച്ച് ചർച്ചചെയ്തും തർക്കിച്ചും പരസ്പരം പരിഹസിച്ചും ഉത്സാഹത്തിലുള്ള അവരുടെ നടപ്പ് തെരുവിൽ സംസാരവിഷയമായിരുന്നു. ചക്രക്കസേര തള്ളുന്ന ഉണ്ണികൃഷ്ണന്റെ ഭാര്യ ലതയോട് എല്ലാവരും ഒന്നിച്ചാണ് ഗുഡ്മോർണിങ് പറഞ്ഞത്.

"ഗുഡ്മോർണിങ്. ഇന്ന് നേരത്തെയാണല്ലോ."

ലത മുഖത്ത് സന്തോഷം വരുത്തി ലോഹ്യം പറഞ്ഞു. ഉണ്ണി ഇളംപൈതലിനെപ്പോലെ വെറുതെ ചിരിച്ചു.

"ഉണ്ണ്യേട്ടന് ഇവരെ മനസിലായില്ലേ?"

"ആരാ...?"

ഉണ്ണി അന്തംവിട്ടമട്ടിൽ ചോദിച്ചപ്പോൾ കൂട്ടുകാരുടെ മുഖം മങ്ങി. ചിരി മാഞ്ഞു.

അവരുടെ അസ്വസ്ഥത കണ്ടറിഞ്ഞ ലത പെട്ടെന്ന് ചക്രക്കസേര തള്ളിക്കൊണ്ട് യാത്ര പറഞ്ഞു.

റസാഖ് ഒഴികെ എല്ലാവരും അറുപതു കഴിഞ്ഞവർ. ഉണ്ണിയെപ്പോലെ ഒരുനാളിതുപോലെ ചക്രക്കസേരയിൽ...ഉണ്ണിയെ കാണുമ്പോഴൊക്കെ ഈ ചിന്ത അവരെ കുറച്ചൊന്നുമല്ല അലോസരപ്പെടുത്താറുള്ളത്.

"ഉണ്ണിയെ കാണുമ്പോൾ ആകെ ഒരു കിടിലമാണ്. നാളെ നമ്മളും.."

വക്കീലിന്റെ ആധി വാക്കുകളായപ്പോൾ അന്തരീക്ഷം കനത്തു.

"മക്കളെപ്പോഴാ ഖാദറെ വെക്കേഷനെത്തുന്നത്?"

സുഹൃത്തുക്കളുടെ ഉള്ളുരുക്കം വായിച്ചറിഞ്ഞ രവീന്ദ്രനാഥ് രംഗം പൂർവസ്ഥിതിയിലാക്കാനായി വിഷയം മാറ്റി.

"അമേരിക്കക്കാരൻ ഡിസംബറിലെത്തും, ഗൾഫുകാരനു സാധാരണയായി ജൂലായിലാണ് അവധി. അവനീയിടെയാണ് കമ്പനി മാറിയത്. ലീവിന്റെ കാര്യം ഉറപ്പിക്കാനായിട്ടില്ലെന്നാണ് ഇന്നലെ ചാറ്റിങ്ങിൽ പറഞ്ഞത്." – ഖാദർ.

"ഇപ്പളത്തെ കുട്ടികളുടെ കാര്യം മഹാകഷ്ടാട്ടോ. ഒരു ജോലിയിലും സ്ഥിരമായി നിൽക്കില്ല. കുരങ്ങന്മാരെപ്പോലെ അങ്ങട്ടുമിങ്ങട്ടും ചാട്ടമല്ലേ. റമീസിപ്പോ മൂന്നാമത്തെ കമ്പനിയാ. ഷാർജയിൽ സാമാന്യം ഭേദപ്പെട്ട കമ്പനിയായിരുന്നു. അപ്പഴാ ഇന്ത്യ മതിയെന്ന ബോധോദയമുണ്ടായത്. ബാംഗ്ലൂരിൽ നല്ലൊരു ജോലി കിട്ടിയതാണ്. ഇപ്പഴത്തെ പെൺകുട്ടികൾക്ക് നാടുപിടിക്കണ്ടേ. ഗൾഫിൽ മതിയെന്നും പറഞ്ഞ് അവന്റെ ഭാര്യ ബഹളം വച്ചപ്പോൾ അതുപേക്ഷിച്ച് വീണ്ടും ഗൾഫിലേക്ക് ചാടി. അവിടെ നല്ലൊരു കമ്പനിയിൽ ജോലി തരപ്പെട്ടതുകൊണ്ട് രക്ഷപ്പെട്ടു. ഇനി കുറ

ച്ചുകാലത്തേക്ക് അടങ്ങിയൊതുങ്ങി കഴിഞ്ഞോളണമെന്ന് ഞാൻ താക്കീത് ചെയ്തിട്ടുണ്ട്." പറഞ്ഞപ്പോൾ റസാഖിന്റെ സ്വരത്തിൽ അതൃപ്തി.

"ഇനി എല്ലാവരും ചാട്ടം നിർത്തിയേ മതിയാകൂ. അമേരിക്കക്കാരുടെ യുദ്ധക്കൊതി ലോകത്തിന്റെ സാമ്പത്തികസ്ഥിതി ആകമാനം താളം തെറ്റിച്ചില്ലേ?" – രവീന്ദ്രനാഥ്.

"കുട്ടികളുടെ കാര്യമാലോചിച്ച് നിങ്ങളാരും തലപുകയ്ക്കണ്ട. അവര് നമ്മെക്കാൾ ബുദ്ധിമാന്മാരാ. നമ്മുടെ കൺസപ്റ്റേയല്ല അവരുടേത്. ഒരു ജോലി കിട്ടിയാൽ നമ്മെപ്പോലെ അതിൽ അള്ളിപ്പിടിച്ചിരിക്കാനൊന്നും അവരെ കിട്ടില്ല. അവരെ അവരുടെ വഴിക്ക് വിടുന്നതാ ബുദ്ധി." – ഷംസുദ്ദീൻ.

"അവർക്കു നമ്മെക്കാൾ മൂളയുണ്ടെന്ന കാര്യത്തിൽ സംശയമേതുമില്ല. അതുകൊണ്ടാണല്ലോ വയസായ മാതാപിതാക്കൾക്കായി സ്വപ്ന ക്കൂടാരങ്ങൾ പണിത് നമ്മളെ ഒന്നിച്ചിവിടെ കുടിയിരുത്തിയത്."

ഡോക്ടർ ജോർജ് ജോസഫ് പറഞ്ഞപ്പോൾ ഉണ്ണിയെ മറന്ന് എല്ലാവരും ചിരിയിൽ പങ്കുചേർന്നു.

"അയ്യോ മണി ഏഴു കഴിഞ്ഞു. ഇനി വൈകിയാൽ സമയത്തിനു ആശുപത്രിയിലെത്തില്ല."

വാച്ചു നോക്കിയ ഡോക്ടർ പെട്ടെന്ന് യാത്ര പറഞ്ഞു.

"വയസായില്ലേ സാറേ, ഓട്ടമൊന്നു കുറച്ചൂടെ?" –ഖാദർ.

"ഓടുന്നതുകൊണ്ടാ പഴയ മോഡലായിട്ടും വർക്ക്ഷാപ്പിൽ കയറ്റാതെ ഒത്തുപോകുന്നത്." തിരക്കിട്ട് നടക്കുന്നതിനിടയിൽ ജോർജ് പറയുന്നുണ്ടായിരുന്നു.

പ്രധാനപ്പെട്ട ഒരു കേസുണ്ടെന്നു പറഞ്ഞ് വക്കീലും ധൃതിപിടിച്ചു.

"വക്കീലിനും ഡോക്ടർക്കും റിട്ടയർമെന്റില്ല. ഞങ്ങൾക്ക് കാര്യമായ പണിയൊന്നുമില്ലാത്തതുകൊണ്ടു പതുക്കെ വരാം. വിട്ടോ." –രവി.

"ഭാഗ്യവാന്മാർ. നിങ്ങളുടെ സമയം നിങ്ങളുടേതുമാത്രം. ഞങ്ങളോ സമയം പലർക്കായി വീതം വയ്ക്കുന്നവർ." –ജോർജ് അകലെനിന്ന് വിളിച്ചു പറയുന്നുണ്ടായിരുന്നു.

"സമയം പണമാക്കി മാറ്റുന്നവർ എന്നും പറയാമേ." –റസാഖ്.

"ഹാ...ഹാ..ഹാ..." വക്കീലിന്റെ ചിരി അവിടമാകെ മുഴങ്ങി.

"വെറുതേയിരുന്ന് മടുത്തൂട്ടോ. എന്തെങ്കിലും ചെയ്യാനില്ലെങ്കിൽ ബുദ്ധി മരവിച്ചുപോകുമോ എന്നൊരു ഭയം ഇടയ്ക്ക് അലട്ടാറുണ്ട്."

ഖാദറിന്റെ വേവലാതി വാക്കുകളിൽ പ്രകടമായി.

"അതും നേരാ. പഴയകാലത്ത് അൾഷിമേഴ്സ്, ഡയമൻഷ്യാ തുടങ്ങിയ വിചിത്രമായ രോഗങ്ങളെക്കുറിച്ച് കേട്ടറിവുണ്ടോ? ഇന്ന് പ്രായമായവരിൽ ഏറെപ്പേർക്കും ശരീരത്തിനേക്കാൾ മനസിനാണ് അവശത. ഉണ്ണിയെ കണ്ടില്ലേ..ശരീരത്തിനു പ്രത്യേകിച്ച് ഒരസുഖവുമില്ല. പക്ഷേ..." റസാഖിന്റെ സ്വരം നേർത്തു. തൊണ്ടയിടറി.

വികാരജീവിയെന്നാണ് കൂട്ടുകാർ റസാഖിനെ വിളിക്കുന്നത്. എല്ലാവരോടും സ്നേഹം. അനുകമ്പ. അന്യരുടെ വേദന കണ്ടാൽ കണ്ണു നിറയും. റസാഖിന്റെ മൂത്ത സഹോദരൻ ഖാദറാകട്ടെ പാലം കുലുങ്ങിയാലും കേളൻ കുലുങ്ങില്ല എന്ന മട്ടുകാരൻ.

"നീയിനി അതും പറഞ്ഞ് ആധിപിടിക്കണ്ട."

ഖാദർ അനിയനെ ശാസിച്ചു.

"നിങ്ങളല്ലെങ്കിലും കല്ലനാ. എന്തു കണ്ടാലും കുലുങ്ങില്ല." –രവീന്ദ്രനാഥ്.

"ആകാശമിടിഞ്ഞുവീഴുമെന്ന് പേടിച്ച് ഭൂമിയിലെ സ്വസ്ഥത കെടുത്തരുതെന്ന് പഠിപ്പിച്ചത് ഉമ്മയാ." –ഖാദർ.

"നിങ്ങളുടെ ഉമ്മ ഒരസാധാണ സ്ത്രീതന്നെയായിരുന്നു കേട്ടോ. മുസ്ലിം സമുദായത്തിൽ ഇത്ര വിവരവും തന്റേടവുമുള്ള ഒരു സ്ത്രീയെ ഞാനിതിനുമുമ്പ് പരിചയപ്പെട്ടിട്ടില്ല." –രവി.

"സാഹചര്യമാണ് ഉമ്മയ്ക്ക് കരുത്ത് നൽകിയത്. ബാപ്പ മരിക്കുമ്പോൾ ഞാനും ഏറ്റവും മൂത്ത സഹോദരനായ കരീമും മാത്രമേ പറക്കമുറ്റിയിരുന്നുള്ളൂ. ഏറ്റവും മൂത്തതായതുകൊണ്ട് ഞങ്ങളെല്ലാവരും മൂപ്പരെ വല്യക്കാക്ക എന്നായിരുന്നു വിളിച്ചിരുന്നത്. അതുകേട്ട് നാട്ടുകാരും അങ്ങനെ വിളിക്കുമായിരുന്നു. ഭാര്യയുടെ തലയണമന്ത്രം കേട്ട് വല്യക്കാക്ക കുടുംബത്തെ മറന്നപ്പോൾ പെരുവഴിയിൽ ഒറ്റപ്പെട്ടതുപോലെയായി എന്നാണ് ഉമ്മ പറഞ്ഞത്. ഞാനന്ന് എഞ്ചിനിയറായി സർക്കാരുദ്യോഗത്തിൽ പ്രവേശിച്ചതേയുള്ളൂ. കഷ്ടിച്ചു കഴിഞ്ഞുകൂടാനുള്ള ശമ്പളമേ ഉണ്ടായിരുന്നുള്ളൂ. എന്നിട്ടും ഉമ്മ പറഞ്ഞപ്പോൾ ഉള്ളൂർക്കരയിലെ തറവാട് വിട്ട് കോഴിക്കോട്ടേക്ക് ചേക്കേറാൻ രണ്ടും കൽപ്പിച്ചങ്ങ് തീരുമാനിക്കുകയായിരുന്നു. വാടകമാത്രം നീ കൊടുത്താ മതി ബാക്കി ഒപ്പിച്ചോളാമെന്നു പറഞ്ഞപ്പോൾ ഉമ്മയുടെ മുഖത്ത് കണ്ട പ്രത്യാശയുടെ വെളിച്ചമാണ് അങ്ങനെയൊരു തീരുമാനമെടുക്കാൻ എനിക്കു പ്രേരണയായത്."

പറഞ്ഞപ്പോൾ ഖാദറിന്റെ സ്വരത്തിലെ വിറയൽ രവി അറിഞ്ഞു.

"അക്കാലത്തും നിങ്ങൾക്ക് സ്വത്ത് എമ്പാടുമുണ്ടായിരുന്നെന്നാണല്ലോ ഖാദറേ പറഞ്ഞു കേട്ടത്." –രവി

"മിക്കതും പാട്ട സ്വത്തായിരുന്നു. വർഷാവർഷം പാട്ടം കിട്ടണമെങ്കിൽ കുടിയാന്റെ മുന്നിൽ കൈനീട്ടേണ്ട ഗതികേട്. ബാപ്പയുടെ സ്വത്തുക്കളിൽ മുക്കാൽപ്പങ്കും തീർത്തിട്ടാ മൂപ്പർ പോയത്. ഉമ്മയുടെ ഓഹരിയായി കിട്ടിയ രണ്ടുമുന്നേക്കർ അന്നുമുണ്ട്. അക്കാലത്ത് അതുകൊണ്ട് വലിയൊരു കുടുംബം, പ്രത്യേകിച്ചും ഞങ്ങളുടേതുപോലുള്ള അരിസ്റ്റോക്രാറ്റിക് ജന്മി കുടുംബത്തിനു ജീവിച്ചുപോകാൻ പ്രയാസമായിരുന്നു. എന്നിട്ടും ഉമ്മ അരക്കും ചെമ്പും പുറത്തറിയിക്കാതെ കഴിഞ്ഞുകൂടി. ഉമ്മയുടെ സഹോദരങ്ങൾ അതേ നഗരത്തിൽ കാറും ബംഗ്ലാവുമൊക്കെയായി നല്ലനിലയിൽ കഴിയുന്നവർ. അതൊന്നും ഉമ്മ കണക്കിലെടു

ത്തതേയില്ല. ആരെയും ആശ്രയിക്കാതെ, ആരോടും പരിഭവമില്ലാതെ, എല്ലാവരെയും സന്തോഷിപ്പിച്ച് മുഖം നിറയെ ചിരിയുമായി കഴിയാൻ ഉമ്മ എപ്പോഴും ശ്രദ്ധിച്ചിരുന്നു. അങ്ങനെ ജീവിക്കണമെന്ന് മക്കളെ നിരന്തരം ഉപദേശിക്കാറുമുണ്ടായിരുന്നു."

"ഞാൻ കാണുമ്പോൾ ഉമ്മയ്ക്ക് എഴുപത് കഴിഞ്ഞിട്ടുണ്ടാകും. പക്ഷേ, ആ പ്രായത്തിലും അവരുടെ പ്രസരിപ്പ് എന്നെ അത്ഭുതപ്പെടുത്തിയിട്ടുണ്ട്. അവരുടെ പഴങ്കഥകൾ നിങ്ങളോടൊപ്പം എത്രയോ തവണ ഞാനും കേട്ടതല്ലേ. പലതവണ കേട്ടാലും വീണ്ടും കേൾക്കുമ്പോൾ മടുപ്പ് തോന്നാറില്ല. അത്ര വിദഗ്ധമായിട്ടായിരുന്നു കഥ പറച്ചിൽ." –രവി.

"കഥ കേൾക്കാൻ ആളെക്കിട്ടിയാൽ മൂപ്പത്തിക്ക് ആയിരം നാവായിരുന്നു. പത്രം മുടങ്ങാതെ വായിക്കും. നമ്മളൊന്നും ശ്രദ്ധിക്കാത്ത വാർത്തകൾ ഉമ്മ കാണും. ഒഴിവുകിട്ടുമ്പോൾ പുസ്തകങ്ങളും വായിക്കുമായിരുന്നു. ഉമ്മയുടെ വിടവ് ഇന്നും നികന്നിട്ടില്ല." –ഖാദർ.

"അതങ്ങനെയാ. നമ്മെ സ്നേഹിക്കാനും ശാസിക്കാനും നമ്മെക്കുറിച്ചോർത്ത് ആധിപിടിക്കാനും അമ്മമാരുണ്ടെങ്കിലേ ജീവിതത്തിനു തിളക്കമുണ്ടാകൂ." –രവി.

"ഇത് നമ്മുടെ തലമുറയുടെ അഭിപ്രായമല്ലേ? ഇന്നത്തെ തലമുറയ്ക്ക് പഴയതലമുറ ഭാരമാകുന്നില്ലെ എന്ന് എനിക്കു സംശയമുണ്ട്. പാവം ഉണ്ണിയുടെ അവസ്ഥ കണ്ടില്ലേ? പുന്നാരിച്ചു വളർത്തിയ ഏക സന്തതിക്ക് അമ്മയെയും അച്ഛനെയും തിരിഞ്ഞുനോക്കാൻ നേരമോ മനസോ ഇല്ല. ലതയ്ക്ക് ആരോഗ്യവും സന്മനസുമുള്ളതുകൊണ്ടും ഉണ്ണിക്ക് സാമ്പത്തികശേഷിയുള്ളതുകൊണ്ടും കഴിഞ്ഞുപോകുന്നു." –ഖാദർ.

"നമ്മുടെയൊക്കെ അവസ്ഥ ഇതുതന്നെയാകാനാണ് സാധ്യത." –റസാഖ്.

"അതൊന്നും ആലോചിച്ച് ഇപ്പഴേ തല പുണ്ണാക്കണ്ട. വരാനുള്ളത് വഴിയിൽ തങ്ങില്ലെന്നല്ലേ ചൊല്ല്." –ഖാദർ.

"നിങ്ങൾക്ക് ഉമ്മയുടെ സ്വഭാവമാ. ഭൂമി പിളർന്നാലും പറയും ആകാശത്തിന്റെ കീറ് ബാക്കിയുണ്ടല്ലോ എന്ന്. അയ്യോ മണി എട്ടായി. സീമയ്ക്ക് കോളേജിൽ പോകുന്നവഴി ഏതോ കൂട്ടുകാരിയുടെ വീട്ടിൽ കയറാനുള്ളതുകൊണ്ട് ഇന്ന് നേരത്തേ ഇറങ്ങുമെന്നും നടത്തം കഴിഞ്ഞ് പെട്ടെന്നു തിരിച്ചെത്തണമെന്നും ഇന്നലെ പറഞ്ഞിരുന്നതാ. ഞാനതങ്ങു മറന്നു. ഇനിയിപ്പം നല്ല ഡോസ് കിട്ടിയതുതന്നെ."

രവി തിരക്കിട്ട് യാത്ര പറഞ്ഞപ്പോൾ ഖാദറും റസാഖും അവരവരുടെ വഴിപിടിച്ചു.

2

സുഹൃത്തുക്കൾ നാലുവഴിക്ക് പിരിഞ്ഞപ്പോൾ ആരെ അനുഗമിക്കണമെന്നറിയാതെ നോവലിസ്റ്റ് വിഷമത്തിലായി. എല്ലാ വീടുകളിലെയും അകക്കാഴ്ചകൾ കാണിക്കേണ്ടതുണ്ടല്ലോ. കമ്പ്യൂട്ടറിൽ കണ്ണുംനട്ട് അന്തിച്ചിരിക്കുമ്പോഴാണ് "സൈനൂ" എന്ന വിളി ശ്രദ്ധയിൽപ്പെട്ടത്.

ഖാദർ വിളിക്കേണ്ട താമസം സൈനു കൈയിൽ ചായക്കോപ്പയുമായി ഉമ്മറത്തെത്തി. പ്രഭാതസവാരി കഴിഞ്ഞ് പെങ്ങളുടെ വീട്ടിൽ കയറുക ഖാദറിന്റെ പതിവായിരിക്കാം. ഇക്ക വരുന്നത് മനക്കണക്കായി അറിയുന്നതുപോലെയാണല്ലോ സൈനു വിളികേട്ടതും ചായയുമായി പൊട്ടിമുളച്ചതുപോലെ ഉമ്മറത്തെത്തിയതും!

"എന്താ കുട്ടികളുടെ വർത്താനം? നീ ഇന്നലെ കല്യാണക്കാര്യം ഷിഹാബിനോടു പറഞ്ഞോ? തരക്കേടില്ലാത്ത ബന്ധാട്ടോ അത്. ബാപ്പ കുവൈത്തിൽ ബാങ്കിലാ. സാജിദിന്റെ ഫാദർ ഇൻലോവിന്റെ ബന്ധുവാ. എന്തുകൊണ്ടും നമുക്കു ചേരുമെന്നാ മൂപ്പര് പറഞ്ഞത്."

വന്നു കയറിയതും ഖാദർ വിശേഷങ്ങൾ തിരക്കി.

"ഇന്നലെ വിളിച്ചപ്പോ ഇക്കാര്യമൊക്കെ ഞാൻ പറഞ്ഞതാ. ഇപ്പം കല്യാണം വേണ്ടാന്നാ ഓൻ പറയുന്നത്. ഓന്റെ മനസറിയാൻ സത്തുവിനെ ഏൽപ്പിച്ചിട്ടുണ്ട്."

"അവനല്ലെങ്കിലും ആള് കല്ലനാ. ഒന്നും വിട്ടുപറയില്ല. കാലം ശരിയല്ല. വേഗം എവിടെയെങ്കിലും തളയ്ക്കുന്നതാ ബുദ്ധി."

"എന്തേക്കും ചെക്കന്റെ മനസില്? ആലോചിക്കുമ്പം ഉള്ള് പൊരിയും."

"വേണ്ടാത്തതൊന്നും ആലോചിച്ച് തല പുകയ്ക്കണ്ട. എല്ലാം ശരിയാവും. ഞാനിറങ്ങട്ടെ."

ചായക്കോപ്പ മേശപ്പുറത്ത് വെച്ച് ഖാദർ ഇറങ്ങിയിട്ടും സൈനുവിനു നിന്നനിൽപ്പിൽനിന്ന് അനങ്ങാനായില്ല. വക്കീലിന്റെ വിളി ചെവിയിലെത്തിയതുമില്ല.

“നീയെന്താടീ കുറ്റിയടിച്ചതുപോലെ നിൽക്കുന്നത്? അളിയൻ വിളിക്കുന്നത് കേട്ടില്ലേ?”

അപ്പോൾ അവിടെ ചെന്നു കയറിയ റസാഖ് ചോദിക്കുന്നതുകേട്ട് സൈനു അമ്പരന്നമട്ടിൽ തുറിച്ചു നോക്കി.

“ഇവളെന്താ പന്തംകണ്ട പെരുച്ചായയനെപ്പോലെ?”

റസാഖ് അവിടെയെത്തിയ വക്കീലിനോടു ചോദിച്ചു.

“നിങ്ങളുടെ സഹോദരിക്ക് അന്തംവിടാൻ പ്രത്യേകിച്ച് കാരണം വല്ലതും വേണോ? പൂച്ച മതിലു ചാടിയാ അതുമതി അവൾക്ക് ഞെട്ടാൻ. അന്നത്തെ ദിവസം എന്റെ കാര്യം അവതാളത്തിലാവുകയും ചെയ്യും.”

വക്കീലിന്റെ തമാശ സൈനുവിനെ ചൊടിപ്പിച്ചു.

“ഞാൻ നിങ്ങളുടെ കാര്യങ്ങളന്വേഷിക്കുന്നില്ലന്നല്ലേ ഇപ്പറഞ്ഞതിന്റെ അർഥം? ആർക്ക് എന്തുഗുണം ചെയ്താലും കുറ്റം കേൾക്കുക എന്റെ തലയിലെഴുത്താ.”

“നീയെന്തിനാ എഴുതാപ്പുറം വായിക്കുന്നത്. മുഖമെന്താ വല്ലാതെ, സുഖമില്ലേ?”

റസാഖ് അലിവോടെ ചോദിച്ചു.

“ഒന്നുല്ലാ. ഷിഹാബിന്റെ കാര്യമാലോചിച്ചപ്പോ ആകെ സമാധാനക്കേട്.”

“ഓനിക്കെന്തു പറ്റി?”

റസാഖ് ഉത്ക്കണ്ഠയോടെയാണ് ചോദിച്ചത്.

“എന്തിനാ സൈനബാ രാവിലെ എല്ലാവരെയും ആവശ്യമില്ലാതെ വേവലാതിപ്പെടുത്തുന്നത്? വെറുതേ ഓരോന്നാലോചിച്ച് സ്വന്തം സ്വസ്ഥത കെടുത്തുന്നതും പോരാ മറ്റുള്ളവരെ അലമ്പാക്കുകയും ചെയ്യും.”

“നിങ്ങളോട് ഞാനൊന്നും പറഞ്ഞില്ലല്ലോ. പറഞ്ഞാ കേൾക്കാൻ നിങ്ങക്ക് നേരവുമില്ല. നാട്ടുകാരുടെ കാര്യം നോക്കാനല്ലേ നേരമുള്ളു. വെറുതെയല്ല മക്കള് തലതിരിഞ്ഞു പോകുന്നത്.”

“നിന്നോടു തർക്കിക്കാൻ എനിക്കു നേരമില്ല. എന്റെ മക്കള് തലതിരിയില്ല. മേശപ്പുറത്തുണ്ടായിരുന്ന എന്റെ കണ്ണടയെവിടെ?”

“രാവിലെ തുടങ്ങും കണ്ണട, വാച്ച്, തൊപ്പി, കുപ്പായം എന്നു പറഞ്ഞ് വിളി. ഒരു കാര്യം ഒറ്റയ്ക്ക് ചെയ്യാനാവില്ല..”

“നിങ്ങടെ സഹായം വേണ്ട. ഞാൻ തന്നത്താൻ കണ്ടുപിടിച്ചോളാം.”

വക്കീലും ഇടഞ്ഞു.

“നീയെന്തിനാ സൈനു ആവശ്യമില്ലാതെ നിസ്സാരകാര്യത്തിനു പെണങ്ങുന്നത്?”

റസാഖ് ചോദിച്ചപ്പോൾ സൈനു കണ്ണുതുടച്ചുകൊണ്ട് അകത്തേക്കു നടന്നു.

"എന്താ അളിയാ സംഗതി?"

സൈനു പോയപ്പോൾ റസാഖ് വിഷമത്തോടെ ചോദിച്ചു.

"നിങ്ങള് ആങ്ങളമാര് തലയിൽ കയറ്റിവച്ച് വഷളാക്കിയതല്ലേ. കമാന്ന് മിണ്ടിക്കൂടാ."

വക്കീൽ തമാശമട്ടിലാണ് പറഞ്ഞതെങ്കിലും റസാഖിന്റെ മുഖത്ത് മ്ലാനത.

"ഒരു കാര്യവുമില്ലാതെ രാവിലെ അവളിങ്ങനെ....ഖാദറിക്ക വല്ലതും പറഞ്ഞിട്ടുണ്ടാകുമോ?"

റസാഖിനു സംശയം. "ഇവിടന്നങ്ങോട്ടിറങ്ങുന്നതു കണ്ടു."

"ഏയ്..മൂപ്പർക്ക് അവളെ അറിയില്ലേ? കടുപ്പിച്ചൊന്നും പറയില്ലെന്നുറപ്പാണ്. ഷിഹാബ് വിവാഹത്തിനു സമ്മതിക്കുന്നില്ലെന്നു പറഞ്ഞ് ഇന്നലെത്തന്നെ വിഷമത്തിലായിരുന്നു. ഖാദറിക്ക അതിനെക്കുറിച്ചെന്തെങ്കിലും ചോദിച്ചുകാണും."

"സാജിദിന്റെ ഭാര്യയുടെ ബന്ധുവിന്റെ കല്യാണക്കാര്യമെന്തായി?"

"ആർക്കറിയാം? ഞാനതു ചോദിക്കാൻ വിട്ടുപോയി."

"നിങ്ങളിങ്ങനെ വീട്ടുകാര്യങ്ങളിൽ അശ്രദ്ധ കാണിക്കുന്നതുകൊണ്ടല്ലേ സൈനു പരിഭവം പറയുന്നതും പിണങ്ങുന്നതും. ഷിഹാബിന്റെ കല്യാണം കഴിയുന്നതും വേഗം തീരുമാനിക്കണമെന്നുതന്നെയാ എല്ലാവരുടെയും അഭിപ്രായം.."

"നിങ്ങളെന്താ റസാഖേ സൈനുവിനെപ്പോലെ വിവരക്കേട് പറയുന്നത്? അവൻ വന്ന് കുട്ടിയെ കാണാതെ...."

"സൈനുവിനു വിവരമില്ല. എന്നാ വിവരമുള്ളവർ ഉത്തരവാദിത്തം ഏറ്റെടുക്ക്."

വാതിൽക്കൽ സൈനു നിൽക്കുന്നുണ്ടെന്ന് കാര്യം അപ്പോഴാണവർ ശ്രദ്ധിച്ചത്.

"ഞാനെന്തു വേണമെന്നാ പറയുന്നത്?"

സൈനുവിന്റെ കരഞ്ഞുകലങ്ങിയ മുഖം കണ്ടതുകൊണ്ടാകണം വക്കീൽ മയത്തിലാണ് ചോദിച്ചത്.

"നിങ്ങക്കൊന്ന് ഓനെ വിളിച്ച് കാര്യങ്ങള് ചോദിച്ചൂടെ? ഇനിയും താമസിപ്പിച്ചാ ഖേദത്തിലായിപ്പോകുമോന്നാ എന്റെ പേടി."

"സ്വന്തം മക്കളെ വിശ്വാസമില്ലാതായാലോ? ഉടനെ വിവാഹം വേണ്ടെന്നല്ലേ അവൻ പറഞ്ഞുള്ളൂ. വിവാഹമേ വേണ്ടെന്നൊന്നും പറഞ്ഞില്ലല്ലോ?" വക്കീൽ.

"അങ്ങനെ തെളിച്ചു പറഞ്ഞില്ല. പക്ഷേ..."

"എന്താ അവൻ പറഞ്ഞത്?" റസാഖിന്റെ സ്വരത്തിലും വേവലാതി.

"എനിക്കുവേണ്ടി തൽക്കാലം ഉമ്മ പെണ്ണന്വേഷിക്കേണ്ടെന്നു പറ

ഞ്ഞതിന്റെ അർഥമെന്താ?"

സൈനു വിതുമ്പി.

റസാഖിന്റ മുഖവും മങ്ങി. വക്കീലും അസ്വസ്ഥനായി. എന്നിട്ടും സൈനുവിനെ സമാധാനിപ്പിക്കാനെന്നപോലെ പറഞ്ഞു: "അങ്ങനെ യൊന്നും അവൻ ഉദ്ദേശിച്ചു കാണില്ല. ആവശ്യമില്ലാത്ത അർത്ഥങ്ങൾ ചികഞ്ഞെടുക്കേണ്ട."

"സൈനു പറയുന്നത് അപ്പാടെ തള്ളിക്കളയാതെ നിങ്ങള് അവ നൊരു മെയിലു കൊടുക്ക്. ഉള്ളറിയാമല്ലോ."

"അതിനെന്താ. രാത്രിയാവട്ടെ. ശൈലനെത്തിയില്ലേ? എനിക്കിന്ന് നേരത്തേ കോടതിയിലെത്തണം. വൈകിട്ട് കാണാം." എന്നു പറഞ്ഞ് വക്കീൽ ആപ്പീസ് മുറിയിലേക്കു നടന്നു.

"ഏതെങ്കിലും മഹിളാവേദിക്കാരുടെയോ സാമൂഹ്യപ്രവർത്തകരു ടെയോ ഫീസില്ലാക്കേസായിരിക്കും." സൈനു പിറുപിറുത്തു.

ഇനിയും അവിടെ നിന്നാൽ സൈനുവിന്റെ കരച്ചിൽ കാണേണ്ടി വരുമോ എന്നു ഭയന്നിട്ടെന്നപോലെ റസാഖും തിരക്കിട്ട് യാത്ര പറഞ്ഞു.

അതേ, അവൻ അങ്ങനെയൊന്നും ഉദ്ദേശിച്ചിട്ടുണ്ടാവില്ല. വേണ്ടാത്ത അർഥങ്ങൾ ചികഞ്ഞെടുക്കണ്ട.

കുറേനേരം അനക്കമറ്റ് നിന്നിട്ട് ഭർത്താവിന്റെ വാക്കുകൾ ആവർ ത്തിച്ച് സ്വയം സമാധാനിപ്പിച്ചുകൊണ്ട് സൈനു ഉമ്മറത്തെ ആട്ടക്കസേ രയിൽ ചെന്നിരുന്നു.

"ചേച്ചീ, ഞാൻ മുകളില് പെരുക്കിത്തുടക്കട്ടെ." എന്ന് തമിഴ്മലയാ ളത്തിൽ ചോദിച്ചുകൊണ്ട് ജോലിക്കാരി പ്രിയ എത്തി. സൈനു തല യാട്ടി.

"ചേച്ചിക്ക് സുഖമില്ലേ?"

മുഖത്തെ അവശത കണ്ട് പ്രിയ ചോദിച്ചു.

"തലവേദന. നീ വേഗം ചെന്ന് പണി തീർക്ക്."

അവളെ ഒഴിവാക്കാനെന്നോണം പറഞ്ഞു.

തമിഴ്നാട്ടുകാരിയാണെങ്കിലും പ്രിയക്ക് സ്നേഹമുണ്ട്. ഇതിനു മുമ്പുള്ള താടകയെക്കുറിച്ചോർക്കുമ്പോഴെല്ലാം പ്രിയയോട് വാത്സല്യം തോന്നാറുണ്ട്. മുമ്പുണ്ടായിരുന്ന കതിയ്യ മുഖത്തടിച്ച കണക്കേ വർത്ത മാനം പറയൂ. ടൈംടേബിൾ വെച്ചുള്ള പണിയാണെങ്കിലും വൃത്തിയും വെടിപ്പും ഉത്തരവാദിത്വവുമുണ്ടായിരുന്നു. അതുകൊണ്ടുകൂടിയാണ് നാവിന്റെ നീളം കണ്ടില്ലെന്നു നടിച്ചു കുറേക്കാലം കൂടെനിർത്തിയത്. ഇക്കാലത്ത് വീട്ടുപണിക്ക് ചൊവ്വുള്ള ആളെ കിട്ടുക ലോട്ടറി കിട്ടുന്നതു പോലെയാണ്. മണിക്കൂറ് കണക്കാക്കി പണിയെടുക്കുന്നവരാണ് അധി കംപേരും. ഉച്ചവരെ എന്തെങ്കിലുമൊക്കെ കാട്ടിക്കൂട്ടി പോകുമെന്നല്ലാതെ രാത്രി കൂടെ നിൽക്കുന്നവരെ കിട്ടാനേ വിഷമം. ഞാറാഴ്ചകളിൽ അവർക്ക് പരിപാടികൾ ഏറെ. അയൽപക്കവേദികളും കൂട്ടായ്മകളുമായി

എല്ലാവർക്കും തിരക്ക്. കുട്ടികളുടെ സ്കൂളുകളിൽ ആഴ്ചതോറും രക്ഷ കർത്താക്കളുടെ കൂടിച്ചേരലും നിർബന്ധമാണത്രെ. താഴെക്കിടയിലുള്ള സ്ത്രീകളുടെ കാര്യമാലോചിച്ചാൽ കഷ്ടമാണ്. അവർ ജോലി ചെയ്തു വേണം കുടുംബം പുലർത്താൻ. ഭർത്താക്കന്മാർക്ക് കിട്ടുന്ന പണം കള്ളു കുടിക്കാനേ തികയൂ എന്നാണ് കതിയ്യ പറയാറുള്ളത്. ശനിയാഴ്ചക ളിൽ ബീവറേജസ് കോർപ്പറേഷന്റെ മുന്നിലുള്ള ആണുങ്ങളുടെ ക്യൂ കാണുമ്പോൾ അവളെ ഓർക്കാറുണ്ട്. ആഴ്ചക്കൂലിയിൽ മുക്കാൽപ്പങ്കും ശനിയാഴ്ചത്തെ ആഘോഷത്തോടെ തീരും. എന്നും കുറേശ്ശ ചാരായം അകത്തു ചെന്നില്ലെങ്കിൽ ഉറക്കം വരില്ലത്രെ. ശനിയാഴ്ചകളിലും അടിച്ചു ഫിറ്റാവാനുള്ളതാണെന്നാണ് തുറന്ന പ്രഖ്യാപനം. ഞാറാഴ്ചത്തേക്കുള്ള കുപ്പി മറക്കാതെ കൂടെ കരുതിയിട്ടുമുണ്ടാവും. ചൂടുള്ള ചോറും എരി വുള്ള മീൻകറിയും തയാറാക്കി ഭാര്യ ഉറക്കമൊഴിച്ച് കാത്തിരുന്നില്ലെ ങ്കിൽ തെറിയും തൊഴിയും സഹിക്കണം.

"മൂപ്പരിക്ക് ദെവസം പത്തുമുന്നൂറുറുപ്പിക കൂലി കിട്ടും. പെയിന്റ ടിയാ. ദിവസം നൂറുരൂപ തന്നിരുന്നെങ്കില് ഞാനിങ്ങനെ കണ്ടോരുടെ വീട്ടില് എച്ചിൽപ്പണി ചെയ്യണോ? ഇന്റെ ചെക്കനൊന്ന് പറക്കമുറ്റീരു ന്നെങ്കില്..."

എല്ലാ അമ്മമാരും ഇങ്ങനെതന്നെ. ഉള്ളിൽ കനലുമായാണ് കഴിയു ന്നത്. മുതിരുമ്പോൾ മക്കൾ ഉള്ളിലെ തീയണയ്ക്കും; താങ്ങും തണലു മാകും എന്ന പ്രതീക്ഷയാണ് അവരുടെ ജീവിത്തിനാധാരം. പക്ഷേ, ഇന്ന ത്തെക്കാലത്ത് കേൾക്കുന്ന പല കാര്യങ്ങളും മാതാപിതാക്കളുടെ ധൈര്യം ചോർത്തുന്നതാണ്. സ്വത്തിനുവേണ്ടി മാതാപിതാക്കളെ വൃദ്ധ സദനത്തിലും ഭ്രാന്താശുപത്രിയിലും വരെ അയയ്ക്കാൻ മടിക്കാത്ത മക്ക ളുടെ കഥകൾ പത്രങ്ങളിൽ വായിക്കുമ്പോൾ ഉള്ളം ചുട്ടെരിയും. താൻ പ്രവർത്തിക്കുന്ന വനിതാ സംഘടനയിലെ അംഗങ്ങൾ ആരോരുമില്ലാത്ത അമ്മമാർക്കുവേണ്ടി പാർപ്പിടം പണിയാനുള്ള ആലോചനകൾ നടത്തി ക്കൊണ്ടിരിക്കുകയാണ്. കാര്യത്തോടടുക്കുമ്പോൾ പലരും പല കാര ണങ്ങൾ പറഞ്ഞ് പിന്മാറുകയാണ്. എന്നാലും ചില സുമനസുകൾ എന്തിനും തയാറായി കൂടെയുണ്ടെന്നറിയാം. എങ്ങനെ തുടങ്ങണം, എങ്ങനെയുണ്ടാക്കും എന്നതിനെക്കുറിച്ചൊക്കെ ഒരു രൂപരേഖയുണ്ടാ ക്കാൻ ഷിഹാബിനെയാണ് ഏൽപ്പിച്ചിട്ടുള്ളത്. ഉമ്മ ഒരു കാര്യമേൽപ്പി ച്ചാൽ ഇല്ലാത്ത സമയമുണ്ടാക്കി അവനത് ചെയ്യുമെന്നതിൽ സംശയമില്ല. ചിന്ത ഷിഹാബിനെക്കുറിച്ചായപ്പോൾ ഉള്ളിലെവിടെയോ കൊളുത്തിവലി. അവനെ കണ്ടിട്ട് നാളുകളേറെയായി. എന്റെ കുട്ടിക്ക് നേരത്തിനും കാല ത്തിനും ഭക്ഷണം കിട്ടുന്നുണ്ടാകുമോ? അവനാണെങ്കിൽ വായ്ക്ക് രുചി യുള്ളതുതന്നെ കിട്ടണം. ഉമ്മയുടെ മടിയിൽ തലവച്ചു കിടന്ന് കിന്നാരം പറയണം.

"വയസുകാലത്ത് ഉമ്മാന്റേം വാപ്പാന്റേം കൂടെ നാട്ടിൽത്തന്നെ താമ

സിക്കണമെന്നാ എന്റെ ആഗ്രഹം" അവൻ എപ്പോഴും പറയും.

"എന്നിട്ടിപ്പോൾ.....നീ എന്തിനാ എഴുതാപ്പുറം വായിക്കുന്നത്. അന ങ്ങനെയൊന്നും ചെയ്യില്ല. ഉമ്മയുടെ കണ്ണീരിന്റെ മുന്നിൽ അവന്റെ മന സലിയും."

കണ്ണിൽനിന്ന് കുടുകുടെ വെള്ളം ചാടിയപ്പോൾ സൈനു സ്വയം സമാധാനിപ്പിച്ചു.

"അമ്മാ....ഫോൺ..."

പ്രിയ ഉറക്കെ വിളിക്കുന്നതുകേട്ട് സൈനു കതകടച്ച് അകത്തു കയറി.

3

ഉറക്കം വരാതെ തിരിഞ്ഞും മറിഞ്ഞും കിടന്നു സാബിറ. എ സിയുടെ തണുപ്പിലും നെറ്റിയിൽ വിയർപ്പ്. ഹോർമോൺ ഇംബാലൻസ് എന്നാണ് സുഹൃത്തായ ഡോക്ടർ റീമ പറഞ്ഞത്. പുതപ്പ് മാറ്റി എഴുന്നേറ്റു. ക്ലോക്കിൽ നോക്കി — മണി ആറര. സാധാരണ ഞായറാഴ്ചകളിൽ വൈകിയാണ് ഉണരുക. തലേന്ന് രാത്രി ഉറക്കം ഒട്ടും ശരിയായില്ല. ഓർമകൾ മനസിലേക്ക് തള്ളിക്കയറി ഉറക്കം അകറ്റി. ഏകാന്തവാസം ആനന്ദകരമാണെന്ന് മറ്റുള്ളവരെ ബോധ്യപ്പെടുത്താൻ സന്തോഷത്തിന്റെ മുഖംമൂടിയുമണിഞ്ഞാണ് നടപ്പ്. രാത്രിയിലെ ഏകാന്തത പക്ഷേ പലപ്പോഴും അസ്വസ്ഥയാക്കാറുണ്ട്. പാട്ടു കേട്ടും പുസ്തകം വായിച്ചും ഏകാന്തതയെ ആട്ടിയോടിക്കാൻ ശ്രമിക്കാറുണ്ടെങ്കിലും ചിലപ്പോൾ അമ്പേ പരാജയപ്പെടും. ബാൽക്കണിയുടെ വാതിൽ തുറന്നപ്പോൾ തണുത്തകാറ്റ് അകത്തേക്കു കയറി. നേരം പരപരെ വെളുത്തിരിക്കുന്നു. ഞായറാഴ്ചയായതുകാരണം പ്രഭാതസവാരിക്കാരുടെ ഒച്ചയനക്കങ്ങളില്ല. പാവം ലതയാന്റി മാത്രം ഉണ്ണികൃഷ്ണനങ്കിളിനെ വീൽചെയറിലിരുത്തി തോട്ടം വലംവയ്ക്കുന്നു. ഈ കാഴ്ച കുറച്ചൊന്നുമല്ല അലോരസപ്പെടുത്താറുള്ളത്. എന്നും രാവിലെ വാതിൽ തുറക്കുമ്പോൾ ഷംസുദ്ദീൻ അങ്കിളിന്റെ ഉറക്കെയുള്ള ചിരിയും നമസ്കാരം പറച്ചിലുമാണ് കേൾക്കാറുള്ളത്. “ഹലോ, നമസ്കാരം” അങ്കിൾ ആരെ കണ്ടാലും അങ്ങനെയാണ് സ്വാഗതം ചെയ്യാറുള്ളത്. മുസ്ലീങ്ങൾ പരസ്പരം കണ്ടാൽ അസ്സലാമുഅലൈക്കും എന്നു നിർബന്ധമായും പറയണമെന്ന മതപണ്ഡിതന്മാരുടെ ഫത്വയൊന്നും അങ്കിൾ ചെവിക്കൊള്ളാറില്ല.

ലതയാന്റി അപ്പോഴും തോട്ടത്തിൽത്തന്നെയുണ്ടായിരുന്നു. അവരുടെ കാര്യം കഷ്ടമാണ്. ചിന്താശേഷിയില്ലാത്ത ഒരാളുമൊത്ത് ഇരുപ

ത്തിനാലു മണിക്കൂറും കഴിയുക ശ്രമകരമാണെന്നു മാത്രമല്ല അസാധ്യമാണെന്നുപോലും തോന്നാറുണ്ട്. ഒത്തപുരുഷനെ കുട്ടികളെപ്പോലെ പരിചരിക്കുക കഠിനമായ പരീക്ഷണംതന്നെ. ഈ വില്ലാസമുച്ചയത്തിലെ മാതൃകാദമ്പതികളായിരുന്നു അവർ. പുലർച്ചെ അഞ്ചുമണിക്ക് ട്രാക് സ്യൂട്ടുമിട്ട് അങ്കിളിനോടൊപ്പം ഓടാൻ ആന്റിയുമുണ്ടാകും. അതുകഴിഞ്ഞ് ഇരുവരും ഒന്നിച്ച് യോഗചെയ്യുന്നു. ആഴ്ചയിലൊരുദിവസം ജിമ്മിൽ പോക്ക്. ഭക്ഷണകാര്യത്തിലും അതീവശ്രദ്ധ. പ്രകൃതിചികിത്സക്കാരുടെ ഡയറ്റായിരുന്നു രണ്ടുപേരും കഴിച്ചിരുന്നത്. നീണ്ടമുടി, വെളുത്തനിറം, മിനുത്തചർമം, ശരീരസൗന്ദര്യം എടുത്തുകാണിക്കുന്ന വസ്ത്രധാരണം — നാൽപ്പത്തഞ്ചിലും യുവസുന്ദരി. ഇപ്പോൾ ആകെ കോലംകെട്ടു. ആന്റിക്ക് കൈവീശി ഹായ് പറഞ്ഞ് സാബിറ കുളിമുറിയിലേക്കു നടന്നു. ഉമ്മ കൂട്ടിനായി അയച്ച രാധേച്ചി വീട്ടിൽപ്പോയ കാര്യം പല്ലുതേക്കുമ്പോഴാണ് ഓർത്തത്. അടുക്കളയിൽ കയറണമല്ലോ എന്ന ചിന്ത മടുപ്പുണ്ടാക്കി.

സുബഹി നമസ്കാരം കഴിഞ്ഞ് അടുക്കളയിലെത്തി. പാലും വെള്ളവും ചേർത്ത് സ്റ്റീൽ ചരുവത്തിൽ ഇൻഡക്ഷൻ കുക്കറിൽ വച്ചു. ഗ്ലാസിൽ കാപ്പിപ്പൊടിയും പഞ്ചസാരയും ചേർക്കുംമുമ്പേ വെള്ളം തിളച്ചു. പുതിയ അടുപ്പ് വന്നതോടെ മൈക്രോവേവ് ഓവൻ അധികമായി ഉപയോഗിക്കാറില്ല. മൈക്രോവേവ് കാണുമ്പോൾ അറിയാതെ ഹബീബിനെ ഓർക്കാറുണ്ട്. അതിൽ പാകം ചെയ്യുന്നത് മൂപ്പർക്കിഷ്ടമായിരുന്നില്ല. അതിനെച്ചൊല്ലിയുള്ള തർക്കങ്ങൾ പതിവായിരുന്നു. തർക്കിക്കാനെങ്കിലും ഒരു കൂട്ട് അത്യാവശ്യമാണെന്ന ചിന്ത ഈയിടെയായി വല്ലാതെ അലട്ടാറുണ്ട്. കാപ്പിക്കപ്പുമായി ഉമ്മറ വരാന്തയിൽ ചെന്നിരിക്കണോ അതോ ഇ–മെയിൽ ചെക്കുചെയ്യണോ എന്ന് സംശയിച്ചു നിന്നപ്പോൾ ഫോൺ മണിയടിച്ചു. സൈനുവാന്റിയായിരുന്നു.

“സാബിറാ, രാധയില്ലാത്തതല്ലേ, ഇന്നത്തെ ഭക്ഷണം ഇവിടന്നാകാം.”

“വേണ്ടയാന്റീ, ഞാനെന്തെങ്കിലും ഒപ്പിച്ചോളാം.”

“നീയിപ്പോ അങ്ങനെ ഒപ്പിക്കണ്ട.” എന്നു പറഞ്ഞ് ആന്റി ഫോൺ വച്ചു. ആന്റി അങ്ങനെയാണ്. എല്ലാവരുടെ കാര്യങ്ങളും ഏറ്റെടുത്ത് പരിഹാരം കണ്ടാലേ സമാധാനമുള്ളൂ. എന്നാലും ആരുമായും അധികം അടുപ്പം ഭാവിക്കയുമില്ല. ചോദിച്ചാൽ ഉത്തരം കിട്ടണമെന്ന് നിർബന്ധമില്ല. മിണ്ടാപ്പൂതമാണെന്നു നടിക്കുമെങ്കിലും ഉള്ളുനിറയെ അലിവാണ്. ആർക്കെന്ത് അത്യാവശ്യം നേരിട്ടാലും ആദ്യം ഓടിയെത്തുക സൈനുവാന്റിയായിരിക്കും. ലതാന്റിക്ക് ഇന്ന് എല്ലാറ്റിനും തുണ അവരാണ്.

കാപ്പിയുമായി മുകളിലെ സ്റ്റഡിയിലെത്തി സാബിറ. കാപ്പി തണുത്തു. ഒറ്റവലിക്ക് കുടിച്ചു തീർത്തിട്ട് കമ്പ്യൂട്ടർ ഓൺ ചെയ്തു. മെയിൽ നോക്കാം. കൂട്ടുകാർ ആരെങ്കിലും ലൈനിലുണ്ടെങ്കിൽ കൊച്ചുവർത്ത

മാനം പറയാം. ബ്ലോഗന വിഡ്ഢിത്തങ്ങൾ വായിക്കാം. അപ്പോഴേക്കും പ്രാതലിനു സമയമാകും. ഇൻബോക്സിൽ ആദ്യം കണ്ണിൽപ്പെട്ടത് ഹബീബിന്റെ മെയിലായിരുന്നു. തുറക്കണോ? സംശയം തോന്നാതിരുന്നില്ല. രാത്രിയിലെ മടുപ്പകറ്റാൻ പലപ്പോഴും ഇന്റർനെറ്റാണ് അഭയം. അതുവഴി ചില നല്ല സുഹൃത്തുക്കളെയും കിട്ടിയിട്ടുണ്ട്. ചില ചെക്കന്മാർ സൗഹൃദം അശ്ലീലത്തിലെത്തിക്കാൻ തുടങ്ങിയതോടെ പരിചയമില്ലാത്ത മെയിലുകൾ തുറക്കാതെ ഡിലീറ്റു ചെയ്യുകയാണ് പതിവ്. ഹബീബ് എന്തായാലും തെറി എഴുതില്ലായിരിക്കും. ഒന്നു നോക്കുന്നതിൽ തെറ്റില്ലല്ലോ. പുതിയ ഭാര്യയുടെ വിശേഷങ്ങൾ പറയാനായിരിക്കും.

നിസ്സാരമട്ടിൽ ചിന്തിച്ചെങ്കിലും ഉള്ളിലെ പുഴുക്കം വിയർപ്പായി നെറ്റിയിലൂടെ ഒഴുകി. ഹബീബ് രണ്ടാമത് വിവാഹം കഴിച്ചിട്ടും തന്നെ മൊഴി ചൊല്ലി ഒഴിവാക്കിയിട്ടില്ല. ഒഴിവാക്കണമെന്ന് താൻ ആവശ്യപ്പെട്ടിട്ടുമില്ല. അതാരും വകവച്ചുതരാറില്ല. വിവാഹമോചനം തരാത്തത് ഹബീബിന്റെ മഹാമനസ്കതയായിട്ടാണ് ലോകം കാണുന്നത്. കേസിനു പോകാം. എന്നിട്ടോ... നിർബന്ധിച്ച് വിവാഹമോചനം നേടിയിട്ട് വീണ്ടുമൊരു വിവാഹം.... എന്തുകൊണ്ടായിക്കൂടാ....? ഹബീബിനാകാമെങ്കിൽ...... ഭർത്താവുപേക്ഷിച്ച് ഒറ്റയ്ക്കു കഴിയുന്ന പെണ്ണ് വികാരശമനത്തിനായി പുരുഷന്മാരെ വലവീശിപ്പിടിക്കാൻ നടക്കുന്നവളാണെന്ന മട്ടിലാണ് പലരുടെയും സംസാരം. ഭാര്യയെ മൊഴിചൊല്ലിയും ചൊല്ലാതെയും ഭർത്താക്കന്മാർ വീണ്ടും വിവാഹം കഴിക്കുന്നത് നാട്ടിൽ സംസാരവിഷയമേയല്ല. തേനേ കരളേയെന്നു പിരിശത്തിൽ വിളിച്ചു നടന്ന ഭാര്യ മരിച്ച് നാൽപ്പതാം പക്കം ഭർത്താക്കന്മാർ വിവാഹം കഴിക്കുന്നതു പുണ്യകർമമാണെന്നാണ് ഭാവം. അത്തരം കാര്യങ്ങൾ സ്ത്രീയുടെ പക്ഷത്തുനിന്നുണ്ടായാൽ അവൾ താന്തോന്നിയായി. പുരുഷനു മാത്രമല്ലല്ലോ സ്ത്രീക്കും വികാരങ്ങളുണ്ടല്ലോ. അവൾ അത് പ്രകടിപ്പിക്കുമ്പോൾ സമൂഹം മുഖംചുളിക്കുന്നതെന്തിന്...?

സുഖമല്ലേ എന്നായിരുന്നു തുടക്കം. നീ എന്നെ ഉപേക്ഷിച്ചതുകൊണ്ട് എന്റെ ജീവിതം നരകമായി എന്നെഴുതുമെന്ന പ്രതീക്ഷ വേണ്ട. മുഖത്ത് ഒലിച്ചിറങ്ങിയ കണ്ണീര് തുടയ്ക്കാൻ തോന്നിയില്ല. മാപ്പുപറയലിന്റെ രീതിയിലായിരുന്നു സുഖാന്വേഷണം. ഉള്ള് വിങ്ങി. ചുറ്റും ആരുമില്ലെന്നറിയാവുന്നതുകൊണ്ട് കരച്ചിൽ അടക്കിയില്ല. കുറച്ചുകാലമേ ഒന്നിച്ചു ജീവിക്കാൻ അവസരം കിട്ടിയിരുന്നുള്ളെങ്കിലും ഹബീബ് പ്രിയപ്പെട്ടവനായിരുന്നു. മനസുകൊണ്ടും ശരീരംകൊണ്ടും വളരെ അടുത്തുപോയിരുന്നു. പിരിയേണ്ടി വരുമെന്നോർത്തല്ലല്ലോ ആരും ജീവിതം തുടങ്ങുന്നത്. ഒത്തജോടി എന്ന് വിവാഹസമയത്ത് അസൂയപ്പെട്ടവർ ഏറെയായിരുന്നു. എപ്പോൾ എങ്ങനെ അകൽച്ച തുടങ്ങിയെന്നു ചോദിച്ചാൽ ഇപ്പോൾ ഉത്തരമില്ല. കാലാകാലം അകലാൻ മാത്രമുള്ള വാക്കുതർക്കങ്ങളോ പൊരുത്തക്കേടുകളോ ഉണ്ടായിട്ടുമില്ല. ഹബീബിന്റെ ഉമ്മ ദുബായിൽവന്ന് കൂടെ താമസിച്ചിരുന്നില്ലെങ്കിൽ ഇപ്പോഴും ഒന്നിച്ചു ജീവിക്കുമാ

യിരുന്നു എന്നാണ് തോന്നുന്നത്.

ഹബീബിന്റെ ഉമ്മയുടെ അതൃപ്തി പെണ്ണുകാണാൻ വന്നപ്പോഴേ അവർ ശരീരഭാഷയിലൂടെ പ്രകടിപ്പിച്ചിരുന്നു. ഹബീബ് ഇന്റർനെറ്റിലൂടെ പങ്കാളിയെ കണ്ടെത്തിയതിൽ അവർ അസ്വസ്ഥയായിരുന്നു. ഇന്റർനെറ്റിലൂടെയുള്ള വിവാഹാലോചന പഴയതലമുറയ്ക്ക് ഇപ്പോഴും സ്വീകാര്യമല്ല.

"ഇപ്പളത്തെ ഓരോ പരിഷ്കാരങ്ങള്. കമ്പ്യൂട്ടറില് ഫോട്ടവുമിട്ട് ആങ്കുട്ട്യേളെ ചാക്കിട്ട് പിടിക്കാൻ പെങ്കുട്ട്യള് തുനിഞ്ഞിറങ്ങിയിരിക്കയല്ലേ. ഇന്റെ ഹബീബാണെങ്കിൽ ഒരു പോയത്തക്കാരൻ. അതല്ലേ പെണ്ണിന്റെ ചേലുകണ്ട് ഇക്കല്യാണം മതീന്നും പറഞ്ഞ് വാശിപിടിച്ചത്. ഓന്റെ ബാപ്പ ഉണ്ടായിരുന്നെങ്കില് ഓനിതിന് ധൈര്യമുണ്ടാകോ? ഉമ്മാക്ക് പറ്റീതാണെങ്കില് മതീന്ന് ഓൻ വാക്കു തന്നതോണ്ടാ ഒന്നു കണ്ടുനോക്കാമെന്ന് വിചാരിച്ചത്."

അവരുടെ വാക്കുകളിലെ അഹന്തയും പരിഹാസവും പുച്ഛവും അസ്വസ്ഥതയുണ്ടാക്കി. ശരീരം നീറി. മുഖം അരിശത്താൽ ചുവന്നു.

"എന്റെ മോനാ നെറ്റിൽ പരസ്യമിട്ടത്. സാബി അറിഞ്ഞിട്ടും കൂടിയില്ല."

തന്റെ ഉള്ള് വായിച്ചറിഞ്ഞ ഉമ്മ ഇടപെട്ടു. ഇഷ്ടമില്ലാത്തത് കേട്ടാൽ സാബിറ പൊട്ടിത്തെറിക്കുമെന്ന് ഉമ്മയ്ക്കും ബാപ്പയ്ക്കുമറിയാം. അതുകൊണ്ടാകണം ബാപ്പ ഇടപെട്ട് വിഷയം മാറ്റിയത്. അല്ലെങ്കിൽ അന്നേ കല്യാണാലോചന അലസിപ്പിരിഞ്ഞേനെ. എല്ലാം തലവരയെന്നു പറഞ്ഞ് കൈ കഴുകുമ്പോഴും ബാപ്പയും ഉമ്മയും തീ തിന്നുകയാണെന്നറിയാം. അവരെ വേദനിപ്പിക്കാതിരിക്കാൻ കഴിയുന്നതും ശ്രമിക്കാറുണ്ടെങ്കിലും ചിലപ്പോൾ വാക്കുകൾ നിയന്ത്രണംവിട്ടുപോകും. പെണ്ണിനു വിനയം പോരാ, ആൺകുട്ടികളെപ്പോലെ നേർക്കുനേർനിന്ന് കാര്യങ്ങൾ പറയുന്നു, പ്രായം കൂടിപ്പോയില്ലേ — ഹബീബിന്റെ ഉമ്മയുടെ സംശയങ്ങൾക്ക് അതിരുണ്ടായിരുന്നില്ല. ഉമ്മയുടെ കണ്ണിലെ ശാസനയും ആധിയും കണ്ട് വിനയം ഭാവിച്ചു മിണ്ടാതിരിക്കുമ്പോൾ ഉടലാകെ എരിയുകയായിരുന്നു. പെൺകുട്ടികൾക്ക് ആത്മാഭിമാനം പാടില്ലെന്നോ..? ഹബീബിന് ഒറ്റനോട്ടത്തിൽത്തന്നെ പെണ്ണിനെ ഇഷ്ടപ്പെട്ടു. താനന്നു പി ജിക്ക് പഠിക്കുകയായിരുന്നു. വയസ്സ് ഇരുപത്തിയൊന്നു കഴിഞ്ഞത് വലിയ പാതകമെന്ന മട്ടിലാണ് ഉമ്മയുടെ സംസാരം. സമുദായത്തിൽ അന്നും ഇന്നും വിവാഹപ്രായം പതിനേഴാണ്. പതിനേഴുകഴിഞ്ഞാൽ പെണ്ണിനു പ്രായംകൂടിപ്പോയില്ലേ എന്ന് ഉറക്കെ ചോദിക്കുന്ന ആൺവീട്ടുകാർതന്നെയാണ് ഇന്നും ഏറെയുള്ളത്. പി ജി കഴിയാതെ വിവാഹമില്ലെന്ന് തർക്കം പിടിച്ചതുകൊണ്ടാണ് വിവാഹം നീണ്ടുപോയത്. ഉമ്മയ്ക്കും ബാപ്പയ്ക്കും ഹബീബിനെ നന്നായി ബോധിച്ചു. പൊന്നുപോലത്തെ കുട്ടി. കാണാനും നന്ന്... ഉമ്മയുടെ വാക്കുകളിൽ സന്തോഷത്തിരയിളക്കം. ബാപ്പ അധികമൊന്നും പറഞ്ഞില്ലെങ്കിലും ഈ വിവാ

ഹത്തിനു നീ തയാറാകണമെന്ന ഉള്ളിലെ മോഹം മുഖത്ത് വായിക്കാമായിരുന്നു. ഉമ്മയുടെ വാല്, സ്വന്തമായി അഭിപ്രായമില്ല എന്നൊക്കെ ഹബീബിനെക്കുറിച്ച് ഇക്കയോട് പറഞ്ഞെങ്കിലും വേണ്ടെന്നു തറപ്പിച്ചു പറയാൻ തോന്നിയതുമില്ല. പൊങ്ങച്ചം ഏറെ പറഞ്ഞെങ്കിലും വിവാഹം ഉറപ്പിച്ചമട്ടിലാണ് ഹബീബും ഉമ്മയും തിരിച്ചുപോയത്. ഒറ്റനോട്ടത്തിൽ ഒരാളെ ജീവിതപങ്കാളിയാക്കാൻ സമ്മതിക്കാൻ വിഷമമുണ്ടെന്ന് ഇക്കയോട് രഹസ്യമായിട്ടാണ് പറഞ്ഞത്. വിവരമറിഞ്ഞ ഉമ്മ കാടിളക്കി.

"പെങ്കുട്ട്യേളായ അടക്കവുമൊതുക്കവും വേണം. അതെങ്ങനാ ബാപ്പയും ആങ്ങളയുംകൂടി തലയിൽ കയറ്റി നാശമാക്കിയില്ലേ? ആണിന് പെണ്ണിനെപ്പറ്റീലാന്ന് പറഞ്ഞ് കേട്ടിട്ടുണ്ട്. ഇതിപ്പം....പൊന്നുപോലത്തെ ചെക്കനാ. കൊത്തിക്കൊണ്ടോവാൻ ആള് വരാനിക്കുന്നുണ്ടാകും."

"എന്നാ കൊണ്ടോയിക്കോട്ടെ. ആ തള്ളന്റെ പൊങ്ങച്ചം ഇങ്ങളും കണ്ടതല്ലേ? മോനാണെങ്കിൽ ഉമ്മാനെപ്പറ്റിയാന്നാ തോന്നണത്. തീരെ പരിചയമില്ലാത്ത ഒരാളെ... അതും ഇതുപോലൊരുമ്മയുടെ മകനെ..."

"മിണ്ടിപ്പോകരുത്.....ഇബിലീസിന്റെ ചങ്ങായിച്ചി.....പെങ്കുട്ട്യേക്ക് ഇത്രം തന്റേടം നല്ലതിനല്ല. നിന്റെ ഇസ്സ്വഭാവം കണ്ടിട്ടാ ആ തള്ള തുള്ളിയത്. ഞാനായാലും ഇതൊക്കെ പറഞ്ഞുപോകും."

ഉമ്മയുടെ അരിശം സങ്കടമായപ്പോൾ ബാപ്പ ഇടപെട്ടു.

"കാലം മാറി ശംസൂനാ. നീയൊന്നടങ്ങ്. ഓള് പറയുന്നതിലും കാര്യമുണ്ട്. ആ തള്ളയെ എനിക്കും ബോധിച്ചിട്ടില്ല."

"ഇങ്ങളെന്താ ഓലോട് പറയാൻ പോകുന്നത്? മോക്ക് ഓനെ ഒന്നും കൂടി ഒറ്റക്ക് കണ്ട് സംസാരിച്ച് ബോധ്യപ്പെട്ടിട്ട്....."

"നീയൊന്നടങ്ങ്. അതൊക്കെ ഞാൻ മട്ടംപോലെ ചെയ്തോളാം."

ഹബീബിന്റെ ബാപ്പ മരിച്ചുപോയി. ഉമ്മയാണ് കുടുംബം നടത്തുന്നത്. ഏകമകൾ വിവാഹം കഴിഞ്ഞ് ഗൾഫിലാണ്. തരക്കേടില്ലാത്ത ആലോചനയായതുകൊണ്ട് തള്ളിക്കളയാൻ വിഷമമുണ്ടെങ്കിലും മകളുടെ ആവശ്യം അംഗീകരിക്കേണ്ടതാണെന്ന ചിന്ത ബാപ്പയെ ആശയക്കുഴപ്പത്തിലാക്കിയെന്ന് ബാപ്പയുടെ മുഖം വിളിച്ചു പറഞ്ഞു.

"ബാപ്പയ്ക്ക് ഇഷ്ടപ്പെട്ടെങ്കിൽ നടത്തിക്കോളൂ" എന്ന് അതുകൊണ്ടാണ് പറയാൻ നിർബന്ധിതയായത്. ഇക്കയാണ് പരിഹാരം കണ്ടത്. ഹബീബിനെ നേരിട്ട് കണ്ട് സംസാരിക്കാനായിരുന്നു ഇക്കയുടെ ശ്രമം. വിവാഹമുറപ്പിക്കുന്നതിനുമുമ്പ് നിങ്ങൾ രണ്ടുപേരും ഒറ്റയ്ക്കൊന്നു കാണുന്നതല്ലേ നല്ലത് എന്ന രീതിയിലാണ് കാര്യങ്ങൾ അവതരിപ്പിച്ചത്. മൂപ്പർക്കതിൽ വിരോധമില്ലായിരുന്നു. ഉമ്മയെ പറഞ്ഞുസമ്മതിപ്പിച്ചോളാമെന്ന് ഏൽക്കുകയും ചെയ്തു.

"ഉമ്മാക്ക് പെണ്ണിനെ പിടിച്ചില്ലെങ്കില് എനിക്ക് നിർബന്ധമില്ല" എന്ന മട്ടിലാണത്രെ കാര്യമവതരിപ്പിച്ചത്.

"അങ്ങനെയൊന്നുമില്ല. പെണ്ണു കാണാൻ നന്ന്. ഒത്ത തടി. നല്ല നിറം. പണത്തിനും പദവിക്കും കുറവുമില്ല. നിനക്ക് പറ്റും ചെയ്തു.

പക്ഷേ, തന്റേടം കൂടിപ്പോയോന്നൊരു പേടി."

"അതുതന്നെയാ ഞാനും പറയുന്നത്. വെറും മൊഞ്ചുമാത്രം നോക്കിയാൽ പോരല്ലോ. സ്വഭാവം എങ്ങനെയാണെന്നറിയാതെ...."

"ചൂന്നുനോക്കാൻ ചക്കയൊന്നുമല്ലാലോ...."

ഉമ്മയ്ക്കും സംശയം.

"ആ കുട്ടിയെ ഞാൻ ഒറ്റയ്ക്കൊന്നു കണ്ട് സംസാരിച്ചു നോക്കിയാലോ?"

ഹബീബ് പാവത്താനായി.

"അതൊക്കെ മോശല്ലേ? അവര് സമ്മതിക്ക്വോ?"

"സമ്മതിച്ചില്ലെങ്കിൽ അവര് അവരുടെ പാട്ടിനുപോട്ടെ."

അങ്ങനെയാണ് ഒറ്റയ്ക്ക് കാണാൻ അവസരമുണ്ടാക്കിയത്. ഇക്കയും ഹബീബിന്റെ ഉമ്മയും കൂടെയുണ്ടായിരുന്നു. നഗരത്തിലെ പഞ്ചനക്ഷത്ര ഹോട്ടലിലായിരുന്നു സംഗമം. തങ്ങളെ ഒറ്റയ്ക്ക് സംസാരിക്കാൻ വിട്ട് ഇക്ക ഉമ്മയെ സന്തോഷിപ്പിച്ചുകൊണ്ട് കൂടെയിരുന്നു. മുന്തിയ ഭക്ഷണസാധനങ്ങൾ ഓർഡർ ചെയ്തു. ഇക്കയെ ഉമ്മയ്ക്ക് പിടിച്ചു. അരമണിക്കൂർ നേരം ഹബീബുമായി സംസാരിച്ചതോടെ കാലാകാലമായി അറിയുന്നവരാണല്ലോ എന്ന തോന്നലായിരുന്നു. അതോടെ ഉമ്മയോടു തോന്നിയ അതൃപ്തി ആവിയായി. വീട്ടിലെത്തിയതും ഹബീബിന്റെ സഹോദരിയുടെ ഫോൺവിളി. സ്നേഹാന്വേഷണം. വിവാഹം തീരുമാനിച്ചതോടെ ഹബീബ് നിത്യവും വിളിക്കും. ഇടയ്ക്കിടെയുള്ള ഒത്തുചേരൽ. ജീവിതത്തിന് ഇത്രയും മാധുര്യമാണോ എന്നുപോലും തോന്നിപ്പോയി. ഹബീബിന് ഉടനെ ജോലിയിൽ പ്രവേശിക്കേണ്ടതുകൊണ്ട് ആ അവധിക്ക് വിവാഹം നടന്നില്ല. മൂന്നുമാസം കഴിഞ്ഞ് വന്നപ്പോഴായിരുന്നു വിവാഹം. പ്രേമം നിറഞ്ഞുതുളുമ്പുന്ന നീണ്ട ഇ-മെയിലുകൾ, പാതിരാവരെയുള്ള ഫോൺവിളികൾ — രണ്ടുപേർക്കും ലഹരിയായിരുന്നു.

ഹബീബിന്റെ ബാപ്പ ബഹറൈനിൽ ഓയിൽ കമ്പനിയിലായിരുന്നു ജോലി ചെയ്തിരുന്നത്. ഈരണ്ടുമാസം കൂടുമ്പോൾ നാട്ടിലെത്തും. അതുകൊണ്ട് ഉമ്മ സ്ഥിരമായി നാട്ടിൽത്തന്നെയായിരുന്നു താമസിച്ചിരുന്നത്. കുട്ടികളുടെ അവധിക്കാലത്ത് കുറച്ചുദിവസം അവിടെച്ചെന്നു താമസിക്കും. നാട്ടിൽ പുതിയ വീടിന്റെ പണി ഏതാണ്ട് പൂർത്തിയായപ്പോൾ ബാപ്പ വാഹനാപകടത്തിൽ മരിച്ചത് എല്ലാവർക്കും വല്ലാത്ത ഷോക്കായി. മയ്യത്ത് നാട്ടിൽ കൊണ്ടുവരാൻ പറ്റാത്ത അവസ്ഥയിൽ ആകെ ചതഞ്ഞുപോയിരുന്നു. അവിടെത്തന്നെ അടക്കേണ്ടിവന്നു. ഹബീബ് എഞ്ചിനീയറിങ് ഫൈനൽ പരീക്ഷയെഴുതിയിരുന്നു. ഇത്തയുടെ കല്യാണവും ഉറപ്പിച്ചിരുന്നു. വീട്ടിൽ താമസം തുടങ്ങിയിട്ട് വിവാഹം എന്നായിരുന്നു നിശ്ചയിച്ചത്. കമ്പനിയിൽനിന്ന് കിട്ടിയ നഷ്ടപരിഹാരവും മറ്റാനുകൂല്യങ്ങളുംകൊണ്ട് വീടുപണി പൂർത്തിയാക്കാനും ഇത്തയുടെ വിവാഹം നടത്താനും സാധിച്ചു. നാട്ടിൽ വരുമാനംകിട്ടുന്ന അത്യാ

വശ്യം സ്വത്തുക്കൾ ബാപ്പ സമ്പാദിച്ചിരുന്നതുകൊണ്ട് ജീവിതം വഴിമുട്ടിയില്ല. പരീക്ഷ ജയിച്ചതും ബാപ്പയുടെ സുഹൃത്തുക്കൾ ഹബീബിന് അവിടെത്തന്നെ ജോലി വാങ്ങിക്കൊടുത്തു. ആദ്യമായി ലീവിൽ വന്നപ്പോഴായിരുന്നു വിവാഹാലോചന.

സ്ത്രീധനമൊന്നും വേണ്ടെന്ന് പറഞ്ഞാണ് ആലോചന തുടങ്ങിയതെങ്കിലും കാര്യത്തോടടുത്തപ്പോൾ ഉമ്മ തനിനിറം പുറത്തുകാണിച്ചു.

"എന്റെ മോക്ക് ഞാൻ നൂറ് പവൻ കൊടുത്തു. നാട്ടുനടപ്പുകളും അതിന്റെ മട്ടംപോലെ നടത്തി. ബാപ്പയില്ലാത്തതിന്റെ കൊറവുണ്ടാവരുതെന്ന് കരുതിത്തന്നെയാ എല്ലാം ചെയ്തത്. ബാപ്പയുണ്ടായിരുന്നെങ്കില്...... നിങ്ങളതുപോലെ ചെയ്യണമെന്നല്ല ഞാൻ പറഞ്ഞുവരുന്നത്. എന്നാലും നാട്ടാരുടെ കണ്ണൊാപ്പിക്കാതെ പറ്റൂലാ."

ഉമ്മ മൂക്ക് പിഴിഞ്ഞു.

"ഉമ്മക്ക് പരാതി പറയാനുള്ള അവസരമുണ്ടാക്കൂലാ. ഉമ്മ പറഞ്ഞതിലധികം പൊന്ന് ഞങ്ങള് ഓക്കായി ഉണ്ടാക്കിവച്ചിട്ടുണ്ട്. ബാപ്പ അവളുടെ പേരില് വാങ്ങിയിട്ട ഷോപ്പിങ് കോംപ്ലക്സിൽനിന്നുള്ള വാടക മാസാമാസം അവളുടെ പേരിൽ ബാങ്കിലിട്ടേക്കാം."

ഇക്ക അഭിമാനത്തോടെ പറയുന്നതു കേട്ടപ്പോൾ വല്ലാത്ത പൊറുതികേടുതോന്നി. ചന്തയിൽ ആടിനും മാടിനും വില പറയുന്നതുപോലെ പെണ്ണിനു വില പറയുന്നത് വല്ലാതെ അസ്വസ്ഥയാക്കി. അക്കാര്യം അപ്പോൾത്തന്നെ ഹബീബിനെ വിളിച്ചു പറയുകയും ചെയ്തു. ഹബീബ് വളരെ പണിപ്പെട്ടാണ് സമാധാനിപ്പിച്ചത്. അങ്ങനെ എല്ലാ കാര്യത്തിനും കൂടെനിന്നിട്ട് അവസാനം ഉമ്മയുടെ വാക്കുകേട്ട് ഒറ്റയ്ക്കാക്കി. എല്ലാവരെയുംപോലെ തലവിധി എന്നു പറഞ്ഞ് ആശ്വസിക്കാം. മനസിനിണങ്ങിയ ആരെയെങ്കിലും കണ്ടെത്തുകയാണെങ്കിൽ വീണ്ടും വിവാഹം കഴിക്കുമോ എന്ന ചോദ്യം പലപ്പോഴും അലോരസപ്പെടുത്താറുണ്ട്. തോളുരുമ്മി നടക്കുന്ന ദമ്പതികളെ കാണുമ്പോൾ ഉള്ളം വിങ്ങാറുണ്ട്. പാതിരാകളിൽ വികാരവിവശയായി പലപ്പോഴും തേങ്ങാറുണ്ട്. പെണ്ണിനു ജീവിക്കാൻ ആൺതുണ നിർബന്ധമില്ലെന്നു സമൂഹത്തെ ബോധ്യപ്പെടുത്താൻ ശ്രമിക്കുമ്പോഴും അകം നീറിപ്പുകയാറുണ്ട്.

ഉള്ളിലെ കനൽ ആളിക്കത്തിച്ചുകൊണ്ട് കമ്പ്യൂട്ടർ സ്ക്രീനിൽ അപ്പോഴും ഹബീബിന്റെ മെയിൽ. ഉറക്കെയുള്ള മണിയടി ശബ്ദം. അഗ്നിശമനസേനയ്ക്കും തന്റെ ഉള്ളിലെ തീ അണയ്ക്കാൻ സാധിച്ചെന്നുവരില്ല. ഫോൺ നിർത്താതെ അടിക്കുന്നു. സൈനു ആന്റിയായിരുന്നു. പ്രാതലെടുത്തുവച്ചിട്ടുണ്ട്, ഉടനെ ചെല്ലണമെന്നു പറയാനായിരുന്നു വിളി. ഇനിയിപ്പോൾ കുളിച്ചു ഡ്രസ്സ് മാറ്റാനൊന്നും സമയമില്ല. ഒരു ഷോളെടുത്ത് തലവഴി പുതച്ച് തിരക്കിട്ട് താഴെയിറങ്ങി.

4

മുറ്റത്തെ ചെടിച്ചട്ടികളിലെ കള പറിച്ചുകൊണ്ട് തോട്ടത്തിൽ നിൽക്കുകയായിരുന്നു ലത.

"ഹായ് ലതാന്റി" എന്ന സാബിറയുടെ കുശലാന്വേഷണം കേട്ടാണ് തലയുയർത്തിയത്.

"രാവിലെ കുളിയൊന്നും കഴിയാതെ എങ്ങട്ടാ മണ്ടണത്?"

"ഒന്നും പറയണ്ട ആന്റീ. രാധേച്ചി ഇല്ലാത്തതുകൊണ്ട് ഇന്നത്തെ ഭക്ഷണം അവിടെയാണന്ന് രാവിലെ സൈനുആന്റി വിളിച്ചു പറഞ്ഞതാ. കമ്പ്യൂട്ടറിന്റെ മുന്നിലിരുന്ന് സമയം പോയതറിഞ്ഞില്ല. മണി എട്ടരയായെന്ന് പറഞ്ഞ് സൈനുആന്റി വീണ്ടും വിളിച്ചപ്പോഴാ അറിഞ്ഞത്. ഇനിയും താമസിച്ചാൽ ഡോസ് കിട്ടിയതുതന്നെ."

തിരക്കിട്ട് നടക്കുന്നതിനിടയിൽ സാബിറ പറഞ്ഞു.

ടൈംടേബിളനുസരിച്ചാണ് സൈനു ഓരോന്നും ചെയ്യുന്നത്. വീട്ടുജോലിക്ക് ആളുണ്ടെങ്കിലും ഇല്ലെങ്കിലും നേരാനേരത്ത് ഭക്ഷണം മേശപ്പുറത്ത് റെഡി. രാവിലെ എട്ടരയ്ക്ക് പ്രാതൽ, ഉച്ചയ്ക്ക് കൃത്യം ഒരു മണിക്ക് ഊണ്, രാത്രി എട്ടരയ്ക്ക് ഡിന്നർ. ഒന്നിനുമില്ല അണുവിട മാറ്റം. വക്കീല് രാത്രി താമസിച്ചാണെത്തുന്നതെങ്കിൽ മൂപ്പർക്കുള്ള ഭക്ഷണം മേശപ്പുറത്ത് അടച്ചുവച്ച് സൈനു കിടന്നിരിക്കും. സൈനുവിന്റെ കുട്ടികൾ വെക്കേഷനെത്തുമ്പോൾ ഇവിടെ വന്നാണ് പരാതി പറച്ചിൽ. കുട്ടികൾ വൈകുന്നേരം പുറത്തേക്കിറങ്ങിയാൽ ഒമ്പതുമണിക്കുമുമ്പ് തിരിച്ചെത്തിക്കൊള്ളണമെന്നാണ് പഠിക്കുന്ന കാലത്തേയുള്ള നിയമം. അവര് വളർന്നില്ലേ സൈനബാ, ഇനി അവരെ അവരുടെ പാട്ടിനുവിട് എന്ന വക്കീലിന്റെ ശുപാർശയൊന്നും അവിടെ ഏശില്ല.

"അവര് വല്ലപ്പോഴുമല്ലേ സൈനു നാട്ടിലെത്തുന്നത്. കൂട്ടുകാരെയൊ

ക്കൊണ്ട് ലോഹ്യം പറഞ്ഞിരുന്നാ സമയം പോയതറിയുന്നുണ്ടാവില്ല. നീയൊന്ന് സമാധാനപ്പെട്."

കുട്ടികൾ വീട്ടിലെത്താൻ വൈകുമ്പോൾ കൂട്ടിലിട്ട വെരുകിനെപ്പോലെ മുറ്റത്ത് അച്ചാലും മുച്ചാലും നടക്കുന്ന സൈനുവിനെ കാണുമ്പോൾ സമാധാനിപ്പിക്കാറുണ്ട്.

"ഞാനിങ്ങനെ ആയിപ്പോയി..."

എന്നു പറയുമ്പോൾ അവളുടെ മുഖത്തെ വിഷണ്ണത തന്നെയും അലട്ടാറുണ്ട്. എല്ലാവർക്കുംവേണ്ടി വേവലാതിപ്പെട്ട് സ്വന്തം സ്വസ്ഥത നഷ്ടപ്പെടുത്തുക അവളുടെ ശീലമായിപ്പോയി. എല്ലാവരോടും അടുപ്പവും സ്നേഹവുമാണെങ്കിലും വല്ലപ്പോഴും ഉള്ളുതുറക്കുന്നതും ഇവിടെവച്ചു മാത്രം. ആവശ്യത്തിനും അനാവശ്യത്തിനും ആധിപിടിച്ച് ഹൈ ബിപിയും അസിഡിറ്റിയുമൊക്കെ ഈയിടെയായി അവളെ വല്ലാതെ ശല്യപ്പെടുത്തുന്നുണ്ട്. ഇവിടെ ആർക്ക് അസുഖം വന്നാലും ആസ്പത്രിയിൽ പോകാൻ സൈനു മുമ്പിലുണ്ടാവും. അവൾക്കെന്തെങ്കിലും അസുഖം വന്നാൽ ആരോടും ഒന്നും പറയാതെ നാടൻ ചികിത്സയാണ് പതിവ്. ഉമ്മയുടെ നാട്ടുവൈദ്യം കുറെയൊക്കെ അവൾക്കും വശമാണ്. അതൊക്കെ പരീക്ഷിച്ച് ഒരു നിവൃത്തിയുമില്ലെങ്കിലേ ജോർജച്ചായനെയോ ലിസിയെയോ ചെന്നുകാണുകയുള്ളൂ.

"നീയിങ്ങനെ എല്ലാം ഉള്ളിലൊതുക്കിവച്ച് രോഗം ക്ഷണിച്ചുവരുത്താതെ വല്ലപ്പോഴുമെങ്കിലും മനസൊന്നു തുറക്ക്."

പലപ്പോഴും അവളോടു പറയാറുണ്ട്.

ഉണ്ണ്യേട്ടനു വയ്യാതായതോടെ എല്ലാറ്റിനും തുണ അവളാണ്. ഉണ്ണ്യേട്ടനെ പരിശോധനയ്ക്കു കൊണ്ടുപോകേണ്ട തീയതി ഞാൻ മറന്നാലും അവളോർക്കും. ഇടയ്ക്കിടെ വന്ന് മരുന്നുപെട്ടി പരിശോധിക്കുക പതിവാണ്. ഇല്ലാത്ത മരുന്നുകൾ ഡ്രൈവറെ വിട്ട് ഉടൻ വാങ്ങിപ്പിക്കും. ഈ കോളനിയിൽ വരുന്നതിനോട് ആദ്യം ഒട്ടും യോജിപ്പില്ലായിരുന്നു. സഹോദരന്റെ വീട്ടിനടുത്ത് വാങ്ങിയിട്ട പത്തുസെന്റ് സ്ഥലത്ത് വീട് വെച്ചാൽ മതിയെന്ന് വാശി പിടിച്ചതുമാണ്. ഉണ്ണ്യേട്ടൻ കേട്ടതായി ഭാവിച്ചില്ല. റസാഖ് സഹപാഠി. ചെറുപ്പം മുതലേയുള്ള കൂട്ട്. ഖാദറിക്കയും റഷീദിക്കയും റസാഖിനെപ്പോലെതന്നെയാണ് ഉണ്ണിയേട്ടനെയും കണ്ടത്. ആ വീട്ടിന്റെ അകത്തളത്തിൽ ഉണ്ണ്യേട്ടന് പ്രവേശനമുണ്ടായിരുന്നു എന്നത് എടുത്തുപറയേണ്ട കാര്യമാണ്. നഗരത്തിൽ ചേക്കേറിയിട്ടും കാലം മാറിയിട്ടും ഉമ്മ പഴയ ജന്മിത്തരീതികളൊന്നും അണുവിടമാറാതെ കൊണ്ടു നടന്നിരുന്നു. ഉണ്ണ്യേട്ടൻ അവശനായപ്പോഴാണ് അവരുടെ സ്നേഹത്തിന്റെ ആഴം മനസിലായത്.

ഉണ്ണ്യേട്ടൻ കിടപ്പിലായതോടെ സുഹൃത്തുക്കളും ബന്ധുക്കളും സൗകര്യപൂർവം മറക്കുന്നതുകണ്ട് കുറച്ചൊന്നുമല്ല വേദന തോന്നിയത്. സ്വന്തം സഹോദരൻപോലും ഈയിടെയായി തിരിഞ്ഞുനോക്കാറില്ല.

ഉണ്ണ്യേട്ടൻ ജോലിയിലിരിക്കുമ്പോൾ ഓരോ ആവശ്യവുമായി അവൻ നിത്യേന എത്തുമായിരുന്നു. വഴിവിട്ടതല്ലെങ്കിൽ അവൻ ആവശ്യപ്പെടുന്നത് ഉണ്ണ്യേട്ടൻ ചെയ്തു കൊടുക്കാറുമുണ്ട്. അച്ഛനുമമ്മയും മരിച്ചതോടെ അവൻ മാത്രമാണ് സ്വന്തമെന്നു പറയാനുള്ളത്. ഈയിടെയായി ഓണത്തിനോ വിഷുവിനോപോലും അവനെ കാണാറില്ല. ഉണ്ണ്യേട്ടന്റെ വീട്ടുകാർക്ക് വിവാഹം കഴിഞ്ഞതു മുതൽ ലത കണ്ണിലെ കരടാണ്. കോളേജ് ഡേ ഉദ്ഘാടനത്തിനെത്തിയപ്പോൾ പ്രാർഥന ചൊല്ലിയ പെൺകുട്ടിയെ കണ്ട് ഇഷ്ടപ്പെട്ട് അവളെ മാത്രമേ വിവാഹം കഴിക്കൂ എന്ന് ശഠിച്ചതുകേട്ട് അമ്മ പൊട്ടിത്തെറിച്ച കാര്യം ഉണ്ണ്യേട്ടൻ പറഞ്ഞാണ് അറിഞ്ഞത്. അവരുടെ കുടുംബമഹിമയ്ക്ക് ചേർന്ന പെണ്ണല്ല. പണവും പ്രതാപവും പോരാ. മേനിയഴക് കാണിച്ച് മകനെ തട്ടിയെടുത്തു. അമ്മയുടെ പരാതികൾ നീണ്ടപ്പോൾ മനസിൽ അവർക്കിടമില്ലാതായി. ഐ പി എസുകാരനായ മകന്റെ വധുവിന് സൗന്ദര്യം മാത്രം പോരാ, കുടുംബമഹിമയും പണവും വേണമെന്ന് അമ്മ ആഗ്രഹിച്ചതിൽ തെറ്റില്ലെന്നു വിചാരിക്കാനുള്ള വിശേഷബുദ്ധിയൊന്നും അക്കാലത്തുണ്ടായിരുന്നില്ല. ഉണ്ണ്യേട്ടനെ സ്വന്തം ഇഷ്ടത്തിനൊത്തു തുള്ളിക്കുക അക്കാലത്ത് ഹരമായിരുന്നു. ജോലി പല നാടുകളിലായിരുന്നതുകൊണ്ട് അമ്മയോടൊപ്പം താമസിക്കേണ്ടി വന്നതുമില്ല. ചേച്ചി ഭർത്താവിന്റെ വീട്ടിലായതുകാരണം വീട്ടുകാരോട് വലിയ അടുപ്പമില്ലായിരുന്നു. അമ്മ ഇടയ്ക്കൊക്കെ കൂടെ വന്നു താമസിക്കാറുണ്ടായിരുന്നു. അപ്പോഴൊന്നും ഒരിക്കലും ദുർമുഖം കാണിച്ചിട്ടില്ല. അങ്ങനെ ചെയ്യുന്നത് ഉണ്ണ്യേട്ടനെ വിഷമിപ്പിക്കുമെന്ന് അറിയാവുന്നതുകൊണ്ട് സ്വന്തം അമ്മയെപ്പോലെതന്നെ പരിചരിക്കാറുണ്ട്. ചെറുപ്പത്തിലേ വിധവയായ അമ്മയ്ക്ക് ഉണ്ണ്യേട്ടൻ മാത്രമാണ് തുണ എന്നറിയുന്നതുകൊണ്ട് സ്നേഹവും ബഹുമാനവും വാരിക്കോരിക്കൊടുക്കാൻ കാര്യമായി ശ്രമിച്ചിരുന്നു. എന്നിട്ടും ഒരു ശത്രുവിനോടെന്നപോലെയാണ് അമ്മ പെരുമാറിയത്. അമ്മ തന്നോടൊപ്പം കഴിയണമെന്നായിരുന്നു ഉണ്ണ്യേട്ടന്റെ മോഹം. പക്ഷേ, സ്വന്തം വീടുവിട്ട് എങ്ങോട്ടും വരാൻ അമ്മ കൂട്ടാക്കിയില്ല. പണ്ടുമുതലേയുള്ള ഒരു ജോലിക്കാരിമാത്രമായിരുന്നു അവിടെ തുണയ്ക്കുണ്ടായിരുന്നത്. അമ്മയുടെ ആഗ്രഹംപോലെ ആരെയും ശല്യപ്പെടുത്താതെ പെട്ടെന്നങ്ങുപോയി. അമ്മ താമസിച്ചിരുന്ന വീടും സ്ഥലവും ഉണ്ണ്യേട്ടന്റെ പേരിലെഴുതിവെച്ചത് മൂപ്പര് അറിഞ്ഞതേയല്ല. എന്നിട്ടും അമ്മയുടെ സ്വത്ത് തട്ടിയെടുത്തെന്നും പറഞ്ഞ് ചേച്ചിയും അളിയനും പിണക്കത്തിലാണ്.

ജീവിതം ആഘോഷിക്കാനുള്ളതാണെന്നാണ് ഉണ്ണ്യേട്ടൻ എപ്പോഴും പറയാറുണ്ടായിരുന്നത്. മോന് അവധി തുടങ്ങുന്നതോടെ യാത്രാപരിപാടികൾ തയാറാക്കിക്കഴിഞ്ഞിരിക്കും. ഇന്ത്യയിലെ പ്രധാനപ്പെട്ട നഗരങ്ങളിലെല്ലാം യാത്ര ചെയ്തിട്ടുണ്ട്. മോൻ പത്താംക്ലാസിലെത്തിയതോടെയാണ് യാത്ര കുറഞ്ഞത്. പത്താംക്ലാസ് കഴിഞ്ഞപ്പോൾ കേരളത്തി

നുപുറത്തുചെന്ന് പഠിക്കണമെന്ന് ഒരേവാശി. പ്ലസ് ടൂ കഴിഞ്ഞിട്ട് പോയാൽ മതിയെന്ന് കെഞ്ചിയതാണ്. അച്ഛന്റെയും അമ്മയുടെയും കണ്ണീരും സങ്കടവും അവനു പ്രശ്നമേ ആയിരുന്നില്ല. ഒരു കാര്യം വിചാരിച്ചാൽ അതു നടത്തിക്കൊടുക്കുന്നതുവരെ ശാഠ്യം തുടരും. പ്ലസ് ടൂ മദ്രാസിൽ. എഞ്ചിനീയറിങ് ബാംഗ്ലൂരിൽ. പഠിത്തം കഴിഞ്ഞതും ക്യാമ്പസ് സെലക്ഷനിൽ ബോംബെയിൽ ജോലികിട്ടി. ഒരുകൊല്ലം തികയുംമുമ്പേ ഉപരിപഠനമെന്നു പറഞ്ഞ് യു എസിലേക്കു പോയി. പത്തുലക്ഷം കെട്ടിവെച്ചിട്ടാണ് അഡ്മിഷൻ കിട്ടിയത്. അതെല്ലാം അച്ഛന്റെ ബാധ്യതയാണെന്ന് അവനങ്ങ് ഉറക്കെ പ്രഖ്യാപിക്കും. പാവം ഉണ്ണ്യേട്ടൻ ലോണെടുത്താണ് പണമടച്ചത്. പഠിച്ച് സ്വന്തം കാലിൽ നിൽക്കാനായതോടെ അവൻ അമ്മയെയും അച്ഛനെയും മറന്നതുപോലെയാണ്. നാലുകൊല്ലത്തിനിടയിൽ ഒരിക്കലാണ് നാട്ടിലെത്തിയത്. കൂടെ ഒരു പെൺകുട്ടിയുമുണ്ടായിരുന്നു. ഇവിടത്തെ സംസ്കാരവുമായി ഒരു തരത്തിലും യോജിച്ചുപോവാൻ സാധിക്കില്ലെന്ന് അവളെ കണ്ടാലേ അറിയാം. എന്നിട്ടും വിവാഹം നടത്തിക്കൊടുക്കാൻ ഉണ്ണ്യേട്ടൻ തയാറായിരുന്നു. താൻ വിവാഹത്തെക്കുറിച്ച് ആലോചിച്ചിട്ടേയില്ലെന്നും അവൾ വെറും സുഹൃത്താണെന്നും പറഞ്ഞപ്പോൾ ഞങ്ങൾ രണ്ടുപേരും അമ്പരന്നുപോയി. ഒരേമുറിയിൽ ഒന്നിച്ചുറങ്ങുന്ന ആണും പെണ്ണും വെറും സുഹൃത്തുക്കളാണെന്ന് വിശ്വസിക്കാനും അംഗീകരിക്കാനും സാധിച്ചില്ല.

അതോടെയാണ് ഉണ്ണ്യേട്ടന് ആധി കയറിയത്. അക്കാര്യത്തെക്കുറിച്ച് പരസ്പരം മിണ്ടാറില്ലെങ്കിലും രണ്ടുപേരും വേദന നിശ്ശബ്ദമായി പങ്കുവെച്ചു. ഒന്നേയുള്ളൂ. കണ്ണേ പൊന്നേ എന്നു പറഞ്ഞാണ് വളർത്തിയത്. അവന്റെ ശാഠ്യത്തിനു കൂട്ടുനിൽക്കുമ്പോഴൊക്കെ ഉണ്ണ്യേട്ടൻ താക്കീതു ചെയ്യാറുണ്ടായിരുന്നു. നീയാണ് അവനെ വഷളാക്കുന്നത്. ഒന്നേ ഉള്ളെങ്കിൽ ഉലക്കകൊണ്ടടിച്ചുവേണം വളർത്താൻ എന്നാ പഴമക്കാരു പറയുന്നത്. താക്കീതുകൾ തള്ളിക്കളഞ്ഞപ്പോൾ ഇങ്ങനെയൊന്നും പ്രതീക്ഷിച്ചതേയല്ല. നേരും നെറിയും ജീവിതചര്യയാക്കിയ ഉണ്ണ്യേട്ടന്റെ മകൻ വഴിതെറ്റിപ്പോകുമെന്ന് സംശയിച്ചതുമില്ല. അച്ഛനും മകനും കൂട്ടുകാരെപ്പോലെയായിരുന്നു. നാടുവിട്ടതോടെയാകാം അകൽച്ച തുടങ്ങിയത്. മദ്രാസിലെ ഏറ്റവും മുന്തിയ സ്കൂളിലാണ് പ്ലസ്ടുവിനു ചേർത്തത്. ഉന്നതന്മാരുടെ മക്കൾ പഠിക്കുന്നയിടം. അച്ഛനയയ്ക്കുന്ന കാശ് ഒന്നിനും തികയുന്നില്ലെന്നായിരുന്നു പരാതി. എഞ്ചിനീയറിങ്ങിനു ചേർന്നതോടെ കൂട്ടുകെട്ടുകൾ ഏറി. നന്നായി പഠിക്കുമെങ്കിലും ദുശ്ശീലങ്ങൾ പലതും തുടങ്ങി.

“നിന്റെ അച്ഛൻ സർക്കാരുദ്യോഗസ്ഥനാ കുട്ടാ, ബാംഗ്ലൂരിലെ ഗൗഡ മുതലാളിയുടെ മകനെപ്പോലെ നീ തുടങ്ങിയാൽ പപ്പ കുത്തുപാളയെടുക്കേണ്ടിവരും.”

“പപ്പയ്ക്ക് ജീവിക്കാനറിയാഞ്ഞിട്ടല്ലേ. കേരളത്തിലെ ഉയർന്ന

പൊലീസുദ്യോഗസ്ഥനായ പപ്പയ്ക്ക് പണത്തിനു പഞ്ഞമാന്ന് പറഞ്ഞിട്ട് എന്റെ കൂട്ടുകാർ വിശ്വസിക്കണ്ടേ."

ഒരിക്കൽ വെക്കേഷന് വന്നപ്പോൾ സന്ദീപ് അങ്ങനെ പറഞ്ഞപ്പോഴാണ് ഉണ്ണ്യേട്ടൻ അവനെ ആദ്യമായി അടിച്ചത്. അതുപോലെ അസ്വസ്ഥനായി ഉണ്ണ്യേട്ടനെ പിന്നീടൊരിക്കലും കണ്ടിട്ടുമില്ല. പൊലീസിലായിരുന്നു ജോലിയെങ്കിലും ദുശ്ശീലങ്ങളൊന്നുമുണ്ടായിരുന്നില്ല. എപ്പോഴും ന്യായത്തിന്റെ പക്ഷത്തേ നിൽക്കൂ. ഐ ജിയായാലും കോൺസ്റ്റബിളായാലും ജനങ്ങളുടെ ദാസന്മാരാണ് പൊലീസുകാർ എന്നാണ് പറയുക. വഴിവിട്ട് ഒരിക്കലും ഒന്നും ചെയ്യാറില്ല. ഉന്നതന്മാരുടെയും രാഷ്ട്രീയക്കാരുടെയും ഒരൗദാര്യത്തിനും പോകാറില്ല. എന്നാൽ, ആരെയും മുഷിപ്പിക്കുന്ന പ്രകൃതവുമല്ല. നേരെവാ നേരെപോ എന്ന നയമായതുകൊണ്ട് ഇടയ്ക്കിടെ സ്ഥലം മാറ്റം പതിവായിരുന്നു. അതൊക്കെ മൂപ്പർ ആസ്വദിക്കുകയായിരുന്നു പതിവ്. പുതിയനാടും പുതിയ സൗഹൃദങ്ങളും എന്നും ഹരമായിരുന്നു.

അമേരിക്കക്കാരിയുമായി വീട്ടിലെത്തിയ സന്ദീപിനെ സ്നേഹത്തോടെയാണ് ഉണ്ണ്യേട്ടൻ സ്വീകരിച്ചത്. അവളെ വിവാഹം കഴിച്ചുകൊടുക്കാനും രണ്ടുപേരും ഒരുക്കമായിരുന്നു. വിവാഹത്തിൽ വിശ്വസിക്കുന്നില്ലെന്നും അവൾ തൽക്കാലത്തെ ഇണയാണെന്നുമുള്ള അവന്റെ വാദമാണ് ഉണ്ണ്യേട്ടനെ ചൊടിപ്പിച്ചത്. എങ്കിൽ, ഇവിടെ താമസിക്കാൻ പറ്റില്ലെന്നു പറഞ്ഞപ്പോൾ രണ്ടാമതൊന്നാലോചിക്കാൻപോലും മിനക്കെടാതെ അവൻ വീടുവിട്ടിറങ്ങിപ്പോയി ഹോട്ടലിൽ മുറിയെടുത്തത് ഉണ്ണ്യേട്ടനെ കുറച്ചൊന്നുമല്ല വേദനിപ്പിച്ചത്. ഉണ്ണ്യേട്ടന്റെ പരവേശം കണ്ട് സഹിക്കാതെയാണ് റസാഖിനെയും ഖാദറിക്കയെയും വിവരമറിയിച്ചത്. അവനെ അനുനയിപ്പിച്ച് തിരിച്ചുകൊണ്ടുവരാൻ അവർ ആവതും ശ്രമിച്ചതാണ്. അവൻ അതൊന്നും കൂട്ടാക്കാതെ തിരിച്ച് അമേരിക്കയിലേക്ക് പോവുകയാണുണ്ടായത്. സന്ദീപിനെ കുട്ടാ എന്നല്ലാതെ ഉണ്ണ്യേട്ടൻ വിളിക്കാറില്ല. കണ്ണാ, കുട്ടാ — ഓമനപ്പേരുകൾ വിളിച്ച് ശരിയായ പേരു മറന്നതുപോലെയായിരുന്നു.

കണ്ണിൽനിന്ന് കുടുകുടെ വെള്ളം ചാടിയപ്പോൾ അകത്തേക്കു കയറി. ഞാറാഴ്ചകളിൽ ജോലിക്കാരി വരാറില്ല. അന്നത്തേക്കുള്ളതു കൂടി ഒരുക്കിവച്ചിട്ടാണ് അവൾ പോകുന്നത്. ഉണ്ണ്യേട്ടന് അസുഖമായതോടെ ഭക്ഷണമുണ്ടാക്കുന്നതിലൊന്നും തീരെ താൽപ്പര്യവുമില്ലാതായി. ഭക്ഷണ കാര്യത്തിൽ ഒരുപാട് ഇഷ്ടാനിഷ്ടങ്ങളുണ്ടായിരുന്ന മനുഷ്യൻ മുന്നിൽവച്ചുകൊടുക്കുന്നത് എന്താണെന്നുപോലും അറിയാതെ വാരിത്തിന്നുന്നതുകാണുമ്പോൾ വിശപ്പുകെട്ടുപോവുകയാണ്. അറിഞ്ഞുകൊണ്ട് ഉണ്ണ്യേട്ടൻ ആരേയും ഉപദ്രവിക്കാറില്ല. തന്നാലാവുന്ന സഹായം എല്ലാവർക്കും ചെയ്തുകൊടുക്കാറുമുണ്ട്. എന്നിട്ടും ദൈവമേ നീയെന്തിനിങ്ങനെ പരീക്ഷിക്കുന്നു എന്ന് കരളുരുകി ചോദിക്കാത്ത ദിവസ

ങ്ങളില്ല. കൂടുതലിഷ്ടമുള്ളവരെ ദൈവം പരീക്ഷിച്ചുകൊണ്ടേയിരിക്കുമെന്നും എല്ലാം കലങ്ങിത്തെളിയുമെന്നും സൈനു സമാധാനിപ്പിക്കാറുണ്ട്.

അമ്പലങ്ങളിൽ കയറിയിറങ്ങുന്ന പതിവില്ല. എന്നാൽ, രാവിലെ എന്നും കുളി കഴിഞ്ഞ് പൂജാമുറിയിൽ വിളക്കുകൊളുത്തിയിട്ടേ അടുക്കളയിൽ കയറാറുള്ളു. ഉണ്ണ്യേട്ടനും അങ്ങനെതന്നെ. വിഷമകരമായ കേസുകൾ തെളിയിക്കാനുള്ളപ്പോഴൊക്കെ പ്രാർഥനാസമയം നീളുമായിരുന്നു. ചെറുതെങ്കിലും ഒരു പൂജാമുറി വേണമെന്ന് വീടുപണി തുടങ്ങിയപ്പോഴെ ഖാദറിക്കയെ ഏൽപ്പിച്ചിരുന്നു. മനോഹരമായ പൂജാമുറി ഖാദറിക്ക ഒരുക്കിത്തരികയും ചെയ്തു. രാവിലെ പൂജാമുറിയിൽ വിളക്കു കൊളുത്തി ഉണ്ണ്യേട്ടനെ തൊഴീക്കാറുണ്ട് ഇപ്പോഴും. എല്ലാം വ്യർഥമായിപ്പോയെന്ന തോന്നലൊന്നുമിപ്പോഴും ഇല്ല. ഈ രോഗത്തിനും മരുന്നു കണ്ടുപിടിക്കും. എന്റെ ഉണ്ണ്യേട്ടന്റെ രോഗം ഭേദമാകും. സന്തോഷത്തോടെ ഞങ്ങളുടെ സ്വപ്നക്കൂടാരത്തിൽ ഇനിയും ഒരുപാടു നാള് ജീവിക്കും. ഇത്തരം ശുഭചിന്തകളാണ് ഇന്ന് ജീവിതം മുന്നോട്ടു കൊണ്ടു പോകുന്നത്.

അനക്കംകേട്ട് ബെഡ്റൂമിൽച്ചെന്നു. ഉണ്ണ്യേട്ടൻ കട്ടിലിൽ എണീറ്റിരിക്കുന്നു.

"ലതേ, കാപ്പിയില്ലേ...?"

വളരെ വ്യക്തമായിട്ടാണ് ചോദിച്ചത്. ചിലപ്പോളങ്ങനെയാണ്. വ്യക്തമായും സ്ഫുടമായും കാര്യങ്ങൾ പറയും. ചിലപ്പോൾ പറയുന്നത് മനസിലാകില്ലെന്നു മാത്രമല്ല, എന്താണു പറഞ്ഞതെന്ന് മൂപ്പർക്കുതന്നെ ഒരു പിടിയുമുണ്ടാകില്ല. എന്തു രോഗമാണോ എന്തോ! മറവി തുടങ്ങിയപ്പോൾ അതൊരു രോഗമാണെന്നു തോന്നിയതേയില്ല. രാവിലെ കുളിമുറിയിൽ കയറിയിട്ട് പല്ലുതേച്ചോ എന്ന് സംശയിച്ച് വീണ്ടും പല്ലു തേയ്ക്കുക, ചിലപ്പോൾ പല്ലുതേയ്ക്കുകയോ കുളിക്കുകയോ ചെയ്യാതെ രണ്ടും ചെയ്തെന്ന് ശാഠ്യംപിടിക്കുക, ടോയ്ലെറ്റിൽ പോയാൽ ഫ്ളഷ് ചെയ്യാൻ മറന്നു പോവുക, ചിലപ്പോൾ എന്തുപറഞ്ഞാലും പ്രതികരണമില്ലാതെ അന്തംവിട്ട മട്ടിലിരിക്കുക – ഇതൊക്കെ രോഗത്തിന്റെ ലക്ഷണമാണെന്ന് സംശയിച്ചതേയില്ല. എന്നും പുലർച്ചെ എഴുന്നേറ്റ് നടക്കാനിറങ്ങുമായിരുന്നു. കൂടെച്ചെല്ലണമെന്നു നിർബന്ധമായിരുന്നു. ഇവിടെ വന്നതിനു ശേഷമാണ് കൂട്ടുകാരുമൊത്ത് നടക്കാൻ തുടങ്ങിയത്. റിട്ടയറായതിനു ശേഷമാണ് ഇവിടെ താമസം തുടങ്ങിയത്. ഇങ്ങോട്ടു മാറിയപ്പോൾ പഴയവീടു വിറ്റു. ലോണെടുത്തായിരുന്നു ഈ വീടുണ്ടാക്കിയത്. നിനക്കതൊരു ബാധ്യതയാകുമെന്നു പറഞ്ഞാണ് വീടുവിറ്റ കാശുകൊണ്ട് ലോണടച്ചു തീർത്തത്. ബാക്കി തുക നിന്റെ പേരിൽ ബാങ്കിലിട്ടിട്ടുണ്ടെന്നും എനിക്കെന്തെങ്കിലും സംഭവിച്ചാലും നിനക്ക് ആരെയും ആശ്രയിക്കാതെ കഴിയാനുള്ളത് ബാങ്കിലുണ്ടെന്നും രോഗം വരുന്നതിനു

തൊട്ടുമുമ്പ് പറഞ്ഞിരുന്നു. മോനെക്കുറിച്ച് ഉണ്ണ്യേട്ടനു വലിയ പ്രതീക്ഷകളായിരുന്നു. അവനിഷ്ടമുള്ള കുട്ടിയെ വിവാഹം കഴിച്ചോട്ടെ, പക്ഷേ നമ്മോടൊപ്പം താമസിക്കണം. വയസുകാലത്ത് പേരക്കുട്ടികളെയും കളിപ്പിച്ച് ഞാനും നീയും സ്വസ്ഥമായി കഴിയും. ഉണ്ണ്യേട്ടന്റെ സ്വപ്നങ്ങൾക്ക് അതിരുകളില്ലായിരുന്നു. എല്ലാം പെട്ടെന്നൊരു ദിവസം ചിന്നിച്ചിതറിയപ്പോൾ പാവം അന്തംവിട്ടുപോയി. ഇതൊരു രോഗമല്ല എന്നുതന്നെയാണ് ഇപ്പോഴും വിശ്വസിക്കുന്നത്. കണ്ണൻ തിരിച്ചുവന്നാൽ ഉണ്ണ്യേട്ടൻ പഴയതുപോലാകും എന്നും തോന്നിപ്പോകാറുണ്ട്!

"ഉണ്ണ്യേട്ടാ, നേരമെത്രയായെന്നാ വിചാരം? ഇന്നു നടക്കാനിറങ്ങുന്നില്ലേ?"

രാവിലെ നടക്കാനിറങ്ങാതെ മൂടിപ്പുതച്ചുറങ്ങുന്ന ഉണ്ണ്യേട്ടനെ കണ്ടപ്പോൾ ഒരുദിവസം അന്തംവിട്ട് ചോദിച്ചു.

"എനിക്കു വല്ലാത്ത ക്ഷീണം..."

ഇതൊരു മാറാരോഗത്തന്റെ ലക്ഷണമാണെന്നോ തന്റെ ജീവിതം മാറ്റിമറിക്കാൻപോന്ന ദുരന്തമാണെന്നോ അപ്പോൾ സംശയിച്ചതുപോലുമില്ല. കൂട്ടുകാരുടെ മുന്നിൽ എപ്പോഴും വാചാലനാകാറുള്ള ഉണ്ണ്യേട്ടന്റെ മൗനം ആദ്യം ശ്രദ്ധിച്ചതും അതിനെക്കുറിച്ച് സംശയം പ്രകടിപ്പിച്ചതും സൈനുവായിരുന്നു. അവൾ ചെന്ന് ജോർജച്ചായനോടു സംശയം പങ്കുവെച്ചപ്പോഴാണ് അദ്ദേഹം ഇക്കാര്യം ശ്രദ്ധിച്ചതും ന്യൂറോളജിസ്റ്റിനെ കാണിക്കണമെന്ന് നിർബന്ധിച്ചതും.

"നീ വെറുതെ ലതയെ പേടിപ്പിക്കല്ലേ സൈനബാ. നിസ്സാരകാര്യങ്ങൾ ഊതിപ്പെരുപ്പിച്ച് മറ്റുള്ളവരെ ആധിപിടിപ്പിക്കുക അവളുടെ സ്വഭാവമാ ലതേ, കുട്ടി ഭയപ്പെടണ്ടാ."

ഷംസുദ്ദീൻ വക്കീൽ പതിവുപോലെ സൈനുവിനെ കുറ്റപ്പെടുത്തി.

"ഉണ്ണീ നീയിതൊന്നും കാര്യമാക്കണ്ട." എന്ന് ഉണ്ണ്യേട്ടനെ സമാധാനിപ്പിക്കുകയും ചെയ്തു.

"ഒന്നുമില്ലാതിരിക്കട്ടെ. ജോർജച്ചായൻ പറഞ്ഞ സ്ഥിതിക്ക് നമുക്കിന്നുതന്നെ ഡോക്ടറെ കാണിച്ചേക്കാം. ഞാനും കൂടെ വരാം."

സൈനു പറഞ്ഞിട്ടും ഒന്നും കേട്ടതായിപ്പോലും ഭാവിക്കാതെ അന്തംവിട്ടിരിക്കുന്ന ഉണ്ണ്യേട്ടനെ കണ്ടപ്പോൾ മനസൊന്നാളി. "ദൈവമേ....." ഉറക്കെ വിളിച്ചുപോയി.

"ബേജാറാകാനൊന്നുമില്ല ലതേ. നമ്മുടെ മനസ്സമാധാനത്തിനു വേണ്ടി ഡോക്ടറെ ഒന്നു കാണുന്നെന്നുമാത്രം."

സൈനു തോളത്തുതട്ടി ആശ്വസിപ്പിച്ചപ്പോഴും അങ്കലാപ്പ് മാറിയിരുന്നില്ല.

എന്തോ ശബ്ദം കേട്ട് ഞെട്ടിത്തിരിഞ്ഞു നോക്കി. ചെറിയ അനക്കങ്ങൾപോലും ഇപ്പോൾത്തന്നെ അസ്വസ്ഥയാക്കുന്നു. കുളിമുറിയാണെന്നു കരുതി ഉണ്ണ്യേട്ടൻ കിടപ്പുമുറിയുടെ മൂലയിൽച്ചെന്നു മൂത്രമൊ

ഴിക്കുന്നതു കണ്ടപ്പോൾ ഉറക്കെ കരഞ്ഞുപോയി.

"ഇതു കിടപ്പുമുറിയല്ലേ, കുളിമുറിയല്ലല്ലോ" എന്നു പറഞ്ഞ് ഉണ്യേട്ടന്റെ കൈപിടിച്ചത് കരഞ്ഞുകൊണ്ടാണ്. അപ്പോൾ ഉണ്യേട്ടന്റെ മുഖത്ത് ജാള്യം. അരിശപ്പെട്ട്, തന്റെ കൈതട്ടിമാറ്റി ഉണ്യേട്ടൻ കുളിമുറിയിലേക്കു നടക്കുമ്പോൾ തിരക്കിട്ട് കൂടെച്ചെന്നു. അറിയാതെ കുളിമുറിയുടെ വാതിലടച്ചു കുറ്റിയിട്ടാലോ എന്ന് ഈയിടെയായി പേടിയാണ്. എത്രകാലം രണ്ടുജീവികളെ പേടിയുടെ നിഴലിൽ ജിവിപ്പിക്കാനാണ് നിന്റെ തീരുമാനം...? ആരോടെന്നില്ലാതെ ഉറക്കെ ചോദിക്കുന്നതുകേട്ട് ഉണ്യേട്ടൻ തുറിച്ചുനോക്കിയപ്പോൾ കരച്ചിലടക്കി മുഖം തുടച്ചു.

5

ഖാദർ ഉമ്മറത്തിരുന്ന് പത്രം വായിക്കുന്നതുകണ്ട് ഭാര്യ സുലേഖ പതിവുപോലെ പരാതിക്കെട്ടുമായി ചൊറിയാനെത്തി.

"ദോക്കീന്നും എന്റെ പാസ്പോർട്ടിന്റെ കാര്യമെന്തായി?"

"കൊടുത്തിട്ടുണ്ട്. നീ വിചാരിക്കുന്നതുപോലെ അതൊന്നും അത്ര എളുപ്പമല്ല."

"മെനക്കാടാണ്ടെ ഒന്നും എളുപ്പമല്ല."

"എന്നാ നീ ചെന്ന് മെനക്കെട്."

"മെനെക്കെടാൻ ഇങ്ങള് സമ്മയിക്കൂലാലോ. ഒറ്റക്ക് പൊറെത്തെറങ്ങിയാ കേസായീലേ."

"ചൊറിയാൻ നിക്കാതെ പോവുന്നുണ്ടോ നീ."

ഖാദർ പത്രവുമായി അകത്തേക്കു നടന്നു.

പഴയ വീട്ടിലായിരുന്നപ്പോൾ വഴക്കും വക്കാണവും ആരും കേൾക്കില്ലായിരുന്നു. അടുത്തടുത്ത് വീടുകളായതിനാൽ ചുണ്ടിൽ പ്ലാസ്റ്ററൊട്ടിച്ചാണ് നടപ്പ്.

"എന്നും കുന്നും ആട്ടും തുപ്പും കേക്കാൻ ഇനി ഇന്നെ കിട്ടൂലാ. ഷാജിദും ഷാഫിയും എപ്പം വിളി തൊടങ്ങീതാ. ഷാഫി ദുബായീച്ചെന്നപ്പം ചെല്ലാൻ പറയുന്നുണ്ട്. ഓന്റെ പെണ്ണുങ്ങളാണെങ്കിൽ തങ്കംപോലത്തെ കുട്ടി. ഷാജിദിന്റെ പെണ്ണുങ്ങള് വർത്താനൊക്കെ ഇംഗ്ലീഷിലാണെങ്കിലും ഇന്നെ വലിയ കാര്യാ. ഈ ഭൂമി മലയാളത്തില് ഇങ്ങക്കൊയിച്ച് മറ്റെല്ലാരിക്കും ഞാൻ പട്ടുപോലത്തെ ആളാ. ഇങ്ങക്കും പോരാലോ ഇന്റ്കൂടെ. രാവിലെ രാവിലെ പെങ്ങളുണ്ടാക്കുന്ന ചായേംകുടിച്ച് ഇവിടത്തന്നെ കൂടാതെ ആവുന്ന കാലത്ത് നാടുകാണാൻ നോക്ക് മനുഷ്യാ."

"നിന്റൊപ്പരം ലോകം കാണാനിറങ്ങിയാൽ പിരാന്തിളകാൻ

വേറൊന്നും വേണ്ട."

"അപ്പം ഇനിക്ക് മാനസികാന്നാ ഇങ്ങള് പറേന്നത് അല്ലേ...?"

സുലേഖയുടെ മട്ടുമാറുന്നത് കണ്ട് ഖാദർ പെട്ടെന്ന് മുകളിൽച്ചെന്ന് പതിവുപോലെ ടി വി ഓൺചെയ്തു.

"ഇങ്ങളിന്നെ പെരാന്തത്തിയാക്കി മൂലക്കാക്കാൻ നോക്കണ്ട. ഇന്റെ മക്കള് സഹിക്കൂലാ. ഇങ്ങക്കിന്നെ വേണ്ടേരിക്കും. പക്ഷേങ്കില് ഓലിക്കിന്നെ ജീവനാ."

ടി വിയിലെ ഏതോ അടിപൊളി ഹിന്ദിപ്പാട്ടിന്റെ അലയൊലിയിൽ സുലേഖയുടെ വാക്കുകൾ അലിഞ്ഞില്ലാതായി.

ഈയിടെയായി അവളിങ്ങനെയാണ്. മാനസികമായി എന്തോ തകരാറുണ്ടെന്ന് അവൾക്കുതന്നെ ഒരുതോന്നൽ. കുട്ടികളൊക്കെ പലവഴി പോയി വീടുറങ്ങിയതോടെ ഏകാന്തയുടെ ഭാരം നന്നായി അറിയുന്നുണ്ട്. പെൻഷനായിട്ടും വീട്ടിൽ മുഷിഞ്ഞിരിക്കാതെ ചെറിയ കരാറ് ജോലികൾ ഏറ്റെടുത്ത് ചെയ്യാൻ തുടങ്ങിയതും അതുകൊണ്ടാണ്. വില്ലാ കോംപ്ലക്സിന്റെ പണി സമയാധിഷ്ഠിതമായി പൂർത്തിയാക്കിയതോടെ ഒരുപാടുപേർ വീടുപണിക്കായി സമീപിക്കാറുണ്ട്; പ്രത്യേകിച്ച് പ്രവാസികൾ. പക്ഷേ, ജോലിക്കാരെ കിട്ടാനുള്ള പ്രയാസം കാരണം പലതും ഒഴിവാക്കുകയായിരുന്നു. ഇന്നത്തെ ജോലിക്കാർക്ക് ആത്മാർഥത അടുത്തുകൂടി പോയിട്ടില്ല. അവർ ചോദിക്കുന്ന കൂലി കൊടുത്താലും ചതിയും കളവും കാണിക്കും. വില്ലയുടെ പണി കഴിഞ്ഞപ്പോൾ കുറച്ചു പണിക്കാരുണ്ടായിരുന്നു. ആയിടയ്ക്കാണ് ചെറിയൊരു ഹാർട്ട് അറ്റാക്ക് വന്നത്. രണ്ടുമാസം റസ്റ്റെടുത്തപ്പോൾ എല്ലാം ഭേദമായതായിരുന്നു. ടെൻഷൻ കൊണ്ടാണ് അറ്റാക്കുവന്നതെന്നും പറഞ്ഞ് കുട്ടികൾ ഒന്നും ചെയ്യാൻ സമ്മതിക്കാതായി. അതോടെ ജോലിക്കാരെ പിരിച്ചുവിടേണ്ടി വന്നു. ഇനിയിപ്പോ എല്ലാം ഒന്നീന്നു തുടങ്ങേണ്ടിയിരിക്കുന്നു.

പെൻഷൻകൊണ്ട് അത്യാവശ്യം കഴിഞ്ഞുകൂടാം. ആൺമക്കൾ രണ്ടുപേരും മാസാമാസം ബാങ്ക് അക്കൗണ്ടിലേക്ക് സ്ഥിരമായി പണമയക്കാറുണ്ട്. അവരുടെ ഉമ്മയുടെ പേരിൽ പ്രത്യേകം അക്കൗണ്ട് തുടങ്ങി എ ടി എം കാർഡും എടുത്തുകൊടുത്തിരിക്കുകയാണ്. കുട്ടികൾ വിയർപ്പൊഴുക്കിയുണ്ടാക്കുന്ന കാശ് അവള് അനാവശ്യമായി ചെലവാക്കുന്നതിനെക്കുറിച്ച് എന്തെങ്കിലും മിണ്ടിപ്പോയാൽ ചെവിക്ക് അടപ്പിടേണ്ടിവരും. വയസുകാലത്ത് സമാധാനമില്ലാതായി. അവൾക്ക് ഒരു സഹോദരനാണുള്ളത്. അവനൊരുത്തനാണ് അരക്കിറുക്ക് മുഴുക്കിറുക്കാക്കുന്നത്. ഫസാദും ഫിത്ത്നയും പറഞ്ഞ് അവളെ എരികേറ്റി കാശു പിടുങ്ങലാണ് അവന്റെ പ്രധാന പണി. എന്തെങ്കിലും മിണ്ടിപ്പോയാൽ സംഗതി കുഴയും. അവനെ കരകയറ്റാൻ കുറേ ശ്രമിച്ചതാണ്. എല്ലാവരും സഹായിച്ചിട്ടും ഗതിപിടിക്കാത്തത് തിരുട്ടുസ്വഭാവം കാരണമാണെന്ന് ഒളിച്ചല്ല തെളിച്ചുതന്നെ പറഞ്ഞിട്ടുണ്ട്. താൻ സർക്കാരുദ്യോഗവുമായി അരിഷ്ടിച്ചു കഴിഞ്ഞിരുന്ന കാലത്ത് അവനെ മഷിയിട്ടു നോക്കിയാൽ

കാണാറില്ലായിരുന്നു. അന്നവനു പറക്കുന്ന തുണിക്കച്ചവടം. പച്ചപിടിച്ചു വരുമ്പോഴേക്കും തുടങ്ങും ദീപാളികുളിക്കാൻ. ഏറ്റവും മുന്തിയ കാറ് ലോണെടുത്താണ് വാങ്ങുന്നത്. അതിലാണ് നാടുചുറ്റൽ. ഒടുക്കം ലോണ ടയ്ക്കാനാവാതെ കാറ് വിൽക്കും; കച്ചവടം പൊളിയുകയും ചെയ്യും. ഇപ്പോൾ കല്യാണങ്ങൾക്കും പാർട്ടികൾക്കും ഭക്ഷണമുണ്ടാക്കിക്കൊടു ത്താണ് ജീവിക്കുന്നത്. ഏതുജോലിയായാലും ആത്മാർഥതയോടെ ചെയ്യുന്നതിൽ അപമാനമൊന്നുമില്ല.

"നിന്റെ ആങ്ങളയുടെ കല്യാണപ്പണിയൊക്കെ എങ്ങനെയുണ്ട്?" എന്ന് ലോഹ്യം ചോദിച്ചതിനു ഈയിടെ അവളുണ്ടാക്കാത്ത പൊല്ലാ പ്പില്ല.

"കല്യാണത്തിനും തക്കാരത്തിനും പണിക്കാരെ നിർത്തീട്ടാ വെപ്പു പണി ചെയ്യിക്കുന്നത്. ഇന്നേം ഇന്റെ പൊരക്കാരേം തായ്ത്തിക്കെട്ടാതെ ഇങ്ങക്കുറക്കം വരൂലാ. പടച്ചോനെ മറന്ന് കളിക്കല്ലേ... അള്ള പൊറു ക്കൂലാ."

പിണങ്ങിയാൽ അടുക്കളയിൽപ്പോലും കയറാതെ പിന്നാലെ നടന്ന് സ്വൈരംകെടുത്തും. സൈനു ഉള്ളതുകൊണ്ട് നേരത്തിനും കാലത്തിനും ഭക്ഷണം കിട്ടുന്നു. തനിക്കുമാത്രമല്ല, അവൾക്കും. എന്നാലും അവൾ സൈനുവിനെക്കുറിച്ച് ഒരിക്കലും ഒരു നല്ലവാക്കുപോലും പറയില്ല. ആൺമക്കൾ ഉമ്മയുടെ പക്ഷമേപറയൂ. ഉമ്മയ്ക്ക് സുഖമില്ലെന്നറിഞ്ഞിട്ടും ബാപ്പയെന്തിനാ വഴക്കിനുപോകുന്നത് എന്നാണ് അവരുടെ ചോദ്യം. മക്കളുമായി വളരെ ലോഹ്യത്തിലാണെങ്കിലും അഹിതമായതു കേട്ടാൽ പിന്നെ കുറേദിവസത്തേക്ക് അവരെ ഫോൺപോലും വിളിക്കില്ല. ഉമ്മ യുടെയും ബാപ്പയുടെയുമിടയിൽ നട്ടം തിരിയുന്ന മക്കളെക്കുറിച്ചാലോ ചിച്ച് മനോവിഷമവും തോന്നാറുണ്ട്. ഉമ്മയുടെ കണ്ണീരിന്റെ മുന്നിൽ മനമലിയുന്ന മക്കളോട് പിണങ്ങുന്നതിൽ എന്തർഥം? മകൾ സലീന ബാപ്പയുടെ വശമേ നിൽക്കൂ. അവളുടെ ഭർത്താവും അങ്ങനെതന്നെ. അവർ നാട്ടിൽത്തന്നെയുള്ളത് വലിയൊരാശ്വാസം തന്നെ. സുലേഖയുടെ അസുഖംകൊണ്ടു പൊറുതിമുട്ടുമ്പോൾ അവളെ നല്ലവാക്കു പറഞ്ഞ് ആങ്ങളയുടെ വീട്ടിലേക്കയച്ച് മകളുടെ അടുത്തേക്കൊരു പോക്കാണ്. മകളോടൊപ്പം രണ്ടുദിവസം താമസിച്ച് മന:പ്രയാസമൊക്കെ തീർത്ത് തിരിച്ചെത്തുമ്പോൾ അവളെക്കൂട്ടാതെ മകളെക്കാണാൻപോയെന്നു പറഞ്ഞ് അങ്കത്തിനിറങ്ങും. ഇപ്പോൾ എല്ലാം ശീലമായി.

സുലേഖയുടെ ഉമ്മയ്ക്ക് പ്രായമായെങ്കിലും നാവിന്റെ നീളത്തിനു കുറവൊന്നുമില്ല. സുഖമില്ലാത്തതല്ലേ, മകളോടൊപ്പം താമസിച്ചോട്ടെ എന്നു കരുതി കുറേനാൾ കൂടെ താമസിപ്പിച്ചതാണ്. ആവശ്യത്തിനും അനാവശ്യത്തിനും തങ്ങളുടെ ജീവിതത്തിൽ ഇടപെടുന്നത് ശീലമാക്കി യപ്പോൾ മകന്റെ അടുത്തേക്കുതന്നെ തിരിച്ചയക്കേണ്ടിവന്നു. അരപ്പിരി ക്കാരെ മുഴുപ്പിരിക്കാരാക്കുന്ന കൂട്ടരാണ് ഉമ്മയും ആങ്ങളയും. അവൾക്ക് ചെറുതായൊരു മാനസികപ്രശ്നമുണ്ട്. അതാരേയുമറിയിക്കാതെ സുഹൃ

ത്തായ സൈക്കോളജിസ്റ്റിനെ കാണിച്ച് ചികിത്സിച്ചു വരികയായിരുന്നു. അതുപോരെന്നും കേളികേട്ട മാനസികരോഗവിദഗ്ധനെ കാണിച്ചേ മതിയാകൂ എന്നും പറഞ്ഞ് സംഗതി ആകെ വഷളാക്കി. ഇപ്പോൾ ഉറക്കഗുളിക കഴിക്കാതെ ഉറങ്ങാൻ പറ്റാത്ത അവസ്ഥയിലാണ്. ഉമ്മയോ ആങ്ങളയോ തിരിഞ്ഞുനോക്കാറുമില്ല.

കുട്ടികൾ പഠിക്കുന്ന കാലത്ത് പ്രയാസപ്പെട്ടാണ് ജീവിച്ചത്. കിട്ടുന്ന ശമ്പളം ഒന്നിനും തികഞ്ഞിരുന്നില്ല. എന്നിട്ടും മക്കളുടെ പഠിപ്പിന്റെ കാര്യത്തിൽ ഒരു വിട്ടുവീഴ്ചയ്ക്കും തയാറായിരുന്നില്ല. ഷാജിദിനെ തലവരിപ്പണം കൊടുത്താണ് എഞ്ചിനിയറിങ്ങിന് പഠിക്കാനയച്ചത്. നന്നായി പഠിക്കുമായിരുന്നെങ്കിലും എൻട്രൻസിനു റാങ്കു കുറഞ്ഞുപോയി. അടുത്തവർഷം വീണ്ടും പരീക്ഷയെഴുതി അഡ്മിഷൻ നേടിക്കൊള്ളാമെന്ന് അവൻ വാശിപിടിച്ചെങ്കിലും സമ്മതിച്ചില്ല. ഒരുവർഷം നഷ്ടപ്പെടുത്താൻ മനസുവന്നില്ല. ഷംസുദ്ദീൻ വക്കീലിന്റെ സഹായത്തിൽ കോയമ്പത്തൂരിൽ നല്ലൊരു കോളേജിൽ അഡ്മിഷൻ കിട്ടി. ഏതു പ്രതിസന്ധിഘട്ടത്തിലും സൈനുവും അളിയനും കൂടെയുണ്ടാകാറുണ്ട്. ഇഷ്ടപ്പെടാത്തതു കണ്ടാൽ രണ്ടുപേരും തുറന്നങ്ങു പറയും. അതുകൊണ്ടാണ് സുലേഖയ്ക്ക് അവരോടുള്ള ചൊരുക്ക്.

രാവിലെ കോളനിയിലെ ആണുങ്ങളെല്ലാം ഒന്നിച്ചാണ് പ്രഭാതസവാരിക്കിറങ്ങുന്നത്. നടപ്പുകഴിഞ്ഞാൽ സൈനുവിന്റെ വീട്ടിലെത്തി വിശേഷം തിരക്കിയിട്ടേ വീട്ടിലെത്താറുള്ളൂ. അവൾ ഏലക്കായിട്ട് തിളപ്പിച്ച സ്പെഷ്യൽ ചായയുമായി കാത്തുനിൽക്കുന്നുണ്ടാവും. സൈനുവിന് എല്ലാ കാര്യങ്ങൾക്കും അടുക്കും ചിട്ടയുമുണ്ട്. വീട് എപ്പോഴും തിളങ്ങും. പൊടിയോ മാറാലയോ എങ്ങും കാണില്ല. ഇവിടെയാണെങ്കിലോ ഒന്നിനുമില്ല വ്യവസ്ഥ. അടുക്കളയായാലും ഇരിപ്പുമുറിയായാലും അലങ്കോലമായിട്ടേ കാണൂ.

“നീ സൈനുവിന്റെ വീടൊന്നു ചെന്നു നോക്ക്. രണ്ടും ഒരുപോലത്തെ വീടാ. ഇതിന്റെ കിടപ്പ് കണ്ടില്ലേ?”

എപ്പോഴെങ്കിലും അറിയാതെ പറഞ്ഞുപോയാൽ തുടങ്ങും യുദ്ധം.

“അവക്കേ, സ്ഥിരം പണിക്കാരത്തിയുണ്ട്. ഓളെപ്പോലെ പണിക്കാരികൾക്ക് വാരിക്കോരി പൈശ കൊടുക്കാൻ എനക്ക് ഗതിയില്ല.”

“പടച്ചോനെ മറന്ന വർത്താനം പറയല്ലേ. മക്കള് ഇഷ്ടംപോലെ പണമയച്ചുതരുന്നത് മര്യാദയ്ക്ക് ജീവിക്കാനല്ലേ?”

“ഞാനെന്തു മര്യാദകേടാ ഇന്റ റബ്ബേ കാണിക്കുന്നത്. ഇങ്ങളെ പെങ്ങളത്ര പഠിപ്പും പത്രാസുമൊന്നുമില്ലാന്നു കരുതി ഇങ്ങനെ മാനം കെടുത്തണോ? ഇവിടെ വന്നതിനുശേഷം മനിശനിക്കൊരു സ്വൈരല്ല. ഏതുനേരം നോക്കിയാലും സൈനുസ്വലാത്ത്. അന്നേരംകൊണ്ട് ദിക്കറ് ചൊല്ലിക്കൂടെ ഇങ്ങക്ക്?”

“പൊരക്ക് മൊഞ്ചും വലിപ്പവുമില്ലാന്ന് നിനക്കായിരുന്നില്ലേ പരാതി. നല്ല വീടുണ്ടാക്കിത്തന്നാ അതുപോലെ സൂക്ഷിക്കുകയും വേണം.”

അതോടെ അവളുടെ നാവിന്റെ കെട്ടഴിയും. ചെവിയിൽ പഞ്ഞി തിരുകി മുറിയിലൊളിക്കുകയോ സൈനുവിന്റെ വീട്ടിൽ അഭയം തേടുകയോ അല്ലാതെ വേറെ നിവൃത്തിയൊന്നുമില്ല.

സൈനു ചെറുപ്പത്തിലേ മിണ്ടാപ്രാണി. മുഖം കറുപ്പിച്ച് ആരെങ്കിലും എന്തെങ്കിലും മിണ്ടിപ്പോയാൽ കണ്ണുനിറയ്ക്കുന്ന ശീലം ഇപ്പോഴും മാറിയിട്ടില്ല. ആങ്ങളമാരെപ്പോലെതന്നെ കാര്യമാണ് അമ്മായിമാരേയും. സഹോദരന്റെ ഭാര്യയെ അമ്മായി എന്നു വിളിക്കുന്ന പതിവ് വടക്കേ മലബാറിലേയുള്ളൂ. മറ്റിടങ്ങളിലൊക്കെ അമ്മാവന്മാരുടെ ഭാര്യയാണ് അമ്മായി. പിതൃസഹോദരിയെയും ചിലയിടങ്ങളിൽ അമ്മായിയെന്നു വിളിക്കാറുണ്ട്. തലശ്ശേരി, കണ്ണൂർ ഭാഗങ്ങളിൽ പിതൃസഹോദരിമാരെ ഉപ്പീത്തയെന്നാണ് വിളിക്കുന്നത്. നാത്തൂനെ ഇത്താത്തയെന്നു വിളിക്കുമ്പോൾ കുറച്ചുകൂടി അടുപ്പം തോന്നുമായിരിക്കണം. ഉമ്മയുടെ മരണശേഷം കുടുംബം അടുപ്പിച്ചു നിർത്തുന്ന കണ്ണിയാണ് സൈനു. മൂത്ത സഹോദരി ഐഷാത്ത പണ്ടേ അകൽച്ചയിലാണ്. ഉമ്മ മരിച്ചതോടെ വിടവ് ഏറി. ഉമ്മയുടെ സ്വത്ത് ആൺമക്കൾ തട്ടിയെടുക്കുന്നു എന്ന അളിയന്റെ പരാതി ഐഷാത്തയും ഏറ്റെടുക്കാൻ തുടങ്ങിയതോടെയാണ് അകൽച്ച തുടങ്ങിയത്. ഉമ്മ അസുഖമായി കിടക്കുമ്പോഴും കാണാനെത്തുന്നത് പരാതിക്കെട്ടുമായാണ്.

"ചെറീത്താത്താ ഇബളെ ഇങ്ങള് തന്നെയാ പെറ്റത് എന്ന് എന്റെ ആങ്ങള മൊയ്തു ചോദിക്കുമായിരുന്നു. ഓളെ നാവിന്റെ നീളം കണ്ടിട്ടേ." ഇത്താത്ത പോകുമ്പോൾ ഉമ്മ പറയാറുണ്ട്.

"ഇപ്പളത്തെ കാലാണങ്കില് ആസ്പത്രീന്ന് മാറിപ്പോയതാന്ന് പറഞ്ഞേനെ. അല്ലേമ്മാ?" ഉമ്മയെ ചൊടിപ്പിക്കാനായി താൻ പറയുമായിരുന്നു.

"പോടാ. ഓളങ്ങനെയായിപ്പോയി. ആദ്യത്തെ പേരക്കുട്ടിയാന്നും പറഞ്ഞ് എന്റെ ഉപ്പാവ മാഞ്ഞാലംകയറ്റി നാശാക്കിയതാ ഓളെ. പാതിരാക്ക് മുറ്റത്തിറങ്ങി കൊടേംപിടിച്ച് നടക്കണമെന്നു പറഞ്ഞിട്ട് അതും ചെയ്തുകൊടുത്തിട്ടുണ്ട്. ഓളെ നല്ല പഠിപ്പേ ഞാൻ പഠിപ്പിച്ചിട്ടുള്ളൂ. പിയ്യാപ്ള സ്വത്ത് മോഹിയായിപ്പോയി. ആവശ്യപ്പെട്ടത് ചെയ്തുകൊടുത്തില്ലെങ്കില് ഓളേം മക്കളേം പൊരേലാക്കി ഒരു പോക്കാണ്. ഓളെ കണ്ണീര് കണാനാവാതെ മൂപ്പര് ചോദിക്കുന്ന പല പറമ്പുകളും ചാർത്തിക്കൊടുത്തിട്ടുണ്ട്. എന്നിട്ടും ആർത്തി തീരണ്ടേ? ഇങ്ങക്കെത്തര സ്വത്തുണ്ടെന്ന് സൈനൂന്റെ പിയ്യാപ്ള ഇന്നുവരെ എന്നോട് ചോയിച്ചിട്ടില്ല."

"അങ്ങനെയല്ലാലോ എഷാത്ത പറേന്നത്. ഞാനും മൂപ്പരുംകൂടി ഇങ്ങളെ ഏറ്റെടുത്തത് ഇങ്ങളെ സ്വത്ത് തട്ടിക്കാനാന്നല്ലെ ഓല് എല്ലാരോടും പാടി നടക്കുന്നത്. എന്നിട്ട് നേരിട്ട് കണ്ടാലോ പിരിശം ഒലിപ്പിക്കും." കണ്ണു നിറച്ചുകൊണ്ട് സൈനു സംഭാഷണത്തിൽ പങ്കുചേരും.

"ഓളങ്ങനാന്ന് എല്ലാരിക്കുമറിയാം. എന്നു പറഞ്ഞ് ഓളെ ഇങ്ങള് ഒറ്റപ്പെടുത്തരുത്."

മക്കൾ ഒറ്റക്കെട്ടായി നിൽക്കണമെന്ന് ഉമ്മ എപ്പോഴും ഓർമിപ്പിക്കു മായിരുന്നു.

"സ്വത്തിന്റെ പേരില് ഇങ്ങള് തമ്മില് തെറ്റുന്നത് എനക്ക് പൊരു ത്തല്ല. അയിനുമാത്രം ഒന്നും ഇല്ലേംതാനും. അള്ളേം നബീം പറഞ്ഞ തുപോലെ ഇങ്ങള് പങ്കിട്ടെടുത്തോളിൻ. ഖാദറേ, ഇതെന്റെ ഒസ്യത്താ, കേട്ടോ?"

"ഏറ്റു. അതാലോചിച്ച് ഇങ്ങള് തല പുണ്ണാക്കണ്ട" ഉമ്മയ്ക്ക് കൊടുത്ത വാക്കു പാലിക്കാൻ ഐഷാത്തയുമായി പല വിട്ടുവീഴ്ച കൾക്കും തയാറായിട്ടുണ്ട്. .

"അള്ളാന്റുമ്മാ...വല്ലാത്ത ലോകം."

ഉറക്കെ പറഞ്ഞ് തിരിഞ്ഞുനോക്കുമ്പോൾ പരിഹാസച്ചിരിയുമായി സുലേഖ പിറകിൽ നിൽക്കുന്നു.

"ഒറ്റക്കിരുന്ന് വർത്താനം പറയുന്ന ഇങ്ങക്കാ വട്ടെന്ന് ഞാനുറക്കെ പ്പറഞ്ഞാ ഇങ്ങളെ ഹാലെന്താ? പക്ഷേ, ഞാനങ്ങനെ ചെയ്യൂലാ. ഇനിക്ക് പടച്ചോനെപ്പേടിയുണ്ട്. കെട്ടിയ മാപ്പളാരെ കുരുടനായാലും പൊട്ടനാ യാലും നോക്കണ്ടത് ബീട്ന്മാരുടെ കടമയാ."

മിണ്ടിപ്പോയാൽ ലഹള തുടങ്ങുമെന്നറിയുന്നതുകൊണ്ട് വെറുതെ ചിരിച്ചപ്പോൾ അവളുടെ മുഖവും തെളിഞ്ഞു.

6

"റസീ, റസീ....."

ഭർത്താവിന്റെ ഉറക്കെയുള്ള വിളികേട്ട് ഗ്യാസ് പൂട്ടി റസീന അകത്തേക്കു മണ്ടി. പ്രായം കൂടിയിട്ടും കുട്ടികളെപ്പോലെയാണ്. രാവിലെ ഡ്രസു മാറ്റുമ്പോൾ കൂടെനിന്ന് ഓരോന്നും എടുത്തുകൊടുക്കണം. ഷർട്ടും മുണ്ടും ബനിയനുമെല്ലാം കാണുംവിധത്തിൽ കട്ടിലിൽ എടുത്തുവച്ചിട്ടാണ് താഴേക്കിറങ്ങിയത്. കുളികഴിഞ്ഞ് വേഷം മാറി ഊണുമുറിയിലെത്തുമ്പോൾ മേശപ്പുറത്ത് ഭക്ഷണം കണ്ടില്ലെങ്കിൽ പിണങ്ങിപ്പോകാനും മടിക്കില്ല.

"റസീ..." വിളിക്ക് കടുപ്പം കൂടുന്നുണ്ട്.

"ഇതാ എത്തിപ്പോയി. എനക്കും വയ്യാതായി. പണ്ടത്തെപ്പോലെ മണ്ടിപ്പാഞ്ഞ്കോണികയറാനൊന്നും ആവുന്നില്ല." കിതച്ചുകൊണ്ട് റസീന പറയുന്നതുകേട്ട് റഷീദിന്റെ മുഖത്ത് ജാള്യം.

"നീയെന്നതിനാ മണ്ടാനും പായാനും നിക്കണത്. പതുക്കെ വന്നാപ്പോരെ? താഴത്തിറങ്ങുംമുമ്പേ എന്റെ സാധനങ്ങളെല്ലാം എടുത്തുവച്ചൂടെ?"

"റസീ, റസീന്ന് അട്ടംമുട്ടെ നെലവിളിച്ചിട്ട് ചോയിക്കണത് കേട്ടില്ലെ? എല്ലാം എടുത്തുവച്ചിട്ടാണല്ലോ പോയത്. ആട്ടെ, എന്താപ്പം കാണാത്തത്?"

റസീനയുടെ സ്വരത്തിൽ പരിഭവം.

"എന്റെ മുണ്ട് കണ്ടില്ലേ? അവിടവിടെ നീലം."

"അലമാരീന്ന് വേറൊന്നെടുത്താപ്പോരെ?"

"മതിയായിരുന്നു. അപ്പോ തോന്നീലാ."

റഷീദിന്റെ വാക്കിന് ഏറ്റുപറച്ചിലിന്റെ സ്വരം.

“നമ്മളെ ബെഡ്റൂം താഴത്താക്കിയാലോ?”

റസാഖിന്റെ സ്വരത്തിന് ഏറ്റുപറച്ചിലിന്റെ സ്വരം.

“അതൊക്കെ ഞമ്മക്ക് പിന്നെ ആലോചിക്കാം. പണിക്കാരി ഇതുവരെ എത്തീട്ടില്ല. ഇനിയും ഞാനിവിടെ നിന്നാ നേരത്തിനു നാസ്ത കിട്ടില്ല. ഇങ്ങള് പണിക്കാരത്തിയുടെ കാര്യം റഷീക്കാനെ വിളിച്ചൊന്നോർമിപ്പിക്ക്”

“ഞാനിന്നലേം വിളിച്ചതാ. ഒരേജന്റിനോടു പറഞ്ഞിട്ടുണ്ടെന്നും ഉടനെ ശരിയാക്കാമെന്നും പറഞ്ഞു. ഇവളോടു നേരത്തേ വരാൻ പറഞ്ഞൂടെ നിനക്ക്.”

“പറയാഞ്ഞിട്ടാണോ? ഇവിടെ വരുന്നതിനുമുമ്പ് അവള് മറ്റേതോ ഫ്ളാറ്റില് പണിക്ക് പോണുണ്ടെന്നും അതാ ഇവിടെ വൈകിയെത്തുന്നതുമെന്നൊക്കെ സുലേഖമ്മായി പറയുന്നതു കേട്ടു. നേരായിരിക്കും. വൈന്നേരമാവുമ്പം ഗേറ്റിൽ ചെന്നുനിന്ന് വരുന്നോരോടും പോണോരോടും ലോഹ്യം ചോദിച്ച് ന്യൂസ് ശേഖരിക്കലാ മൂപ്പത്തിന്റെ കാര്യായ പണി.”

“അമ്മായിക്ക് വട്ട് കുറച്ച് കൂടുന്നുണ്ട് കേട്ടോ. പാവം ഖാദറിക്ക.”

“ഇതാ, ഇങ്ങള് പൊല്ലാപ്പുണ്ടാല്ലേ? ഇതെങ്ങാൻ അമ്മായിന്റെ ചെവിയിലെത്തിയാൽ അതും പറഞ്ഞായിരിക്കും പിന്നത്തെ പട. ഒറ്റയ്ക്കുള്ള താമസേർന്നു നല്ലതെന്ന് ചെലപ്പോ തോന്നിപ്പോകും. ഇവിടെ നാവിന് പ്ലാസ്റ്ററിട്ടില്ലെങ്കിൽ ഇടങ്ങേറാ.”

“അവിടെയായിരുന്നപ്പം ഒറ്റപ്പെട്ടുപോയീന്നും പറഞ്ഞ് നിനക്കായിരുന്നില്ലേ പരാതി? മനുഷ്യരുമായിട്ട് ഇടപഴകി ജീവിക്കാനും ശീലിക്കണം. രാത്രി എത്താൻ വൈകിയാലോ വീടടച്ചിട്ട് വല്ലടത്തും പോയാലോ ഇപ്പോ പേടിക്കണ്ടാലോ?”

“അതും ശരിയാട്ടോ. അമ്മായി ഹാലിളക്കത്തിന് എന്തെങ്കിലുമൊക്കെ പറയുമെങ്കിലും ആളു പാവാ.”

“ആളൊക്കെ പാവംതന്നെ. പക്ഷേ, സൈനൂനെ അരച്ചുകൊടുത്താ കലക്കിക്കുടിക്കാമെന്നും പറഞ്ഞല്ലേ നടപ്പ്.”

പറഞ്ഞപ്പോൾ റസാഖിന്റെ മുഖം ചുവന്നു. ആങ്ങളമാർക്കെല്ലാം സൈനു പ്രിയപ്പെട്ടവളാണെന്നറിയുന്നതുകൊണ്ട് റസീന അതിനുത്തരമൊന്നും പറഞ്ഞില്ല.

“ഞാൻ ചെന്ന് ദോശ ചുടട്ടെ. ആർപ്പും വിളിയും കേട്ട് ഗ്യാസ് ഓഫാക്കിയിട്ടാ പോന്നത്. വേഗം തായത്തേക്ക് വന്നോളീട്ടോ. ദോശ തണുക്കും.” കോണിയിറങ്ങുമ്പോൾ റസീന ഓർമിപ്പിച്ചു.

“ഇന്റെ ആങ്ങളക്ക് ഞാനെന്തുകൊടുത്താലും പിടിക്കൂലാ. സൈനൂന്റെ ചായ, സൈനൂന്റെ പത്തിരി എന്നു മെഹബ് പറയാനേ നേര

ള്ളൂ. ഇനിക്കാണെങ്കില് അതു കേക്കുമ്പോ വല്ലാത്ത ഇടങ്ങേറാ. നിന്നോട് ദേശ്യമുണ്ടായിട്ടല്ലാട്ടോ. എത്ര വയ്യാതെയാണെന്നോ ഞാൻ ഓരോന്നും ഉണ്ടാക്കുന്നത്. എന്നിട്ടു കുറ്റംപറഞ്ഞാ ഏതു പെണ്ണിനാ ഈറ വരാത്തത്? നീ തന്നെ പറ."

ഖാദറിക്കയ്ക്ക് മരുന്നും ഭക്ഷണവുമൊക്കെ നേരാനേരത്ത് കൊടുക്കണമെന്ന് സൈനു ഓർമിപ്പിക്കുമ്പോൾ സുലേഖമ്മായി ചൊടിച്ചുകൊണ്ട് പറയാറുള്ളതാണ്.

"അതു നേരാട്ടോ. എനക്ക് നിങ്ങളോട് ഇഷ്ടല്ലാന്ന് ഇങ്ങള് വിചാരക്കരുത്. സമയത്തിന് മരുന്നും ഭക്ഷണവും ചെന്നില്ലെങ്കിൽ ഖാദറിക്കാന്റെ സൂക്കേട് ഏറുമല്ലോ എന്നുള്ള ആധികൊണ്ടാ ഞാനെന്തെങ്കിലുമൊക്കെ പറയുന്നത്. ഇങ്ങളൊന്നും വിചാരിക്കരുതേ."

സൈനു അവതാ പറയും.

അതോടെ അമ്മായി സ്നേഹപ്പുഴയാവും.

"എന്ക്ക് നിന്നോട് ഒരു വിരോധവുമില്ലാന്ന് നിനക്കും അറിയാലോ. എന്തെങ്കിലുമൊരാവശ്യം വന്നാ സൈനുവാന്റിയേ ഉണ്ടാകു, ഉമ്മ എന്തുണ്ടെങ്കിലും അവിടെച്ചെന്നു പറഞ്ഞാമതിയെന്നൊക്കെ കുട്ടികള് നിത്യേന പറയാറുണ്ട്."

സൈനു അതിനുത്തരമൊന്നും പറയാറില്ല. അവളങ്ങനെയാണ്. പറയാനുള്ളത് പറഞ്ഞുകഴിഞ്ഞാൽ മൗനത്തിന്റെ മുഖംമൂടിയണിഞ്ഞ് ഞാനൊന്നുമറിഞ്ഞില്ലേ എന്ന മട്ടിലുള്ള നടപ്പ് പലരെയും ചൊടിപ്പിക്കാറുണ്ട്.

തിടുക്കത്തിൽ അടുക്കളയിലെത്തി ഗ്യാസു കത്തിച്ചു. ദോശക്കല്ലിൽ മാവൊഴിക്കുമ്പോഴേക്ക് റസാഖ് ഊണുമുറിയിൽനിന്നു വിളി തുടങ്ങി. വിളമ്പിവച്ച സാമ്പാറും ചമ്മന്തിയുമായി ഊണുമുറിയിലെത്തി.

"ആ പെണ്ണ് ഇനിയുമെത്തീലേ? നീയിങ്ങനെ പെടാപ്പാട് പെടണതെന്തിനാ? നേരത്തേ പറഞ്ഞിരുന്നെങ്കില് ഞാൻ ഹോട്ടലിൽച്ചെന്ന് കഴിക്കാനെന്തെങ്കിലും വാങ്ങിക്കൊണ്ടുവരുമായിരുന്നല്ലോ."

"എത്രദിവസം ഹോട്ടലിൽനിന്ന് വാങ്ങിക്കഴിക്കും? അടുത്തമാസം മോളെത്തും. ഇവളെ നമ്പിയാൽ എന്റെ നടുവൊടിഞ്ഞതുതന്നെ. ഈയിടെയായി കുനിഞ്ഞൊന്നും ചെയ്യാൻ വയ്യ. മുട്ടിനും നടുവിനും കൊളുത്തിവലിക്കുന്ന വേദനയാ."

"അതു പറഞ്ഞപ്പളാ ഓർത്തത്. വൈകുന്നേരം ഡോക്ടർക്ക് ബുക്കു ചെയ്തിട്ടുണ്ട്. എന്നെ വിളിച്ചൊന്ന് ഓർമിപ്പിക്കണേ?"

"ഒരാളെ കിട്ടാതെ ഡോക്ടരെക്കണ്ടിട്ട് കാര്യമൊന്നുമില്ല. മരുന്നു കഴിച്ച് റസ്റ്റെടുക്കാനാണ് അയാൾ പറയുക. കാലുംനീട്ടി വെറുതെയിരിക്കാൻ പെണ്ണുങ്ങക്കാവണ്ടേ?"

"പ്യാർ കിയാ തോ ഡർ നാ ക്യാ....."

“ഇങ്ങളെ മൊബൈലടിക്കുന്നു.” പാട്ടുകേട്ട് റസീന പറഞ്ഞു.

“റഷീക്കയാ.”

മൊബൈലെടുത്തിട്ട് റസാഖ് പറഞ്ഞു:

“കിട്ടിയോ...? മാശാ അള്ളാഹ്. കാലു വേദനകൂടീട്ട് റസിക്ക് ഒന്നിനും വയ്യാന്ന് ഇപ്പം പരാതി പറഞ്ഞതേയുള്ളു. ആയിക്കോട്ടെ, ശരി.”

“പണിക്കാരത്തിയെ ശരിയാക്കിയിട്ടുണ്ടെന്ന്. നമ്മളിന്നങ്ങോട്ടു ചെന്നാൽ നാളെ അവരേയും കൂട്ടി പോരാലോന്നാ മൂപ്പര് പറഞ്ഞത്.“

റസാഖിന്റെ മുഖത്തെ ചിരി റസീനയിലും പടർന്നു.

“വൈന്നേരം ഡോക്ടരെ കണ്ടിട്ട് നേരെ വയനാട്ടിലേക്ക് വിടാം. എന്തേ..?”

“നമ്മള് പോണോ..? ആരുടെയെങ്കിലും കൂടെ ഇങ്ങോട്ടയച്ചാപ്പോരേ?”

“ഇതിന്റെ പേരിലെങ്കിലും നിങ്ങളൊന്നു വാ. ഒറ്റയ്ക്കിരുന്നു മടുത്തൂന്നാ മൂപ്പരു പറയുന്നത്.”

“കുട്ട്യേള് കൊറ്റമ്പേഷിച്ച് നാടുവിട്ടതോടെ എല്ലാ വീട്ടിലേം സ്ഥിതി ഇതുതന്നെ. മക്കളുടെ വെക്കേഷൻ കിനാക്കണ്ട് ദിവസങ്ങളെണ്ണി നീക്കാനായിരിക്കും നമ്മുടെയൊക്കെ വിധി.”

“അവര് പല നാടുകളിലുള്ളതുകൊണ്ടല്ലേ വയസുകാലത്ത് നമുക്ക് ലോകം ചുറ്റിക്കാണാൻ അവസരം കിട്ടുന്നത്? എവിടെയാണെങ്കിലും അവര് സന്തോഷത്തോടെ കഴിഞ്ഞോട്ടെ. റൈന ലണ്ടനിലായതുകൊണ്ട് യൂറോപ്പു മുഴുവൻ കണ്ടില്ലേ? സാജിദ് യു എസിലേക്കു വിളിക്കുന്നുണ്ട്. ഒന്നു പോയാലോ?”

“മോള് വന്നു പോട്ടെ. എന്നിട്ടാലോചിക്കാം. ഒരു മാസത്തെ ലീവ് ഇതാന്നു പറയുമ്പം കഴിയും. ചെറുതിനെ കണ്ടു കൊതി തീരുന്നതിനുമുമ്പ് അവര് പോകും.”

റസീനയുടെ സ്വരം ആഹ്ളാദവും ദുഃഖവും കലർന്നതായിരുന്നു.

“നീ നെറ്റില് എന്നും ചാറ്റു ചെയ്യുന്നില്ലേ?”

“എന്നാലും നേരിട്ട് കാണുമ്പോലാകുമോ? വർത്തമാനം പറഞ്ഞു തൊടങ്ങിട്ടുണ്ട്. മമ്മാ പ്പാ എന്നൊക്ക പറയുന്നുണ്ട്.”

“സുലേഖമ്മായിന്റെ അമേരിക്കൻ യാത്ര എന്തായി?”

“പാസ്പോർട്ട് ഇതുവരെ ശരിയാക്കിയില്ലെന്നും പറഞ്ഞ് ഇന്നലെയും ലഹളയായിരുന്നു.” “ഖാദറിക്കാന്റെ ബി പി കൂടുന്നത് വെറുതെയല്ല. സ്വൈരം കൊടുക്കില്ല.”

“മൂപ്പരിക്ക് മെനെക്കിട്ടിറങ്ങി അതൊന്നു ശരിയാക്കിക്കൊടുത്തൂടെ? നിങ്ങക്കൊക്കെ അവിടയൊക്കെ പിടിയുള്ളതല്ലേ? അമ്മായിക്ക് മാനസികമായി ചെറിയ തകരാറുണ്ടെന്നറിയാം. എന്നാലും ഖാദറിക്ക അണുവിട വിട്ടുകൊടുക്കില്ല. ഞാൻ അമ്മായിയുടെ പക്ഷം പറഞ്ഞതല്ല കേട്ടോ.

ഡിപ്രഷനുള്ളവർ മറ്റുള്ളവരുടെ സഹതാപം കിട്ടാൻ ശ്രമിക്കുമെന്നും അവരോടു പരിഗണനയും സ്നേഹവും കാണിച്ചില്ലെങ്കിൽ രോഗം ഏറാനാണ് സാധ്യതയെന്നുമൊക്കെ ഈയിടെ ഒരു ലേഖനത്തിൽ വായിച്ചു. ആരോടു പറയാൻ? രണ്ടുപേരും ഇഞ്ചോടിഞ്ച് വിട്ടുകൊടുക്കില്ല."

"സുലേഖമ്മായിക്ക് നാവൊന്നടക്കിക്കൂടെ? ഖാദറിക്കയോട് കുടുംബത്തിലാരും കയർത്ത് സംസാരിക്കാറില്ല. മൂപ്പർക്കത് ഇഷ്ടവുമല്ല. മൂപ്പർക്കുമാത്രല്ല എനക്കും അത് പിടിക്കാറില്ല. അമേരിക്കയിൽ പോകാൻ മൂപ്പർക്കുമുണ്ട് പൂതി. ഒറ്റക്ക് പോകാൻ മടിച്ചിട്ടാ."

"എന്തിനാ ഒറ്റക്ക് പോണത്? സുലേഖമ്മായി റെഡിയായിട്ട് നിക്കയല്ലേ?"

"എന്നിട്ടുവേണം അന്യദേശത്ത് ചെന്ന് തല്ലിപ്പിരിയാൻ, അല്ലേ?"

"എന്തേക്കും ഒലു തമ്മിലുള്ള പ്രശ്നം? കീരീം പാമ്പുംപോലെ."

"ഇന്നും ഇന്നലേം തൊടങ്ങിയതല്ലാലോ. കല്യാണം കയിഞ്ഞപ്പം തൊട്ട് ഇതുതന്നെയാ സ്ഥിതി. ഒന്നോണ്ടും ഖാദറിക്കാക്ക് ചേർന്ന ബന്ധമായിരുന്നില്ല. വലിയ പൈസക്കാരിയാണെന്നുള്ള നാട്യവും നാവിന്റെ നീളവും അന്നേ ഉള്ളതാ. തലവിധിയെന്നല്ലാതെ എന്തു പറയാനാ. സംസാരിച്ചിരുന്നു നേരം പോയി. ഉച്ചയ്ക്കെത്താം. ഡോക്ടറെ കണ്ടയുടൻ വയനാട്ടിലേക്കു പോകാം. സൈനുവിനോടു വിവരം പറഞ്ഞേക്കണേ. ഞാൻ പോണു."

റസാഖ് യാത്ര പറഞ്ഞിറങ്ങിയതും ജോലിക്കാരിയെത്തി. തികട്ടി വന്ന കോപം കടിച്ചിറക്കി ചിരി ഭാവിച്ചു. ഇനി, വരുന്നവൾ നിന്നില്ലെങ്കിൽ ഇവളെത്തന്നെ ആശ്രയിക്കണമല്ലോ. ഒന്നിനെ കിട്ടി പരിചയിച്ചു വരുമ്പോഴേക്ക് അവർക്കു പോകാനുള്ള തിടുക്കമാവും. മകളുടെ വെക്കേഷൻ കഴിയുന്നതുവരെ രണ്ടുപേരും നിക്കട്ടെ. എങ്കിലേ പേരക്കുട്ടിയെ കൊഞ്ചിക്കാനും കളിപ്പിക്കാനും സമയം കിട്ടുകയുള്ളൂ.

"നീയെന്താ ഇത്രയും താമസിച്ചത്. രാവിലത്തെ തിരക്ക് നിനക്കും അറിയുന്നതല്ലേ?"

"അമ്മയ്ക്ക് പനിയാ. ചിക്കൻഗുനിയ. ഓരോ പുതിയ പേരും. കൈയിലും കാലിലും നീരായിട്ട് അമ്മയ്ക്ക് ഒരടി നടക്കാൻ വയ്യ. കരിങ്കല്ലുപോലത്തെ രണ്ടാൺമക്കള് വേറയുമുണ്ടായിട്ടെന്താ? തിരിഞ്ഞു നോക്കില്ല. എല്ലാത്തിനും ഞാനൊരുത്തിമാത്രം. പെറ്റതള്ളയല്ലേ? നോക്കാണ്ടെ പറ്റ്വോ? നാളെ ഉമ്പക്കും വയസാവൂലേ ഏച്ച്യേ?"

"അമ്മയ്ക്ക് ഇന്നല്ലേ വയ്യായ്ക തുടങ്ങിയത്? നീ വൈകി വരാൻതുടങ്ങീട്ട് ദിവസം കുറേയായല്ലോ."

"അതെന്താ ഏച്ചി അങ്ങനെ പറഞ്ഞത്?"

"നീ രാവിലെ മറ്റൊരു വീട്ടിൽ പണി കഴിഞ്ഞിട്ടാ ഇവിടെ വരണതെന്നും അതാ എത്താൻ താമസിക്കുന്നതെന്നും വാച്ച്മാൻ പറഞ്ഞല്ലോ."

"അവിടെ ഞാൻ എട്ടുമണിക്കെത്തും. ഒരു മണിക്കൂറത്തെ പണിയേ ഉള്ളു. രണ്ടാളും ഉദ്യോഗസ്ഥരാ. അവരെറങ്ങുമ്പം ഞാനുമിറങ്ങും. നൂറു റുപ്യ കിട്ടും. ജീവിക്കണ്ടേ ഏച്ചീ, കുട്ട്യേളെ അച്ഛനു മരുന്നു വാങ്ങണ്ടേ? അതോണ്ടാ."

"ഇക്കാര്യം എന്നോടു ആദ്യമേ പറഞ്ഞീരുന്നെങ്കില് ഞാൻ നിന്നെ കാത്തു നിൽക്കാതെ രാവിലെ നേരത്തേ എണീറ്റ് എന്റെ പണി തീർക്കില്ലേ?"

"ഞാനങ്ങനെ പറ്റിച്ചു നടക്കുന്ന ആളൊന്നുമല്ല ഏച്ചീ..."

അവൾ മൂക്കുപിഴിഞ്ഞപ്പോൾ, "നിന്നോടു വർത്താനം പറഞ്ഞാ വാദി പ്രതിയാകും" റസീന ഉമ്മറവാതിലടച്ച് അടുക്കളയിലേക്കു നടന്നു.

7

"റബ്ബേ, നേരമിരുട്ടി. ഒന്നാം വളവെത്തിയതേയുള്ളൂ. ഇനിയുമുണ്ട് എട്ടെണ്ണം. കോടയുമുണ്ട്." വേവലാതിയോടെ റസീന പറഞ്ഞു.

"കോടയുള്ളതുകൊണ്ടാ ആകാശത്തിനിത്ര ചന്തം. മഞ്ഞിനിടയി ലൂടെ കാണുന്ന അസ്തമനസൂര്യന് വശ്യമായ നിറം. കുന്നുമ്പുറത്ത് ചിത്രകാരന്റെ കളർഡപ്പികൾ തട്ടിമറിഞ്ഞതു പോലെ. ഹരം പിടിപ്പിക്കുന്ന ചാരുത. പുറത്തിറങ്ങി ഡ്യുവറ്റ് പാടിയാലോന്ന് തോന്നുന്നില്ലേ നിനക്ക്? "റസാഖിന്റെ ഉള്ളിലെ കലാകാരൻ ഉണർന്നു.

"ദാ, ഇങ്ങള് റൊമാന്റിക്കാകാതെ ശ്രദ്ധിച്ച് കാറോടിക്കുന്നുണ്ടോ? വാരിവിതറിയ വർണം മാറാപ്പിലാക്കിക്കൊണ്ട് സൂര്യൻ മറഞ്ഞാൽ പിന്നെ കുറ്റാക്കുറ്റിരുട്ടാന്നു മറക്കണ്ട."

"ഇരുട്ടിനുമുണ്ടെടോ ചന്തം. ഇങ്ങോട്ട് നീങ്ങിയിരി."

"കിന്നാരം പറയാൻകണ്ട നേരം" റസീന പരിഭവം നടിച്ചു.

"നിന്നെപ്പോലൊരു രസംകൊല്ലി. എന്റെ മൂഡ്മുഴുവൻ കളഞ്ഞു. മഞ്ഞിലും കാണാനല്ലേ കാറിൽ ഫോഗ്ലൈറ്റ് പിടിപ്പിച്ചിരിക്കുന്നത്? ഞാൻ വളയം പിടിക്കാൻ തുടങ്ങിയിട്ട് കൊല്ലം പത്തിരുപതായി. പടച്ച വൻ സഹായിച്ച് ഇന്നുവരെ അപകടമൊന്നുമുണ്ടാക്കിയിട്ടില്ല."

"മേലിലും അള്ളാഹു കാക്കട്ടെ." റസീന കൈയ് മേലോട്ടുയർത്തി തേടി.

"എന്നെ വേവലാതി പിടിപ്പിക്കാതെ അടങ്ങിയിരിക്കുന്നുണ്ടോ നീ?"

കോളേജിൽ പഠിക്കുന്ന കാലത്ത് ഖാദറിക്കാന്റെ ഹെറാൾഡ് കാറ് ആരും കാണാതെ മുറ്റത്തിട്ടായിരുന്നു പഠനം. ഇക്ക ഓഫീസാവശ്യ ത്തിനു ടൂറിനു പോകുമ്പോൾ പുലർച്ചെ എണീറ്റ് രണ്ടും കൽപ്പിച്ചങ്ങ് റോഡിലിറക്കും. ഉമ്മ രാവിലെ തിരക്കിലായിരിക്കും. നിസ്കാരവും

ഖുർആൻ പാരായണവും അടുക്കളമേൽനോട്ടവുമായി നിന്നുതിരിയാൻ നേരമില്ലാത്തതുകൊണ്ട് ആ നേരത്ത് മൂപ്പത്തി മുറ്റത്തിറങ്ങില്ലെന്ന് ഉറപ്പായിരിക്കും. ഒരിക്കൽ എന്തോ ആവശ്യത്തിനു മുറ്റത്തിറങ്ങിയ ഉമ്മ താൻ കാറോടിക്കുന്നതുകണ്ട് തലയിൽ കൈവച്ചു നിലവിളിച്ചു.

"എന്തു ധൈര്യത്തിലാ നീ കാറ് റോഡിലിറക്കിയത്? ഇനിക്കിതാരാ പഠിപ്പിച്ചു തന്നത്? എന്റെ റബ്ബേ...നിന്റെ കാവല്. വല്ലിടത്തും തട്ടും മുട്ടും ചെയ്താല് എന്താ സ്ഥിതി? വല്ലിക്കാക്ക വരട്ടെ നിന്റെ പുറം ഞാൻ പൊളിപ്പിക്കും."

പതിവു വിരട്ടൽ. ഉമ്മ ആവശ്യത്തിനും അനാവശ്യത്തിനും പറഞ്ഞുപേടിപ്പിച്ചതുകാരണം ഏറ്റവും മൂത്ത ഇക്കയെ എല്ലാവർക്കും പേടിയായിരുന്നു. മൂപ്പർ മദ്രാസിൽനിന്ന് ലീവിനെത്തിയാൽ കൺവെട്ടത്തു ചെല്ലാതെ സൂക്ഷിക്കുമായിരുന്നു. വല്ലപ്പോഴുമാണ് നാട്ടിലെത്തുന്നത്. ആളൊരു ഗൗരവക്കാരൻ. നേരിട്ടു കണ്ടാൽ ലോഹ്യംപോലും ചോദിക്കില്ല. ആകെ തിരക്കുന്നത് പഠനകാര്യമാണ്. മാർക്കു കുറവാണെന്നു കേട്ടാൽ ഇരുത്തിയൊന്നു നോക്കും. നന്നായി പഠിക്കാതെ കുരുത്തക്കേടു കാണിച്ചാ നല്ലോണം കിട്ടുമെന്നു ചിലപ്പോൾ പറയും. അതോടെ മുട്ടുവിറയ്ക്കും. ബാക്കിയുള്ളവരോട് അധികം മിണ്ടാറില്ലെങ്കിലും ഉമ്മയുമായി പാതിരാവരെ സൊറ പറയുന്നതു കാണാറുണ്ട്. തങ്ങളുടെ കുരുത്തക്കേടുകളുടെ പട്ടിക ഉമ്മ വല്ലിക്കാക്കയെ ഏൽപ്പിച്ചിട്ടുണ്ടാകുമെന്നു കരുതി താനും റഷീക്കയും മൂപ്പർ പോകുന്നതുവരെ മുന്നിൽ പെട്ടുപോകാതെ നോക്കാറുണ്ട്. ഉമ്മ വെറുതേ പേടിപ്പിച്ചതാണെന്നും അത്തരം കാര്യങ്ങളൊന്നും മൂപ്പരെ അറിയിക്കാറില്ലെന്നും മുതിർന്നശേഷമാണ് അറിഞ്ഞത്.

"ഇങ്ങള് ഓരോന്നു പറഞ്ഞു പേടിപ്പിച്ചിട്ടാ റഷീദിനും റസാഖിനും വല്ലിക്കയോട് തീരെ അടുപ്പമില്ലാതായിപ്പോയത്." ഖാദറിക്ക പറയാറുണ്ട്.

"ബാപ്പയില്ലാത്ത കുട്ട്യേളല്ലേടാ. ആരെയെങ്കിലും പേടിവേണ്ടേ? അതാ തൊട്ടതിനും പിടിച്ചതിനും കരീമിന്റെ പേരു പറഞ്ഞ് ഇങ്ങളെ പേടിപ്പിച്ചത്."

ഉമ്മ പറഞ്ഞതുകേട്ട് വിഷമം തോന്നി. പാവം ഉമ്മ! മക്കളെക്കുറിച്ച് ആധിപിടിച്ച് നല്ലകാലം തീർത്തു. ഖാദറിക്ക വല്ലിക്കയെപ്പോലെ മസില് പിടിക്കാറില്ല. കുറച്ചുകൂടി സ്വാതന്ത്ര്യമുണ്ടായിരുന്നു. കാറ് കട്ടെടുത്ത് ഓടിക്കാൻ പഠിച്ച കാര്യം ചെവിയിലെത്തിയതും മൂപ്പർതന്നെ കൊണ്ടുപോയി കൂടെയിരുത്തി പഠിപ്പിച്ചുതന്നു. രാവിലെ ബീച്ചിൽകൊണ്ടുപോയി കാറ് സ്വയം ഓടിച്ചോളാൻ പറയും. ദൂരയാത്രപോകുമ്പോൾ കൂടെയിരുത്തി ഓടിപ്പിക്കും. അശ്രദ്ധകാണിച്ചാൽ തലയ്ക്കാണ് കിഴുക്ക്. നന്നായി പഠിച്ചെന്നു ബോധ്യമായപ്പോൾ ലൈസൻസും എടുത്തുതന്നു.

വളവു തിരിഞ്ഞുവന്ന ലോറിയുടെ വെളിച്ചം കണ്ണിലടിച്ചപ്പോൾ കണ്ണു മഞ്ഞളിച്ചു. പണിപ്പെട്ടാണ് കാറ് റോഡരികിലേക്ക് വെട്ടിച്ചത്. കുറച്ചുകൂടി മുന്നോട്ടെടുത്തിരുന്നെങ്കിൽ അതിർവരമ്പ് തകർത്ത് കാറ് കൊല്ലി

യിലേക്കു കൂപ്പുകുത്തിയേനെ.

"യാ ഹഫീള്...അള്ളാഹുവേ നിന്റെ കാവൽ." റസീനയുടെ നിലവിളി.

"ബ്ലഡി റാസ്കൽ...വന്ന വരവ് കണ്ടില്ലേ. ലൈറ്റൊന്നു ഡിമ്മാക്കിക്കൂടെ പഹയാ?"

"ഓനോടൊക്കെ മെക്കിട്ട് കേറിയാൽ നമ്മളാ വഷളാവുക. നേരമിരുട്ടി. ചുറ്റുവട്ടത്താണെങ്കില് ഒരൊറ്റ വണ്ടിപോലുമില്ല. ഇങ്ങള് കാറ് വിട്."

അരിശംമൂത്ത് കാറിന്റെ വാതിൽതുറന്ന് പുറത്തേക്കിറങ്ങാൻ മുതിർന്ന ഭർത്താവിന്റെ കൈപിടിച്ച് റസീന കെഞ്ചിയപ്പോൾ റസാഖ് അടങ്ങി.

"നീയിങ്ങനെ അലറിവിളിച്ച് മനുഷ്യനെ പേടിപ്പിക്കാതെ. കോടകാരണം അല്ലെങ്കിലേ കാണുന്നില്ല. അപ്പളാ അവന്റെ ലൈറ്റടിയും നിന്റെ ആർപ്പും."

ലോറിക്കാരനോടുള്ള അരിശം ഭാര്യയോടു തീർത്ത് റസാഖ് കാറ് സ്റ്റാർട്ടാക്കി.

പഴയ കാലമായിരുന്നെങ്കിൽ ലോറിക്കാരന് രണ്ടു പൊട്ടിച്ചുകൊടുത്തിട്ടേ റസാഖ് അടങ്ങൂ. മുമ്പൊരിക്കൽ ബൈക്കുകാരനെ ചവിട്ടി റോഡിലിട്ടതും ഓട്ടോറിക്ഷക്കാരനെ മുഖത്തടിച്ചതും റസീന ഓർത്തുപോയി. ബൈക്കുകാരൻ തന്നെ നോക്കി കമന്റടിച്ചതിനാണ് അവനെ തടഞ്ഞുനിർത്തി ചവിട്ടി റോഡിലേക്കിട്ടത്. അന്ന് സ്കൂട്ടറായിരുന്നു. മുന്നിലെ ബൈക്കിലെ ചെറുപ്പക്കാരൻ കൈയാംഗ്യം കാണിച്ച് എന്തോ പറയുന്നത് കണ്ടതാണ്. ആരോടാണെന്നു മനസിലായിരുന്നില്ല. അവന്റെ പിന്നാലെ മരണക്കുതിപ്പു നടത്തുന്നതു കണ്ടപ്പോൾ പേടിച്ചുനിലവിളിച്ചുപോയി. അവന്റെ ബൈക്ക് കാലുകൊണ്ട് ചവിട്ടി റോഡിലിട്ടിട്ടായിരുന്നു അഭ്യാസപ്രകടനം. അതിനുശേഷം സ്കൂട്ടറിന്റെ പിറകിൽ കയറ്റാറില്ല. താമസിയാതെ കാറു വാങ്ങുകയും ചെയ്തു.

റസാഖ് സംസാരം നിർത്തി ഡ്രൈവിങ്ങിൽ ശ്രദ്ധിച്ചതോടെ ചുരത്തിലെ നിശ്ശബ്ദത കാറിലും പരന്നു. തണുത്ത കാറ്റടിച്ച് ചെവി അടഞ്ഞപ്പോൾ കാറിന്റെ കണ്ണാടി ഉയർത്തി, റസീന. ഇരുട്ടു മാത്രമല്ല നിശ്ശബ്ദതയും പേടിപ്പെടുത്താറുണ്ട്. റസാഖ് ബഹളക്കാരൻ. അരുതാത്തത് ആരുപറഞ്ഞാലും കോലം മാറും. അരിശം മൂക്കത്താണ്. എന്നാലും ഉമ്മ പറയുന്നതുപോലെ പട്ടുപോലത്തെ സ്വഭാവമാണെന്നാണ് അനുഭവം.

"ഓന്റെ ഉപ്പാന്റെ അതേ മട്ടാ റസാഖിന്. മൂക്കത്താ അരിശം."

ഉമ്മ വാത്സല്യത്തോടെ പറയാറുണ്ട്. ആദ്യകാലത്ത് ഈ ബഹളക്കാരനെ പേടിയായിരുന്നു റസീനയ്ക്ക്. എന്തിന്, എപ്പോഴാണ് പിണങ്ങുന്നതെന്നു പ്രവചിക്കാനാവില്ല. ഇപ്പോൾ റസാഖിന്റെ അൽപ്പനേരത്തേക്കുള്ള മൗനംപോലും അസ്വസ്ഥയാക്കാറുണ്ട്. പുറത്ത് ഇരുട്ട് കനത്തിരിക്കുന്നു. ചീവീടുകളുടെ ചെവിതുളയ്ക്കുന്ന കരച്ചിൽ. നല്ലതണുപ്പ്. സാരികൊണ്ട് പുതയ്ക്കുന്നതുകണ്ട് റസാഖ് തോളത്തിരുന്ന ഷോളെ

ടുത്തു നീട്ടി. തന്റെ ഓരോ ആവശ്യവും നോട്ടം കൊണ്ടു തിരിച്ചറിയും. ഇരുട്ടിന്റെ ഭീകരതയ്ക്കും ചന്തമുണ്ട് എന്ന ഭർത്താവിന്റെ വാക്കുകൾ ശരിയാണെന്നു തോന്നി. റോഡിനിരുവശത്തുമുള്ള മലമടക്കുകളിൽനിന്ന് വെള്ളിനൂലുപോലെ വെള്ളച്ചാലുകൾ റോഡിലേക്കു പതിക്കുന്നു. പഠിക്കുന്ന കാലത്ത് റസാഖിനെപ്പോലെ താനും സാഹിത്യപ്രേമിയായിരുന്നു. വായന ഹരമായിരുന്നു. എഴുത്തുകാരോടു കടുത്ത ആരാധനയും. കോളേജ് ഉദ്ഘാടനത്തിനെത്തിയ എം ടിക്ക് പൂച്ചെണ്ടു കൊടുക്കാൻ അവസരം കിട്ടിയപ്പോൾ ലോകം പിടിച്ചടക്കിയ സന്തോഷം. കോളേജ് മാഗസിൻ എഡിറ്ററായിരുന്നു. ഈണത്തിൽ കവിതചൊല്ലി സമ്മാനം നേടിയിട്ടുണ്ട്. ഒരുവിധം നന്നായി പ്രസംഗിക്കാനും സാധിച്ചിരുന്നു. ഇക്ക എഴുതിത്തരുന്ന പ്രസംഗം കാണാപ്പാഠം പഠിച്ചാണ് വിലസുക. ഇക്ക അന്ന് എം എയ്ക്കു പഠിക്കുന്നു. ബാപ്പ കച്ചവടക്കാരനായിരുന്നെങ്കിലും മക്കളുടെ പഠനകാര്യത്തിൽ അതീവ ശ്രദ്ധയായിരുന്നു. ഒരിടത്തരം കുടുംബം. അതുകൊണ്ടായിരിക്കാം റസാഖിന്റെ വിവാഹാലോചന വന്നപ്പോൾ ഉമ്മ അന്ധാളിച്ചത്. പഠിത്തം കഴിഞ്ഞിട്ട് മതിയെന്ന ബാപ്പയുടെ വാദം ചെവിക്കൊള്ളാൻ ഉമ്മ ഒരുക്കമായിരുന്നില്ല.

ഇതുപോലൊരു കല്യാണാലോചന തട്ടിക്കളഞ്ഞാ ഞമ്മള് ഖേദത്തിൽപ്പെട്ടുപോകുമെന്ന് ഉമ്മ തർക്കംപിടിച്ചപ്പോഴാണ് ബാപ്പ മുന്നിട്ടിറങ്ങിയത്. അവർ രണ്ടുപേരും തർക്കിച്ചെന്നല്ലാതെ തന്നോടൊരുവാക്കും ആരും ചോദിച്ചില്ല. പെൺമക്കളോടു സമ്മതം ചോദിക്കുന്ന പതിവ് അക്കാലത്തില്ലായിരുന്നുതാനും. ഇന്ന് അങ്ങനെ വല്ലതും ചെയ്താൽ ഉമ്മയും ബാപ്പയും വഷളായതുതന്നെ. പുളുന്തൂസൻ, മണങ്ങോടൻ എന്നൊക്കെ പറഞ്ഞ് മകൾ റൈന രണ്ടുമൂന്നു വിവാഹാലോചനകൾ തട്ടിക്കളഞ്ഞപ്പോൾ സന്തോഷത്തോടൊപ്പം ഇത്തിരി നിരാശയും അസൂയയുമൊക്കെ തോന്നിയില്ലേ എന്ന് ഇപ്പോൾ സംശയമുണ്ട്. തനിക്ക് അന്ന് അഭിപ്രായസ്വാതന്ത്ര്യമുണ്ടായിരുന്നെങ്കിൽ ഈ കല്യാണാലോചന നിരസിക്കുമായിരുന്നോ..? അറിയില്ല. അന്ന് വീട്ടിൽവച്ച് പെണ്ണുകാണൽച്ചടങ്ങൊന്നും പതിവില്ല. ചെറുക്കൻ പെണ്ണിനെ കണ്ട് ഇഷ്ടപ്പെട്ട് വിവാഹം നിശ്ചയിക്കുന്ന രീതി സാർവത്രികമായിരുന്നില്ല. രഹസ്യമായി ദൂരെനിന്ന് പെണ്ണിനെ ചൂണ്ടിക്കാണിച്ചുകൊടുത്താലായി. ഒരു ഞാറാഴ്ച, നമുക്ക് കടപ്പുറത്ത് പോയാലോ? എന്നു ബാപ്പ ചോദിക്കുന്നതുകേട്ട് കുറച്ചൊന്നുമല്ല അമ്പരന്നത്.

“ഇതെന്താ വെള്ളക്കാക്കച്ചി മലർന്നു പറക്കാൻ തുടങ്ങിയോ?”

അമ്പരപ്പ് വാക്കുകളായി പുറത്ത് ചാടിയപ്പോൾ ഉമ്മയ്ക്കും ബാപ്പയ്ക്കും ചിരി. വല്ല മരണാടിയന്തിരത്തിനോ കുടുംബത്തിലെ കല്യാണങ്ങൾക്കോ മാത്രമേ ബാപ്പയും ഉമ്മയും ഒന്നിച്ചു പുറത്തിറങ്ങുന്ന പതിവുള്ളൂ.

“റിസ്‌വാനേ, നീയും പോര്. അമ്മായി അവിടെയെത്താമെന്നു പറഞ്ഞിട്ടുണ്ട്.”

ഉമ്മ പറയുന്നത് കേട്ട് ഇക്കയോടു ചോദിച്ചു.

"ഇതെന്താ കുടുംബമേളയാ?" മൂപ്പരുടെ ചുണ്ടിൽ കള്ളച്ചിരി.

"ഇതെന്തൊരു കോലാ റസീ. നല്ലൊരു ചൂരിദാറെടുത്തിട്."

വേഷം മാറിവന്നപ്പോൾ ഉമ്മയുടെ കമന്റ് കേട്ട് വീണ്ടും അമ്പരപ്പ്.

"ഞമ്മള് കടപ്പുറത്ത് തന്നല്ലേ പോണത്?"

"എങ്ങോട്ടായാലെന്താ, കാണാൻ ചേലുവേണ്ടേ? ബാപ്പ മദിരാശീന്ന് കൊണ്ടത്തന്ന ആ റോസ് ചുരിദാറിട്ടോ. അത് നിനിക്ക് നല്ലോണം ചേരും." എന്ന് ഉമ്മ പറഞ്ഞപ്പോഴേ പന്തികേടു തോന്നിയതാ. കാറിലിരുന്നപ്പോഴും ഒരു കല്യാണമണമുള്ളതായി തോന്നുകയും ചെയ്തു. തന്റെ കൂട്ടുകാരി ഹഫ്സത്തിനെ കടപ്പുറത്തുകൊണ്ടുപോയി പെണ്ണു കാണിച്ചതും കല്യാണമുറപ്പിച്ചതും അപ്പോൾ ഓർക്കുകയും ചെയ്തു. പെണ്ണുകാണലിന് അക്കാലത്ത് വലിയ പ്രാധാന്യമില്ലായിരുന്നു എന്നതാണ് വാസ്തവം. വീട്ടുകാർ നിശ്ചയിക്കുന്ന വിവാഹത്തിനു സമ്മതം മൂളുക മാത്രമാണ് മക്കളുടെ ധർമം. ആ ധർമം തെറ്റിക്കുന്ന ആണിനെയും പെണ്ണിനെയും കുരുത്തംകെട്ടവരായിട്ടാണ് കുടുംബവും സമുദായവും സമൂഹവും കണ്ടിരുന്നത്. അതുകൊണ്ടുതന്നെ അത്തരം പൊല്ലാപ്പുകൾക്ക് ആൺകുട്ടികൾപോലും മുതിരാറില്ല. കാറിൽനിന്നിറങ്ങിയതും ആരോടോ സംസാരിച്ചുകൊണ്ട് നിൽക്കുകയായിരുന്ന ബാപ്പയുടെ സഹോദരി തിടുക്കപ്പെട്ട് വന്ന് കൈപിടിച്ചു.

"എന്നെ പുതുക്കപ്പെണ്ണാക്കല്ലേ."

അറിയാതെ പറഞ്ഞുപോയി. പറഞ്ഞ് നാവെടുത്തപ്പോഴാണ് അമ്മായിയുടെ കൂടെ നിൽക്കുന്ന അണിഞ്ഞൊരുങ്ങിയ സ്ത്രീയെ ശ്രദ്ധിച്ചത്. അന്നത്തെ ഹിന്ദി സിനിമാസ്റ്റൈലിലാണ് സാരി ഉടുത്തിരിക്കുന്നത്. വഹീദാറഹ്മാന്റെ ഛായയുണ്ടല്ലോ എന്ന് ഒറ്റനോട്ടത്തിൽ തോന്നുകയും ചെയ്തു. അത് റസാഖിന്റെ മുത്തമ്മയുടെ മകളായിരുന്നു എന്ന് പിന്നീടാണ് ഉമ്മ പറഞ്ഞത്. കൂടെ സൈനുവും ഉണ്ടായിരുന്നു. അവൾ അന്നും ഇതുപോലെ മൗനിബാബതന്നെയായിരുന്നു. നാണംകുണുങ്ങി. അവളും തന്റെ കോളേജിലാണ് പഠിക്കുന്നതെന്ന് പറഞ്ഞപ്പോൾ അമ്പരന്നു. കണ്ടതായി ഓർക്കുന്നില്ല. നഗരത്തിൽ അന്ന് ഒരേയൊരു വിമൻസ് കോളേജേ ഉണ്ടായിരുന്നുള്ളൂ. രണ്ടുപേരും അവിടത്തെ അന്തേവാസികളായിട്ടും അതുവരെ പരസ്പരം കാണാൻ ഇടയായിട്ടില്ല. അവൾ പ്രീ–യ്ക്ക് രണ്ടാംവർഷം. താൻ ഡിഗ്രിക്ക്. ബാപ്പയും ഖാദറിക്കയും പരിചയക്കാർ. റസാഖിനെയും ബാപ്പയ്ക്കറിയാമായിരുന്നു. റഷീക്കയും റസാഖുമൊക്കെ ബിസിനസ് രംഗത്തായിരുന്നതുകൊണ്ട് എല്ലാവരും പരസ്പരം അറിയും. അങ്ങനെയാണത്രെ വിവാഹാലോചന വന്നത്. കുട്ടി വിമൻസ് കോളേജിലാണ് പഠിക്കുന്നതെന്നു പറഞ്ഞപ്പോൾ സൈനു ആദ്യം കാണട്ടെ എന്നാണെന്നത്രേ റസാഖ് പറഞ്ഞത്. അവൾ അന്നേ ആങ്ങളമാരുടെ മനസ്സാക്ഷി സൂക്ഷിപ്പുകാരിയായിരുന്നു. അവൾ കോളേജിൽവച്ച് രഹസ്യമായി തന്നെ കണ്ടിരുന്നു എന്നറിഞ്ഞപ്പോൾ ആകെ ചമ്മലായിരുന്നു. പെണ്ണുകാണുമ്പോൾ സൈനു കൂടെവേണമെന്ന് റസാ

ഖിനു നിർബന്ധം.

അതോടെയാണ് സൈനുവുമായി അടുത്തത്. ഉച്ചയ്ക്ക് ഒഴിവു സമയത്ത് അവളുടെ ക്ലാസിൽച്ചെന്ന് കാണുക പതിവായി. അവൾ ഇങ്ങോട്ടുവന്ന് വർത്തമാനം പറയുന്ന പതിവ് അന്നുമില്ല. തന്നെപ്പോലെ വെഗിളിക്കാരിയായിരുന്നില്ല. പേടിച്ചരണ്ടമട്ടിലാണ് അന്നേ നടപ്പ്. ബൈക്കിലോ കാറിലോ ആങ്ങളമാർ രാവിലെ കോളേജിലെത്തിക്കും. വൈകുന്നേരം ആദ്യത്തെ ബസിനു തിരിച്ചുപോവുകയും ചെയ്യും. താനെപ്പോഴും അവസാനത്തെ ബസാണ് പിടിക്കാറുള്ളത്. തിരക്കു കുറയുമെന്നുമാത്രമല്ല കൂട്ടുകാരികളുമായി സൊറപറയാൻ നേരം കിട്ടുകയും ചെയ്യും. സൈനുവിന്റെ വീട് കോളേജിനടുത്താണ്. വേണമെങ്കിൽ നടന്നുപോകാം. പക്ഷേ, ഒറ്റയ്ക്ക് നടക്കരുത് എന്നാണ് ഉമ്മയും ആങ്ങളമാരും അരുളിച്ചെയ്തിരിക്കുന്നത്. സൈനുവാണെങ്കിൽ അവർ പറയുന്നത് കണ്ണുമടച്ച് അനുസരിക്കുന്നവൾ. തന്റെ വീടാകട്ടെ നഗരത്തിന്റെ ഹൃദയഭാഗത്ത്. ബസിറങ്ങിയാൽ പത്തുമിനിട്ട് നടക്കണം വീട്ടിലെത്താൻ. പക്ഷേ, വീട്ടിലുള്ളവർക്ക് വലിയ ആശങ്കയൊന്നുമുണ്ടായിരുന്നില്ല. കോളേജിലെ പാഠ്യേതരപരിപാടികളിലൊന്നും പങ്കെടുക്കാൻ സൈനുവിന് അനുവാദമുണ്ടായിരുന്നില്ല. താനാകട്ടെ എല്ലാ പരിപാടികളിലും പങ്കെടുക്കുന്ന ബഹളക്കാരിയായതിനാൽ കോളേജിൽ പ്രസിദ്ധയായിരുന്നു. നഗരത്തിൽത്തന്നെ ജനിച്ചുവളർന്നതുകൊണ്ടാകാം സൈനുവിനേക്കാൾ എല്ലാക്കാര്യത്തിലും സ്വാതന്ത്ര്യമുണ്ടായിരുന്നു. വല്ലപ്പോഴും കൂട്ടുകാരികളോടൊത്ത് മാറ്റിനി സിനിമാഷോയ്ക്കു പോകാൻപോലും ബാപ്പ അനുവദിക്കുമായിരുന്നു. ബാപ്പ അനുകൂലിച്ചിരുന്നതുകൊണ്ട് ഉമ്മയുടെ പരാതി വകവയ്ക്കാറുണ്ടായിരുന്നില്ല.

തങ്ങൾ ഉള്ളൂർക്കരയിലെ മുടിചൂടാമന്നന്മാരായിരുന്നു എന്ന് ആ വീട്ടിലെ ഓരോരുത്തരും ഇന്നും അഭിമാനത്തോടെയാണ് പറയാറുള്ളത്. ആ നാട്ടിലെ സ്വത്തുവകകൾ മുഴുവൻ അവരുടെ കുടുംബത്തിന്റെ വകയായിരുന്നത്രെ. തന്നെ സംബന്ധിച്ചിടത്തോളം എല്ലാം കേട്ടുകേൾവികൾ മാത്രം. താൻ ചെല്ലുന്നകാലത്ത് പ്രതാപം പേരിനുമാത്രം. ആൺമക്കൾ കഠിനമായി അധ്വാനിച്ച് കുടുംബത്തിന്റെ അന്തസ്സ് നിലനിർത്താനുള്ള തത്രപ്പാടിലായിരുന്നു. കോഴിക്കോടൻ രീതിയനുസരിച്ച് റസാഖ് തന്റെ വീട്ടിലാണ് താമസിക്കേണ്ടിയിരുന്നത്. അങ്ങനെ പറ്റില്ലെന്ന് വിവാഹമാലോചിച്ചപ്പോഴേ കരാറായിരുന്നു. ഉമ്മയെക്കാൾ അക്കാര്യത്തിൽ നിർബന്ധം റസാഖിനായിരുന്നു. ഭാര്യവീട്ടിൽ താമസിക്കുന്ന ഏർപ്പാടിനില്ല. അതുകൊണ്ട് വെറുതെ കാശുചെലവാക്കി അറയൊന്നും മോടികൂട്ടരുതെന്നും പറഞ്ഞിരുന്നത്രെ. എന്നിട്ടും നാട്ടുനടപ്പല്ലേ എന്നു പറഞ്ഞ് ബാപ്പ അറയൊരുക്കി. വിവാഹസമയത്ത് താമസം കോഴിക്കോട്ടായിരുന്നെങ്കിലും കല്യാണവും പുതുക്കവും ഉള്ളൂർക്കര വച്ചായിരുന്നു. വീടുകണ്ട് കോഴിക്കോട്ടുനിന്നെത്തിയ തന്റെ ബന്ധുക്കൾ അജബായിപ്പോയി. അത്രയും വലിയ വീടായിരുന്നു. നമ്പൂതിരി ഇല്ലങ്ങൾപോലെ നാലുകെട്ടും പടിപ്പുരയും

നെല്ലുകുത്തുപുരയുമൊക്കെയായി പരന്നു കിടക്കുന്ന വീട്. പഴയ പ്രതാപത്തിനൊത്ത് അവിടെ ജീവിക്കാനാവില്ലെന്നു കണ്ട ഉമ്മ ആൺമക്കളുടെ വിദ്യാഭ്യാസത്തിനുവേണ്ടിക്കൂടിയാണ് നഗരത്തിലേക്ക് ചേക്കേറിയത്.

എല്ലാവരും ഒരുമിച്ചായിരുന്നു താമസം. ഏറ്റവും മൂത്ത ആളായ വല്ലിക്ക ഒഴികെ. മൂപ്പർ അന്നേ മദ്രാസിൽ സ്ഥിരതാമസമാക്കിയിരുന്നു. വീടിനു വലിപ്പം കുറവായിരുന്നെങ്കിലും ഉള്ളത് ഭംഗിയായി വയ്ക്കുന്ന കാര്യത്തിൽ എല്ലാവരും ശ്രദ്ധിച്ചിരുന്നു. ഉള്ളൂർക്കരയിൽ നിന്നുകൊണ്ടുവന്ന പുരാതനമായ കട്ടിലുകളും അലമാരകളും മറ്റുമരസാമാനങ്ങളും വീടിന്റെ പാരമ്പര്യത്തനിമ നിലനിർത്തി. ഇരിപ്പുമുറിയിലുണ്ടായിരുന്ന ഒറ്റപ്പലകകൊണ്ടു പണിത പിച്ചളക്കെട്ടുള്ള വലിയ കാൽപ്പെട്ടി എല്ലാവരുടെയും ശ്രദ്ധ ആകർഷിച്ചു. പഴയകാലത്തെ ഓട്ടുവിളക്കുകളും കോളാമ്പികളും തേച്ചുമിനുക്കിച്ച് ഖാദറിക്ക ഇരിപ്പുമുറിയിൽ വച്ചപ്പോൾ വീടിന് ആഢ്യത കൂടി. മരുമക്കൾ രണ്ടുപേരുണ്ടായിട്ടും ഉമ്മ വെറുതെയിരിക്കാറേയില്ല. സുലേഖമ്മായി അന്നും ഇതേ സ്വഭാവം തന്നെ. വീട്ടുപണി തീരെ ഇഷ്ടമല്ല. ഉമ്മയ്ക്കതിൽ പരാതിയുമില്ല. പണിക്ക് രണ്ടാളുണ്ട്. എന്നാലും ഉമ്മയ്ക്ക് തിരക്കായിരുന്നു. വീട്ടിൽ നിറയെ പണിക്കാരികളുണ്ടായിരുന്നതുകൊണ്ട് നല്ലകാലത്ത് ഒരുപണിയും ചെയ്തിട്ടില്ലെന്ന് ഉമ്മതന്നെ പറയാറുണ്ട്. വെപ്പിനുമാത്രമായി ഉള്ളൂർക്കരയിൽനിന്ന് ആരെയെങ്കിലും കൊണ്ടുവരികയാണ് പതിവ്. ഭക്ഷണകാര്യത്തിൽ ഉമ്മയും മക്കളും ഒരു വിട്ടുവീഴ്ചയ്ക്കും തയാറല്ല. പഴയരീതിയിലുള്ള രുചികരമായ ഭക്ഷണമില്ലെങ്കിൽ എല്ലാവരും മുഖം ചുളിക്കും. ഉമ്മയ്ക്ക് പറഞ്ഞു ചെയ്യിക്കാനേ കഴിയൂ. ജോലി ചെയ്തു ശീലമില്ലാത്തതുകൊണ്ട് വെപ്പുപണി മൂപ്പത്തിക്കു ഭാരമായിരുന്നു. തനിക്കാണെങ്കിൽ വെപ്പ് ഇഷ്ടവുമായിരുന്നു. ഉമ്മ വേണ്ടെന്നു പറഞ്ഞാലും രാവിലെ അടുക്കളയിൽ കയറി ഉമ്മയുടെ നിർദേശമനുസരിച്ച് ഓരോന്നുണ്ടാക്കി എല്ലാവരുടെയും കൈയടി വാങ്ങുന്നത് ഹരമായിരുന്നു. ഉമ്മയുടെ പല പാചകക്കുറിപ്പുകളും ഇന്നും പരീക്ഷിക്കാറുണ്ട്.

സൈനുവിന്റെ വിവാഹം കഴിഞ്ഞപ്പോൾ ഖാദറിക്ക താമസം മാറാൻ തീരുമാനിച്ചു. കുട്ടികളൊക്കെ ആയതോടെ സൗകര്യം പോരാതായി. മാത്രമല്ല സുലേഖമ്മായി ആരുമായും യോജിച്ചുപോകാത്ത പ്രകൃതവുമായിരുന്നു. മാറിത്താമസിക്കാനുള്ള നിർദേശം ഉമ്മയുടേതായിരുന്നു. ആ വീട് നല്ല ഐശ്വര്യമുള്ളതാണെന്നും അത് ആരെങ്കിലുമൊരാളെടുത്തിട്ട് ബാക്കിയുള്ളവർക്ക് അവരവരുടെ ഓഹരികൊടുക്കാനും ഉമ്മ നിർദേശിച്ചു. അപ്പോൾ നമുക്കെടുത്തൂടെ ആ വീട്? എന്ന് റസാഖിനോടു ചോദിക്കാതിരിക്കാൻ കഴിഞ്ഞില്ല. ആ വീട് സ്വന്തമായാൽ ഉമ്മ എന്നും കൂടെയുണ്ടാകുമല്ലോ എന്നുകൂടി കരുതിയാണ് റസാഖ് സമ്മതിച്ചത്. ആ വീടിനോടു വലിയ മമത തോന്നിയിരുന്നു. അത് പിന്നീട് പുതുക്കി.

“ഹലോ..... ഇറങ്ങുന്നില്ലേ...?” റസാക്ക് ചോദിച്ചപ്പോൾ റസീന കണ്ണുതുറന്നു. “എത്തിയോ..? ഞാനൊന്നു മയങ്ങിപ്പോയി.”

8

ഉച്ചനേരം. ഗേറ്റിനരികിലിരുന്ന് വാച്ചുമാൻ ഉറക്കംതൂങ്ങുന്നു. വില്ല കളിൽനിന്ന് ഹിന്ദി മലയാളം സീരിയലുകളുടെ അലയൊലികൾ.

'അഞ്ജനക്കണ്ണെഴുതി ആലിലത്താലിചാർത്തി അറപ്പുരവാതിലിൽ ഞാൻ കാത്തിരുന്നു...'

ഒരുകാലത്ത് കേരളീയരുടെ നൊസ്റ്റാൾജിയയായിരുന്ന ഭാസ്ക രൻമാസ്റ്ററുടെ വരികൾ ഒഴുകിയെത്തിയ വീടാണ് നോവലിസ്റ്റിന്റെ സ്ക്രീനിൽ തെളിഞ്ഞത്. ഗെയിറ്റിൽ സ്വർണലിപികളിൽ പേരെഴുതിവ ച്ചിരിക്കുന്നു. ഡോ. ജോർജ് ജോസഫ്. ഡിഗ്രികളുടെ നീണ്ടനിര. ഭാര്യ ലിസി ജോസഫിനും പേരിനുപിറകിൽ അത്രയുംതന്നെ വാലുകളുണ്ട്. ഡോക്ടർമാർ ഇരുവരും ഊണുകഴിക്കുകയാണ്. ഊണ് മുറിയിൽ നേരിയ ശബ്ദത്തിൽ കാതുകുളിർപ്പിക്കുന്ന പാട്ടിന്റെ ഈണം. ഡോക്ടർ ജോർജ് പാട്ടാസ്വദിച്ചുകൊണ്ടാണ് ഊണു കഴിക്കുന്നതെന്ന് മുഖം കണ്ടാ ലറിയാം.

"ജോർജേ, പോകാനുള്ള ഒരുക്കങ്ങൾ തുടങ്ങണ്ടായോ?"

"പോണോ ലിസീ..?"

ഭാര്യയുടെ ചോദ്യം അലോസരപ്പെടുത്തുന്നു എന്ന മട്ടിലായിരുന്നു ഡോക്ടറുടെ മറുപടി.

"ഇതാപ്പം നന്നായത്...എല്ലാ ഒരുക്കങ്ങളും കഴിഞ്ഞേച്ച്...."

"ഈ വീടും പരിസരവുമൊക്കെ വിട്ടുപോകണോ..? ഇത്രയും നല്ലൊ രന്തരീക്ഷം..."

"ഇനിയതൊന്നും പറഞ്ഞിട്ട് കാര്യമില്ല. രൂപാ എത്ര ചെലവാക്കി യിട്ടാ കൊച്ചിനു ഓക്സ്ഫോർഡിൽ അഡ്മിഷൻ കിട്ടിയത്?"

ലിസിയുടെ വാക്കുകളിൽ വേവലാതി.

"ഇവിടെ സൗകര്യമില്ലാഞ്ഞിട്ടല്ലല്ലോ. അവൾക്കതാണിഷ്ടമെങ്കിൽ അവിടെച്ചെന്നു പഠിക്കട്ടെ. വയസുകാലത്ത് അന്യദേശത്തുപോയി നമ്മളെന്തിനാ വലയുന്നത്?"

"എനിക്കു മോഹമില്ലാഞ്ഞിട്ടാണോ? ഇവിടന്നു കിട്ടുന്ന ശമ്പളം സീനായുടെ പഠിത്തത്തിനുവേണ്ടിയെടുത്ത ലോണടയ്ക്കാൻപോലും തെകയത്തില്ല. അവിടെയാണെങ്കിൽ നമുക്കു രണ്ടുപേർക്കും ഒരേ ആശുപത്രിയിൽ ജോലി, ഭേദപ്പെട്ട ശമ്പളം, താമസസൗകര്യം. എല്ലാം ഒത്തുവന്നപ്പോൾ എന്താ ഇങ്ങനെ...? നമ്മള് രണ്ടുപേരും കൂട്ടായെടുത്ത തീരുമാനമാണെന്നു മറക്കരുത്. കാലാകാലം അവിടെ നിക്കാനൊന്നും പോണില്ലല്ലോ. ഏറിവന്നാൽ അഞ്ചുവർഷം. അപ്പഴത്തിനു കൊച്ചിന്റെ പഠിത്തം തീരും. നമുക്ക് തിരിച്ചിങ്ങോട്ടു പോരുകയും ചെയ്യാം."

"അതോടെ അവള് വല്ല സായിപ്പിന്റെ കൂടെ പോവും. നീ തിരിച്ചുവരാൻ സമ്മതിക്കത്തുമില്ല." ജോർജിന്റെ വാക്കുകളിൽ കയ്പ്.

"അറംപറ്റിയ വാക്കുകളൊന്നും പറയാതെ. കൂട്ടായി എടുത്ത തീരുമാനമാണ്. ഇനി പിറകോട്ടു പോകുന്ന പ്രശ്നമേയില്ല. ഞാനൊന്നു കിടക്കട്ടെ. മൂന്നെണ്ണത്തിന് പ്രസവവേദന തുടങ്ങീട്ടുണ്ട്. എപ്പോൾ വേണമെങ്കിലും വിളി വരാം. ഈ അലച്ചിൽ മതിയായി."

കൈയ് കഴുകുമ്പോൾ ലിസി പറയുന്നുണ്ടായിരുന്നു.

"ശാന്തമ്മോ പാത്രങ്ങളെടുത്ത് മേശ വൃത്തിയാക്ക്" എന്ന് ലിസി പറയുന്നതിനിടയിൽ അവരുടെ മൊബൈലടിഞ്ഞു.

"ഹലോ....ഡയൽടേഷൻ ത്രീ ഫിങ്കറോ? നേരത്തേ വിളിക്കാത്തതെന്ത്? ഡോക്ടർ പത്മജയോട് ഒന്നു ശ്രദ്ധിച്ചോളാൻ പറഞ്ഞേക്കണേ. ദേ, വരണു. ജോർജ്ജേ, ഞാനിറങ്ങുന്നു. ട്രാവൽ ഏജൻസിയിൽ വിളിച്ച് ടിക്കറ്റിന്റ കാര്യമൊന്നന്വേഷിക്കണേ."

തിരക്കിട്ട് പുറത്തേക്കിറങ്ങുന്നതിനിടയിൽ ലിസി ഓർമിപ്പിക്കാൻ മറന്നില്ല. ഭാര്യയുടെ കാർ ഗേറ്റ് കടന്നതും ജോർജ് ഇരിപ്പുമുറിയിൽനിന്നു പൂന്തോട്ടത്തിലേക്കിറങ്ങുന്ന വാതിൽ തുറന്നിട്ട് ഊഞ്ഞാലക്കട്ടിലിൽ കയറിക്കിടന്നു. ചെറുതാണെങ്കിലും ഭംഗിയുള്ള പൂന്തോട്ടം. പൂത്തുലഞ്ഞ മുല്ലയും പിച്ചകവും ചെമ്പകവും തഴുകിയെത്തുന്ന കാറ്റിനു പൂമണം. നട്ടുച്ചയ്ക്കും ഇളംതണുപ്പ്. വിശാലമായ ഇരിപ്പുമുറിയും അതിനഭിമുഖമായുള്ള പൂന്തോട്ടവും പ്രത്യേകം പറഞ്ഞു ചെയ്യിച്ചതാണ്. വലിയ ഹാൾ, നടുവിൽ ഊഞ്ഞാലിട്ട് രണ്ടായി തിരിച്ചിരിക്കയാണ്. ഒരുഭാഗം വിലകൂടിയ സോഫാസെറ്റുകളും മറ്റലങ്കാരങ്ങളുമൊക്കെയായി സ്വീകരണമുറി. വിരുന്നുകാരുണ്ടെങ്കിലല്ലേ സ്വീകരണമുറിയിൽ ആൾപ്പെരുമാറ്റമുണ്ടാകൂ! വിരുന്നുവരുന്നവരെ സ്വീകരിക്കാൻ അവൾക്കോ തനിക്കോ സമയവും സന്ദർഭവും കിട്ടാറില്ലെന്നതാണ് നേര്. ഉച്ചനേരത്തെ ഒഴിവുവേളയെങ്കിലും തന്റേതുമാത്രമാക്കി മാറ്റി സംഗീതമാസ്വദിച്ച് ഇവിടത്തന്നെ ചെലവഴിക്കാൻ ആവുന്നതും ശ്രമിക്കാറുണ്ട്. ലിസിയും കൂട്ടിനുണ്ടെങ്കിലെന്ന് ആശിക്കാറുണ്ട്. ഒഴിവുവേളകളിൽ സ്വകാര്യപ്രാക്ടീസുള്ളതുകൊണ്ട്

അവളെ കൂട്ടിനു കിട്ടാറില്ല. വീടിനോടു ചേർന്ന് പരിശോധനമുറി എന്ന ലിസിയുടെ ആശയത്തെ ആദ്യമേ എതിർത്തു. വൈകുന്നേരം രോഗികളെ പരിശോധിക്കാതെ സർക്കാർ തരുന്ന നക്കാപ്പിച്ച ശമ്പളംകൊണ്ട് കുടുംബം കഴിയുന്നതെങ്ങനെ എന്നായിരുന്നു അവളുടെ സംശയം.

"വൈകുന്നേരം കിട്ടുന്ന അല്ലറചില്ലറകൊണ്ടാ അന്തസ്സായി കുടുംബം കഴിഞ്ഞുപോകുന്നത്. പ്രൈവറ്റ് പ്രാക്ടീസ് നിരോധിക്കണമെന്നും പറഞ്ഞ് ബഹളം തുടങ്ങീട്ടുണ്ട്. ആവുന്ന കാലത്ത് നാലുകാശു സമ്പാദിക്കാതെ ആദർശോം പറഞ്ഞോണ്ടിരുന്നാ കഞ്ഞികുടി മുട്ടിപ്പോകും. ഈ വർഷം ജോർജ് റിട്ടയർ ചെയ്യും. ഞാനുംകൂടി വോളന്ററി റിട്ടയർമെന്റെടുത്താ രണ്ടുപേർക്കും യു കെയിൽ ജോലിക്കു ശ്രമിക്കാമെന്ന് ഈപ്പച്ചായൻ കഴിഞ്ഞതവണ വിളിച്ചപ്പോഴും പറഞ്ഞു. വേണ്ടതു ചെയ്യാൻ ഞാൻ പറഞ്ഞിട്ടുണ്ട് കേട്ടോ."

"നമ്മെക്കാൾ കുറഞ്ഞശമ്പളം കിട്ടുന്നവർ ഈ നാട്ടിൽ ജീവിക്കുന്നില്ലേ? ജനങ്ങളുടെ നികുതിപ്പണംകൊണ്ടുകൂടിയാ സർക്കാരാശുപത്രികളിൽ പഠിച്ച് നാം ബിരുദം നേടുന്നത്. എന്നിട്ട് പണമുണ്ടാക്കാനായി അന്യനാടുകളിൽ ചെന്നു തമ്പടിക്കുന്നത് രാജ്യത്തിനോടു ചെയ്യുന്ന അനീതിയല്ലേ?"

"ജോർജിനോടു തർക്കിക്കാൻ ഞാനാളല്ല. ജനിച്ചതും വളർന്നതും അരിഷ്ടിച്ചിട്ടാ. ഇനിയും അങ്ങനെയൊക്കെ കഴിഞ്ഞുകൂടാൻ എനിക്കു മനസില്ല. വീടു പണിയാനെടുത്ത ലോൺ അടച്ചു തീർക്കണ്ടേ? മാസാമാസം എത്രയാ പലിശ കൊടുക്കുന്നതെന്നറിയാമോ? ഇനിയുള്ള കാലത്ത് എനിക്കിത്തിരി അന്തസ്സായിട്ടൊക്കെ കഴിയണം. അത് രാജ്യദ്രോഹമാണെങ്കിൽ ആയിക്കോട്ടെ."

ലിസിയെ കുറ്റപ്പെടുത്താനും തോന്നാറില്ല. കഷ്ടിച്ചു മൂന്നുനേരം കഞ്ഞികുടിച്ചു ജീവിച്ചുപോകുന്ന ചുറ്റുപാടിലാണ് അവളും താനും ജനിച്ചതും വളർന്നതും. കോട്ടയത്തുനിന്ന് വയനാട്ടിൽ കുടിയേറിയവരാണ് തന്റെ കുടുംബം. വല്യപ്പച്ചന്റെ കാലത്ത്. കാടിനോടു മല്ലിട്ട് വല്യപ്പച്ചൻ മരിച്ചപ്പോൾ പത്താം ക്ലാസുകാരനായ അപ്പനു പഠിത്തം മതിയാക്കി കുടുംബഭാരം ഏറ്റെടുക്കേണ്ടിവന്നു. താഴെ മൂന്നാണും രണ്ടുപെണ്ണും. കഷ്ടപ്പെട്ടാണെങ്കിലും അപ്പൻ അനിയന്മാരെ പഠിപ്പിച്ചു. അപ്പന്റെ കഷ്ടപ്പാട് കണ്ട് മനസലിഞ്ഞിട്ടാണ് ഇടവകപ്പള്ളിയിലെ അച്ചൻ അപ്പന്റെ സഹോദരി കത്രീനാമ്മാമയെ മഠത്തിൽ പണിക്കു നിർത്തിയത്. അനിയന്മാരെ പഠിപ്പിക്കാൻവേണ്ടി പത്താംക്ലാസു കഴിഞ്ഞപ്പോൾ അമ്മാമ പഠിത്തം നിർത്തി കൃഷിപ്പണിയിൽ സഹായിക്കുകയായിരുന്നു. കുടുംബത്തിന്റെ പ്രാരാബ്ധങ്ങൾക്കറുതി വരുത്താനായിട്ടുകൂടിയാണ് അമ്മാമ മഠത്തിലെ പണി മതിയാക്കി കർത്താവിന്റെ മണവാട്ടിയാകാൻ തീരുമാനിച്ചത്. അതുകൊണ്ട് തുടർന്നു പഠിക്കാനും നഴ്സാവാനും സാധിച്ചു. അമ്മാമ വീട്ടിൽ വല്ലപ്പോഴുമാണ് വരാറുള്ളതെങ്കിലും മാസാമാസം കാശെത്തും. താഴെയുള്ള രണ്ടനിയത്തിമാരെ നഴ്സിങ്ങിനു ചേർത്തതും

അനിയന്മാരെ പഠിപ്പിച്ചതും അമ്മാമ തന്നെ. സ്വന്തം ജീവിതം ബലി കഴിച്ചാണ് അവർ കുടുംബം കരകയറ്റിയത്. അപ്പച്ചന്റെ രണ്ടു സഹോദരിമാർ അമേരിക്കയിൽ നഴ്സുമാരാണ്. അവർക്ക് ഗ്രീൻകാർഡ് കിട്ടിയപ്പോൾ അനിയന്മാരെയും കൊണ്ടുപോയി. പത്തിരുപത് വർഷമായിട്ട് കുടുംബംമുഴുവൻ അവിടെയാണ്. അപ്പച്ചനെയും വിളിച്ചതാണ്. സ്ഥിരമായിട്ടല്ലെങ്കിലും നാടുകാണാനെങ്കിലും ചെല്ലണമെന്ന്. നിങ്ങളൊക്കെ നന്നായിട്ടു കഴിയുന്നുണ്ടെന്നറിഞ്ഞാൽ മനസു നിറഞ്ഞെന്നു പറഞ്ഞ് ഒഴിഞ്ഞുമാറി. കത്രീനമ്മാമ നിർബന്ധിച്ച് മെഡിസിനു പഠിക്കാനയച്ചിരുന്നില്ലെങ്കിൽ താനുമിപ്പോൾ അമേരിക്കയിൽ ഏതെങ്കിലും സൂപ്പർ മാർക്കറ്റിൽ സെയിൽസ് മാനേജരായിട്ടോ റിയൽ എസ്റ്റേറ്റ് ഏജന്റായിട്ടോ കഴിയുന്നുണ്ടാകുമായിരുന്നു.

ഓരോരുത്തർക്കും ഇന്നയിന്ന കർമമെന്ന് നാലാംമാസംതന്നെ തലവരയിൽ രേഖപ്പെടുത്തിയിട്ടുണ്ടാകുമെന്ന് അമ്മച്ചി പറയാറുള്ളത് നേരാണെന്ന് കാലം തെളിയിക്കുന്നതുപോലെ. അതാണല്ലോ വയനാട്ടിൽ കവാത്തുവെട്ടിയും കാപ്പിക്കുവളമിട്ടും ജീവിതം തീർക്കേണ്ടിയിരുന്നവൻ ഡോക്ടറായി മണിമന്ദിരത്തിൽ സുഖജീവിതം നയിക്കുന്നത്. ഒഴിവുമസയത്ത് അപ്പച്ചനോടൊപ്പം കൃഷിപ്പണിക്കു കൂടുമായിരുന്നെങ്കിലും ക്ലാസിൽ എന്നും ഒന്നാമനായിരുന്നു. പത്താംക്ലാസുകഴിഞ്ഞ് ഇനിയെന്ത് എന്ന് അന്തംവിട്ടുനിന്നപ്പോഴാണ് കത്രീനമ്മാമ നാട്ടിലെത്തി വഴി കാണിച്ചുതന്നത്. കോഴിക്കോടു നഗരത്തിൽ പ്രീഡിഗ്രിക്ക് ചേർത്തത് അമ്മാമതന്നെ. രണ്ടുകൊല്ലത്തെ ഹോസ്റ്റൽജീവിതം പുത്തനറിവുകളുടെ പൂക്കാലമായിരുന്നു. ജീവിതവീക്ഷണത്തിൽത്തന്നെ എമ്പാടും മാറ്റങ്ങളുണ്ടായി. ഇടയ്ക്കിടെയുള്ള അമ്മാമയുടെ കത്തുകൾ പഠിക്കാനുള്ള ഊർജമായിരുന്നു. അന്ന് പ്രീഡിഗ്രി മാർക്കിന്റെ അടിസ്ഥാനത്തിലായിരുന്നു മെഡിസിന് അഡ്മിഷൻ കിട്ടിയിരുന്നത്. കോഴിക്കോട് മെഡിക്കൽ കോളേജിൽത്തന്നെ അഡ്മിഷൻ വാങ്ങണമെന്നുള്ള ലക്ഷ്യത്തോടെ വേണം പഠിക്കാനെന്ന് അമ്മാമ നിരന്തരം ഓർമിപ്പിക്കുമായിരുന്നു. അമ്മാമയെ നിരാശപ്പെടുത്താൻ ഇടവരുത്തരുതേയെന്ന് മുട്ടിപ്പായി പ്രാർഥിച്ചുകൊണ്ടാണ് പരീക്ഷയെഴുതുക. അതുകൊണ്ടുകൂടിയാവാം അവിടെത്തന്നെ അഡ്മിഷൻ കിട്ടിയതെന്ന് പലപ്പോഴും തോന്നിയിട്ടുണ്ട്. പിന്നീട് തിരിഞ്ഞുനോക്കേണ്ടിവന്നിട്ടില്ല. ഓരോ നയാപൈസയും സൂക്ഷിച്ചാണ് ചെലവാക്കിയത്. അപ്പച്ചന്റെയും അമ്മാമയുടെയും പങ്കപ്പാടുകൾ ഓർക്കാത്ത ഒരുദിവസംപോലുമുണ്ടായിട്ടില്ല. അവർക്കുവേണ്ടി കാര്യമായി ഒന്നും ചെയ്തുകൊടുക്കാൻ ഒത്തില്ലല്ലോ എന്ന വ്യസനം പലപ്പോഴും അസ്വസ്ഥനാക്കാറുണ്ട്. താൻ ജോലിയിൽ കയറിയപ്പോഴേക്കും അമ്മാമ ലോകത്തോടു വിടപറഞ്ഞു കഴിഞ്ഞിരുന്നു. അപ്പച്ചൻ കിടപ്പിലുമായി. അപ്പച്ചനെ കോഴിക്കോട്ടു കൊണ്ടുവന്നു താമസിപ്പിക്കാനും ചികിത്സിക്കാനും സാധിച്ചതുതന്നെ വലിയ ഭാഗ്യമായി. അപ്പച്ചൻ മരിക്കുന്നതിനു മുമ്പുതന്നെ രണ്ടനിയത്തിമാരുള്ളതിനെ തരക്കേടില്ലാത്ത നിലയിൽ കെട്ടി

ച്ചയക്കാനും കഴിഞ്ഞു. അമ്മ മരിക്കുന്നതുവരെ ഇളയപെങ്ങളുടെ കൂടെയാണ് താമസിച്ചത്. ലിസിയെ അമ്മച്ചിക്ക് വലിയ പിടുത്തമില്ലായിരുന്നു. അതുകൊണ്ടായിരിക്കാം അപ്പച്ചൻ മരിച്ചപ്പോൾ നിർബന്ധിച്ചിട്ടും കൂടെ താമസിക്കാൻ അമ്മച്ചി കൂട്ടാക്കാതിരുന്നത്.

കോട്ടയത്ത് പി ജിക്കു പഠിക്കുമ്പോഴാണ് ലിസിയെ പരിചയപ്പെട്ടത്. ഇടുക്കിയിലെ മലയോരഗ്രാമത്തിലാണ് വീട്. നാലുമക്കൾ — മൂന്നു പെണ്ണും ഒരാണും. ഏറ്റവും ഇളയതായിരുന്നു ലിസി. തൊട്ടുമൂത്തചേട്ടൻ പതിനേഴാം വയസിൽ പനി ബാധിച്ചു മരിച്ചു. ലിസി മുതിർന്നപ്പോഴേക്കും മൂത്തരണ്ടു ചേച്ചിമാരും നഴ്സിങ് കഴിഞ്ഞിരുന്നു. അനിയനെ പഠിപ്പിച്ച് ഉയർന്ന നിലയിലെത്തിക്കണമെന്ന മോഹം കർത്താവ് സാധിപ്പിച്ചില്ല. അനിയത്തിയെങ്കിലും ഡോക്ടറാവണമെന്നത് ചേച്ചിമാരുടെ സ്വപ്നമായിരുന്നു എന്നാണ് ലിസി പറഞ്ഞത്. അവളുടെ കുടുംബത്തിലുള്ളവരും ഇപ്പോൾ വിദേശത്താണ്. മൂത്തചേച്ചിയാണ് ആദ്യമായി അമേരിക്കയിലെത്തിയത്. അവർ കരകയറിയപ്പോൾ മറ്റുള്ളവരെ കൊണ്ടുപോയി. ലിസിയുടെ അടുത്ത ബന്ധുവായ ഈപ്പച്ചായൻ യു കെയിൽ മെയിൽ നഴ്സാണ്. അദ്ദേഹമാണിപ്പോൾ അങ്ങോട്ടേക്കു പോകാൻ ലിസിയെ നിർബന്ധിക്കുന്നത്. എം ആർ സി പിക്ക് യു കെയിൽ പഠിക്കുന്നകാലത്ത് മൂപ്പർ ഒരുപാട് സഹായിച്ചിരുന്നു. സ്നേഹമുള്ള കൂട്ടത്തിലാണ്. അതുകൊണ്ടാണ് അദ്ദേഹത്തിന്റെ വാക്കു തട്ടിക്കളയാൻ വിഷമിക്കുന്നത്. വളരെ കഷ്ടപ്പെട്ടാണ് പഠിത്തം പൂർത്തിയാക്കിയത്. രണ്ടുപേരും പഠിക്കുന്നതുകൊണ്ട് കിട്ടുന്ന കാശ് കഷ്ടിച്ച് ജീവിക്കാനേ കഴിഞ്ഞിരുന്നുള്ളൂ. പഠിത്തംകഴിഞ്ഞ് അവിടത്തന്നെ ജോലിയിൽ കയറണമെന്നായിരുന്നു ലിസിയുടെ മോഹം. മകൻ സ്വന്തം നാട്ടിൽ ഡോക്ടറായി സേവനമനുഷ്ഠിക്കണമെന്ന അപ്പച്ചന്റെ സ്വപ്നം സാക്ഷാൽക്കരിക്കേണ്ടത് തന്റെ കടമയാണെന്ന് ലിസിയെ പറഞ്ഞു ബോധ്യപ്പെടുത്താൻ ഏറെ ശ്രമിക്കേണ്ടിവന്നു. നാടിനോടും വീടിനോടുമുള്ള കൂറുകാരണം ജീവിതം പാഴാക്കിയെന്ന ലിസിയുടെ പഴി ഇപ്പോഴും തീർന്നിട്ടില്ല.

തനിക്ക് മെഡിക്കൽ കോളേജിൽ അഡ്മിഷൻ കിട്ടിയപ്പോൾ വീട്ടിലും നാട്ടിലും പള്ളിപ്പെരുന്നാളിന്റെ ആഘോഷമായിരുന്നു. ചാക്കോച്ചേട്ടനു ഇനി മാളിക പണിയാമല്ലോ എന്നായിരുന്നു ഗ്രാമവാസികളുടെ സംസാരം.

“അയ്യോ എനിക്കീ കൂരതന്നെ സ്വർഗമാ. എന്റെ മോൻ പഠിച്ച് വലിയ ആളായി ഈ മലമൂട്ടില് ഒരാശുപത്രിയിട്ട് നിങ്ങളെയൊക്കെ ചികിത്സിക്കണമെന്ന ഒറ്റമോഹമേ എനിക്കുള്ളൂ.”

ലിസിയുടെ നിസ്സഹകരണം കാരണം അപ്പച്ചന്റെ മോഹം സാധിച്ചുകൊടുക്കാത്തതിലുള്ള ആധി ഇന്നും വ്യാകുലപ്പെടുത്താറുണ്ട്.

“ഈ മലമൂട്ടില് ക്ലിനിക്കിട്ട് കഴിഞ്ഞുകൂടാനായിരുന്നെങ്കില് പേരിന്റെ പിറകില് ഇത്രയും വാലുകളൊന്നും കഷ്ടപ്പെട്ട് സമ്പാദിക്കേണ്ടിയിരുന്നില്ലല്ലോ. എന്റെ കൊച്ചിനെ ഇവിടെയിട്ട് നരകിപ്പിക്കാൻ എന്നെ നിർബ

ന്ധിക്കരുത്."

അന്ന് സീന ചെറുതായിരുന്നു. അതുകൊണ്ടുകൂടിയാണ് നാട്ടിൽ തങ്ങണമെന്ന് അകമേ ആഗ്രഹിച്ചത്. തങ്ങൾ ജോലിക്കു പോകുമ്പോൾ അമ്മച്ചി അവളെ നോക്കിക്കൊള്ളും. തന്റെ മകൾ ഒരുൾനാടൻ ക്രിസ്ത്യാനിപ്പെണ്ണായി വളരണമെന്നായിരുന്നു മോഹം.

"ഒരുപാടു പണമുണ്ടെങ്കിലേ ജീവിതം സുഖസമ്പൂർണമാകു എന്നാണോ ലിസിയുടെ നിലപാട്?"

"എന്നൊന്നും ഞാൻ പറയുന്നില്ല. സ്വസ്ഥമായി ജീവിക്കാൻ കാശു കൂടിയേ തീരൂ."

ഇത്തരം തർക്കങ്ങൾ ജീവിതത്തിൽ വിള്ളലുണ്ടാക്കാൻ തുടങ്ങിയതോടെ വാക്കുകൾ ചുരുക്കി.

"ഇത്രേം കഷ്ടപ്പെട്ട് പഠിച്ച് ഡിഗ്രികള് സമ്പാദിച്ചിട്ട് ഇവിടയങ്ങു കൂടുന്നത് പോഴത്തരമാന്ന് അവളു പറയുന്നതിലും കാര്യമുണ്ട് കൊച്ചനേ. എവിടെയായിരുന്നാലും എന്റെ മക്കള് നമ്മെപ്പോലുള്ള പാവങ്ങക്ക് അത്താണിയായായിരിക്കണം."

അപ്പനു കൊടുത്ത വാക്കു പാലിക്കാൻ ശ്രമിക്കാറുണ്ട്. വീടിനോടനുബന്ധിച്ച് പരിശോധന മുറിയില്ലെങ്കിലും അടുത്തുതന്നെ ഒരു ചെറിയ കെട്ടിടം വാടകയ്ക്കെടുത്ത് ക്ലിനിക് നടത്തുന്നുണ്ട്. രണ്ടുപേരും അവിടെവെച്ച് ആഴ്ചയിലൊരുദിവസം നിർധനരോഗികളെ കാശുവാങ്ങാതെ പരിശോധിക്കാറുണ്ട്. വൈകുന്നേരങ്ങളിൽ പരിശോധിക്കുമ്പോൾ താൻ ആരോടും കണക്കുപറഞ്ഞ് കാശു വാങ്ങാറില്ലെങ്കിലും ലിസി കാശിന്റെ കാര്യത്തിൽ കണിശക്കാരിയാണ്. സർക്കാര് തരുന്ന കാശുകൊണ്ട് അല്ലലില്ലാതെ കുടുംബം പുലർത്തുക വിഷമംതന്നെ. ഈയിടെയായിട്ടാണ് സാമാന്യം ഭേദപ്പെട്ട ശമ്പളം കിട്ടിത്തുടങ്ങിയത്. അങ്ങനെ ചെയ്തില്ലെങ്കിൽ സർക്കാർ ആശുപത്രികളിൽ ജോലിചെയ്യാൻ വിദഗ്ധന്മാരെ കിട്ടില്ലെന്ന് ബോധ്യപ്പെട്ടിട്ടാകണം സർക്കാർ അയഞ്ഞത്. സീനയെ നന്നേ ചെറുപ്പത്തിലേ ഹോസ്റ്റലിലയച്ചു പഠിപ്പിക്കുന്നതിൽ ഒട്ടും താൽപ്പര്യമില്ലായിരുന്നു. സീനയെ നോക്കാൻ അമ്മച്ചിയെ വീട്ടിൽക്കൊണ്ടുവന്നു നിർത്താമെന്നു പറഞ്ഞിട്ട് ലിസി കേട്ടില്ല.

"അമ്മച്ചി എത്രനാളു കാണും? അതുമല്ല പ്രായംചെന്നവരെ ബുദ്ധിമുട്ടിക്കുന്നതും ശരിയല്ല." എന്നൊക്കെയുള്ള തടസവാദങ്ങളും ഉന്നയിച്ചു.

"അതൊക്കെ ശരി. ഇപ്പോൾ മുതിർന്നില്ലേ. ഇനി നിന്നോടൊപ്പം നിർത്തിക്കൂടെ?" എന്നു പറഞ്ഞിട്ടും തലയിൽ കയറുന്നില്ല. ഇത്ര ചെറുപ്പത്തിലേ വിദേശത്തയച്ചു പഠിപ്പിക്കുന്നതിനോട് യോജിക്കാനാവുന്നില്ല. മകൾതന്നെ നഷ്ടപ്പെട്ടുപോകുമോ എന്ന ഭീതിയും വല്ലാതെ അലട്ടുന്നുണ്ട്.

ഖാദറിനോടും രവീന്ദ്രനോടും ഇക്കാര്യത്തെക്കുറിച്ച് പലവട്ടം ചർച്ച ചെയ്തതാണ്. സീനയ്ക്കു പോകാനാണ് ആഗ്രഹമെന്നറിഞ്ഞപ്പോൾ എന്നാൽ എല്ലാം വിധിക്കുവിട്ട് മിണ്ടാതിരിയെന്നായിരുന്നു അവരുടെ ഉപദേശം.

വളരെ മോഹിച്ചാണ് ഈ വീട് പണിതത്. ഇവിടെ ജീവിച്ച് കൊതി തീർന്നില്ല. വിദേശത്തു കുടിയേറാനുള്ള മോഹം ലിസിയുടെ ഉള്ളിലുണ്ടെന്നറിഞ്ഞിരുന്നെങ്കിൽ കടമെടുത്ത് വീട് പണിയില്ലായിരുന്നു. ഇതെല്ലാമുപേക്ഷിച്ച് പുതിയൊരു സ്ഥലത്തുചെന്ന് ജീവിതമാരംഭിക്കണമല്ലോ എന്ന ചിന്ത വല്ലാതെ അലട്ടുന്നുണ്ട്. ലിസിയും മോളുമില്ലാതെ നാട്ടിൽ ഒറ്റയ്ക്ക് ജീവിക്കുന്നനെക്കുറിച്ച് ചിന്തിക്കാനും വയ്യ. എല്ലാം വിധിക്കു വിടുക.

"സാറേ, ചായ" എന്ന് ജോലിക്കാരി പറയുന്നതുകേട്ട് എഴുന്നേറ്റു.

9

ഡോക്ടർ ജോർജ് ജോസഫിനെയും കുടുംബത്തെയും എയർ പോർട്ടിലേക്ക് യാത്രയാക്കിയിട്ട് വിഷണ്ണരായി നിൽക്കുന്ന വില്ലാ കോംപ്ല ക്സിലെ അന്തേവാസികൾക്കൊപ്പം നോവലിസ്റ്റുമുണ്ട്. എട്ടു വീട്ടുകാ രുടെ കഥ പറയാനായിരുന്നു എഴുത്തുകാരി ഉദ്ദേശിച്ചത്. അതിലൊരു കുടുംബമതാ കെട്ടും മാറാപ്പുമായി വിദേശത്തേക്കു തിരിച്ചിരിക്കുന്നു. പെട്ടെന്ന് ഇങ്ങനെയൊരു ടിസ്റ്റ് നോവലിസ്റ്റ് വിചാരിച്ചതല്ല. അങ്ങനെ വന്നുഭവിച്ചതാണ്. കഥ തുടരാതെ നിവൃത്തിയില്ലല്ലോ. അവിടെ കൂടിയി രിക്കുന്നവരെല്ലാം ഡോക്ടരുടെ സുഹൃത്തുക്കൾ, പ്രിയപ്പെട്ടവർ. എല്ലാ വരുടെയും മുഖത്ത് മ്ലാനത, വിഷാദം.

നേരം സന്ധ്യ.

“ഉണ്ണ്യേട്ടൻ അന്വേഷിക്കണുണ്ടാവും. ഞാൻ പോണു.”

ലതയാണ് മൗനത്തിനു വിരാമമിട്ടത്. ലത യാത്ര പറഞ്ഞതും സ്ത്രീകൾ ഓരോരുത്തരായി യാത്രപറഞ്ഞ് വീടുകളിലേക്ക് ചേക്കേറി. പുരുഷന്മാർ തോട്ടത്തിൽ ഉലാത്താനിറങ്ങിയത് കണ്ട് നോവലിസ്റ്റിന്റെ കണ്ണും കാതും അവരുടെ പിറകെയായി.

റസാഖാണ് സംസാരത്തിനു തുടക്കമിട്ടത്.

“ജോർജച്ചായനു പോകാൻ തീരെ മനസില്ലായിരുന്നു.” പറഞ്ഞ പ്പോൾ റസാഖിന്റെ സ്വരമിടറി.

“അത് നീയാണോ തീരുമാനിക്കുന്നത്? അവർക്കു നല്ലതാണെന്നു തോന്നിയത് അവർ ചെയ്തു. നീയിനി അതോർത്ത് ആധിപിടിക്കണ്ട.” ഖാദർ പതിവുപോലെ അനിയനെ ശാസിച്ചു.

“ഇവിടെ തിരക്കും ബദ്ധപ്പാടും കൂടുതലാണെന്നു പറഞ്ഞാ ലിസി ച്ചേച്ചി അച്ചായനെ അങ്ങോട്ടു കൊണ്ടുപോയത്. പടപേടിച്ച് പന്തളത്തു പോയപ്പോ പന്തംകൊളുത്തി പട എന്നു പറഞ്ഞതുപോലാകുമോ?” റസാ

ഖിനു സംശയം തീരുന്നില്ല.

"എടോ, അവരുടെ കാര്യം അവർക്കു വിട്. അവർ രണ്ടുപേരും ഒറ്റക്കൊറ്റയ്ക്കും കൂട്ടായും ആലോചിച്ചെടുത്ത തീരുമാനമാണ്. അവർക്ക് നന്മവരട്ടെ എന്നു നമുക്കു പ്രാർഥിക്കാം." –ഖാദർ

"റസാഖിന്റെ സംശയം എനിക്കുമുണ്ട് കേട്ടോ. ജോർജിനു പോകാൻ ഒട്ടും താൽപ്പര്യമില്ലായിരുന്നു. നമ്മളോടുതന്നെ എത്രതവണ ചർച്ചചെയ്തതാ. ലിസിയുടെ നിർബന്ധമാ. അവരല്ലെങ്കിലും കാശെന്നു പറഞ്ഞു ചാവുന്ന കൂട്ടത്തിലാ." – പ്രൊഫസർ രവീന്ദ്രൻ.

"അങ്ങനെ പറയുന്നത് ശരിയല്ല. സ്ത്രീകൾ എപ്പോഴും നമ്മെക്കാൾ ഒരുപടി കടന്നു ചിന്തിക്കും. അവരെ കുറ്റം പറയാനും ഒക്കില്ല. വീട്ടിലെ പ്രയാസങ്ങൾ എപ്പോഴും തരണം ചെയ്യേണ്ടത് അവരാണല്ലോ."

ഷംസുദ്ദീൻ വക്കീലും സംസാരത്തിൽ പങ്കുചേർന്നു.

"അളിയൻ അത്രവലിയ സ്ത്രീപക്ഷവാദിയാകാനൊന്നും ശ്രമിക്കണ്ട. ഈ പറഞ്ഞതുപോലുള്ള പ്രയാസങ്ങളൊന്നും അവർക്കുണ്ടായിരുന്നില്ല എന്ന് എനിക്കുറപ്പിച്ച് പറയാനാവും."

"ഇവനെക്കൊണ്ടു തോറ്റല്ലോ. മറ്റുള്ളവരുടെ വീട്ടിലേക്ക് ഒളിഞ്ഞുനോക്കുന്ന പതിവ് എനിക്കോ നിനക്കോ എന്നല്ല ഇവിടെ കൂടിയ ആർക്കുമില്ല. അതുകൊണ്ടുതന്നെ അവരുടെ ബുദ്ധിമുട്ടുകളും വിഷമങ്ങളും നമുക്കറിയുകയുമില്ല. അറിയാത്ത കാര്യങ്ങളെക്കുറിച്ച് തർക്കിച്ച് തല പുകയ്ക്കരുതെന്ന് നിന്നോടു ഞാൻ പറഞ്ഞിട്ടുള്ളതല്ലേ." ഖാദറിന്റെ സ്വരം കടുത്തു.

"അനിയാ എല്ലാവരും നിന്നെപ്പോലെ വികാരപരമായി കാര്യങ്ങൾ കാണുന്നവരല്ല. ജീവിതം ഒന്നേയുള്ളൂ. അതു സുഖമായിട്ടുതന്നെ കഴിയണമെന്നാഗ്രഹമുണ്ട് എന്നാണ് ലിസി എന്നോടു പറഞ്ഞത്." രവീന്ദ്രൻ.

"പണമില്ലാത്തവൻ പിണം എന്നു ലിസി ചിന്തിച്ചതിൽ തെറ്റൊന്നുമില്ല." –വക്കീൽ.

"എന്നിട്ട് അളിയനെന്താ പണമെന്നു പറഞ്ഞ് പരക്കം പായാത്തത്?" –റസാഖ്.

"നീയും പണത്തിന്റെ പിന്നാലെ പായുന്നില്ലല്ലോ. ഓരോരുത്തരും ഓരോ മാതിരിയല്ലേ. സാമ്പത്തികവിഷമങ്ങൾ വ്യക്തിബന്ധങ്ങളിൽ വിടവുണ്ടാക്കുമെന്നതിൽ എനിക്കു സംശയമില്ല." –വക്കീൽ.

"അവൻ സാമ്പത്തികപ്രയാസങ്ങൾ ഏറെയൊന്നും അനുഭവിച്ചിട്ടില്ല. അതുകൊണ്ടാണ് ഇങ്ങനെ പറയുന്നത്. പണമില്ലാത്തുകൊണ്ടു മാത്രം പണക്കാരായ ബന്ധുക്കളുടെ പരിഹാസം ഞാനും ഉമ്മയും ഏറെ സഹിച്ചിട്ടുണ്ട്. പിറന്നത് ജന്മികുടുംബത്തിലാണെങ്കിലും ഞങ്ങൾ മുതിർന്നപ്പോൾ വീട്ടിലെ സ്ഥിതി പരുങ്ങലിലായിരുന്നു. ഉപ്പയും വല്ല്യുപ്പയും നാട്ടുകാരുടെ മുന്നിൽ പ്രതാപംകാണിച്ചും വ്യക്തിവൈരാഗ്യങ്ങൾ തീർക്കാൻ കേസുകൾ നടത്തിയും സ്വത്തുമുക്കാലും നശിപ്പിച്ചിട്ടാണ് ലോകത്തോടു വിടപറഞ്ഞത്. ഉപ്പയുടെയും വല്യുപ്പയുടെയും

വഴക്കിനിടയിൽ കിടന്നു നീറുന്ന ഉമ്മയുടെ കണ്ണീർ കുറേ കണ്ടതാണ്. വല്യുപ്പക്കെതിരെ കേസു നടത്താൻ ഉപ്പ പുരയിടങ്ങൾ ഓരോന്നായി വിൽക്കുകയും പണ്ടങ്ങൾ പണയം വയ്ക്കുകയും ചെയ്തപ്പോഴും കഷ്ട പ്പെട്ടത് ഉമ്മയും മക്കളുംതന്നെ. വല്ല്യുപ്പ മരിച്ചതോടെ ആ യുദ്ധം തീർന്നു. അപ്പോഴേക്കും ഉപ്പ പാപ്പരാവുകയും ചെയ്തിരുന്നു. ഒടുക്കം ആധി വ്യാധിയായി ഉപ്പ കിടപ്പിലായപ്പോൾ ചികിത്സയുടെ ഭാരംകൂടി ഉമ്മയുടെ ചുമലിലായി. പ്രമാണിമാരായ ബന്ധുക്കളുടെ മുന്നിൽ തല കുനിക്കാതെ മക്കളെ വളർത്താൻ ഉമ്മ അനുഭവിച്ച മാനസികസംഘർഷ ങ്ങൾ കണ്ടാണ് ഞാൻ വളർന്നത്. വല്യുപ്പയുടെ സ്വത്ത് ഭാഗിച്ചപ്പോൾ കിട്ടിയ മൂന്നേക്കർ തെങ്ങിൻപറമ്പിലെ ആദായംകൊണ്ടുവേണം കുടുംബം പുലരാൻ. ഉപ്പയുടെ ചികിത്സയ്ക്ക് പണ്ടങ്ങളോരോന്നായി പണയം വയ്ക്കുമ്പോഴുള്ള ഉമ്മയുടെ മുഖത്തെ നിസ്സംഗത അക്കാലത്ത് കുറച്ചൊന്നുമല്ല അലട്ടിയിരുന്നത്. അക്കരെ കടന്നെങ്കിലും കുറച്ചു കാശു ണ്ടാക്കി ഉമ്മയുടെ കണ്ണീരു തുടയ്ക്കാൻ സാധിച്ചിരുന്നെങ്കിലെന്ന് ആ ശിച്ചുപോയിട്ടുണ്ട്. സഹായിക്കാനാളില്ലാത്തതുകൊണ്ട് അതും നടന്നില്ല."

"അക്കരെ പോയവരെക്കാൾ മെച്ചപ്പെട്ട ഒരു ജീവിതം ഇന്നു നിങ്ങൾ ക്കുണ്ടല്ലോ ഖാദറിക്ക." അസ്വസ്ഥനായ ഖാദറിനെ വക്കീൽ ആശ്വസി പ്പിച്ചു.

"അള്ളാഹുവിന്റെ അനുഗ്രഹം. ഉമ്മയുടെ പ്രാർഥനയും. ഇരുപത്തി രണ്ടാം വയസിൽ ഉമ്മയോടൊപ്പം കുടുംബഭാരം ഏറ്റെടുക്കുമ്പോൾ നൂറു രൂപയായിരുന്നു മാസശമ്പളം. മെക്കാനിക്കൽ എഞ്ചിനിയറിങ്ങിൽ ഡിപ്ലോമ പാസായതും ഗവൺമെന്റ് ജോലി കിട്ടി. എഞ്ചിനിയറിങ്ങിന് പഠിപ്പിച്ചത് മദ്രാസിലുള്ള വല്ലിക്കാക്കയായിരുന്നു. കുടുംബം കരകയറ്റ ണമെന്നും നഷ്ടപ്പെട്ട പ്രതാപം വീണ്ടെടുത്ത് ഉമ്മയെ റാണിയായി വാഴി ക്കണമെന്നും അക്കാലത്ത് മൂപ്പരും ആത്മാർഥമായി ആഗ്രഹിച്ചിരുന്നു. കൊക്കിലൊതുങ്ങാത്തത് കൊത്തല്ലേ എന്ന ഉമ്മയുടെ അഭിപ്രായം മാനി ച്ചിരുന്നെങ്കിൽ വല്ലിക്കയുടെ ജീവിതം ഇങ്ങനെയൊന്നും ആകുമായിരു ന്നില്ല." ഖാദർ

"അങ്ങനെയൊന്നും ചിന്തിക്കുന്നതിൽ യാതൊരർഥവുമില്ല. ഇന്ന യിന്ന വിധത്തിൽ ജീവിക്കണമെന്ന് തലയിലെഴുതിയിട്ടാണ് ഓരോ കുഞ്ഞിനെയും ഭൂമിയിലേക്കയക്കുന്നത്. മുകളിലിരിക്കുന്നവൻ കൽപ്പി ക്കുന്നത് അനുസരിക്കുകയല്ലാതെ കീടങ്ങളായ മനുഷ്യർക്ക് മറ്റുമാർഗ മില്ല. അഹങ്കാരികളായ മനുഷ്യക്കൃമികൾ പക്ഷേ, ഇതു പലപ്പോഴും മറന്നുപോകുന്നു." വക്കീൽ.

"തോട്ടത്തിൽ നിറയെ കൊതുകാ. കൊതുകു കടിയേറ്റാലുണ്ടാകുന്ന അസുഖങ്ങളുടെ പട്ടികയ്ക്ക് ഈയിടെയായി നീളമേറുന്നുണ്ട്." രവീ ന്ദ്രൻ.

"കഴിഞ്ഞ മാസം ചിക്കുൻഗുനിയ വന്നതിന്റെ ക്ഷീണം സൈന ബയ്ക്ക് ഇതുവരെ മാറിയിട്ടില്ല. കാലിൽ ഇപ്പോഴും നീരുണ്ട്. ജോർജു

ണ്ടായിരുന്നതുകൊണ്ട് രോഗം വന്നാൽ ആശുപത്രിവരാന്തയിൽ കാത്തു നിൽക്കാതെ കഴിക്കാമായിരുന്നു. എണീറ്റിരിക്കാൻപോലും അവൾക്ക് വിഷമമായിരുന്നു. ഇപ്പോഴുമുണ്ട് വയ്യായ്ക. എന്നാ അടങ്ങിയിരിക്കാൻ പറഞ്ഞാൽ കേൾക്കുകയുമില്ല." –വക്കീൽ.

"അവള് ഒരു ഭാഗത്തിരുന്നാ നിങ്ങടെ വീട് നായ്ക്കോലമാവും. വലിച്ചുവാരിയിടലിന്റെ ഉസ്താദാണ് അളിയൻ എന്ന സൈനുവിന്റെ വാദത്തോട് ഞാനും നൂറുശതമാനം യോജിക്കുന്നു." –റസാഖ്.

"പെങ്ങളുടെ കാര്യം കേട്ടപ്പോ അവനു നാവു മുളച്ചതു കണ്ടില്ലേ?" വക്കീൽ ഉറക്കെ ചിരിച്ചുകൊണ്ടു പറഞ്ഞു.

"സൈനു കാരണം സ്വൈരമില്ലെന്നാ സുലേഖയുടെ പരാതി. ഒരു സാധനം യഥാസ്ഥാനത്ത് വെക്കില്ല. പേപ്പർ വായിച്ചുകഴിഞ്ഞാൽ വൃത്തിയായി മടക്കി വെക്കണമെന്ന് കല്യാണം കഴിഞ്ഞ നാളുമുതൽ പറയുന്നു. അങ്ങനെ ഓരോ നിസാരകാര്യങ്ങൾക്ക് കശപിശകൂടാത്ത ദിവസമില്ല. എന്നിട്ട് കുറ്റം സൈനുവിന്. പാവം അവളെന്തു പിഴച്ചു?"

"ഭാര്യമാരുടെ മുന്നിൽവച്ച് സ്വന്തം അമ്മയെപ്പോലും പുകഴ്ത്തിപ്പറയല്ലേ? എങ്കിൽ സ്വസ്ഥമായിട്ടു കഴിയാം" രവീന്ദ്രൻ.

"നിങ്ങളുടെ സന്തുഷ്ടകുടുംബജീവിതത്തിന്റെ രഹസ്യം ഇപ്പഴല്ലേ പിടികിട്ടിത്." വക്കീലിന്റ തമാശ സുഹൃത്തുക്കളുടെ മാന്ദ്യമകറ്റി. റസാഖൊഴികെ എല്ലാവരും എഴുന്നേറ്റു.

"എന്താടോ, നീയിവിടെ കൊതുകുകടിയേറ്റ് ഇരിക്കാനാ ഭാവം?"

വീട്ടിലേക്ക് നടക്കുന്നതിനിടയിൽ ഖാദർ ചോദിക്കുന്നുണ്ടായിരുന്നു.

റസാഖ് ഉത്തരമൊന്നും പറയാതെ തോട്ടത്തിൽ നടക്കാനിറങ്ങി. ഖാദറിക്ക പറഞ്ഞ കാര്യങ്ങൾ മനസിനെ അലട്ടുന്നുണ്ടായിരുന്നു. ഉപ്പ മരിക്കുമ്പോൾ താനൊഴികെ മറ്റു മൂന്നുപേരും ജോലിയിൽ പ്രവേശിച്ചിരുന്നു. വല്ലിക്കയ്ക്കൊഴികെ മറ്റു രണ്ടുപേർക്കും നിസാരമായ വരുമാനമേ ഉണ്ടായിരുന്നുള്ളൂ. വല്ലിക്ക വിവാഹം കഴിഞ്ഞ് മാറിത്താമസിച്ചതോടെ ഉമ്മയുടെ എല്ലാ പ്രതീക്ഷയും ഖാദറിക്കയിലായിരുന്നു. ആ പ്രതീക്ഷ നിലനിർത്താനെന്നപോലെ ഖാദറിക്ക സന്തോഷപൂർവംതന്നെ കുടുംബഭാരം ഏറ്റെടുക്കുകയായിരുന്നു. അറിയുന്നതും അറിയാത്തതുമായ കച്ചവടത്തിലേർപ്പെട്ടും കേസുകൾ നടത്തിയും ഉപ്പ സ്വത്തുക്കൾ ഓരോന്നായി കൈവിട്ടപ്പോഴും ഉമ്മ ആശ കൈവിടാതെ ധൈര്യമായി നിന്ന് മക്കളെ കരകയറ്റി. ഉപ്പ ആരോടും എടുത്തടിച്ച മട്ടിലേ സംസാരിക്കൂ. അനിഷ്ടമായതു കണ്ടാൽ ഉറക്കെ വിളിച്ചുപറയും.

"ഇങ്ങളെ ഉപ്പാക്ക് മൂക്കത്തായിരുന്നു അരിശം. ഈറപിടിച്ചാ കുത്തീറാത്തീബിന് കത്തി നിവർത്തിയവരെപ്പോലാ തുള്ളല്. മനുഷ്യരെ വെറുപ്പിക്കുന്ന തരത്തിലേ വർത്താനം പറയൂ."

"ഇങ്ങക്ക് ഉപ്പാനെ കുറ്റപ്പെടുത്തല് കുറച്ച് ജാസ്തിയാ. വല്ലിപ്പ ഉപ്പാനെ കുറച്ചൊന്നുമല്ല ദ്രോഹിച്ചത് എന്നാ ഖാദറിക്ക പറയുന്നത്."

"എന്നെ അത്രേം കഷ്ടപ്പെടുത്തീട്ടുണ്ട്. കാരോണന്മാരോടൊക്കെ

അദവോടേം കുരുത്തോടേം നിക്കണ്ടേ? എന്റെ ഉപ്പാനെ കണ്ടാൽ ഈറ്റപ്പുലിയെപ്പോലെ കടിച്ചുകീറാൻ ചെല്ലും."

"വല്ലിപ്പ കടുപ്പം കാണിച്ചിട്ടല്ലേ?"

"എന്നേം മക്കളേം നോക്കാതെ സ്വത്ത് വിറ്റ് ദീവാളി കളിച്ചിട്ടല്ലേ ഉപ്പ ചൊടിച്ചത്."

"വേണോന്നു വച്ചിട്ടല്ലാലോ. ഓരോരുത്തര് പറ്റിച്ചതല്ലേ. ഇങ്ങള് ഉപ്പാനെപ്പറ്റി നല്ലൊരു വാക്ക് പറയണത് ഞാനിതുവരെ കേട്ടിട്ടില്ല."

"നീയെന്തറിഞ്ഞു ഉമ്മാന്റെ കണ്ണീര്? ഉപ്പ നാട്ടുരാജാവ്. കെട്ടിയ മാപ്പളക്കുമില്ല ബങ്കീശത്തിനു കുറവ്. എന്നിട്ടു എനക്ക് കണ്ണീരൊഴിഞ്ഞ നേരമില്ല. അമ്മോശനും മരുമോനും കണ്ടാൽ കീരിയും പാമ്പുംപോലെയാ. ഉപ്പാനോടുള്ള വൈരാഗ്യത്തിനു മുക്കാപ്പൈശ ചെലവിനു തരൂലാ. നിന്റെ വല്ലിപ്പ എനക്ക് ഒന്നിനും ഒരു കൊറവും വരുത്തൂലാ. എന്നാ മരുമോനോടുള്ള അരിശം കുത്തുന്ന വാക്കു പറഞ്ഞാണ് തീർക്കുന്നത്."

"മാറിത്താമസിക്കാനായി ഉപ്പ പൊര പണിയിച്ചതല്ലേ? വല്ലിപ്പനെ വിട്ട് പോകൂലാന്ന് ഇങ്ങളല്ലേ തർക്കംപിടിച്ചത്? അതിന്റെ വാശിക്കല്ലേ ചെലവിനു തരാതിരുന്നത്?"

"ഞാനെന്താടാ ചെയ്യുക? ഇനിക്ക് ഓനോ വലുത് ഞാനോ എന്ന് ഉപ്പ ചോദിക്കുമ്പോൾ എനക്ക് ഉത്തരം മുട്ടും. എന്റെ ഉമ്മ ഹയാത്തുണ്ടായിരുന്നെങ്കില് ഇങ്ങനെ ഒരവസ്ഥ വരൂലായിരുന്നു എന്ന് തോന്നീട്ടുണ്ട്. പെമ്മക്കളെ കണ്ണീര് കാണാൻ ഉമ്മാർക്കേ ആവൂ."

ഉമ്മയുടെ സങ്കടം കണ്ണീരാവുമ്പോഴാണ് പലപ്പോഴും തർക്കം അവസാനിക്കുന്നത്.

"പണ്ടു കഴിഞ്ഞതും പടേച്ചത്തതുമൊന്നും ഇനി പറഞ്ഞിട്ട് കാര്യമില്ല. എന്റെ സബൂറിന് അള്ളാഹു പ്രതിഫലം തന്നു. ഇന്ന് എന്റെ മക്കള് ആരുടെ മുന്നിലും തല കുനിക്കാതെ അന്തസ്സായിട്ടു ജീവിക്കുന്നുണ്ടല്ലോ. എനക്കതുമതി. അൽഹംദുലില്ലാഹ്.... പടച്ചവനേ നിനക്കു സ്തുതി."

ഉമ്മ മുന്നിൽ നിൽക്കുന്നതുപോലെ തോന്നി. നിറഞ്ഞ കണ്ണു തുടച്ചിട്ട് റസാഖ് എഴുന്നേറ്റു.

10

സമയം വൈകുന്നേരം നാലുമണി. വില്ലകളുടെ ഉമ്മറവാതിലുകൾ ഓരോന്നായി തുറന്നു.

"നടക്കാനിറങ്ങിയതാ, നീ വരുന്നോ റസീനാ?"

സുലേഖ അനിയന്റെ ഭാര്യയോട് ഉറക്കെ വിളിച്ചു ചോദിച്ചു.

"ഞാനില്ല, കാലിനു നല്ല വേദന."

"ഡോക്ടറെ കാണിച്ചിട്ട് കുറഞ്ഞില്ലേ? അന്റെ പുതിയ പണിക്കാരത്തി എങ്ങനെയുണ്ട്?"

"വന്നതല്ലേയുള്ളൂ. ഒന്നും പറയാനായില്ല. ഇങ്ങളെ യു എസ് യാത്ര എന്തായി?"

"എന്താവാനാ...മൂപ്പരൊന്നു ശ്രമിക്കണ്ടേ? മൂപ്പര് ശ്രമിച്ചിട്ട് പോക്കു നടക്കൂലാ. നീ റസാഖിനോടൊന്നു പറ."

"ആരു ശ്രമിച്ചിട്ടും കാര്യല്ല. അവിടിരിക്കുന്ന സായിപ്പിന്റെ മൂഡനുസരിച്ചേ കാര്യങ്ങള് നടക്കൂ."

അവരോടൊപ്പം ചേർന്ന ലക്ഷ്മി നായരാണ് അങ്ങനെ പറഞ്ഞത്. ചുരിദാറായിരുന്നു വേഷം. മുടി തോളറ്റം വെട്ടിയിട്ടുണ്ട്. ചുണ്ടിൽ നേരിയമട്ടിൽ ചായം പൂശിയിരുന്നു. ഒരു യു എസ് റിട്ടേണിന്റെ ലക്ഷണങ്ങളെല്ലാമുണ്ട്.

"ഇതുതന്നെ മൂപ്പരും പറേന്നത്. മദ്രാസിൽച്ചെന്ന് ഇന്റർവ്യൂ കൊടുത്തുവന്നിട്ടിപ്പോ മാസമൊന്നാകാനായി. ഇസ്ലാമിങ്ങളെ പേരു കണ്ടാ ഓലിപ്പം വിസ അടിക്കൂലപോലെ. ഇസ്‌ലാമിനെ പറയിപ്പിക്കുന്ന പണിയല്ലേ ഓരോ പഹയന്മാര് കാട്ടിക്കൂട്ടണത്. തല്ലാനും കൊല്ലാനും ഇവരോടാരാ പറഞ്ഞത്? ഹലാക്കിന്റെ ഒസാമ കാരണം ഇനിക്കിന്റെ മക്കളെ കാണാൻ പറ്റാണ്ടായി. എന്നാ ആ ഒബാമ ഒസാമയെക്കൊന്ന് കടലിൽ

കെട്ടിത്താഴ്ത്തിയത് വലിയ അന്യായമായിപ്പോയി. ഇനി അതിന്റെപേരില് ഇന്റെ വിസ അടിക്കാതിരക്ക്വോന്നാ പേടി."

"ലോകപോലീസാന്നു പറഞ്ഞല്ലേ അമേരിക്ക നടക്കുന്നത്. അവർക്ക് ആരേം കൊല്ലാം ആക്രമിക്കാം. പേടിക്കാനുള്ള റഷ്യയെ ആദ്യമേ വെട്ടിപ്പൊളിച്ചില്ലേ." ലക്ഷ്മിനായർ അരിശത്തോടെ പറഞ്ഞു.

"അവര് തമ്മില് എന്തെങ്കിലും ആയിക്കോട്ടെ. ഇനിക്ക് ഇന്റെ വിസയൊന്നു വേഗം കിട്ടിയാ മതിയേനും. മക്കളെ കാണാഞ്ഞിട്ട് ഒറക്കം കിട്ടാണ്ടായി."

"എല്ലാം ശരിയാകും കുട്ടി. സമാധാനപ്പെട്. ഖാദർ കൂടെ വരുന്നില്ലേ?"

"വരുന്നുണ്ട്. രണ്ടാഴ്ചത്തേക്ക്. ഒരു മാസമെങ്കിലും നിക്ക് ബാപ്പാന്ന് മോൻ പറഞ്ഞിട്ട് കേട്ട മട്ടില്ല. പത്തമ്പതിനായിരം ഉറുപ്യ ചെലവാക്കിപ്പോയാൽ ഒരു മൂന്നുമാസമെങ്കിലും നിക്കണ്ടേ? ഇവിടെ അയിനുമാത്രം മലമറിക്കുന്ന പണിയെന്തെങ്കിലും ഉണ്ടെങ്കില് തരക്കേടില്ലേനും."

"ഖാദറിക്കാക്ക് വീടുവിട്ട് മറ്റെവിടെയും തങ്ങുന്നത് പണ്ടേ ഇഷ്ടല്ല. വർത്താനം പറഞ്ഞുനിന്ന് ഇങ്ങളെ നടത്തം മൊടങ്ങണ്ട. കൊളസ്ട്രോൾ കൊറവുണ്ടോ?"

ഭർത്താവിനെ കുറ്റംപറയാൻ അവസരം കിട്ടിയാൽ സുലേഖയുടെ നാവിന്റെ കെട്ടഴിയും എന്നറിയാവുന്ന റസീന സംഭാഷണത്തിലിടപെട്ടു.

"നിത്യം ഗുളിക കഴിക്കണമെന്നാ ഡോക്ടര് പറഞ്ഞത്. ദെവസോം ചുരുങ്ങിയത് അരമണിക്കൂറെങ്കിലും നടക്കണോത്രെ. വർത്താനം പറഞ്ഞുനിന്നാ നേരമിരുട്ടും. ഞാൻ പോട്ടെ." സുലേഖ പെട്ടെന്ന് യാത്ര പറഞ്ഞു.

"ലക്ഷ്മിയേച്ചിയും നടക്കാനിറങ്ങിയതാ?" റസീന ലോഹ്യം ചോദിച്ചു.

"ആന്നു. മരുന്നും വാങ്ങാം. നടത്തവുമാവാം എന്നു കരുതി ഇറങ്ങിയതാ."

"രാവിലെ പറഞ്ഞിരുന്നെങ്കിൽ മരുന്ന് ഇക്ക ടൗണിന്നു വാങ്ങിക്കൊണ്ടുവരുമായിരുന്നല്ലോ."

"അറിയാം മോളെ. എന്തിനും നിങ്ങളൊക്കെയുണ്ടല്ലോ. അതുതന്നെ എന്താശ്വാസമാണെന്നോ? വൈകുന്നേരം ഒന്നും ചെയ്യാനില്ലാതെ വീട്ടിനകത്തിരുന്നാ ആകെയൊരു ശ്വാസംമുട്ടലാ. ജോർജും ലിസിയുമുണ്ടായിരുന്നപ്പോ ക്ലിനിക്കിൽ ചെന്ന് രോഗികളുടെ പേരുവിളിക്കാനും ബുക്കു ചെയ്യാനുമൊക്കെയുണ്ടായിരുന്നു. അത് നല്ലൊരു ടൈംപാസായിരുന്നു. ഇപ്പോൾ വൈകുന്നേരം വാസുവിന്റെ കടവരെ ചെന്ന് അന്നന്നത്തേക്കുള്ള പച്ചക്കറികളും മറ്റും വാങ്ങി വീട്ടിലെത്തുമ്പോൾ ഇരുട്ടാവും."

"എന്താ അവരുടെ വിവരങ്ങള്? അവിടെ എല്ലാം സെറ്റിലായോ?"

"ലിസി ഇന്നലെ നെറ്റിലുണ്ടായിരുന്നു. അവള് ഹാപ്പിയാ. ജോർജിനിപ്പോഴും ഹോംസിക്നസ്സ് മാറിയിട്ടില്ലെന്നാ ലിസി പറഞ്ഞത്."

"അച്ചായനു പോകാൻ തീരെ മനസില്ലായിരുന്നു. ഉള്ളുനിറയെ

സ്നേഹം തുളുമ്പുന്ന ഒരു നാട്ടുമ്പുറത്തുകാരനായിരുന്നു മൂപ്പര്. ഇവിടെയുള്ളത് എല്ലാവർക്കും വലിയ ആശ്വാസമായിരുന്നു."

"ലിസിക്കും സ്നേഹത്തിനു കുറവൊന്നുമില്ല. ജീവിതവീക്ഷണത്തിലാ വ്യത്യാസം. പണമുണ്ടായാൽ എല്ലാമായി എന്നു ലിസി വിശ്വസിക്കുന്നു. ജോർജാണെങ്കിൽ പണത്തെക്കാൾ വിലകൽപ്പിക്കുന്നത് സ്നേഹബന്ധങ്ങൾക്കാണ്. മോളെ വിദേശത്തയച്ചു പഠിപ്പിക്കുന്നതിനോട് ജോർജിനു ഒട്ടും യോജിപ്പില്ല. അക്കാര്യത്തിൽ ഞാനും ജോർജിന്റെ പക്ഷത്താ. വിദേശത്തു പഠിച്ചെന്നും പറഞ്ഞ് ആരും ഉന്നതരാകാനൊന്നും പോണില്ല. കേരളത്തിലെ സാധാരണ സ്കൂളുകളിൽ പഠിച്ച എത്രയോ ചെറുപ്പക്കാർ ഇന്ന് വിദേശങ്ങളിൽ ഉന്നതസ്ഥാനങ്ങളിലിരിക്കുന്നു."

"ഇപ്പളത്തെ കുട്ട്യേക്ക് അവരെക്കുറിച്ച് മാത്രമേ ചിന്തയുള്ളൂ. അവര് വിചാരിച്ച കാര്യങ്ങള് നടത്തിക്കിട്ടണം. വയസുകാലത്ത് മക്കളെക്കുറിച്ച് ആധിപിടിച്ച് ജീവിക്കാനാ നമ്മുടെയൊക്കെ വിധി. അത്യാവശ്യത്തിനു അവരെക്കൊണ്ട് ഉതകുമെന്നുപോലും എനിക്കു തോന്നുന്നില്ല."

"വാസ്തവത്തിൽ വിദേശത്തുപോയി പഠിക്കുക എന്ന ചിന്ത സീനയുടെ തലയിൽ കുത്തിവച്ചത് ലിസിയാണ്. അവളെ കുറ്റം പറയാനും ഒക്കില്ല. ചെറുപ്പത്തിൽ തങ്ങള് കഷ്ടപ്പെട്ടതുപോലെ സ്വന്തം മക്കൾ പ്രയാസപ്പെടരുത് എന്നു വിചാരിക്കുന്നത് തെറ്റാണോ. അപ്പനമ്മമാർ മണ്ണുമായി മല്ലിട്ടും അരപ്പട്ടിണി കിടന്നിട്ടുമൊക്കെയാണ് മക്കളെ പട്ടണങ്ങളിൽ പഠിക്കാനയച്ചത്. പഠിക്കുന്നകാലത്ത് നാലു സാരികൊണ്ട് ഒരു വർഷം തികച്ചിരുന്നു എന്നൊക്കെ പറയുമ്പോൾ ലിസിയുടെ സ്വരം നേർക്കുമായിരുന്നു. തന്റെ മകൾക്കു എല്ലാ സൗഭാഗ്യങ്ങളും നേടിക്കൊടുക്കണമെന്നാണ് അവൾ പറയാറുള്ളത്. വാസ്തവത്തിൽ മക്കളെക്കുറിച്ച് അതിമോഹങ്ങളൊന്നും ഇല്ലാതിരുന്നാ വയസുകാലത്ത് നിരാശപ്പെടേണ്ടിവരില്ല. യു എസിലുള്ള എന്റെ പല സുഹൃത്തുക്കളും ഇന്നു മക്കൾ കാരണം കണ്ണീർക്കായലിൽ മുങ്ങിത്തപ്പുകയാണ്. പണമെമ്പാടുമുണ്ട്. പക്ഷേ, അതനുഭവിക്കാൻ സമയമില്ല, യോഗവുമില്ല. പറക്കമുറ്റിയാൽ മക്കള് തന്നിഷ്ടം തുടങ്ങും. തെറ്റുകണ്ട് അവരെ വഴക്കുപറയാനോ തല്ലാനോ മുതിർന്നാൽ മാതാപിതാക്കൾ ജയിലഴി എണ്ണേണ്ടിവരും. എന്റെ അയൽക്കാരും ഉറ്റസുഹൃത്തുക്കളുമായ ജോണിന്റെയും മേരിക്കുട്ടിയുടെയും കണ്ണീര് ഞാൻ കുറേ കണ്ടതാ. മേരിക്കുട്ടി നഴ്സ്. ജോണി റിയൽഎസ്റ്റേറ്റ് ഏജന്റ്. രണ്ടുപേരും പട്ടിണിയും ദാരിദ്ര്യവും അനുഭവിച്ചു വളർന്നവർ. ആദ്യം മേരിക്കുട്ടി എത്തി. പിന്നീട് ജോണിനെ വിവാഹം കഴിച്ചുകൊണ്ടുവന്നു. മൂന്നു മക്കൾ. മക്കളെ നോക്കാൻ സാമ്പത്തിക ശേഷിയില്ലാത്ത ഏതെങ്കിലും ബന്ധുവിനെ നാട്ടിൽനിന്നു കൊണ്ടുവരികയായിരുന്നു പതിവ്. മക്കൾ മുതിർന്നപ്പോൾ നാട്ടിൽനിന്നെത്തുന്ന അമ്മാമാരോട് അവർക്കു പുച്ഛം. അവരുടെ തെറ്റുകൾ ചൂണ്ടിക്കാണിക്കാനും തിരുത്താനും ശ്രമിക്കുന്നതോടെ വീട്ടിൽ എന്നും വഴക്ക്. നിവൃത്തിയില്ലാതെ മേരിക്കുട്ടി കുട്ടികളെ നോക്കാൻ നാട്ടിൽനിന്നു ബന്ധുക്കളെ

കൊണ്ടുവരുന്ന പതിവ് നിർത്തി. കഴിവിന്റെ പരമാവധി ശ്രമിച്ചിട്ടും അവർക്ക് മക്കളെ കേരളസംസ്കാരത്തിൽ വളർത്താനായില്ല. മകൾ കാപ്പിരിയോടൊപ്പം പോയി മടുത്തു തിരിച്ചുവന്നു. മകൻ അമേരിക്കക്കാരിയെ വിവാഹം കഴിച്ചു. വലിയ പ്രതീക്ഷയോടെയാണ് അവർ മകന്റെ വിവാഹം നടത്തിക്കൊടുത്തത്. അതും വിജയിച്ചില്ലെന്നാണ് അറിയാൻ കഴിഞ്ഞത്.

"യാഥാസ്ഥിതിക ചുറ്റുപാടിൽ ജനിച്ചുവളർന്ന നമ്മളെപ്പോലുള്ള മാതാപിതാക്കൾക്ക് ഇതുമായി പൊരുത്തപ്പെടാൻ തീരെ സാധിക്കാറില്ല. എന്റെ കാര്യങ്ങൾ കുറെയൊക്കെ നിങ്ങൾക്കെല്ലാം അറിയാവുന്നതല്ലേ. മക്കളില്ലാഞ്ഞത് ഭാഗ്യമായി. എന്നെപ്പോലെ നീറിക്കഴിയുന്ന ഒരുപാട് സുഹൃത്തുക്കൾ വേറയുമുണ്ട്. അവരുടെ വേദനകൾ പങ്കുവയ്ക്കുന്നതിനിടയിൽ സ്വന്തം വേദന മറക്കുന്നു."

പറഞ്ഞു മുഴുമിപ്പിച്ചപ്പോൾ അവരുടെ തൊണ്ട ഇടറി.

"തലവര തിരുത്താൻ നമുക്കാവില്ലല്ലോ ലക്ഷ്മിയേച്ചീ." റസീന അവരെ ആശ്വസിപ്പിച്ചു.

"അങ്ങനെ സമാധാനിക്കുകയേ നിവൃത്തിയുള്ളൂ. ഞാനൊന്നു കടയിൽപ്പോയിട്ടു വരാം."

കണ്ണുതുടച്ചുകൊണ്ട് ലക്ഷ്മീനായർ നടന്നകന്നപ്പോൾ റസീന വീട്ടിനകത്തേക്കു കയറി.

നോവലിസ്റ്റ് പക്ഷേ, ലക്ഷ്മിനായരെ പിന്തുടരാനാണ് തീരുമാനിച്ചത്. അവരുടെ ഉള്ള് തുറപ്പിക്കാതെ കഥ മുമ്പോട്ടു കൊണ്ടുപോവാനാവുന്നില്ല.

തലനിറയെ നീറുന്ന ചിന്തകളുമായാണ് ലക്ഷ്മി നടന്നത്. അമേരിക്കയിൽ ഉപരിപഠനം കഴിഞ്ഞ് അവിടത്തന്നെ ജോലിചെയ്യുന്ന ഡോക്ടറെ വിവാഹം കഴിക്കുക എന്നത് ആയിരത്തിത്തൊള്ളായിരത്തി എഴുപതുകളിൽ പെൺകുട്ടികൾക്ക് ഭാഗ്യക്കുറികിട്ടുന്നതിനു തുല്യമായിരുന്നു. സുഹൃത്ത് കൃഷ്ണനുണ്ണിമേനോൻ മകനുവേണ്ടി നിന്നെ പെണ്ണുചോദിച്ച് വീട്ടിലെത്തിയപ്പോൾ ഞങ്ങൾ മിണ്ടാൻ വയ്യാതെ വാപൊളിച്ചിരുന്നുപോയി എന്നാണ് അച്ഛനുമമ്മയും പറഞ്ഞത്. താനന്ന് ബി എസ് സി അവസാനവർഷം പഠിക്കുന്നു. ഏട്ടൻ പഠിപ്പുകഴിഞ്ഞ് ബോംബെയിൽ ഒരു പ്രൈവറ്റ് കമ്പനിയിൽ ജോലിക്ക് കേറിയതേയുള്ളൂ. കോളേജധ്യാപകനായ അച്ഛനു പെൻഷൻ പറ്റാൻ അധികം കാലമുണ്ടായിരുന്നില്ല. അമ്മ സന്തുഷ്ടയായ വീട്ടമ്മ. കിട്ടുന്നതുകൊണ്ട് അരിഷ്ടിച്ചു കഴിയുന്ന ഒരിടത്തരം കുടുംബത്തിന് അമേരിക്കക്കാരനെ മരുമകനായി കിട്ടുക എന്നത് കിട്ടാക്കനിതന്നെയായിരുന്നു. എന്നിട്ടും താൻ എതിർത്തു. വീട്ടുകാരെയെല്ലാംവിട്ട് കണ്ണെത്താദൂരത്ത് താമസിക്കുന്നതിനോട് ഒട്ടും യോജിപ്പില്ലായിരുന്നു. നാട്ടിലാരെയെങ്കിലും മതി എന്നു അമ്മയോടു പറഞ്ഞുനോക്കി.

"അതൊക്കെ വെറുതേ തോന്നുന്നതാ കുട്ട്യേ. അമേരിക്കയിലെത്തിയാൽ നിനക്ക് ഞങ്ങളെ ഓർക്കാൻപോലും നേരമുണ്ടാവില്ല. കൃഷ്ണനു

ണ്ണിയേട്ടനെ എത്രയോ നാളായി ഞങ്ങളറിയുന്നതാ. നല്ല സ്നേഹള്ള കൂട്ടരാ. അവരുടെ മകനും അതുപോലെതന്നെയാ."

എന്നു പറഞ്ഞാണ് അമ്മ സമാധാനിപ്പിച്ചത്. തന്റെ എതിർപ്പ് ഏട്ട നടക്കം എല്ലാവരും കുട്ടിക്കളിയായി കണ്ട് തള്ളിക്കളഞ്ഞു. ഏട്ടൻ പിന്നീ ടയയ്ക്കുന്ന കത്തുകളിലെല്ലാം പലരിൽ നിന്നായി ശേഖരിച്ച ന്യൂയോർക്ക് വിശേഷങ്ങളായിരുന്നു. അക്കാലത്ത് ഫോൺപോലും പണക്കാരുടെ മാധ്യമമായിരുന്നു. തങ്ങളെപ്പോലുള്ള ഇടത്തരക്കാർ സൗഹൃദബന്ധ ങ്ങളും കുടുംബബന്ധങ്ങളും നിലനിർത്തിയിരുന്നത് കത്തുകളിലൂടെ യായിരുന്നു. കത്തിടപാട് മാറി ഇന്റർനെറ്റിലൂടെയും ഫോണിലൂടെയും ബന്ധപ്പെടാൻ തുടങ്ങിയതോടെ വ്യക്തിബന്ധങ്ങളിൽ വിള്ളൽ വീണില്ലേ എന്നു പലപ്പോഴും തോന്നിയിട്ടുണ്ട്. ആഴ്ചയിലൊരിക്കലെത്തുന്ന ഏട്ടന്റെ കത്തിനായി വീട്ടിലെല്ലാവരും ആകാംക്ഷയോടെയുള്ള കാത്തി രിപ്പ് ഇന്നും സുഖമുള്ള ഓർമയാണ്. കല്യാണച്ചെറുക്കനെ ആദ്യമായി കണ്ടത് കതിർമണ്ഡപത്തിൽവെച്ചായിരുന്നു. കല്യാണത്തലേന്നാണ് മൂപ്പര് നാട്ടിലെത്തിയതത്രെ. അവനിപ്പോൾ വിവാഹത്തിനു ഒട്ടും താൽപ്പ ര്യമില്ലായിരുന്നു എന്നും ഞങ്ങളുടെ വാക്ക് തട്ടിക്കളയാൻ സാധിക്കാത്ത തുകൊണ്ടാണ് അവിടത്തെ തിരക്കുകൾ മാറ്റിവച്ച് നാട്ടിലെത്തിയതെന്നും അമ്മ ആരോടൊക്കെയോ പറയുന്നത് കാതിലെത്തിയിരുന്നു. പുള്ളിയുടെ മുഖമാണെങ്കിൽ കടന്നൽ കുത്തിയതുപോലെ.

"എന്താ അമ്മിണിക്കുട്ടീ നിന്റെ മോന്റെ മുഖത്തൊരു തെളിച്ചമില്ലാ ത്തത്." എന്ന അദ്ദേഹത്തിന്റെ ബന്ധുവിന്റെ ചോദ്യം തന്റെ നാക്കിൻ തുമ്പിലുമുണ്ടായിരുന്നു.

"അവൻ പണ്ടേ അങ്ങനെയാ. ബഹളക്കാരനേ അല്ല. അവനായി, പഠിപ്പായി, ജോലിയായി കഴിയും. ഇപ്പോ ഒട്ടും ഒഴിവില്ല. തെരക്ക് കഴി ഞ്ഞിട്ട്പോരെ വിവാഹമെന്ന് അവൻ ചോദിച്ചതാ. അച്ഛൻ സമ്മതിച്ചില്ല. അതിന്റ ടെൻഷനുണ്ട്." അമ്മ മകനെ താങ്ങി.

എന്തോ ഒരകൽച്ച ആദ്യരാത്രിയിൽത്തന്നെ അനുഭവപ്പെട്ടിരുന്നു. ആർക്കാനുംവേണ്ടി ഓക്കാനിക്കുന്നതുപോലൊരു ഭാവം. കൂട്ടുകാരികൾ അടക്കംപറഞ്ഞ തരത്തിലുള്ള ത്രില്ലൊന്നും മധുവിധുരാത്രിയിൽ അനു ഭവപ്പെട്ടില്ല. അതൊന്നും ആരോടും തുറന്നുപറയാൻ നാണം അനുവദി ച്ചില്ല. അവനാളൊരു ഗൗരവക്കാരനാ, കണ്ടും കേട്ടും നിന്നുകൊള്ളണ മെന്ന് അദ്ദേഹത്തിന്റെ അമ്മ ഓർമിപ്പിക്കുകയും ചെയ്തിരുന്നു. വിവാഹം കഴിഞ്ഞ് കഷ്ടിച്ച് ഒരുമാസമേ നാട്ടിലുണ്ടായിരുന്നുള്ളൂ. ബോംബെയിൽ നിന്നായിരുന്നു ഫ്ളൈറ്റ്.

"ലക്ഷ്മിയെ ഇത്തവണ കൊണ്ടുപോകണമെന്ന് ഞാൻ വിചാരിച്ച തല്ല. അച്ഛനുമമ്മയും ഒരേനിർബന്ധം. അതോണ്ടാ."

മുരളിയേട്ടന്റെ സ്വരത്തിലെ കുറ്റബോധം കുറച്ചൊന്നുമല്ല അസ്വ സ്ഥയാക്കിയത്. പിന്നീടൊന്നും സംസാരിക്കാതെ അദ്ദേഹം അകത്തേക്കു നടന്നപ്പോൾ ധൃതിയിൽ പിന്തുടരുകയല്ലാതെ മറ്റൊരു നിവൃത്തിയുമി

ല്ലായിരുന്നു. പതിനെട്ടു മണിക്കൂർ യാത്ര കഴിഞ്ഞ് ന്യൂയോർക്കിലെത്തിയപ്പോൾ ആകെ തളർന്നിരുന്നു. മുരളിയേട്ടൻ രാവിലെ ജോലിക്കുപോയതോടെ ഏകാന്തത വല്ലാതെ അലട്ടി. വിവാഹത്തിൽ വലിയ താൽപ്പര്യമില്ലായിരുന്നെന്നും അമ്മയുടെ നിർബന്ധത്തിനു വഴങ്ങിയതാണെന്നും അതുകൊണ്ട് പലതും അഡ്ജസ്റ്റു ചെയ്യേണ്ടിവരുമെന്നും പ്ലെയിനിൽവച്ചേ സൂചന തന്നിരുന്നു. "നാട്ടിലേതിൽനിന്ന് വളരെ വ്യത്യസ്തമായ ജീവിതശൈലിയായിരിക്കും ഇവിടെ. ഒന്നു ശ്രമിച്ചുനോക്കൂ. പറ്റുന്നില്ലെങ്കിൽ തിരിച്ചുപോകുന്നതിൽ എനിക്കു വിരോധമില്ല." എന്ന അദ്ദേഹത്തിന്റെ വാക്കുകൾ മുള്ളുപോലെ കുത്തിക്കയറി പോറലുണ്ടാക്കിയെങ്കിലും ആരോടും അതിനെക്കുറിച്ച് തൽക്കാലം മിണ്ടണ്ടെന്നാണ് മനസു പറഞ്ഞത്.

ഇനിയുള്ള ജീവിതം മുരളിയേട്ടനൊത്ത് കഴിയാനാണ് ആഗ്രഹമെന്നു പറഞ്ഞപ്പോൾ മനസ്സ് നീറുന്നുണ്ടായിരുന്നു. ഭർത്താവുപേക്ഷിച്ചെന്ന ലേബലിൽ നട്ടിലെത്തിയാൽ അച്ഛനുമമ്മയും അനുഭവിക്കേണ്ടിവരുന്ന യാതനകളെക്കുറിച്ചോർത്തപ്പോൾ അങ്ങനെ പറയാനാണ് തോന്നിയത്. അതിനുശേഷം മുരളിയേട്ടൻ അലോഹ്യം കാണിക്കാറില്ല. ഒരു സുഹൃത്തിനെപ്പോലെ എന്തിനും ഏതിനും മുരളിയേട്ടൻ കൂട്ടിനുണ്ടായതോടെ ആ മൂന്നുനില വീടും ചുറ്റുപാടും പ്രിയപ്പെട്ടതായി മാറി. മിൽസ് ആൻഡ് ബൂൺ നോവലുകളെ ഓർമിപ്പിക്കുന്ന ചുറ്റുപാടായിരുന്നു വീടിന്. ബെയിസ്മെന്റും രണ്ടു നിലകളുമായിരുന്നു വീടിനുണ്ടായിരുന്നത്. ഒന്നാംനിലയിൽ ഇരിപ്പുമുറിയും ഊണുമുറിയും അടുക്കളയും. രണ്ടാംനിലയിലാണ് കിടപ്പുമുറികൾ. ബെയ്സ്മെന്റിൽ വാഷിങ് മെഷീനും ഡ്രയറും സ്റ്റോറുമുറിയുമാണ് ഉണ്ടായിരുന്നത്. വീട്ടിൽ ഒറ്റയ്ക്കാകുമ്പോൾ നേരംപോകാൻ കണ്ട വഴി വീട് അലങ്കരിക്കുകയായിരുന്നു. അതിന്റെ ഭാഗമായിട്ടാണ് ബെയ്സ്മെന്റിലെ സാമാനമുറി പൂജാമുറിയാക്കി മാറ്റിയത്. ചെറുതെങ്കിലും സുന്ദരമായ രാധാകൃഷ്ണവിഗ്രഹം നാട്ടിൽനിന്നു പോരുമ്പോൾ കൊണ്ടുവന്നിരുന്നു. മുരളിയേട്ടന്റെ അമ്മ ദേവീദേവന്മാരുടെ പടങ്ങൾ തന്നയച്ചിരുന്നു. സന്ധ്യാദീപം കൊളുത്തി എന്നും എന്റെ മുരളിക്കുവേണ്ടി പ്രാർഥിക്കണേ എന്നു കണ്ണീരോടെ പറയുകയും ചെയ്തു. പൂജാമുറി അലങ്കരിക്കാൻവേണ്ട ഒത്താശകൾ കണ്ടറിഞ്ഞ് മുരളിയേട്ടൻ ചെയ്തുതന്നപ്പോൾ ദൈവം കൈവിടില്ല എന്ന തോന്നലിനു ശക്തികൂടി.

ഈ വീട്ടിൽ എന്തു മാറ്റങ്ങൾ വരുത്താനും ലക്ഷ്മിക്ക് സ്വാതന്ത്ര്യമുണ്ട്. ഇവിടെ എല്ലാത്തിനും ഏജൻസികളുണ്ട് എന്നു പറഞ്ഞുകൊണ്ട് ഇന്റീരിയർ ഡെക്കറേറ്ററുടെ ഫോൺ നമ്പർ തന്നു. അതോടെ അതിലായി താൽപ്പര്യം. രാവിലെ ഇറങ്ങിയാൽ വൈകിയാണ് വീട്ടിലെത്തുക. നൈറ്റ് ഡ്യൂട്ടിയാണെന്നു പറഞ്ഞ് പലപ്പോഴും വരാതിരിക്കാറുമുണ്ട്. എങ്കിലും വീട്ടിലുള്ള സമയത്ത് സ്നേഹത്തോടെയാണ് പെരുമാറുക. കിടക്കുന്നതും ഒരേമുറിയിൽത്തന്നെ. ഒപ്പം കഴിയുമ്പോഴെല്ലാം മുര

ളിയേട്ടന്റെ അസ്വസ്ഥത കുറച്ചൊന്നുമല്ല അലട്ടിയിരുന്നത്. നിന്നോട് ഞാൻ തെറ്റു ചെയ്തു എന്ന തോന്നൽ എന്നെ വല്ലാതെ അലട്ടുന്നുണ്ട് എന്ന് പലപ്പോഴും കുമ്പസാരം നടത്തുകയും പതിവായിരുന്നു. എന്നിട്ടും അദ്ദേഹത്തെക്കുറിച്ച് സംശയങ്ങളൊന്നുമില്ലായിരുന്നു. ഒറ്റയ്ക്കിരുന്നു വല്ലാതെ മുഷിഞ്ഞപ്പോഴാണ് അടുക്കളമുറ്റത്ത് പച്ചക്കറിത്തോട്ടം ഉണ്ടാക്കാൻ തീരുമാനിച്ചത്. അപ്പോഴേക്കും ടാക്സി പിടിച്ച് അടുത്തുള്ള സൂപ്പർമാർക്കറ്റുകളിൽ ഒറ്റയ്ക്കുപോയി സാധനങ്ങൾ വാങ്ങാനൊക്കെ പഠിച്ചിരുന്നു. അടുക്കളത്തോട്ടത്തിൽ വെണ്ടയും തക്കാളിയും തഴച്ചുവളരുന്നതു കണ്ടപ്പോൾ ആകെ ഉന്മേഷം.

ഒരുദിവസം പച്ചക്കറിത്തോട്ടത്തിൽ ഉലാത്തുമ്പോഴാണ് അയൽവീട്ടിലെ സ്ത്രീ കൈമാടി വിളിച്ചത്. വേഷം കണ്ടപ്പോൾ മലയാളിയാണെന്നു തോന്നിയതേയില്ല. പാന്റും ഷർട്ടുമായിരുന്നു ധരിച്ചിരുന്നത്.

“മലയാളിയാണോ?” എന്ന് അവർ മലയാളത്തിൽ ചോദിച്ചപ്പോൾ സന്തോഷംകൊണ്ട് അമ്പരന്നു. “അതേ...” എന്നു പറഞ്ഞുകൊണ്ട് തിരക്കിട്ട് വേലിക്കരികിലെത്തി.

11

വീട്ടിൽ തിരിച്ചെത്തിയിട്ടും ലക്ഷ്മിനായരുടെ മനസ്സ് ന്യൂയോർക്ക് വിടാൻ കൂട്ടാക്കാത്തതുപോലെ. ചിന്തകളുടെ കെട്ടിമറിച്ചിൽ കാരണം തല പൊളിയുന്ന വേദന. കുറേ കാലമായി അമേരിക്കൻ ഓർമകളെ ആട്ടിയകറ്റുകയാണ് പതിവ്. ആലോചിച്ച് തലപുണ്ണാക്കാൻ ഇവിടത്തെ അന്തേവാസികൾ സമ്മതിക്കാറുമില്ല. ലക്ഷ്മിയേച്ചിയെ സന്തോഷിപ്പിക്കാൻ ഓരോരുത്തരും മത്സരമാണോ എന്നുപോലും തോന്നാറുണ്ട്. സൈനുവും റസീനയും സീമയും ലതയും സുലേഖയും ഇപ്പോൾ സ്വന്തം സഹോദരിമാരെപ്പോലെ പ്രിയപ്പെട്ടവരാണ്. ഓരോരുത്തർക്കും അവരവരുടേതായ പ്രശ്നങ്ങളുണ്ടെങ്കിലും പരസ്പരം സഹായിക്കാൻ എല്ലാവരും തയാറാണ്. എല്ലാവരോടും പരിഭവവും പായാരവും പറഞ്ഞു നടക്കുന്ന സുലേഖപോലും ഉള്ളുതുറക്കുന്നത് ലക്ഷ്മിയേച്ചിയോടാണ്. ഉണ്ണി കിടപ്പിലായതോടെ ഇടയ്ക്കിടെ ചെന്ന് ലതയ്ക്ക് കൂട്ടിരിക്കുക ഈയിടെയുള്ള പതിവാണ്. ലതയുടെ ദുഃഖം കാണുന്നതോടെ സ്വന്തം വേദനകളെക്കുറിച്ച് ചിന്തിക്കാതായി. ഇന്ന് സുലേഖ അമേരിക്കൻ വിസയെക്കുറിച്ചു പറഞ്ഞപ്പോൾ മനസ്സ് അറിയാതെ ന്യൂയോർക്കിലെത്തിയതാണ്.

മലയാളിയാണോ എന്ന് അയൽക്കാരി ചോദിച്ചപ്പോഴുണ്ടായ ഉത്സാഹം അവരുടെ തുടർന്നുള്ള വാക്കുകൾ കേട്ടതോടെ ആകാംക്ഷയായി.

“ചോദിക്കുന്നതിൽ ഒന്നും തോന്നല്ലേ....മുരളിയുടെ ഭാര്യയാണോ...?”

“അതേ.....” വാക്കുകളിടറിയോ..?

“ഒരു വടക്കേ ഇന്ത്യക്കാരി നഴ്സ് കുറേക്കാലമായി മുരളിയോടൊപ്പമായിരുന്നു താമസം. പുതിയ ആളെക്കണ്ടതുകൊണ്ട് ചോദിച്ചതാണ്.

കൊച്ചിനെ പേടിപ്പിക്കാൻ പറഞ്ഞതല്ല. ഡോൺഡ് വറി. ഇവിടെ അതൊക്കെ പതിവാ. വിവാഹം കഴിഞ്ഞസ്ഥിതിക്ക് ഇനിയൊന്നു കടിഞ്ഞാണിട്ടോണം."

"അടുത്തവീട്ടിൽ മലയാളികളാണെന്ന് മുരളിയേട്ടൻ പറഞ്ഞതേയില്ല. കല്യാണം കഴിഞ്ഞ് ഇവിടെയെത്തിയിട്ട് രണ്ടുമാസമാകുന്നതേയുള്ളൂ. മൂപ്പർക്കെപ്പോഴും തിരക്കാ. വെറുതെയിരുന്നു മടുത്തപ്പം കണ്ടുപിടിച്ചതാ തോട്ടപ്പണി."

മലയാളം പറയാൻ കിട്ടിയ അവസരം ആഘോഷിക്കുന്നതിനിടയിൽ മുരളിയേട്ടന്റെ പെൺസുഹൃത്തിനെ മറന്നു.

"ഇവിടെ അയൽപക്കബന്ധങ്ങളൊക്കെ കുറവാ. ഓരോരുത്തർക്കും അവരവരുടെ ജോലിയും ജീവിതവും കെട്ടിപ്പടുക്കാനുള്ള ബദ്ധപ്പാടാ."

"ആന്റിയുടെ പേരന്താ? ഒറ്റയ്ക്കാണോ? ഇതുവരെ പുറത്താരേയും കാണാത്തതുകൊണ്ട് ഞാൻ വിചാരിച്ച് വീട്ടിൽ ആളില്ലെന്ന്."

കുറേക്കാലമായി മലയാളം പറയാൻ അവസരം കിട്ടാത്തതുകൊണ്ടാകാം വാക്കുകളുടെ ഒഴുക്കിനു ശക്തി കൂടിയത്.

"അച്ചാമ്മാ ചാക്കോന്നാ എന്റെ പേര്. ഭർത്താവ് ചാക്കോ. ഞങ്ങള് നാട്ടിൽ പോയതായിരുന്നു. ഞാനിന്നലെ തിരിച്ചെത്തിയതേയുള്ളൂ. പുള്ളിക്കാരൻ അടുത്തമാസമേ എത്തൂ"

"ആന്റി നഴ്സാണോ.?"

"അമേരിക്കയിൽ നസ്രാണിപ്പെണ്ണുങ്ങളെല്ലാം നഴ്സാണെന്നാ നാട്ടിലുള്ളവരുടെ വിചാരം. ഞാനേതായാലും നഴ്സല്ല. ലാബിൽ ഫാർമസിസ്റ്റാ. ചാക്കോച്ചൻ സ്വന്തമായി സൂപ്പർ മാർക്കറ്റ് നടത്തുകയാ."

അച്ചാമ്മച്ചേടത്തിയുടെ സ്വരത്തിൽ അരിശം മാത്രമല്ല പരിഭവവും പ്രകടമായിരുന്നു.

"അയ്യോ, ആന്റീ... ഞാൻ അങ്ങനെയൊന്നും കരുതി ചോദിച്ചതല്ല."

"സാരമില്ല. നീയൊരു പാവമാണെന്ന് നിന്നെ കണ്ടാലേ അറിയാം. ആട്ടെ ജോലിക്കൊന്നും പോകാറില്ലേ?"

"അതിനെക്കുറിച്ചൊന്നും ഇതുവരെ ആലോചിച്ചില്ല. നാട്ടിൽ ബി എസ് സി പരീക്ഷ എഴുതി നിൽക്കുമ്പോഴാണ് വിവാഹാലോചന വന്നത്. അമേരിക്കാന്ന് കേട്ടതും വീട്ടുകാർക്ക് ത്രിൽ. എല്ലാം ഒരുമാസത്തിനകം ശരിയായി."

"ഇതാ നമ്മുടെ നാട്ടുകാരുടെ തകരാറ്. അമേരിക്കാന്നു കേട്ടാൽ പിന്നൊരന്വേഷണവുമില്ല. നിന്റെ കാര്യംതന്നെ നോക്ക്..."

"എന്താ ആന്റീ....?"

ആകാംക്ഷ മറച്ചുവെയ്ക്കാൻ സാധിച്ചില്ല.

"മുരളി നിന്നോടൊന്നും സൂചിപ്പിച്ചില്ലേ? എങ്കിൽ പോട്ടെ. മുരളിയല്ലെങ്കിലും മാന്യനാ. ഡോക്ടർമാരെ ചാക്കിട്ടുപിടിക്കാൻ നടക്കുന്ന നഴ്സുമാർ ഇവിടെ എമ്പാടുമുണ്ട്. നീരാളിപ്പിടുത്തംപിടിക്കും. രക്ഷപ്പെട്ടെങ്കിൽ നല്ലതുതന്നെ. കൊച്ച് വെറുതേ വീട്ടിൽ കുത്തിയിരിക്കാതെ ജോലിക്ക്

വല്ലതും ശ്രമിക്ക്. ബി എസ് സി മാത്രംകൊണ്ട് ജോലി കിട്ടുക എളുപ്പമല്ല. എന്തെങ്കിലും കോഴ്സിനു ചേർത്തുതരാൻ പറ മുരളിയോട്. കാശിനൊന്നും പഞ്ഞമില്ലാലോ. കൊച്ചേ നിന്നെ വിഷമിപ്പിക്കാനല്ല ഇങ്ങനയൊക്കെ പറയുന്നത്. അവനവനെന്തെങ്കിലും വരുമാനമുണ്ടെങ്കിൽ എന്തിനുമൊരു ധൈര്യമാ. നാട്ടിലേതുപോലല്ല ഇവിടെ. സ്വന്തമായി ഒരു ജീവിതമാർഗം കണ്ടെത്തുന്നതാ ബുദ്ധി."

ആദ്യദിവസത്തെ കൂടിക്കാഴ്ച അത്ര സന്തോഷപ്രദമായിരുന്നില്ലെങ്കിലും പിന്നീട് അവരുമായി വലിയ കൂട്ടായി. ആപത്തുകാലത്ത് അവരായിരുന്നു എന്തിനും സഹായം. അവർ പറഞ്ഞ കാര്യം എങ്ങനെ മുരളിയേട്ടന്റെ മുന്നിൽ അവതരിപ്പിക്കുമെന്നറിയാതെ അകം ചുട്ടുപഴുത്തു. നീ പഠിക്കാൻപോകുന്ന കാര്യമെന്തായെന്ന് ആന്റി കാണുമ്പോഴെല്ലാം ചോദിക്കുമായിരുന്നു. ഇടയ്ക്ക് രണ്ടു വീക്കെൻഡുകളിൽ മുരളിയേട്ടൻ വീട്ടിൽത്തന്നെ തങ്ങി. ആ ദിവസങ്ങളിൽ സ്ഥലം കാണിക്കാൻ കൊണ്ടുപോയപ്പോഴാണ് അടുത്തിടപഴകാനും തുറന്നു സംസാരിക്കാനും അവസരം കിട്ടിയത്. ബ്രോഡ്‌വേയിൽ നാടകം, രണ്ടുനില ബസിൽ സിറ്റി ടൂർ, വേൾഡ് ട്രെയ്ഡ് സെന്ററിന്റ നൂറ്റൊന്നാം നിലയിൽനിന്നുള്ള നഗരക്കാഴ്ചകൾ. അങ്ങനെ ന്യൂയോർക്കിലെ ടൂറിസ്റ്റ് പ്രാധാന്യമുള്ള സ്ഥലങ്ങളെല്ലാം ഈ ദിവസങ്ങളിൽ കാണിച്ചുതന്നപ്പോൾ മനസ്സ് ആകാശത്തോളം പൊങ്ങി. എന്തും തുറന്നുപറയാനും ചോദിക്കാനുമുള്ള മനസ്സാന്നിധ്യവും കൈവന്നു. രാത്രി ഡിന്നറിനു കെ എഫ് സിയിലിരിക്കുമ്പോഴാണ് അയലത്തെ ആന്റി മനസിൽ കോറിയിട്ട സംശയങ്ങൾക്ക് അറുതി വരുത്താൻ തീരുമാനിച്ചത്.

"ഇവിടെ വേറൊരു സ്ത്രീകൂടി മുരളിയേട്ടനൊപ്പം താമസിച്ചിരുന്നു എന്ന് അപ്പറത്തെ ആന്റി പറഞ്ഞു. അവര് മുരളിയേട്ടന്റെ ഫ്രണ്ടായിരുന്നോ?"

മുരളിയേട്ടന്റെ മുഖത്തെ ഭാവമാറ്റം കണ്ട് നാവു കടിച്ചു. ചോദിക്കേണ്ടിയിരുന്നില്ല. മറന്നതെല്ലാം ചിക്കിപ്പെറുക്കാൻ ഇടകൊടുക്കേണ്ടിയിരുന്നില്ല.

"പറയാനിഷ്ടമില്ലാത്തതാണെങ്കിൽ പറയണമെന്നില്ല. കഴിഞ്ഞ കാലത്തെക്കുറിച്ച് എനിക്കു വേവലാതിയില്ല. വരുംകാലം മുരളിയേട്ടൻ എന്റേതുമാത്രമായാൽ എനിക്കു സന്തോഷമായി."

"തൽക്കാലം അങ്ങനെയൊരുറപ്പും ലക്ഷ്മിക്കു തരാൻ എനിക്കു സാധിക്കില്ല. ഇക്കാര്യം ഞാൻ അമ്മയോടും അച്ഛനോടും വ്യക്തമായി പറഞ്ഞതാണ്. നീയൊന്നു ശ്രമിച്ചുനോക്കൂ, പറ്റില്ലെങ്കിൽ നമുക്കപ്പോളാലോചിക്കാമെന്ന് അവർ നിർബന്ധിച്ചു. ഇക്കാര്യം നിന്നെയും വീട്ടുകാരെയും അറിയിക്കണമെന്നും ഞാൻ പറഞ്ഞിരുന്നു. അതുകൊണ്ടാണ് ഞാനിതിനെക്കുറിച്ച് മിണ്ടാതിരുന്നത്."

കേട്ടതും ഇടിവെട്ടേറ്റതുപോലെ തരിച്ചിരുന്നു. സ്വന്തം അച്ഛനുമമ്മയും അറിഞ്ഞുകൊണ്ട് ചതിക്കുഴിയിലേക്കു വലിച്ചെറിയാൻ കൂട്ടു

നിൽക്കുമോ? മുരളിയേട്ടന്റെ മാതാപിതാക്കൾ സ്വന്തം മകന്റെ ഭാവി കരപിടിപ്പിക്കാൻ ഒരു പെൺകുട്ടിയെ ബലിയാടാക്കിയതാണോ? വേദന കണ്ണീരായി പുറത്തു ചാടിയപ്പോൾ തേങ്ങലടക്കാൻ സാധിച്ചില്ല. അടുത്തിരിക്കുന്ന സായിപ്പ് ശ്രദ്ധിക്കുന്നതുകണ്ട് എഴുന്നേറ്റ് വാഷ്റൂമിലേക്കു നടന്നു. വാതിലടച്ച് കുറേ കരഞ്ഞിട്ടും മനസ്സ് ശാന്തമായില്ല. മുഖം കഴുകി തിരിച്ചെത്തിയപ്പോൾ മുരളിയേട്ടൻ മൊബൈലിൽ സംസാരിക്കുകയായിരുന്നു. ഓർഡർചെയ്ത ഭക്ഷണം കഴിക്കാൻപോലും നിൽക്കാതെ എണീറ്റു പുറത്തേക്കു നടന്നപ്പോൾ അദ്ദേഹവും പിറകേവന്നു.

"നീ അറിഞ്ഞിരിക്കുമെന്നാ ഞാൻ കരുതിയത്. എനിവെയ്സ് ഐ ആം റിയലി സോറി."

എന്നിട്ടും മിണ്ടാൻ സാധിച്ചില്ല. ഒരു മാപ്പുപറച്ചിലുകൊണ്ട് എനിക്കെന്റെ ജീവിതം തിരിച്ചു കിട്ടുമോ? ഈ ബന്ധം വേർപെടുത്തി തിരിച്ചെത്തിയാൽത്തന്നെ രണ്ടുകൈയുംനീട്ടി സ്വീകരിക്കാൻ ഒരുക്കമുള്ള ചെറുപ്പക്കാരനുണ്ടാകാൻ കേരളം അമേരിക്കയല്ലല്ലോ. ചോദ്യങ്ങളും ഉത്തരങ്ങളും ശ്വാസംമുട്ടിച്ചപ്പോഴും ഒന്നും മിണ്ടാനായില്ല. അപ്പോഴേക്കും കാർപാർക്കിങ്ങിലെത്തിയിരുന്നു.

"നീയെന്താ ഒന്നും പറയാത്തത്?"

കാറിൽ കയറിയപ്പോൾ അദ്ദേഹം ചോദിച്ചു.

"മിണ്ടാനും പറയാനും ഇനിയെന്താ ബാക്കിയുള്ളത്?" പറഞ്ഞപ്പോൾ കരഞ്ഞുപോയി.

"നിനക്ക് നാട്ടിലേക്കു തിരിച്ചുപോകണമെങ്കിൽ അതിനുള്ള ഏർപ്പാടുകൾ ചെയ്തുതരാം."

"എന്നെ ഉപേക്ഷിക്കാൻ രണ്ടാമതൊന്നാലോചിക്കുകകൂടി വേണ്ട അല്ലേ...?"

"അതാണവസ്ഥ...."

"എനിക്കു മനസിലായില്ല...."

"അവളിൽ എനിക്കൊരു മകനുണ്ട്. അതോടെ ആ ബന്ധം എനിക്കു ലീഗലൈസ് ചെയ്യേണ്ടിവന്നു. ഇല്ലെങ്കിൽ അവൾക്ക് ആ കുഞ്ഞിനെ അബോർട്ട് ചെയ്യേണ്ടിവരുമായിരുന്നു."

"ആ കുഞ്ഞ് മുരളിയേട്ടന്റേതാണെന്ന് എന്താ ഉറപ്പ്.....?"

"ലക്ഷ്മീ... അവൾ അത്തരക്കാരിയല്ല. നിന്നെപ്പോലെതന്നെ നല്ല കുടുംബത്തിൽ ജനിച്ച കുട്ടിയാണ്. ഷീ ഈസ് എ പഞ്ചാബി. അച്ഛന് ഇവിടെ ബിസിനസ്. ഷീ ഈസ് ഓൾസോ എ ഡോക്ടർ. എല്ലാരും പറയുന്നതുപോലെ ഷി ഈസ് നോട്ട് എ നഴ്സ്. എന്റെ ജൂനിയറായി അതേ ആശുപത്രിയിൽ ജോലി ചെയ്യുകയായിരുന്നു. എന്റെ അച്ഛനുമമ്മയ്ക്കും എതിർപ്പാണെന്നറിഞ്ഞപ്പോൾ അവളുടെ ഫാമിലിയിൽനിന്നും എതിർപ്പുണ്ടായി. കുടുംബബന്ധങ്ങൾക്ക് അമിതപ്രാധാന്യം കൊടുക്കുന്നവരാണ് പഞ്ചാബികൾ. പിരിയാൻ തീരുമാനിച്ചതുമാണ്. അപ്പോഴാണ് പ്രഗ്നന്റാണെന്നറിഞ്ഞത്."

"മറ്റാരോടും പറഞ്ഞില്ലെങ്കിലും ഇതൊക്കെ എന്നോടൊന്നു സൂചിപ്പിച്ചൂടായിരുന്നോ...? നാട്ടിൽനിന്നു പോരുന്നതിനു മുമ്പെങ്കിലും...."

"നീ അറഞ്ഞിരിക്കുമെന്നാ ഞാൻ കരുതിയത്. നിന്റെ വീട്ടുകാരോട് എല്ലാം തുറന്നുപറഞ്ഞിട്ടുണ്ടെന്നും അവർക്കെതിർപ്പില്ലെന്നും പറഞ്ഞപ്പോ..."

"പറഞ്ഞപ്പോ....?. കുറച്ചുദിവസം കൂടെ താമസിപ്പിച്ച് അമേരിക്കയൊക്കെ കാണിച്ച് സന്തോഷമായിട്ട് എന്നെ തിരിച്ചയക്കാമെന്നു വിചാരിച്ചു അല്ലേ....?" വാക്കുകൾ കടുത്തു.

"അങ്ങനെയാണെങ്കിൽ മുരളിയേട്ടൻ എന്നോടെന്തിനാ ഭർത്താവിന്റെ എല്ലാ സ്വാതന്ത്ര്യങ്ങളും കാണിച്ചത്. നമ്മളിപ്പോൾ വെറും സുഹൃത്തുക്കളല്ലെന്ന് അറിയാമല്ലോ. നാളെ എനിക്കും ഒരു കുഞ്ഞു ജനിക്കുകയാണെങ്കിലോ..? ആരെ ഉപേക്ഷിക്കും...?"

"ഐ ആം കെയർഫുൾ എബൗട്ട് ഇറ്റ്...അങ്ങനെ സംഭവിക്കില്ല. ഉറപ്പാണ്."

"എന്റെ കൃഷ്ണാ..... ഞാനെന്തൊക്കെയാ ഇക്കേൾക്കുന്നത്.... ആണുങ്ങൾ ഇത്രയും ക്രൂരന്മാരാണോ...രണ്ടാം മധുവിധു ആഘോഷിച്ച് കൈ നിറയെ പണവും തന്ന് എന്നെ പിരിച്ചുവിടാനായിരുന്നു പ്ലാൻ അല്ലേ......?" വാക്കുകൾ തീനാളങ്ങളായി. മുരളിയേട്ടൻ തീച്ചൂടേറ്റ് പൊള്ളിയതുപോലെ കാർ ആദ്യം കണ്ട എക്സിറ്റിലേക്കെടുത്തു. കാർ തകിടം മറിഞ്ഞ് തീഗോളമായെങ്കിൽ....

"അമ്മേ......എന്നോടീച്ചതി വേണ്ടായിരുന്നു....."

അലറിയോ...? പിന്നീടൊന്നും ഓർമയില്ല. ഓർമ വന്നപ്പോൾ വീട്ടിലെ കിടക്കയിൽ കിടക്കുകയായിരുന്നു. ആരോ ചുറ്റികകൊണ്ടടിക്കുന്നതുപോലുള്ള വേദന. തൊണ്ട വരളുന്നു. പുഴയായ പുഴകളും കടലായ കടലുകളും കുടിച്ചു വറ്റിക്കാനുള്ള ദാഹം. പുതപ്പുമാറ്റി എഴുന്നേറ്റു. മുരളിയേട്ടൻ കട്ടിലിനടുത്തുള്ള സോഫയിൽ ചാരിക്കിടന്നു മയങ്ങുന്നു. മേശപ്പുറത്ത് വെള്ളപ്പാത്രമില്ലായിരുന്നു. ലൈറ്റുപോലുമിടാതെ സ്വപ്നാടനത്തിലെന്നപോലെ ഗോവണിയിറങ്ങി കിച്ചനിലെത്തി. ഫ്രിഡ്ജ് തുറന്നു വെള്ളക്കുപ്പിയെടുത്ത് കുടുകുടെ കുടിച്ചു. വീണ്ടും തളർച്ച. എവിടെയൊക്കയോ പിടിക്കാൻ ശ്രമിച്ചെങ്കിലും സാധിച്ചില്ല. ശബ്ദം കേട്ടാകണം മുരളിയേട്ടനെത്തി. പിടിച്ചെഴുന്നേൽപ്പിച്ച് കസേരയിലിരുത്താൻ ശ്രമിച്ചപ്പോൾ കൈ തട്ടി മാറ്റി. എനിക്കിനി ആരുടെയും കൈത്താങ്ങു വേണ്ട. ഞാനിനി ആരുടെയും ഭാര്യയുമല്ല. ഒരു സ്ത്രീക്ക് ഒറ്റയ്ക്കു ജീവിക്കാൻ അമേരിക്കയിൽ യാതൊരു പ്രയാസവുമില്ലെന്ന് അച്ചാമ്മ ആന്റി പറഞ്ഞിട്ടുണ്ട്. ഞാൻ ജീവിക്കും. പക്ഷേ, അതിനുമുമ്പ് അച്ഛനെ വിളിച്ചു ചോദിക്കണം. എന്തിനീ ചതിക്കു കൂട്ടുനിന്നെന്ന്. സമയം നോക്കി. ഇവിടെ രാത്രി പന്ത്രണ്ടു മണി. ഉടനെ ഫോൺ കറക്കി. അമ്മയായിരുന്നു ഫോണെടുത്തത്.

"മുരളിയേട്ടനു വേറെ ഭാര്യയുള്ള വിവരം അമ്മയ്ക്കറിയുമായിരുന്നോ.....?" മുഖവുരയൊന്നുമില്ലാതെയായിരുന്നു ചോദ്യം.

"എന്താ മോളേ, നിന്റെ സ്വരം വല്ലാതെ...? നിങ്ങള് പിണങ്ങിയോ... മുരളിയെവിടെ...?"

"ചോദിച്ചതിനുത്തരം പറയൂ......"

"ഭാര്യയുണ്ടെന്നു പറഞ്ഞില്ല."

"പിന്നെന്താ പറഞ്ഞത്..?"

"ഒരു ഡോക്ടറുമായി അടുപ്പത്തിലായിരുന്നു.....അവര് പിരിയാൻ തീരുമാനിച്ചു..."

"എന്നിട്ട് അച്ഛനുമമ്മയും അതേക്കുറിച്ചന്വേഷിക്കാതെ എന്നോടൊരു വാക്കുപോലും ചോദിക്കാതെ എന്റെ ജീവിതം അടിയറവച്ചു.... പണത്തിനുവേണ്ടി......"

"ലക്ഷ്മീ......"

അമ്മയുടെ തേങ്ങൽ അവഗണിച്ച് ഫോൺ കട്ടുചെയ്തു. വീണ്ടും ഫോണടിച്ചിട്ടും എടുക്കാതെ കട്ടിലിൽച്ചെന്നു വീണു. മുരളിയേട്ടൻ ഫോണെടുത്ത് എന്തൊക്കെയോ പറയുന്നത് കേട്ടെങ്കിലും ഒന്നും വ്യക്തമായില്ല. അപ്പോഴേക്കും വീണ്ടും മയക്കം. ഡോക്ടറല്ലേ... റിലാക്സ് ചെയ്യാൻ മരുന്നെന്തെങ്കിലും തന്നുകാണും. പിറ്റേദിവസം രാവിലെ എഴുന്നേറ്റപ്പോൾ ചെറിയ തലവേദനയുണ്ടായിരുന്നിട്ടും വകവയ്ക്കാതെ കുളിച്ച് ഡ്രസ്സുമാറി നേരെ അച്ചാമ്മ ആന്റിയുടെ വീട്ടിലെത്തി. അവർക്കന്ന് ഓഫായിരിക്കുമെന്ന് അറിയാമായിരുന്നു. അകത്തു കയറിയതും അവരുടെ മാറിൽവീണ് പൊട്ടിക്കരഞ്ഞു.

"എന്തുപറ്റി മോളേ.....?"

അവർ പുറംതലോടിക്കൊണ്ടു ചോദിച്ചപ്പോൾ കരച്ചിലിനു ശക്തി കൂടി. പിന്നീടവർ ഒന്നും ചോദിച്ചില്ല. കരച്ചിലടങ്ങിയപ്പോൾ എന്നെ കസേരയിലിരുത്തി അടുക്കളയിൽച്ചെന്ന് കാപ്പിയും സാൻഡ്‌വിച്ചുമുണ്ടാക്കിക്കൊണ്ടുവന്നു. അവർ നിർബന്ധിച്ചപ്പോൾ കാപ്പികുടിച്ചു. സാൻഡ്‌വിച്ചും കഴിച്ചു. അപ്പോൾ സംസാരിക്കാനുള്ള ശക്തി കിട്ടി. ഉണ്ടായതെല്ലാം അവരോടു പറഞ്ഞു. അപ്പോൾത്തന്നെ അവർ ജോലിയെടുക്കുന്ന ആശുപത്രിയിലേക്കു കൂട്ടിക്കൊണ്ടുപോയി. ലാബ് വൃത്തിയാക്കുന്ന പണിയായിരുന്നു ആദ്യം കിട്ടിയത്. മണിക്കൂറിന് എട്ടുഡോളർ. അന്നുതന്നെ സാധനങ്ങൾ കെട്ടിപ്പെറുക്കി വീടുവിട്ടു. കുറച്ചുദിവസം ആന്റിയോടൊപ്പം താമസിച്ചു. താമസിയാതെ റിസപ്ഷനിൽ ജോലി കിട്ടി. പിന്നെ തിരിഞ്ഞുനോക്കേണ്ടി വന്നിട്ടില്ല. സ്ഥിരവരുമാനമായപ്പോൾ ചെറിയൊരപ്പാർട്ടുമെന്റ് കണ്ടുപിടിച്ച് അങ്ങോട്ടേക്കു മാറി. പൊലീസിൽ കംപ്ലെയിന്റ് ചെയ്യണമോ എന്ന് ആന്റി ചോദിച്ചപ്പോൾ വേണ്ടെന്നു പറഞ്ഞു.

"നീ എന്റെ വിസയിലാണ് ഇവിടെ വന്നത്. നിന്നെ നാട്ടിലെത്തിക്കേണ്ട ചുമതല എനിക്കുണ്ട്."

ആന്റിയുടെ വീട്ടിൽ താമസിക്കുമ്പോൾ മുരളിയേട്ടൻ പലവട്ടം പറഞ്ഞുനോക്കി.

"എനിക്കു വീടില്ല. നാടുമില്ല. ഒരുപകാരം ചെയ്യണം എന്റെ വിസ

അടിച്ചു കിട്ടുന്നതുവരെ നിങ്ങളുടെ വിസയിൽ താമസിക്കാൻ അനുവദിക്കണം."

"നീ ജോലിക്കു പോകുന്നതിനെ ഞാൻ എതിർക്കുന്നില്ല. പക്ഷേ വീടുവിട്ടു പോകരുത്. ഈ വീട് ഞാൻ നിന്റെ പേരിൽ എഴുതിത്തരാം."

"കുറച്ചുകാലം ശരീരം പങ്കുവെച്ചതിനുള്ള പ്രതിഫലമാണോ....?"

"ലക്ഷ്മീ..... ചങ്കിൽക്കുത്തുന്ന വർത്തമാനം പറയരുത്."

"ചങ്കുകുത്തിക്കീറാം അല്ലേ...?"

"നമുക്ക് നല്ല സുഹൃത്തുക്കളായി പിരിയാം."

ഞാൻ നല്ല സുഹൃത്തല്ല എന്നു പറഞ്ഞ് പിരിയുകയാണുണ്ടായത്. പിന്നെ ആ ഭാഗത്തേക്കു തിരിഞ്ഞുനോക്കിയിട്ടില്ല. ജോലി ചെയ്തുകൊണ്ടിരിക്കുമ്പോൾത്തന്നെ പഠിച്ചു. ഫാർമസിയിൽ ബിരുദമെടുത്തു. റിസർച്ച് സ്കോളറായി. ഇരുപത്തഞ്ചുകൊല്ലത്തോളം ഒറ്റയ്ക്കവിടെ താമസിച്ചു. ആവശ്യത്തിലേറെ പണമായപ്പോൾ നാടു മാടിവിളിച്ചു. അപ്പോഴാണ് ഈ വില്ലയുടെ പരസ്യം കണ്ടത്. രണ്ടും കൽപ്പിച്ച് എല്ലാം വിറ്റുപെറുക്കി അവിടന്നിങ്ങു പോന്നു. തീരുമാനം തെറ്റിയില്ലെന്ന് കാലം തെളിയിക്കുന്നു. ഇവിടെ അനിയനും ചേട്ടനും അനിയത്തിയും മക്കളും കൊച്ചുമക്കളുമെല്ലാമുണ്ട്.

കോളിംഗ് ബെല്ല് കേട്ട് എഴുന്നേറ്റു. ലതയായിരുന്നു. വൈകുന്നേരം കാണാത്തതുകൊണ്ട് തിരക്കി വന്നതാണ്. അതേ, ഇവിടെ ലക്ഷ്മി ഒറ്റയ്ക്കല്ല!

12

കമ്പ്യൂട്ടർ തുറന്നുവെച്ച് എഴുത്തുകാരി തലപുകയ്ക്കുമ്പോൾ നോവലിലെ പ്രധാനകഥാപാത്രമായ സൈനു പല ഭാവരൂപങ്ങളിൽ സ്ക്രീനിൽ നിറഞ്ഞു. ജോലിക്കാരിയെക്കൊണ്ട് വീട് വൃത്തിയാക്കിക്കുന്നു, കൊച്ചുമക്കളുമായി കമ്പ്യൂട്ടറിൽ ചാറ്റുചെയ്യുന്നു, മക്കളോട് ഫോണിൽ പരിഭവം പറയുന്നു, വക്കീലുമായി ഇടയുന്നു... അങ്ങനെ സൈനുമയം. ഏതുരൂപം ഫ്രെയിം ചെയ്യണമെന്ന് ആശയക്കുഴപ്പത്തിലായപ്പോഴാണ് ബാൽക്കണിയിലെ ഊഞ്ഞാലിലിരിക്കുന്ന സൈനുവിന്റെ രൂപം സ്ക്രീനിൽ തെളിഞ്ഞത്.

നോബൽ സമ്മാനജേതാവായ ഈജിപ്ഷ്യൻ എഴുത്തുകാരൻ നജീബ് മെഹ്ഫൂസിന്റെ പാലസ്‌വാക്കാണ് അവളുടെ മടിയിൽ. നോവൽ അറബിഭാഷയിൽനിന്ന് ഇംഗ്ലീഷിലേക്ക് പരിഭാഷപ്പെടുത്തിയിട്ടും ചാരുത ഒട്ടും ചോർന്നുപോയിട്ടില്ല. ഈജിപ്തിലെ ഉള്ളവരും ഇല്ലാത്തവരുമായ സാധാരണക്കാരുടെ ജീവിതം മനുഷ്യർക്കു മനസ്സിലാകുന്നവിധം, ഉള്ളിൽത്തട്ടുമാറ് ചിത്രീകരിച്ചിരിക്കുന്നു. പാലസ്‌വാക്ക് എന്നത് ഈജിപ്തിലെ ഒരു തെരുവിന്റെ പേരാണ്. നോവൽ വായിച്ചുകഴിഞ്ഞതോടെ എത്രയോ നാളായി ആ തെരുവിലെ താമസക്കാരിയാണെന്ന് സൈനുവിനു തോന്നിപ്പോയി. തെരുവിലെ അബ്ദുൽജവാദ് എന്ന ധനികനായ കച്ചവടക്കാരന്റെ കഥ പറയുന്നതിനിടയിൽ അക്കാലത്തെ ഈജിപ്തിലെ മുസ്‌ലിം ജീവിതത്തിലെ അകത്തളവിശേഷങ്ങളും ധനികരായ കുടുംബനാഥന്മാരുടെ അരമനരഹസ്യങ്ങളും മാത്രമല്ല മെഹ്ഫൂസ് പറയുന്നത്. ഈജിപ്തിനെതിരെ നടത്തിയ യൂറോപ്യൻയുദ്ധത്തിന്റെ കെടുതികളും അതിനെതിരെയുള്ള ജനമുന്നേറ്റവും നാടിനുവേണ്ടി വിദ്യാർഥികൾ നടത്തിയ ആത്മത്യാഗങ്ങളും വിശദമായി ചിത്രീകരിച്ചിരിക്കുന്നു. ബാപ്പയുടെ

വാക്കുകൾ വകവയ്ക്കാതെ അബ്ദുൽ ജവാദിന്റെ രണ്ടാമത്തെ മകൻ ഫഹ്മി സമരത്തിൽ പങ്കെടുത്ത് രക്തസാക്ഷിയായപ്പോൾ അവന്റെ ഉമ്മ ആമിനയോടൊപ്പം കരഞ്ഞുപോയി. അബ്ദുൽജവാദും ഭാര്യ ആമിനയും അവരുടെ മക്കളും അയൽവാസികളും സുഹൃത്തുക്കളും തെരുവാസികളും സ്വന്തക്കാരാണല്ലോ എന്നാണ് നോവൽ വായിച്ചുകഴിഞ്ഞപ്പോൾ തോന്നിയത്. കൂടുതൽ ഉള്ളലിയിച്ച കഥാപാത്രം ആമിനതന്നെ. ആരോടും പരിഭവമോ പരാതിയോ ഇല്ലാതെ ഭർത്താവിനും മക്കൾക്കും വേണ്ടി മാത്രം ജീവിക്കുന്നവൾ. ഭർത്താവ് പരസ്ത്രീകളെ പ്രാപിച്ചിച്ച് അർധരാത്രി തിരച്ചെത്തിയാലും മറുത്തൊന്നും പറയാതെ അയാളുടെ കാലുകഴുകിത്തുടച്ച് ഉറങ്ങാനയക്കുന്ന ആമിനയുടെ ചെയ്തി ആത്മസംഘർഷമുണ്ടാക്കുന്നു.. എല്ലാഭാരവും അള്ളാഹുവിലർപ്പിച്ച്, സുഖവും ദുഃഖവും അവന്റെ ദാനമാണെന്ന് മനസ്സിൽ കരുതിയുറപ്പിച്ച്, ഞാൻ തന്ന അനുഗ്രഹത്തിൽ ഏതൊന്നിനെയാണ് നീ നിഷേധിക്കുന്നത് എന്ന് നിരന്തരം ഉരുവിട്ടുകൊണ്ട് നടക്കുന്ന ആമിനയോട് സ്നേഹമോ അമർഷമോ? ഏതന്യായവും കണ്ണുമടച്ച് സഹിക്കാൻ സ്ത്രീയോടാരും കൽപ്പിച്ചിട്ടില്ലെന്ന് ഉപദേശിക്കാനും തോന്നാതിരുന്നില്ല. ആമിനയുമായി സ്വയം താരതമ്യപ്പെടുത്താൻ ശ്രമിച്ചതും ചിന്തയ്ക്ക് കടിഞ്ഞാണിടാതെ നിവൃത്തിയില്ലാതായി.

ചുറ്റും എല്ലാവരുമുണ്ടായിട്ടും ഏതോ തുരുത്തിൽ ഒറ്റപ്പെട്ടതുപോലുള്ള തോന്നൽ ഈയിടെയായി അലട്ടുന്നുണ്ട്. വല്ല രോഗത്തിന്റെയും തുടക്കമാണോ എന്ന തോന്നൽ ഭയപ്പെടുത്തുന്നു. കുട്ടികൾ പഠിക്കാനായി നാടുവിട്ടതോടെയാണ് ഏകാന്തത ശ്വാസംമുട്ടിക്കാൻ തുടങ്ങിയത്. ഉമ്മയുടെ വേർപാട് ഒറ്റപ്പെടലിന്റെ ആഴവും വ്യാപ്തിയും ഏറ്റി. ഒന്നും ചെയ്യാനില്ലാതെ വെറുതെ വീട്ടിനകത്ത് ചടഞ്ഞുകൂടിയിരുന്നെങ്കിൽ ചിലപ്പോൾ സുലേഖ അമ്മായിയെപ്പോലെ സൈകിക് കേസായി മാറുമായിരുന്നു. സമയം കിട്ടുമ്പോൾ ഇതുപോലിരുന്ന് തെറ്റും ശരിയും ചിക്കിപ്പരത്തുന്നത് ശീലമായിപ്പോയി.

ചെറുപ്പംമുതൽ ഉമ്മയുടെ നിഴലായിട്ടായിരുന്നു വളർന്നത്. പത്തുവയസ്സുകഴിഞ്ഞിട്ടും ഉമ്മയോടൊപ്പമായിരുന്നു കിടപ്പ്. ആങ്ങളമാർ അതുപറഞ്ഞ് കളിയാക്കുമ്പോൾ കണ്ണുനിറച്ച് മൂലയിൽ പതുങ്ങും. 'ഉമ്മാന്റെ മോളല്ലേ സൈനുക്കുട്ടി, പുന്നാരമോളല്ലേ പൂമക്കുട്ടി' എന്ന് ചെറുപ്പത്തിലെപ്പോഴോ ഉമ്മ പാടിത്തന്ന ഉറക്കുപാട്ട് വളർന്നിട്ടും പാടിനടക്കാറുണ്ടായിരുന്നു. വിവാഹാലോചനയെക്കുറിച്ച് വീട്ടുകാർ സംസാരിക്കുമ്പോൾ ഉള്ള് കിടുങ്ങുമായിരുന്നു. വിവാഹശേഷവും സ്വന്തംവീട്ടിൽ താമസിക്കാൻ സാധിക്കണേ എന്നു പ്രാർഥിച്ചിട്ടുമുണ്ട്. കോഴിക്കോടൻ രീതിയനുസരിച്ച് അങ്ങനെ ആഗ്രഹിക്കുന്നതിൽ പന്തികേടുമില്ല. പക്ഷേ, ആലപ്പുഴയിലേക്കാണ് കല്യാണം കഴിച്ചുകൊണ്ടുപോകുന്നത് എന്നറിഞ്ഞതു മുതൽ കണ്ണീരായിരുന്നു. വീടുവിട്ടുപോകുന്നതിലുള്ള

സങ്കടത്തിനിടയിൽ വിവാഹം ശരിക്ക് ആസ്വദിക്കാൻപോലും സാധിച്ചില്ലെന്ന് പിന്നീട് പലപ്പോഴും തോന്നിയിട്ടുണ്ട്. ഇത്ര അകലത്തേക്ക് വിവാഹം കഴിച്ചയക്കാൻ തീരുമാനിച്ച ഉമ്മയോടും ആങ്ങളമാരോടുമുള്ള പ്രതിഷേധം കണ്ണീരായി ഒഴുക്കാനുള്ള തന്റേടമേ അന്നുണ്ടായിരുന്നുള്ളൂ. എന്നെ ദൂരേക്ക് വിവാഹം കഴിപ്പിച്ചയച്ചതിൽ ഉമ്മയ്ക്ക് അവരുടേതായ വിശദീകരണങ്ങളുണ്ട്.

എന്റെ ചങ്ങായി ഒരു വക്കീലുണ്ട്. ആലപ്പുഴയാ വീട്, പൊന്നുപോലത്തെ മനുശനാ, സ്വത്തിനും മുതലിനും കുറവില്ല. ഞമ്മക്ക് സൈനൂന്വേണ്ടി ആലോചിച്ചാലോ? എന്ന് റസാഖ് ചോദിച്ചപ്പോൾ ദൂരം കൂടിപ്പോയെന്നും പറഞ്ഞ് ഞാൻ ഒറ്റവാക്കിനു ഒയിവാക്കിയതാ. ഉമ്മാന്റെ കാച്ചിത്തുമ്പത്ത്ന്ന് മാറാത്ത കുട്ടീനെ കണ്ണെത്താ ദൂരത്ത് അയക്കണമെന്ന് നിരീച്ചതേ അല്ല. അള്ളാന്റെ ഓരോ കളി എന്നു പറഞ്ഞാ മതിയല്ലോ. വക്കീല് രണ്ടുമൂന്നുപ്രാവശ്യം വീട്ടില് വന്നിട്ടുള്ളത് നേരാ. പക്കേങ്കില് അയാളുടെ ഉള്ളില് ഇങ്ങനെ ഒരു പൂതിയുണ്ടെന്ന് അള്ളാണെ, നബിയാണെ ഞാനറിഞ്ഞിട്ടില്ല. അയാള ഇത്താത്ത ഫോൺ വിളിച്ചു ചോദിച്ചപ്പോ ഞാൻ അജബായിപ്പോയില്ലേ. ആങ്കുട്ട്യേളോട് ആലോചിച്ചിട്ട് വിവരമറിയിക്കാമെന്നും പറഞ്ഞ് ഫോൺ വെച്ചപ്പളും ഈ ആലോചന മുന്നോട്ടു കൊണ്ടുപോകണമെന്ന് നിരീച്ചതുമില്ല. ആലോചന വന്ന സ്ഥിതിക്ക് കുടുംബത്തിലെ കാരണവരോടു ഒന്നു പറയാമെന്നു കരുതി. അങ്ങനെയാ ആങ്ങള മൊയതൂനോടു വിവരം പറഞ്ഞത്. യത്തീമായ മക്കളെ പോറ്റാനും പഠിപ്പിക്കാനും കൂട്ടക്കാരുടെയും കുടുംബക്കാരുടെയും ഒരോശാരത്തിനും നാളിതുവരെ കൈനീട്ടിയിട്ടില്ല. ഇനിയും മേലായ റബ്ബ് കാക്കട്ടെ. എന്നാലും നാട്ടുനടപ്പിനു എതിരായൊന്നും ബീപാത്തു ചെയ്യില്ല. കുടുംബത്തിലൊരു വിശേഷമുണ്ടെങ്കില് കാക്ക കാരണവന്മാരോട് ആലോചിക്കുക പണ്ടുമുതലേ തറവാട്ടിലെ പതിവാ. ദോഷം പറയരുതല്ലോ. മൊയ്തു കാര്യമായിത്തന്നെ അന്വേഷിച്ചു. എന്തുകൊണ്ടും ചേരുന്നതാണെന്നു പറഞ്ഞ് എല്ലാറ്റിനും മുന്നിൽ നിൽക്കുകയും ചെയ്തു. റസാഖിന്റെ ചങ്ങായിയാണെന്നു മാത്തരേ ഓനോട് പറഞ്ഞുള്ളൂ. സൈനൂനെ കണ്ട് ഇഷ്ടപ്പെട്ടിട്ട് ആലോയിച്ചതാന്ന് മിണ്ടിയതേയില്ല. ഇല മുള്ളില് വീണാലും മുള്ള് ഇലയില് വീണാലും ഇലയ്ക്കല്ലേ കേട്. കല്യാണാലോചന ഏറെ മുമ്പോട്ടുപോയപ്പോഴാണ് മംഗലത്തിനുശേഷം കുട്ടിയെ ആലപ്പുഴക്ക് കൊണ്ടുപോകുമെന്ന കാര്യം പുത്യാപ്ളയുടെ ഇത്താത്ത പറഞ്ഞത്. കേട്ടതും ഞാൻ ഇടിവെട്ടിയ മരത്തടിപോലായിപ്പോയി. എല്ലാം പടച്ചോനിലേൽപ്പിച്ച് മനസ്സ് കല്ലാക്കി. അവർക്കവിടെ അത്യാവശ്യം മാലും മുതലുമുണ്ട്. അവിടത്തെ ഒരേയൊരാൺതുണ അവരെ വിട്ട് ഇവിടെ വന്നു താമസിക്കണമെന്നു പറഞ്ഞാൽ ഞാൻ പടച്ചോന്റെ മുന്നില് കുറ്റക്കാരിയാവൂലേ? കല്യാണം കഴിഞ്ഞ് മൂന്നാംദിവസം കൂട്ടിക്കൊണ്ടുപോകുമ്പോൾ പൈയ് കരയുന്ന

തുപോലെ കരഞ്ഞുകൊണ്ട് പടിയിറങ്ങിപ്പോകുന്ന കുട്ടിയെക്കണ്ട് എന്റെ കരള് കടഞ്ഞുപോയി. പൂച്ചയുടെ കണ്ണിൽ മുളകുംതേച്ച് നാടുകടത്തുന്നതുപോലെ അക്കുട്ടീനെ നാടുകടത്തീലേയെന്നു പറഞ്ഞ് കുടുംബക്കാർ കുറ്റപ്പെടുത്തിയിട്ടും അനങ്ങിയില്ല. എവിടെ കൊണ്ടിട്ടാലും നിന്നുപെയക്കാൻ ഞാനോളെ പഠിപ്പിച്ചിട്ടുണ്ടല്ലോ എന്നു സമാധാനിച്ചു. വക്കീലിന്റെ ഉമ്മയും ബാപ്പയും നേരത്തെ മരിച്ചു. ഇത്താത്തയും അളിയനുമായിരുന്നു മൂപ്പർക്കു തുണ. അളിയൻ കാറ് മറിഞ്ഞ് മരിച്ചതോടെ ആങ്ങളയും പെങ്ങളും മാത്രമായി. അവരുടെ ഏകമകൾക്ക് ഏകദേശം സൈനുവിന്റെ പ്രായംതന്നെ. ഓളെ മംഗലവും അധികം വൈകാതെ കയിഞ്ഞു. കല്യാണം കയിഞ്ഞതും അക്കുട്ടിയെ അക്കരെ കൊണ്ടോയി. സൈനൂനെ സ്വന്തം മോളെപ്പോലെതന്നെ മൂപ്പത്തി നോക്കി. പക്ഷേങ്കില് ഓക്കയിനുള്ള വേണ്ടുകയുണ്ടായില്ല. മോളെ കല്യാണം കയിഞ്ഞ് അധികം താമസിയാതെ മൂപ്പത്തിയെ പടച്ചോൻ തിരിച്ചുവിളിച്ചു. പൂപോലെത്തെ മനസ്സേനും. പറഞ്ഞിട്ടെന്താ ആയുസില്ലാതെപോയി. രാത്രി എല്ലാ പണിയും കഴിഞ്ഞ് ഉറങ്ങാൻ കിടന്നതാണ്. സുബഹിക്ക് എണീക്കാത്തതുകണ്ട് സൈനു ചെന്നു നോക്കുമ്പം അനക്കമില്ല. ജനനവും മരണവും എന്റെ ദാനം. ജീവിപ്പിക്കുന്നതും മരിപ്പിക്കുന്നതും ഞാൻ – *ഖുർആൻ* നിരന്തരം ഓർമ്മിപ്പിക്കാറുണ്ടെങ്കിലും മാലോകർക്ക് അതാലോയിച്ച് തലപുണ്ണാക്കാൻ നേരമെവിടെ? വെട്ടിപ്പിടിക്കാനും തട്ടിയെടുക്കാനുമുള്ള പരക്കംപാച്ചിലല്ലേ. എന്നിട്ടോ ഏതു കൊടികുത്തിയ കൊമ്പനും സമ്പാദിച്ചതെല്ലാം ഇവിടെയിട്ട് വെറും മൂന്നുകഷണം തുണിയുമായി ഇടുങ്ങിയ ഖബറിൽ പുയുവരിക്കുന്ന മണ്ണിൽച്ചെന്ന് കിടക്കണ്ടേ... മേലായ റബ്ബേ, എന്റയും എന്റെ സന്തതിപരമ്പരകളുടെയും സന്ധുബന്ധുക്കളുടെയും ദുനിയാവും ആഖിറവും നീ ഒരുപോലെ പൊലിവുള്ളതാക്കിത്തരണേ. എന്റെ മക്കക്ക് നീ നേർവഴി കാണിച്ചുകൊടുക്കണേ.... ഇത്താത്തയുടെ മരണം പുതിയാപ്ളക്ക് വല്ലാത്ത അടിയായിപ്പോയി. ഇനി അവിടെ എനക്കാരുമില്ലെന്നും പറഞ്ഞ് മൂപ്പരിങ്ങോട്ടു പോന്നു. ഇവിടെ താമസമായപ്പോൾ ഉമ്മ കൂടെവേണമെന്ന് മൂപ്പർക്കും സൈനൂനും നിർബന്ധം. അൽഹംദുലില്ലാഹ്....എന്റെ കുട്ടി ഇന്നിതാ എന്റോപ്പരംതന്നെ കയീന്നു. എല്ലാം കുദ്റത്തുടയോന്റെ കുദ്റത്ത്.

മകളെ കണ്ണെത്താദൂരത്ത് കെട്ടിച്ചയച്ചതിലുള്ള ആധി ഇങ്ങനെ വാക്കുകളിലൂടെ ഒഴുക്കിക്കളയുക ഉമ്മയുടെ പതിവായിരുന്നു. തന്റെ ആത്മഗതം ആരെങ്കിലും കേൾക്കണമെന്ന നിർബന്ധമൊന്നും അവസാനകാലത്ത് ഉമ്മയ്ക്കുണ്ടായിരുന്നില്ല. നന്മയും തിന്മയും അള്ളാഹുവിന്റെ പക്കൽ നിന്നുള്ളതാണെന്നും മനുഷ്യൻ അതിനെക്കുറിച്ചോർത്ത് വേവലാതിപ്പെട്ടിട്ട് പ്രയോജനമില്ലെന്നും മക്കളെ ബോധ്യപ്പെടുത്താനാണ് ഇത്തരം ഉറക്കെപ്പറച്ചിലുകളിലൂടെ ഉമ്മ ശ്രമിച്ചതെന്ന് ഇപ്പോൾ തോന്നാറുണ്ട്. ഉമ്മ പറഞ്ഞ കാര്യങ്ങളെല്ലാം കമ്പ്യൂട്ടർ ഹാർഡ് ഡിസ്കി

ലെന്നപോലെ മനസിൽ രേഖപ്പെടുത്തിയിട്ടുണ്ടെന്ന് അവരുടെ മരണമശേഷമാണ് മനസിലായത്. ചില പ്രതിസന്ധികൾ തരണംചെയ്യുമ്പോൾ ഇപ്പോൾ ഞാനും അവരുടെ വാക്കുകൾ കടമെടുക്കാറുണ്ട്. മനസുമുട്ടുമ്പോൾ ഓടിച്ചെല്ലാനുള്ള ഇടമായിരുന്നു ഉമ്മ; എല്ലാവർക്കും. ഏതു വിഴുപ്പുകെട്ടും അവിടെ ഇറക്കി വയ്ക്കാം. ആ മാറാപ്പ് പിന്നെ ഉമ്മ പേറിക്കൊള്ളും. ചീഞ്ഞതും നാറിയതും എടുത്തുമാറ്റി നല്ലതുമാത്രം തെരഞ്ഞെടുത്ത് കെട്ടിമുറുക്കി പരാതിക്കാർക്കുകൊടുത്തിട്ട് എല്ലാം മേലായറബ്ബിന്റെ കൃപ എന്നു പറയുമ്പോൾ ഉമ്മയുടെ മുഖത്തുണ്ടാകുന്ന ശോഭയും ശാന്തതയും പരാതിക്കാരിലും പടരും. ശാരീരികമായും മാനസികമായും വ്യഥയനുഭവിക്കുന്ന ഉറ്റവരിൽ പലരും ഉമ്മയെ കാണാനെത്താറുണ്ടായിരുന്നു. ഏതു കുഴഞ്ഞുമറിഞ്ഞ പ്രശ്നങ്ങൾക്കും ഉത്തരവും പ്രതിവിധിയും ഉമ്മയുടെ പക്കലുണ്ടായിരുന്നു. *ഖുർആൻ* ഉദ്ധരിച്ചുകൊണ്ടാണ് മനസ്സു തണുപ്പിക്കുക. അള്ളാഹു താനിഷ്ടപ്പെടുന്നവരെ നിരന്തരം പരീക്ഷിച്ചുകൊണ്ടിരിക്കും. തളരരുത്. അവൻ ക്ഷമിക്കുന്നവന്റെ കൂടെയാണ്. ബുദ്ധിമുട്ടും പ്രയാസങ്ങളുമില്ലാത്തവർ ആരുണ്ട്? നിങ്ങള് മുട്ടിപ്പായി തേടുവിൻ. അടിയാന്റെ തേട്ടം വെറുതെയാകൂലാ. പക്ഷേ, തഖ്വയോടെ, താഴ്മയോടെ ചോദിക്കണം. തഖ്വാന്നു പറഞ്ഞാ എന്താ...? അടിയുറച്ച വിശ്വാസം. അവൻ റഹ്മാനും റഹീമുമാണ്. അതുകൊണ്ട് എന്തെങ്കിലും ആവശ്യപ്പെടുംമുമ്പ് സ്വന്തം തെറ്റുകുറ്റങ്ങൾ ഏറ്റുപറഞ്ഞ് മാപ്പുചോദിക്കണം. അടിയാരുകളുടെ ന്യായമായ ഒരാവശ്യവും അവൻ തട്ടിക്കളയില്ല. അതു കഴിഞ്ഞാണ് പ്രതിവിധികൾ നിർദേശിക്കുക. ഒരുറക്കം കഴിഞ്ഞ് പാതിരാത്രി എണീറ്റ് മനസും ശരീരവും ശുദ്ധമാക്കി എല്ലാ ഭാരവും അവനിലർപ്പിച്ച് രണ്ടോ നാലോ പത്തോ നൂറോ റക്കഅത്തുകൾ നിസ്ക്കരിക്കുക; നിങ്ങൾക്കാവുമ്പോലെ. എന്നിട്ട് നിങ്ങളുടെ ആവശ്യങ്ങൾ അവന്റെ മുന്നിൽ നിരത്തുക. അതു പറ്റിയില്ലെങ്കില് നോമ്പ് നേർച്ചയാക്കിക്കോ. റമദാനല്ലാത്ത കാലത്ത് വ്യാഴാഴ്ചകളിൽ നോമ്പെടുത്ത് നോമ്പുതുറക്കുന്നേരത്ത് അവനോട് തേടുക. ആ തേട്ടത്തിനു പടച്ചോൻ ഉത്തരം തരാതിരിക്കില്ല എന്നാണ് കിത്താബുകളിൽ പറയുന്നത്. ഉമ്മയുള്ളപ്പോൾ വീട്ടിൽ വിരുന്നുകാരൊഴിഞ്ഞ നേരമില്ലായിരുന്നു. വെറുതെയിരിക്കാനും അതുമിതുമാലോചിച്ച് നെടുവീർപ്പിടാനും സമയം കിട്ടാറുമില്ല. പ്രശ്നപരിഹാരങ്ങൾക്ക് സമീപിക്കുക എന്നൊരു ബോർഡ് വെച്ചാൽ നല്ല കൊയ്ത്തായിരിക്കുമെന്നു പറഞ്ഞ് ആങ്ങളമാർ പരിഹസിക്കാറുണ്ടായിരുന്നു. പ്രശ്നങ്ങൾക്ക് പരിഹാരം കണ്ടെത്തിയാലുമില്ലെങ്കിലും ഉമ്മയുടെ വാക്കുകൾ പലരുടെയും ഉള്ള് തണുപ്പിച്ചിരുന്നു. മറ്റുള്ളവരുടെ കണ്ണീരൊപ്പാനുള്ള ഒരദൃശ്യശക്തി അവരുടെ വാക്കുകൾക്കുണ്ടായിരുന്നു.

പക്വമതിയായ ഉമ്മയുടെ മകളായിട്ട് നീയെന്താ സൈനബാ ഇങ്ങനെ? നിസ്സാരകാര്യങ്ങൾക്ക് വേവലാതിപ്പെട്ട് അകംപുകയ്ക്കുമ്പോൾ

ഭർത്താവ് ചോദിക്കുന്ന ചോദ്യം പലവട്ടം സ്വയം ചോദിക്കാറുണ്ട്. വക്കീലിനെപ്പോലെ നിസ്സംഗനായി ജീവിക്കാൻ സാധിച്ചെങ്കിലെന്ന് ആശിച്ചിട്ടുമുണ്ട്. ഈ നിസ്സംഗതയല്ലേ നമ്മുടെ ജീവിതം ഇത്രയും വിരസമാക്കിയതെന്ന് മറിച്ചും തോന്നാറുണ്ട്. ജീവിതമെന്നു പറയുന്നത് വളരെ വിചിത്രമായ അനുഭവംതന്നെ. മുമ്പൊരിക്കലും കണ്ടിട്ടും കേട്ടിട്ടുമില്ലാത്ത രണ്ടാളുകളെ ഒരുമിച്ചു ജീവിപ്പിക്കാൻ വിധി തീരുമാനിക്കുന്നു. അതോടെ അവരുടെ ജീവിതത്തിന്റെ ഗതിതന്നെ മാറുന്നു. അതുവരെ ജീവിച്ച ചുറ്റുപാടുകൾ ഉപേക്ഷിക്കാൻ സ്ത്രീ നിർബന്ധിതയാവുമ്പോൾ പുരുഷന് ആ പ്രശ്നമില്ല. എങ്കിലും അയാളും ചില മാറ്റങ്ങൾ ഉൾക്കൊണ്ടേ തീരൂ. സ്വന്തം മാതാപിതാക്കളോടും സഹോദരങ്ങളോടുമുള്ളതിനേക്കാൾ അടുപ്പവും സ്നേഹവും കൂറും ക്രമേണ ഇണയോടു തോന്നുന്നു എന്നത് വിചിത്രമായ അനുഭവമല്ലേ?

അനിഷ്ടമായതു കണ്ടാൽ മുൻപിൻ നോക്കാതെ എടുത്തടിച്ചമട്ടിൽ പറയുന്നതാണ് വക്കീലിന്റ രീതി. അതോടെ മൂപ്പരതങ്ങു മറക്കും. കേൾക്കുന്നവർക്ക് ചിലപ്പോൾ മറക്കാൻ സാധിച്ചെന്നുവരില്ല. അതിനെപ്പറ്റി വേവലാതിപ്പെടാനൊന്നും മൂപ്പർക്ക് നേരമില്ല. ദിവസത്തിനു ഇരുപത്തിനാലുമണിക്കൂർ പോരെന്ന മട്ടിലാണ് നടപ്പ്. ഗവൺമെന്റ് പ്രൊസിക്യൂട്ടറായിരുന്നകാലത്ത് പാവങ്ങൾക്ക് നീതി കിട്ടാൻവേണ്ടി രാപ്പകലില്ലാതെ ഓടിനടക്കുമായിരുന്നു. തന്റെ അശ്രദ്ധകാരണം ഒരു നിരപരാധിയും ശിക്ഷിക്കപ്പെടരുതെന്ന് മൂപ്പർക്ക് നിർബന്ധമുണ്ട്. സർക്കാരിൽനിന്ന് വിരമിച്ചതിനുശേഷവും ഏറ്റെടുക്കുന്ന കേസുകളധികവും സാമ്പത്തികശേഷി കുറഞ്ഞവരുടേതാണ്. അവരോട് ഒരിക്കലും ഫീസ് ചോദിച്ചു വാങ്ങാറില്ല. എന്നാൽ, പണക്കാരോട് കണക്കുപറഞ്ഞ് വാങ്ങുകയും ചെയ്യും. അതിലൊന്നും അഭിപ്രായവ്യത്യാസമില്ല. കുട്ടികൾ അടുത്തില്ലാത്തതിന്റെ മടുപ്പ് കുറച്ചൊന്നുമല്ല ശ്വാസംമുട്ടിക്കാറുള്ളത്. അത് ചിലപ്പോൾ അരിശവും സങ്കടവുമായി അണപൊട്ടുമ്പോൾ കഷ്ടപ്പെടുന്നത് വക്കീലാണെന്നറിയാം. എല്ലാവരോടും സ്നേഹത്തോടെയും സന്തോഷത്തോടെയും പെരുമാറാൻ സാധിക്കണേ എന്ന് സുബഹിനമസ്കാരം കഴിഞ്ഞാൽ മനസറിഞ്ഞ് പ്രാർഥിക്കാറുണ്ട്. എന്നാലും ആരെങ്കിലും എന്തെങ്കിലും അനിഷ്ടമായതു പറയുകയോ പ്രവർത്തിക്കുകയോ ചെയ്താൽ അറിയാതെ മുഖം വലിഞ്ഞുമുറുകും. വക്കീലിനാണെങ്കിൽ ഭാര്യയുടെ മുഖം എപ്പോഴും പ്രസന്നമായിരിക്കണം, രാവിലെ പ്രത്യേകിച്ചും.

ഒറ്റയ്ക്കിരിക്കുമ്പോൾ സ്വയം കുറ്റവിചാരണ പതിവാണ്. അതോടെ മനസ്സിടറുന്നു. വിധിദിനത്തെ ഭയപ്പെടുന്നവരേ, ലോകാവസനനാളിൽ വിചാരണദിവസം കർമ്മപുസ്തകം നിങ്ങളുടെ മുന്നിൽ തുറന്നുവയ്ക്കും. നിങ്ങളുടെ കൈയും കാലും കണ്ണും കാതും നാവും നിങ്ങൾക്കനുകൂലമായും പ്രതികൂലമായും സാക്ഷി പറയും. ആരുടെയും ഒരണുവിടത്തൂക്കം നന്മപോലും രേഖപ്പെടുത്താതിരിക്കില്ല. അതുപോലെ

തിന്മയും. കിഴക്കോട്ടോ പടിഞ്ഞാറോട്ടോ മുഖം കുനിച്ചതുകൊണ്ടുമാത്രം കാര്യമില്ല. നിങ്ങൾ ലോകത്തിനുവെളിച്ചം പകരുന്നവരാകണം; ക്ഷമ പാലിക്കുന്നവരും. അവർക്കേ കർമപുസ്തകം വലംകൈയിൽ ലഭിക്കുകയുള്ളൂ. അവർക്കുള്ളതാണ് താഴ്ഭാഗത്തുകൂടി അരുവികളൊഴുകുന്ന ആരാമങ്ങൾ. അവിടെ മിനുമിനുത്ത പച്ചപ്പട്ടുവിരിച്ച മണിമഞ്ചങ്ങളിൽ ചാരിയിരിക്കുന്നവരായിരിക്കും നിങ്ങൾ. പൊട്ടിച്ചിതറിയ മുത്തുകൾ കണക്കെയുള്ള പരിചാരകർ പഴങ്ങളും മുന്തിയതരം പാനീയങ്ങളുമായി നിങ്ങളെ സമീപിക്കും. ഇഷ്ടപ്പെട്ട ഇണകളെ നിങ്ങൾക്കവിടെ ലഭിക്കും. മനസിൽ വിചാരിക്കുന്നതെന്തും സാധിക്കും. ആലോചന അത്രേടംവരെ എത്തുമ്പോഴേക്ക് മനസും ശരീരവും തണുത്തിരിക്കും. നീ തന്നതുകൊണ്ട് തൃപ്തിപ്പെടുകയും നിന്റെ തീരുമാനം അംഗീകരിക്കുകയും നീയുമായുള്ള കൂടിക്കാഴ്ചയിൽ വിശ്വസിക്കുകയും ചെയ്യുന്ന സമാധാനമുള്ള മനസിനെ ഞാൻ നിന്നോട് ചോദിക്കുന്നു. എന്നുരുവിട്ടുകൊണ്ട് അടുക്കളയിൽ കയറുന്നതോടെ അന്നത്തെ ദിവസം സജീവമാകുന്നു.

മക്കൾ ചെറുതായിരുന്നപ്പോൾ അവർ സ്കൂളിലേക്കിറങ്ങുന്നവരെ നിന്നുതിരിയാൻ നേരം കിട്ടാറില്ല. മൂന്നുപേർക്ക് മൂന്നുതരം പ്രാതലും ടിഫിനും. അവരുടെ ബാപ്പയ്ക്ക് ഭക്ഷണകാര്യത്തിൽ ശാഠ്യങ്ങളൊന്നുമില്ലെങ്കിലും വായ്ക്ക് രുചിയുള്ള എരിവും പുളിയുമുള്ള ഭക്ഷണം കിട്ടണം. ഉപ്പോ എരിവോ പുളിയോ കൂടിയാലോ കുറഞ്ഞാലോ പരിഭവമോ പരാതിയോ പറയില്ലെങ്കിലും മുഖം ചുളിയും. ഭക്ഷണകാര്യത്തിൽ കുറ്റംപറയാൻ മക്കളെ സമ്മതിക്കാറില്ല. ഉമ്മ പാടുപെട്ടാണുണ്ടാക്കുന്നത്. കുറ്റം പറയരുത് എന്ന് അവരെ ശാസിക്കുകയാണ് പതിവ്. ആലോചന മക്കളിലെത്തിയപ്പോൾ വീണ്ടും വേവലാതിയായി. കണ്ണെത്താദൂരത്താണ് മൂന്നുപേരും. രണ്ടുപേരുടെ കല്യാണം കഴിഞ്ഞതുകൊണ്ട് അവരുടെ ഭക്ഷണകാര്യത്തെക്കുറിച്ച് വേവലാതിയില്ല. സത്താറിന്റെ ഭാര്യ വീട്ടുകാര്യങ്ങളിൽ മുടക്കമൊന്നും വരുത്താറില്ല. എന്നാൽ, റഫീഖിന്റെ ഭാര്യ ജോലിക്കു പോകുന്നതുകൊണ്ട് അവന്റെ വീട്ടിലെ സ്ഥിതിയെക്കുറിച്ച് തീർത്തു പറയാനാവില്ല. ചില അലോസരങ്ങളൊക്കെ പതിവാണെന്നാണ് അവന്റെ ചില ഇ-മെയിലുകളിൽനിന്ന് വായിച്ചെടുക്കാൻ സാധിച്ചത്. സത്താറും റഫീക്കും ഉമ്മയോട് ഒന്നും ഒളിക്കാറില്ല. ഭാര്യയുമായി ഇടഞ്ഞാ അപ്പോൾ റഫീക് ഫോൺ വിളിച്ച് കമ്പ്യൂട്ടർ തുറക്കാൻ പറയും. സമയമുണ്ടെങ്കിൽ ഏറെനേരം ചാറ്റുചെയ്യും. ഇപ്പോൾ ഉമ്മയെ നേരിട്ടു കണ്ടതുപോലെയായി, മനസു തണുത്തു എന്നൊക്കെ പറയുമ്പോൾ മനസ്സാകെ കലങ്ങും. റോഷിക്ക് സുഖമല്ലേ എന്നല്ലാതെ നിങ്ങൾ തമ്മിൽ പിണങ്ങിയോ എന്ന് അപ്പോഴും ചോദിക്കാറില്ല. എന്നാൽ, തന്റെ വാക്കുകളിലെ ആകാംക്ഷ വായിച്ചറിഞ്ഞ് – ചെറിയൊരു പിണക്കം. അതിപ്പം സുല്ലാക്കാമെന്നു പറഞ്ഞ് അവനാണ് സമാധാനിപ്പിക്കാറുള്ളത്. സന്തോഷമായിട്ടുപോകുന്നുണ്ടെന്നാ അവൻ പറയുന്നത്. അതുമതി. ഇനി ഇള

യവനെക്കൂടി കല്യാണം കഴിപ്പിച്ചാ സമാധാനമായി. ഷിഹാബിന് സ്നേഹക്കുറവൊന്നുമില്ലെങ്കിലും ആളൊരു തന്നിഷ്ടക്കാരനാണ്. അതുകൊണ്ടുതന്നെ അവനെക്കുറിച്ചാലോചിച്ച് കരള് പിടയ്ക്കാത്ത ദിവസങ്ങളില്ല.

താഴെ കാറുവന്നുനിന്ന ശബ്ദംകേട്ട് എഴുന്നേൽക്കാൻ നോക്കിയപ്പോൾ മുട്ടിനു ഭയങ്കരവേദന. കുറേനേരം ഒരേയിരിപ്പ് ഇരുന്നതുകൊണ്ടായിരിക്കും. കാൽമുട്ടുകളിലെയും സന്ധികളിലെയും വേദനയും തലമുടിയിൽ അവിടവിടെക്കാണുന്ന വെള്ളിവരകളും പ്രായം ഏറുകയാണെന്ന് ഓർമിപ്പിക്കുന്നു. രാവിനൊരു പകലെന്നല്ലേ ചൊല്ല്.

13

ഭക്ഷണം കഴിഞ്ഞതും വക്കീൽ മ്യൂസിക് സിസ്റ്റം ഓൺചെയ്ത് ചാരുകസേരയിലിരുന്നു. ഉറങ്ങുന്നതിനുമുമ്പ് സംഗീതം പതിവാണ്. ബീഗം അക്തറും നുസ്രത്ത് ഫത്തേഹ് അലിഖാനും അനൂപ് ജലോട്ടയും സുബ്ബലക്ഷ്മിയുമൊക്കെ മനസ്സ് ശാന്തമാക്കാറുണ്ട്. പാട്ടു കേൾക്കാൻ ഭാര്യയും കൂടെയുണ്ടാകണമെന്ന് ആഗ്രഹിക്കാറുണ്ടെങ്കിലും നടക്കാറില്ല. ഉറക്കം വരുന്നു എന്നു പറഞ്ഞ് അവൾ ഒഴിഞ്ഞുമാറും. എന്നാൽ, ഉച്ചനേരത്തെ ഒഴിവുസമയത്ത് അവൾ പാട്ടു കേൾക്കാറുമുണ്ട്. കുട്ടികൾ ചെറുതായിരുന്നപ്പോൾ പാട്ടുകേൾക്കാൻപോലും അവൾക്ക് ഒഴിവുണ്ടായിരുന്നില്ല. കുട്ടികളുടെ നിസ്സാരകാര്യങ്ങൾ കണ്ടറിഞ്ഞു ചെയ്തുകൊടുക്കാൻ സാധിച്ചില്ലെങ്കിൽ അതാലോചിച്ച് സങ്കപ്പെടുകയാണ് അവളുടെ രീതി. കുട്ടികളുടെ പരീക്ഷയായാൽ മിണ്ടാനും പറയാനും അവളെ കിട്ടാറില്ല. കുട്ടികളുടെ ബാപ്പകൂടി ഈ വീട്ടിലുണ്ടെന്ന കാര്യം നീ മറന്നോ എന്ന് പലപ്പോഴും അവളോട് പരാതി പറയാറുണ്ട്. പരാതിക്ക് മറുപടി പറയുന്ന പതിവ് അവൾക്കില്ല. അരുതാത്തത് കേൾക്കുമ്പോൾ ശരീരഭാഷ മാറുമെങ്കിലും നാവിൽനിന്ന് പറയേണ്ടാത്തതൊന്നും പറയില്ല എന്നു കടുംപിടുത്തമുള്ളതുപോലെയാണ് പെരുമാറ്റം.

സാധാരണസ്ത്രീകളെപ്പോലെ സങ്കടവും അരിശവും പുറന്തള്ളി പോരിനിറങ്ങുന്നതാണ് ഇതിലും ഭേദമെന്ന് പലപ്പോഴും തോന്നിപ്പോയിട്ടുണ്ട്. പിണങ്ങിയാൽ മിണ്ടാട്ടവും ഉരിയാട്ടവുമില്ലാതെ നടക്കുമെങ്കിലും വീട്ടുകാര്യങ്ങളൊന്നും മുടക്കാറില്ല. അമിട്ടൊന്ന് പൊട്ടിയെങ്കിലെന്നു കരുതി കാത്തിരുന്നിട്ടുണ്ട്.. അവളുടെ പക്ഷം ചിന്തിക്കുമ്പോൾ കുറ്റപ്പെടുത്താനും തോന്നുകയില്ല. അവളുടെ മോഹങ്ങളും സ്വപ്നങ്ങളും എന്തെന്നറിയാൻ ഇന്നുവരെ ആരും ശ്രമിച്ചിട്ടില്ല. പഠിച്ച് സ്വന്തമായി ഒരു ജോലി

യൊക്കെ നേടിയിട്ടുമതി വിവാഹം എന്നായിരുന്നത്രെ ആഗ്രഹം. പഠിത്തം പൂർത്തിയാകുന്നതിനുമുമ്പ് വിവാഹം കഴിച്ചയച്ചതിൽ ഉമ്മയോടും ആങ്ങളമാരോടും ഇന്നും പരിഭവം പറയാറുണ്ട്. കളിച്ചുനടക്കേണ്ട പ്രായത്തിലായിരുന്നു വിവാഹം. ആലുപ്പുഴയിൽച്ചെന്നപ്പോൾ ഇത്താത്തയുടെ മകൾ സുനീറയോടൊപ്പം പഠിത്തം ഞാൻ മാത്രമല്ല ഇത്തയും അവളെ നിർബന്ധിച്ചതാണ്. വിഹാഹം കഴിഞ്ഞിട്ട് കോളേജിൽ പോകാനോ എന്ന ചോദ്യവുമായി വീട്ടിലൊതുങ്ങുകയായിരുന്നു. ഉമ്മയുടെയും ആങ്ങളമാരുടെയും സമ്മർദം അതിന്റെ പിറകിലുണ്ട് എന്നതിൽ സംശയമില്ല. എന്നാൽ, വീട്ടിലിരുന്ന് പഠിച്ച് പ്രൈവറ്റായി ഡിഗ്രി എടുക്കുകയും ചെയ്തു. ഇത്തയുടെ പെട്ടെന്നുള്ള മരണം ജീവിതത്തിൽ അപ്രതീക്ഷിതമായ മാറ്റങ്ങളാണുണ്ടാക്കിയത്. ഇത്താക്ക് അവൾ മകളെപ്പോലെ തന്നെയായിരുന്നു. കുടുംബഭാരങ്ങളൊന്നും അവളെ ഏൽപ്പിക്കില്ല. ആങ്ങളമാരോ വഷളാക്കി. നിങ്ങളെങ്കിലും അവളെയൊന്ന് നേരെയാക്കിയെടുക്ക് എന്ന് കളിയായിട്ടും കാര്യമായിട്ടും ഇത്തയോട് അവൾ കേൾക്കെ പലവട്ടം പറഞ്ഞിട്ടുണ്ട്.

വാപ്പയെ കണ്ട ഓർമയില്ല. ഉമ്മ മരിക്കുമ്പോൾ ലോ കോളേജിൽ ചേർന്നിട്ടേയുള്ളൂ. അപ്പോഴേക്കും ഇത്തയുടെ വിവാഹം കഴിഞ്ഞിരുന്നു. ഉമ്മയുടെ മരണശേഷം ഇത്തയും അളിയനും സ്വന്തം മകനെപ്പോലെയാണ് വളർത്തിയത്. അളിയന്റെ പെട്ടെന്നുള്ള മരണം ഇത്തയെ വല്ലാതെ ഉലച്ചെങ്കിലും കുടുംബം കരുപ്പിടിപ്പിക്കാനുള്ള ബദ്ധപ്പാടിനിടയിൽ ദുഃഖിച്ചിരിക്കാൻകൂടി സമയം കിട്ടിയില്ല എന്ന് ഇത്ത പറയാറുണ്ട്. ആൺമക്കളില്ലെന്നു പറഞ്ഞ് അളിയന്റെ ബിസിനസിലും സ്വത്തിലും അവകാശം പറഞ്ഞ് ബന്ധുക്കളും സഹോദരങ്ങളുമെത്തുകയും ഇത്തയെ മാനസികമായി വല്ലാതെ പീഡിപ്പിക്കുകയും ചെയ്തു. ഇത്തയാകട്ടെ വഴക്കിനും വക്കാണത്തിനുമൊന്നും പോകാതെ അവര് പറഞ്ഞിടത്തെല്ലാം ഒപ്പിട്ടു കൊടുത്തു. നിനക്ക് സൈനബയെപ്പോലൊരു പെൺകുട്ടിയെ കിട്ടിയത് ബാപ്പയും ഉമ്മയും ചെയ്ത സുകൃതഫലമാണെന്ന് ഇത്ത പറയുമായിരുന്നു. ഇത്ത ആഗ്രഹിച്ചതുപോലുള്ള ബന്ധം മകൾ സുനീറയ്ക്കും കിട്ടിയതോടെ വളരെ സന്തോഷത്തിലായിരുന്നു. കുടുംബഭാരം ഏൽപ്പിച്ച് ഇത്ത പെട്ടെന്നങ്ങ് പോവുമെന്ന് വിചാരിച്ചതേയല്ല. അതുകൊണ്ടാണല്ലോ ഒരുദിവസം രാവിലെ വിളിച്ചിട്ടും മിണ്ടാതെ കിടന്നപ്പോൾ അന്തംവിട്ടുപോയത്. സുനീറ വിവാഹംകഴിഞ്ഞ് അധികം താമസിയാതെതന്നെ ഗൾഫിലേക്കു പോയിരുന്നു. ചാവക്കാടാണ് അവരുടെ വീടെങ്കിലും അവരെല്ലാം ഏറെക്കാലമായി ഗൾഫിലാണ്. അവധിക്കാലത്ത് മാത്രമാണ് നാട്ടിലെത്താറുള്ളത്. ഇത്ത പോയതോടെ നാട്ടിൽ ഒറ്റപ്പെട്ടതുപോലെയായി. ആകെ മനംനൊന്തിരിക്കുമ്പോഴാണ് കോഴിക്കോട്ട് പബ്ളിക് പ്രൊസിക്യൂട്ടറായി ജോലി ശരിയായത്. രണ്ടാമതൊന്നാലോചിക്കാതെ നേരെ ഇങ്ങോട്ടു പോന്നു. സ്വന്തം പേരിലുള്ള സ്വത്തുക്കൾ വിറ്റ് ഇവിടെ

പഴയൊരു വീടും പുരയിടവും വാങ്ങി താമസം തുടുങ്ങുകയായിരുന്നു. അന്ന് സത്താറിന് ആറുമാസം പ്രായം. അക്കാലത്ത് ഖാദറിക്ക വേറെ താമസം തുടങ്ങിയിരുന്നു. റസാഖിന്റെ കൂടെയായിരുന്നു ഉമ്മയുടെ സ്ഥിര താമസം. ഉമ്മ എന്നും കൂടെ കഴിയണമെന്ന് ഖാദറിക്ക ആഗ്രഹിച്ചിരുന്നു. പക്ഷേ, മൂപ്പരുടെ ഭാര്യക്ക് ഉമ്മയുടെ കാര്യത്തിൽ വലിയ ശുഷ്കാന്തിയൊന്നുമുണ്ടായിരുന്നില്ല. അതിൽ ഖാദറിക്ക വലിയ മനോവിഷമത്തിലായിരുന്നു. അതൊന്നു മാറിക്കോട്ടെ എന്നുകൂടി കരുതിയാണ് പുതിയ പൊറുതി തുടങ്ങിയപ്പോൾ ഉമ്മയെ തങ്ങളോടൊപ്പം കൊണ്ടുവന്നാലോ എന്ന സൈനുവിന്റെ ആശയത്തോട് യോജിച്ചത്. സ്വന്തം ഉമ്മയ്ക്ക് ഒന്നും ചെയ്തുകൊടുക്കാനായില്ല. ഇത്തയ്ക്കുവേണ്ടിയും ഒന്നും ചെയ്തില്ല. ഉമ്മയ്ക്കെങ്കിലും ഉപകരിക്കട്ടെ എന്നു കരുതി. ഉമ്മയെ സംരക്ഷിച്ചും അവരെ കാണാനെത്തുന്നവരെ വിരുന്നൂട്ടിയും സൈനുവിന് സ്വന്തമായൊരു ജീവിതമില്ലാതെപോയില്ലേ എന്ന് പലപ്പോഴും സംശയിച്ചിട്ടുണ്ട്. അങ്ങനെയൊന്നും ആലോചിക്കുന്നത് ശരിയല്ല എന്ന് സ്വയം തിരുത്താറുമുണ്ട്.

സൈനബയ്ക്ക് ഒരു നിമിഷംപോലും വെറുതെയിരിക്കാൻ സാധിക്കില്ല. എന്തെങ്കിലും ചെയ്തുകൊണ്ടിരിക്കണം. അവളുടെ പോസിറ്റീവ് എനർജി മുഴുവൻ തീർക്കുന്നത് വീടു വൃത്തിയാക്കായിട്ടാണ്. വീട് കണ്ണാടിപോലെ തിളങ്ങണം. എവിടെയെങ്കിലും ഒരുതരി പൊടി കണ്ടാൽ രാത്രി ഉറക്കമില്ല. പൊടിയിലുമുണ്ട് ചൈതന്യമെന്ന് മാധവിക്കുട്ടി ഏതോ അഭിമുഖത്തിൽ പറഞ്ഞത് നീ വായിച്ചില്ലേ? അങ്ങനെ കരുതിയാ മനസ്സമാധാനമായിട്ടു ജീവിക്കാം – കളിമട്ടിൽ പറയാറുണ്ട്. ആപ്പീസുമുറി വൃത്തിയാക്കുന്ന ദിവസം അവളുമായി വഴക്ക് ഉറപ്പാണ്. കേസുകെട്ടുകൾ പലതും വച്ചിടത്ത് കാണില്ല. അലമാരയിൽ ഭദ്രമായി അടുക്കിയിട്ടുണ്ടാകും. പക്ഷേ, അത് കിട്ടണമെങ്കിൽ അവളുതന്നെ വരണം. വായിച്ചു പഠിക്കാനും നോട്ടുകുറിക്കാനുമുള്ള ഫയലുകളാണ് മേശപ്പുറത്ത് വയ്ക്കുന്നതെന്ന് പറഞ്ഞാൽ കേട്ടമട്ടില്ല. ആപ്പീസുമുറിയോടു തൊട്ടുള്ള വായനമുറിയാണ് വാസ്തവത്തിൽ ഈ വീട്ടിലെ എന്റെ സാമ്രാജ്യം. അതിൽ അവൾ കടക്കാതിരിക്കാൻ പലപ്പോഴും പൂട്ടിയിടുകയാണ് പതിവ്. കാരണം അവിടെ മേശപ്പുറത്തും കസേരകളിലും വായിച്ചതും വായിക്കാനുള്ളതുമായ പുസ്തകങ്ങൾ അലക്ഷ്യമായി ഇട്ടിട്ടുണ്ടാകും. ഒരു പുസ്തകമെടുത്താൽ അത് വായിച്ച് യഥാസ്ഥാനത്ത് തിരിച്ചുവച്ചാലേ മറ്റൊന്നെടുക്കാവൂ എന്നാണ് സൈനുവിന്റെ നിയമം. പുസ്തകങ്ങൾ അലമാരയിൽ അടുക്കിവയ്ക്കാനുള്ളതല്ല, വായിക്കാനുള്ളതാണ്. ഒന്നു വായിച്ചു തീർത്തേ മറ്റൊന്നു വായിക്കാവൂ എന്ന് സ്കൂൾമാഷന്മാരെപ്പോലെ ശാഠ്യംപിടിക്കുന്നതിനോട് യോജിപ്പില്ല. അതുംപറഞ്ഞ് അവളുമായി കടിപിടികൂടുന്നതിനേക്കാൾ നല്ലത് മുറിയടച്ചിടുകയാണ് ബുദ്ധിയെന്നു തോന്നി. ജീവിതത്തിന് അടുക്കും ചിട്ടയും വേണം. വീടിനു

വൃത്തിയും വെടിപ്പും വേണം. അതിലൊന്നും തർക്കമില്ല. കാണികൾക്ക് കണ്ണിനു ഇമ്പമുണ്ടാക്കാൻ മാത്രമുള്ളതല്ല വീട്. വ്യക്തികൾക്ക് അവരവരുടെ ഇഷ്ടത്തിനൊത്ത് സ്വസ്ഥമായും സന്തോഷമായും കഴിയാനുള്ള ഇടംകൂടിയാണ്. വീട് ചമയിച്ചൊരുക്കി മനോഹരമാക്കുന്നതിനിടയിൽ നീ ജീവിക്കാൻ മറന്നുപോകുന്നില്ലേ എന്ന് പലപ്പോഴും സ്നേഹത്തിലും അരിശത്തിലും അവളോടു പറഞ്ഞു നോക്കിയിട്ടുണ്ട്. ഏശാറില്ലെന്നു മാത്രം.

വിവാഹം കഴിയുമ്പോൾ അവൾക്ക് പതിനെട്ടും എനിക്ക് ഇരുപത്തിയെട്ടുമായിരുന്നു പ്രായം. രണ്ടുപേരും വ്യത്യസ്തമായ സാഹചര്യങ്ങളിൽ ജീവിച്ചവർ. അവരവരുടെ രീതികൾ മാറ്റണമെന്ന് രണ്ടുപേരും ഇതുവരെ പരസ്പരം ആവശ്യപ്പെട്ടിട്ടില്ല. ആരുടെയും അടിസ്ഥാനസ്വഭാവങ്ങൾ മറ്റുള്ളവർക്കുവേണ്ടി അടിയറവയ്ക്കരുതെന്ന പക്ഷക്കാരനാണ് ഞാൻ. രണ്ടുപേരുടെയും സ്വഭാവത്തിലും രീതികളിലും ഏറെ വ്യത്യാസങ്ങളുണ്ട്. എന്നാൽ, മനസ്സ് ഒന്നാണ് എന്ന് പലപ്പോഴും തോന്നിയിട്ടുണ്ട്. ആദ്യമായി കാണുമ്പോൾ അവൾ പ്രീഡിഗ്രിക്ക് പഠിക്കുകയായിരുന്നു. റസാഖിന്റെ വീട്ടിൽചെന്നപ്പോൾ അവിചാരിതമായാണ് അവളെ കാണാനിടയായത്. അവിചാരിതമെന്ന് എടുത്തുപറയാൻ കാരണമുണ്ട്. റസാഖ് വളരെ അടുത്ത സുഹൃത്ത്. കോഴിക്കോട്ടുവരുമ്പോഴെല്ലാം അവന്റെ വീട്ടിൽച്ചെന്ന് ഒരുനേരത്തെ ഭക്ഷണം പതിവാണ്. ഉമ്മയെയും സഹോദരന്മാരെയും പരിചയപ്പെട്ടിട്ടുമുണ്ട്. ഇങ്ങനെ ഒരു അനിയത്തി അവനുണ്ടെന്ന് അറിയില്ലായിരുന്നു. അവൻ പരിചയപ്പെടുത്തിത്തന്നിട്ടുമില്ല. ഒരുദിവസം ഊണുകഴിഞ്ഞ് ഉമ്മയോടും റസാഖിനോടും യാത്ര പറഞ്ഞിറങ്ങുമ്പോഴാണ് ഇരുനിറത്തിൽ മെല്ലിച്ച ആകർഷകമായ കണ്ണുകളുള്ള ഒരു പെൺകുട്ടി കയറി വന്നത്. റസാഖ് അവളോടു പരീക്ഷയെക്കുറിച്ച് ചോദിച്ചതല്ലാതെ അവളെ പരിചയപ്പെടുത്തിത്തന്നതുപോലുമില്ല. അവളാകട്ടെ ഉമ്മറത്ത് അപരിചിതനെ കണ്ടതുകൊണ്ടാകണം വാണംവിട്ടതുപോലെ അകത്തേക്കു പോവുകയും ചെയ്തു.

"നിന്റെ സഹോദരിയാ?"

അങ്ങോട്ടു ചോദിക്കുകയായിരുന്നു.

"അതേ, പ്രീക്കു ഫൈനലിയറാ.. പരീക്ഷയാ. പഠിക്കാൻ മിടുക്കിയാ. പക്ഷേ ഉടനെ കല്യാണം കഴിപ്പിക്കണമെന്നുപറഞ്ഞ് ഉമ്മ ബഹളം തുടങ്ങിയിട്ടുണ്ട്. നിന്റെ പരിചയത്തിൽ ആരെങ്കിലുമുണ്ടെങ്കില് പറയണം."

"ചെറിയ കുട്ടിയല്ലേ. പഠിക്കട്ടെന്നേ" എന്നു പറഞ്ഞു പിരിഞ്ഞെങ്കിലും അവളുടെ കണ്ണുകളിലെ തിളക്കം മനസിലെവിടെയോ ഉടക്കി. പിന്നീട് ആ വീട്ടിൽ പോയപ്പോഴെല്ലാം മിന്നലാട്ടംപോലെ അവളെ കാണാറുണ്ടെങ്കിലും സംസാരിക്കാൻ ഇടകിട്ടിയില്ല. അപ്പോഴേക്കും ആ വീട്ടുകാർ വളരെ അടുത്തബന്ധുക്കളായി മാറിയിരുന്നു. അന്ന് അവർ എല്ലാവരും ഒന്നിച്ചായിരുന്നു താമസം. റസാഖിനു കല്യാണാലോചന വരു

ന്നുണ്ടായിരുന്നു. ആദ്യം മകളുടെ എന്ന നിലപാടിലായിരുന്നു ഉമ്മ. സൈനുവിനോട് തോന്നിയ എന്തോ ഒരിഷ്ടം പക്ഷേ, റസാഖിനോടു പറയാനുള്ള ധൈര്യമുണ്ടായിരുന്നില്ല. അവൻ തെറ്റിദ്ധരിക്കുമോ എന്നായിരുന്നു പേടി. പ്രേമവിവാഹം ആ കുടുംബം ഒരിക്കലും അംഗീകരിക്കില്ലെന്ന് അത്രയും കാലത്തെ സഹവാസത്തിൽനിന്ന് വ്യക്തമായിരുന്നു. അതുകൊണ്ടാണ് ഇത്ത വിവാഹക്കാര്യമെടുത്തിട്ടപ്പോൾ സംഗതി സൂചിപ്പിച്ചത്. ഇത്ത ഉമ്മയെ നേരിട്ട് വിളിച്ച് ചോദിക്കുകയായിരുന്നു. ദൂരം കൂടിപ്പോയെന്നു പറഞ്ഞ് ഉമ്മ ഒഴിഞ്ഞുമാറാൻ നോക്കിയതാണ്. തലയിലെഴുതിയതുകൊണ്ടു നടന്നു എന്നേ പറയാൻ സാധിക്കൂ.

മനുഷ്യജീവിതം ഒരുതരം കൺകെട്ടുകളിയാണ്. മുകളിലിരിക്കുന്നവൻ അവടെയിരുന്നു കൺകെട്ടുവിദ്യകൾ കാണിക്കുന്നു. മനുഷ്യനെ നട്ടംതിരിക്കുന്നു എന്നാണ് സൈനബ പറയുന്നത്. വിവാഹം കഴിക്കുന്ന പെൺകുട്ടിയെക്കുറിച്ച് വ്യക്തമായ മുൻധാരണകളൊന്നുമില്ലായിരുന്നു. ഇത്ത വിവാഹത്തിനു നിർബന്ധിക്കുകയും പെൺകുട്ടികളുടെ ഫോട്ടോകൾ കാണിച്ച് ശല്യപ്പെടുത്തുകയും ചെയ്തുകൊണ്ടിരുന്ന കാലത്താണ് സൈനുവിനെ കാണാനിടയായത്. ഇത്ത കാണിച്ച ഫോട്ടോകളിലൊന്നുപോലും മനസിനു പിടിച്ചതായിരുന്നില്ല. സൈനുവാകട്ടെ ഒറ്റനോട്ടത്തിൽ ആകർഷിക്കുകയും ചെയ്തു. എല്ലാം മുകളിലിരിക്കുന്നവന്റെ കുസൃതികൾ എന്നു പറയാനാണിഷ്ടം. ആലപ്പുഴവിട്ട് കോഴിക്കോട്ട് സ്ഥിരതാമസമാക്കുമെന്ന് സ്വപ്നത്തിൽപ്പോലും കരുതിയതല്ല. അതായിരുന്നു നിയോഗം. വിവാഹം ഭാഗ്യക്കുറി നറുക്കെടുപ്പുപോലെയാണ്. തലവര നന്നെങ്കിൽ ഭാഗ്യനറുക്ക് വീഴുന്നു. മറ്റുപലരുടെയും ജീവിതവുമായി താരതമ്യപ്പെടുത്തുമ്പോൾ ഭാഗ്യനമ്പരാണ്, സംശയമില്ല.

എല്ലാ കാര്യങ്ങളും ഭർത്താക്കന്മാർ ചെയ്തുകൊടുക്കണമെന്ന് ശഠിക്കുക സ്ത്രീകളുടെ അവകാശമായിട്ടേ കരുതിയിട്ടുള്ളൂ. സൈനുവും സ്വന്തം അവകാശം സ്ഥാപിച്ചെടുക്കാൻ ചിലപ്പോൾ പോരിനിറങ്ങുന്നു.

“നീ ബീപാത്തുഹജ്ജുമ്മയുടെ തൻപോരിമയുള്ള പുന്നാരമോളല്ലേ? നമ്മുടെ വീട് നിന്റെ കൈയിൽ ഭദ്രമാണെന്നറിയുന്നതുകൊണ്ടല്ലേ ഞാനിങ്ങനെ നിശ്ചിന്തനായി കഴിഞ്ഞുകൂടുന്നത്.” അവളെ എരികേറ്റാനായി പറയാറുണ്ട്.

“എണ്ണതേച്ച് സുഖിപ്പിക്കല്ലേ...നിങ്ങക്കുമാത്രം മതിയോ സ്വസ്ഥത?” എന്ന അവളുടെ ചോദ്യം പലപ്പോഴും ഉത്തരം മുട്ടിക്കുകമാത്രമല്ല അസ്വസ്ഥനാക്കുകയും ചെയ്യാറുണ്ട്.

സ്നേഹം പ്രകടിപ്പിക്കാനുള്ളതാണോ? അത് മുത്തുപോലെ ഉള്ളിന്റെയുള്ളിലെ മണിച്ചെപ്പിൽ സൂക്ഷിക്കാനുള്ളതല്ലേ? രാവിലെ നടക്കാനിറങ്ങുമ്പോൾ സുഹൃത്തുക്കളുമായി ഉള്ളിലെ സംശയം പങ്കുവയ്ക്കാറുണ്ട്.

“വക്കീലേ നമ്മള് സാധാരണക്കാരല്ലേ, മഹാരഥന്മാരൊന്നുമല്ലല്ലോ. അതുകൊണ്ട് സ്വപ്നങ്ങളും ദുഃഖങ്ങളുമൊക്കെ പരസ്പരം പങ്കുവെച്ച്

സാധാരണക്കാരായി ജീവിച്ചാൽ മതി." എന്നാണ് പ്രൊഫസർ രവീന്ദ്രൻ പറയുന്നത്. നാലുനാളത്തെ ജീവിതം. അത് മറ്റുള്ളവർക്ക് ഉതകിയും എല്ലാവരേയും സന്തോഷിപ്പിച്ചും ആരെയും മുഷിപ്പിക്കാതെയും കഴിയ ണമെന്നാണ് ആഗ്രഹം. അതിനു സാധിച്ചാൽ ജീവിതം ധന്യമായി.

ഫോൺ ബെല്ലടിക്കുന്നത് കേട്ട് മ്യൂസിക് സിസ്റ്റം ഓഫാക്കി എഴു ന്നേറ്റു. മക്കളായിരിക്കും. അവരുടെ ഫോൺകോളിനുവേണ്ടി സൈനബ ഉറക്കമൊഴിച്ച് കാതോർത്ത് കിടക്കുകയാവും.

14

"രവീ....ഇന്ന് ഊണിവിടന്നുതന്നല്ലേ..?"

അടുക്കളയിൽ തിരക്കിട്ട് ജോലി ചെയ്യുന്നതിനിടയിൽ സീമ വിളിച്ചു ചോദിച്ചു. മറുപടി കിട്ടാഞ്ഞപ്പോൾ ഉമ്മറത്തെത്തി. രവി പത്രം കൈയിൽ പിടിച്ച് നെഞ്ചു തടവുന്നു.

"എന്താ സുഖമില്ലേ...?"

വെപ്രാളത്തോടെ സീമ ചോദിച്ചു.

"ഹേയ് ഒന്നുമില്ല. നിസ്സാരകാര്യത്തിന് നീയിങ്ങനെ ഞെട്ടുന്നതെന്തിനാ. നിനക്ക് പോകാറായില്ലേ..?"

"പോകണമെങ്കിൽ ജോലിയൊന്നൊതുങ്ങണ്ടേ? ഉച്ചയ്ക്ക് ഊണിനിവിടെ കാണില്ലേ?"

സീമയുടെ ആകാംക്ഷ അരിശമായി പുറത്തുചാടി.

"ഞാനിവിടത്തന്നെയുണ്ടാകും. വൈകുന്നേരമേ പുറത്തിറങ്ങൂ. എനിക്കായിട്ട് നീ ഊണൊന്നുമൊരുക്കണ്ട. സുലോചനയെക്കൊണ്ട് ചപ്പാത്തി ഉണ്ടാക്കിച്ച് കഴിച്ചോളാം."

"അവളെ അടുക്കളയിൽ കയറ്റിയാൽ എനിക്കു വൈകുന്നേരം ഇരട്ടിപ്പണിയാ. ഉച്ചയ്ക്ക് ചപ്പാത്തിയാണോ വേണ്ടത്?"

"എന്തായാലും തരക്കേടില്ല."

"നോക്കൂ, സുലോചന വന്നാൽ ആദ്യം വീടടിച്ചുവാരി തുടയ്ക്കാൻ പറയണം. എന്നിട്ട് സൈനുവിന്റെ വീട്ടിലേക്ക് പൊയ്ക്കോട്ടെ. അവളുടെ പണിക്കാരിക്ക് പനിയാത്രെ. ഞാൻ പറഞ്ഞത് വല്ലതും ശ്രദ്ധിച്ചോ?"

രവി വീണ്ടും പത്രത്തിൽ തലപൂഴ്ത്തുന്നതുകണ്ട് സീമ സംശയത്തോടെ ചോദിച്ചു.

"ഉവ്വ് ശ്രീമതി കേട്ടു. നിനക്കെന്താ എന്നെ വിശ്വാസമില്ലാത്തത്?"

“അങ്ങനെയൊന്നുമില്ല. റിട്ടയറായതോടെ ആബ്സൻഡ്മെന്റഡ് പ്രൊഫസറായിട്ടുണ്ട് രവി. അതാ ഞാൻ പറഞ്ഞത് പാർട്ട് ടൈം ജോലി വല്ലതും നോക്കാമെന്ന്.” സീമ അകത്തേക്കു നടക്കുമ്പോൾ തന്നത്താനെന്നോണം പറയുന്നുണ്ടായിരുന്നു.

സീമ ജോലികളൊതുക്കി കുളികഴിഞ്ഞ് വേഷംമാറി എത്തിയപ്പോഴും രവി അതേയിരിപ്പുതന്നെ.

“രാവിലെ അടുക്കളയിൽകയറി സഹായിക്കാനൊന്നും ഞാനാവശ്യപ്പെടുന്നില്ല. അവനവന്റെ കാര്യമെങ്കിലും സമയാസമയത്ത് ചെയ്തൂടെ? കുളി കഴിച്ചിരുന്നെങ്കിൽ നമുക്ക് ഒന്നിച്ച് പ്രാതൽ കഴിക്കാമായിരുന്നല്ലോ. ഇനി തിന്ന പാത്രങ്ങൾ മേശപ്പുറത്ത് കിടന്ന് ഈച്ചയാർക്കും.”

സീമയുടെ വാക്കുകളിൽ അരിശത്തേക്കാൾ സങ്കടമായിരുന്നു.

“ഡോണ്ട് വറി മേഡം. പാത്രങ്ങൾ ഞാൻ കഴുകിവെച്ചോളാം. പത്തുമിനിട്ടിനകം കുളിയും കഴിക്കാം.”

“ഇനി ഞാൻ പോയിട്ട് കുളിക്കാനിറങ്ങിക്കോ. ഞാനിപ്പോ വരാം.”

രണ്ട് ഇഡ്ഡലി ടിഫിനിലാക്കി ഒരിഡ്ഡലി കഴിച്ചെന്നു വരുത്തി പാത്രങ്ങൾ സിങ്കിലിട്ട് സീമ ഉമ്മറത്തെത്തി.

“ഞാനിറങ്ങുന്നു. സുലോചന വന്നാലുടൻ സിങ്കിലുള്ള പാത്രങ്ങൾ കഴുകാൻ പറയണം. കുളിക്കാൻപോകുമ്പോൾ കതകടയ്ക്കാൻ മറക്കരുത്.”

പതിവുപോലെ ചെയ്യാനുള്ള കാര്യങ്ങൾ പലവട്ടം ഓർമിപ്പിച്ച് സീമ കാറിൽ കയറി.

“നീ ഒന്നും കഴിച്ചില്ലേ?”

പത്ര വായനക്കിടയിൽ രവി വിളിച്ചു ചോദിച്ചതിനു മറുപടിയൊന്നും പറയാതെ സീമ കാറിൽ കയറി. രവി അപ്പോഴും അനങ്ങാപ്പാറയായതു കണ്ട് സീമ മൊബൈലെടുത്ത് സൈനുവിനെ വിളിച്ചു.

“രവിയുടെ കുളിയും ചായകുടിയും കഴിഞ്ഞിട്ടില്ല. പത്രവായനയ്ക്കിടയിൽ കുളിക്കാൻ പോകുമ്പോൾ കതകടയ്ക്കാൻ മറക്കുമെന്നുറപ്പാ. ഒരു കണ്ണിങ്ങോട്ടുവേണേ.“

നേരെ മുന്നിലാണ് സൈനുവിന്റെ വീട്. സീമ കാർ സ്റ്റാർട്ട് ചെയ്യുമ്പോൾ ഫോൺ ബെല്ലടിക്കുന്നതുകേട്ട് രവി അകത്തേക്കുപോയപ്പോൾ സീമയ്ക്ക് സമാധാനമായി. ഇനി സൈനുവായിക്കോളും.

ഫോണിലൂടെയുള്ള സൈനുവിന്റെ നിർദേശമനുസരിച്ച് രവി വാതിലടക്കാൻ ഉമ്മറത്തെത്തിയപ്പോഴേക്കും സീമയുടെ കാർ കാണാമറയത്തെത്തിയിരുന്നു. സീമയുടെ പങ്കപ്പാടു കണ്ടപ്പോൾ വിഷമം തോന്നി. രാവിലെ അടുക്കളയിൽച്ചെന്ന് അവളെ സഹായിക്കണമെന്ന് എന്നും വിചാരിക്കും. പത്രം കൈയിൽ കിട്ടുന്നതോടെ അക്കാര്യം മറക്കുകയും ചെയ്യും. അടുക്കളയിൽച്ചെന്നാലും അവൾ ഒന്നും ചെയ്യാൻ സമ്മതിക്കില്ല. ചെന്നില്ലെങ്കിൽ പരിഭവം പറയുകയും ചെയ്യും. രാവിലെ പുറത്തെങ്ങും പോകേണ്ടതില്ലെങ്കിൽ കുളിയും പ്രാതലുമൊക്കെ സാവകാശത്തിലായി

ക്കോളാം. നീ ഇക്കാര്യമാലോചിച്ച് തല പുകയ്ക്കാതെ കൃത്യസമയത്ത് കോളേജിലേക്കിറങ്ങിക്കോ എന്ന് നിത്യവും പറയാറുള്ളതാണ്. കേൾക്കില്ല. നമ്മളെക്കുറിച്ചാലോചിച്ച് വേവലാതിപ്പെടുക അവരുടെ അവകാശമാണെന്നാണ് വക്കീലിന്റെ പക്ഷം. വേണ്ടെന്നു പറഞ്ഞാലും അൽപ്പസമയത്തിനകം സൈനുവെത്തുമെന്ന് ഉറപ്പാണ്. അവൾ വരുന്നതിനു മുമ്പ് കുളിയും കാപ്പികുടിയും കഴിച്ചേക്കാം.

തിരക്കിട്ട് കുളിമുറിയിലേക്കു നടന്നു രവി. കാപ്പികുടി കഴിഞ്ഞ് പാത്രം കഴുകുമ്പോൾ കോളിംഗ് ബെല്ലടിഞ്ഞു. വിചാരിച്ചതുപോലെ സൈനുവായിരുന്നു.

“കാപ്പികുടിയൊക്കെ കഴിഞ്ഞ് പാത്രം കഴുകുകയായിരുന്നു.”

രവി പറഞ്ഞിട്ടും വിശ്വാസമില്ലാത്ത മട്ടിൽ സൈനു അടുക്കളയിലെത്തി പരിശോധിച്ചു. ഇതിനിടയിൽ രവി തിരക്കിട്ട് സിങ്കിലുള്ള പാത്രങ്ങൾ കഴുകാൻ തുടങ്ങി.

“മാറ് രവിയേട്ടാ, ഞാൻ കഴുകിക്കോളാം.”

“കഴിഞ്ഞു കുട്ടീ, വക്കീല് പോയോ?”

“ഇന്ന് ഹൈക്കോടതിയിൽ കേസുള്ളതുകൊണ്ട് പുലർച്ചയ്ക്ക് കൊച്ചിക്കുപോയി.”

“ഇന്നലെ പറഞ്ഞത് ഞാനങ്ങു മറന്നു. എന്താ കുട്ടികളുടെ വിശേഷങ്ങൾ?”

“അൽഹംദുലില്ലാഹ്.. അവർക്കെല്ലാം സുഖംതന്നെ. പക്ഷേ അവരെക്കുറിച്ചാലോചിച്ച് എനക്ക് ആധിയൊഴിഞ്ഞ നേരമില്ല.”

“ആവശ്യത്തിനും അനാവശ്യത്തിനും ആധിപിടിക്കുക നിങ്ങൾ സ്ത്രീകളുടെ സ്വഭാവമായിപ്പോയി. സീമയുടെ കാര്യം കണ്ടില്ലേ. ഞാൻ എന്റെ സമയമാകുമ്പോൾ കുളിയും കാപ്പികുടിയുമൊക്കെ കഴിക്കില്ലേ? നിന്നെ ഫോൺവിളിച്ച് ബുദ്ധിമുട്ടിക്കേണ്ട വല്ല ആവശ്യവുമുണ്ടോ?”

“അതെന്താ രവിയേട്ടൻ അങ്ങനെ പറയുന്നത്? നേരെ മുമ്പ്ന്ന് ഇങ്ങോട്ടിറങ്ങിവരാൻ എനക്കെന്ത് ബുദ്ധിമുട്ടാ?”

സൈനുവിന്റെ വാക്കുകളിൽ പരാതിയുടെ തിരയിളക്കം.

“രാവിലെ നിനക്കും അവിടെ തിരക്കിനു കുറവില്ലല്ലോ. അതുകൊണ്ടു പറഞ്ഞതാ.”

രവിയുടെ സ്വരത്തിൽ ക്ഷമാപണം.

“കാപ്പി ഉണ്ടാക്കട്ടെ രവിയേട്ടാ?”

“വേണ്ട, സീമ മൊത്തമായി ഫ്ളാസ്കിൽ ഉണ്ടാക്കി വച്ചിട്ടുണ്ട്. ഞാൻ അടുക്കളയിൽ കയറാതിരിക്കാനുള്ള പരിപാടിയാ.”

“ഞാൻ ഇപ്പോൾത്തന്നെ സുലോചനയെ ഇങ്ങോട്ടയക്കാം. എന്നാ രവിയേട്ടൻ ഇറങ്ങുന്നതിനുമുമ്പ് അവൾക്കിവിടത്തെ പണി കഴിക്കാമല്ലോ.”

“വേണ്ട, അവിടത്തെ പണി കഴിച്ചിട്ട് അയച്ചാ മതി. ഞാൻ ഉച്ചയ്ക്ക് ശേഷമേ പുറത്തിറങ്ങുന്നുള്ളൂ. നിങ്ങളെന്തിനാ ഭർത്താക്കന്മാരെക്കുറിച്ച്

ആവശ്യമില്ലാതെ ആശങ്കപ്പെടുന്നത്?"

"ആശങ്കപ്പെടാൻ ഞങ്ങളുള്ളതുകൊണ്ടാണല്ലോ നിങ്ങൾ ആണുങ്ങൾ സമാധാനത്തോടെ കഴിയുന്നത്."

"അതും നേരാ" രവി സമ്മതിച്ചു.

"ഞാൻ പോണു. കതകടച്ചോളണേ രവിയേട്ടാ."

സൈനു ഇറങ്ങിയപ്പോൾ രവി വാതിലടച്ച് കുറ്റിയിട്ട് മുകളിലെ വായനമുറിയിലെത്തി. കർട്ടൺ മാറ്റി ജനൽ തുറന്നപ്പോൾ അങ്ങകലെയുള്ള കുന്നിൻചരിവ് ഛായാച്ചിത്രം കണക്കെ മുന്നിൽ തെളിഞ്ഞു. ഈ സ്ഥലം കാണാനായി ആദ്യമായി ഖാദറിക്കയോടൊപ്പം ഇവിടെ എത്തിയപ്പോൾ ഏറെ ആകർഷിച്ചത് ഈ കുന്നിൻചെരിവും അതിമനോഹരമായ പ്രകൃതി ദൃശ്യങ്ങളുമായിരുന്നു. ഇവിടത്തെ അന്തേവാസികളിൽ സാബിറയും ലക്ഷ്മിനായരുമൊഴിച്ച് ബാക്കിയെല്ലാവരും ബന്ധുക്കളും സുഹൃത്തുക്കളുമാണ്. ഇപ്പോൾ അവരും ഈ തറവാട്ടിലെ അംഗങ്ങളായി. ഷംസുദ്ദീൻ വക്കീലും റസാഖും സഹപാഠികൾ. ഉണ്ണിയും റസാഖിന്റെ കോളേജ്മേറ്റുതന്നെ. ഞാനും ഖാദറിക്കയും ഡോക്ടർ ജോർജും അയൽവാസികളായിരുന്നു. വാസ്തവത്തിൽ റസാഖുമായുള്ള അടുപ്പമാണ് ഖാദറിക്കയുടെ അയൽവാസിയാക്കിയത്. തിരുവനന്തപുരത്തുകാരനായ ഞാൻ കോഴിക്കോട് സർവകലാശാലയിൽ ജോലി കിട്ടിയതോടെയാണ് കോഴിക്കോട്ടുകാരനായത്. തിരുവനന്തപുരം നഗരത്തിൽനിന്ന് മലപ്പുറത്തെത്തിയപ്പോൾ ആദ്യകാലങ്ങളിൽ വല്ലാത്ത വിരസതയായിരുന്നു. എഴുത്തുകാരോടും അവരുടെ രചനകളോടും ആരാധനയായിരുന്നു. അതുകൊണ്ടാണ് ഇംഗ്ളീഷ് സാഹിത്യത്തിൽ ബിരുദവും ബിരുദാനന്തരബിരുദവും പിഎച്ച്ഡിയും എടുത്തത്. പഠിക്കുന്ന കാലത്ത് സാഹിത്യസാംസ്കാരിക പരിപാടികൾക്ക് നിത്യേന പോകുമായിരുന്നു. തിരുവനന്തപുരത്ത് അത്തരം പരിപാടികൾക്ക് പഞ്ഞവുമുണ്ടായിരുന്നില്ല. അമ്മയും അച്ഛനും സ്കൂൾ അധ്യാപകർ. മകൻ കോളേജ് അധ്യാപകനാകണമെന്നത് അവരുടെയും സ്വപ്നമായിരുന്നു. എം എയ്ക്ക് പഠിക്കുന്ന കാലത്ത് അച്ഛന് വൻകുടലിൽ ക്യാൻസർ ബാധിച്ച് കിടപ്പിലായപ്പോൾ പഠിത്തം മതിയാക്കി ജോലിക്കു പോകാൻ തീരുമാനിച്ചതാണ്. അമ്മ സമ്മതിച്ചില്ല. ചികിത്സകൾ ഫലിക്കാതെ അച്ഛൻ അവിചാരിതമായി വിട്ടുപോയിട്ടും അമ്മ പതറിയില്ല. ബാധ്യതകളേറെ ഉണ്ടായിട്ടും പഠനം വഴിക്കുവെച്ച് നിർത്താൻ സമ്മതിച്ചതുമില്ല.

അമ്മയറിയാതെയാണ് പി എച്ച് ഡി ചെയ്തുകൊണ്ടിരുന്നപ്പോൾ പാരലൽ കോളേജിൽ പഠിപ്പിക്കാൻ തീരുമാനിച്ചത്. അറിഞ്ഞപ്പോൾ എതിർത്തെങ്കിലും ജോലി പഠനത്തെ ബാധിക്കുകയില്ലെന്ന് ഉറപ്പുകൊടുത്തപ്പോൾ മനമില്ലാമനസോടെ സമ്മതിക്കുകയായിരുന്നു. അമ്മയുടെ പ്രാർഥനയുടെ ഫലംകൊണ്ടാകണം പഠിത്തം കഴിഞ്ഞതും യൂണിവേഴ്സിറ്റിയിൽ ജോലി കിട്ടിയത്. അതുവരെ വീടുവിട്ട് എങ്ങും താമസിച്ചിട്ടില്ല. ജോലിയുള്ളതുകൊണ്ട് അമ്മയ്ക്ക് കൂടെ പോരാനും സാധിക്കില്ല.

ആദ്യകാലത്ത് വല്ലാത്ത ഏകാന്തത അനുഭവിച്ചു. അക്കാലത്ത് തിരുവനന്തപുരം യാത്ര ഇത്രയും എളുപ്പമായിരുന്നില്ല. എറണാകുളംവരെ ബ്രോഡ്ഗേജും അവിടന്നങ്ങോട്ട് മീറ്റർ ഗേജുമായതിനാൽ തീവണ്ടി മാറിക്കേറണമായിരുന്നു. യാത്രയുടെ ബുദ്ധിമുട്ടുകാരണം മാസത്തിലൊരിക്കലായിരുന്നു നാട്ടിൽ പോകാറുണ്ടായിരുന്നത്. ഒഴിവുദിവസങ്ങളിൽ ഒന്നും ചെയ്യാനില്ലാതെ മടുത്തു. ജീവിതം വല്ലാതെ മുഷിഞ്ഞപ്പോഴാണ് ഇടയ്ക്കിടെ കോഴിക്കോട്ടേക്ക് വച്ചുപിടിച്ചത്. കോഴിക്കോട്ടെ സാഹിത്യകാരന്മാരെ പരിചയപ്പെടുക – ഇങ്ങോട്ടുവരുമ്പോഴുള്ള സ്വപ്നങ്ങളിലൊന്നായിരുന്നു. ഒരിക്കൽ പുസ്തകം വാങ്ങാൻ നാഷണൽ ബുക്ക്സ്റ്റാളിൽ എത്തിയപ്പോൾ അവിടെയിരുന്ന് സാഹിത്യം ചർച്ചചെയ്യുന്ന, പ്രമുഖരായ എഴുത്തുകാരെ കണ്ടപ്പോൾ എന്തെന്നില്ലാത്ത ആഹ്ലാദം. വൈകുന്നേരത്തെ ഒഴിവുവേളകളിൽ അവിടെയെത്തി അവരുടെ സാഹിത്യചർച്ചകളിലെ കേൾവിക്കാരനായിരിക്കുക പതിവായതോടെ വൈകുന്നേരങ്ങൾക്ക് വർണപ്പകിട്ടേറി. അവിടെവെച്ചാണ് റസാഖിനെ പരിചയപ്പെട്ടതും അടുത്ത സുഹൃത്തുക്കളായതും.. ബഷീറിനെ കാണാനുള്ള അടങ്ങാത്ത മോഹം അറിയിച്ചപ്പോൾ അവനാണ് കൂട്ടിക്കൊണ്ടുപോയി പരിചയപ്പെടുത്തിത്തന്നത്.

അമ്മ റിട്ടയറായ വിവരം പറഞ്ഞപ്പോൾ കോഴിക്കോട്ട് താമസിക്കാൻ നിർദേശിച്ചത് റസാഖായിരുന്നു. ഖാദറിക്കയുടെ വീടിനടുത്ത് വാടകവീട് കണ്ടുപിടിച്ചുതന്നതും അവൻതന്നെ. അന്നു മുതൽ അവരെല്ലാം അടുത്ത ബന്ധുക്കളായി. ഉമ്മ ആദ്യമൊക്കെ അകന്നാണ് നിന്നിരുന്നതെങ്കിലും വൈകാതെ അമ്മയുമായി ചങ്ങാത്തത്തിലായി. അമ്മ തിരുവനന്തപുരം മീൻകറിയും ഒരട്ടിയുമുണ്ടാക്കി ഉമ്മയെ കാണാൻ ചെല്ലും. ഉമ്മ പത്തിരിയും ഇറച്ചിപൊരിച്ചതും ബിരിയാണിയുമുണ്ടാക്കി പണിക്കാരിയുടെ കൈയിൽ ഇങ്ങോട്ടു കൊടുത്തയയ്ക്കും. അമ്മ മിക്കദിവസവും വൈകുന്നേരങ്ങളിൽ അവിടെച്ചെന്നിരിക്കുക പതിവായിരുന്നു. അമ്മയ്ക്ക് വയ്യായ്ക വല്ലതുമുണ്ടെന്നറിഞ്ഞാൽ തുണയ്ക്കാളെക്കൂട്ടി നാടൻ മരുന്നുകളുമായി ഉമ്മ വീട്ടിലെത്തുമായിരുന്നു. ഉമ്മയ്ക്ക് അത്യാവശ്യം നാട്ടുവൈദ്യം വശമുണ്ടായിരുന്നു. അമ്മ വരുന്നതിനുമുമ്പും ഒഴിവുദിവസങ്ങളിൽ അവിടെച്ചെല്ലാറുണ്ട്. രാവിലെ ചെന്നാൽ സന്ധ്യമയങ്ങിയാലാണ് തിരിച്ചുപോരാറുള്ളത്. ഒഴിവുള്ളപ്പോൾ ഉമ്മയും മക്കളുടെ സംസാരത്തിൽ ചേരും. പഴങ്കഥകൾ ഒരുപാടയവിറക്കാനുണ്ടാവും ഉമ്മയ്ക്ക്. റസാഖും ഖാദറിക്കയുമില്ലാത്തപ്പോഴും ഉമ്മയുടെ കേൾവിക്കാരനായി എത്രയോ തവണ ഇരുന്നിട്ടുണ്ട്. അപ്പോഴൊക്കെയും അകത്തേക്കുള്ള പ്രവേശനത്തിനു ഒരു പരിധിവരെ നിയന്ത്രണമുണ്ടായിരുന്നു. അമ്മയ്ക്ക് അന്നേ അടുക്കളവരെ കയറിച്ചെല്ലാനുള്ള സ്വാതന്ത്ര്യമുണ്ടുതാനും. രാവിലെ ഇറങ്ങിയാൽ തിരിച്ചെത്തുമ്പോൾ നേരമിരുട്ടും. അമ്മയുടെ അടുക്കളപ്പണികൾ ഉച്ചയാവുമ്പോളേക്കും ഒതുങ്ങും. ഒറ്റക്കിരുന്ന് മടുക്കുമ്പോൾ അമ്മ വീടുപൂട്ടി ഉമ്മയുടെ വീട്ടിലെത്തും. അവിടത്തെ അടുക്ക

ളക്കാരി കദീസ്തയ്ക്ക് ഇടയ്ക്കിടെ പനിവരുമ്പോൾ അമ്മയാണ് അവിടെച്ചെന്ന് ഉമ്മയെ അടുക്കളപ്പണിയിൽ സഹായിക്കാറുള്ളത്. തിരുവനന്തപുരം ഭാഷയിൽ അമ്മയും വടക്കേ മലബാർ ഭാഷയിൽ ഉമ്മയും ലോഹ്യം പറയും.

"ഉമ്മോ ഇന്ന് എന്തരാണ് മീൻ കിട്ടിയത്?"

എന്നു ചോദിച്ചുകൊണ്ടായിരിക്കും അമ്മ കയറിച്ചെല്ലുക.

"തങ്കമ്മ എത്തിയോ? മമ്മദ് ആടെ മീൻ കൊണ്ടേന്നിക്കില്ലേ?"

"അവന്റെ കൈയിൽ ചാളയേ ഉണ്ടായിരുന്നുള്ളൂ. ഞാനിന്നലെ മലക്കറി വാങ്ങിക്കാൻ ചന്തേ ചെന്നപ്പോ മീനൂടെ വാങ്ങിച്ചു. നല്ല നെമ്മീൻ കിട്ടി. നെമ്മീൻ മുളകുകറിയാ രവിക്കിഷ്ടം. ഇച്ചിരിപ്പോരം ഇങ്ങോട്ടുമെടുത്തു."

"ഇന്ന് രാവില ഖാദറ് ചെന്ന് എറച്ചീം മീനുമൊക്കെ വാങ്ങിക്കൊണ്ടേന്ന്ക്ക്. ഓനിക്ക് എറച്ചീം മീനുമില്ലാണ്ട് ഒന്നും എറങ്ങൂലാ. അപ്പളത്തിനതാ ഖദീസാക്ക് തീപ്പോലെ പനിക്ക്ന്ന്. കെടക്കാൻ പറഞ്ഞിറ്റ് കേക്കാണ്ട് മീൻ മുറിക്കുന്നുണ്ട്."

"എന്റെ ജോലിയൊക്കെ ഒതുങ്ങി. ഉമ്മ പറഞ്ഞു തന്നാ മതി കറികള് ഞാൻ വെച്ചോളാം."

"ഇനിക്കതൊരു മെനക്കേടല്ലേ, നീ അവിടെ കുത്തിരിക്ക്. ഞാൻ ചെയ്തോളാം."

"നിങ്ങള് കെടന്ന് പെടാപ്പാടുപെടുമ്പം ഞാനെങ്ങനാ കുത്തിയിരിക്കുന്നത്? ഉമ്മ പറഞ്ഞാട്ടെ കറികളെന്തര് വേണോന്ന്. ഞാൻ എടുപെടീന്നു തീർത്തോളാം. ഉച്ചയ്ക്കലത്തെ കറികളെല്ലാമായോ?"

"പയറുപ്പേരീം പച്ചക്കായ ചാറും വെച്ചിട്ടുണ്ട്. മീൻ മുളകിടണം. പൊരിക്കും വേണം."

"മീൻ പെരട്ടണ്ടേ?"

"പെരട്ടലല്ല, ബരട്ടലാ." ഉമ്മ അമ്മയെ തിരുത്തുന്നു.

"രണ്ടും ഒന്നുതന്നെ ഉമ്മാ. മുളക്കറി വേണ്ടേ?"

"രാത്രിയിലേക്ക് അയക്കൂറ ബരട്ടിയതും ഉച്ചയ്ക്കലേക്ക് അയില മുളകിട്ടതും മതി. ഉള്ളിയും പച്ചമുളകുമൊക്കെ മുറിച്ചുവച്ചിട്ടുണ്ട്."

"എന്നാ മീൻചട്ടി അടുപ്പീ കയറ്റട്ടേ?"

പല ദിവസങ്ങളിലും അമ്മ അവിടന്നായിരിക്കും ഊണ്. അപ്പോൾ അമ്മ വീട്ടിൽച്ചെന്ന് അവിടെ ഉണ്ടാക്കിവെച്ച കറികൾ ഇങ്ങോട്ടെടുക്കും. അമ്മയുടെ തോരനും തീയലും മെഴുക്കുപുരട്ടിയുമൊക്കെ ഖാദറിക്കയ്ക്ക് വലിയ പ്രിയമാണ്. രാത്രി പലദിവസങ്ങളിലും ഉമ്മയോടൊപ്പമായിരിക്കും ഭക്ഷണം. ഉമ്മയുടെ തേങ്ങാപ്പാൽ പുരട്ടിയ അരിപ്പത്തിരിയുടെയും ഇറച്ചിപൊരിച്ചതിന്റെയും കോഴിക്കറിയുടെയും രുചി ഇപ്പോഴും നാവിൻതുമ്പിലുണ്ട്. എന്റെ വിവാഹത്തിനു മുൻകൈ എടുത്തതും ഉമ്മതന്നെ.

"അല്ല തങ്കമ്മേ, ഇക്കുട്ടീനെ മംഗലംകയിപ്പിക്കണ്ടേ? വയസ്സ് പത്തുമുപ്പതായില്ലേ?"

"അവന് മകരത്തിൽ ഇരുപത്തെട്ടായതേയുള്ള്." –അമ്മ.

"എന്റെ മക്കളെ ഇരുപത്താറ് തെകയുമ്പളത്തിന് ഞാൻ മംഗലം കയിപ്പിക്കും. ആണായയാലും പെണ്ണായയാലും സമയാസമയത്തിന് കല്യാണം കയിപ്പിക്കണോന്ന് ഖുറ്ആനിൽ പറേന്നതിലും കാര്യണ്ട്. കുട്ട്യേളെ മനസ്സെപ്പളാ പിടിവിട്ടുപോവ്വാന്ന് പറയാൻ പറ്റൂലാ. ബാപ്പയില്ലാതെ നാലാൺമക്കളെ നേരാംവയിക്ക് പോറ്റി വെലുതാക്കിയതിന്റെ ബെഷമം നല്ലോണമറിയുന്നതുകൊണ്ടാ പറേന്നത്. ഇനിക്കൊന്നും തോന്നണ്ട."

"അയ്യോ, അങ്ങനെ പറയല്ലേ ഉമ്മാ. ഞങ്ങടെ നന്മയെക്കരുതിയാ പറേന്നതെന്ന് എനിക്കറിഞ്ഞൂടെ? രവീടെ കാര്യം ഞാൻ ഉമ്മയെ ഏൽപ്പിച്ചിരിക്കുന്നു. ഇവിടെങ്ങാനും നോക്കിയാ മതിയെന്നാ രവിയും പറഞ്ഞത്. ഉമ്മയ്ക്കാറിയാവുന്നവര് വല്ലോരുമുണ്ടെങ്കിൽ പറഞ്ഞു തരീൻ. നമുക്കങ്ങ് നടത്താം."

അങ്ങനെയാണ് ഉമ്മ സീമയുടെ കാര്യം എടുത്തിട്ടത്.

"അല്ല, കാദറേ ഇന്റെ ചങ്ങായി ജയരാമന്റെ പെങ്ങക്ക് പഠിപ്പും പത്രാസുമുള്ള പിയ്യാപ്ലനെ ബേണൊന്ന് ഓൻ ഇന്നാള് വന്നപ്പളും പറഞ്ഞീനല്ലോ. അക്കുട്ടിന്റെ കല്യാണമുറച്ചോ?"

ഇല്ലെന്നു കേട്ടപ്പോൾ അന്നുതന്നെ ജയേട്ടനെ വിളിച്ചുവരുത്തി ഇരുകൂട്ടരേയും പരസ്പരം പരിചയപ്പെടുത്തി. സീമയുടെ അച്ഛനുമമ്മയും നേരത്തേ മരിച്ചു. ജയേട്ടനാണ് ഏകാശ്രയം. ജയേട്ടൻ ഖാദറുടെ കൂടെ ജോലി ചെയ്യുന്നു. പെങ്ങളെ നല്ലൊരാളെ ഏൽപ്പിക്കണമെന്നാഗ്രഹിച്ചു നടക്കുമ്പോഴാണ് ഉമ്മ ഈ ആലോചന എടുത്തിട്ടത്. സീമ അന്ന് എം എ കഴിഞ്ഞ് വെറുതേ നിൽക്കുകയായിരുന്നു. കല്യാണം ഇവിടെവച്ചു നടത്തിയാൽ മതിയെന്ന് അമ്മയ്ക്ക് നിർബന്ധം. അടുത്ത ബന്ധുക്കളെ മാത്രം ക്ഷണിച്ച് വളരെ ലളിതമായിട്ടായിരുന്നു വിവാഹം. തിരുവനന്തപുരത്തു നിന്നായിരുന്നെങ്കിൽ കുന്നോളം പണ്ടങ്ങളും പോക്കറ്റുമണിയുമൊക്കെ കിട്ടിയേനെയെന്ന് ബന്ധുക്കൾ പരാതി പറഞ്ഞത് അമ്മ കേട്ടതായി നടിച്ചില്ല. പെൺമക്കളില്ലാത്തതിന്റെ വിഷമം സീമ വന്നതോടെ തീർന്നു എന്ന് അമ്മയും അമ്മയില്ലാത്തതിന്റെ വേദന മാറിയെന്ന് സീമയും പറയുമായിരുന്നു. തുടർന്നു പഠിക്കാനും പി എച്ച് ഡി എടുക്കാനുമൊക്കെ സീമയെ നിർബന്ധിച്ചത് അമ്മതന്നെ. സീമയ്ക്ക് ജോലി കിട്ടി താമസിയാതെ അമ്മയ്ക്ക് വയ്യാതായി. ഗർഭപാത്രത്തിൽ ക്യാൻസറായിരുന്നു. ഇടയ്ക്കിടെയുള്ള വയറുവേദന കാര്യമാക്കിയതേയില്ല. നാടൻമരുന്നുകൾ മാത്രമേ അമ്മ കഴിക്കുമായിരുന്നുള്ളു. പെട്ടെന്നാണ് കൂടുതലായതും മരണപ്പെട്ടതും.

ഫോൺ ബെല്ലടിക്കുന്നതുകേട്ട് രവി എഴുന്നേറ്റു.

15

സീമ വീട്ടിലെത്തിയപ്പോൾ ചെടികൾക്ക് വെള്ളമൊഴിച്ചുകൊണ്ട് സുലോചന മുറ്റത്തുണ്ടായിരുന്നു.

"സാറു പോയോ?"

"ചായ കുടിച്ചിട്ട് ഇപ്പളാട്ട് ഇറങ്ങിയതേയുള്ളൂ."

"വണ്ടി വന്നിരുന്നോ?"

"കാറ് വന്നീനും. ഏഴുമണിക്ക് തിരിച്ചെത്തൂന്നും ഏച്ചിവന്ന് ചായ തന്നിട്ട് പോയാ മതിയെന്നും സാറ് പറഞ്ഞു. ചായ എടുക്കട്ടെ?"

അവൾ ചായയുണ്ടാക്കിയാൽ പാലും പഞ്ചസാരയും ചായപ്പൊടിയുമൊക്കെ ഏറെയായിരിക്കും. സാധാരണ അവളുടെ ഓഫർ നിരസിക്കുകയാണ് പതിവ്. ഇന്നു പക്ഷേ ക്ഷീണക്കൂടുതൽ കാരണം "മധുരം കുറച്ച് നന്നായിട്ടൊരു ചായ എടുക്ക്" എന്നു പറയാനാണ് തോന്നിയത്. അടച്ചിട്ട വീട് എന്നെ അലോസരപ്പെടുത്താറുണ്ടെന്ന് രവിക്കറിയാം. അതുകൊണ്ടാണ് ഞാനെത്തിയിട്ട് പോയാൽ മതിയെന്ന് സുലോചനയെ ചട്ടം കെട്ടുന്നത്. ഈയിടെയായിട്ട് അവധി ദിവസങ്ങളിലുള്ള പരിപാടികൾ രവി കഴിവതും ഒഴിവാക്കാറുണ്ട്. പോവുകയാണെങ്കിൽ കൂടെച്ചെല്ലാൻ നിർബന്ധിക്കും. വളരെ സെലക്ടീവായിട്ടേ പോകാറുള്ളൂ. സാഹിത്യത്തിൽ രവിയെപ്പോലെതന്നെ കമ്പമുണ്ട്. സ്ത്രീപ്രശ്നങ്ങളെക്കുറിച്ചും അവർക്കുനേരെയുള്ള അതിക്രമങ്ങളിൽ പ്രതികരിച്ചും ലേഖനങ്ങളുമെഴുതാറുണ്ട്. ഇഷ്ടപ്പെട്ട പുസ്തകങ്ങളെക്കുറിച്ചും വല്ലപ്പോഴും എഴുതാറുണ്ട്. സാംസ്കാരിക നായികാനായകന്മാരെന്ന് സ്വയം വിശേഷിപ്പിക്കുന്നവരുടെ വങ്കത്തങ്ങൾ കേൾക്കാൻ ഒട്ടുമില്ല താൽപ്പര്യം. ഇംഗ്ലീഷ് പുസ്തകങ്ങൾ അവിടവിടെ മനപ്പാഠമാക്കി വൈകുന്നേരത്തെ സാംസ്കാരികപരിപാടികളിൽ കസർത്തുകാട്ടുന്നവരുടെ വിടുവാക്കുകൾ കേൾക്കു

ന്നതിനേക്കാൾ ഭേദം വീട്ടിലിരുന്ന് പുസ്തകം വായിക്കലാണ്. വേദികളിലെ സ്ഥിരം വക്താക്കളായ പല എഴുത്തുകാരുടെയും ശരീരഭാഷ പലപ്പോഴും മടുപ്പുണ്ടാക്കുന്നു. അവരുടെ രചനകൾ വായിച്ചപ്പോൾ തോന്നിയ മതിപ്പ് ഇല്ലാതാവുകയും ചെയ്യുന്നു.

"ഏച്ചിക്ക് സുഖമില്ലേ?" ചായയുമായി എത്തിയ സുലോചന ചോദിച്ചു.

"തലവേദന. നിനക്ക് പോണ്ടേ?"

"ദാ പോണു. അഞ്ചരക്കൊരു ബസുണ്ട്, അതില് കയറിയാ വീടുവരെ പോകാം. ചപ്പാത്തിക്കു മാവു കുഴച്ചുവച്ചിട്ടുണ്ട്. കറി വല്ലതും വയ്ക്കണോ? ഞാൻ വെച്ചാ ഏച്ചിക്കു പിടിക്കൂലാ. അതാ ഞാൻ ഉണ്ടാക്കാഞ്ഞത്. സൈനുത്താക്ക് ഉച്ചക്കലത്തേക്കുള്ള കൂട്ടാനെല്ലാം ഞാനാ വെച്ചുകൊടുത്തത്."

"പിടിക്കാഞ്ഞിട്ടല്ല സുലോചനേ. അടുക്കളപ്പണി പണ്ടേ സ്വയം ചെയ്തങ്ങ് ശീലമായിപ്പോയി. നിനക്ക് പോകാൻ സമയമായിട്ടില്ലെങ്കിൽ മുട്ട റോസ്റ്റ് ഉണ്ടാക്കിക്കോ. ഞാനൊന്നു മേലു കഴുകി വരാം."

"സമയമുണ്ട്. ഇപ്പ ശരിയാക്കാം."

അവൾ തിരക്കിട്ട് അടുക്കളയിലേക്ക് നടന്നപ്പോൾ സീമ മുകളിലെ കിടപ്പുമുറിയിലെത്തി. ഈ മുറിയിലെത്തുന്നതോടെ പകലത്തെ ക്ഷീണം പമ്പകടക്കും. ജനാല തുറന്നിട്ടാൽ കാറ്റ് അടിച്ചുകയറും. എപ്പോഴും കുളിർമയാണ്. എ സിയുണ്ടെങ്കിലും ഇതുവരെ ഉപയോഗിച്ചിട്ടില്ല. മേലു കഴുകി വേഷം മാറിയെത്തിയപ്പോൾ സുലോചന പോകാൻ ഒരുങ്ങി നിൽക്കുന്നുണ്ടായിരുന്നു.

"നിന്റെ പൈസ വേണ്ടേ?"

"ശനിയാഴ്ച മതി. മോക്ക് ഫീസടക്കാനുള്ളതാ. ഇരുന്നൂറുറുപ്യകൂടി ഏച്ചി കടം തരണം. എന്നാലേ ഫീസിനു തെകയൂ. അടുത്താഴ്ച പിടിച്ചോ."

"ഇത് ബസിനു വെച്ചോ."

ഇരുപതുരൂപ കൈയിൽവെച്ചു കൊടുത്തപ്പോൾ അവളുടെ മുഖം തെളിഞ്ഞു.

"ഏച്ചിയും സൈനുത്തയും കണ്ടറിഞ്ഞ് സഹായിക്കുന്നതുകൊണ്ട് തട്ടിയും മുട്ടിയും കഴിഞ്ഞുപോണു." അവളുടെ വാക്കുകൾ ഉള്ളിൽ തട്ടിയുള്ളതായിരുന്നു.

നാളെ നേരത്തേ വരാമെന്നു പറഞ്ഞ് അവൾ തിരക്കിട്ട് പോകുന്നതു കണ്ടപ്പോൾ മനസ്സു നൊന്തു. കുടുംബം മുന്നോട്ടുകൊണ്ടുപോകാൻ അവൾ പെടാപ്പാടുപെടുകയാണ്. ഭർത്താവ് മുഴുക്കുടിയൻ. ജോലി ചെയ്തു കിട്ടുന്ന കാശ് അവളെ ഏൽപ്പിച്ചിട്ട് അടുത്തദിവസം മുതൽ അടിച്ചും തൊഴിച്ചും തിരിച്ചുവാങ്ങും. അവൾ ചെന്നിട്ടുവേണ്ടിവരും വീട്ടിൽ ഭക്ഷണമുണ്ടാക്കാൻ. കോളേജിൽ പഠിക്കുന്ന മകൾ അമ്മയെ ഒരുപണിയിലും സഹായിക്കുകയില്ല. കള്ളുകുടിച്ച് ബഹളം വയ്ക്കുന്ന അച്ഛനെ

വീട്ടിൽ കയറ്ററുതെന്നും പറഞ്ഞ് അവളും വഴക്കാണത്രെ.

"കുടിയനാണെങ്കിലും ഒരാൺതുണയുള്ളതുകൊണ്ടാ കണ്ട എരപ്പന്മാര് തിണ്ണ നിരങ്ങാത്തത്. പറഞ്ഞാ പെണ്ണിനു മനസിലാവണ്ടേ."

നേരായിരിക്കും. ഭർത്താവില്ലാത്ത പെണ്ണുങ്ങൾ പൊതുസ്വത്താണെന്ന അബദ്ധധാരണ പല ആണുങ്ങൾക്കും ഇന്നുമുണ്ട്. സുലോചനയ്ക്ക് ഒരു മകളാണ്. വീട്ടുപണി ചെയ്താണ് മകളെ പഠിപ്പിക്കുന്നത്. ഭർത്താവ് എന്തെങ്കിലും കൊടുത്താലായി. കിട്ടുന്ന കൂലി കുടിച്ചും ശീട്ടുകളിച്ചും തീർക്കും. എന്നാലും സ്നേഹക്കുറവൊന്നുമില്ലേച്ചി എന്ന് അവൾ പറയുന്നതിന്റെ പൊരുൾ പിടികിട്ടാറില്ല. സ്നേഹമുണ്ടെങ്കിൽ അവളെ ഇങ്ങനെ കഷ്ടപ്പെടാൻ അനുവദിക്കുമോ? സ്വന്തം വീട്ടുജോലികളൊക്കെ തീർത്താണ് ഇവിടെയെത്തുന്നത്. അതുകൊണ്ടാകാം ഇവിടെയെത്തുമ്പോഴേക്ക് അവശയാവുന്നത്. സ്വന്തം പരാധീനതകൾ മകളെ പറഞ്ഞു മനസിലാക്കണമെന്നും അവളെ തലയിൽ കയറ്റി വയ്ക്കാതെ അത്യാവശ്യം വീട്ടുപണികളൊക്കെ ചെയ്യിക്കണമെന്നും പറഞ്ഞുകൊടുക്കാറുണ്ട്.

"കോളേജിൽ പഠിക്കണ കുട്ടിയല്ലേ? പൊരപ്പണിക്ക് ഓക്കേടെയാ നേരം?" അമ്മയുടെ ബുദ്ധിമുട്ടു മനസിലാക്കാതെയാണ് മകൾ ഓരോന്ന് ആവശ്യപ്പെടുന്നതെന്ന് അവൾതന്നെ സങ്കടം പറയാറുണ്ട്. എന്നാലും പറയുന്നതെല്ലാം വാങ്ങിച്ചുകൊടുക്കും. ഇപ്പോഴത്തെ കുട്ടികളുടെ സ്വാർഥത കാണുമ്പോൾ കുട്ടികളില്ലാത്തത് നന്നായി എന്നുപോലും തോന്നിപ്പോയിട്ടുണ്ട്.

"വയസുകാലത്ത് അവർ നോക്കുമെന്ന യാതൊരുറപ്പുമില്ലാത്ത കാലത്ത് നമുക്ക് മക്കളില്ലെന്ന് ആധിപിടിക്കുന്നതിൽ യാതൊരർത്ഥവുമില്ല അല്ലേ രവീ?" സ്വയം സമാധാനിപ്പിക്കാനെന്നപോലെ പലപ്പോഴും ചോദിക്കാറുണ്ട്.

"കിട്ടാത്ത മുന്തിരി പുളിക്കും" എന്നാണ് രവിയുടെ മറുപടി.

ഇവിടെ വന്നതിനുശേഷം ഒറ്റപ്പെട്ടുപോയെന്ന തോന്നലില്ല. വേറെയാണ് താമസമെങ്കിലും എല്ലാ വീട്ടുകാരും സന്തോഷവും സങ്കടവും പരസ്പരം പങ്കുവയ്ക്കാറുണ്ട്. വിശേഷദിവസങ്ങൾ ജാതിമതഭേദമില്ലാതെ ഒരുമിച്ചാഘോഷിക്കുന്നു. മക്കളില്ലാത്തവരാണെന്ന തോന്നലുണ്ടാകാതിരിക്കാൻ ഈ കോളനിയിലെ കുട്ടികളോരോരുത്തരും ശ്രദ്ധിക്കുന്നത് കണ്ട് പലപ്പോഴും മനസ്സ് നിറഞ്ഞിട്ടുണ്ട്. പിറന്നാൾ ദിവസങ്ങളിലും വിവാഹവാർഷികങ്ങളിലും മദേഴ്സ്ഡേയ്ക്കും ഫാദേഴ്സ് ഡേയ്ക്കും കുട്ടികൾ ആശംസകളയക്കും. ഫോൺ വിളിയും പതിവാണ്. സിറ്റിയിലല്ലെങ്കിലും കേളേജിലേക്ക് അരമണിക്കൂർ ഡ്രൈവേയുള്ളൂ. മുമ്പേ കാറോടിക്കാൻ പഠിച്ചിരുന്നെങ്കിലും ഇവിടെ വന്നശേഷമാണ് എല്ലാ ദിവസവും കാറെടുത്തു തുടങ്ങിയത്. രവിക്ക് പണ്ടേ ഡ്രൈവിംഗ് ഇഷ്ടമല്ല. എന്റെ നിർബന്ധംകൊണ്ടാണ് ഡ്രൈവിംഗ് പഠിച്ച് ലൈസെൻസ് എടുത്തത്. ഒരിക്കൽ കാറോടിക്കുന്നതിനിടയിലാണ് രവിക്ക് പെട്ടെന്ന് തളർച്ച അനു

ഭവപ്പെട്ടത്. "സീമേ വയ്യല്ലോ" എന്നു പറഞ്ഞ് കാർ സൈഡിലേക്ക് മാറ്റിയിട്ടതും രവി കുഴഞ്ഞുപോവുകയായിരുന്നു. ആദ്യം വല്ലാതെ അന്ധാളിച്ചു. അടുത്തെങ്ങും സഹായത്തിനാരുമില്ലായിരുന്നു. രവിയുടെ കണ്ണുകൾ ചുവക്കുകയും നാവു കുഴയുകയും ശ്വാസംകിട്ടാതെ വെപ്രാളപ്പെടുകയും ചെയ്യുന്നത് കണ്ടപ്പോൾ എന്റെയും ശ്വാസം നിലച്ചുപോകുമെന്നുപോലും ഭയപ്പെട്ടു. പക്ഷേ, പെട്ടെന്നു സമനിലവീണ്ടെടുത്തു. രവിയെ ഡ്രൈവിംഗ് സീറ്റിൽനിന്ന് എങ്ങനെയാണ് മാറ്റിയതെന്നും കാറോടിച്ച് ആശുപത്രിയിലെത്തിച്ചതെന്നും ഇന്നും അത്ഭുതമാണ്. അവിടെ അടുത്താണല്ലോ രവിയുടെ സുഹൃത്തിന്റെ ആശുപത്രി എന്ന് വെളിപാടുണ്ടായ പോലെയാണ് തോന്നിയത്. മൊബൈലിൽ വിളിച്ചു പറഞ്ഞതുകൊണ്ട് ഡോക്ടർ രാജേഷ് എല്ലാ ഒരുക്കങ്ങളോടെയും കാത്തുനിൽക്കുന്നുണ്ടായിരുന്നു. രവിയെ സ്ട്രക്ച്ചറിൽ കിടത്തി ഡോക്ടറും പരിവാരങ്ങളും ഐസിയുവിലേക്കു പോയപ്പോൾ ഇനിയെന്ത് എന്ന മട്ടിൽ കുറച്ചുനേരം കുറ്റിയടിച്ചതുപോലെ നിന്നു.

"മാഡം, വഴിയിൽനിന്ന് കാറൊന്നു മാറ്റണമായിരുന്നല്ലോ" എന്ന് സെക്യൂരിറ്റി വന്നു പറഞ്ഞപ്പോൾ കാറിന്റെ താക്കോൽ അയാളെ ഏൽപ്പിച്ചു. അപ്പോഴാണ് ഹാൻഡ്ബാഗ് കാറിലാണെന്ന തിരിച്ചറിവുണ്ടായത്. ബേഗ് കൈയിൽകിട്ടിയതും മൊബൈലടിച്ചു, സൈനുവായിരുന്നു. ഡോക്ടർ ഇതിനിടയിൽ വക്കീലിനെ വിളിച്ച് വിവരം പറഞ്ഞിരുന്നു. വക്കീല് കോടതിയിലായതുകൊണ്ട് സൈനുവിനെ അറിയിക്കുകയായിരുന്നു.

"ഞാനും ഖാദറിക്കയും ഇതാ എത്തി" അവൾ ഫോൺവെച്ചപ്പോൾ താക്കോൽ തിരിച്ചാൽ നടക്കുന്ന യന്ത്രത്തെപ്പോലെ ഐ സി യുവിന്റെ വാതിൽക്കലെത്തി. അതിനിടയിൽ ഡോക്ടർ രാജേഷ് പുറത്തുവന്ന് പേടിക്കാനൊന്നുമില്ലെന്ന് സമാധാനിപ്പിച്ചിട്ട് തിരക്കിട്ട് അകത്തേക്കുതന്നെ പോയി. കരയാൻപോലുമാകാതെ തരിച്ചു നിൽക്കുമ്പോഴാണ് ഒരുകൈയ് തോളിൽ പതിച്ചത്. സൈനുവിനെ കണ്ടപ്പോൾ അവളുടെ തോളിലേക്കു ചാഞ്ഞു. അതോടെ കണ്ണീരിന്റെ കുത്തൊഴുക്കായിരുന്നു. സൈനു ഒന്നും മിണ്ടാതെ കസേരയിൽപിടിച്ചിരുത്തി കുടിക്കാൻ വെള്ളം തന്നു. അപ്പോഴേക്കും എല്ലാവരും എത്തിയിരുന്നു. വില്ലയിലുള്ള എല്ലാവരും. ജയേട്ടൻ മരിച്ചതോടെ ഏട്ടത്തിയമ്മയെ മകൻ ഉണ്ണി അമേരിക്കയിലേക്കുകൊണ്ടുപോയിരുന്നു. വേറെ ബന്ധുക്കളെന്നു പറയാൻ ആരുമുണ്ടായിരുന്നില്ല. ഖാദറിക്കയും റസാഖും സൈനുവും റസീനയും സാബിറയും ലക്ഷ്മിയേച്ചിയും കൂടെനിന്ന് ധൈര്യംതന്നു. രവി ഒരാഴ്ച ഐസിയുവിലും ഒരാഴ്ച ആശുപത്രിമുറിയിലും കിടന്നു. സമയത്തിന് ആശുപത്രിയിലെത്തിച്ചതുകൊണ്ടാണ് അനർഥങ്ങൾ ഒഴിവായതെന്ന് ഡോക്ടർ പറഞ്ഞപ്പോൾ മേലോട്ടുനോക്കി കൈകൂപ്പാനേ കഴിഞ്ഞുള്ളു. "എല്ലാം ഓന്റെ മറിമായം" എന്ന ഉമ്മയുടെ വാക്കുകൾ മനസിലെത്തുകയും ചെയ്തു. അന്നത്തെ സംഭവത്തിനുശേഷം രവി കാറോടിക്കാറില്ല. കുറേനാൾ

കാറോടിക്കാൻ എനിക്കും കഴിഞ്ഞില്ല. ഡ്രൈവിംഗ് സീറ്റിലിരിക്കുമ്പോൾ രവിയുടെ കോടിയ ചുണ്ടുകളും കുഴഞ്ഞ തലയും ദയനീയമായ നോട്ടവും അസ്വസ്ഥയാക്കി. സൈനുവിന്റെ മൂത്തമകൻ സത്താർ നാട്ടിലെത്തിയപ്പോൾ നിർബന്ധിച്ച് കൂടെയിരുത്തി പേടി തീർക്കുകയായിരുന്നു. അവൻ നാട്ടിലുണ്ടെങ്കിൽ എല്ലാവർക്കും വലിയൊരാശ്വാസമാണ്. ഓരോരുത്തരുടെയും ആവശ്യങ്ങൾ അവൻ കണ്ടറിഞ്ഞു ചെയ്തു കൊടുക്കും. അവന്റെ ഭാര്യയും അതേ തരക്കാരിതന്നെ. വേഷം കണ്ടാൽ ബോളിവുഡിൽനിന്നിറങ്ങിയതാണെന്നു തോന്നും. പക്ഷേ, വളരെ നല്ല പെരുമാറ്റമാണ്. ഇവിടെയെത്തിയാൽ വീട്ടുഭരണം അവളേറ്റെടുത്തോളും. വീട്ടിലെത്തുന്നവരെ തരാതരംപോലെ സൽക്കരിക്കുന്നത് കണ്ട് അത്ഭുതപ്പെട്ടിട്ടുണ്ട്. അവൾ വന്നതിനുശേഷം പെൺമക്കളില്ലെന്നു പറഞ്ഞ് സൈനു സങ്കടപ്പെടാറില്ല.

ഇന്നത്തെ കാലത്ത് ഇത്തരം സൗഹൃദബന്ധങ്ങൾ വളരെ അപൂർവമാണ്. അടുത്തടുത്ത വീടുകളിൽ താമസിക്കുന്നവർക്കുപോലും പരസ്പരം കാണാനോ വിശേഷങ്ങൾ തിരക്കാനോ നേരമില്ലാത്ത അവസ്ഥ. ഈയിടെയായി തന്റെ കൂടെ ജോലിചെയ്യുന്ന ലീനയുടെ അമ്മ മരിച്ചതറിഞ്ഞ് അവളുടെ വീട്ടിലെത്തിയപ്പോൾ അന്തംവിട്ടുപോയി. ശവം താഴെ ഇറക്കിക്കിടത്താൻപോലും സഹായംകിട്ടാതെ ലീന, അമ്മയെ കെട്ടിപ്പിടിച്ചു കരയുകയായിരുന്നു. അമ്മയ്ക്ക് വല്ലാത്ത നെഞ്ചുവേദന എന്ന് ലീന വിളിച്ചുപറഞ്ഞപ്പോൾത്തന്നെ ഞങ്ങൾ ഡോക്ടറെയും കൂട്ടി ഇറങ്ങിയതാണ്. പക്ഷേ, അവിടെയെത്തിയപ്പോഴേക്ക് എല്ലാം കഴിഞ്ഞിരുന്നു. ലീനയുടെ വീട് കൊല്ലത്താണ്. ആ ഫ്ളാറ്റിലേക്ക് താമസം മാറിയിട്ട് അധികം നാളായിട്ടില്ല. പുതിയവീടു കാണാൻ തലേദിവസം കൊല്ലത്തുനിന്ന് എത്തിയതായിരുന്നു അമ്മ. പുലർച്ചെ പെട്ടെന്നാണ് നെഞ്ചുവേദന തോന്നിയത്. ഉടനെ നേരെ മുന്നിലുള്ള ഫ്ളാറ്റിൽചെന്നു വിവരം പറഞ്ഞെങ്കിലും ഗ്യാസായിരിക്കും നേരം വെളുക്കട്ടെ എന്നു പറഞ്ഞ് അവർ ഒഴിഞ്ഞുമാറിയത്രെ. അതിനുശേഷമാണ് എന്നെ വിളിച്ചത്. അയൽക്കാർ ഒന്ന് എത്തിനോക്കിപ്പോയതല്ലാതെ മറ്റൊരു സഹായാവുമുണ്ടായില്ല. ലീനയുടെ ആളുകൾ കൊല്ലത്തുനിന്നെത്തിയ ശേഷമായിരുന്നു ശവമെടുപ്പ്. അപ്പോഴേക്കും നേരമിരുട്ടിയിരുന്നു. അതിനിടയിൽ വീട്ടിലുള്ളവർക്ക് കുറച്ച് ചായയെങ്കിലും വേണമോ എന്നു ചോദിക്കാനുള്ള സന്മനസുപോലും ആരും കാണിച്ചില്ല. പഴയകാലത്താണെങ്കിൽ ശവമെടുക്കുന്നതിനുമുമ്പ് അയൽവീടുകളിൽ മരിച്ചവീട്ടിലേക്ക് ഭക്ഷണമെത്തിക്കാനുള്ള ഒരുക്കങ്ങൾ തുടങ്ങിയിരിക്കും. പുലകഴിയുന്നതുവരെ മരിച്ചവീട്ടിലെ കാര്യങ്ങൾ അവർ ഏറ്റെടുക്കുകയും ചെയ്യും. അത്തരം അയൽപക്കബന്ധങ്ങൾ ഇക്കാലത്ത് നാട്ടുമ്പുറങ്ങളിൽപ്പോലുമുണ്ടോ എന്നു സംശയമാണ്. നഗരത്തിൽ ഏതായാലുമില്ല.

ജനങ്ങൾ പരസ്പരം സംശയത്തോടെ നോക്കുന്ന ഒരവസ്ഥയാണ് ഇന്നുള്ളത്. ബാബറി മസ്ജദിന്റെ പതനം ന്യൂനപക്ഷങ്ങളെ ആശയ

ക്കുഴപ്പത്തിലാക്കി എന്നത് നേരാണ്. അതിനുശേഷമാണ് മതം പ്രകടനമായി മാറിയതും ആളുകൾക്ക് പരസ്പരവിശ്വാസം നഷ്ടപ്പെട്ടതും. ഏതെങ്കിലും മതസംഘടനകളിലോ രഷ്ട്രീയസംഘടനകളിലോ അംഗമായില്ലെങ്കിൽ ജീവിതം വഴിമുട്ടുമെന്ന സംശയത്തിന്റെ വിത്ത് ജനമനസുകളിൽ പാകിയതിൽ മതതീവ്രവാദസംഘടനകൾക്കെന്നപോലെ ചില മതാധിഷ്ഠിത–രാഷ്ട്രീയ സംഘടനകൾക്കും കാര്യമായ പങ്കുണ്ട്. മുന്തിയ നായർകുടുംബത്തിൽ ജനിച്ചതിലും അച്ഛൻ നമ്പൂതിരിയായതിലും അഭിമാനിക്കുന്നവരായിരുന്നു അമ്മയും ജയേട്ടനും. പക്ഷേ, അവരൊരിക്കലും മറ്റുമതക്കാരെ അവഹേളിക്കുന്ന മട്ടിൽ പെരുമാറുന്നത് കണ്ടിട്ടേയില്ല. എന്റെ കൂട്ടുകാരി മുംതാസ് അയൽപക്കക്കാരി കൂടിയായിരുന്നു. അവൾ ഇടയ്ക്കിടെ വീട്ടിൽവരുന്നതിൽ അമ്മയക്ക് ഒരു വിരോധവുമില്ലായിരുന്നു. പക്ഷേ അവളുടെ വീട്ടിൽ ഞാൻ പോകുന്നത് അമ്മയ്ക്ക് ഇഷ്ടമായിരുന്നില്ല. ഇറച്ചിയും മീനുമൊക്കെ വയ്ക്കുന്ന വീടാ. വൃത്തിയും വെടിപ്പും കാണില്ല എന്നായിരുന്നു അമ്മയുടെ സംശയം. അതേസമയം ജയേട്ടൻ ഉമ്മയുടെ വീട്ടിൽപോകുന്നതിനോട് അമ്മയ്ക്ക് വിയോജിപ്പുമില്ലായിരുന്നു. അതിനെ താൻ പലവട്ടം ചോദ്യം ചെയ്തിട്ടുണ്ട്.

"അവരേ ആഢ്യന്മാരാ. അവരുടെ പൂർവികർ ബ്രാഹ്മണരായിരുന്നത്രെ."

"അമ്മയ്ക്കെങ്ങനെ അറിയാം?"

"അവിടെച്ചെന്നു കയറിയാലറിയില്ലേ? എന്താ വൃത്തി. മൂന്നുനേരവും ഇറച്ചിയും മീനും വയ്ക്കുന്ന വീടാ. എന്നാ ഇന്നുവരെ മീനിന്റെയോ മാംസത്തിന്റെയോ വാട എനിക്കനുഭവപ്പെട്ടിട്ടില്ല."

മുംതാസിന്റെ ചേച്ചിയുടെ കല്യാണത്തലേന്ന് അവളുടെ വീട്ടിൽച്ചെന്നതോടെ ആ വീട്ടിനെക്കുറിച്ചുള്ള അമ്മയുടെ സംശയവും തീരുകയായിരുന്നു.

"ജാതി ഏതായാലെന്താ വൃത്തിയും വെടിപ്പുമുണ്ടെങ്കിൽ കൂട്ടുകുടുന്നതിൽ തെറ്റില്ല" എന്ന് അഭിപ്രായം തിരുത്തുകയും ചെയ്തു. മുംതാസിന്റെ ബാപ്പ മരിച്ചപ്പോൾ അവളുടെ ഉമ്മയ്ക്ക് താങ്ങായി നിന്നത് അമ്മയായിരുന്നു. മൂന്നുദിവസം രാവിലത്തെ ഭക്ഷണം കൊടുത്തയച്ചതും അമ്മതന്നെ. അമ്മ മരിച്ചപ്പോൾ മുംതാസിന്റെ ഉമ്മയായിരുന്നു ഞങ്ങൾക്ക് തുണ.

ഇത്തരം കൂട്ടായ്മകളെ പ്രോത്സാഹിപ്പിക്കുക കൂടിയാണ് ഈ വില്ലാ പ്രോജക്ടിന്റെ ലക്ഷ്യമെന്ന് ഞങ്ങൾ അഭിമാനത്തോടെ പറയാറുണ്ട്. അവനവന്റെ മതാചാരങ്ങൾ ചിട്ടയോടെ പാലിക്കുന്നവരാണ് ഇവിടത്തെ ഓരോ അന്തേവാസിയും. അതേസമയം മറ്റുവീട്ടുകാരുടെ സ്വകാര്യതയിൽ കൈകടത്താൻ ആരും മുതിരാറുമില്ല.

ഡോക്ടർ ജോർജിന്റെ ഒഴിഞ്ഞുകിടക്കുന്ന വീട് എല്ലാവരേയും അലോസരപ്പെടുത്താറുണ്ട്. അച്ചായനു പോകാൻ ഒട്ടും മനസില്ലായിരുന്നു. നിങ്ങളെ ഓർക്കാത്ത ദിവസങ്ങളില്ല എന്ന് നിത്യേന മെയിലയ

ച്ചാണ് അച്ചായൻ സ്വയം സമാധാനിക്കുന്നത് എന്ന് തോന്നിയിട്ടുണ്ട്. പൂട്ടിക്കിടന്നാൽ നശിച്ചുപോകുമെന്നു പറഞ്ഞ് വീട് വാടകയ്ക്കുകൊടുക്കാൻ ലിസി നിർബന്ധിക്കുന്നുണ്ടെന്നും താനതു ചെയ്യില്ലെന്നും ഈയിടെ ഒരു മെയിൽ കണ്ടു. പരിചയമില്ലാത്ത ഒരു കുടുംബം താമസത്തിനെത്തുന്നതിനോട് ആർക്കും യോജിപ്പില്ല. വീട് വിൽക്കാൻ താൽപ്പര്യമുണ്ടെങ്കിൽ പുറത്തു കൊടുക്കരുതെന്നും സത്താറിനെക്കൊണ്ടോ മറ്റോ വാങ്ങിപ്പിക്കാമെന്നും രവി ഒരു നിർദേശം വച്ചിട്ടുമുണ്ട്. അങ്ങനെയൊന്നും വിചാരിക്കരുതെന്നും ഈ കോളനിക്കു പുറത്തും ധാരാളം നല്ല മനുഷ്യരുണ്ടെന്നും ഞാൻ പറയാറുണ്ട്.

മനുഷ്യരുമായി അടുത്തിടപഴുകുമ്പോഴല്ലേ അവർ നല്ലതാണോ ചീത്തയാണോ എന്നു മനസിലാക്കാൻ സാധിക്കുള്ളു? മനുഷ്യർ മൊത്തത്തിൽ നല്ലവരും പാവങ്ങളുമാണ്. കുബുദ്ധികളും സ്വാർഥതൽപ്പരരുമായ ഒരു ഒരുവിഭാഗം ഒത്തുചേർന്ന് നല്ലവരായ ഭൂരിപക്ഷത്തെ പിന്നിൽ തള്ളി നാട്ടിൽ അരാജകത്വം സൃഷ്ടിക്കുന്നു. ഇതിനെതിരെ ചെറുവിരലനക്കാൻ ആർക്കുമില്ല താൽപ്പര്യം. നാട് നന്നല്ലെന്ന് വീട്ടിലിരുന്ന് ഉറക്കെ പറഞ്ഞിട്ട് പ്രയോജനമില്ലെന്നറിയാം. ഇതിനെതിരെ എങ്ങനെ ബോധവൽക്കരിക്കണം എന്നതിനെക്കുറിച്ച് കോളേജിൽ ഇടയ്ക്കിടെ ചർച്ചകൾ നടത്താറുണ്ടെങ്കിലും പല വിദ്യാർഥികൾക്കും ഇതിലൊന്നും യാതൊരു താൽപ്പര്യവുമില്ല. അന്നേരം വല്ല റിയാലിറ്റി ഷോയ്ക്കും പോയാൽ പണം കൊയ്യാം ടീച്ചറേ എന്ന് അവർ പറയുന്നത് കേൾക്കുമ്പോൾ മനസ്സ് കലങ്ങാറുണ്ട്.

ആലോചിച്ചിരുന്ന് സമയം പോയതറിഞ്ഞില്ല. നേരമിരുട്ടി. രവി എത്തിയില്ലല്ലോ എന്ന് ആശങ്കപ്പെട്ടപ്പോഴേക്കും കോളിങ് ബെല്ലടിച്ചു.

16

ഇനിയെവിടെത്തുടങ്ങണം, ആരുടെ കഥ പറയണമെന്നാലോചിച്ച് മരഭൂമിയിൽ ദിശയറിയാതെ നട്ടംതിരിയുന്ന ആട്ടിടയനെപ്പോലെ അന്തം വിട്ടിരുന്നപ്പോഴാണ് വയനാടൻ കുന്നുകൾ സ്ക്രീനിൽ നിറഞ്ഞത്. സൈനുവിന്റെ സഹോദരനായ റസാഖിനെയും ഭാര്യ റസീനയെയും നേരത്തേ അങ്ങോട്ടയച്ചതാണല്ലോ എന്ന് പെട്ടെന്നാണ് ഓർത്തത്. വയ നാടാകുമ്പോൾ വ്യത്യസ്തമായ സ്ഥലപ്രകൃതിയിലേക്കു കടക്കുകയും ചെയ്യാം.

നേരം പുലരുന്നതേയുള്ളൂ. ചുരം മഞ്ഞുമൂടിക്കിടക്കുന്നു. ചരക്കു വാഹനങ്ങൾ മുക്കിയും മൂളിയും ചുരമിറങ്ങുകയും കയറുകയും ചെയ്യു ന്നു. വയനാടൻ മലനിരകളിലെ സൗന്ദര്യം ആസ്വദിക്കാൻ മെനക്കെടാതെ നോവലിസ്റ്റ് നേരെ റഷീദിന്റെ വീട്ടുമുറ്റത്തെത്തി. മുണ്ട് മടക്കിക്കുത്തി തലയിൽ തോർത്തുകെട്ടി റഷീദ് ഗേറ്റു തുറക്കുന്നു. ഗേറ്റിൽനിന്ന് വീട്ടി ലേക്കുള്ള നടപ്പാത വർണക്കല്ലുകൾ പാകി മോടികൂട്ടിയിട്ടുണ്ട്. പാത യ്ക്കിരുവശത്തും കായ്ച്ചുനിൽക്കുന്ന കവുങ്ങുകളിൽ കുരുമുളകുവള്ളി. കവുങ്ങുകൾക്കിടയിൽ പലനിറത്തിലുള്ള കടലാസുപൂക്കൾ പൂത്തു ലഞ്ഞു നിൽക്കുന്നു. നടപ്പാതയ്ക്കിരുവശത്തുമുള്ള ചട്ടികളിലും വർണം വാരിവിതറിക്കൊണ്ട് പലനിറത്തിലുള്ള പൂക്കൾ. നടപ്പാത പകുതി കയ റുമ്പോൾ കിഴക്കുഭാഗത്തായി വിശാലമായ കളം. കളത്തിൽ കാപ്പിയോ കുരുമുളകോ കൂമ്പാരമായിക്കൂട്ടി ചാക്കുകൊണ്ട് മൂടിയിട്ടിരിക്കുന്നു. കള ത്തിനോടുചേർന്ന് സാമാന്യം വലിപ്പമുള്ള ഓടിട്ട ഷെഡ്. അതിനോടു ചേർന്ന് രണ്ടു മുറികളുമുണ്ട്. ഒരു മുറി തുറന്ന് തടിച്ചിരുണ്ട ചെറുപ്പക്കാ രൻ മൂരിനിവർന്ന് പുറത്തേക്കിറങ്ങി. കൈയിൽ സോപ്പുപെട്ടിയും ബ്രഷും. തോളിൽ കരിമ്പൻകുത്തിയ തോർത്ത്.

“നീ ഇതുവരെ എണീറ്റില്ലേ പഹയാ? നേരമെത്രയായെന്നാ വിചാരം?”

റഷീദ് തമാശമട്ടിലാണ് ചോദിച്ചതെങ്കിലും വാക്കുകളിൽ അരിശം പ്രകടമായിരുന്നു.

“കളത്തിൽ കാപ്പിയുള്ളപ്പോൾ രാത്രിയിൽ സമാധാനമായിട്ട് ഉറങ്ങാറില്ല. വെളുക്കാൻ നേരത്താ ഒന്നു മയങ്ങുന്നത്.”

“അതും നേരാ. ഏതായാലും നീ ചെന്ന് വേഗം കുളിച്ചിട്ടു വാ. ഞാൻ തോട്ടത്തിലുണ്ടാവും.”

“കോടയുണ്ട്. ചീറാപ്പു നല്ലോണം മാറാണ്ടെ തോട്ടത്തിലിറങ്ങണ്ട.”

ഉണ്ണിയുടെ ഉപദേശം മാനിക്കാതെ കളത്തിൽനിന്നെടുത്ത കൈക്കോട്ടുമായി റഷീദ് തോട്ടത്തിലേക്കിറങ്ങി. രാവിലെ കുറച്ചുനേരം തോട്ടത്തിലിറങ്ങി മേലനങ്ങി പണിതില്ലെങ്കിൽ ആകെയൊരുന്മേഷക്കുറവു തോന്നും. ശീലിച്ചുപോയി. വാഴയ്ക്ക് മണ്ണുകൂട്ടുക, കാപ്പിത്തടം കിളയ്ക്കുക, ചെടികൾക്ക് വളമിടുക — അങ്ങനെ എന്തെങ്കിലുമൊക്കെ ചെയ്യും. പണിക്കാരോടൊപ്പമിറങ്ങി പണിയുകയും പതിവുണ്ട്. അപ്പോൾ അവർക്കും ഉത്സാഹം കൂടുന്നു.

“ദാ, വയസായീന്നു മറക്കണ്ട. വെയിലും മഞ്ഞുംകൊണ്ടിട്ടാ നിങ്ങളെ ജലദോഷം മാറാത്തത്.”

നബീസ ഇടയ്ക്കിടെ വന്ന് ഓർമിപ്പിക്കുമെങ്കിലും രാവിലെ ഒരു മണിക്കൂർ അധ്വാനം പതിവാണ്. മുമ്പൊക്കെ അതുകഴിഞ്ഞ് തൈലംപുരട്ടി ചൂടുവെള്ളത്തിൽ കുളിക്കുന്നതോടെ ക്ഷീണം പറപറക്കും. ഈയിടെയായി സന്ധിവേദന പ്രായംകൂടുന്നു എന്നു ഓർമിപ്പിച്ചുകൊണ്ടേയിരിക്കുന്നു. എന്നാലും തോറ്റുകൊടുക്കാറില്ല. ആയുർവേദമരുന്നുകളും ഉഴിച്ചിലും പിഴിച്ചിലുമൊക്കെയായി പ്രായത്തെ ഓടിച്ചകറ്റാനുള്ള ശ്രമത്തിലാണ്. വർഷംതോറും കർക്കിടകമാസത്തിലെ ഉഴിച്ചിൽ പണ്ടുമുതലേയുള്ള പതിവാണ്. എണ്ണ ദേഹത്തുപിടിക്കുന്നതുവരെ പാത്തിയിൽ കിടക്കണം. അതിനുശേഷമാണ് കുളി. പതിനാലുദിവസത്തെ തേച്ചുകുളിയും അതുകഴിഞ്ഞ് അത്രയും ദിവസത്തെ വിശ്രമവും കഴിയുന്നതോടെ മനസും ശരീരവും ചെറുപ്പമാകുന്നതുപോലെ അനുഭവപ്പെടാറുണ്ട്. ആ ദിവസങ്ങളിൽ വൈദ്യരുടെ കുറിപ്പടിയനുസരിച്ചുള്ള ഭക്ഷണവും സൂപ്പു കുടിയുമൊക്കെയായി പുറത്തെങ്ങും പോകാതെ വീട്ടിൽത്തന്നെ കൂടുകയാണ് പതിവ്. ഉമ്മയുണ്ടായിരുന്നപ്പോൾ എത്ര വയ്യെങ്കിലും ഉഴിച്ചിൽസമയത്ത് അവർ ഇവിടെയെത്തും. ഭക്ഷണകാര്യങ്ങളിൽ നബീസയ്ക്ക് നിർദേശങ്ങൾ കൊടുത്തും ഉച്ചസമയത്ത് ഉറങ്ങാതിരിക്കാൻ പഴങ്കഥകൾ പറഞ്ഞും കൂടെയുണ്ടാകും. ഉഴിച്ചിൽസമയത്ത് ഉച്ചയുറക്കമരുതെന്നാണ് വൈദ്യരുടെ നിർദേശം. വാതത്തിന്റ ഉപദ്രവംകാരണം നടക്കാൻ ബുദ്ധിമുട്ടായിരുന്നെങ്കിലും തൊണ്ണൂറുകഴിഞ്ഞിട്ടും ഉമ്മയ്ക്ക് കാര്യമായിട്ടുള്ള രോഗങ്ങളൊന്നുമില്ലായിരുന്നു. മൂന്നുനേരവും ഇറച്ചിയോ

മീനോ നിർബന്ധം. മൂത്ത മകന്റെ മരണത്തോടെയാണ് ഉമ്മ തളർന്നു പോയത്. മരിച്ചെന്നറിഞ്ഞപ്പോൾ ആദ്യം ആകെ പതറിയെങ്കിലും ഖബ റടക്കം കഴിഞ്ഞ് മക്കൾ തിരിച്ചെത്തുന്നതുവരെ തളരാതെ അവർ പിടി ച്ചുനിന്നു. വല്യക്കാക്കയ്ക്ക് അസുഖം കൂടുതലാണെന്നറിഞ്ഞപ്പോൾ ത്തന്നെ ഉമ്മയെയും സൈനുവിനെയും റസാഖിന്റെകൂടെ മദ്രാസിലേ ക്കയക്കാനുള്ള ഏർപ്പാടുകൾ ഷംസുദീൻ അളിയൻ ചെയ്തിരുന്നു. അതി നിടയിലാണ് മരണവിവരമെത്തിയത്. മയ്യത്ത് നാട്ടിലേക്കു കൊണ്ടുവ രേണ്ട, റസാഖും ഖാദറും വക്കീലും ഉടനെ പുറപ്പെട്ട് അവിടെച്ചെന്ന് മയ്യത്തടക്കാനുള്ള ഏർപ്പാടുചെയ്യണമെന്നത് ഉമ്മയുടെ തീരുമാനമായി രുന്നു. “എന്റെ മോനെ ഇനിയും കഷ്ടപ്പെടുത്താതെ വേഗം മറവുചെ യ്യാൻനോക്ക്” എന്നു പറഞ്ഞപ്പോൾ ഉമ്മയുടെ മുഖം തീക്കട്ടപോലെ ചുവന്നിരുന്നു എന്നാണ് അളിയൻ പറഞ്ഞത്. ഞാനെത്തുമ്പോൾ ഉമ്മ ഖുറ്ആൻ സൂക്തങ്ങൾ നിരന്തരം ഉരുവിട്ടുകൊണ്ട് കിടക്കുകയായിരുന്നു. നീയെത്തിയോ എന്നു ചോദിച്ചുകൊണ്ട് തിരിഞ്ഞുകിടന്നതല്ലാതെ മറ്റൊന്നും പറഞ്ഞില്ല. മദ്രാസിൽ പോയവർ തിരിച്ചെത്തുന്നതുവരെ ഇതാ യിരുന്നു അവസ്ഥ. അപ്പോഴും നിസ്കാരം മുടക്കിയില്ല. ആരെങ്കിലും വല്ലാതെ നിർബന്ധിക്കുമ്പോൾ കുറച്ചു കഞ്ഞിവെള്ളം കുടിച്ചാലായി. എന്നാൽ മരണവിവരമറിഞ്ഞെത്തിയ ബന്ധുക്കൾക്ക് നേരാനേരത്ത് ഭ ക്ഷണം കൊടുക്കാൻ വീട്ടിലുള്ളവരെ ചട്ടംകെട്ടുന്നുണ്ടായിരുന്നു. മദ്രാ സിൽപ്പോയവർ തിരിച്ചെത്തിയതും ഉമ്മ തളർന്നുവീണു. മിണ്ടാനും പറ യാനുമാവാതെ ഒട്ടാകെ തളർന്നുപോയ ഉമ്മയെക്കണ്ട് മക്കൾ വാവിട്ടു നിലവിളിച്ചു. ആ കിടപ്പിൽനിന്ന് അവരെഴുന്നേൽക്കുമെന്ന് ആരും കരു തിയതല്ല. ജോർജച്ചായനും ലിസിച്ചേച്ചിയും മാറിമാറി ഉമ്മയ്ക്ക് കാവ ലിരുന്നു. ഗ്ലൂക്കോസ് വീട്ടിൽവച്ചുകൊടുക്കുകയായിരുന്നു. “ആസ്പത്രീ കൊണ്ടോവല്ലേ മോനേ” എന്ന് ജോർജച്ചായന്റെ കൈപിടിച്ച് ഉമ്മ അപേ ക്ഷിച്ചു. അതുകൊണ്ടുകൂടിയാണ് വീട്ടിൽത്തന്നെ ചികിത്സിക്കാൻ അച്ചാ യൻ തീരുമാനിച്ചത്.

പഴന്തുണിക്കെട്ടുപോലെ ആകെ കുഴഞ്ഞുപോയ ഉമ്മ മൂന്നാം ദി വസം ഉയിർത്തെഴുന്നേറ്റതുപോലെ എണീറ്റു നടന്നപ്പോഴുണ്ടായ ആശ്വാസം പറഞ്ഞറിയിക്കാൻ വാക്കുകളുണ്ടായിരുന്നില്ല. സൈനു രാവും പകലും ഉമ്മയ്ക്ക് കാവലിരുന്നു. ഒരുദിവസം പുലരാൻനേരം അവ ളൊന്നു മയങ്ങിപ്പോയി. എന്തോ അനക്കംകേട്ട് കണ്ണുതുറന്നപ്പോൾ കുളി മുറിയിലേക്കു നടക്കുന്ന ഉമ്മയെ കണ്ട് സൈനു അന്തംവിട്ട് നിലവിളി ക്കുന്നതുകേട്ട് വീട് മുഴുവൻ അവിടെയെത്തി. മക്കളെല്ലാരും കണ്ണിലെ ണ്ണയൊഴിച്ച് സൈനുവിന്റെ വീട്ടിൽത്തന്നെ കൂടുകയായിരുന്നു. ഉമ്മ കുളി മുറിയിൽച്ചെന്ന് ടോയ്‌ലെറ്റിൽ ഇരുന്നുകഴിഞ്ഞിരുന്നു. സൈനു ആർപ്പ് നിർത്തിയില്ല..

“വെറുതേ കുലുമാല് കൂട്ടല്ലേ സൈനു, എനക്കൊന്നുമില്ല.”

എന്ന് ഉമ്മ പറഞ്ഞപ്പോഴാണ് ആർപ്പും വിളിയും നിന്നത്. വല്യക്കയുടെ മരണത്തോടെ ഉമ്മ മാനസികമായി തകർന്നു. അതു പുറത്തു കാണിക്കാതിരിക്കാനുള്ള ശ്രമം പലപ്പോഴും ഫലിച്ചിരുന്നില്ല. അതുവരെ ഇടയ്ക്കിടെ മക്കളുടെ വീടുകളിൽ വിരുന്നുപോവുക അവരുടെ പതിവായിരുന്നു. രണ്ടോ മൂന്നോ ദിവസം തങ്ങിയിട്ട് തിരിച്ചുവരും. ഇവിടെ മാത്രമാണ് ഒരാഴ്ചയിൽക്കൂടുതൽ താമസിക്കാറുള്ളത്. ഉമ്മയുടെ വരവ് മക്കളോരോരുത്തരും ആഘോഷമാക്കുകയാണ് പതിവ്. ഭാര്യമാരെക്കൊണ്ട് ഉമ്മയുടെ ഇഷ്ടവിഭവങ്ങളുണ്ടാക്കിക്കുക, ഉമ്മയുടെ പ്രത്യേക പാചകക്കുറിപ്പുകൾ ഭാര്യമാരെയും മക്കളെയുംകൊണ്ട് പരീക്ഷിക്കുക — അങ്ങനെ പൊടിപൂരം. എന്റെ മകൾ ലിയാനയുടെ വിവാഹം കഴിഞ്ഞതോടെ ഉമ്മ ഇങ്ങോട്ടേക്കുള്ള വരവ് ചുരുക്കി. ജോലിക്ക് ആളുകളെത്രയുണ്ടെങ്കിലും നബീസയ്ക്ക് തിരക്കൊഴിഞ്ഞ നേരമില്ല. താനും കൂടിച്ചെന്ന് അവളെ കൂടുതൽ ബുദ്ധിമുട്ടിക്കേണ്ടെന്നു കരുതിയാണ് വരാത്തതെന്നാണ് ഉമ്മ പറയുന്നത്. അതുമാത്രമല്ല കാരണം. അസുഖം വല്ലതും വന്നാൽ കാണിക്കാൻ ജോർജച്ചായൻ അടുത്തില്ലല്ലോ എന്നൊരു ഭീതിയും അതിന്റെ പിറകിലുണ്ട്. ഉമ്മയ്ക്ക് ആശുപത്രിയെന്നു കേട്ടാലേ പേടിയാണ്. അച്ചായനുണ്ടെങ്കിൽ ആശുപത്രിയിൽ പോകാനിടവരുത്തില്ലെന്ന് ഉമ്മയ്ക്കറിയാം.

മക്കൾ രണ്ടുവഴിക്കു പോയതോടെ ഉമ്മ പറയുന്നതുപോലെ വീടുറങ്ങി. ലിയാന കൊല്ലത്തിലൊരിക്കലാണ് വരവ്. പ്രസവത്തിനു വന്നപ്പോൾ നാലഞ്ചുമാസം ഇവിടെത്തന്നെയുണ്ടായിരുന്നു. ലിയാനയുടെ മകൾക്കിപ്പോൾ വയസു മൂന്നായി. കൊല്ലത്തിലൊരിക്കലാണ് കാണാറുള്ളതെങ്കിലും ഉപ്പാപ്പയെയും ഉമ്മാമയെയും കണ്ടാൽ പിന്നെ അവൾക്ക് മറ്റാരും വേണ്ട. അവളെക്കുറിച്ചോർക്കുമ്പോഴേ മനസ്സ് തിങ്ങിവിങ്ങും. ലിയാന രണ്ടാമതും ഗർഭിണിയാണെന്നു കേട്ട് നബീസ ഒരുക്കങ്ങൾ തുടങ്ങിക്കഴിഞ്ഞു. പ്രസവശുശ്രൂഷയ്ക്ക് ആളെ കണ്ടുപിടിക്കലാണ് ശ്രമകരമായ ജോലി. ഒന്നാം മാസത്തിലേ പറഞ്ഞുവയ്ക്കണമത്രെ. നിത്യേന ആരെയൊക്കെയോ ഫോൺ വിളിക്കുന്നതു കേൾക്കാം. മകൻ റയീസിനുമുണ്ട് രണ്ടു കുട്ടികൾ. മൂത്തവന് അഞ്ചുവയസായി. ഇളയതിനു ഒന്നര. അവൻ ബാംഗ്ലൂരായതുകാരണം ഇടയ്ക്കൊക്കെ വരും. ഇന്ന് രാത്രി അവരെത്തുന്നുണ്ടല്ലോ എന്ന് അപ്പോഴാണ് ഓർത്തത്. കരിച്ചതും പെരിച്ചതുമില്ലാതെ അന്നമിറങ്ങില്ല അവന്. നേരവും കാലവും നോക്കാതെ ഇറച്ചിയും കോഴിയും മീനുമൊക്കെ ചുട്ടും പൊരിച്ചും കഴിക്കണം. പാചകത്തിൽ പരീക്ഷണം നടത്തലാണ് അവന്റെ പ്രധാന ഹോബി. ഹോട്ടൽ മാനേജ്മെന്റിനു പഠിക്കണമെന്ന അവന്റെ വാശി വകവയ്ക്കാതെ ബികോമിനു ചേർത്തതാണ്. കോളേജിൽ പോകാതെ അവൻ ഉഴപ്പി നടക്കുകയാണെന്നറിഞ്ഞ് അളിയനും ഖാദറിക്കയും നിർബന്ധിച്ചപ്പോഴാണ് ബാംഗ്ലൂരിൽ ഹോട്ടൽമാനേജ്മെന്റ് പഠിക്കാനയച്ചത്. ആദ്യം വലിയ വിഷ

മമായിരുന്നു.

"ഹോട്ടലിൽ പണ്ടാരിപ്പണി ചെയ്യാനാ ഓന്റെ യോഗം."

ഖാദറിക്കയോട് സങ്കടം പറഞ്ഞു.

"എടോ, നീ വിചാരിച്ചതുപോലെ വെപ്പുപണി പഠിക്കൽ മാത്രമല്ല ഹോട്ടൽ മാനേജമെന്റ്. ഫൈവ്സ്റ്റാർ ഹോട്ടലിലായിരിക്കും ട്രെയിനിങ്."

"കോട്ടും ടൈയും കെട്ടിയാലും അടുക്കളപ്പണി ചെയ്യാതെ പറ്റില്ലല്ലോ."

"അതിപ്പോ ഏതു പണിയായാലും തുടക്കത്തിൽ കുറച്ചു ബുദ്ധിമുട്ടില്ലാതിരിക്കുമോ." ഖാദറിക്ക സമാധാനിപ്പിക്കും.

"വിധിപോലെ വരട്ടെ." സ്വയം ആശ്വസിപ്പിക്കും.

ഇന്ന് ഡോക്ടറെക്കാളും എഞ്ചിനിയറെക്കാളും അവനുപണവും പദവിയുമുണ്ട്. അവൻ ഇംഗ്ലീഷിലെഴുതിയ പാചകപുസ്തകങ്ങൾ വിദേശപ്രസാധകക്കമ്പനികളാണ് പ്രസിദ്ധീകരിച്ചിരിക്കുന്നത്. ഇടയ്ക്കിടെ വിദേശങ്ങളിൽ ഭക്ഷ്യമേളകൾക്കും പോകാറുണ്ട്. ബാംഗ്ലൂരിൽ പുതിയ ഫ്ളാറ്റൊക്കെ വാങ്ങി നല്ല സ്ഥിതിയിലാണ്. വെപ്പുപണിക്കുപോകുന്ന ആണുങ്ങളെ പണ്ടാരികളെന്നാണ് വിളിച്ചിരുന്നത്. ഹോട്ടൽ മാനേജ്മെന്റ് പഠിക്കണമെന്ന് റയീസ് പറഞ്ഞപ്പോൾ നാട്ടിലെ പ്രസിദ്ധ പണ്ടാരിയായ കുഞ്ഞമ്മദും മാമുദുമൊക്കെയായിരുന്നു മനസിൽ. ആൺകുട്ടികളെ അടുക്കളയുടെ നാലയലത്തും ഉമ്മ കയറ്റില്ല. ആണിനും പെണ്ണിനുമുള്ള പണികൾ പടച്ചവൻ നേരത്തേ നിശ്ചയിച്ചിട്ടുണ്ടെന്നാണ് ഉമ്മ പറയുന്നത്. നബീസയുടെ വാലായി അടുക്കളയിൽ നിരങ്ങുക ചെറുപ്പം മുതലേയുള്ള റയീസിന്റെ പതിവായിരുന്നു. ഒഴിവുദിവസങ്ങളിൽ പുതിയ പരീക്ഷണങ്ങളുമായി എത്തി അവൻ ഉമ്മയെ അടുക്കളയിൽനിന്ന് പുറത്താക്കും. ആദ്യമൊക്കെ നബീസ സമ്മതിക്കുമായിരുന്നില്ല. സമയത്ത് വായ്ക്ക് രുചിയുള്ളതെന്തെങ്കിലും മേശപ്പുറത്തെത്തിച്ചില്ലെങ്കിൽ അരിശം അവളോടായിരിക്കുമെന്ന് അവൾക്കറിയാം. വളരെ രുചിയുള്ള വിഭവങ്ങൾ അവൻ ഉണ്ടാക്കാൻ തുടങ്ങിയതോടെയാണ് അവൾ ധൈര്യമായി അടുക്കള അവനു വിട്ടുകൊടുത്തത്.

"ഒരാങ്കുട്ടിയുള്ളത് ഏതുനേരവും അടുക്കളേല്. പെണ്ണിനാണെങ്കിലോ ഉപ്പിട്ടവെള്ളം കാച്ചാനറിയില്ല. നബീസാ, ഉമ്മാനേം ബാപ്പാനേം പറയിക്കാൻ ഇടവരുത്തല്ലേ. നാളെപ്പിറ്റേന്ന് അന്യനൊരുത്തന്റെകൂടെ കഴിയാനുള്ളതാ."

റയീസ് അടുക്കളയിൽനിന്നു മേയുന്നത് കാണുമ്പോൾ ഉമ്മ താക്കീതുചെയ്യാറുണ്ടായിരുന്നു.

"ഉപ്പൂമ ബേജാറാവണ്ട. പരീക്ഷ കഴിഞ്ഞാ എന്നെ വെപ്പുപണി പഠിപ്പിക്കാമെന്ന് റയീസ്ക്ക ഏറ്റിട്ടുണ്ട്."

ലിയാന ഉമ്മയെ സമാധാനിപ്പിക്കുമ്പോൾ അവർ പറയും: "യാ ഇലാഹീ..... ഇതെന്തൊക്കെ മറിമായങ്ങളാ ദുനിയാവില് നടക്കണത്? കിയാ

മടുക്കുമ്പോൾ പെണ്ണ് ആങ്കുപ്പായമിടുമെന്നും ആണ് പെൺവേഷം കെട്ടുമെന്നും പണ്ടത്തെ മൊയില്യാമാര് പറഞ്ഞത് വെറുതെയല്ല."

ഭർത്താവ് തീറ്റപ്രിയനായതിനാൽ ഇപ്പോൾ ലിയാനയും പാചകനിപുണയായി. തിരക്കുകളേറെയുണ്ടായിട്ടും കുട്ടികൾ വീട്ടിലില്ലാത്തതിന്റെ വിടവ് ഈയിടെയായി വല്ലാതെ അലോരസപ്പെടുത്തുന്നുണ്ട്. നബീസയുടെ കാര്യം എന്റേതിനേക്കാൾ കഷ്ടമാണ്. രാവിലെ ഇറങ്ങിയാൽ തിരിച്ചെത്തുമ്പോൾ മിക്കദിവസവും സന്ധ്യ കഴിയും. ബിസിനസ് തുടങ്ങിയതോടെയാണ് തിരക്കേറിയത്. പണ്ടൊക്കെ ഊണു കഴിക്കാൻ വീട്ടിലെത്തുമായിരുന്നു. കാറിന്റെ ഷോറൂം തുടങ്ങിയതോടെ തിരക്കൊഴിഞ്ഞ നേരമില്ല. ചോറ് അങ്ങോട്ടു കൊടുത്തയക്കുകയാണ് പതിവ്. എത്ര താമസിച്ചെത്തിയാലും നബീസ പരാതിയൊന്നും പറയാറില്ലെങ്കിലും ഏകാന്തത അവളെയും അലട്ടുന്നുണ്ടെന്ന് പെരുമാറ്റത്തിൽനിന്നറിയാം. അവൾ അടുക്കളത്തോട്ടവും കോഴിവളർത്തലുമൊക്കെയായി അവളുടേതായ രീതിയിൽ മടുപ്പകറ്റുന്നു. ആരോഗ്യപ്രശ്നങ്ങൾ അവളെയും അലട്ടുന്നുണ്ട്, ശരീരത്തിലെ കാത്സ്യത്തിന്റെ കുറവാണത്രെ രോഗകാരണം. എല്ലാവരെയുംകൊണ്ട് നിർബന്ധിച്ച് പാലു കുടിപ്പിക്കും. തൈരും മോരും നെയ്യുമുണ്ടാക്കും. ഇതൊന്നും അവൾ കഴിക്കുകയുമില്ല. ഒന്നാലോചിച്ചാൽ സ്ത്രീകളുടെ കാര്യം കഷ്ടമാണ്. സൈനുവിന്റെ കാര്യംതന്നെ എടുക്കാം. അവൾ പഠിക്കാൻ മിടുക്കിയായിരുന്നു. ഫസ്റ്റ് ക്ലാസോടെയാണ് പ്രിഡിഗ്രി ജയിച്ചത്. തുടർന്നു പഠിക്കാനുള്ള അവളുടെ താൽപ്പര്യം ആരും കണ്ടതായിപ്പോലും ഭാവിച്ചില്ല. പതിനെട്ടു തികയുംമുമ്പേ വിവാഹം. ഇരുപത്തഞ്ചു തികയുംമുമ്പേ കുട്ടികൾ മൂന്ന്. മിക്ക മുസ്ലിം പെൺകുട്ടികളുടെയും അവസ്ഥ ഇതൊക്കെത്തന്നെ. റസാഖിന്റെ ഭാര്യ റസീനയും ഡിഗ്രി എടുത്തതാണ്. ജോലിക്കു പോകണമെന്നു മോഹവുമുണ്ടായിരുന്നു. റസാഖ് മാത്രമല്ല ഞാനും ഖാദറിക്കയുമെല്ലാം അതിനെതിരായിരുന്നു.

"നിങ്ങളൊക്കെ ഏതു നൂറ്റാണ്ടിലാ ജീവിക്കുന്നത്? സ്ത്രീകളെ ഇങ്ങനെ വീട്ടിൽ തളച്ചിടാതെ പുറത്തിറങ്ങി ജീവിക്കാൻ അനുവദിക്ക്." പതിവുപോലെ ഷംസുദ്ദീൻവക്കീൽ മാത്രം പ്രതിഷേധിച്ചു.

തുണയില്ലാതെ വീട്ടിനു പുറത്തിറങ്ങാത്ത സൈനു ഇന്നു നൂറുകൂട്ടം കാര്യങ്ങൾ ഒറ്റയ്ക്ക് ചെയ്യുന്നത് കണ്ട് മൂക്കത്തുവിരൽവെച്ചുപോയിട്ടുണ്ട്. അക്കാര്യത്തെച്ചൊല്ലി ചിലപ്പോൾ വക്കീലിനെ കുറ്റപ്പെടുത്താറുമുണ്ട്.

"ഇതൊക്കെ ഡ്രൈവറെക്കൊണ്ട് ചെയ്യിച്ചൂടെ വക്കീലേ? എന്തിനാ അവളെയിട്ട് ഇങ്ങനെ നട്ടം തിരിയിക്കുന്നത്?"

"എനിക്കു വേണമെങ്കിലും ചെയ്യാമല്ലോ.. അവളോടൊപ്പം കുറേക്കാലമായില്ലേ പൊറുപ്പ് തുടങ്ങിയിട്ട്. എന്തെങ്കിലും ചെയ്തില്ലെങ്കിൽ അവളാകെ അസ്വസ്ഥയാകും. ജോലിക്കയക്കാമെന്നു വച്ചാൽ പെങ്ങളെ

ക്കൊണ്ടു പണിയെടുപ്പിച്ച് കാശുണ്ടാക്കുന്നെന്നു പറഞ്ഞ് ആങ്ങളമാർ എന്നെ കൊത്തിവലിക്കില്ലേ. വെറുതേയിരുന്നു മുഷിയേണ്ടെന്നു കരുതിയാ ചില്ലറപ്പണികളൊക്കെ ഏൽപ്പിക്കുന്നത്. അല്ലാതെ എനിക്കു ചെയ്യാൻ വയ്യാഞ്ഞിട്ടല്ല." എന്നു പറയുമ്പോൾ വക്കീലിനോട് ബഹുമാനം തോന്നാറുണ്ട്.

"നേരമെത്രയായെന്നാ വിചാരം? ഇന്നു പീടേൃപ്പോക്കൊന്നുമില്ലേ?"

നബീസ വിളിക്കുന്നത് കേട്ട് കൈക്കോട്ട് പണിക്കാരനെ ഏൽപ്പിച്ച് റഷീദ് അകത്തേക്കു നടന്നു.

17

റഷീദ് കടയിലേക്കു പോയപ്പോൾ നബീസ ഉമ്മറവാതിലടച്ച് അടുക്കളയിലെത്തി. പണിക്കാരി കുത്സു എത്തിയിട്ടില്ല. അവളുടെ വീട്ടിലെ പണിയെല്ലാം ഒതുക്കി കുട്ടികളെ സ്കൂളിലയച്ചിട്ടേ അവൾക്കിറങ്ങാൻ സാധിക്കുകയുള്ളൂ. എത്ര തിരക്കിട്ട് നടന്നാലും കുന്നും മലയും താണ്ടിയെത്തുമ്പോഴേക്കും പത്തരയാവും. ഇണയും തുണയുമില്ലാതെ കുട്ടികളെ വളർത്താൻ പാടുപെടുന്ന എമ്പാടും സ്ത്രീകൾ ഇപ്പോഴുമുണ്ടല്ലോ എന്നത് പലപ്പോഴും വേദനിപ്പിക്കാറുണ്ട്. പതിനഞ്ചാം വയസിലായിരുന്നു കുത്സുവിന്റെ വിവാഹം. ഇരുപതാവുമ്പോഴേക്ക് രണ്ടു മക്കളുമായി. രണ്ടാമത്തെ പ്രസവത്തോടെ ഗർഭപാത്രത്തിൽ പഴുപ്പുവന്ന് അവൾ കുറേക്കാലം കഷ്ടപ്പെട്ടു. ഒടുക്കം നിവൃത്തിയില്ലാതെ ഗർഭപാത്രം എടുത്തുമാറ്റുകയായിരുന്നു. അസുഖമായതോടെ ഭർത്താവിനു ചടച്ചു. ഗർഭപാത്രമില്ലാത്ത പെണ്ണിനെക്കൊണ്ട് പ്രയോജനമില്ലെന്നും പറഞ്ഞ് അയാൾ വീണ്ടും വിവാഹം കഴിച്ചപ്പോൾ തലയിൽ ഇടിത്തീവീണതു പോലായി താത്താ എന്നു പറഞ്ഞ് കുത്സു ഇപ്പോഴും കണ്ണീരൊഴുക്കാറുണ്ട്. കുറച്ചുകാലം ഗതിയില്ലാതെ അവിടെത്തന്നെ കഴിയേണ്ടിവന്നു. സഹികെട്ടപ്പോൾ രണ്ടും കൽപ്പിച്ച് ഇറങ്ങിയെന്നും അത് നന്നായെന്നുമാണ് അവൾ പറയുന്നത്. സ്വന്തം വീട്ടിൽ ആദ്യമൊക്കെ പ്രശ്നങ്ങളൊന്നുമില്ലായിരുന്നെങ്കിലും ആങ്ങളയുടെ വിവാഹം കഴിഞ്ഞതോടെ സ്ഥിതി മാറി. ആങ്ങളതന്നെ അവളുടെ ഓഹരിയിലുള്ള അഞ്ചുസെന്റിൽ ഒരു കൂരകുത്തി അവളെയും മക്കളെയും അവിടെ താമസിപ്പിച്ചു. ഭാര്യയുടെ വിലക്ക് കണക്കാക്കാതെ ആങ്ങള കഴിയുന്നവിധം സഹായിക്കാറുണ്ടെന്നാണ് കുത്സു പറയുന്നത്. രണ്ടാൺമക്കളാണ്. അവരൊന്നു മുതിർന്നാൽ ഏതെങ്കിലും അനാഥാലയത്തിൽ ചേർത്തിട്ട്, ഗൾഫിൽ

ചേക്കേറി. ഒടിഞ്ഞുകുത്തിയ കൂരയൊന്നു പുതുക്കിപ്പണിയണമെന്ന ആശയിലാണ് അവൾ കഴിയുന്നത്. ഗൾഫ് സ്വർഗരാജ്യമൊന്നുമല്ലെന്നും അറിയുന്ന കുടുംബത്തിന്റെ കൂടെയല്ലാതെ അറബികളുടെ വീട്ടുപണിക്കൊന്നും പോകരുതെന്നും അവളെ എപ്പോഴും ഓർമിപ്പിക്കാറുണ്ട്. ഏജന്റുമാരുടെ വലയിൽപ്പെട്ട് ഗൾഫിൽ നട്ടംതിരിയുന്ന സ്ത്രീകളുടെ കഥകൾ പുറത്തുവരുമ്പോഴും ഇടനിലക്കാരുടെ വലയിൽപ്പെട്ട് അപകടത്തിലാകുന്ന സ്ത്രീകളുടെ എണ്ണം പെരുകുകയാണ്. ഏറെ കഷ്ടപ്പെട്ട് പണമുണ്ടാക്കി വീടും കുടുംബവും പച്ചപിടിപ്പിച്ച് നാട്ടിലെത്തുമ്പോഴേക്കും പലർക്കും പലതും നഷ്ടപ്പെടുന്നു. അവർ സമൂഹത്തിൽ ഒറ്റപ്പെട്ടുപോവുകയും ചെയ്യുന്നു. അതുകൊണ്ട് നല്ലവണ്ണം ആലോചിച്ചു മതി ഗൾഫിൽപോക്കെന്ന് അവളെ പറഞ്ഞു മനസിലാക്കിയിട്ടുണ്ട്. ഇക്കൊല്ലത്തെ നോമ്പിന് കുട്ടികളോടു പറഞ്ഞ് അവളുടെ വീടൊന്നു നന്നാക്കിക്കൊടുക്കാമെന്ന് ഏറ്റിട്ടുണ്ട്.

കുടുംബത്തിലെ കുട്ടികളിൽ പലരും വിദേശത്താണ്. വരുമാനത്തിന്റെ തോതനുസരിച്ച് *ഖുർആൻ* നിർദേശിച്ചതുപോലെ സക്കാത്തുകൊടുക്കുന്നവരാണ് അവരെല്ലാം. സൈനുവിന്റെ മകൻ സത്താറാണ് ഇളംതലമുറക്കാരുടെ നേതാവ്. അവൻ പറഞ്ഞാൽ ആർക്കും എതിർവാക്കില്ല. സക്കാത്തും സദക്കയും എപ്പോഴും കൊടുക്കാമെങ്കിലും നോമ്പുകാലത്തെ ദാനധർമ്മങ്ങൾക്ക് പ്രതിഫലമേറും എന്നാണ് വിശ്വാസം. അതുകൊണ്ട് പലരും സക്കാത്ത് കൊടുക്കുന്നത് റമദാനിലേക്കു മാറ്റിവയ്ക്കുകയാണ് പതിവ്. ഇത്തരം കാര്യങ്ങൾ കുട്ടികൾ സൈനുവിനെയാണ് ഏൽപ്പിക്കാറുള്ളത്. കൊടുക്കാനുള്ള സംഖ്യ സൈനുവാന്റിയെ ഏൽപ്പിച്ചാൽ സമാധാനമായി എന്നാണ് അവർ പറയാറുള്ളത്. അവൾ അതിനായി പ്രത്യേകം അക്കൗണ്ട് തുടങ്ങിയിട്ടുണ്ട്. കുട്ടികൾ വിദേശങ്ങളിൽനിന്ന് നേരിട്ട് അതിലേക്ക് പണമയക്കുന്നു. സൈനു അർഹതയുള്ളവർക്ക് അതിൽനിന്നും വീതംവച്ചുകൊടുക്കുന്നു. ഇക്കൊല്ലം കുത്സുവിനെ കാര്യമായി സഹായിക്കണമെന്ന് ഏൽപ്പിച്ചിട്ടുണ്ട്. നേരത്തേ പറഞ്ഞില്ലെങ്കിൽ ബുദ്ധിമുട്ടാണെന്ന് സൈനു എല്ലാവരോടും പറയാറുണ്ട്. കാരണം, അർഹതപ്പെട്ടവരെ തേടിയുള്ള അന്വേഷണം അവൾ നേരത്തേ തുടങ്ങും. പത്രവാർത്തകളിലും മറ്റും പരതിയാണ് ആളുകളെ കണ്ടുപിടിക്കുന്നത്. ജാതിയും മതവുമൊന്നും അക്കാര്യത്തിൽ പരിഗണിക്കാറില്ല. ചികിത്സാസഹായം, വീടുനിർമാണം, എന്തെങ്കിലും തൊഴിലിനുള്ള മാർഗം - എന്നിവയ്ക്കൊക്കെയാണ് അവൾ സക്കാത്തു ഫണ്ട് നീക്കിവയ്ക്കാറുള്ളത്. ആങ്ങളമാരുടെ തുണയില്ലാതെ പുറത്തിറങ്ങാത്ത സൈനുവിന്റെ മാറ്റം എല്ലാവരുടെയും ചർച്ചാവിഷയമാണ്. ഇവിടെയൊരാൾക്ക് ഭാര്യ ഡ്രൈവറുടെകൂടെ പുറത്തുപോകുന്നതുപോലും പിടുത്തമല്ല. ഉമ്മയുടെ ആൺമക്കളെല്ലാം പഴഞ്ചന്മാരാണെന്ന് വക്കീൽ പറയുന്നത് നേരാണ്. അതു പക്ഷേ, ഉറക്കെ പറയാറില്ല. പറഞ്ഞാൽ അവരുടെ മുഖം കടന്നലുകുത്തിയതുപോലെ വീർക്കും. ഭാര്യമാർ തങ്ങളുടെ വരുതിയിൽ

നിന്നാൽമതിയെന്ന പക്ഷക്കാരാണ് എല്ലാവരും. ഭാര്യമാർ മനസ്സിൽ കാണുന്നത് സാധിപ്പിച്ചു കൊടുക്കുന്നില്ലേ, പോകേണ്ടിടത്ത് അവരെ കൊണ്ടുപോകുന്നില്ലേ എന്നൊക്കെയാണ് സഹോദരന്മാരുടെ വാദങ്ങൾ. പോകേണ്ടതാണെന്ന് നിങ്ങൾക്ക് തോന്നുന്നിടത്തല്ലേ നിങ്ങൾ കൂട്ടുവ രാറുള്ളൂ? ഞങ്ങൾക്കുമുണ്ടാവില്ലേ ഞങ്ങളുടേതായ ആഗ്രഹങ്ങളും അഭി പ്രായങ്ങളും? അത് അനുവദിച്ചുതരാത്തതെന്ത് എന്ന് ഭാര്യമാരൊന്നും അവരോടു മറുചോദ്യം ചോദിക്കാറില്ല. ചോദിക്കരുതെന്നാണ് അവരുടെ ആഗ്രഹം എന്നറിയുന്നതുകൊണ്ടുമാത്രമാണ് ചോദിക്കാത്തത് എന്നാണ് റസീന പറയാറുള്ളത്. അവര് നമുക്ക് കുറവൊന്നും വരുത്തുന്നില്ലല്ലോ. പിന്നെന്തിനു മറുചോദ്യമിട്ട് മനസ്സമാധാനം കെടുത്തുന്നു എന്നേ തോന്നി യിട്ടുള്ളൂ. ദൂരസ്ഥലത്തുള്ള ബന്ധുക്കളുടെ വിവാഹങ്ങൾക്കും മറ്റും മിനി ബസ് വാടകയ്ക്കെടുത്ത് എല്ലാവരും ഒന്നിച്ചാണ് യാത്ര. മക്കളും മരുമ ക്കളും പേരക്കുട്ടികളുമൊക്കെയുണ്ടെങ്കിൽ യാത്ര പാട്ടും കഥപറച്ചിലു മൊക്കെയായി വളരെ രസകരമായികരിക്കും.

തന്റെ ആൺമക്കൾ ഉപ്പയെപ്പോലെ മുൻശുണ്ഠിക്കാരാണെന്ന് അഭി മാനത്തോടെയാണ് ഉമ്മ പറയാറുള്ളത്. ആണുങ്ങൾ അങ്ങനെയാവണ മെന്ന പക്ഷക്കാരിയാണ് ഉമ്മ. അരുതാത്തത് കണ്ടാലും കേട്ടാലും ഈറ്റ പ്പുലിയെപ്പോലെ ചീറുന്നവരാണെങ്കിലും മക്കൾ പൂച്ചയെപ്പോലെ ശാന്ത രാണെന്ന, ഉമ്മയുടെ അഭിപ്രായം നേരാണെന്നും തോന്നിയിട്ടുണ്ട്. അവർ വിചാരിക്കുന്നതുപോലെ കാര്യങ്ങൾ നടന്നില്ലെങ്കിൽ പുരപൊളിച്ചു പന്ത ലിടും; പെട്ടെന്നു തണുക്കുകയും ചെയ്യും.

“ഓലെ ഉപ്പയും ഇങ്ങനതന്നേനും. ചോരയിൽ കലന്നത് മാറ്റാമ്പ റ്റൂല കുട്ട്യേളെ. ഇങ്ങള് കണ്ടും കേട്ടും നിന്നോളിൻ. ആണുങ്ങക്ക് ദറജ ജാസ്തിയാണെന്നല്ലേ *ഖുർആനി*ലും പറഞ്ഞിട്ടുള്ളത്. രണ്ടുകൈയും മുട്ടി യാലല്ലേ ഒച്ചയുണ്ടാകൂ. ഇങ്ങളൊന്നു താണുകൊടുത്താളാ. ക്ഷമിക്കു ന്നവന്റെയും പൊറുക്കുന്നവന്റെയും കൂടെയാ അള്ളാഹു. ഇന്നള്ളാഹു മഅസ്സാബിരീൻ....”

ജീവിതത്തിലെ തെറ്റും ശരിയും ചികയാൻ പെണ്ണുങ്ങൾ മിനക്കെ ടേണ്ട. ആവശ്യമില്ലാത്തതാലോചിച്ച് തല പുണ്ണാക്കുകയും വേണ്ട. നിങ്ങൾക്കുവേണ്ടി ഞങ്ങൾ ചിന്തിക്കും പ്രവൃത്തിക്കും- എന്ന മട്ടാണ്. വീടു ഭരിച്ച് ഭർത്താവിനെയും മക്കളെയും പരിചരിച്ച് ജീവിക്കുന്ന സ്ത്രീയാണ് ഉത്തമ എന്ന ഉമ്മയുടെ അഭിപ്രായം തന്നെയാണ് മക്കൾ ക്കും. സ്വന്തം വീട്ടുകാരും ഇതേ മനോഭാവക്കാരായതുകൊണ്ടായിരിക്കാം എനിക്കതിൽ പരാതിയോ പ്രയാസമോ തോന്നാത്തത്. സ്വന്തമായി ഒരു തീരുമാനവും ഇന്നുവരെ എടുക്കേണ്ടി വന്നിട്ടില്ല. പത്താംക്ലാസിൽ പഠി ച്ചുകൊണ്ടിരുന്നപ്പോൾ ബാപ്പയും ആങ്ങളമാരും വിവാഹം നിശ്ചയിച്ചു. അന്നത്തെ നാട്ടുനടപ്പ് അതായിരുന്നു. സ്വന്തം വീടുവിട്ട് മാറിത്താമസി ക്കേണ്ടിവന്നപ്പോൾ ആദ്യമൊക്കെ വല്ലാത്ത വീർപ്പുമുട്ടലായിരുന്നു. കല്യാണം കഴിയുമ്പോൾ വീട്ടുപണികളൊന്നുമറിയില്ലായിരുന്നു. ഉമ്മ

യാണ് കൂടെ കൊണ്ടുനടന്ന് എല്ലാം പഠിപ്പിച്ചത്. വിവാഹശേഷം സ്വന്തം വീട്ടിൽ എന്തെങ്കിലും വിശേഷമുള്ളപ്പോൾ മാത്രമേ പോകാറുള്ളു. ഉമ്മയുടെ സ്നേഹവും കരുതലും അനുഭവിച്ചതുകൊണ്ടായിരിക്കാം ഗൃഹാതുരത്വം ഒട്ടുമില്ലാഞ്ഞത്. ഉമ്മയുടെ മൂത്ത മകന്റെ ഭാര്യ ശാഹിദമ്മായിക്കൊഴിച്ച് മറ്റു മരുമക്കൾക്കെല്ലാം ഉമ്മയോട് സ്നേഹത്തിനും ആദരവിനും ഒരു കുറവുമില്ലായിരുന്നു. ജനിച്ചതും വളർന്നതും പഠിച്ചതും മദ്രാസിലാണെന്നു ശാഹിദമ്മായി അഹന്തയോടെ പറയുന്നത് കേട്ടാൽ തോന്നും ഭൂമിയിലെ സ്വർഗമാണ് മദ്രാസെന്ന്. അവരുടെ മക്കളുടെ രണ്ടുപേരുടെയും കല്യാണത്തിനു മദ്രാസിൽ പോയിരുന്നു. കേരളത്തേക്കാൾ മുന്തിയ സ്ഥലമാണ് മദ്രാസെന്ന് അപ്പോഴൊന്നും തോന്നിയതേയില്ല. മാത്രമല്ല, വൃത്തികെട്ട സ്ഥലമായിട്ടാണ് അനുഭവപ്പെട്ടത്. റെയിലോരം ടോയിലെറ്റാക്കുന്നവരെയാണ് മദ്രാസ് സ്റ്റേഷനടുക്കുമ്പോൾ കണികാണുന്നത്. എവിടെച്ചെന്നാലുമുള്ള ചീഞ്ഞ നാറ്റം മടുപ്പുളവാക്കുകയും ചെയ്തു. അന്യനാടുകൾ എത്ര മുന്തിയതായാലും സ്വന്തം നാട്ടിനോളം പോരില്ല. മകളെ കാണാൻ ജിദ്ദയിൽച്ചെന്നപ്പോൾ മക്കയും മദീനയും കണ്ണുകുളിർപ്പിച്ചെങ്കിലും നാട്ടിലെത്തിക്കിട്ടിയാൽ മതിയെന്നായിരുന്നു വിചാരം. മകനെ കാണാൻ ബാംഗ്ലൂരിൽച്ചെന്നാൽ ഒരാഴ്ചകൊണ്ട് ചടയ്ക്കും. നീ പഠിപ്പും വിവരവുമില്ലാത്ത നാട്ടുമ്പുറത്തുകാരിയായതുകൊണ്ടാണ് ഇങ്ങനെയൊക്കെ പറയുന്നതെന്ന് ശാഹിദമ്മായി പരിഹസിക്കുമ്പോൾ മറിച്ചൊന്നും പറയാതെ വെറുതേ കേട്ടിരിക്കും. വിദ്യാഭ്യാസം കൂടുമ്പോൾ വിവേകം കുറയുമെങ്കിൽ അറിവില്ലാത്തതാണ് നല്ലതെന്ന് പറയാൻ തോന്നാറുണ്ടെങ്കിലും നാവു തളച്ചിടും. ഉമ്മ പറയുന്നതുപോലെ നാവിനെ പല്ലുകൊണ്ടുള്ള കോട്ടയ്ക്കകത്ത് ഭദ്രമാക്കി തളച്ചിട്ടിരിക്കുന്നത് അനാവശ്യത്തിനു ഉപയോഗിക്കാതിരിക്കാനാണല്ലോ.

വല്ലപ്പോഴുമൊക്കെയാണ് ശാഹിദമ്മായി ഉമ്മയെ കാണാനെത്താറുള്ളത്. അനിയന്മാരുടെ വിവാഹത്തിനു വന്നാൽപ്പോലും ഹോട്ടലിലേ താമസിക്കൂ. നാട്ടിലെത്തിയിട്ട് ഹോട്ടലിൽ തങ്ങുന്നത് വല്യക്കാക്കയ്ക്ക് ഇഷ്ടമല്ല. അതുകൊണ്ടായിരിക്കാം മിക്ക വിശേഷാവസരങ്ങളിലും മൂപ്പർ ഒറ്റയ്ക്കാണെത്തുക. വീട്ടിലെത്തിയാൽ കോട്ടും സൂട്ടും മാറ്റി ലുങ്കിയും ബനിയനുമായി ഉമ്മയോടൊപ്പം വെറ്റില മുറുക്കി വായ്തോരാതെ സംസാരിച്ചുകൊണ്ട് എല്ലായിടത്തുമുണ്ടാകും. ആദ്യകാലങ്ങളിൽ വലിയ ഗൗരവക്കാരനായിരുന്ന വല്യക്കാക്കയുടെ ഭാവമാറ്റം അനിയന്മാരെ അമ്പരപ്പിക്കാറുമുണ്ട്. നിയന്ത്രിക്കാൻ അമ്മായി ഇല്ലാത്തതിന്റെ സ്വാതന്ത്ര്യം വല്യക്കാക്ക ആഘോഷിക്കുകയാണെന്നാണ് റസാഖ് പറയാറുള്ളത്. കൾച്ചറില്ലാത്ത നാട്ടുമ്പുറത്തുകാർ എന്നാണ് ശാഹിദമ്മായിക്ക് ഭർത്താവിന്റെ വീട്ടുകാരെക്കുറിച്ചുള്ള പരാതി. റഷീക്കയുടെ ചെവിയിലെത്തിയാലുള്ള പുകിലാലോചിച്ച് ഇതിനൊന്നും പ്രതികരിക്കാറില്ല. പക്ഷേ, സുലേഖമ്മായി പലപ്പോഴും ഇരുതല കത്തിച്ച് ആസ്വദിക്കും. റസീനയ്ക്ക് അവരുമായി വലിയ ബന്ധമൊന്നുമില്ല. കാരണം അപ്പോഴേക്കും അമ്മായി

നാട്ടിൽവരുന്നത് തീരെ ചുരുക്കിയിരുന്നു. പഴങ്കഥകൾ അയവിറക്കുന്ന കൂട്ടത്തിൽ ശാഹിദമ്മായിയുടെ വിശേഷങ്ങളും ഉമ്മ പലപ്പോഴായി പങ്കുവച്ചിട്ടുണ്ട്. അപ്പോഴൊന്നും അവരെ ആക്ഷേപിക്കുന്ന രീതിയിൽ ഉമ്മ ഒന്നും പറഞ്ഞുകേട്ടിട്ടില്ല.

"ആരാന്റെ മക്കളെ ഞമ്മളെന്തിനാ കുറ്റം പറയുന്നത്? എന്റെ മോൻ കരീമൊരു കരുത്തില്ലാത്തവനായിപ്പോയി. കടിഞ്ഞൂൽപ്പൊട്ടനാ ഓൻ. കൊക്കിലൊതുങ്ങാത്തത് കൊത്തല്ലേന്ന് എന്റെ ഉപ്പാനോടും ഓന്റെ ഉപ്പാനോടും ഞാൻ ആവുംമട്ട് പറഞ്ഞതാ. പെൺബുദ്ധി പിൻബുദ്ധീന്നല്ലെ ആണുങ്ങളുടെ വിചാരം. ഓലെ പൈശേം പത്രാസുംകണ്ട് കണ്ണ് മഞ്ഞളിച്ചുപോയി. മദിരാശീല് പഠിച്ചു വലുതായ കുട്ടിക്ക് ഉള്ളൂർക്കര പിടിക്കൂലാന്ന് ഞാനന്നേ പറഞ്ഞതാ. കേട്ടില്ല. മംഗലം കയിഞ്ഞതും തുടങ്ങി ഓള് പരാതിപറയാൻ. നാടും വീടും മാത്രല്ല ഇവിടുള്ളവരേയും ഓക്ക് കണ്ണെടുത്താ കണ്ടൂടാ. അപ്പളത്തിന് എന്റെ മോനും നാടു മടുത്തീലേ. ഏടെയെങ്കിലുംപോയി സുഖമായിട്ട് കയിഞ്ഞോട്ടേന്നു വിചാരിച്ചിട്ടുതന്നെയാ ഓളേംകൂട്ടി മദിരാശീൽപ്പോയി താമസിക്കാൻ അനുവാദം കൊടുത്തത്. പക്ഷേ, പെൺവീട്ടുകാർക്ക് അടിമപ്പെടരുത് എന്ന് താക്കീത് ചെയ്തു. അതവൻ മറന്നില്ല. ഇന്നുള്ളതെല്ലാം ഓൻ നയയിച്ചുണ്ടാക്കിയതാ. നാലാം മാസത്തിലെയുതിയ തലവര മാറ്റാൻ അടിയാരുകൾക്ക് ആകൂലാ. എവിടെയായാലും വേണ്ടൂലാ, എന്റെ മക്കള് സന്തോശത്തില് കയീന്നത് കണ്ട് കണ്ണടച്ചാൽ മതീന്നാ എന്റെ ദുആ. റബ്ബേ, എന്റെ മക്കളെ കാത്തുകൊള്ളണേ..."

ഉമ്മയുമായി സഹവസിക്കാൻ അവസരം കിട്ടിയതുകൊണ്ടായിരിക്കാം അവരെപ്പോലെ കാര്യങ്ങൾ നിസ്സംഗമായി നോക്കിക്കാണാനും നേരിടാനും സാധിക്കുന്നത് എന്ന് സൈനു പറയുന്നത് നേരാണെന്നു തോന്നിയിട്ടുണ്ട്. റഷീക്ക അരിശം വന്നാൽ ചീറുമെങ്കിലും ചെറിയകാര്യം മതി തളരാൻ. റയീസ് ഹോട്ടൽമാനേജ്മെന്റ് പഠിക്കണമെന്നു ശാഠ്യം പിടിച്ചപ്പോൾ വെപ്പുകാരനാകാൻ പോകുന്നെന്നും പറഞ്ഞ് ഉണ്ടാക്കാത്ത പുകലില്ല. ആധികയറി ബി പികൂടി. തഞ്ചത്തിലും താളത്തിലും പറഞ്ഞാണ് ഒരുവിധം സമാധാനിപ്പിച്ചത്. അവന്റെ വിവാഹക്കാര്യത്തിലും ആശയക്കുഴപ്പങ്ങൾ ഏറെയുണ്ടായിരുന്നു. മൂപ്പരുടെ സുഹൃത്ത് മുഖാന്തിരമായിരുന്നു ആലോചന വന്നത്. അന്വേഷിച്ചപ്പോൾ എന്തുകൊണ്ടും തരക്കേടില്ലെന്നായിരുന്നു എന്ന അറിവ് കിട്ടയത്. ബാപ്പ ഗൾഫിൽ എണ്ണക്കമ്പനിയിൽ മാനേജർ. മുന്തിയ സാമ്പത്തികഭദ്രതയുള്ള കുടുംബം. പെൺകുട്ടി ഡിഗ്രിക്ക് നാട്ടിൽ ഇളയുമ്മയുടെ കൂടെ നിന്നു പഠിക്കുന്നു. ബാപ്പയും ഉമ്മയും ഗൾഫിലാണ് താമസം. ബാപ്പയുമായി ഫോണിൽ ബന്ധപ്പെട്ടപ്പോൾ കുട്ടിയെ കണ്ട് ഇഷ്ടപ്പെട്ടാൽ ആലോചന മുന്നോട്ടുകൊണ്ടുപോകാമെന്ന തീരുമാനത്തിലെത്തുകയായിരുന്നു. കുട്ടിയെ കണ്ടാൽ ഇഷ്ടപ്പെടാതിരിക്കില്ല എന്ന് അയാൾ അഹങ്കാരത്തോടെ പറഞ്ഞത് റഷീക്കയ്ക്ക് ഒട്ടും പിടിച്ചില്ല. കുട്ടിയെ കാണു

ന്നില്ലെന്നു ശഠിക്കുകയും ചെയ്തതാണ്. ഒടുക്കം ഖാദറിക്ക ഇടപെട്ടാണ് കുട്ടിയെ കാണാൻ സമ്മതിപ്പിച്ചത്. കുട്ടിയെ ഒറ്റനോട്ടത്തിൽ എല്ലാവർക്കും ഇഷ്ടപ്പെട്ടു. പ്രത്യേകിച്ച് റയീസിന്. റഷീക്കയ്ക്ക് അപ്പോഴും അരമനസായിരുന്നു. പെൺകുട്ടിയുടെ ബാപ്പയെ നേരിട്ടു കണ്ടു സംസാരിച്ചിട്ടു മതി മുന്നോട്ടുള്ള നീക്കമെന്ന് പറഞ്ഞതുമാണ്. പക്ഷേ, ഇതു തന്നെ മതിയെന്നും റയീസ് നിർബന്ധം പിടിച്ചപ്പോൾ റഷീക്ക വല്ലാതെ അസ്വസ്ഥനായി. ഉമ്മ ബാപ്പയോട് പറഞ്ഞ് സമ്മതിപ്പിക്കണമെന്ന് മകന്റെ ശുപാർശ. കുടുംബകാര്യങ്ങളിൽ അവസാനവാക്ക് ഖാദറിക്കയുടേതാണെന്നറിയാവുന്നതുകൊണ്ട് അവിടെച്ചെന്ന് സങ്കടം പറയുകയല്ലാതെ വേറൊരു നിവൃത്തിയുമില്ലായിരുന്നു. സൈനുവും വക്കീലുമൊക്കെ ഇടപെട്ടാണ് ആളെ മയപ്പെടുത്തിയത്. റുബിനയുടെ ബാപ്പയെ ആർക്കും വലിയ പിടുത്തമില്ലായിരുന്നു. അഹങ്കാരത്തിനു കൈയുംകാലും മുളച്ചതുപോലുള്ളൊരു മനുഷ്യൻ. വാക്കിലും നോക്കിലും പണത്തിന്റെ അഹങ്കാരം മുഴച്ചുകാണാം. വിവാഹത്തിനു നിങ്ങളൊരു കാശും ചെലവാക്കണ്ട; മുന്തിയ സ്റ്റാർഹോട്ടലിൽവെച്ച് നടത്തിക്കോളാം; മകളുടെ തൂക്കത്തിനു പൊന്നു തരാം; പത്തായപ്പെട്ടി വേറെ തരാം — തുടങ്ങിയ വാഗ്ദാനപ്പെരുമഴ കേട്ട് റഷീക്ക പൊട്ടിത്തെറിച്ചു. അന്നു തുടങ്ങിയതാണ് രണ്ടുപേരും തമ്മിലുള്ള ഉരസൽ.

പെൺവീട്ടുകാരുടെ ഒരോശാരത്തിനും പോകരുതെന്ന് ഉമ്മ മക്കളെ നിരന്തരം ഓർമിപ്പിക്കാറുണ്ടായിരുന്നു. പെണ്ണിനു മഹർ അങ്ങോട്ടുകൊടുക്കുന്നതാണ് ഇസ്‌ലാംനിയമം. ആളുകളെക്കാണിക്കാൻ വേണ്ടി വിവാഹം പൊടിപൊടിക്കുന്നത് അനിസ്ലാമികമാണ്. നമുക്കൊരു നിലയും വിലയുമുണ്ട്. അതുവിട്ട് കളിക്കരുത് എന്ന ഉമ്മയുടെ ഉപദേശം പാലിക്കാൻ മക്കൾ ആവുന്നതും ശ്രദ്ധിക്കാറുണ്ട്. റൂബിയുടെ ബാപ്പയുടെ പൊങ്ങച്ചം കൂടിയായപ്പോൾ വിവാഹം വളരെ ലളിതമായി വീട്ടിൽവെച്ചു നടത്തിയാൽ മതിയെന്ന് എല്ലാവരുംകൂടി തീരുമാനിക്കുകയായിരുന്നു. അതിലൊന്നും റയീസിനും എതിർപ്പില്ലായിരുന്നു. റൂബിയുടെ വീട്ടുകാർ അവനെ സ്വാധീനിക്കാൻ ഏറെ ശ്രമിച്ചെങ്കിലും ബാപ്പയെ എതിർക്കാനൊന്നും അവൻ മുതിർന്നില്ല. കല്യാണത്തിന് ആർഭാടം കുറഞ്ഞു പോയെന്നും പറഞ്ഞ് റുബിയുടെ ബാപ്പ പൊല്ലാപ്പുണ്ടാക്കിയതുകൊണ്ട് അവരുടെ സൽക്കാരത്തിന് റൂബിയും റയീസും മാത്രം പോയാൽ മതിയെന്ന റഷീക്കയുടെ തീരുമാനത്തെ ആരും എതിർത്തില്ല. ആ ചൊരുക്കൊക്കെ ഇപ്പോഴും മനസിലുള്ളതുകൊണ്ടായിരിക്കാം അവധിക്കാലങ്ങളിൽ അവർ നാട്ടിലെത്തിയാൽ ഉരസലുകൾ പതിവാണ്. റൂബിന നല്ലകുട്ടിയാണ്. പക്ഷേ, ഒന്നിലും അടുക്കും ചിട്ടയുമില്ല. ഗൾഫിലും മറ്റും ഒറ്റപ്പെട്ടു വളരുന്നതുകൊണ്ടാകാം ഇപ്പോഴത്തെ പെൺകുട്ടികൾക്ക് തന്നിഷ്ടം മാത്രമല്ല സ്വാർഥതയും കൂടുതലാണ്. അവരുടെ തെറ്റുകൾ ചൂണ്ടിക്കാണിക്കുന്നതും തിരുത്തുന്നതും അവർക്ക് സഹിക്കാനാവില്ല. ഇതൊക്കെ മനസിലാക്കിയതുകൊണ്ട് വളരെ ശ്രദ്ധിച്ചാണ് അവളോടു പെരുമാറുന്നത്.

ഞാനിവിടെ വന്നു കയറിയപ്പോൾ റൂബിയെപ്പോലെതന്നെ വീട്ടുപണിയൊന്നുമറിയില്ലായിരുന്നു. ഉമ്മ കൂടെ നടത്തി പഠിപ്പിച്ചതാണ് എല്ലാം. കണ്ടും കേട്ടും നിന്നോളണേ, പിയ്യാപ്ലന്റെ ഉമ്മാന്റെ മുഖം കോടാനിടയാക്കരുതേ എന്നൊക്കെയായിരുന്നു അന്ന് സ്വന്തം ഉമ്മ ഉപദേശിച്ചത്. എന്നാൽ കഴിയുന്നതുംവേഗം മാറിത്താമസിക്കാൻ നോക്ക് എന്നായിരുന്നു റൂബിയുടെ ഉമ്മയുടെ ഉപദേശം. കിട്ടുന്ന വരുമാനത്തിനകത്തു ജീവിക്കുന്നതിലാണ് പെണ്ണിന്റെ മിടുക്കെന്ന് ഇവിടത്തെ ഉമ്മ എപ്പോഴും ഓർമിപ്പിക്കുമായിരുന്നു. നിങ്ങൾ അനാവശ്യമായി ചെലവാക്കുന്ന ഓരോ നയാപൈസയ്ക്കും പടച്ചോനോട് ഉത്തരം പറയേണ്ടിവരുമെന്നു പഠിപ്പിച്ചതും ഉമ്മതന്നെ. ഇപ്പോഴത്തെ കുട്ടികളുടെ പാഴ്ച്ചെലവു കാണുമ്പോൾ ഉമ്മയെ ഓർത്ത് അസ്വസ്ഥത തോന്നാറുണ്ട്. കണക്കിലേറെ സാധനങ്ങൾ വാങ്ങിക്കുക, ഭക്ഷണസാധനങ്ങൾ പാഴാക്കിക്കളയുക — തുടങ്ങിയ ഗൾഫ് ശീലങ്ങളോട് പൊരുത്തപ്പെടാൻ സാധിക്കാറേയില്ല. പക്ഷേ, ബന്ധങ്ങളിൽ വിള്ളലുണ്ടാക്കാൻ ആഗ്രഹമില്ലാത്തതുകൊണ്ട് മിണ്ടാറില്ല. അവസരം കിട്ടുമ്പോൾ സ്നേഹത്തോടെ പറഞ്ഞുകൊടുക്കും. ഈയിടെയായി അവൾ മാറാൻ ശ്രമിക്കുന്നുണ്ട്.

റൂബി മാത്രമല്ല ഇപ്പോഴത്തെ മിക്ക പെൺകുട്ടികളും ഇങ്ങനെയൊക്കെത്തന്നെയാണ്. വീടു വൃത്തിയാക്കുന്നതും അടുക്കളയിൽ കയറുന്നതും പലർക്കും ഭാരമാണ്. ടി വി കണ്ടും നെറ്റിൽ കൂട്ടുകാരികളുമായി ചാറ്റുചെയ്തും നേരംകളയും. എന്നിട്ട്, ഒന്നിനും സമയം കിട്ടുന്നില്ലെന്നു പറഞ്ഞ് ഭർത്താക്കന്മാരെക്കൊണ്ട് ഫാസ്റ്റ്ഫുഡ് വരുത്തി കഴിക്കും. ആഴ്ചയിലൊരിക്കലൊക്കെ പുറത്തുപോയി ഭക്ഷണം കഴിക്കുന്നതിൽ തെറ്റൊന്നുമില്ല. പക്ഷേ, എന്നുംകുന്നും ഹോട്ടൽ ഭക്ഷണം ആരോഗ്യത്തിനുതന്നെ കേടാണെന്നു മാത്രമല്ല റയീസിനു ഇഷ്ടവുമല്ല. അവനു നല്ല നാടൻ ഭക്ഷണംതന്നെ വേണം. പണ്ടൊക്കെ അവൻതന്നെ അടുക്കളയിൽ കയറുമായിരുന്നു. ഇപ്പോൾ അവനു നിന്നുതിരിയാൻ നേരമില്ല. രാത്രി വൈകിയാണ് വീട്ടിലെത്തുക. വന്നയുടൻ കുടിക്കാനെന്തെങ്കിലും കിട്ടണമെങ്കിൽ അവൻതന്നെ ചെന്നുണ്ടാക്കണം. അവന്റെ പങ്കപ്പാട് കണ്ട് സങ്കടം സഹിക്കാതെയാണ് ഇവിടയുണ്ടായിരുന്ന ഷുക്കൂറിനെ വെപ്പുപണി പഠിപ്പിച്ച് ബാംഗ്ലൂരിലേക്ക് അയച്ചുകൊടുത്തത്. അതുകൊണ്ട് ഇപ്പോൾ നേരാനേരം അവനിഷ്ടമുള്ളത് കിട്ടുന്നുണ്ട്. കച്ചവടാവശ്യത്തിനു റഷീക്ക ബാംഗ്ലൂരിലേക്കു പോകുമ്പോൾ അവനിഷ്ടമുള്ള പലഹാരങ്ങൾ ഉണ്ടാക്കി കൊടുത്തയക്കാറുണ്ട്. അവന് ഇഷ്ടമുള്ളത് വെച്ചു വിളമ്പുമ്പോൾ കരളിലൊരാന്തലാണ്. എന്റെ മോന് ഇതൊക്കെ ഇഷ്ടമാണല്ലോ, അവനു കൊടുക്കാതെ കഴിക്കണമല്ലോ എന്ന ആധി. ഇടയ്ക്ക് അവിടെച്ചെന്നു താമസിക്കാൻ അവൻ നിർബന്ധിക്കാറുണ്ടെങ്കിലും വല്ലപ്പോഴുമേ പോകാറുള്ളൂ. അവരുടെ ജീവിതം അവർ ജീവിക്കട്ടെ. നമ്മളതിൽ ഇടങ്കോലിടാൻ ചെല്ലണ്ട എന്ന റഷീക്കയുടെ വാക്കുകളിൽ പൊരുളുണ്ട് എന്നു തോന്നിയതുകൊണ്ടാണ് അങ്ങോട്ടേക്കുള്ള

പോക്ക് ചുരുക്കിയത്. ഓരോരുത്തർക്കും അവരവരുടെ രീതികൾ, ശീല ങ്ങൾ. അതങ്ങു വകവെച്ചുകൊടുത്താൽ കുടുംബത്തിൽ സ്വസ്ഥതയു ണ്ടാകുമെന്നാണ് അനുഭവം പഠിപ്പിച്ചിട്ടുള്ളത്. ഇക്കാര്യം മക്കളോട് ആവർത്തിച്ചു പറയാറുമുണ്ട്. പ്രത്യേകിച്ചും മകളോട്. മറ്റൊരു കുടും ബത്തിൽ ചെന്നു ജീവിക്കുമ്പോൾ കഴിയുന്നതും അവരുടെ ശീലങ്ങൾ വശമാക്കാൻ ശ്രമിക്കണം. അവരെ തരംതാഴ്ത്തി സംസാരിക്കരുത്, ഭർ ത്താവിന്റെ ഉമ്മയെ സ്വന്തം ഉമ്മയെപ്പോലെ കരുതണം—എന്നൊക്കെ ഫോൺവിളിക്കുമ്പോഴെല്ലാം അവളോടു പറയാറുണ്ട്. ഏതായാലും അവളുടെ ഭർത്താവിന്റെ ഉമ്മ അവളെക്കുറിച്ച് നല്ലതേ പറഞ്ഞുകേട്ടി ട്ടുള്ളൂ. അൽഹംദുലില്ലാഹ്...റബ്ബേ നിനക്കു സ്തുതി.

"ഇത്തയെന്താ ആധിപിടിച്ചിരിക്കുന്നത്?"

കുത്സു ചോദിക്കുന്നത് കേട്ട് എഴുന്നേറ്റു.

18

റഷീദിന്റെ മകൻ റയീസും കുടുംബവും ബാംഗ്ലൂരിൽനിന്നു പുറപ്പെട്ടിട്ടുണ്ടെന്നുള്ള സൂചനയാണ് ഇനി അവരെക്കുറിച്ച് പറയാമെന്ന ചിന്ത നോവലിസ്റ്റിലുണ്ടാക്കിയത്. മൺമറഞ്ഞുപോയിട്ടും മക്കളുടെ ഓർമയിൽ നിറഞ്ഞുനിൽക്കുന്ന ബീപാത്തുഹജ്ജുമ്മയുടെ രണ്ടാം തലമുറയെക്കുറിച്ച് പറയാനുള്ള പഴുതായിട്ടുകൂടിയാണ് എഴുത്തുകാരി ഇതിനെ കണ്ടത്. ചെറുപ്പക്കാരുടെ വക്താവല്ലേ, കാറ് മുന്തിയതുതന്നെ ആയിക്കോട്ടെ. കറുത്ത നിറത്തിലുള്ള ടയോട്ടാ കരോളാ കാർ ഓടിക്കുന്നത് കന്നടക്കാരൻ ഡ്രൈവർ പരമശിവം. മുന്നിലെ സീറ്റിൽ അലസമായി ചടഞ്ഞിരിക്കുന്ന റയീസിന്റെ മടിയിൽ ഉറങ്ങിക്കിടക്കുന്ന ഓമനത്തമുള്ള കുഞ്ഞ്. തടിച്ചു വെളുത്ത് സുന്ദരനാണെങ്കിലും റയീസിനു കഷണ്ടി കയറിത്തുടങ്ങിയിരുന്നു. പിന്നിലെ സീറ്റിൽ ഭാര്യ റുബീനയെക്കൂടാതെ വേലക്കാരിപ്പെണ്ണും മൂത്ത മകൻ ആദിലുമുണ്ടായിരുന്നു. റുബീനയെക്കുറിച്ച് റയീസിന്റെ ഉമ്മ നബീസയിൽനിന്ന് ചിലതൊക്കെ അറിഞ്ഞിരിക്കുമല്ലോ. ജീൻസും ടോപ്പുമായിരുന്നു റുബീനയെന്ന റൂബിയുടെ വേഷം. പലതട്ടായി വെട്ടിയ തലമുടി നെറ്റിയിലും മാറത്തും ചിതറിക്കിടന്നിരുന്നു. ആദിൽ പ്ലേസ്റ്റേഷനുമായി മല്ലിടുന്നുണ്ടായിരുന്നു.

"വൗ പപ്പാ, സീ, അയാം ദ വിന്നർ." എന്നൊക്കെ ഇടയ്ക്കിടെ ആദിൽ ആർപ്പിടുന്നതുപോലും അറിയാതെ റൂബി നല്ല ഉറക്കത്തിലായിരുന്നു. ഇരുപക്ഷത്തും കളിക്കുന്നത് ആദിലാണെന്നറിഞ്ഞിട്ടും റയീസ് മകനെ പ്രോത്സാഹിപ്പിക്കുന്നുണ്ട്.

"മോനൂ, ഡോണ്ട് ഷൗട്ട്. ബേബി ഉണർന്നാൽ നിന്റെ കളി വെള്ളത്തിലാവും." എന്ന് ഓർമിപ്പിക്കുന്നുമുണ്ട്.

"ആദിൽ, തിന്നാനെന്തെങ്കിലും തരട്ടെ."

ജോലിക്കാരി റാണി സ്നേഹത്തോടെ ചോദിച്ചു.

“നോട്ട് നൗ” എന്ന് ഇംഗ്ലീഷിലായിരുന്നു ആദിലിന്റെ മറുപടി. മൈസൂർക്കാടുകളിലൂടെ സാമാന്യം വേഗത്തിലായിരുന്ന് കാറ് ഓടിക്കൊണ്ടിരുന്നത്. നോക്കെത്താ ദൂരത്തോളം കരിഞ്ഞുണങ്ങിയ മരങ്ങളേ കാണാനുണ്ടായിരുന്നുള്ളൂ. കാടാണെന്ന് എഴുതിവയ്ക്കേണ്ട അവസ്ഥ. മുളങ്കാടുകൾക്കുപോലും പച്ചപ്പില്ല. കാട്ടാനക്കൂട്ടം റോഡ് മുറിച്ചു കടക്കുന്നത് കണ്ടതുകൊണ്ടാകാം പരമശിവം അമ്പരന്ന മട്ടിൽ കാറിന്റെ വേഗത കുറച്ചു.

“ഭയപ്പെട വേണ്ട. ഒറ്റയാനാണെങ്കിലെ പേടിക്കാനുള്ളൂ.”

അവന്റെ പരിഭ്രമം മനസിലാക്കിയ റയീസ് ആശ്വസിപ്പിച്ചു.

“ആദിൽ, പാര്, എലിഫന്റ്.”

റാണി കളിയിൽ മുഴുകിയിരിക്കുന്ന ആദിലിനെ തോണ്ടി. തല ഉയർത്തിയ ആദിൽ ആനക്കൂട്ടത്തെ കണ്ട് ഭയന്ന് മുഖം പൊത്തിയിട്ട് ചോദിച്ചു:

“പപ്പാ, അവര് നമ്മളെ കൊല്ലുമോ?”

“നോ, ബാബാ, നോക്കിക്കേ, അവര് കാട്ടിലേക്കു പോയി.”

റയീസ് സമാധാനിപ്പിച്ചപ്പോൾ ആദിൽ മുഖത്തുനിന്ന് കൈ മാറ്റി.

“വേർ ആർ ദേ ഗോയിങ് പപ്പാ..?”

ആദിലിനു സംശയം തീരുന്നില്ല.

“അവര് വെള്ളം കുടിക്കാനിറങ്ങിയതാ.”

“ഇപ്പറത്ത് വെള്ളമില്ലേ?”

“ചൂടുകാലമല്ലേ, ഉണ്ടാവില്ല.”

“അപ്പറത്ത് റിവറുണ്ടാകുമോ?”

“ഉണ്ടാകും. അതല്ലേ അവർ അങ്ങോട്ടേക്കു പോകുന്നത്.”

അപ്പോഴേക്കും കാട്ടാനക്കൂട്ടം കാണാമറയത്തെത്തിയിരുന്നു. എന്നിട്ടും ആദിൽ സംശയങ്ങൾ ചോദിച്ചുകൊണ്ടേയിരുന്നു. പരമശിവം കാർ വീണ്ടും കുതിപ്പിച്ചു. റയീസിന്റെ മൊബൈലടിച്ചപ്പോൾ ആദിൽ ചോദ്യങ്ങൾ മതിയാക്കി വീണ്ടും കളിയിൽ മുഴുകി.

“വാട്ട്സ് ഗോയിങ് ഓൺ?” എന്നു ചോദിച്ചുകൊണ്ട് റൂബി ഉറക്കമുണർന്നു.

“അമ്മാ ആനക്കൂട്ടം...വരിവരിയാ പോയി. ആദിൽ ഭയന്തിട്ടേൻ...”

റാണി സംസാരിക്കാൻ കിട്ടിയ അവസരം ശരിക്കും മുതലാക്കി.

“നോ....ഞാൻ പേടിച്ചില്ല.”

ആദിൽ പ്രതിഷേധിച്ചു. റൂബി മുടിയൊതുക്കി ഷാളുകൊണ്ടു തല മറച്ചു. റയീസിന്റെ ബാപ്പ കണ്ടാൽ കണ്ണുരുട്ടും.

“ബാപ്പയാ വിളിച്ചത്. എവിടെയെത്തിയെന്നറിയാൻ.”

ഫോൺ കട്ടാക്കിയപ്പോൾ റയീസ് പറഞ്ഞു. അപ്പോഴേക്കും മടിയിൽക്കിടന്ന കുഞ്ഞുണർന്ന് കരയാൻ തുടങ്ങി.

“മമ്മാ, ബേബി കരയുന്നു” കളിക്കിടയിലും ആദിൽ ഓർമിപ്പിച്ചു.

"ചിന്നപ്പാപ്പാ...വാ." റാണി കൈയ് നീട്ടിയെങ്കിലും പോകാതെ അവൻ അമ്പരന്ന മട്ടിൽ ചുറ്റും നോക്കി കരച്ചിൽ തുടർന്നു.

"പാപ്പാ....വാങ്കോ...നമ്മള് ഊരെത്തിയല്ലോ. ഉപ്പാപ്പയും ഉപ്പൂമയും കാത്തിരിക്കറത്."

റാണി കുട്ടൂസിനെ കൊഞ്ചിച്ചപ്പോൾ അവൻ ചിരിച്ചുകൊണ്ട് അവളുടെ നേരെ ചാടി.

"കുട്ടൂസേ, വീഴല്ലേ...." റാണി അവനെ എടുത്തു.

"പാലു കൊടമ്മാ. കുട്ടൂസിന് പശിക്കറത്."

എന്നു പറഞ്ഞ് റൂബിക്ക് കൈമാറി.

റൂബി മകനെ മടിയിൽക്കിടത്തി ഷാളുകൊണ്ട് മറച്ച് പാലുകൊടുക്കാൻ തുടങ്ങി. കളിക്കുന്നതിനിടയിൽ ആദിൽ അവന്റെ കാലിൽ തലോടുകയും ഉമ്മ വെയ്ക്കുകയും ചെയ്യുന്നുണ്ടായിരുന്നു. വിശപ്പടങ്ങുന്നതുവരെ അവനത് ശ്രദ്ധിക്കാതെ പാലുകുടിച്ചുകൊണ്ടിരുന്നു. വയറുനിറഞ്ഞപ്പോഴായിരിക്കാം അവൻ ആദിലിന്റെ മടിയിലേക്കൊരു ചാട്ടം. കരയാനുള്ള പുറപ്പാടാണ്. റൂബി മുന്നറിയിപ്പു നൽകിയത് വകവയ്ക്കാതെ കുട്ടികൾ തൊട്ടും തോണ്ടിയും കളി തുടങ്ങി. അതിനിടയിൽ കുട്ടൂസിന്റെ തല എവിടെയൊ മുട്ടിയതോടെ ചിരി കരച്ചിലായി.

"പാലുകുടിച്ചുകൊണ്ടിരുന്ന കുട്ടിയെ കരയിച്ചതു കണ്ടില്ലേ?"

റൂബി ആദിലിന്റെ കവിളത്തു കിഴുക്കിയപ്പോൾ കുട്ടിയുടെ മുഖം സങ്കടംകൊണ്ട് ചുവന്നു.

"ഞാനൊന്നും ചെയ്തില്ല പപ്പാ....ഈ മമ്മ...."

അവൻ റയീസിനോട് പരിഭവം പറഞ്ഞു.

"അവനെയെന്തിനാ വെറുതെ പിച്ചുന്നത്? മോനിങ്ങു വാ."

റയീസ് മകനെ മുന്നിലേക്ക് വിളിച്ച് മടിയിലിരുത്തി. അവന്റെ മുഖം തെളിഞ്ഞു. കുട്ടൂസ് അതോടെ വീണ്ടും പാലുകുടി തുടങ്ങി. ആദിൽ കളിക്കിടയിൽ പപ്പയോട് വാതോരാതെ സംസാരിക്കുന്നുണ്ടായിരുന്നു.

"അയാനുറങ്ങിയോ?"

പിറകിൽനിന്ന് ഒച്ചയൊന്നും കേൾക്കാഞ്ഞപ്പോൾ റയീസ് ചോദിച്ചു. റൂബിയും മറ്റുള്ളവരും അവനെ കുട്ടൂസ് എന്നു വിളിക്കാറുണ്ടെങ്കിലും റയീസ് അയാൻ എന്ന ശരിപ്പേരേ വിളിക്കൂ. ചെല്ലപ്പേര് വിളിച്ച് അതങ്ങുറച്ചുപോയാൽ ബുദ്ധിമുട്ടാണെന്നു പറഞ്ഞാൽ റൂബിക്ക് മനസിലാവില്ല.

"ഉറക്കുണ്ട്, മിണ്ടല്ലേ, ഇങ്ങളെ ഒച്ച കേട്ടാ ഓനിപ്പം ചാടിയെണീക്കും."

റൂബി ശബ്ദം താഴ്ത്തി പറഞ്ഞു. റാണി ഉറക്കം തുടങ്ങിയിരുന്നു. മകനെ മാറോട് ചേർത്തുപിടിച്ച് റൂബിയും കണ്ണുകളടച്ചു.

"മോനൂ, അതൊന്ന് ഓഫാക്ക്. കണ്ണുപോവും. എല്ലാരും ഉറങ്ങുന്നത് കണ്ടില്ലേ, നീയും കുറച്ചുനേരമുറങ്ങിക്കോ."

"ഒൺ മിനുട്ട് പപ്പാ...."

"ആദിൽ....നോ...പറഞ്ഞാ അനുസരിക്കണം."

റയീസിന്റെ സ്വരം കടുക്കുന്നത് കണ്ട് ആദിൽ പ്ലേസ്റ്റേഷൻ ഓഫാക്കി പപ്പയുടെ മാറിൽ തല ചായ്ച്ചു. റയീസ് വാത്സല്യത്തോടെ മകന്റെ തലമുടിയിൽ വിരലോടിച്ചു. ഉറക്കം വരുന്നില്ല പപ്പാ എന്നു പറഞ്ഞ് മാറിൽ ചാഞ്ഞതും ആദിൽ ഉറക്കം തുടങ്ങി. മകന്റെ നിഷ്കളങ്കമായ മുഖത്തേക്കു നോക്കിയതും സ്വന്തം കുട്ടിക്കാലം ഓർമയിൽ തെളിഞ്ഞു. ഇന്നത്തെ കുട്ടികളെപ്പോലെ ടി വിയുടെയും കമ്പ്യൂട്ടറിന്റെയും മുന്നിൽ ചടഞ്ഞിരിക്കുന്ന പതിവ് അന്നില്ല. സ്കൂളടയ്ക്കുന്നതും കോഴിക്കോട്ടെ കുട്ടികളെല്ലാം വയനാട്ടിലെത്തുന്നു. സൈനു ആന്റിയുടെ മക്കൾ സത്താറും റഫീഖും, ഖാദർ മൂത്താപ്പയുടെ മക്കളായ ഷാജിദും ഷാഫിയും എത്തുന്നതോടെ വീടുണരുന്നു. കൂട്ടത്തിൽ മൂത്തകുട്ടിയായ സത്താർ വല്യേട്ടൻ ചമഞ്ഞ് എല്ലാവരെയും മേയ്ക്കും. സത്തുക്ക എന്ന് വിളിച്ചില്ലെങ്കിൽ ചെവി പൊന്നാക്കുമെങ്കിലും എല്ലാവർക്കും ഇഷ്ടമായിരുന്നു. ഓരോ ദിവസത്തെയും പരിപാടി തീരുമാനിക്കുന്നത് സത്തുക്കയാണ്. ഞാനും ഷാഫിയും റഫീഖും ചൊൽപ്പടിക്കു നിൽക്കുമെങ്കിലും ഷാജിദ് വകവയ്ക്കില്ല. അതുകൊണ്ട് രണ്ടുപേരും ഇടയ്ക്ക് വഴക്ക് പതിവാണ്. അവനുമായിട്ട് ഒരുവയസ്സ് വ്യത്യാസമേയുള്ളൂ. അത്ര വകവെച്ചാ മതിയെന്ന മട്ടാണ് അവന്. സത്തുക്കയുടെ അനിയൻ റഫീഖ് അവൻ പറഞ്ഞാൽ അനുസരിക്കുന്നില്ലെന്നാണ് ഷാജിദിന്റെ ന്യായീകരണം. എങ്കിലും ഇന്നും എല്ലാവർക്കും സത്തുക്കയുടേതാണ് അവസാന വാക്ക്.

രാവിലെ ചായകുടി കഴിഞ്ഞ് തോട്ടത്തിലിറങ്ങിയാൽ ഉച്ചവരെ തിമർപ്പാണ്. കച്ചറവെട്ടുന്ന തൊഴിലാളികളോടൊപ്പം മലകയറ്റം, മാങ്ങയും പേരക്കയും പറിച്ചു തിന്നൽ, നീന്തൽ — അങ്ങനെ പോകും. കുളംവരെ പോകാനേ അനുവാദമുള്ളൂ. കൈയിലൊരു ചൂരലുമായി നടക്കുന്ന ബാപ്പയുടെ കണ്ണ് പിന്നിലുണ്ടെന്ന് അറിയാവുന്നതുകൊണ്ട് മൂപ്പരുണ്ടെങ്കിൽ ആരും അതിരു ലംഘിക്കുന്ന പതിവില്ല. പറഞ്ഞാലനുസരിച്ചില്ലെങ്കിൽ ആളും തരവുമൊന്നും നോക്കുന്ന പതിവ് ബാപ്പയ്ക്കില്ല. ഒഴിവുള്ളപ്പോൾ ബാപ്പതന്നെ കുട്ടികളെ മല കയറ്റുകയും കൂടെ നിർത്തി ചോലയിൽ കുളിപ്പിക്കുകയും ചെയ്യാറുണ്ട്. മലമുകളിൽനിന്നു കുത്തിയൊലിച്ച് വരുന്ന തണുത്ത വെള്ളത്തിലുള്ള കുളി ഹരമാണ്. പാറയിൽ വഴുക്കലുണ്ട്. അങ്ങോട്ടിറങ്ങല്ലേ എന്നൊക്കെ ഓർമിപ്പിച്ച് ബാപ്പ കൂടെയുണ്ടാകും. അതുകാരണം വലിയ കുസൃതികളൊന്നും കാണിക്കാനാവില്ല. ബാപ്പ കൂടെയില്ലാത്തപ്പോൾ താഴെ തോട്ടത്തിലുള്ള കുളത്തിൽ കുളിക്കണമെന്നാണ് നിയമം. അതും കാര്യസ്ഥൻ മുഹമ്മദിക്കയ്ക്ക് ഒഴിവുള്ളപ്പോൾമാത്രം. മലമുകളിലെ ഉറവയിൽനിന്നുതന്നെയാണ് കുളത്തിലേക്കും വെള്ളം ഒഴുകിയെത്തുന്നതെങ്കിലും വെയില് മൂക്കുമ്പോഴേക്കും കുളത്തിലെ വെള്ളം ചൂടാകും. ബാപ്പ വീട്ടിലില്ലാത്ത തക്കത്തിൽ മലകയറാനുള്ള പരിപാടി വാസ്തവത്തിൽ ആസൂത്രണം ചെയ്തത് ഞാനായിരുന്നു. അനുസരണക്കേട് കാണിക്കുന്നത് സത്തുക്കയ്ക്ക് ഇഷ്ടമല്ല. ഇവിടത്തെ ഭൂമിശാസ്ത്രം എന്നെപ്പോലെ സത്തുക്കയ്ക്ക് പിടിയുമില്ല.

ബാപ്പയുടെ കണ്ണുവെട്ടിച്ച് ഒറ്റയ്ക്ക് മലകയറുക സ്ഥിരം പരിപാടിയാണ്. അവിടെച്ചെന്നാലുള്ള ഹരങ്ങളൊക്കെ പറഞ്ഞ് വളരെ വിഷമിച്ചാണ് സത്തുക്കയെക്കൊണ്ട് സമ്മതിപ്പിച്ചത്. ഷാഫിയും റഫീഖും അറിയാതെ പോകാനായിരുന്നു പരിപാടിയെങ്കിലും മണത്തറിഞ്ഞ് അവരു പിന്നാലെ കൂടി. കൂടെക്കൂട്ടിയില്ലെങ്കിൽ ബാപ്പയോട് പറഞ്ഞുകൊടുക്കുമെന്ന അവരുടെ ഭീഷണിക്കു വഴങ്ങുകയായിരുന്നു. റഷീക്കയില്ലാത്തതാ, കുളത്തിലൊന്നും പോകല്ലേ എന്ന് ഉമ്മ വിളിച്ചു പറയുകകൂടി ചെയ്തതോടെ മൂപ്പർ വീണ്ടും അറച്ചു.

"വേണ്ടെടാ റഷീക്ക അറിഞ്ഞാ കുലുമാലാണെന്നു" പറഞ്ഞ് സത്തുക്ക പിന്തിരിഞ്ഞതുമാണ്. അപ്പോഴാണ് കൂയ് പേടിത്തൊണ്ടനെന്നു പറഞ്ഞ് ഷാജിദിന്റെ വക എരികേറ്റൽ. കുഴപ്പമൊന്നുമുണ്ടാകില്ലെന്ന എന്റെ ഉറപ്പുകൂടി കിട്ടിയതോടെ മനമില്ലാമനസോടെയാണ് മൂപ്പർ കൂടെ വന്നത് മുളവടികുത്തി വരിവരിയായി സത്തുക്കയുടെ നേതൃത്വത്തിൽ അച്ചടക്കത്തോടെയായിരുന്നു തുടക്കം. മുകളിലെത്തി നീരൊഴുക്കു കണ്ടതും സത്തുക്കയെ വകവയ്ക്കാതെ മൂന്നുപേരും വെള്ളത്തിൽ കളി തുടങ്ങി. സൂക്ഷിക്കണേയെന്ന് സത്തുക്ക പലവട്ടം പറയുന്നുണ്ടായിരുന്നു. അതിനിടയിലാണ് റഫീഖും ഷാജിദുമിടഞ്ഞത്. ഷാജിദ് പിടിച്ചു തള്ളിയപ്പോൾ വീഴാൻ തുടങ്ങിയ റഫീഖിനെ എങ്ങനെയാണ് വലിച്ചു മുകളിലിട്ടത് എന്ന് ഇപ്പോഴും അറിയില്ല. പാറയിൽത്തട്ടി കൈയുംകാലും നന്നായി ഉരഞ്ഞു. ആദ്യം മിണ്ടാനാകാത്തവിധം അമ്പരന്നുപോയെങ്കിലും ഷാജിദ് വെള്ളംകൊണ്ട് മുറിവ് കഴുകിയതും റഫീഖ് വലിയവായാലെ നിലവിളി തുടങ്ങി. നിലവിളികേട്ട് സത്തുക്കയും ഓടിയെത്തി. റഫീഖിന്റെ നിലവിളിയും കാലിലും കൈയിലുമുള്ള മുറിവുംകണ്ട് മൂപ്പരും കരച്ചിൽ തുടങ്ങി. അതുകണ്ട് ഷാഫിയും പേടിച്ചുനിലവിളിച്ചു.

"നിങ്ങളെല്ലാരുംകൂടി ഇങ്ങനെ ബഹളംകൂട്ടിയാൽ വിവരം വീട്ടിലറിയും. ബാപ്പയറിഞ്ഞാൽ..."

പറഞ്ഞു തീരുന്നതിനുമുമ്പ് വിതുമ്പി. റഫീഖിനെ മിനക്കെട്ടാണ് അനുനയിപ്പിച്ച് വീട്ടിലേക്കു കൂട്ടിക്കൊണ്ടുവന്നത്. കളിക്കുമ്പോൾ കല്ലു തട്ടി വീണാണ് മുറിവുണ്ടായതെന്നും മലകയറിയത് ബാപ്പയോട് മിണ്ടരുതെന്നും ശട്ടംകെട്ടുകയും ചെയ്തു. അവൻ അത് ആ അവധിക്കാലത്ത് ശരിക്കും മുതലാക്കി. കളിക്കാൻ കൂട്ടിയില്ലെങ്കിലും അവനാവശ്യപ്പെടുന്ന സാധനങ്ങൾ കൊടുത്തില്ലെങ്കിലും ബാപ്പയോടു പറയുമെന്നു നിരന്തരം ഭീഷണി. സത്തുക്കയുടെ രണ്ടുപെട കിട്ടിയപ്പോഴാണ് നിർത്തിയത്.

അല്ലറചില്ലറ അടിപിടികളൊക്കെ പതിവായിരുന്നെങ്കിലും അത് സന്തോഷത്തിന്റെ നാളുകളായിരുന്നു. പകലത്തെ പിണക്കങ്ങൾ കിടക്കുന്നതിനുമുമ്പ് തീർക്കണമെന്നാണ് ബാപ്പയുടെ നിയമം. തെറ്റുകണ്ടാൽ ശിക്ഷ ഉറപ്പാണെങ്കിലും കുട്ടികളുടെ കളികളിലും കുസൃതികളിലും സമയം കിട്ടുമ്പോൾ ബാപ്പയും കൂടാറുണ്ട്. അവധിക്കാലം ആദ്യത്തെ ഒരുമാസം ഇവിടെ. അതുകഴിഞ്ഞാൽ സൈനുവാന്റിയുടെ വീട്ടിലാണ്

തമ്പ്. ബാപ്പയെപ്പോലെ സൈനുവാന്റിക്കുമുണ്ട് അലിഖിത നിയമങ്ങൾ. വൈകുന്നേരമാകാതെ മുറ്റത്തിറങ്ങരുതെന്ന് നൂറുവട്ടം താക്കീതുചെയ്താലും സൈനുവാന്റിയുടെ കണ്ണുവെട്ടിച്ച് നട്ടുച്ചയ്ക്കും ക്രിക്കറ്റുകളിക്കും. ടി വിയിൽ ക്രിക്കറ്റ് മാച്ചുണ്ടെങ്കിൽ ആർക്കും മുറ്റത്തിറങ്ങണ്ട. ഭക്ഷണം കഴിക്കാൻ വിളിച്ചാലുമില്ല ആർക്കും അനക്കം. സൈനുവാന്റിയുടെ വീട്ടിലെ മുകളിലത്തെ ഹാൾ കുട്ടികൾക്ക് കളിക്കാനായി ഒഴിഞ്ഞിട്ടതാണ്. അവിടെ ടി വിയുമുണ്ട്. വിക്കറ്റുപോയാലും ഔട്ടായാലും ബൗണ്ടറി അടിച്ചാലും കൂക്കിവിളിയും തലയണയേറും ജോർ. "എടാ ഞാനങ്ങോട്ടു വന്നാ കളി കാണല് നിക്കുമേ" എന്നു ഇടയ്ക്കിടെയുള്ള സൈനുവാന്റിയുടെ താക്കീത്. എല്ലാം ഇന്നും കണ്ണിലും കാതിലുമുണ്ട്. വൈകുന്നേരങ്ങളിൽ സൈനുവാന്റിയുടെ വക ചായയ്ക്കുള്ള സ്പെഷൽ ഐറ്റംസിന്റെ സ്വാദ് ഇപ്പോഴും നാക്കിൻതുമ്പത്തുണ്ട്. വൈകുന്നേരങ്ങളിൽ ചിലപ്പോൾ സിനിമ, ചിലപ്പോൾ ബീച്ച്. അക്കാലത്ത് അവധിക്കാലങ്ങളിൽ നഗരത്തിൽ സർക്കസും വ്യാപാരവ്യവസായ മേളയും പതിവായിരുന്നു. എക്സിബിഷനും സർക്കസിനും ആണുങ്ങൾ കൂടെവരും. അതിനകത്തു കയറിയാൽ കുട്ടികളുടെ ആവശ്യങ്ങൾക്ക് അതിരുകളില്ല. ഈ ആൺകുട്ടികൾക്ക് കണ്ണിൽക്കണ്ടതെല്ലാം വേണമെന്നു പറഞ്ഞ് സൈനുവാന്റി വഴക്കുപറയുമെങ്കിലും കുട്ടികളുടെ ആവശ്യങ്ങൾ ഒരു പരിധിവരെ സാധിച്ചുതരാറുണ്ടായിരുന്നു. കോലിൽക്കുത്തിയ പിങ്കുനിറത്തിലുള്ള പഞ്ഞിമുട്ടായി, പോപ്പ്കോൺ, മുളക് ബജി, കളിപ്പാട്ടങ്ങൾ — അങ്ങനെ നീണ്ടുപോകും ആവശ്യങ്ങൾ. പെൺകുട്ടികൾക്ക് പാവകളും മാലയും വളയും മതി. അവസാനം എല്ലാവരുംചേർന്ന് ഗ്രൂപ്പ്ഫോട്ടോയും പതിവായിരുന്നു. ആ ഫോട്ടോകളെല്ലാം സൈനുവാന്റി സൂക്ഷിച്ചിട്ടുണ്ടെന്ന് ഈയിടെ പഴയ ആൽബം മറിച്ചുനോക്കിയപ്പോഴാണ് അറിഞ്ഞത്.

ഇന്നത്തെ കുട്ടികൾക്ക് ഈ സന്തോഷങ്ങളൊന്നും കിട്ടുന്നില്ലല്ലോ എന്നോർത്ത് പലപ്പോഴും വിഷമം തോന്നാറുണ്ട്. കുടുംബത്തിലെ രണ്ടാം തലമുറ വൻനഗരങ്ങളിൽ ചേക്കേറിയതോടെ ജീവിതരീതികളിൽ മാറ്റങ്ങളെമ്പാടുമുണ്ടായി. എന്നിട്ടും എല്ലാവരും പരസ്പരം ബന്ധപ്പെടാനും സുഖദുഃഖങ്ങൾ പങ്കുവയ്ക്കാനും ശ്രമിക്കാറുണ്ട്. രണ്ടാംതലമുറയിലുള്ളവരെ അടുപ്പിച്ചു നിർത്തുന്ന പ്രധാന കണ്ണിയാണ് സത്തുക്ക. നെറ്റിലൂടെയും ടെലിഫോണിലൂടെയും അവധിദിവസങ്ങളിൽ എല്ലാവരും ഒന്നിച്ചുള്ള ചാറ്റിങ് പതിവാണ്. അവധിക്കാലങ്ങളിൽ എല്ലാവരും ഒന്നിച്ചു നാട്ടിലെത്താനും കുടുംബസംഗമങ്ങൾ സംഘടിപ്പിക്കാനും ശ്രമിക്കുന്നതും പ്രവൃത്തിക്കുന്നതും മൂപ്പരാണ്. രണ്ടാം തലമുറയിൽ വിദേശത്തു ചേക്കേറാത്തത് ഞാൻ മാത്രം. അതുകൊണ്ട് നാട്ടിൽ നടത്താനുള്ള കാര്യങ്ങൾ എന്നെയാണ് ഏൽപ്പിക്കാറുള്ളത്. റൂബിയുടെ മമ്മിയുടെയും ഡാഡിയുടെയും പ്രലോഭനത്തിനുവഴങ്ങി ഒരുവർഷം ഗൾഫിൽ കഴിഞ്ഞതാണ്. ജോലി തരക്കേടില്ലായിരുന്നെങ്കിലും പെട്ടെന്നു മടുത്തു. റൂബിയുടെ വീട്ടിലെ താമസമാണ് വാസ്തവത്തിൽ ഗൾഫ് താമസം മടുപ്പിച്ചത്.

ഒന്നിനുമില്ല അടുക്കും ചിട്ടയും. വേറെ താമസിക്കാമെന്നു പറഞ്ഞിട്ട് റൂബി കേട്ടതുമില്ല. അവളും മമ്മിയും വൈകുന്നേരങ്ങളിൽ തെണ്ടാനിറങ്ങിയാൽ വൈകിയാണ് തിരിച്ചെത്തുക. രാവിലെ ഓഫീസിലേക്കു പോകുമ്പോൾ അവൾ മൂടിപ്പുതച്ചുറങ്ങുന്നുണ്ടാവും. ഒരു ചായ കിട്ടണമെങ്കിൽ സ്വന്ത മായുണ്ടാക്കണം. അതോടെ നിത്യവും നെറ്റിൽ പരതാൻ തുടങ്ങി. ബാംഗ്ലൂരിൽ സാമാന്യം മോശമല്ലാത്ത ജോലി കിട്ടിയതും പതുക്കെ അവി ടന്നു തടിതപ്പുകയായിരുന്നു. സ്വന്തം നാട്ടിൽ മോശമല്ലാത്ത ശമ്പളം കിട്ടു മ്പോൾ എന്തിന് അന്യനാട്ടിൽച്ചെന്ന് ജീവിതം പാഴാക്കണം? സ്റ്റാർഹോട്ട ലിൽ ജനറൽ മാനേജർ. ഇടയ്ക്കിടെ വിദേശയാത്രകൾ. പണത്തിനു മില്ല മുട്ട്. ഹോട്ടൽ മാനേജ്മെന്റ് പഠിക്കാൻപോയതിലുള്ള ബാപ്പയുടെ വിഷമം തീർക്കണമെന്നുള്ള ദൃഢപ്രതിജ്ഞയാണ് വാസ്തവത്തിൽ കുറ ഞ്ഞ കാലംകൊണ്ട് ഈ നേട്ടങ്ങളുടെ അടിസ്ഥാനമെന്ന് തോന്നാറുണ്ട്.

“അയ്യാ....”

പരമിശിവത്തിന്റെ വിളി കേട്ടാണ് കണ്ണുതുറന്നത്.

ആലോചനയിൽ മുഴുകി വീടെത്തിയതറിഞ്ഞതേയില്ല.

ബാപ്പ ഉമ്മറത്ത് കാത്തിരിക്കുന്നുണ്ടായിരുന്നു.

19

റയീസ് ആപ്പീസിലേക്കും ആദിൽ സ്കൂളിലേക്കും പോയതും കുട്ടൂസിനെ റാണിയെ ഏൽപ്പിച്ച് റൂബി കിടപ്പുമുറിയിലെത്തി. തലേദിവസം വയനാട്ടിൽ നിന്നെത്തിയപ്പോൾ നേരമേറെ വൈകി. ഭക്ഷണം വരുന്ന വഴിക്കു കഴിച്ചിരുന്നു. എന്നിട്ടും കിടന്നപ്പോൾ നേരം ഒരുപാടായി. കണ്ണുകൾ താനേ അടയുന്നു. കിടക്കുന്നതിനുമുമ്പ് ജനൽക്കർട്ടനുകൾ വലിച്ചിട്ട് പകൽ രാവാക്കി. എ സി ഓൺചെയ്ത് കിടന്നതും കണ്ണുകളടഞ്ഞു. ഏതു പാതിരാത്രിയിൽ ചെന്നു കിടന്നാലും റയീസ് അതിരാവിലെ ഉണരും. ബാപ്പ പഠിപ്പിച്ച ശീലമാണ് എന്നു പറയുമ്പോൾ റയീസിന്റെ മുഖത്ത് അഭിമാനം. കൂടെ ഭാര്യയും എഴുന്നേൽക്കണമെന്ന മൂപ്പരുടെ ആഗ്രഹം കണ്ടില്ലെന്നു നടിക്കുകയാണ് പതിവ്. മുതിർന്ന മക്കൾ ബാപ്പയുടെ ടൈംടേബിളനുസരിച്ച് ജീവിക്കണമെന്നു പറയുന്നത് മുന്തിയ ശീലമായി തോന്നുന്നില്ലെന്ന് ഒരിക്കൽ പറഞ്ഞതിന് റയീസ് ഒരാഴ്ച പിണങ്ങി നടന്നു. അതിരാവിലെ ഉണരണം. നേരത്തേ ഉറങ്ങണം. സമയത്തിനു ഭക്ഷണം കഴിക്കണം. റയീസിന്റെ വീട്ടിലെ ചിട്ടകൾ ആദ്യകാലത്ത് വല്ലാതെ അലോസരപ്പെടുത്തിയിരുന്നു. അതിരാവിലെ ഉണരുക എന്നതുതന്നെയായിരുന്നു കീറാമുട്ടി. സ്കൂളുള്ള ദിവസങ്ങളിൽ രാവിലെ നേരത്തേ എഴുന്നേൽക്കുമെങ്കിലും ഉച്ചയ്ക്ക് സ്കൂളിൽ നിന്നെത്തിയാൽ ഊണുകഴിച്ചെന്നു വരുത്തി കട്ടിലിലൊരു വീഴ്ചയാണ്. സന്ധ്യക്കാണ് എഴുന്നേൽക്കുക. അവധിദിവസങ്ങളിലാകട്ടെ വൈകിയുറങ്ങി വൈകി ഉണരുക എന്നതായിരുന്നു ചെറുപ്പം മുതലേയുള്ള ശീലം. ഇതൊക്കെ ചീത്ത ശീലങ്ങളായിരുന്നു എന്ന് ഇവിടെ വന്നതിനുശേഷമാണ് തോന്നിത്തുടങ്ങിയത്. സ്വന്തം വീട്ടിൽ ഒന്നിനുമുണ്ടായിരുന്നില്ല ചിട്ട. ഇവിടെയാണെങ്കിൽ ക്ലോക്ക് നോക്കിയാണ് കാര്യങ്ങൾ ചെയ്യുന്നത്. ബാപ്പയുടെ

സമ്മതമില്ലാതെ വീട്ടിൽ ഒരിലപോലും അനങ്ങുന്നത് മൂപ്പർക്കു സഹിക്കില്ല. ഉമ്മയാകട്ടെ സ്വന്തമായി ഒരഭിപ്രായവും പറയാറില്ലെന്നു മാത്രമല്ല, ബാപ്പ പറയുന്നതാണ് ശരി. എങ്കിലും പറയാനുള്ളത് വളരെ സൗമ്യമായി പറഞ്ഞു മനസിലാക്കിത്തരും. വിപരീതസാഹചര്യങ്ങളിൽ ജീവിച്ചുശീലിച്ച രണ്ടുപേർ ഒരുമിച്ച് ജീവിതമാരംഭിക്കുമ്പോൾ ഒരുപാട് വിട്ടുവീഴ്ചകൾക്കു തയാറാവേണ്ടിവരും. അതിൽ ഇരുവരുടെയും വീട്ടുകാർ ഇടപെടുമ്പോഴാണ് ജീവിതത്തിൽ വിള്ളലുണ്ടാകുന്നത്. അത് ചിലപ്പോൾ വലിയ ദുരന്തത്തിൽ കലാശിക്കാനും മതി. അതുകൊണ്ട് ഇവയെന്തെങ്കിലും ബുദ്ധിമുട്ടുകളുണ്ടെങ്കിൽ എന്നോടു പറഞ്ഞാ മതി- എന്നൊക്കെ ഉമ്മ സ്നേഹത്തോടെ പറഞ്ഞു മനസിലാക്കിത്തന്നപ്പോൾ മമ്മി പെരുപ്പിച്ചു കാണിച്ച പലതും പൊള്ളയാണെന്നു തോന്നിത്തുടങ്ങി. അതുകൊണ്ടാണ് റയീസിനോടൊപ്പം ഇന്നും ജീവിക്കുന്നത്.

വിവാഹം തീരുമാനിച്ചതു മുതൽ കല്ലുകടിയായിരുന്നു. റയീസിനും എനിക്കും ഒറ്റനോട്ടത്തിൽ ഇഷ്ടപ്പെട്ടെങ്കിലും വീട്ടുകാർക്ക് പരസ്പരം ബോധിച്ചില്ല. പെണ്ണുകാണൽ ചടങ്ങുമുതൽ പരസ്പരം കുറ്റംചാർത്താനും ഇടയാനും ഇരുകൂട്ടരും മത്സരമായിരുന്നു. ബാപ്പയും ഡാഡിയും വിപരീതസ്വഭാവക്കാർ. ഡാഡിക്ക് ഗൾഫ് പണത്തിന്റെ ഊറ്റം. ബാപ്പയ്ക്കാകട്ടെ കുടുംബമഹിമയുടെ തലക്കനം. രണ്ടുപേരും അണുവിട വിട്ടുകൊടുക്കില്ല. മമ്മിയുടെ ഇടപെടൽകൂടിയാകുമ്പോൾ കാര്യങ്ങൾ പലപ്പോഴും കൈവിട്ടുപോകും. കാര്യം പറഞ്ഞാലും കളി പറഞ്ഞാലും പരസ്പരം തെറ്റിദ്ധരിക്കുകയും പിണങ്ങുകയുമാണ് പതിവ്. ഉമ്മയുടെ അനിയത്തിയുടെ വീട്ടിൽ താമസിച്ചായിരുന്നു ഡിഗ്രിക്ക് പഠിച്ചത്. കുവൈത്തിൽ ബിരുദപഠനത്തിന് സൗകര്യമില്ലാത്തതുകൊണ്ടും വിദ്യാഭ്യാസച്ചെലവേറിയതുകൊണ്ടുമായിരുന്നു നാട്ടിലയച്ചു പഠിപ്പിക്കാൻ ഡാഡി തീരുമാനിച്ചത്. നാട്ടിലെ കോളേജിൽ പഠിപ്പിച്ചാലേ വിവാഹമാർക്കറ്റിൽ ഡിമാന്റുണ്ടാകൂ എന്ന് മമ്മിയും വിശ്വസിച്ചിരുന്നു. അവധിക്കാലത്ത് നാട്ടിലെത്തുമ്പോൾ മമ്മി ഗൾഫിനെ പുകഴ്ത്തിയും നാടിനെ ഇകഴ്ത്തിയും പറയുന്ന വാക്കുകൾ മനസിൽ പതിഞ്ഞുപോയതുകൊണ്ടായിരിക്കാം നാട്ടിൽ സ്ഥിരമായി താമസിക്കണമെന്നു കേട്ടപ്പോൾ കുറച്ചൊന്നുമല്ല പേടിച്ചത്. ഉമ്മയുടെ അനിയത്തിയാണ് ആ പേടി മാറ്റിയത്. എളാമയ്ക്ക് മൂന്നാൺകുട്ടികൾ. അവരും ഗൾഫിലായിരുന്നു ഏറെക്കാലം. എളാപ്പ ഇപ്പോഴും വിദേശത്താണ്. കുട്ടികളുടെ പഠിപ്പിനായി എളാമ കോഴിക്കോട് വീടുവച്ചു താമസിക്കുന്നു. സ്വന്തം മകളെപ്പോലെ കൂടെ കൊണ്ടുനടന്ന് നാട്ടിനെക്കുറിച്ചുള്ള തെറ്റിദ്ധാരണകൾ ഓരോന്നായി മാറ്റിയത് എളാമയാണ്. റയീസുമായുള്ള വിവാഹാലോചന കൊണ്ടുവന്നതും അതു നടന്നതും എളാമയുടെ ശ്രമംകൊണ്ടുമാത്രമായിരുന്നു. ഏറെക്കാലമായി കുവൈത്തിലായതിനാൽ ഡാഡിക്കും മമ്മിക്കും നാട്ടിൽ ഏറെ പരിചയക്കാരൊന്നുമുണ്ടായിരുന്നില്ല. പക്ഷേ, എളാമക്കാകട്ടെ ഖുറ്ആൻ ക്ലാസ്, കിറ്റിപാർട്ടി എന്നൊക്കെ പറഞ്ഞ് പരിചയക്കാർ ഒരുപാടുണ്ട്. മമ്മിയെ

പ്പോലെ പൊങ്ങച്ചം പറയാറില്ലെങ്കിലും ഉന്നതരുമായി ബന്ധം സ്ഥാപി ക്കുന്നതിലും പെരുമ കാണിക്കുന്നതിലും എളാമയും പിന്നിലായിരുന്നില്ല.

"പെങ്കുട്ട്യോക്ക് പിയ്യാപ്ലനെക്കിട്ടുക ഇങ്ങള് വിചാരിക്കുന്നതുപോലെ അത്ര എളപ്പല്ല. പൈസയുള്ളതുകൊണ്ട് എന്തുമാകാമെന്ന ഇങ്ങളെ ബിചാരം ഒയിവാക്കിക്കള കേട്ടോ. അന്റെ മോളെ മൊഞ്ചു കണ്ടിട്ട് അവര് അന്വേഷിച്ച് ഇങ്ങോട്ടുവന്നതൊന്നുമല്ല. ഞാൻ ആ ബ്രോക്കറ് മറിയു മ്മാനെ നൂറായിരം പ്രാവശ്യം വിളിച്ചിട്ടും ഓളെ കാലിന്റെ തോലു തയ ഞ്ഞിട്ടുമാ ഇവിടംവരെ കൊണ്ടെത്തിച്ചത്. ഇപ്പിയ്യാപ്ലനെ കിട്ടാൻ ഓരോ രുത്തര് നെട്ടോട്ടമോടുകയാണെന്ന് മറിയുമ്മ പറയുന്നത് പൊള്ളല്ല. ഓല് മുന്തിയ കൂട്ടരാ. കിട്ടിയാ ഇങ്ങള് കൈച്ചലായി. ഇതൊന്നു നടന്നു കിട്ടിയാ ഇപ്പേരും പറഞ്ഞ് എന്റെ മക്കക്കും മുന്തിയ ആലോചനകൾ ഇങ്ങോട്ടു വരും."

എന്നൊക്കെയുള്ള എളാമയുടെ വാക്കുകേട്ടാണ് ഡാഡിയും മമ്മിയും കല്യാണത്തിനുമുമ്പ് കുറച്ചൊന്നടങ്ങിയത്. കല്യാണം കഴിഞ്ഞതും വീണ്ടും തുടങ്ങി പോര്.

നാട്ടിൽനിന്ന് വളരെ വ്യത്യസ്തമായിരുന്നു ഗൾഫ് ജീവിതം. നാട്ടിൽ അരിഷ്ടിച്ചു കഴിയുന്നവർ ഗൾഫിലെ പണക്കൊഴുപ്പിൽ കണ്ണഞ്ചിപ്പോ കുന്നതോടെ അറബികളെ അനുകരിക്കാനുള്ള തത്രപ്പാടാണ്. താമസി ക്കാൻ വില്ല വേണം. അറബ് ഭക്ഷണം വേണം. അതോടൊപ്പം നാട്ടിൽ കുന്നോളം സമ്പാദിക്കുകയും വേണം. വില്ലയിലാണ് താമസമെന്ന് പറ യുന്നത് മലയാളികൾക്ക് അഭിമാനമുള്ള കാര്യമാണ്. പുറമേന്നു കണ്ടാൽ വലിയ വീടായിരിക്കും. നാലും അഞ്ചും കുടുംബങ്ങൾ പക്ഷേ, ഞെ ങ്ങിയും ഞെരുങ്ങിയുമായിരിക്കും അതിനുള്ളിൽ കഴിയുന്നുണ്ടാവുക. ഒരു വില്ലയുടെ പകുതിയിലായിരുന്നു ഞങ്ങളുടെ താമസം. രണ്ടു കിട പ്പുമുറികളുള്ളതിൽ ഒന്നു വളരെ ചെറുതായിരുന്നു. അതിലാണ് ഞാനും അനിയത്തിയും കിടക്കാറുള്ളത്. ഒരു വലിയ ഹാളും അടുക്കളയും ചെറി യൊരു മുറ്റവുമുള്ള ആ വീടിനെക്കുറിച്ച് നാട്ടിൽച്ചെല്ലുമ്പോൾ മമ്മി ബഡായി പറയുന്നത് കേട്ട് പലപ്പോഴും മൂക്കത്തു വിരൽവെച്ചിട്ടുണ്ട്.

"മമ്മീ, കള്ളത്തരം പറയുന്നത് കൊടിയ കുറ്റാന്നാ ഉസ്താദ് പറ ഞ്ഞത്."

അനിയത്തി റഹിയാനത്ത് പറയുമ്പോൾ മമ്മി അവളെ അടിക്കാറു ണ്ടായിരുന്നു. മമ്മി പറയുന്നതുകേട്ട് ഗൾഫ് ജീവിതത്തെക്കുറിച്ച് മെഹബ് പറയാറുണ്ടെങ്കിലും കുട്ടിക്കാലത്തെ ജീവിതം അത്ര സുഖകരമായിരു ന്നില്ല. രാവിലെ ഏഴുമണിയാകുമ്പോഴേക്കും സ്കൂൾ ബസെത്തും. മമ്മി ഉറക്കത്തിൽനിന്ന് എഴുന്നേൽപ്പിച്ച് കുളിമുറിയിലേക്കയച്ചിട്ട് അടുക്കള യിൽ കയറും. ഇടാനുള്ള യൂണിഫോം തലേന്നുതന്നെ ഇസ്തിരിയിട്ട് ഹാംഗറിൽ അലമാരയിൽ തൂക്കിയിട്ടിരിക്കും. മമ്മി പാലും ടിഫിനുമായി എത്തുമ്പോഴേക്കും പല്ലുതേച്ച് മുഖം കഴുകി യൂണിഫോമിടണം. പക്ഷേ, ടോയിലറ്റിലിരുന്ന് ഉറങ്ങും. മമ്മി വന്ന് പെടയ്ക്കുമ്പോഴാണ് കണ്ണു തുറ

ക്കുന്നത്. അപ്പോഴേക്കും റഹിയയും കുളിമുറിയിലെത്തിയിട്ടുണ്ടാകും. കുളി വൈകുന്നേരമാണ്. രാവിലെ പാലുമാത്രം കുടിച്ചാണ് എന്നും സ്കൂളിലേക്കു പോകുന്നത്. ടിഫിനിലാകട്ടെ എന്നും ബ്രഡോ ബിസ്ക്കറ്റോ ആയിരിക്കും. സ്കൂളിലെത്തുമ്പോൾ വിശപ്പും ഉറക്കക്ഷീണവും കാരണം വലഞ്ഞിട്ടുണ്ടാകും. ടീച്ചർ പഠിപ്പിക്കുമ്പോൾ ഉറക്കം തൂങ്ങും. പഠിക്കുന്നതൊന്നും തലയിൽ കയറില്ല. പത്താംക്ലാസുപോലും പാസാകാത്ത മമ്മിക്ക് വീട്ടിൽവച്ച് സംശയം തീർത്തുതരാനും സാധിക്കാറില്ല. ഡാഡിക്കും ഇംഗ്ലീഷിൽ വലിയ പിടിപാടൊന്നുമില്ല. തങ്ങളുടെ തൊട്ടടുത്ത് താമസിക്കുന്ന തിരുവനന്തപുരത്തുകാരി ടീച്ചറാന്റിയുടെ വീട്ടിൽ ട്യൂഷനേർപ്പാടാക്കിയാണ് മമ്മി പ്രശ്നത്തിനു പരിഹാരം കണ്ടുപിടിച്ചത്.

"പൊരപ്പണിക്കിടയിൽ നീ കുട്ട്യേളപ്പഠിപ്പിക്കാൻകൂടി മെനക്കെട്ട് എടങ്ങാറാവണ്ടാന്ന് റൂബിയുടെ ഡാഡി പറഞ്ഞിട്ടാ ട്യൂഷനയയ്ക്കുന്നത്. മൂപ്പരങ്ങനാ. ഞാനൊന്നോണ്ടും എടങ്ങേറാവുന്നത് സഹിക്കൂലാ."

നാലാളെക്കാണുമ്പോൾ വീമ്പുപറയാനും മമ്മിക്ക് മടിയില്ല. പൊങ്ങച്ചം പറച്ചിലിന് "റിയാലിറ്റി ഷോ ഉണ്ടെങ്കിൽ നിന്റെ മമ്മിക്ക് ഒന്നാം സമ്മാനം ഉറപ്പാണ്."

എന്ന് ഡാഡി മമ്മി കേൾക്കെയും മറ്റുള്ളവർ കേൾക്കാതെയും പറയാറുണ്ട്. ഇടത്തരം കർഷകകുടുംബമായിരുന്നു മമ്മിയുടേത്. ഡാഡിയുടെ കുടുംബസ്ഥിതിയും അതുപോലൊക്കെത്തന്നെയായിരുന്നു. അതുകൊണ്ടാണ് പണംചെലവാക്കി പെരുമ നടിക്കാൻ രണ്ടുപേരും മത്സരിക്കുന്നത്. എഴുപതുകളിൽ കള്ളത്തോണി കയറിയാണ് ഡാഡി ഗൾഫിലെത്തിയത്. പത്തു പാസായി പണിയൊന്നുമില്ലാതെ അലയുന്ന കാലത്ത് ചില കൂട്ടുകാരോടൊപ്പം ഏജന്റ് മുഖാന്തിരം ബോംബെയിലേക്കു വണ്ടി കയറുകയായിരുന്നു. വലിയ കമ്പനിയിൽ പണി, കപ്പലിൽ യാത്ര എന്നൊക്കെയാണ് പറഞ്ഞിരുന്നതെങ്കിലും ബോംബെയിൽ കുറേദിവസം കഷ്ടപ്പെട്ടതിനുശേഷമാണ് ഒരു ലോഞ്ചിൽ അക്കരയ്ക്ക് പോകാൻ അവസരം കിട്ടിയത്. കടൽച്ചൊരുക്ക് പിടിപെട്ടതും കടൽ നീന്തിക്കടന്ന് അവശരായി കുവൈത്ത് കടപ്പുറത്ത് കയറിയതും പൊലീസുകാരുടെ വലയിലകപ്പെടാതെ രക്ഷപ്പെട്ടതുമൊക്കെ പറയുമ്പോൾ ഡാഡിയുടെ തൊണ്ട ഇപ്പോഴും ഇടറും.

അക്കാലമായതുകൊണ്ട് അവിടെ പിടിച്ചുനിൽക്കാൻ സാധിച്ചു. തലവര നന്നായതു കാരണം നല്ലവനായ ഒരറബിയുടെ കീഴിൽ പണിയും കിട്ടി. ആദ്യം അറബിയുടെ വീട്ടിലായിരുന്നു പണി. സത്യസന്ധനാണെന്നു ബോധ്യപ്പെട്ടപ്പോൾ അറബാബ് ഡാഡിയെ ഡ്രൈവിങ് പഠിപ്പിച്ച് ഡ്രൈവറാക്കി. പടിപടിയായി ഉദ്യോഗക്കയറ്റം കിട്ടിയാണ് ഡാഡി അറബിയുടെ ഓയിൽ കമ്പനിയിലെ മാനേജർ പദവിയിലെത്തിയത്. പഴയ അറബാബ് മരിച്ചുപോയെങ്കിലും അദ്ദേഹത്തിന്റെ മക്കൾക്കും ഡാഡി പ്രിയങ്കരനായി. ഇന്നിപ്പോൾ അവരുടെ അനുവാദത്തോടെ സ്വന്ത

മായി ചില ബിസിനസുകളും നടത്തുന്നുണ്ട്. സമയം കിട്ടുമ്പോൾ പഴയ കഥകൾ അയവിറക്കുക ഡാഡിയുടെ പതിവാണ്. കുവൈത്തിലെത്തിയിട്ട് ആദ്യത്തെ ഒരുകൊല്ലം അറബാബിന്റെ അടുക്കളയിൽക്കിടന്നു വലഞ്ഞതും അദ്ദേഹത്തിന്റെ ഭാര്യമാരുടെ ഇടയിൽ നട്ടംതിരിഞ്ഞതും കേൾക്കുമ്പോൾ മമ്മി ഏങ്ങിക്കരയും, ഒപ്പം കുട്ടികളും. അറബാബിനു രണ്ടു ഭാര്യമാർ. രണ്ടുപേരും അടുത്തടുത്ത വീടുകളിലാണ് താമസം. രണ്ടുവീട്ടിലെ പണിയും ഡാഡി ചെയ്യണം. ബീവിമാരുടെ പരസ്പരമുള്ള പോരിനു സാക്ഷിയാവുകയും വേണം. ഇന്നിക്കാണുന്നതെല്ലാം ഡാഡി ചോരനീരാക്കി സമ്പാദിച്ചതാണ്. തലനാരിഴകീറി കണക്ക് പരിശോധിക്കുന്നവരാണ് അറബികൾ. ഒരു ദിനാറിന്റെ കുറവുപോലുമുണ്ടാകരുതെന്നാണ് ചട്ടം. സത്യസന്ധനാണെന്ന് ബോധ്യപ്പെട്ടാൽ അറബാബ് കൈയയച്ച് സഹായിക്കും. പിക്കപ്പ് വാനിൽ കടകളിൽ വിതരണം ചെയ്യാനുള്ള സാധനങ്ങളുമായി രാവെന്നും പകലെന്നുമില്ലാതെ ഒറ്റയ്ക്കാണ് യാത്ര. പണവുമായി തിരിച്ചുവരുമ്പോൾ വയറ്റിൽ തീയായിരിക്കും. വിജനമായ മരുഭൂമിയിൽ അക്കാലത്ത് കാട്ടറബികൾ പതിയിരുന്ന് ആക്രമിച്ച് പണം തട്ടിയെടുക്കുക പതിവായിരുന്നത്രെ. അള്ളാഹുവിന്റെ കാരുണ്യകടാക്ഷം കൊണ്ടുമാത്രമാണ് അങ്ങനെയുള്ള അബദ്ധത്തിലൊന്നും പെടാതെ രക്ഷപ്പെട്ടതും ഈ നിലയിലെത്തിയതും.

"നീയുംകൂടി കേക്കാനാ കുഞ്ഞാമി ഞാനിതൊക്കെ ആവർത്തിച്ചു പറയുന്നത്. എന്റെ മക്കക്ക് ഒന്നിനും കുറവ് വരുത്തരുത്. എന്നാ പാഴ്ച്ചെലവ് അരുത്. എപ്പവേണമെങ്കിലും ഇവിടന്ന് കെട്ടുകെട്ടേണ്ടിവരും. നാട്ടിലെന്തെങ്കിലും കരുതിയില്ലെങ്കിൽ മടങ്ങിച്ചെന്നാൽ നാട്ടാരുടെ മുന്നിൽ നാണംകെട്ടു ജീവിക്കേണ്ടിവരും."

"എന്റെ റബ്ബേ, പറേന്നത് കേട്ടില്ലേ, ഒരു നയാപൈസ ഞാൻ അനാവശ്യമായി ചെലവാക്കുന്നുണ്ടോ?"

മമ്മി ഇടയും.

"അതൊന്നും നീ പറയണ്ട. കെട്ടിയൊരുങ്ങാനും ഡ്രസിനും നീയെത്രയാ ചെലവാക്കുന്നതെന്നാ ഇന്റെ വിചാരം?"

മമ്മിയെ ഒട്ടാകെയൊന്നുഴിഞ്ഞുനോക്കിക്കൊണ്ടാണ് ഡാഡി അങ്ങനെ പറയുക.

മമ്മി വീട്ടിലായാലും അടിമുടി ലങ്കിമറിയും. ഡാഡി എത്ര എതിർത്താലും മമ്മി കേൾക്കില്ല. ഓരോ വെക്കേഷനും നാട്ടിലേക്കു തിരിക്കും മുമ്പേ മിന്നിത്തിളങ്ങുന്ന വസ്ത്രങ്ങളും പുതിയ ആഭരണങ്ങളും കുട്ടികൾക്ക് പുത്തനുടുപ്പുകളും വാങ്ങിച്ചുകൂട്ടും. ഗൾഫിലാകുമ്പോൾ അറബിസ്ത്രീകളെ അനുകരിച്ചുകൊണ്ടുള്ള പർദയാണ് വേഷം. മാളുകളിലും മറ്റും പോകുമ്പോൾ കണ്ണുമാത്രം കാണിച്ചു അടിമുടി കറുപ്പിൽ മുങ്ങി അറബിച്ചിയാണെന്ന മട്ടിലാണ് നടത്തം. കൈഫൽ ഹാല്, മാഫീ മുശികൾ, മാശാ അള്ളാഹ് — തുടങ്ങി അറിയാവുന്ന കുറച്ച് അറബിവാക്കുകൾ സ്ഥാനത്തും അസ്ഥാനത്തും പ്രയോഗിക്കുകയും പതിവാണ്.

കടയിലുള്ള മലയാളികളായ ജോലിക്കാർ പരിഹസിച്ചു ചിരിക്കുമ്പോൾ ചൂളിപ്പോകാറുണ്ട്. നാട്ടിലെത്തിയാൽ രീതി മാറി. കണ്ണഞ്ചിക്കുന്ന സാരിയും ചുരിദാറും മുറിയിംഗ്ലീഷുമാണ് പതിവ്. കല്യാണത്തിനായാലും ആശുപത്രിയിലേക്കായാലും അസുഖക്കാരെ കാണാനായാലും കഴുത്തിലും കൈയിലും കാതിലും നിറയെ പൊന്നണിഞ്ഞ് കടുംനിറത്തിലുള്ള കണ്ണ് മഞ്ഞളിപ്പിക്കുന്ന വേഷവും ധരിച്ചേ പുറത്തിറങ്ങൂ. ബന്ധുക്കൾ പരിഹസിച്ചാലും മമ്മിക്കു കൂസലില്ല.

"സിനിമാക്കാരെപ്പോലെ വേഷം കെട്ടിയാ ഞങ്ങള് കൂടെ വരുലാട്ടോ."

ഞാനും അനിയത്തിയും പരാതി പറയാറുണ്ട്.

"കുട്ട്യേള് പറേന്നത് നേരാട്ടോ. നീ പെട്ടിയിൽക്കിടക്കുന്ന പൊന്നു മുഴുവനും കെട്ടിത്തൂക്കി നടന്നിട്ട് കള്ളമ്മാർ കൈയും കാതും വെട്ടാതെ നോക്കിക്കോ. ഇത് വടകരയാ."

ഡാഡിയും പിന്താങ്ങും.

"പൊന്നും പൈശേം പെട്ടീവെച്ച് പൂട്ടാനുള്ളതല്ല. ഇങ്ങളെ മെഹബ് നാലാള് കാണട്ടേന്ന്."

"ഇന്റെ നടത്തം കണ്ടിട്ടാന്നു തോന്നണ് കയിഞ്ഞ വെള്ളിയാഴ്ച പള്ളീലെ ഉസ്താദ് എന്നെ വിളിച്ച് ബഅള് പറഞ്ഞത്."

"അയാളെന്തേനും പറഞ്ഞത്?"

"പെരുമ നടിക്കൽ ഹറാമാണ് മമ്മൂട്ടീ. നിയ്യ് പൊന്നിന് സക്കാത്തു കൊടുക്കലുണ്ടോ? ഇല്ലെങ്കില് മഹശറനാളിൽ ഇന്റെ പെണ്ണുങ്ങളെ മാത്രമല്ല ഇന്നേം തീയാലുള്ള പണ്ടങ്ങളണിയിക്കും മോനെ. യാ ഇലാഹീ... നരകത്തീയിൽ കത്തിയെരിയും. അതുകൊണ്ട് മോനെ പൊന്നിനും കെട്ടിയിരിപ്പുള്ള പണത്തിനും പടച്ചോൻ ബിധിച്ചതുപോലുള്ള സക്കാത്ത് കൊടുത്ത് തടി കൈച്ചലാക്കിക്കള. സക്കാത്തിനവകാശപ്പെട്ട കൂട്ടര് ആരാന്നറിയാലോ.. അങ്ങനെ പോയി പ്രസംഗം. ഒരുവിധമാ തടി കൈച്ചലാക്കിയത്."

ഡാഡി പറഞ്ഞത് കേട്ട് മമ്മിയുടെ മുഖം അരിശംകൊണ്ട് ചുവന്നു.

"കള്ള മൊയില്യാർ. അയാളെ മോക്ക് പണ്ട് ഇങ്ങളെ ആലോയിച്ച് കിട്ടാത്തതിന്റെ കെറു തീർത്തതാ. ഇക്കൊല്ലത്തെ രമലാന് മുക്കാപ്പൈശ ഞാനയക്ക് സക്കാത്ത് കൊടുക്കൂലാ. സക്കാത്തിന്റെ അഹല്കാര് ആരാന്ന് അയാള് പഠിപ്പിക്കണ്ട."

മമ്മി ഉറഞ്ഞുതുള്ളും.

"പെരുമ നടിക്കൽ ഹറാമാണെന്ന കാര്യത്തിൽ വിവരമുള്ള ആർക്കും തർക്കമില്ല. പൊന്നിനു സക്കാത്തു കൊടുത്തില്ലെങ്കിൽ വിചാരണനാളിൽ തീയാലുള്ള പണ്ടങ്ങളണിയിക്കുമെന്നൊക്കെ ഞാനും വായിച്ചിട്ടുണ്ട്."

ഡാഡി അവസാന അടവെടുക്കും.

"ഇങ്ങള് ആ തലതിരിഞ്ഞ മൊയില്യാരെ വാക്കുകേട്ട് ആളെ പേടി

പ്പിക്കല്ലേ. അങ്ങനെ തലനാരിഴകീറി പരിശോധിച്ച് ഈ ലോകത്ത് ജീവിക്കാനാവൂലാ. നാളെ മഹശറിൽ ഉത്തരം പറയേണ്ടിവരുമെന്നുവച്ച് പണ്ടം പെട്ടീലുവച്ച്പൂട്ടി ഫക്കീറായി നടക്കാൻ എന്നെക്കൊണ്ടാവൂലാ. നാളത്തെ കാര്യം നാളെ.”

അതാണ് മമ്മി. ഡാഡിയെപ്പോലെ മമ്മിക്കും പഴയകാലങ്ങൾ പറയാൻ ഏറെയുണ്ട്. വീടുവിറ്റിട്ടായാലും പെൺമക്കളെ ഗൾഫുകാർക്കു മാത്രമേ കല്യാണം കഴിച്ചുകൊടുക്കൂ എന്ന് അക്കാലത്തെ എല്ലാ ബാപ്പമാരെയുംപോലെ ഉമ്മയുടെ ബാപ്പയും കൊതിച്ചു. ഉപ്പാപ്പയ്ക്ക് അടയ്ക്കാകച്ചവടമായിരുന്നു. കവുങ്ങു പൂത്തു തുടങ്ങുമ്പോൾത്തന്നെ ലേലത്തിൽ പിടിക്കും. പാകമായാൽ പറിച്ച് മുന്തിയവിലയ്ക്കു വിൽക്കും. കൃഷിയുമുണ്ട്. അരിഷ്ടിച്ചുകഴിയുന്ന കുടുംബം. കാലാവസ്ഥ ചതിച്ചാൽ പട്ടിണികൂടാതെ കഴിയാൻ ഞെരുങ്ങും. അത്തരം കുടുംബങ്ങൾ വേറെയും ഒരുപാടുണ്ട്. അവരുടെയൊക്കെ കഷ്ടപ്പാടും കണ്ണീരും കണ്ടിട്ടാണ് ഗൾഫിന്റെ വാതിൽ മലയാളക്കാർക്ക് തുറന്നുകിട്ടിയതെന്നാണ് മമ്മി പറയുന്നത്. ഡാഡി ആദ്യമായി കുവൈത്തിൽനിന്നെത്തിയതും വീട്ടിൽ കല്യാണാലോചനക്കാരുടെ തിരക്കായിരുന്നത്രേ.

“അക്കൂട്ടത്തിൽ ഏറ്റവും മൊഞ്ചത്തി ഞാനായിരുന്നു. അതുകൊണ്ടാണ് എനക്ക് ഞറുക്ക് വീണത് എന്നു പറയുമ്പോൾ മമ്മിയുടെ മുഖം ഇപ്പോഴും നാണത്താൽ ചുവക്കും.”

“മംഗലം കയിക്കുന്നെങ്കില് ഗൾഫുകാരനെയെന്ന് അങ്ങട്ടേലെ ഐശൂന്റെ നിക്കാഹ് കയിഞ്ഞപ്പളെ ഞാൻ തീരുമാനിച്ചതാ. ഉമ്മാക്ക് സൂചന കൊടുക്കുകയും ചെയ്തു. ഉപ്പാക്കും അതാ പൂതീന്നു കേട്ടപ്പോറബ്ബേ കരള് തുടിച്ചത് ഇപ്പളും ഓർമ്മണ്ട്. ഐശൂന്റെ പിയ്യാപ്ല ദുബായിക്കാരൻ കുഞ്ഞാലി കാണാൻ ഇന്റെ ഡാഡിനെപ്പോലെ മെഞ്ചനൊന്നുമല്ല. പക്ഷേങ്കില് ഓന്റെ ദുബായിപ്പെട്ടീലെ സാമാനങ്ങള് കണ്ടാ ഏതു പെണ്ണും ബീണുപോവും. നൈലക്സിന്റെ ചേലേം ചുറ്റി അത്തറുംമണപ്പിച്ച് ഓളൊരു ബരവുണ്ട്. കാണുമ്പം കരള് കടയും. അക്കാലത്ത് പർദയും കിർദയുമൊന്നുമില്ല. കാച്ചിയും പെങ്കുപ്പായവും തട്ടവുമായിരുന്നു അന്നത്തെ ഇസ്ലാമികവേഷം. പരിഷ്കാരികള് സാരിയുടുക്കും. ഞമ്മളെ നാട്ടില് ആദ്യം സാരിയുടുത്തു കണ്ടത് കുഞ്ഞബ്ദുള്ള ഡോക്ടരുടെ ഓളാ. ദുബായിക്കാരെറങ്ങിയപ്പളാ ഞമ്മളെപ്പോലുള്ളോര് സാരി കണ്ടത്. പവറ് കാണിക്കാൻ ഐശു ഇടക്ക് ഓളെ പൊരേലേക്ക് തക്കരിക്കും. ഒരിക്ക ഓളെ അറേക്കണ്ട സ്പ്രേയൊന്നു പൂശിയതിന് ഓളെ ബായിലുള്ള ബടായി മുയുക്കെ കേൾക്കേണ്ടിവന്നു. അന്നു തൊടങ്ങിയതാ തേട്ടം. ദുബായിക്കാരൻ പിയ്യാപ്ലനെ കിട്ടണേന്ന്. ഇന്റെ തേട്ടം പടച്ചോൻ ഖബൂലാക്കി. ഓളെപ്പോലുള്ളോരുടെ മുന്നില് ഞാൻ വെലസി നടക്കരുതെന്ന് മൊയില്യാരല്ല മുക്രി പറഞ്ഞാലും ഞാൻ കേക്കൂലാ കുട്ടരേ.”

മമ്മി സ്വയം ന്യായീകരിക്കുമ്പോൾ ഡാഡി ചുണ്ടിൽ ചിരിയുമായി

മിണ്ടാതിരിക്കും. ഉപ്പാപ്പയും ഉമ്മാമയും മരിച്ചപ്പോൾ അവിടത്തന്നെ പുതിയ വീടുണ്ടാക്കണമെന്ന് മമ്മിക്ക് ഒരേനിർബന്ധം. എളാമയുടെ ഓഹരികൂടി വിലയ്ക്ക് വാങ്ങി അവിടെ കൊട്ടാരംപോലുള്ള വീടുവച്ചതും ഐശുനെ ഞെട്ടിക്കാനായിരുന്നു.

"ഇന്റെ എളാമ കാണുന്നതുപോലെ പോയത്തക്കാരത്തിയൊന്നുമല്ല. ഓളെ ദുബായിക്കാരൻ പിയ്യാപ്ലനെക്കൊണ്ട് കെട്ടിച്ചത് ഇന്റെ ഡാഡിയാ. എന്നിട്ട് പൊരന്റെ ഓഹരി കണക്കുപറഞ്ഞ് എണ്ണി വാങ്ങിയപ്പം ഓളത് മറന്നു."

"പണ്ടു കയിഞ്ഞതും പടയിൽച്ചത്തതും പറഞ്ഞ് തമ്മിൽ തെറ്റണ്ട. ഓല് രണ്ടാളും കണക്കൊന്നും ചോദിച്ചില്ല. ഇന്റെ ചങ്ങായിച്ചി ഐശൂന്റെ അവസ്ഥയെന്താ ഇപ്പം?"

ഡാഡി വിഷയം മാറ്റും.

"കുഞ്ഞാലി മരിച്ചിട്ടും ഓളെ പത്രാസിനു വലിയ കൊറവൊന്നുമില്ല. രണ്ടാൺമക്കളും മോളെ പിയ്യാപ്ലയും ഗൾഫുകാരാ. അല്ലെങ്കിലിപ്പം ഈ ബടേര രാജ്യത്ത് ഗൾഫുകാരല്ലാത്തോര് ആരാള്ളത്?"

പഴയകാലത്തെ ബുദ്ധിമുട്ടുകൾ ഓർമിപ്പിക്കുമെങ്കിലും മമ്മിയുടെ ആശകൾക്കൊന്നും ഡാഡി എതിരുനിൽക്കാറില്ല. ഭാര്യക്കും മക്കൾക്കും വേണ്ടി വാരിക്കോരി ചെലവാക്കും. റയീസിന്റെ ബാപ്പ മാത്രമേ ഡാഡിയെ അറുക്കീസ് എന്നു വിളിച്ചു കേട്ടിട്ടുള്ളൂ. അവർ തമ്മിൽ തുടക്കം മുതലേ തെറ്റിദ്ധാരണകളായിരുന്നു. ഡാഡിയും മമ്മിയും കെട്ടുകാഴ്ചയുടെ ആളുകളാണെന്ന കാര്യത്തിൽ എതിരഭിപ്രായമില്ല. ജീവിച്ച സാഹചര്യമായിരിക്കാം അവരെ അങ്ങനെയാക്കിയത്. കാണാത്തതു കാണുമ്പോൾ വേണ്ടാത്തതേ തോന്നൂ എന്ന ബാപ്പയുടെ പരിഹാസവാക്കുകൾ ചിലപ്പോൾ മുറിവുണ്ടാക്കാറുണ്ട്. അതേസമയം ബാപ്പയുടെ സ്നേഹവും കരുതലും കാണുമ്പോൾ ബഹുമാനം തോന്നാറുമുണ്ട്. മകളെയും മരുമകളെയും രണ്ടുകണ്ണുകൊണ്ട് കാണുന്ന പതിവും ബാപ്പയ്ക്കില്ല. മകൾക്കു വാങ്ങുന്നതൊക്കെ എനിക്കും വാങ്ങിത്തരും. മമ്മിയോടും ഡാഡിയോടുമുള്ള വിരോധം ഒരിക്കലും എന്നോടു കാണിച്ചിട്ടില്ല. രണ്ടുകുടുംബവും വളരെ വ്യത്യസ്തമായ സാഹചര്യങ്ങളിൽ നിന്നുള്ളവർ. റയീസിന്റെ വീട്ടുകാർ നാടെങ്ങും അറിയപ്പെടുന്ന പ്രതാപികൾ. ജന്മിത്വം അവസാനിച്ചപ്പോൾ ഇടക്കാലത്ത് സാമ്പത്തികമായി ബുദ്ധിമുട്ടിയിരുന്നെങ്കിലും പേരിനും പ്രശസ്തിക്കും കുറവില്ല. കുടുംബത്തിലെ ആണുങ്ങൾ ഉന്നതവിദ്യാഭ്യാസംനേടി ഉയർന്ന ഉദ്യോഗങ്ങളിലിരിക്കുന്നവർ. എന്റെ വീട്ടുകാർക്ക് അത്തരം മഹിമകളൊന്നും അവകാശപ്പെടാനില്ല. ഇടത്തരക്കാർ. ഗൾഫ്പണം സമ്പന്നരാക്കിയവർ. അതുകൊണ്ടന്നെ വാക്കിലും നോക്കിലും പെരുമ കാണിക്കാൻ അവർ ബദ്ധപ്പെടുന്നു. ആയകാലം മുതൽ നാട്ടിലും വീട്ടിലും ആദരംമാത്രം കിട്ടിയവർക്ക് ഞങ്ങളുടെ വിഷമം പറഞ്ഞാൽ മനസിലാകില്ലെന്നാണ് ഡാഡിയുടെ പക്ഷം.

ഇതിനിടയിൽ കിടന്ന് ഞാനും റയീസും പലപ്പോഴും ഞെരുങ്ങാ

റുണ്ട്. പുതുമോഡിയിൽ എന്റെ കണ്ണീരു കാണുമ്പോൾ റയീസ് ഡാഡിയുടെയും മമ്മിയുടെയും പക്ഷംപിടിച്ചു പറയാറുണ്ടായിരുന്നു. പക്ഷേ, ഒരു കൊല്ലം കുവൈത്തിൽ ഒന്നിച്ചു ജീവിച്ചതോടെ റയീസിനും ബാപ്പയെപ്പോലെ മമ്മിയെ കണ്ടുകൂടാതായി. അതിനു ഞാനും കാരണക്കാരിയാണ്. ഒരുത്തരവാദിത്വവുമില്ലാതെ മമ്മിയോടൊപ്പം ഊരുചുറ്റി നടക്കുന്നതിനിടയിൽ റയീസിന്റെ കാര്യങ്ങൾ ചെയ്യാൻ മറക്കും. മണിക്കൂറുകളോളം കൂട്ടുകാരുമായി ഫോണിൽ സംസാരിക്കും. മമ്മിയുടെ ശീലങ്ങളെല്ലാം അനുകരിക്കുകയായിരുന്നു പതിവ്.. ഒടുക്കം മമ്മിയുമായി പിണങ്ങി റയീസ് നാട്ടിലേക്ക് വിമാനം കയറിയപ്പോൾ ആകെ അന്തംവിട്ടു. അന്ന് ആദിൽ വയറ്റിലായിരുന്നു. കൂടെ ഇല്ലാതായപ്പോഴാണ് റയീസില്ലാതെ ഒരുദിവസംപോലും കഴിയുക വിഷമമാണെന്ന് ബോധ്യമായത്. മകളുടെ കണ്ണീരിന്റെ മുന്നിൽ ഡാഡി വൈരം മറന്നു. റയീസിനോടും ബാപ്പയോടും മമ്മിക്കുവേണ്ടി മാപ്പു പറഞ്ഞു. ശത്രുക്കളായാലും തെറ്റു തിരുത്തി മാപ്പുപറഞ്ഞാൽ പരസ്പരം വൈരം മറക്കുന്നതാണ് തറവാടിത്തം എന്ന് റയീസിനെ പറഞ്ഞു മനസിലാക്കിയതും ബാപ്പയാണ്.

"അമ്മാ കുട്ടൂസ് തൂങ്കിയാച്ച്" എന്നു പറഞ്ഞ് റാണി വന്നപ്പോൾ റൂബി എഴുന്നേറ്റു.

20

തലയിൽ തുണികെട്ടി മാക്സി മാടിക്കുത്തി വീട് പൊടിതട്ടി വൃത്തിയാക്കുന്ന തിരക്കിലായിരുന്നു നോവലിസ്റ്റ്. ഇടയ്ക്കിടെ പതിവാണെങ്കിലും റമദാനെ എതിരേൽക്കാനുള്ള പ്രത്യേക തയാറെടുപ്പാണ്. കോണിയുടെ മുകളിൽ കയറിനിന്ന് ഫാൻ വൃത്തിയാക്കിക്കൊണ്ടിരിക്കുമ്പോഴാണ് ജോലിക്കാരി ദേവി എത്തിയത്.

"ഏച്ചീ, വയസ്സായെന്നു മറക്കണ്ട. അതുമ്മന്ന് മറിഞ്ഞുകെട്ടിവീണു പണിയുണ്ടാക്കല്ലേ."

"കരിനാവുകൊണ്ട് ഓരോന്നു പറയല്ലേ. നോമ്പിങ്ങെത്തി. നിനക്കോ നേരമില്ല. പിന്നെന്താ നിവൃത്തി?"

ദേവിയുടെ കമന്റ് ദഹിക്കാഞ്ഞിട്ടും അരിശമടക്കി, സ്വരത്തിൽ തമാശ കലർത്തി.

"വേണ്ടാന്നു വച്ചിട്ടല്ലാലോ. നേരം കിട്ടണ്ടേ? വന്നുകയറിയാ ഞാനൊന്നു നടുനിവർക്കുന്നത് ചേച്ചി കാണാറുണ്ടോ?"

"നിന്നോട് മിണ്ടിക്കൂടാത്ത അവസ്ഥയാണല്ലോ. വാഷിങ് മെഷിനിലെ തുണിയെടുത്ത് ഉണക്കാനിട്."

"ചേച്ചിക്ക് സഹായത്തിനായി ഞാനെന്റെ അനിയത്തീനെ കൊണ്ടെന്നക്ക്. ഓളാകുമ്പോ ഏതിന്റെ മോളിലും പാഞ്ഞു കേറിക്കോളും. ഓക്കിന്നെപ്പോലെ ഊരവേദനയൊന്നുമില്ല."

ദേവി പറഞ്ഞപ്പോഴാണ് അവളുടെ കൂടെയുണ്ടായിരുന്ന ചെറുപ്പക്കാരിയെ ശ്രദ്ധിച്ചത്.

"ഏച്ചി എറങ്ങിക്കോളീ, ഞാൻ ചെയ്തോണ്ട്."

അവൾ പറഞ്ഞതുകേട്ട് ദാഹിച്ചു വലഞ്ഞപ്പോൾ മോരുംവെള്ളം കിട്ടിയ ആശ്വാസം.

"നിങ്ങള് ചെന്ന് ചായ കുടിച്ചിട്ട് വാ. നിനക്കുള്ള ദോശ ഉണ്ടാക്കിവ ച്ചിട്ടുണ്ട്. പോരെങ്കിൽ മാവുമുണ്ട്."

"വാടീ, ചായ തരാം."

വീട്ടുകാരിചമയാൻ കിട്ടിയ അവസരം മുതലാക്കി അവൾ അടുക്ക ളയിലേക്കു നടന്നു. ഫാൻ തുടയ്ക്കൽ മുഴുമിപ്പിച്ച് താഴെയിറങ്ങുമ്പോ ഴേക്ക് ദേവിയുടെ അനിയത്തി ചായകുടി കഴിഞ്ഞ് തിരിച്ചെത്തിയിരുന്നു.

"ഏച്ചീനേ കയിഞ്ഞാഴ്ച ടീവീല് കണ്ടീര്ന്ന്. ഏച്ചീന്റെ സാരി പോരാ. ടീവീലാകുമ്പം നല്ല കട്ടിക്കളറ് സാരി ഉടുക്കണം. ഏച്ചി എന്താ മേക്കപ്പിടാഞ്ഞത്?"

അവൾ തുരുതുരെ സംസാരിക്കുന്നുണ്ടായിരുന്നു.

"ഏച്ചി കഥയെഴുതുമെന്ന് ദേവിയേച്ചീ പറ്ഞ്ഞപ്പളേ ഒന്നു കാണ ണോന്ന് വിചാരിക്കണ്. ഏച്ചി ഇന്റെ കഥയുമൊന്നെഴുത്. ഇപ്രായത്തില് ഞാനനുഭവിക്കാത്ത ദുരിതങ്ങളില്ല. ഇന്റെ ബുദ്ധിമോശംകൊണ്ടാണെന്ന് സമ്മയിക്കുന്നു. പ്രേമം തലക്ക് പിടിച്ച് അപ്പഹയന്റൊപ്പരം എറങ്ങിയപ്പം തൊടങ്ങീതാ ഇന്റെ കഷ്ടകാലം. അച്ചങ്ങായി നസ്രാണിയാണെന്നിനി ക്കറീലേനും. തെക്കുള്ള നായരാന്നാ ഇന്നോട് പറഞ്ഞത്. മട്ടും മാതി രിയും കണ്ടാ ഇതുപോലൊരു മര്യാദിക്കാരൻ വേറെയില്ല. ആരോരുമി ല്ല. ആദ്യഭാര്യ മരിച്ചുപോയി എന്നൊക്കയല്ലേ ഒരുളുപ്പുമില്ലാതെ കഥ യുണ്ടാക്കിയത്. നാലാളെ പണി ഒറ്റക്കെടുക്കും. അക്കാലത്ത് കിട്ടുന്നത് മുയുവനും ഇനിക്കു തരും. പുതുമോടി കയിഞ്ഞപ്പളല്ലേ പഹയന്റെ സ്വഭാവം മാറിത്തൊടങ്ങിയത്. കൂലിപ്പണികൊണ്ട് ഒന്നിനും തെകയണില്ല, കുറച്ച് പൈസ കിട്ടീര്ന്നെങ്കിൽ ഉന്തുവണ്ടിക്കച്ചോടം തൊടങ്ങേരുന്നുന്ന് പറഞ്ഞപ്പം മുന്നുംപിന്നും ആലോയിക്കാതെ കൈയിലും കഴുത്തി ലുമുള്ളത് ഊരിക്കൊടുത്ത ഇന്നെയാ ചെരിപ്പോണ്ടടിക്കണ്ടത്. ബുദ്ധി യൊറക്കണേന്റെ മുന്നം കണ്ടോരുടെ വീട്ടിൽ അടുക്കളപ്പണിക്കു നിന്നിട്ടാ ഞാൻ കഴുത്തിലൊരു ചെയിനും രണ്ടു വളയുമുണ്ടാക്കിയത്. അയാള് പുഴുത്ത് ചാവും. തടി കൈച്ചലായത് ഭാഗ്യായീന്നു കൂട്ടിക്കോന്നാ അയാള് പോയീന്നു കേട്ടപ്പം കൂടെ പണിയെടുക്കണോര് പറഞ്ഞത്. പൈസയ്ക്കു വേണ്ടി കൂട്ടിക്കൊടുക്കാനും കൊല്ലാനും മടിയില്ലാത്തോനാത്രെ. മുടങ്ങാതെ അമ്പലത്തിപ്പോണോളാ ഞാൻ. ഇന്നെ ദൈവങ്ങള് കാത്തതാ."

ഏങ്ങിക്കൊണ്ട് അവൾ നിർത്തിയപ്പോൾ നോവലിസ്റ്റിന്റെ കണ്ണും നിറഞ്ഞു.

"എന്താ നിന്റെ പേര്?"

ചോദിച്ചപ്പോൾ തൊണ്ടയിടറി.

"ശോഭ"

"നീ പണിക്കു പോകുന്നുണ്ടോ?"

"റോഡ് പണിക്ക് പോയീരുന്ന്. അവിടന്നല്ലെ അച്ചങ്ങായിന്റെ വല യിൽ വീണത്."

അവൾ വീണ്ടും കണ്ണുതുടച്ചു.

"എത്രകാലം പൊറുത്തു അവന്റെകൂടെ?"

"മൂന്നുമാസം തെകച്ചില്ല."

"എല്ലാം നല്ലതിനാന്ന് കരുതി സമാധാനിക്ക്. സ്വന്തമായി ജോലി ചെയ്യാൻ മനസുണ്ടെങ്കിൽ ജീവിക്കാൻ പ്രയാസമൊന്നുമില്ല."

അവളെ ആശ്വസിപ്പിച്ചു.

"പഴയ സാരിയോ ബ്ലൗസോ ഉണ്ടെങ്കിൽ തരണേ ഏച്ചീ. ഉടുതുണിക്കു മറുതുണിയില്ലാതെയാ അവിടന്ന് പോന്നത്."

"നോക്കട്ടെ. പൊടിതുടക്കല് കഴിഞ്ഞാ നിലം സോപ്പിട്ട് കഴുകണം."

"ചെയ്യണപണി വൃത്തിയായിട്ടേ ഞാൻ ചെയ്യു. ചേച്ചിക്ക് നോമ്പിന് രാത്രി നിക്കണ ആള് വേണോന്ന് ദേവിയേച്ചി പറഞ്ഞു. ഞാൻ നിന്നോളാം. ഇന്നെ കാണുമ്പോ ഏട്ടനും ഏട്ടത്തിയമ്മയും കരളിൽക്കുത്തുന്ന വാക്കുകളേ പറയു. ഹോം നഴ്സിന്റെ പണിക്ക് പോയാലോന്നുണ്ട്. ദേവിയേച്ചി സമ്മയിക്കണില്ല. ഓരെ എത്രകാലാ ബുദ്ധിമുട്ടിക്കാ?"

"നിന്റെ കൈയിലിരിപ്പ് അങ്ങനെയായിട്ടല്ലേ നാട്ടാരും വീട്ടകാരും തള്ളിപ്പറയണത്? ഏച്ചി ഇവളെ ഇവടെ നിർത്തിക്കോ. കണ്ടനാട്ടില് ഹോംനഴ്സിന്റെ പണിക്കുപോയിട്ട് ഇനിയും അബദ്ധത്തിൽ ചാടിയാൽ മാനക്കേട് സഹിക്കാനാവൂലാ." അവിടെയെത്തിയ ദേവിയും സംഭാഷണത്തിൽ ചേർന്നു.

"എനക്കെന്തിനാദേവീ പണിക്ക് രണ്ടാള്..?"

ദേവി ഇടയ്ക്കിടെ വരാതെ നല്ലോണം ബുദ്ധിമുട്ടിക്കാറുണ്ട്. വേറൊരാളെ കിട്ടിയാൽ അവളെ പിരിച്ചുവിടണമെന്നുമുണ്ട്. പക്ഷേ, കടിച്ചതും പിടിച്ചതുമില്ലാതാകുമെന്നു ഭയന്നിട്ടാണ് അങ്ങനെ ചോദിച്ചത്.

"എനക്ക് വേറയും പണി കിട്ടും. ഇവളിവിടെ നിന്നോട്ടെ."

ഒരു ഫുൾടൈംപണിക്കാരിക്കുവേണ്ടി കുറേക്കാലമായി അലയുന്നു. എന്നിട്ടും സന്തോഷം പുറത്തു കാണിച്ചില്ല.

"നീ പറഞ്ഞാ തട്ടിക്കളയാൻ പറ്റ്വോ? നിനക്കിപ്പോ പെട്ടെന്നെവിടെയാ പണി കിട്ടുക?"

"ഇന്നെ കൊറേ കാലായി പുതിയവില്ലേലെ വാച്ചുമാൻ വിളിക്കുന്നു. വക്കീലിന്റെ വീട്ടിലേക്ക്. രാവിലെ ചെന്നാൽ നാലുമണിയാകുമ്പം പോരാത്രെ. മൂവായിരത്തഞ്ഞൂറുറുപ്യ തരാന്നും പറഞ്ഞിട്ടുണ്ട്. ചേച്ചി രണ്ടായിരത്തഞ്ഞൂറല്ലേ തരണത്?"

"നീ ഇവിടെ ഉച്ചവരെയല്ലേ നിക്കണുള്ളൂ?"

അതിനവൾ മറുപടിയൊന്നും പറഞ്ഞില്ല. ഫുൾടൈം പണിക്കാരിയെ കിട്ടിയ ആവേശത്തിൽ ദേവിയുടെ നാവിന്റെ നീളം കണ്ടില്ലെന്നു വെച്ചു.

"നീ പറയുന്നതുപോലെ ആയിക്കോട്ടെ. ഇവിടന്നുപോയീന്നുവെച്ചിട്ട് ഇങ്ങട്ട് വരാതിരിക്കരുത്. എന്താവശ്യമുണ്ടെങ്കിലും വരണം. ഇവക്കെത്രെയാ ശമ്പളം വേണ്ടത്?"

"അത് ഇങ്ങള് തീരുമാനിച്ചോളീ. ന്യായമായിട്ടുള്ളത് ചേച്ചി തരുന്ന്

ഞാൻ ഓളോടു പറഞ്ഞിട്ടുണ്ട്."

ചേച്ചിയും അനിയത്തിയും മത്സരിച്ചു പണിയെടുക്കുന്നതു കണ്ടപ്പോൾ നോവലിസ്റ്റ് ആഹ്ലാദത്തോടെ കുളിമുറിയിലേക്കു നടന്നു. ഒരാൾ സ്ഥിരമായി വീട്ടിലുണ്ടെങ്കിൽ എഴുത്ത് കുറച്ചുകൂടി എളുപ്പമാകും. വീട്ടുപണിയിൽനിന്ന് തൽക്കാലത്തേക്കുള്ള മോചനത്തെക്കുറിച്ചോർത്തപ്പോൾ ഏറെക്കാലംകൂടി ചുണ്ടിൽ മൂളിപ്പാട്ട്.

"മധുവർണാപ്പൂവല്ലേ.....നറുനിലാപ്പൂമോളല്ലേ...
മധുരപ്പതിനേഴിൽ ലങ്കീ മറയുന്നോളേ....
ലങ്കീ മറയുന്നോളേ....ലങ്കീ മറയുന്നോളേ...."

കുളി കഴിഞ്ഞ് കമ്പ്യൂട്ടറിൽ സൈനുവിന്റെ വീട് സൂം ചെയ്തു. അവിടെയും കാണുമല്ലോ റമദാന്റെ ഒരുക്കങ്ങൾ.

സൈനു തിരക്കിലായിരുന്നു.

"കുട്ട്യേള് മൂന്നാളും പെരുന്നാളടുപ്പിച്ച് വരുന്നുണ്ട്. അതോണ്ട് അബൂ, നീ പെരുന്നാളടുപ്പിച്ച് ഒരിക്കക്കൂടി വരണം."

ജനാലക്കർട്ടൺ മാറ്റുന്ന ചെറുപ്പക്കാരനോടായി സൈനു പറയുന്നുണ്ട്.

"ഇങ്ങളേല് ഇന്റെ മൊബേൽ നമ്പരില്ലേ വിളിച്ചാ മതി. ഞാനിങ്ങെത്തും."

"ഫോണുണ്ടായിട്ട് കാര്യല്ലാലോ. ഫോണെടുക്കാൻ ഇങ്ങക്ക് തോന്നണ്ടേ? പ്ലംബർക്കും ആശാരിക്കും മൂശാരിക്കും തേങ്ങവലിക്കാരനും ഫോണുണ്ട്. പക്ഷേങ്കില് ഫോണെടുക്കാൻ അവരിക്ക് നേരം വേണ്ടേ? അവരെ വിളിച്ചുവിളിച്ച് നമ്മള് വലയുമെന്നല്ലാതെ യാതൊരു കാര്യവുമില്ല."

"ചെല ബെറുപ്പിക്കണ പാർട്ടികള് വിളിച്ചാല് എടുക്കൂലാന്നുള്ളത് നേരാ. ഇങ്ങളെ നമ്പര് കണ്ടാ ഞാൻ എടുക്കാണ്ടിരിക്കൂലാ."

"നിന്റെ കാര്യല്ല പറഞ്ഞത്. പലരും അങ്ങനെയാ. എല്ലാരിക്കും നമ്പറ് കൊടുക്കും. വിളിച്ചാലെടുക്കാൻ നേരല്ല. ഇവിടെ അടിച്ചുവാരിത്തുടയ്ക്കാൻ ഒരുത്തി വരുന്നുണ്ട്. അവൾക്ക് വരാൻ ഒഴിവില്ലാത്തപ്പോൾ രാവിലെ മുതൽ ഫോൺ ഓഫാക്കിയിടും. വേറൊരാളെ കൊണ്ടത്തരാന്ന് വാച്ചുമാൻ പറഞ്ഞിട്ടുണ്ട്. നോമ്പിന്റെ മുന്നേ കിട്ടിയെങ്കിൽ ഉപകാരായി... കർട്ടൻ മാറ്റല് കയിഞ്ഞിട്ട് ലൈറ്റും ഫാനുമൊക്കെ വെള്ളംമുക്കിത്തൊടച്ചാളട്ടോ."

"അതൊക്കെ ഞാൻ മട്ടംപോലെ ചെയ്തോണ്ട്. ചെറിയമോന്റെ കല്യാണക്കാര്യം എന്തായിത്താത്താ? വയസ്സ് പത്തിരുപത്തേയായില്ലേ? വല്യമോന്റെ കല്യാണം ഇരുപത്തഞ്ചില് കയിഞ്ഞ്. ഇടേലുള്ളതും അതുപോലന്നെ. ഇതെന്തേപ്പം ഇത്തറ നീണ്ടുപോയത്?"

"ഓരോന്നിനും ഓരോ സമയണ്ട്."

വാക്കുകളിലെ നിരാശ സൈനുവിന്റെ മുഖത്തും കാണാമായിരുന്നു.

"ഈ വരവിന് ഏതെങ്കിലും ഒറപ്പിക്കണം. ഏടേങ്കിലും കണ്ട്ക്ക

ണേക്കും....?"

"ആലോചന രണ്ടുമൂന്നെണ്ണം നിലവിലുണ്ട്. കുട്ട്യേള് തമ്മില് കാണാണ്ടും പറയാണ്ടും ഒറപ്പിക്കാൻ പറ്റണ കാലമല്ലാലോ. ഖൈറായ ഒന്ന് നടന്നുകിട്ടാൻ നീയും ദുആഎരക്ക്."

"അതൊന്നും ആലോയിച്ച് ഇങ്ങള് ബെശമിക്കണ്ട. ഇങ്ങള് പറഞ്ഞതുപോലെ ഓരോന്നിനും നേരോം കാലോമുണ്ട്. സമയമാകുമ്പോ ഞമ്മള് നിരീക്കാതെ കാര്യങ്ങളങ്ങ് നടക്കും."

"അതും നേരാ."

സൈനു താഴത്തേക്കിറങ്ങി. അബുവാകുമ്പോൾ കൂടെ നിന്നില്ലെങ്കിലും മുക്കും മൂലയും വൃത്തിയാക്കിക്കൊള്ളും. അബു കുറേക്കാലം കൂടെയുണ്ടായിരുന്നു. ഇവിടെ പണിക്കു വരുമ്പോൾ പന്ത്രണ്ടോ മതിമൂന്നോ വയസേ ഉണ്ടായിരുന്നുള്ളൂ. സ്കൂളിൽ പോകാതെ ചെക്കന്മാരുടെകൂടെ തെണ്ടി നടന്ന് നാശമാവുന്നു എന്നു പറഞ്ഞാണ് അവന്റെ ബാപ്പ ഇവിടെ കൊണ്ടുവന്നു നിർത്തിയത്. എല്ലാ പണിയും ചെയ്യും. കുറച്ചു മുതിർന്നപ്പോൾ അവനെ വക്കീലിന്റെ ആപ്പീസിലേക്കയയ്ക്കാൻ തീരുമാനിച്ചു. വീട്ടിലെ പണി തീർന്നാൽ അങ്ങോട്ടയയ്ക്കും. അപ്പോഴാണ് അവിടെ ആരുടെയോ വാക്കു വിശ്വസിച്ച് ഗൾഫിലേക്കു പോകാനുള്ള ആശ തുടങ്ങിയത്. നാട്ടിൽച്ചെന്ന് എന്തൊക്കെയോ വിറ്റും പെറുക്കിയും ഏജന്റിനെ പണമേൽപ്പിച്ചിട്ടാണ് വിവരം പറഞ്ഞത്. പെട്രോൾ പമ്പിലെ പണിക്കെന്നു പറഞ്ഞാണ് വിസ കൊടുത്തതെങ്കിലും മരുഭൂമിയിൽ ഒട്ടകങ്ങളെ മേക്കുന്ന പണിയായിരുന്നു കിട്ടിയത്. രണ്ടു കൊല്ലം അവിടെ കിടന്ന് കഷ്ടപ്പെട്ട് എല്ലും തോലുമായാണ് നാട്ടിലെത്തിയത്. ബന്യാമന്റെ *ആടുജീവിതം* വായിച്ചപ്പോൾ അബുവായിരുന്നു മനസുനിറയെ.

പടച്ചോന്റെ കാരുണ്യംകൊണ്ടാണ് നാട്ടിലെത്താനും ഇങ്ങളെയെല്ലാം കാണാനും കഴിഞ്ഞതെന്ന് ഏങ്ങലടിച്ചുകൊണ്ടാണ് അബു പറഞ്ഞത്. ഇപ്പോൾ നിലമ്പൂരിൽ വക്കീലിന്റെ ഒരു സുഹൃത്തിന്റെ മരക്കമ്പനിയിൽ പണി വാങ്ങിച്ചു കൊടുത്തിട്ടുണ്ട്. അതിനടുത്താണ് അവന്റെ വീട്. കിട്ടുന്നതുകൊണ്ട് കഷ്ടിച്ചു കഴിയാം. കല്യാണം കഴിഞ്ഞ് ഒരു കുട്ടിയുമുണ്ട്. ഒഴിവുദിവസങ്ങളിൽ ഇവിടെ വന്ന് ഇങ്ങനെയുള്ള പണികൾ ചെയ്തുതരും. നോമ്പിന് ഇനി ഒരാഴ്ചയില്ല. ഉമ്മയുണ്ടായിരുന്നപ്പോൾ വിപുലമായ ഒരുക്കങ്ങളായിരുന്നു. ഉള്ളൂർക്കരയിലെ പഴങ്കിസ്സകളും പറഞ്ഞ് ഉമ്മയുടെ മേൽനോട്ടത്തിലാണ് പണി. നോമ്പിനുമുമ്പ് പത്തിരിപ്പൊടിയുണ്ടാക്കി എല്ലാ മക്കളുടെയും വീട്ടിലെത്തിക്കുക ഉമ്മയുടെ പതിവായിരുന്നു. ഇന്നത്തെപ്പോലെ മില്ലിൽക്കൊടുത്തയച്ചാൽ പൊടിച്ചു വറുത്തുതരുന്ന പതിവൊന്നുമില്ല. മാസത്തിലൊരിക്കൽ വീട്ടിനടുത്ത് താമസിക്കുന്ന ബിച്ചാമിനത്താത്തയാണ് അരിയിടിച്ച് വറുക്കുന്നത്. നോമ്പിന് രണ്ടാഴ്ചമുമ്പ് തുടങ്ങും അരിയിടിക്കലും വറുക്കലും. അറുപതുവയസുള്ള ബിച്ചാമിനത്താത്ത അരിയിടിക്കുന്നത് കാണുമ്പോൾ

കുറ്റബോധം തോന്നുമായിരുന്നു. ഭർത്താവ് കിടപ്പിലായപ്പോൾ വേറെ നിവൃത്തിയില്ലാതെ തൊടങ്ങിയ പണിയാ മോളെ എന്ന് ബിച്ചാമിനത്താത്ത ഈറൻസ്വരത്തിൽ പറയുമ്പോൾ വല്ലാത്തൊരു വിമ്മിട്ടമാണ്. ബിച്ചാമിനത്താത്തയും ഈയിടെ മരിച്ചു. മകൾ വിളിച്ചു പറഞ്ഞതു കൊണ്ട് മയ്യത്ത് ചെന്നു കാണാൻ കഴിഞ്ഞു. എല്ലാവരും ഇന്നല്ലെങ്കിൽ നാളെ മരിക്കേണ്ടവരാണ്. അവസാനകാലത്ത് ഏതുനേരവും പഴങ്കഥകൾ പറയാൻ ഉമ്മയ്ക്ക് ഉത്സാഹം കൂടിയിരുന്നു. നാട്ടിലെ നോമ്പിന്റെ ഒരുക്കങ്ങൾ മരിക്കുന്നതിന്റെ തലേദിവസവും പറഞ്ഞിരുന്നു. അക്കൊല്ലത്തെ പെരുന്നാൾ തലേന്നായിരുന്നു ഉമ്മ മരിച്ചത്. തീരെ വയ്യാഞ്ഞിട്ടും ശാഠ്യംപിടിച്ചാണ് അക്കൊല്ലം നോമ്പുനോറ്റത്. വയ്യാതായിട്ടും ഉച്ചയക്ക് അടുക്കളയിൽ വന്നിരിക്കുമായിരുന്നു. സത്താറും റഫീഖും ഉമ്മാമയുണ്ടാക്കുന്ന പൊറോട്ടയും കോഴി റോസ്റ്റും വേണമെന്നു പറഞ്ഞ് തർക്കം പിടിക്കുമ്പോൾ വയ്യെങ്കിലും ഉണ്ടാക്കിക്കൊടുക്കും. അക്കൊല്ലം പക്ഷേ, തീരെ അവശതയിലായിരുന്നു. നോമ്പുതുറക്കാനും അത്താഴത്തിനും മുത്താഴത്തിനുമൊക്കെ ഉമ്മയ്ക്ക് പണ്ടുമുതലേയുള്ള ചിട്ടവട്ടങ്ങളൊന്നും അക്കൊല്ലം ഓർമയുണ്ടായിരുന്നില്ല. ആദ്യത്തെ ഒരാഴ്ച പതിവുള്ളതെല്ലാം കുറേശ്ശെയെങ്കിലും കഴിച്ചിരുന്നു. പോകപ്പോകെ ഭക്ഷണം തീരെ വേണ്ടാതായി. എന്നിട്ടും നോമ്പുവിടില്ലെന്നു വാശി. നിർബന്ധമാണെങ്കിൽ നോൽക്കാൻ അനുവദിക്കുന്നതാണ് നല്ലതെന്ന് ജോർജച്ചായൻ പറഞ്ഞതുകൊണ്ടുള്ള ധൈര്യത്തിലായിരുന്നു. അവസാനത്തെ മൂന്നുനോമ്പ് കഞ്ഞി മാത്രം കുടിച്ചുകൊണ്ടായിരുന്നു നോറ്റതും തുറന്നതും. നിവൃത്തിയില്ലാതെ വന്നപ്പോഴാണ് ഡ്രിപ്പ് കയറ്റിത്തുടങ്ങിയത്. അച്ചായനും ലിസിച്ചേച്ചിയും ഉണ്ടായിരുന്നതുകൊണ്ട് ഉമ്മയുടെ ആഗ്രഹംപോലെ ആസ്പത്രിയിലൊന്നും പോകാതെ സ്വന്തം കട്ടിലിൽത്തന്നെ കിടന്നു മരിച്ചു.

"സൈനു മുതിർന്നപ്പോ തൊടങ്ങിയതാ നോമ്പുകാലത്ത് രാത്രിയുള്ള ഉറക്കമൊഴിച്ചല്. രാത്രിയാകുമ്പം ഒച്ചയുമനക്കവുമില്ലാതെ നിസ്കരിക്കുകയും ഓതുകയും ചെയ്യാം."

എല്ലാ നോമ്പുകാലത്തും ഉമ്മ അഭിമാനത്തോടെ പറയാറുണ്ടായിരുന്നു. റമദാനിൽ രാത്രികാലങ്ങളിലുള്ള പ്രാർഥനയ്ക്ക് പതിന്മടങ്ങാണ് ഫലമെന്ന് അവർ മക്കളെ നിരന്തരം ഓർമിപ്പിക്കുകയും ചെയ്യും. കുട്ടികൾ ചെറുതായിരുന്നപ്പോൾ നോമ്പും പെരുന്നാളും ആഘോഷമായിരുന്നു. നോമ്പുതുറക്കുമ്പോഴും അത്താഴത്തിന് ഓരോരുത്തർക്കും ഓരോ ഇഷ്ടം. ഞാൻ മുടക്കം പറഞ്ഞാൽ ഉമ്മയെക്കൊണ്ടു ശുപാർശ ചെയ്യിക്കും. വൈകുന്നേരമാവുമ്പോൾ അടുക്കളയിൽ തിരക്കോടുതിരക്ക്. കുട്ടികൾ പഠിക്കാനും ജോലിക്കുമായി വീടുവിട്ടതോടെ ആഘോഷങ്ങൾക്ക് പകിട്ടില്ലാതായി. പ്രായംകൂടുമ്പോൾ ജീവിതത്തിന്റെ നിറങ്ങൾ മങ്ങുമെന്ന ഉമ്മയുടെ വാക്കുകൾ ഓർക്കാറുണ്ടെങ്കിലും ഈയിടെയായി പലപ്പോഴും മനസ്സ് പിടിവിട്ടുപോകാറുണ്ട്. ഉത്തമയായ ഭാര്യയും അമ്മ

യുമാവുകയാണ് പെണ്ണിന്റെ ധർമമെന്നും അവർക്കുള്ളതാണ് സ്വർഗ മെന്നും ഉമ്മ പെൺമക്കളെയും മരുമക്കളെയും നിത്യേന ഓർമിപ്പി ക്കുമായിരുന്നു.

"സുബ്ഹി നിസ്കരിച്ച് ഒരുതാളെങ്കിൽ ഒരുതാള് ഖുറ്ആൻ ഓതി യിട്ട് ഇങ്ങള് ദെവം തൊടങ്ങിക്കോളിൻ. അയിന്റെശേഷം പെണ്ണുങ്ങമ്മാരു ചെയ്യുന്ന പൊരപ്പണികളെല്ലാം അള്ളാക്കുള്ള ഇബാദത്താണ്. പൊര പ്പണി പെണ്ണുങ്ങക്ക് ഫറളാ കുട്ട്യേളേ."

വീട് ഭരിച്ച് മടുത്ത് ഞാൻ പായാരം പറയുമ്പോഴാണ് പലപ്പോഴും ഉമ്മ വഅള് പറച്ചിൽ തുടങ്ങുക. നോമ്പും നമസ്കാരവും സക്കാത്തും സദക്കയും നന്മ പ്രവൃത്തിക്കലും തിന്മ തിരസ്കരിക്കലും ആണിനും പെണ്ണിനും ഒരുപോലെ ഫറളാണ്. എന്നുവെച്ചാൽ നിർബന്ധമായ അനു ഷ്ഠാനം. അതേസമയം വീട്ടുപണി പെണ്ണിന്റെമാത്രം ബാധ്യതയാണെ ന്നതിനോട് ചെറുപ്പം മുതൽ വിയോജിപ്പായിരുന്നു. സംശയം ചോദിക്കു ന്നവരും ഉത്തരംമുട്ടിക്കുന്നവരും തർക്കക്കോഴികളാണ്. തർക്കത്തിനു ബർക്കത്തില്ല എന്ന് ശാസിക്കുകയും പതിവായിരുന്നു. പെൺകുട്ടികൾ അനുസരണശീലമുള്ളവരായിരിക്കണം. കണ്ടതും കേട്ടതും ആലോ ചിച്ചും പറഞ്ഞും മനസ്സ് പുണ്ണാക്കി ആണുങ്ങളെ സ്വൈരം കെടുത്ത രുത് എന്ന് പലതവണ ശാസിച്ചിട്ടുണ്ട്. ഖുറ്ആൻ അർഥമറിഞ്ഞ് വായിച്ച് മനസിലാക്കാൻ തുടങ്ങിയതോടെയാണ് ഇപ്പറഞ്ഞതെല്ലാം പൊളിയാ ണല്ലോ എന്ന തോന്നലുണ്ടായത്. പക്ഷേ അതേക്കുറിച്ച് തർക്കിച്ച് ഉമ്മയെ അസ്വസ്ഥയാക്കാൻ മനസുവന്നില്ല. വ്യക്തികളെന്ന നിലയിലും സാമൂഹ്യജീവികളെന്നനിലയിലും ആണിനും പെണ്ണിനുമുള്ള പ്രവർത്ത നങ്ങളെക്കുറിച്ച് ഖുറ്ആനിൽ വ്യക്തമായി വിവരിച്ചിട്ടുണ്ട്. എന്നാൽ, ആണിന് ഇന്ന ജോലി പെണ്ണിന് ഇന്ന ജോലി എന്ന് വേർതിരിവ് വായി ച്ചെടുക്കാൻ ഇന്നുവരെ സാധിച്ചിട്ടില്ല. ഖുർആൻ സന്മാർഗികദർശന മാണ്. സന്മാർഗിക കാഴ്ചപ്പാടുകളെക്കുറിച്ച് വ്യക്തമായ ആദേശങ്ങളും നിർദേശങ്ങളുമുണ്ട്. ഏഴാം നൂറ്റാണ്ടിലെ അറബ്യയിലാണല്ലോ ഖുറ്ആൻ അവതരിച്ചത്. വിചിത്രമായ കാഴ്ചപ്പാടുകളും ദുരാചാരങ്ങളും വച്ചുപു ലർത്തിയ അവിശ്വാസികളായിരുന്നു അക്കാലത്തെ അറബികൾ. അവരെ നേർവഴിയിലേക്കു കൊണ്ടുവരാനും സംസ്കരിക്കാനുംകൂടിയാണ് ഖുർ ആൻ അവതരിച്ചത്. സ്ത്രീകൾ അവർക്ക് ലൈംഗികശമനത്തിനുള്ള ഉപ കരണങ്ങൾ മാത്രമായിരുന്നു. പെൺകുട്ടികളെ ജീവനോടെ കുഴിച്ചു മൂടുക, അടിമസ്ത്രീകളെ അവരുടെ അനുവാദമില്ലാതെ കാമശമനത്തി നായി ഉപയോഗിക്കുക, ഭാര്യമാരെ തന്നിഷ്ടപ്രകാരം മൊഴിചൊല്ലുക, വെപ്പാട്ടികളെ വെച്ചുകൊണ്ടിരിക്കുക — നിരവധി ദുരാചാരങ്ങൾ പതി വായിരുന്നു. ഇതെല്ലാം ഖുർആനിലൂടെ പടിപടിയായിട്ടാണ് നിരോധി ച്ചത്. ഒരുസമൂഹത്തിൽ സ്ത്രീയും പുരുഷനും എന്തെല്ലാം പ്രവൃത്തി ക്കുന്നു എന്നു നോക്കിക്കാണുകയും അതു ചൂണ്ടിക്കാണിക്കുകയും ചെയ്യുന്നു. ആൺപെൺ വിവേചനമില്ലാതെ മനുഷ്യരെല്ലാം ഒരുപോലെ

ഖുർആനിൽ ദൃഷ്ടാന്തം കണ്ടെത്തുകയും നബിയുടെ മാർഗനിർദേശങ്ങൾ ഉൾക്കൊള്ളുകയും ചെയ്യാനാണ് ഖുർആൻ അനുശാസിക്കുന്നത്. ലിംഗവിവേചനം അടിസ്ഥാനമാക്കി ആണിനും പെണ്ണിനുമിടയിൽ വിവേചനങ്ങളൊന്നുംതന്നെ വേദഗ്രന്ഥത്തിൽ കാണാൻ സാധിക്കില്ല. ആണും പെണ്ണും മനുഷ്യകുലത്തിലെ രണ്ടുവർഗങ്ങൾ. ഒരേപോലുള്ളതോ തുല്യമോ ആയ കഴിവുകളാണ് ഇരുകൂട്ടർക്കും നൽകിയിട്ടുള്ളത്. വേദഗ്രന്ഥത്തിന്റെ അടിസ്ഥാനപ്രമാണങ്ങൾ ഇരുകൂട്ടർക്കും ഒരുപോലെ ബാധകവുമാണ്. ഇരുകൂട്ടരുടെ നന്മതിന്മകൾ പരിഗണിക്കുന്നതിലും വിവേചനമില്ല. ആണുംപെണ്ണുമായ എല്ലാ വിശ്വാസികൾക്കും സ്വന്തം വിശ്വാസം പ്രകടമാക്കാനുള്ള അവസരവും പ്രേരണയും നൽകിയിട്ടുണ്ട്. നന്മകൾ ചെയ്യുകയും നമസ്കരിക്കുകയും ചെയ്യുന്ന പുരുഷനും സ്ത്രീകൾക്കുമുള്ളതാണ് താഴ്ഭാഗത്തുകൂടി അരുവികളൊഴുകുന്ന സ്വർഗീയാരാമമെന്ന് ആവർത്തിച്ചു പറയുന്നുമുണ്ട്.

പെണ്ണ് കുഞ്ഞുങ്ങളെ പ്രസവിക്കുന്നു എന്നതുമാത്രമാണ് ആണും പെണ്ണും തമ്മിലുള്ള മൗലികമായ അന്തരം. മനുഷ്യകുലത്തിന്റെ നിലനിൽപ്പ് ആധാരമാക്കിയാണ് സ്ത്രീക്ക് ഈയൊരു പ്രത്യേക കഴിവ് അള്ളാഹു നൽകിയത്. ഗർഭധാരണവും പ്രസവവും സ്ത്രീക്കു മാത്രമേ സാധിക്കൂ എന്നതുകൊണ്ട് സ്ത്രീയുടെ പ്രാധാന്യം വർധിക്കുകയാണ് ചെയ്യുന്നത്. സന്താനോൽപ്പാദനത്തിൽ പങ്കാളിയായ സ്ത്രീക്കും പുരുഷനും അവരെ വളർത്തുന്നതിലും തുല്യമായ പങ്കാളിത്തമാണുള്ളത്. ആലോചന കാടുകയറിയപ്പോൾ സൈനു ചിന്തയ്ക്ക് കടിഞ്ഞാണിട്ടു.

ഏറെക്കാലംകൂടിയിട്ടാണ് കുട്ടികൾ മൂന്നുപേരും പെരുന്നാളിന് ഒത്തുകൂടുന്നത്. ഉമ്മയുടെ നോമ്പുതുറവിഭവങ്ങൾ സ്വപ്നം കണ്ടുതുടങ്ങി എന്നാണ് ഇന്നലെ ഫോൺവിളിച്ചപ്പോൾ സത്താർ പറഞ്ഞത്. സത്താർ ദുബായിലായതുകൊണ്ട് വിചാരിക്കുമ്പോളെത്താം. അമേരിക്കയിലുള്ള രണ്ടാമത്തവൻ റഫീഖ് പോയിട്ട് ഒരു കൊല്ലമായി. ഇളയവൻ ഷിഹാബ് പഠിക്കാനായി യു കെയിൽ പോയിട്ട് കൊല്ലം രണ്ടായി. അവനെക്കുറിച്ചോർക്കുമ്പോഴേ ഇപ്പോൾ ആധിയാണ്. ആഴ്ചയിലൊരിക്കൽ ഫോണിൽ ബന്ധപ്പെടാറുണ്ടെങ്കിലും അവൻ മാറിപ്പോയില്ലേ എന്ന തോന്നൽ വല്ലാതെ അസ്വസ്ഥയാക്കാറുണ്ട്. അവൻ നാട്ടിലെത്തുന്നതോടെ എല്ലാ വേവലാതികൾക്കും അറുതിവരും. വരാനിരിക്കുന്ന നല്ല നാളുകളെക്കുറിച്ച് മാത്രമോർക്കാം.

"താത്താ....."

അബുവിന്റെ വിളികേട്ട് സൈനബ എഴുന്നേറ്റു.

21

ഫോൺ തുടരെ അടിക്കുന്നത് കേട്ടാണ് സത്താർ ഉണർന്നത്. വെള്ളിയാഴ്ചയാണ് രാവിലെ സുഖമായിട്ടൊന്നുറങ്ങാൻ സാധിക്കുന്നത്. ഉറക്കച്ചടവോടെ മൊബൈലെടുത്ത് സമയം നോക്കി. എട്ടാകുന്നതേയുള്ളൂ. ഉറക്കം ഞെട്ടിയ സമീറയുടെ മുഖത്തും നീരസം.

"നാട്ടീന്ന് ഉമ്മയായിരിക്കും."

അവൾ പുതപ്പ് വലിച്ച് തലയോടെ മൂടി തിരിഞ്ഞു കിടന്നുകൊണ്ടു പറഞ്ഞു. നേരായിരുന്നു.

"നീ ഉണർന്നില്ല അല്ലേ, സോറി. ഇവിടെ മണി പതിനൊന്നായി......"

"സാരല്ല, പറഞ്ഞോളൂ."

"അത്യാവശ്യമൊന്നുമില്ല. പിന്നെ വിളിച്ചോളാം" എന്നു പറഞ്ഞു ഉമ്മ ഫോൺവച്ചു.

മകന്റെ ഉറക്കം കളഞ്ഞതിലുള്ള വിഷമം ഉമ്മയുടെ സ്വരത്തിൽ വ്യക്തമായിരുന്നു.

എത്ര പറഞ്ഞാലും ഉമ്മയ്ക്ക് കേരളത്തിലെയും മറുനാടുകളിലെയും സമയവ്യത്യാസം തലയിൽ കയറില്ല. ഇനി ഉറക്കം വരില്ലെന്ന് പാവം ഉമ്മയുണ്ടോ അറിയുന്നു? തലേന്ന് രാത്രി ഓഫീസുവക ഇഫ്താർ വിരുന്നായിരുന്നു, ഫൈവ്സ്റ്റാർ ഹോട്ടലിൽവെച്ച്. ഇഫ്താർ വിരുന്നുകൾ പാതിരാവരെ തുടരുകയാണ് ഇവിടത്തെ രീതി. ഒരുവിധമാണ് തറാവീഹ് സമയത്ത് അവിടന്നു മുങ്ങിയത്. നോമ്പുകാലത്ത് രാവ് പകലാക്കുകയാണ് ഗൾഫിലെ പതിവ്. സുബഹി നമസ്കാരം കഴിഞ്ഞ് കിടക്കുന്ന അറബികൾ ഉണരുക ഉച്ച നമസ്കാരത്തിനാണ്. ഷെയിക്കുമാരും ധനികരായ അറബികളും റമദാനിൽ പ്രധാനപ്പെട്ട തീരുമാനങ്ങളൊന്നുമെടുക്കാറില്ല. ഗവൺമെന്റ് ഓഫീസുകളിലും കാര്യമായ പണിയൊന്നും നട

ക്കാറില്ല. നോമ്പുകാലത്ത് ജോലിസമയങ്ങളിലും മാറ്റങ്ങളുണ്ടാകും. ഉച്ച യാവുമ്പോഴേക്കും മിക്ക സ്ഥലങ്ങളിലും ജോലി കഴിയും. രാവിലെ കുറച്ചു താമസിച്ചെത്തിയാലും അറബാബുമാർ കണ്ടില്ലെന്നു നടിക്കുക യാണ് പതിവ്. നോമ്പുനോക്കുന്നവർക്ക് അതിനുവേണ്ട സൗകര്യങ്ങൾ സ്പോൺസർമാർ ഒരുക്കിക്കൊടുക്കണമെന്നാണ് കർശനനിയമം. നിയമം ലംഘിക്കുന്നവർ വിരളമായിരിക്കും. മിക്കസ്ഥാപനങ്ങളിലും പള്ളികളിലും വിപുലമായ നോമ്പുതുറ സൗകര്യങ്ങളുണ്ടായിരിക്കും. പഴച്ചാറുകളും പഴങ്ങളും ഈത്തപ്പഴവും ഡ്രൈഫ്രൂട്ട്സും സുലഭം. ധനികരായ അറ ബികളുടെവക മിക്ക പള്ളികളിലും ഇഫ്ത്താറുകളുണ്ടാവും. നോമ്പു കാലത്ത് പൊതുവെ ഇവിടെ ജീവിതം ശാന്തവും സുഖകരവുമാണ്. പകൽസമയത്ത് ഉറങ്ങിക്കിടക്കുന്ന തെരുവുകൾ സന്ധ്യയാകുന്നതോടെ ഉണരുന്നു. തെരുവുകളിലെ ചെറുതും വലുതുമായ ഭക്ഷണശാലക ളിൽനിന്ന് ആഹാരസാധനങ്ങളുടെ കൊതിയൂറും മണം. ഗൾഫുനാടു കളിൽ നോമ്പുശീലമായവർക്ക് നാട്ടിലെ നോമ്പുകാലം അത്ര സുഖക രമാവില്ല. എന്നാലും നോമ്പ് തീരാറാകുമ്പോഴേക്ക് നാട്ടിലെത്തി സ്വന്ത ക്കാരോടൊപ്പം പെരുന്നാളാഘോഷിക്കുക മലയാളികളുടെ സ്വപ്നമാണ്.

ഉമ്മയുടെ ആഗ്രഹപ്രകാരം നോമ്പു പകുതിയാവുമ്പോഴേക്ക് നാട്ടി ലെത്താമെന്നേറ്റിട്ടുണ്ട്. മൂന്നുമാസംമുമ്പേ ടിക്കറ്റും വാങ്ങിച്ചതാണ്. നട ക്കുമോ എന്ന് സംശയമാണ്. ഒരാഴ്ച കഴിഞ്ഞിട്ട് പോയാൽപ്പോരേ എന്ന് ഇന്നലെ ബോസിന്റെ ചോദ്യം. പെരുന്നാൾ സമയമാവുമ്പോൾ വിമാന ക്കമ്പനികൾ ഗൾഫുകാരോട് കഴുത്തറക്കുന്ന ചാർജാണ് ഈടാക്കുക. എത്ര പരാതിപ്പെട്ടിട്ടും കാര്യമില്ല. കുവൈത്ത് നാഷണൽ ബാങ്കിൽ ഡെലിഗേറ്റ്സ് എത്തുന്നു. അവരുമായി ചർച്ചചെയ്ത് ഡീൽ ഫൈന ലൈസ് ചെയ്തിട്ട് പോയാൽ പോരേ എന്ന് മര്യാദയോടെ ബോസ് ചോദി ക്കുമ്പോൾ ഇല്ലെന്നു പറയാനും സാധിക്കില്ല. ഡീൽ ശരിയായാൽ നല്ലൊരു സംഖ്യ ബോണസുകിട്ടുകയും ചെയ്യും. അവരുടെ വരവ് കുറച്ച് നേരത്തേ ആക്കിക്കൂടെ എന്ന് ഇന്നലെ റിക്വസ്റ്റ് ചെയ്തിട്ടുണ്ട്. അങ്ങ നെയായാൽ പ്രശ്നമില്ല. ഉമ്മയറിഞ്ഞാൽ ആകെ കുഴപ്പത്തിലാകും. കിട്ടിയ ടിക്കറ്റ് ക്യാൻസൽചെയ്യാതെ അടുത്ത ആഴ്ചത്തേക്ക് ഓൺലൈ നിൽ ഒരു ബുക്കിങ്ങുകൂടി നടത്തുകയാണ് ഇന്നു രാവിലത്തെ ആദ്യത്തെ പണി. വേണ്ടെങ്കിൽ ക്യാൻസൽ ചെയ്യാമല്ലോ. ഉമ്മ എല്ലാം ഒരുക്കി ദിവ സങ്ങളെണ്ണി കാത്തിരിക്കുകയായിരിക്കും. പെട്ടെന്ന് തീയതി നീട്ടിയാൽ പാവം ആകെ സങ്കടത്തിലാകും. ഈയിടെയായി വേണ്ടതിനും വേണ്ടാ ത്തതിനും വേവലാതിയാണ്. പരാതിയായിട്ട് പറയാറില്ലെങ്കിലും വാക്കു കളിലെ പരിഭവം ഫോണിലൂടെ അറിയുന്നുണ്ട്.

പെണ്ണും പിടക്കോഴിയുമൊക്കെ ആയപ്പോൾ ഉമ്മയെ ഓർക്കാൻ നേരല്ലാണ്ടായോ ഇങ്ങക്ക് എന്ന് ആത്മഗതംപോലെ പറയുമ്പോൾ കുറ്റ ബോധം തോന്നാറുണ്ട്. സ്വന്തമായ ഇഷ്ടാനിഷ്ടങ്ങളൊക്കെ മാറ്റിവെച്ച് കുട്ടികളുടെ സന്തോഷത്തിനായി ജീവിക്കുന്ന ഉമ്മയെയാണ് ചെറുപ്പം

മുതൽ കണ്ടിട്ടുള്ളത്. എല്ലാ ഉമ്മമാരും അങ്ങനെതന്നെ. അതുകൊണ്ടു തന്നെയാണ് അവർ വയസുകാലത്ത് മക്കളിൽനിന്ന് കൂടുതൽ സ്നേഹം പ്രതീക്ഷിക്കുന്നത്. തിരക്കുകൾക്കിടയിൽ ഉമ്മയെ വേണ്ടതുപോലെ ശ്രദ്ധിക്കാൻ കഴിയുന്നില്ലല്ലോ എന്ന് നോവായി ഉള്ളിലുണ്ടെങ്കിലും അവരോടു പറയാറില്ല.

"ഒരച്ചിക്ക് പത്തു മക്കളെ പോറ്റുന്നത് ഭാരമായിട്ട് തോന്നുകയേയില്ല. എന്നാൽ പത്തു മക്കക്കുംകൂടി ഒരച്ചിയെ പോറ്റുകയെന്നാൽ ഭാരമായിരിക്കും. എന്റെ കാര്യംതന്നെ നോക്ക് നല്ലകാലം മുയുമൻ മക്കക്കായി തലയിട്ടടിച്ചാ കയിഞ്ഞത്. ബാപ്പയില്ലാത്ത മക്കളെ പോറ്റുന്നതിന്റെ പാട് അതനുഭവിച്ചവർക്കേ മനസിലാവൂ. ഞാനതൊരിക്കലും ഭാരമായിട്ട് കരുതീട്ടില്ല. തള്ളാർക്ക് അങ്ങനെ തോന്നൂലാന്നും കൂട്ടിക്കോളി. പക്ഷേ, മക്കക്ക് അങ്ങനെ തോന്നണോന്നില്ല. ഉമ്മമാരെ കാലിന്റടീലാ സ്വർഗോന്ന് ഖുർആൻ പറഞ്ഞിട്ടുണ്ട്. ഉമ്മാരെ നോക്കേണ്ടത് മക്കളെ കടമയാ. പ്രത്യേകിച്ച് ആൺമക്കളെ." ഉമ്മാമ നിരന്തരം ഓർമിപ്പിക്കുമായിരുന്നു.

"എന്നിട്ട് ഉമ്മാമ മോളെകൂടെയാണല്ലോ താമസിക്കുന്നത്?"

ഉമ്മാമയെ എരികേറ്റാനായി ചോദിക്കും.

"അത് ഇന്റെ ബാപ്പേം ഉമ്മേം നിർബന്ധിച്ച് കൂട്ടിക്കൊണ്ടേന്നതല്ലേ. അവനവന്റെ മക്കളാവുമ്പം അരിശത്തിലും പിരിശത്തിലും പറയാമല്ലോ. മരുമക്കളാവുമ്പം എന്തെങ്കിലും തെറ്റിപ്പറഞ്ഞാൽ പിടിക്കൂലാ. അതാ ഇന്റെ ഉമ്മ നിർബന്ധിച്ചപ്പോ ഞാനോളൊപ്പരം നിക്കാമെന്ന് വിചാരിച്ചത്. ഇന്റെ ബാപ്പയാണെങ്കില് എനക്ക് മക്കളെപ്പോലത്തന്നെ. മൂപ്പരും അങ്ങനെ തന്നെയെ കരുതീട്ടുള്ളൂ. എന്നാലും മക്കളെക്കാളും ദർജ പിയ്യാപ്ലാർക്ക് കൊടുക്കുന്നതാ ഞമ്മളെ രീതി. അത് ഞാൻ കൊടുക്കാറുമുണ്ട്. വയസ്സായോലെ നോക്കിയാ അയിന്റെ കൂലി ഇങ്ങക്ക്തന്നെയാ. ഇന്റെ ഉമ്മാക്കാണെങ്കില് പെൺതരി ഇല്ലാണ്ടായിപ്പോയില്ലേ. ഒരു പെങ്കുട്ടിനെക്കിട്ടാൻ ഓളെക്കാൾ പൂതി പിയ്യാപ്ലക്കേനും. പേറ് നിർത്തുന്നത് ഹറാമാ, അപ്പണി ചെയ്യല്ലേന്ന് ഓളോട് ഞാൻ എത്തര പറഞ്ഞതാ. കേട്ടില്ല. ഓളെക്കുറ്റം പറയാനും ആവൂലാ. അടുത്തടുത്ത പ്രസവം. ഞാനാണെങ്കില് ആബദുംകെട്ടു. എണയും തൊണയുമില്ലാതെ അരസേറും മുക്കാസേറുംപോലുള്ള മൂന്നാങ്കുട്ട്യേളെ പോറ്റാൻ ചില്ലറ പാടല്ല പെട്ടത്. പണ്ടത്തെപ്പോലെ പണിക്ക് ആളക്കിട്ടാനുണ്ടോ? ഓക്കാണെങ്കില് സുക്കേടൊയിഞ്ഞ നേരമില്ല. പൊരേലാണെങ്കില് തെരക്കൊയിഞ്ഞ നേരവുമില്ല. ഉമ്മാമാനെക്കാണാനെന്നും പറഞ്ഞ് വരുന്ന മക്കക്കും പേരക്കുട്ട്യേക്കും കിസ്മത്തെടുത്ത് എന്റെ കുട്ടി നല്ലോണം പാടുപെട്ടിട്ടുണ്ട്. എന്റെ കാലം കയിഞ്ഞാ ഓക്ക് ഇങ്ങളല്ലാതെ മറ്റൊരു തുണയില്ല. ഇത് കെട്ടിക്കൊണ്ടോരുന്ന പെണ്ണുങ്ങളോട് പറയണം. ഇത് ഉമ്മാമാന്റെ ഒസ്യത്താ."

ഉമ്മാമ അടുത്ത് വിളിച്ചിരുത്തി ഇടയ്ക്കിടെയെന്നോണം ഓർമിപ്പിക്കുമായിരുന്നു.

“ചെറുപ്പത്തിലേ പിടിച്ച് കല്യാണം കയിപ്പിച്ചിട്ട് ഇപ്പം സങ്കടപ്പെട്ടിട്ട് എന്താ കാര്യം?”

ഉമ്മ ഇടയിൽ കയറി പറയാറുണ്ട്.

“അസ്തഅഫുറള്ളഹുൽ അളീം...റബ്ബേ നീ ഓക്ക് പൊറുത്തുകൊടുക്ക്. പെങ്കുട്ട്യേള് ബുലുഖായ ഓലെ മംഗലം കയിപ്പിച്ചയക്കേണ്ടത് ഉമ്മബാപ്പമാരുടെ കടമയാ. ബാപ്പേംകൂടി ഇല്ലാത്ത അവസ്ഥയില് എന്റെ കടമ ഞാൻ തീർത്തത് തെറ്റാന്ന് നിയ്യല്ലാതെ ആരും പറയൂലാ.”

“ഇങ്ങളെ കടമ ഇങ്ങള് തീർത്തു. എന്റെ ഇഷ്ടാനിഷ്ടങ്ങള് ആരെങ്കിലും ചോദിച്ചോ?”

“ഇനിക്കെന്ത് പെരാന്താ പെണ്ണേ? പെങ്കുട്ട്യേളോട് ചോയിച്ചിട്ടാ ഓലെ മംഗലം നിച്ചയിക്കുന്നത്?”

ഉമ്മ കൊടുംപാതകം ചെയ്തതുപോലെയാണ് ഉമ്മാമയുടെ ചോദ്യം.

“പഠിപ്പ് കയിഞ്ഞിട്ട് മതീന്നല്ലെ ഞാൻ പറഞ്ഞുള്ള്. അത് കേട്ടീര്ന്നെങ്കില് കളിച്ച് ചിരിച്ചുനടക്കേണ്ട സമയത്ത് ഞാനിങ്ങനെ അടുക്കളേക്കെടന്ന് നീറേണ്ടിയിരുന്നോ?”

“അള്ളാനെ മറന്ന വർത്താനം പറയല്ല സൈനൂ. ഇനിക്കെന്തിന്റെ കൊറവാ? കുടുംബസ്നേഹമുള്ള തങ്കംപോലത്തെ പിയ്യാപ്ല. പൂപോലത്തെ മൂന്നാൺമക്കള്. ഇപ്പം കൊറച്ച് കഷ്ടപ്പെട്ടാലും ഓല് ബലുതായാ ഇനിക്ക് കാലുംനീട്ടി ഇരുന്നാപ്പോരെ. ഓലിന്നെ പൊന്നുപോലെ നോക്കൂലേ?”

“ഇങ്ങളെ ദുആ പടച്ചോൻ സാധിപ്പിക്കട്ടെ.”

ഉമ്മയുടെ വാക്കുകളിൽ പ്രതീക്ഷ.

“ആമീൻ. നീയും അഞ്ചുനേരവും മുട്ടിപ്പായി അള്ളാനോട് തേടിക്കോ. തേട്ടം നിന്റെ പക്കന്നും ഉത്തരം എന്റെ പക്കന്നുമെന്നല്ലേ പടച്ചോൻ പറഞ്ഞിട്ടുള്ളത്? എന്റെ മക്കളെ ദുനിയാവും ആഖിറവും നീ ഒരുപോലെ മനോഹരമാക്കിക്കൊടുക്കണേ അള്ളാ.”

ഉമ്മാമ കണ്ണീരൊഴുക്കിക്കൊണ്ട് തേടാറുള്ളത് ഇന്നും ചെവിയിലലയ്ക്കുന്നു. ഉമ്മാമയുടെ ദുആ എപ്പോഴും തുണയ്ക്കുന്നുണ്ടെന്ന് പലവിഷമഘട്ടങ്ങളും തരണം ചെയ്യുമ്പോൾ തോന്നാറുണ്ട്. ഉമ്മ വെറുതെയിരിക്കുന്നത് ഒരിക്കലും കാണാറില്ല. പണിയില്ലെങ്കിൽ ഉമ്മ പണിയുണ്ടാക്കും. കുട്ടികൾക്ക് ബേക്കറിയിൽനിന്നുള്ള പലഹാരങ്ങളൊന്നും തരില്ല. എല്ലാം വീട്ടിലുണ്ടാക്കണം. ഉമ്മയുടെ പരാധീനത കാണുമ്പോൾ സഹായിക്കാനിറങ്ങുക പതിവായിരുന്നു. പഠിക്കാനില്ലെന്ന് ഉറപ്പുവരുത്തിയിട്ട് ഉമ്മ ചെറിയ പണികളേൽപ്പിക്കുമായിരുന്നു. ഉമ്മാമ കണ്ടാൽ പുകിലാണ്.

“എന്റെ ആങ്കുട്ട്യേളെ ഞാനിന്നുവരെ അടുക്കളേല് കേറ്റീട്ടില്ല. അക്കുഞ്ഞനെക്കൊണ്ട് നീ എന്തെല്ലാം പണിയാ സൈനു എടുപ്പിക്കുന്നത്?”

“ആങ്കുട്ടികളെ അടുക്കളയിൽ കേറ്ററുതെന്ന് ഒരു കിത്താബിലും പറഞ്ഞിട്ടില്ല. എനക്ക് രണ്ട് കൈയല്ലേ ഉള്ളൂ. അടുക്കളയിൽക്കിടന്ന് നട്ടം

തിരിഞ്ഞ് എന്റെ നടുവൊടിയുന്നത് കണ്ട് സഹിക്കാഞ്ഞിട്ടാ എന്റെ കുട്ടി സഹായിക്കാൻ വന്നത്. ഞാൻ വിളിച്ചതല്ല. എന്റെ ആൺമക്കളെ ഞാൻ അടുക്കളപ്പണിയും പഠിപ്പിക്കും. എന്റെ ഗതികേട് ഓലെ ഭാര്യമാർക്കു ണ്ടാവരുത്."

"ഓക്കും ഉപ്പാനെപ്പോലെ മൂക്കത്താ അരിശം. മിണ്ടിക്കൂടാ."

"ഉമ്മാമാക്കും അരിശത്തിനു കൊറവില്ല. എല്ലാരുംകൂടി എന്റെ ഉമ്മാക്ക് സൈ്വരം കൊടുക്കൂലാ."

ഞാൻ ഉമ്മയുടെ പക്ഷംപിടിക്കും.

"ഇതാപ്പം നന്നായത്...... ഇന്നെക്കൊണ്ട് പൊരപ്പണി എടുപ്പിക്ക ല്ലേന്നു പറഞ്ഞതാ ഉമ്മാമാന്റെ കുറ്റം?"

"ഉമ്മാക്ക് ഒറ്റക്ക് ആകണ്ടേ.. രാവിലെ തുടങ്ങിയതല്ലേ?"

"അതും നേരാ. ഓളൊരുത്തി ഒറ്റക്ക് എന്തെല്ലാം ചെയ്യും? എന്റെ കുട്ടി വലുതായാലും ഇതുപോലെ ഉമ്മാനെ നോക്കണേ."

ഉമ്മാമ ഉടനെ മട്ടുമാറ്റും. പണിക്കാരില്ലാത്തപ്പോൾ ഉമ്മാമയുടെ വാക്കു മാനിക്കാതെ അടിച്ചുവാരിത്തുടയ്ക്കാനും പാത്രം കഴുകാനും ഉമ്മയെ സഹായിക്കാറുണ്ട്.

"മതി ബാക്കി ഞാൻ ചെയ്തോളാം. ഉമ്മാന്റെ മോൻ പോയി കളിച്ചോ."

അണച്ചുപിടിച്ച് നെറ്റിയിൽ മുത്തിക്കൊണ്ട് ഉമ്മ പറയുമ്പോൾ ഉള്ളാകെ കുളിരും. ഇപ്പോഴും കണ്ടയുടനെ ഉമ്മ കണ്ണുനിറച്ച് കെട്ടിപ്പി ടിക്കുമ്പോൾ അതേ കുളിരാണ്. ഏത് അർധരാത്രി എയർപോർട്ടിൽ വിമാ നമിറങ്ങിയാലും ആകാംക്ഷയോടെ ഉമ്മ കാത്തുനിൽക്കുന്നുണ്ടാവും. ഉമ്മയുടെ കണ്ണീരിൽ കുതിർന്ന ചിരിയും ഊഷ്മളമായ ആലിംഗനവും യാത്രാക്ഷീണം പാടേയില്ലാതാക്കും. ഗൾഫിൽനിന്ന് കേരളത്തിലേക്കുള്ള മിക്ക ഫ്ളൈറ്റുകളും അർധരാത്രിയിലാണ്. സമയവ്യത്യാസംകൂടിയാ വുമ്പോൾ രാത്രി മുഴുക്കെ ഉറക്കമിളക്കേണ്ടിവരികയാണ് പതിവ്. ആകെ അവശരായി പുറത്തിറങ്ങുന്നവർക്ക് ചീരണിയാണ് സ്വന്തക്കാരുടെ വര വേൽപ്പ്. തിരിച്ചുപോകുമ്പോൾ മനസു വിങ്ങുകയായിരിക്കും. ക്ഷീണവും ആകുലതയും അകറ്റാൻ ദിവസങ്ങളെടുക്കും. മാറത്തടുക്കിയും തലോ ടിയും ക്ഷീണമകറ്റാൻ അവിടെ ഉമ്മമാരില്ലല്ലോ.

ബാപ്പയ്ക്ക് ഉമ്മയെപ്പോലെ ഇത്തരം സെന്റിമെന്റ്സൊന്നുമില്ല. ഇതൊക്കെ ഉമ്മമാരുടെ അവകാശമാണെന്നാണ് മൂപ്പരുടെ മട്ട്. പക്ഷേ, മക്കളെത്തുമ്പോൾ കേസുകൾ മാറ്റിവെച്ച് കഴിയുന്നതും നേരത്തെ വീട്ടി ലെത്താൻ ശ്രമിക്കാറുണ്ട്. നാട്ടിലെത്തുന്ന തീയതി നേരത്തെ അറിയി ക്കണമെന്ന് നിർബന്ധമാണ്. എങ്കിലേ അതിനനുസരിച്ച് ജോലി മാറ്റി വെയ്ക്കാൻ സാധിക്കൂ എന്ന ബാപ്പയുടെ അഭിപ്രായത്തോട് മക്കൾ ക്കാർക്കും വിയോജിപ്പില്ല. ഉമ്മ പക്ഷേ, അതു പറഞ്ഞു പിണങ്ങുക പതി വാണ്. രണ്ടുപേർക്കും പല കാര്യങ്ങളിലും വിപരീതമായ അഭിപ്രായ ങ്ങളാണെങ്കിലും മക്കളുടെ കാര്യമാവുമ്പോൾ രണ്ടാളും ഒറ്റക്കെട്ടാണ്.

ഉമ്മ എന്തിനും കൂടെയുണ്ട്. അരുതാത്തത് കണ്ടാൽ ശാസിക്കും. പിണങ്ങും. ഇടപെടും. ബാപ്പ പക്ഷേ മാറിനിന്നു നിരീക്ഷിക്കുകയാണ് പതിവ്. ഇടപെടേണ്ട കാര്യമാണെന്നു തോന്നിയാൽ മാത്രമേ അഭിപ്രായം പോലും പറയൂ. ഒരാവശ്യം വന്നാൽ ഉമ്മയും ബാപ്പയും താങ്ങിനുണ്ട് എന്ന തോന്നൽ ആത്മവിശ്വാസം വർധിപ്പിക്കാറുണ്ട്.

ഉമ്മ ചിട്ടക്കാരി. ഓരോന്നും അതതിന്റെ സമയത്ത് നടക്കണമെന്ന് നിർബന്ധം. എഴുന്നേൽക്കാനും കുളിക്കാനും തിന്നാനും കളിക്കാനും പ്രത്യേകം സമയമുണ്ട്. ഉമ്മാമയുടെ മക്കളെല്ലാം ഇതേ സ്വഭാവക്കാരാണ്. വീട്ടിൽ എല്ലാറ്റിനും നിയമവും വ്യവസ്ഥയുമുണ്ട്. ബാപ്പ സ്വന്തം ജീവിതത്തിൽ ചിട്ടകൾ പാലിക്കാറുണ്ടെങ്കിലും വീട്ടുകാര്യങ്ങളിൽ അനാവശ്യമായി ഇടപെടുന്ന പതിവില്ല. അതുകൊണ്ടുകൂടിയാണ് കുട്ടികളുടെ കാര്യത്തിൽ കർശനനിലപാടെടുക്കുന്നത് എന്നാണ് ഉമ്മയുടെ പക്ഷം.

"ഞാൻ മരിച്ചുകെടക്കുന്നത് കണ്ടാലും ഇങ്ങളെ ബാപ്പ പറയും ഓള് പിണങ്ങിക്കിടക്കുന്നതാന്ന്. എന്നിട്ട് കേസുകെട്ടുമായി കോടതീലേക്കു പോകും ചെയ്യും."

തമാശമട്ടിലാണ് ഉമ്മ പറയാറുള്ളതെങ്കിലും ഉമ്മയുടെ കാര്യത്തിൽ ബാപ്പയ്ക്കുള്ള അശ്രദ്ധ ആ വാക്കുകളിൽ പ്രകടമാണ്.

കുട്ടിക്കാലം ഓർക്കുമ്പോൾ ഉമ്മ തന്നെയാണ് സ്ക്രീനിൽ നിറഞ്ഞു നിൽക്കുന്നത്. സ്കൂളിൽ നിന്നെത്തിയാൽ നേരെ കുളിമുറിയിൽ കയറണമെന്നാണ് ഉമ്മയുടെ നിയമം. മേലുകഴുകി നിസ്കരിച്ചിട്ടേ ഭക്ഷണം കിട്ടൂ. അതുകഴിഞ്ഞിട്ടുള്ള കളികളിലെല്ലാം ഉമ്മയും കൂടും. ക്രിക്കറ്റ് കളിയാണെങ്കിൽ ഉമ്മയായിരിക്കും അമ്പയർ. ഫുട്ബോളാണെങ്കിൽ ഗോളി. അതിനിടയിൽ ഏതെങ്കിലും ഒരാളുടെ സൈഡുപിടിച്ചെന്നു പറഞ്ഞ് കുട്ടികളുടെ വഴക്ക്. എല്ലാറ്റിലും ഉമ്മ സന്തോഷത്തോടെ കൂടും. കളി കഴിഞ്ഞാണ് വിശദമായ കുളി. മൂന്നുപേരേയും ഒന്നിച്ചു കുളിമുറിയിൽ കയറ്റി കൈയും കാലും പുറവുമൊക്കെ തേച്ചു തരാൻ ഉമ്മയും കൂടെയുണ്ടാകും. കുളി കഴിയുമ്പോഴേക്ക് ഉമ്മയും ഒട്ടാകെ നനഞ്ഞിട്ടുണ്ടാവും. ഇതൊക്കെയാണെങ്കിലും പഠിക്കാനിരുന്നാൽ ഉമ്മ ഗൗരവത്തിലായിരിക്കും. വീട്ടിലുണ്ടാക്കുന്ന എല്ലാ കുസൃതികൾക്കും ശിക്ഷ ഉമ്മയുടെ വകയാണ്. എന്നാൽ, സ്കൂളിൽനിന്നുള്ള പരാതികൾ ബാപ്പതന്നെ കൈകാര്യം ചെയ്യണമെന്ന് ഉമ്മയ്ക്ക് നിർബന്ധമാണ്. അതിൽ ബാപ്പ അനാസ്ഥ കാണിക്കുമ്പോഴാണ് ഉമ്മ പലപ്പോഴും പൊട്ടിത്തെറിക്കാറുള്ളത്.

ബാപ്പയും മക്കളുമൊത്ത് യാത്ര ചെയ്യാനും നാടുകാണാനുമൊക്കെ ഉമ്മയ്ക്കിഷ്ടാണ്. എന്നാൽ, ബാപ്പ പലപ്പോഴും അതിലൊന്നും വലിയ താൽപ്പര്യം കാണിക്കാറില്ല. വീട്ടിലാളില്ല, കേസുണ്ട് എന്നൊക്കെ പറഞ്ഞ് ഒഴിഞ്ഞുമാറുകയാണ് പതിവ്. ഉമ്മയും ബാപ്പയും ഒന്നിച്ച് വീട്ടിലില്ലാത്തത് ഉമ്മാമയെ അസ്വസ്ഥയാക്കുമെന്ന് അറിയാവുന്നതുകൊണ്ടാണ് ബാപ്പ ഒഴികഴിവുകൾ പറഞ്ഞ് യാത്ര മാറ്റിവയ്ക്കുന്നത് എന്ന് മുതിർന്ന

പ്പോഴാണ് മനസിലായത്. ആരോഗ്യമുണ്ടായിരുന്ന കാലത്ത് ഉമ്മാമ ഇടയ്ക്ക് വയനാട്ടിലും മറ്റുംപോയി താമസിക്കാറുണ്ടായിരുന്നു. ആ സന്ദർഭം നോക്കിയാണ് ബാപ്പ ഒന്നിച്ചുള്ള യാത്രകൾക്ക് പരിപാടിയിടുന്നത്. മദ്രാസിലും ബോംബെയിലും ബാംഗ്ലൂരുമൊക്കെ ബാപ്പയ്ക്ക് സുഹൃത്തുക്കളുണ്ട്. ഓരോ അവധിക്കാലത്തും ഇത്തരം യാത്രകൾ പതിവായിരുന്നു. വീടുവിട്ടാൽ ബാപ്പ പിന്നെ വീട്ടുകാര്യങ്ങളെക്കുറിച്ചു പറയുകയോ ചിന്തിക്കുകയോ പതിവില്ല. ഉമ്മയാകട്ടെ വീട്ടിൽനിന്നിറങ്ങിയാൽ തുടങ്ങും വീടിനെക്കുറിച്ചും ഉമ്മാമയെക്കുറിച്ചും വേവലാതിപ്പെടാൻ. വർഷത്തിലൊരിക്കലുള്ള ഇത്തരം യാത്രകൾ കുട്ടികൾക്ക് സ്വാതന്ത്ര്യത്തിന്റെ നാളുകളാണ്. ഉമ്മ പെട്ടിയിൽ വയ്ക്കുന്ന പാഠപുസ്തകങ്ങൾ ഉമ്മ കാണാതെ ബാപ്പ തിരിച്ച് മേശയിൽത്തന്നെ വയ്ക്കും. മ്യൂസിയം, പാർക്ക്, സിനിമ, ഷോപ്പിങ്. ദിവസങ്ങൾ പായുന്നതുപോലെയാണ് തോന്നുക.

കുട്ടികൾ സ്കൂളിൽ നിന്നെത്തുന്നതിനുമുമ്പ് വീട്ടുപണികളൊതുക്കി അവരോടൊപ്പം ചെലവാക്കാൻ ഉമ്മ സമയം കണ്ടെത്തും. എന്നാൽ, അവിചാരിതമായി എത്തുന്ന വിരുന്നുകാർ ഉമ്മയുടെ എല്ലാ പരിപാടികളും അവതാളത്തിലാക്കും. നഗരത്തിൽ വിദഗ്ധ ചികത്സയ്ക്കെത്തുന്ന അടുത്തതും അകന്നതുമായ ബന്ധുക്കളോടൊപ്പം ഡോക്ടറെ കാണാൻ ഉമ്മയും കൂടെച്ചെന്നില്ലെങ്കിൽ പലരും മുഷിയും. കാരണം, ഡോക്ടർമാരിൽ പലരും ബാപ്പയുടെ സുഹൃത്തുക്കളായിരിക്കും. കുട്ടികളുടെ പരീക്ഷസമയത്തെത്തുന്ന വിരുന്നുകാർ ഉമ്മയെ വല്ലാതെ അലോരസപ്പെടുത്താറുണ്ട്. ഉമ്മ കൂടെ ഇരുന്നില്ലെങ്കിൽ ഞാനും റഫീഖും പഠിക്കാതെ ഉമ്മാമയുടെ മുറിയിൽ അവരുടെ പഴങ്കഥ കേൾക്കാനിരിക്കും. പരീക്ഷക്കാലമായാൽ രാത്രി നേരത്തേ കിടന്ന് പുലർച്ചേ ഉണരണമെന്ന് ഉമ്മയ്ക്ക് നിർബന്ധമാണ്. അലാറം വച്ച് ഉമ്മ ഉണർന്ന് കുട്ടികളെ വിളിച്ചുണർത്തും. പഠിക്കുമ്പോൾ കഴിക്കാനായി കേക്കും ബിസ്ക്കറ്റുമൊക്കെ ഉണ്ടാക്കി കുപ്പികളിൽ അടച്ചുവെച്ചിരിക്കും. പഠിക്കുന്നതിനിടയിൽ പലഹാരത്തിനുവേണ്ടിയുള്ള അടിപിടിയും പതിവായിരുന്നു.

പുതപ്പിനടിയിൽനിന്ന് കുഞ്ഞിക്കൈ മാറത്ത് പതിച്ചപ്പോൾ ആലോചന മുറിഞ്ഞു. മകൾ നയിമ മാറത്തു പറ്റിക്കൂടാനുള്ള ശ്രമമാണ്. അടുത്ത മുറിയിൽ ഉറക്കിക്കിടത്തിയാലും ഒരുറക്കം കഴിയുമ്പോൾ പൂച്ചയെപ്പോലെ പമ്മിപ്പമ്മി അവളിവിടത്തന്നെയെത്തും.

"കള്ളത്തിപ്പൂച്ച എപ്പളേ ഇവിടെ വന്നുകിടന്നത്?"

അവളെ കൊഞ്ചിച്ചു.

"ഇത്താത്ത പിച്ചി. അപ്പോ അടികൂടാനൊന്നും നിക്കാണ്ട് ഞാനിങ്ങട്ട് പോന്നു."

നയിമയും കിണുങ്ങി.

"വാ പല്ലു തേപ്പിച്ചുതരാം."

"ഞാൻ ഒറങ്ങ്ന്നാ."

അവൾ തിരിഞ്ഞു കിടന്ന് ഉമ്മയോടൊട്ടി.

അപ്പോൾ വീണ്ടും മൊബൈലടിഞ്ഞു. ഇത്തവണ റഫീഖായിരുന്നു.

“സത്തുക്കാ...ഹായ്.. ഹൗസ് തിങ്ങ്സ് അപ്....?”

“ഫൈൻ...വാട്ട് എബൗട്ട് ദേർ. നീ എന്നാ നാട്ടിലെത്തുന്നത്?”

“ഇൻശാ അള്ളാഹ് ഞാൻ പെരുന്നാളിന് ഒരാഴ്ച മുമ്പെത്തും. ടിക്കറ്റ് ഓക്കെയൊക്കി. നിങ്ങളോ..?”

“അടുത്തയാഴ്ച തിരിക്കാനായിരുന്നു പരിപാടിയിട്ടതും ടിക്കറ്റെടുത്തതും. പക്ഷേ ചില തടസങ്ങൾ. നാളെ ബോസിനെ കണ്ടിട്ടുവേണം ബാക്കി തീരുമാനിക്കാൻ. ഉമ്മയോട് മിണ്ടിയിട്ടില്ല. വാട്ട് യൂ മീൻ ബൈ ഞാൻ. അപ്പം റോഷി.....”

“അവൾക്കും ടിക്കറ്റെടുത്തിട്ടുണ്ട്. വരുമോന്നറിയില്ല. ലീവില്ലത്രെ.”

“അവളെ അവിടെ തനിച്ചാക്കി....”

“ഞാൻ ഉമ്മയോട് ഏറ്റതാണ്. എത്താതെ പറ്റില്ല. അവൾക്കത് മനസിലാവുന്നില്ല. എന്നെക്കാൾ വലുത് പ്രൊഫഷനാണെങ്കിൽ.... ഐ ആം ഹെൽപ്ലസ്സ്...”

“ഡോണ്ട് സേ ലൈക് ദാറ്റ്. പ്രഫഷനൽ ഫീൽഡിൽ അവൾക്ക് അവളുടെതായ പ്രശ്നങ്ങൾ കാണും. ഞാൻ സംസാരിക്കും അവളോട്. സെമീറയെക്കൊണ്ടും സംസാരിപ്പിക്കാം.”

“ഓകെ, ട്രൈ യുവർ ബെസ്റ്റ്.”

“കാലം പഴയതല്ല. പെൺകുട്ടികൾക്കും അവരുടേതായ സ്വപ്നങ്ങളുണ്ട്. അത് മറക്കരുത്.”

“അതുവിട്. ഷിഹാബ് വിളിച്ചിരുന്നോ? എന്താ ചങ്ങായിന്റെ പരിപാടി?”

“അവനും ഭയങ്കര ഉത്സാഹത്തിലാ. പെരുന്നാളിന് തീർച്ചയായും എത്തുമെന്നു പറഞ്ഞു.”

“മാശാ അള്ളാഹ്. ഇപ്രാവശ്യം പെരുന്നാൾ ഗംഭീരമാക്കണം.”

“ഓക്കെ. വേറീസ് ദി കിഡ്സ്...”

“ഉറക്കത്തിലാ. എടാ നീ നോമ്പ് നോക്കലില്ലേ?”

“പിന്നില്ലാതെ...നിങ്ങൾ ഗൾഫുകാർക്ക് മാത്രമേ ദീനുള്ളൂന്നാ വിചാരം? ഞാൻ അത്താഴം കഴിക്കാൻ പോകുകയാ. നാളെ ശനിയാഴ്ചയായതുകൊണ്ട് കുശാൽ.”

“ഓക്കെ, എന്നാ നീ ഉറങ്ങ്. ഞാൻ ഉണരട്ടെ.” സത്താർ ഫോൺ ഓഫാക്കി കുളിമുറിയിലേക്കു നടന്നു.

22

"നയിമക്കുട്ടി എണീറ്റു വാ. പപ്പ പല്ലുതേപ്പിച്ചു തരാം."

കുളിമുറിയിലേക്കു നടക്കുമ്പോൾ സത്താർ പറഞ്ഞു. അത് കേൾക്കാത്ത മട്ടിൽ നയിമ ഉമ്മയുടെ പുതപ്പിനുള്ളിലേക്ക് നുഴഞ്ഞു കയറി.

"ചെന്നു പല്ലുതേക്ക് പെണ്ണേ."

ഉറക്കം തടസപ്പെടുത്തിയ അരിശത്തിൽ സമീറ അവളെ പുതപ്പിനു വെളിയിലാക്കിയിട്ട് പറഞ്ഞു.

"മമ്മ ചീത്ത. ഞാൻ പപ്പന്റെ മോളാ.."

നയിമയുടെ സ്വരം ഇടറി.

സമീറയ്ക്കും സങ്കടമായി. അവൾ മകളെ അണച്ചുപിടിച്ച് ഉമ്മ കൊടുത്തിട്ട് പറഞ്ഞു:

"മമ്മന്റെ മുത്തൂസ് മോളല്ലേ, ചെന്നു പല്ലുതേച്ചിട്ട് വാ."

സംസാരം കേട്ടാകണം അടുത്ത മുറിയിൽ ഉറങ്ങുകയായിരുന്ന മൂത്ത മകൾ നാദിയ കണ്ണുതിരുമ്മിക്കൊണ്ട് ഉറക്കച്ചടവോടെ അവിടെയെത്തി. അനിയത്തി ഉമ്മയെ കെട്ടിപ്പിടിച്ച് കിടക്കുന്നത് കണ്ട് അസൂയ സഹിച്ചില്ല.

"കള്ളത്തി, ഞാനുറങ്ങുമ്പം നീ ഇവിടെ വന്നുകൂടും അല്ലേ...? നാളെ രാത്രി കെട്ടിപ്പിടിച്ചു കിടക്കാൻ വാ, നിനക്ക് ഞാൻ കാണിച്ചു തരാം."

നയിമയുടെ കവിളിൽ പിച്ചിക്കൊണ്ടായിരുന്നു സംസാരം. കരയാനൊരു കാരണം തിരക്കുകയായിരുന്ന നയിമ നിലവിളി തുടങ്ങി.

"പപ്പാ...ഇത്താത്ത പിച്ചി."

"എന്താ ഇവിടെ ബഹളം? രണ്ടിനും നല്ല പെട ഞാൻ തരും. വേഗം കുളിമുറിയിലേക്കു നടന്നോ."

കുളിമുറിയിൽ നിന്നെത്തിയ സത്താർ ശാസിച്ചു.

പപ്പ ചൂടായതുകണ്ട് രണ്ടുപേരും എഴുന്നേറ്റ് പരസ്പരം ഗോഷ്ടി കാണിച്ചുകൊണ്ട് കുളിമുറിയിലേക്കു നടന്നു.

"പപ്പാ....ഈ നയിമ വെറുതെ ഇന്നെക്കൊളെള്ള വന്നാ ഞാൻ നല്ലോണം കൊടുക്കുംട്ടോ."

"മിണ്ടരുത്.....രണ്ടിനും പൊട്ടും. മാഡംജി എണീക്ക്. വെള്ളിയാഴ്ചയാ. പള്ളീലൊന്നും പോണ്ടേ?"

കുട്ടികളെ രണ്ടുകൈയിലുമായി തൂക്കിയെടുത്ത് കുളിമുറിയിലേക്കു നടക്കുമ്പോൾ സത്താർ സമീറയോടായി പറഞ്ഞു. കുളിമുറിയിലെത്തിയതും കുട്ടികൾ വഴക്കു മറന്നു കളി തുടങ്ങി. സത്താറും കൂടെ കൂടി. ബഹളം അസഹ്യമായപ്പോൾ സമീറ എഴുന്നേറ്റ് കിടക്ക തട്ടിക്കുടഞ്ഞ് വിരിക്കാൻ തുടങ്ങി. കുളി കഴഞ്ഞില്ലെന്നു കണ്ട് കുളിമുറിവാതിൽക്കൽ ചെന്നു. പപ്പയും മക്കളുംകൂടി കുളിമുറി ആകെ അലങ്കോലമാക്കിയിരുന്നു.

"സത്തുക്കാ....മതിയാക്ക്. കുളിമുറിയുടെ കോലം കണ്ടില്ലേ...?"

"ഡോണ്ട് വറി യാർ...ഐ വിൽ ഡു ദി ക്ലീനിങ്."

"ഒന്നിറങ്ങ് എനിക്കു പല്ലു തേക്കണം."

സമീറ തിരക്കുകൂട്ടി.

"മമ്മ അപ്പറത്തെ കുളിമുറിയിൽ പൊയ്ക്കോ."

കുട്ടികൾ രണ്ടുപേരും ഒന്നിച്ചാണ് പറഞ്ഞത്.

നിവൃത്തിയില്ലെന്നു കണ്ട് സെമീറ ബ്രഷുമായി കുട്ടികളുടെ കുളിമുറിയിലേക്കു നടന്നു. അവൾ തിരിച്ചെത്തിയപ്പോൾ കുട്ടികൾ നനഞ്ഞ തൂവാലചുറ്റി കിടക്കയിൽ കുത്തി മറിയുകയായിരുന്നു.

"കണ്ടോ....ഞാനിപ്പം വിരിച്ചിട്ടതാ. ആകെ കുത്തിമറിച്ചു. മേല് തുടയ്ക്കാതെ കട്ടിലിൽ കയറരുതെന്ന് പറഞ്ഞതല്ലേ.. ഇപ്പക്കിട്ടും ഇന്നോട്."

സമീറ അടിക്കാനോങ്ങിയതും രണ്ടുപേരും ഇറങ്ങിയോടി. രണ്ടിനെയും തുടപ്പിച്ച് ഡ്രസ് മാറ്റി മുടി ചീകിക്കഴിഞ്ഞപ്പോൾ സമീറ തളർന്ന് കട്ടിലിലിരുന്നു. കുളി കഴിഞ്ഞെത്തിയ സത്താർ മുടിയിലെ വെള്ളം അവളുടെ മേലേക്ക് തെറിപ്പിച്ചു.

"സത്തുക്കാ...പ്ലീസ്....വെറുതെ ഈറപിടിപ്പിക്കല്ലേ.. രണ്ടിനേയും ഒരുക്കിയതോടെ എന്റെ കാറ്റുപോയി. നോമ്പുതുറക്കാനെന്താ വേണ്ടതെന്നു പറ. പള്ളീലേക്കിറങ്ങും മുമ്പ് പണി കഴിക്കട്ടെ. എന്നിട്ടുവേണം നാട്ടിലേക്കുപോകാനുള്ള ഒരുക്കങ്ങൾ തുടങ്ങാൻ."

"നിനക്ക് വയ്യെങ്കിൽ നോമ്പുതുറ പുറത്തുനിന്നു വരുത്താം."

സത്താർ സ്നേഹത്തോടെ പറഞ്ഞു.

"അതൊന്നും വേണ്ട. എന്താ വേണ്ടതെന്നു പറഞ്ഞാമതി."

"എന്നാ അരിപ്പത്തിരിയും മീൻവരട്ടിയതും മതി. കോഴി ബ്രോസ്റ്റ് വാങ്ങാം."

"എന്റെ അരിപ്പത്തിരി ഉമ്മയുടെതുപോലെ നൈസാകില്ല. ഒപ്പിക്കാം. കുറ്റം പറയരുത്."

"ഏറ്റു. ഉമ്മയുടെ പത്തിരിയെക്കുറിച്ചോർക്കുമ്പോഴെ വായിൽ കപ്പലോട്ടാം. ആദ്യം പ്ലാൻ ചെയ്തപോലെ സംഗതികൾ നടന്നാൽ അടുത്ത യാഴ്ച ഈ സമയം നമ്മൾ നാട്ടിൽ."

സത്താർ നൃത്തച്ചുവടുമായി ഉറക്കെയാണ് പറഞ്ഞത്.

അതുകണ്ട് കുട്ടികളും ബഹളംവെച്ച് തുള്ളിച്ചാടാൻ തുടങ്ങി.

"സത്തുക്കാ അടുത്ത ഫ്ളാറ്റുകളിൽ ആളുണ്ട്....."

സമീറ ഓർമിപ്പിച്ചു.

"സോറി...സോറി..., നാട്ടിലെത്തുന്ന കാര്യമാലോചിച്ചപ്പോൾ അക്കാര്യം മറന്നു." കുട്ടികളും ബഹളത്തിൽ പങ്കു ചേർന്നതോടെ സമീറ ചിരിയടക്കി അടുക്കളയിലേക്കു നടന്നു. ഫ്രീസറൽനിന്ന് മീനെടുത്തു വെള്ളത്തിലിട്ടു.

"സത്തുക്കാ ഇറച്ചിക്കറി വേണ്ടേ?"

"പിന്നെ വേണ്ടേ.......?" നയിമയെ തോളിലിരുത്തി പാട്ടുപാടിക്കൊണ്ട് സത്താർ അടുക്കളയിലെത്തി.

"കല്ലിന്റിടുക്കിലെ ഞെണ്ടേ, കല്യാണത്തിനു പോണ്ടേ..?" സത്താർ പാടി.

"പിന്നെ പോണ്ടേ..?"

കുട്ടികൾ ഏറ്റുപാടി.

"കല്യാണത്തിനു പോകാൻ പൊന്നും മിന്നും വേണ്ടേ..?"

"പിന്നെ വേണ്ടേ...?"

കോറസായി എല്ലാവരും ചേർന്ന് ഏറ്റുപാടിയപ്പോൾ അടുക്കള കുലുങ്ങി.

"സത്തുക്കാ...അടുത്ത ഫ്ളാറ്റിലുള്ളവർ ഇപ്പഴവിടെയെത്തും."

സമീറ.

"ഓക്കെ. മതി. രണ്ടാളും നല്ല കുട്ടികളായിട്ട് മമ്മയെ ശല്യപ്പെടുത്താതെ ഇവിടെയിരുന്ന് കളിച്ചോളണം. പപ്പയ്ക്ക് പുറത്തുപോകാനുണ്ട്. നിനക്കെന്തെങ്കിലും വേണോ സമീറാ?"

"ഇപ്പളൊന്നും ഓർമ വരുന്നില്ല. ഇനിയെന്തെങ്കിലും വേണമെങ്കിൽ ഇറാനിയൻ സ്റ്റോറിൽ ഫോൺ വിളിച്ചു പറഞ്ഞാൽ അഞ്ചുമിനിട്ടിനകം എത്തുമല്ലോ."

"അവിടെ എല്ലാത്തിനും വില ജാസ്തിയാ. എന്നാലും നിങ്ങള് പെണ്ണുങ്ങമ്മാര്ക്ക് അവിടെന്ന് എന്തെങ്കിലുമൊക്കെ വാങ്ങിയില്ലെങ്കിൽ സമാധാനമില്ല."

"ആണുങ്ങക്ക് നേരമില്ലാഞ്ഞിട്ടല്ലേ?" സമീറ.

"പപ്പാ, ഞാനും വരട്ടെ....ഇവിടന്ന് ബോറടിക്കും."

നാദിയ ചോദിച്ചപ്പോൾ ഞാനുമുണ്ടെന്നു പറഞ്ഞ് നയിമയും പിന്നാലെ കൂടി. അതു വകവയ്ക്കാതെ പഴ്സും മൊബൈലും കാറിന്റെ ചാവിയുമായി സത്താർ പുറത്തിറങ്ങി വാതിലടച്ചതും നയിമ കരച്ചിൽ തുടങ്ങി.

"നിങ്ങള് സമയമായാൽ പള്ളിയിലെത്തിക്കോളൂ. ഞാനവിടെയെത്താം."

വാതിൽ പകുതിതുറന്ന് വിടവിലൂടെ സത്താർ പറയുന്നുണ്ടായിരുന്നു.

"പൊന്നൂസിനെന്താ തിന്നാൻ വേണ്ടത്...?"

നിലത്തു കിടന്ന് കരയാൻ ഭാവിച്ച നയിമയെ സമീറ മേശപ്പുറത്തിരുത്തി കൊഞ്ചിച്ചു.

"എനക്ക് നോമ്പാ."

കണ്ണീരൊപ്പിക്കൊണ്ട് അവൾ പറഞ്ഞു.

"ഉമ്മന്റെ കുട്ടി ചെറുതല്ലേ, നോമ്പെടുത്താൽ വിശക്കില്ലേ?"

"അപ്പം ഇത്താത്ത നോമ്പു നോക്കുന്നതോ...?"

"അവൾക്ക് ഏഴുവയസായില്ലേ..? നിനക്ക് അഞ്ചാകുന്നതല്ലേയുള്ളൂ. ഇന്നലെ പപ്പ കൊണ്ടുവന്ന ഐസ്ക്രീമുണ്ട്. ബ്രെയിക്ഫാസ്റ്റ് കഴിഞ്ഞിട്ട് ഇത്താത്ത കാണാതെ തരാം."

സമീറ ചെവിയിൽ പറഞ്ഞപ്പോൾ അവളുടെ കരച്ചിൽ മാറി മുഖത്ത് ചിരി പടർന്നു.

"ഏഴ് മീൻസ്..... സെവൻ.....?" അവൾ കൈവിരലിൽ കണക്കുകൂട്ടിക്കൊണ്ടാണ് ചോദിച്ചത്.

"ഓ ഒരു പുന്നാര മോളും മമ്മയും....കണക്കറിയാത്ത പൊട്ടത്തി."

അത് ഇഷ്ടപ്പെടാത്ത നാദിയ കെറുവിച്ചുകൊണ്ട് അടുക്കളവിട്ടു.

"ഉമ്മാന്റെ പഞ്ചാരക്കുട്ടിക്ക് നോമ്പു തുറക്കാനെന്താ വേണ്ടത്?"

സമീറ അവളുടെ പരിഭവം തീർക്കാനായി ചോദിച്ചെങ്കിലും കേൾക്കാത്ത മട്ടിൽ അവൾ ചെന്ന് ടി വി ഓൺ ചെയ്തു. മൊബൈലടിഞ്ഞു. മമ്മിയായിരുന്നു.

"മമ്മി, എണീക്കാൻ താമസിച്ചു. പണിയൊന്നും തുടങ്ങിയില്ല. പള്ളിയിലും പോണം. പള്ളി കഴിഞ്ഞിട്ട് ഞാനങ്ങോട്ട് വിളിക്കാം."

എന്നു പറഞ്ഞ് ഫോൺ കട്ട് ചെയ്യാൻ തുടങ്ങിയപ്പോഴാണ് മമ്മിയുടെ തേങ്ങൽ കാതിൽ വന്നലച്ചത്. അതോടെ അന്തംവിട്ടു.

"മമ്മീ....എന്താ എന്തിനാ കരയുന്നത്...?"

ചോദിച്ചപ്പോൾ സമീറയുടെ സ്വരവും ഇടറി. അതുകണ്ട് നയിമയും തേങ്ങാൻ തുടങ്ങി.

"നീയെന്തിനാ കരയുന്നത്?"

സമീറയുടെ വേവലാതി മകളോടുള്ള അരിശമായി പ്രവഹിച്ചു.

"മമ്മ കരഞ്ഞപ്പം....ഉമ്മാമ ഫോണിൽ കരയുന്നതെന്തിനാ....."

അവൾ വിതുമ്പി.

സമീറ കരച്ചിലടക്കി അവളെ കെട്ടിപ്പിടിച്ചു.

"അതേയ്...ഉമ്മാമയ്ക്ക് നമ്മളെയൊക്കെ കാണാൻ പൂതിയായിട്ടാ കരഞ്ഞത്...സാരല്ല ട്ടോ. കുട്ടി ചെന്ന് ടി വി കണ്ടോ."

സമീറ അവളെ താഴെയിറക്കിവച്ചു. അവൾ മനമില്ലാമനമോടെ അടു

ക്കളെവിട്ടു. അതിനിടയിൽ ഫോൺ കട്ടായിരുന്നു. സമീറ അങ്ങോട്ടേക്ക് വിളിക്കാൻ തുടങ്ങുമ്പോൾ വീണ്ടും ഫോണടിഞ്ഞു.

"മമ്മീ....എന്താണ്ടായത്? ഡാഡിക്ക്....."

സമീറ വേവലാതിയോടെ ചോദിച്ചു.

"അള്ളാഹു സഹായിച്ച് ഡാഡിക്ക് സൂക്കേടൊന്നുമില്ല."

മമ്മിയുടെ സ്വരം അപ്പോഴും ഇടറിയിരുന്നു.

"മനുഷ്യനെ ബേജാറാക്കാതെ സംഗതി എന്താന്നുവെച്ചാ പറ."

സമീറയുടെ ആകാംക്ഷ മുഴുവൻ സ്വരത്തിൽ വ്യക്തമായിരുന്നു.

"കുഞ്ഞോള് അടുത്തുണ്ടോ...?"

"ഇല്ല, ഞാൻ കരയുന്നത് കണ്ട് അവളും കരച്ചിലു തുടങ്ങിയപ്പോൾ അവളെ ഒരുവിധം സമാധാനിപ്പിച്ച് ഹാളിലേക്കയച്ചു. മമ്മി കാര്യം പറ."

"ഇന്റെ അനിയത്തി....."

"സഫീറാക്കെന്താ....?"

"അവൾക്ക് പ്രേമം....കൂടെ പഠിക്കുന്ന ഏതോ ചെക്കനുമായിട്ട്..."

മുഴുമിപ്പിക്കാനാകാതെ മമ്മി കരച്ചിലോടു കരച്ചിൽ.

സഫീറ എഞ്ചിനിയറിങ്ങിനു പഠിക്കുകയാണ്. നാലാംവർഷം. മമ്മിയും ഡാഡിയും അവളുടെ കല്യാണാലോചനയുടെ തിരക്കിലുമാണ്. രണ്ടുമൂന്നു നല്ല ആലോചനകൾ നിലവിലുണ്ടെന്നും അതിൽ ഏറ്റവും മികച്ചത് സത്തുക്കയുടെ ഉമ്മയുടെ സുഹൃത്തിന്റെ മകന്റേതാണെന്നും കുട്ടികൾ പരസ്പരം ഇഷ്ടപ്പെടുകയാണെങ്കിൽ അതുടനേ ഉറപ്പിക്കുമെന്നും നിങ്ങള് വന്നിട്ട് വേണം എങ്ങനെവേണമെന്ന് തീരുമാനിക്കുന്നതെന്നും മമ്മി രണ്ടുദിവസംമുമ്പ് വിളിച്ചപ്പോൾ പറഞ്ഞതാണ്. എന്നിട്ട് പെട്ടെന്ന് ഇങ്ങനെയൊരു....

"സെമീ....നീ ഫോൺ വെച്ചോ.....?"

"ഇല്ല മമ്മീ....സംഗതി തെളിച്ചു പറ."

"നിന്റെ അനിയത്തി അവനെയല്ലാതെ മറ്റാരെയും കല്യാണം കഴിക്കില്ലെന്ന്. അവനിക്കൊല്ലം കോഴ്സ് കഴിഞ്ഞു. പണിയായിട്ട് വിവരം പറയാമെന്നു വെച്ചതാണത്രെ....ഡാഡിയറിഞ്ഞാലുള്ള സ്ഥിതിയാലോചിച്ചിട്ട് അന്തംകിട്ടുന്നില്ല."

അഗാധമായ ഏതോ പടുകുഴിയിൽനിന്നു വരുന്നതുപോലെ മമ്മിയുടെ ശബ്ദം നേർത്തതും പതിഞ്ഞതുമായിരുന്നു. എന്തുപറഞ്ഞ് സമാധാനിപ്പിക്കണമെന്ന് ഒരുപിടിയും കിട്ടിയില്ല.

"ഏതു നാട്ടുകാരനാ....? ജാതിയെന്താ....?"

"അതൊന്നും ഞാൻ ചോദിച്ചില്ല. ഏതു ജാതിക്കാരനായാലും ഡാഡി സമ്മതിക്കില്ലെന്നു നിനക്കറിയില്ലേ...?"

"ഞാനൊന്നു സംസാരിച്ചുനോക്കട്ടെ അവളോട്. മമ്മി വിചാരിക്കുന്നതുപോലൊന്നും ഉണ്ടാകില്ല. ഡാഡിയെ അവൾക്കും അറിയുന്നതല്ലേ....?"

ആത്മവിശ്വാസമില്ലാത്ത വാക്കുകൾ. ഈയിടെയായി അവൾ ഏതു

നേരവും ഫോണിലാണെന്നും സംശയം തോന്നിയപ്പോഴാണ് അവളുടെ മൊബൈൽ പരിശോധിച്ചതെന്നും മമ്മി. അപ്പോഴാണ് അതിരുവിട്ട മെസേജുകൾ കണ്ടത്. ആ മെസേജുകൾ വായിച്ചാലറിയാം അവൻ ശരിയല്ലെന്ന്!

"ഇന്നത്തോടെ അവളുടെ പഠിപ്പു ഞാൻ നിർത്തും. സ്റ്റഡീ ലീവിനു വന്നതാ. അത്താഴത്തിനു വിളിച്ചാലും നോമ്പുതുറക്കാൻ വിളിച്ചാലും അവളുടെ കൈയിൽ മൊബൈലാ. അങ്ങനെയാ സംശയം തോന്നിയത്."

"എടുത്തുചാടി ഒന്നും ചെയ്യല്ലേ....?"

"ഫോണേതായാലും ഞാൻ പൊട്ടിച്ച് ദൂരത്തെറിയും."

"മമ്മിക്ക് അവളെ അറിയാലോ..? തർക്കക്കോഴിയാ പെണ്ണ്. വാശി പിടിച്ചാ പിന്നെ വിടില്ല."

"ഞാനെന്തുവേണോന്നാ നീ പറേന്നത്?"

"തൽക്കാലം ഇതിനെക്കുറിച്ച് അവളോടൊന്നും മിണ്ടണ്ട. അടുത്ത യാഴ്ച ഞങ്ങള് നാട്ടിലെത്തുമല്ലോ. ഞങ്ങള് സംസാരിക്കാം. ജീജു പറഞ്ഞാ അവളു കേക്കാതിരിക്കില്ല."

സത്തുക്കയെ അവൾ ജീജു എന്നാണ് വിളിക്കുന്നത്. അതാണിപ്പോൾ നാട്ടിലെ പുതിയ സ്റ്റൈൽ. വടക്കെ ഇന്ത്യക്കാരെ അനുകരിച്ച് സഹോദരഭാര്യയെ ഭാഭിയെന്നും സഹോദരീഭർത്താവിനെ ജീതാജിയുടെ ചുരുക്കപ്പേരായ ജീജു എന്നുമൊക്കെയുള്ള വിളി പരിഷ്കാരത്തിന്റെ ഭാഗമായി മാറിയിരിക്കുകയാണ്.

"ഞാനിന്നലെ ഒന്നു വിരട്ടി."

മമ്മി പറഞ്ഞപ്പോഴാണ് ഫോണിലാണല്ലോ എന്നോർത്തത്.

"എന്നിട്ടോ....?"

"തെറിച്ചിപ്പാത്തു എന്താന്നറിയില്ല മറുപടിയൊന്നും പറഞ്ഞില്ല. അവളുടെ മട്ടും മാതിരിയും കണ്ടിട്ട്..... നിങ്ങളെപ്പളാ നാട്ടിലെത്തുന്നത്...?"

സെഫീറ അടുത്തുണ്ടെന്ന് മമ്മി പെട്ടെന്നു സംസാരം വഴിതിരിച്ചപ്പോൾ മനസിലായി.

"സെഫി അടുത്തുണ്ടോ?"

ചോദിച്ചു.

"ഞാനോക്ക് കൊടുക്കാം."

മമ്മി ഫോൺ അവളുടെ കൈയിൽ കൊടുത്തു.

"എന്താടോ നിന്നെ ഫോൺ വിളിച്ചാൽ കിട്ടില്ലല്ലോ. ഏതുനേരവും എൻഗേജ്ഡാണല്ലോ. പരീക്ഷയായിട്ട് ആരോടാ നീയിങ്ങനെ ഏതുനേരവും ഫോണിൽ സംസാരിക്കുന്നത്?"

അവളോടുള്ള അരിശവും പരിഭവവും വാക്കുകളിൽ പ്രകടമായിരുന്നു.

"അതിത്താത്താ... കമ്പയിൻ സ്റ്റഡിയാ ഫോണിലൂടെ."

"ഇങ്ങനെപോയാൽ ഡാഡി ഫോൺബില്ലടച്ച് മുടിയുമല്ലോ. ഒറ്റയ്ക്കുള്ള പഠിത്തം മതി. നിന്നെക്കുറിച്ച് ഡാഡിക്ക് ഒരുപാട് പ്രതീക്ഷക

ളുണ്ട്. അതുകൊണ്ടാണ് നീ പറഞ്ഞ കോളേജിൽ ക്യാപ്പിറ്റേഷൻ കൊടുത്ത് എഞ്ചിനിയറിങ്ങിന് സീറ്റു വാങ്ങിത്തന്നത്. അതു മറക്കണ്ട."

"ഇന്നെന്താ വലിയ അമ്മായി ചമയല്...? ഞാനിതുവരെ എല്ലാ സെമസ്റ്ററും പാസായതല്ലേ..?"

അവളുടെ സ്വരവും കടുത്തു.

"എന്താ നിന്നോടിത്രയും പറയാനുള്ള അവകാശം എനക്കില്ലേ..?"

ചോദിച്ചപ്പോൾ സങ്കടം വന്നുമുട്ടി.

"ഇതാപ്പം നന്നായത്. ഇങ്ങക്കെന്തേ പറ്റീത്...? ജീജുവുമായി തെറ്റിയോ...?"

അവൾ വിഷയം മാറ്റാൻ ശ്രമിക്കുന്നുണ്ടായിരുന്നു.

"പൊന്നൂസും മുത്തൂസും എവടെ?"

"അവര് ടി വി കാണുന്നു. ഞങ്ങള് നിനക്കെന്താ കൊണ്ടരണ്ടത്?"

അവളെ പിണക്കേണ്ടെന്നു വിചാരിച്ചു ചോദിച്ചു.

"അത്.....നല്ലൊരു മൊബൈൽ മതി. ഇന്റെ ഫ്രണ്ടിനു ഗിഫ്റ്റ് കൊടുക്കാനാ."

"നിന്റെ ഫ്രണ്ടിനു ഗിഫ്റ്റൊന്നും തൽക്കാലം കൊടുക്കണ്ട."

അറിയാതെ ഒച്ച കടുത്തു.

"ഇങ്ങളെന്താ ഇത്താത്ത അങ്ങനെ പറഞ്ഞത്?"

"എങ്ങനെ...?"

"മമ്മിയുടെ പെരാന്ത് ഇങ്ങക്കും തൊടങ്ങിയോ...?"

അവളുടെ വാക്കുകളിലും ഈറ.

"എനക്ക് നിന്നോട് തർക്കിക്കാൻ നേരല്ല. അടുക്കളയിൽ പണിയുണ്ട്. മര്യാദയ്ക്കിരുന്ന് പഠിക്കാൻ നോക്ക്." എന്നു പറഞ്ഞ് ഫോൺ കട്ടു ചെയ്തു.

മണി പതിനൊന്നു മുട്ടുന്നത് കേട്ട് സമീറ തിടുക്കത്തിൽ അടുക്കള ജോലികൾ ചെയ്തുതുടങ്ങി.

23

അടുക്കളപ്പണി ചെയ്യുമ്പോൾ സമീറയ്ക്ക് കൈയുംകാലും തളരുന്നതുപോലെ തോന്നി. ജോലി തീർത്ത് കുളി കഴിഞ്ഞതും പള്ളിയിൽ ഖുത്തുബയുടെ ബാങ്കു വിളിക്കുന്നത് കേട്ടു. ബിൽഡിങ്ങിന്റെ താഴെത്തന്നെ പള്ളിയുണ്ട്. ഗൾഫ് രാജ്യങ്ങളുടെ പ്രത്യേകതയും അതുതന്നെ. പാർപ്പിട സമുച്ചയങ്ങളുടെ പരിസരത്ത് പള്ളി തീർച്ചയായുമുണ്ടാകും. ഖുതുബ അറബിയിലായതുകൊണ്ട് നിസ്കാരത്തിനുള്ള ബാങ്കുവിളിക്കുമ്പോഴേക്കു എത്തിയാലും മതി. സാധാരണ ഖുത്തുബയ്ക്ക് മുമ്പ് പള്ളിയിലെത്തുകയാണ് പതിവ്. അവിടച്ചെന്നിരുന്ന് ഖുർആനിലെ പതിനെട്ടാമത്തെ അധ്യായമായ അൽകഹഫ് ഓതുന്നത് നബിചര്യയാണ്. അങ്ങനെ ചെയ്യുന്നവരുടെ ഖബറുകൾ പ്രകാശപൂരിതമായിരിക്കുമെന്നും ഹദീസുകളിൽ പറയുന്നുണ്ട്. ഇന്ന് മമ്മിയുമായി ഫോണിൽ സംസാരിച്ചതോടെ കണ്ണെത്തുന്നിടത്ത് കൈയെത്താത്ത അവസ്ഥയിലായി.

"നാദീ, വേഗംചെന്ന് ഒളു എടുക്ക്. നയിമയെയും കൂട്ടിക്കോ. ഡ്രസ്സ് നനയ്ക്കരുത്ട്ടോ."

ചുരിദാറിനു മുകളിൽ അബായയിട്ടു അറബിസ്ത്രീകളെ അനുകരിച്ച് മുടി മേലോട്ട് ക്ലിപ്പ്ചെയ്തുവച്ച് സ്കാർഫ് കെട്ടുന്നതിനിടയിൽ സമീറ വിളിച്ചു പറഞ്ഞു. അവിടെ അനക്കമൊന്നും കേൾക്കാഞ്ഞപ്പോൾ അങ്ങോട്ടു ചെന്ന് ടി വി ഓഫാക്കി നിസ്കാരത്തിനുള്ള അംഗശുദ്ധി വരുത്താനായി രണ്ടിനേയും കുളിമുറിയിലേക്കയച്ചു.

"ഉമ്മാ....ഈ കുഞ്ഞോള്..."

"വേഗം വരുന്നുണ്ടോ....ഇപ്പം നിസ്കാരം തുടങ്ങും."

"കാല് കഴുക് കുഞ്ഞോളെ....."

"കഴുകി..."

"വേഗം വാ..."

സമീറ തിരക്കുകൂട്ടിയപ്പോൾ രണ്ടാളുമെത്തി.

"മമ്മാ...എന്റെ അബായയെവിടെ...?"

"എന്റെ സ്കാർഫെവിടെ...?"

രണ്ടിനെയും ഒരുവിധം ഒരുക്കി വാതിലു പൂട്ടാൻ തുടങ്ങുമ്പോഴാണ് ഫോണടിഞ്ഞത്.

സത്താറായിരുന്നു.

"നിങ്ങള് പള്ളി കഴിഞ്ഞാ മടങ്ങിക്കോ. ഞാനങ്ങോട്ടു വരുന്നില്ല. ഇവിടത്തെ പള്ളിയിൽ കൂടിക്കോളാം. പള്ളി കഴിഞ്ഞിട്ട് ടെലിഫോണിക് കോൺഫറൻസുണ്ട്. ഓഫീസിൽവെച്ച്. കുവൈത്തിലെ ബാങ്കുകാരുമായി. അതു ശരിയായാൽ ഡീലൊപ്പിടാൻ നാളെത്തന്നെ പോകാം. നമ്മള് വിചാരിച്ചതുപോലെ നാട്ടിലേക്കു പുറപ്പെടുകയും ചെയ്യാം."

സത്താർ ഉത്സാഹത്തോടെ പറഞ്ഞു.

"ഇൻശാ അല്ലാഹ്. എല്ലാം ശരിയാവും."

"നീയെന്താ ഉഷാറില്ലാതെ.....സുഖമില്ലേ...?"

"ഹേയ് ഒന്നുമില്ലാ......പള്ളിക്ക് സമയമായി. വെക്കട്ടെ."

കൂടുതൽ സംസാരിച്ചാൽ വിതുമ്പിപ്പോകുമോ എന്ന് പേടിച്ച് പെട്ടെന്ന് ഫോൺ വെച്ചു. ശബ്ദത്തിലെ നേരിയ വ്യത്യാസംപോലും സത്തുക്ക വായിച്ചറിയും. അത്രയും അടുപ്പമാണ്. സ്നേഹമാണ്. ഒന്നും ഒളിച്ചുവയ്ക്കാറുമില്ല. വീട്ടിലെത്തിയിട്ട് എല്ലാം പറയാം. ഇപ്പോളെന്തെങ്കിലും സൂചിപ്പിച്ചാൽ ആകെ അസ്വസ്ഥനാവും. മൂപ്പർ നാട്ടിലെത്താനുള്ള തിടുക്കത്തിലാണ്. അക്കാര്യങ്ങൾ ശരിയാവട്ടെ. പള്ളിയിൽച്ചെന്ന് രണ്ടു റക്അത്ത് നിസ്കരിച്ച് മനമുരുകി പടച്ചോനോട് എല്ലാം പറയാം. അവൻ എല്ലാം കേൾക്കുന്നവനും കരുണാമയനുമാണല്ലോ. ഇസ്ലാംമതം സ്വീകരിച്ചതിന് നാടുവിട്ടോടേണ്ടിവന്ന യുവാക്കളുടെ കഥ പറഞ്ഞുകൊണ്ടാണ് പതിനെട്ടാമധ്യായം ആരംഭിക്കുന്നത്. അവരെ കൊല്ലാൻ സൈന്യം പിന്തുടർന്നപ്പോൾ അവരും ഒപ്പമുണ്ടായിരുന്ന നായയും മുന്നിൽ കണ്ട ഗുഹയിൽ അഭയം തേടി. അവിടെയിരുന്ന് അവർ കരുണയ്ക്കായി അല്ലാഹുവിനോട് മനമുരുകി തേടി. അല്ലാഹു ഗുഹാമുഖം പാറകൊണ്ടടച്ച് അവരെ രാജാവിന്റെ സൈന്യത്തിൽനിന്നു രക്ഷിക്കുക മാത്രമല്ല കൊല്ലങ്ങളോളം അവിടെ ഉറക്കിക്കിടത്തുകയും ചെയ്തു. ഉറക്കമുണർന്ന യുവാക്കൾ കൂടെയുള്ള ഒരാളെ കൈയിലുള്ള നാണയവുമായി അങ്ങാടിയിലേക്കയച്ചു. നാളുകളേറെ കടന്നുപോയെന്നും അവർ ഏറെക്കാലമായി ഉറങ്ങുകയായിരുന്നുവെന്നും അപ്പോഴാണ് അവർക്ക് ബോധ്യമായത്. എന്നിട്ടും ദേഹം അശേഷം ജീർണിച്ചിട്ടില്ലെന്നു കണ്ട് അവർ ആകെ അമ്പരക്കുകയും അല്ലാഹുവിനെ സ്തുതിക്കുകയും പേർത്തും പേർത്തും നന്ദി പറയുകയും ചെയ്തു. ഗുഹാവാസികളുടെ കഥയിലൂടെ അല്ലാഹുവിന്റെ കാരുണ്യത്തെക്കുറിച്ച് പതിനെട്ടാമധ്യായത്തിൽ ആവർത്തിച്ചു പറയുന്നുണ്ട്. നോമ്പോടുകൂടിയുള്ള അവന്റെ അടിമയുടെ

പ്രാർഥനയ്ക്ക് ഉത്തരം ലഭിക്കാതിരിക്കില്ല. "എന്റെ അനിയത്തിക്ക് നീ നേരായവഴി കാണിച്ചുകൊടുക്കണേ... അവൾ കാരണം മമ്മിയും ഡാഡിയും സങ്കടപ്പെടാനിടവരല്ലേ." ജുമ്അ കഴിഞ്ഞപ്പോൾ കരളുരുകി പ്രാർഥിച്ചു. പള്ളി കഴിഞ്ഞ് വീട്ടിലെത്തിയപ്പോൾ ഭാരമിറക്കിവെച്ച ആശ്വാസം.

വീട്ടിലെത്തിയതും നാദിയ ഉറങ്ങാൻ കിടന്നു. നയിമയ്ക്ക് ഭക്ഷണം കൊടുത്ത് കട്ടിലിൽ കിടത്തിയതും അവളും ഉറങ്ങി. സാധാരണ കട്ടിലിൽ ചായുന്നതും ഉറങ്ങുകയാണ് പതിവ്. ഇന്നു പക്ഷേ ഉറക്കം നാലയലത്തുമില്ല. നയിമ ഇത്താത്തയോട് ഒട്ടിച്ചേർന്നാണ് കിടന്നിരുന്നത്. അതു കണ്ടപ്പോൾ കുട്ടിക്കാലം ഓർമയിലെത്തി. സെഫീറയോടൊപ്പം സ്കൂൾ വിട്ടുവന്ന് കുളിയും ഊണും കഴിഞ്ഞ് ഇതുപോലെ കിടന്നുറങ്ങിയ നാളുകൾ മനസിലെത്തി. ഒന്നാംക്ലാസ് പരീക്ഷ കഴിഞ്ഞപ്പോഴാണ് മമ്മിയോടൊപ്പം ഗൾഫിലെത്തിയത്. സെഫീറയ്ക്ക് അന്ന് ഒന്നര വയസ്സ്. കല്യാണം കഴിഞ്ഞ സമയത്ത് ഡാഡിക്ക് നാട്ടിലായിരുന്നു ജോലി. ബികോം ജയിച്ചതും ബാങ്കിൽ ജോലി കിട്ടി. അന്ന് നാട്ടിൽ ശമ്പളം കുറവായിരുന്നു. നല്ലൊരു വീടും അത്യാവശ്യം സുഖസൗകര്യങ്ങളും വേണമെങ്കിൽ ഗൾഫിൽ പോകാതെ നിവൃത്തിയില്ല എന്നതായിരുന്നു അവസ്ഥ. മമ്മിയുടെ സഹോദരൻ അന്നേ അക്കര കടന്നിരുന്നു. വലിയ പഠിപ്പൊന്നുമില്ലെങ്കിലും അക്കരെച്ചെന്നു ചില്ലറക്കച്ചവടവുമൊക്കെയായി പച്ചപിടിച്ചുവരുന്ന സമയത്തായിരുന്നു മമ്മിയുടെ വിവാഹം. വിവാഹം കഴിഞ്ഞാൽ അളിയനെ ഗൾഫിൽകൊണ്ടുപോകുമെന്നുള്ള മാമയുടെ വാക്കു വിശ്വസിച്ചാണ് ഡാഡിയുടെ ബാപ്പ വിവാഹത്തിനു സമ്മതിച്ചത്. അതുകൊണ്ടാണ് സ്ത്രീധനം കുറച്ചു ചോദിച്ചതെന്ന് വല്യുപ്പച്ചി ഉറക്കെത്തന്നെ പറയാറുണ്ട്. മമ്മിയുടെയും ഡാഡിയുടെയും വീടുകൾ തമ്മിൽ വലിയ അകലമില്ല. പണ്ടേ പരിചയക്കാർ. എന്നിട്ടും ഇരുകൂട്ടർക്കും പരസ്പരം പഴിചാരാനും പരാതി പറയാനുമേ നേരമുള്ളൂ. മകനെ ഉള്ളംകൈയിലെടുത്ത് മമ്മി അമ്മാനമാടുന്നു എന്നാണ് ഡാഡിയുടെ വീട്ടുകാരുടെ പരാതി.

"ഇന്റെ കുട്ടി ഇപ്പം ഓലെ ഉള്ളം കൈമ്മലാ. ഇമ്മച്ചീന്നു പറഞ്ഞാ ഓനിക്ക് ജീവനേർന്ന്. ഇപ്പം നാട്ടിലെത്തിയാ എല്ലേക്കിലും ആദ്യം ചെല്ലണത് ഓളാടക്ക്. പെട്ടി തുറന്ന് അവിടേക്കാവശ്യമുള്ളതെല്ലാം വാരിക്കോരി കൊടുത്തിട്ടല്ലേ ഇങ്ങട്ടെത്തു."

മമ്മി കേൾക്കെയാണ് വല്ലിമ്മയുടെ സ്ഥിരം പരാതി. മമ്മിയും വിട്ടുകൊടുക്കില്ല.

"ഇബിടുള്ളോല് ദുബായി സാമാനങ്ങള് കണ്ടത് ഞാനിബിടെ വന്നപ്പിന്നെയാ. ഇന്റെ കുഞ്ഞാക്ക അക്കരെ കടന്നിട്ട് നാളേറെയായി. അവുടത്തെ പത്രാസ് കണ്ടിട്ടാ ഇങ്ങളിക്കല്യാണം നടത്തിയതെന്ന് ഇങ്ങള് മറന്നാലും ഞാൻ മറക്കൂലാ. ഇപ്പളാണെങ്കില് ബാക്കി മൂന്നാങ്ങളാരും കുടുംബത്തോടെ അക്കരത്തന്നെ. ഓലിക്ക് ദുബായി സാമാനങ്ങക്ക് പുതിയൊ

ന്നുമില്ല. ഇങ്ങളെ കുഞ്ഞാന്റെ പെട്ടി ഞാൻ ഇന്നുവരെ ഇന്റെ കുടീല് എറക്കീട്ടില്ല. ഉപ്പച്ചി കൂടെയുണ്ടായിരുന്നല്ലോ ഇന്നെ ആടെ എറക്കുമ്പോൾ. സുഖമില്ലാത്ത ഉമ്മയെ ഒന്നു കാണാന്നുവച്ചിട്ടാ ഞാനാദ്യം ഉമ്മാരത്തെറങ്ങുന്നത്. അല്ലാണ്ടെ പെട്ടി കടത്താനല്ല."

"ആയിക്കോട്ടെ സുമയ്യാ. ഞാനായിട്ട് ബയക്ക് തൊടങ്ങീന്നും പറഞ്ഞ് ഇയ്യിന്റെ കുഞ്ഞാന്റെ സൈ്വരം കെടുത്തണ്ട."

നാട്ടിലെത്തിയാൽ ഇതാണ് ആദ്യത്തെ കാഴ്ച.

"ഇവിടെ എത്തീട്ട് ഞാനാട്ട് പോയ്ക്കോളാന്ന് ഇങ്ങളോട് പറഞ്ഞതല്ലേ? വന്നുകയറുമ്പംതന്നെ ഇബിടുള്ളോരെ വായിലുള്ളത് കേൾപ്പിച്ചാലെ ഇങ്ങക്ക് സമാധാനമുള്ളു?"

മമ്മിയുടെ മൂക്കു പിഴിച്ചൽ, ഡാഡിയുടെ അവതാപറച്ചിൽ, കുട്ടിക്കാലംമുതലുള്ള പതിവു കാഴ്ചകളാണ്.

"കെട്ടിക്കൊണ്ടെന്നന്നു തുടങ്ങിയതാ ഇന്നോടുള്ള കെറുവ്. അവരെ കുഞ്ഞാന് കുഞ്ഞാക്ക വിസ ശരിയാക്കിക്കൊടുത്തില്ലാന്നും പറഞ്ഞ് തന്തേം തള്ളേം ഇന്നെ കൊറച്ചൊന്നുമല്ല കണ്ണീര് കുടിപ്പിച്ചത്. വിസ നെരത്തുമ്മല് വിക്കാൻ വച്ചതാന്നാ ഓലെ പൂതി. മൂന്നുമാസത്തേക്കുള്ള വിസിറ്റിങ് വിസ അയച്ചുകൊടുക്കാം. അവിടെച്ചെന്നിട്ട് പണി കണ്ടുപിടിക്കാൻ സഹായിക്കാം. അതുവരെ കൂടെ താമസിപ്പിക്കാം എന്നൊക്കെ പറഞ്ഞിട്ടും അന്റെ വല്യുപ്പച്ചിയുടെ ഹാലിളക്കം തീർന്നില്ല. അവസാനം ഞാൻ ധൈര്യംകൊടുത്തിട്ടാ ഡാഡി വിസിറ്റിങ് വിസയ്ക്ക് പോകാൻ തയാറായത്. ഉള്ള പണിയും കളഞ്ഞ് അച്ചെക്കനെ നാട് തെണ്ടാൻ അക്കരക്കയച്ചെന്നും പറഞ്ഞ് പിന്നേം എമ്പാടും കേട്ടു. രാത്രി മുയുമൻ ഞാൻ കണ്ണീരൊയുക്കി തേടിയിട്ടാ ഡാഡിക്ക് ഖത്തറിലെ ബാങ്കില് പണി ശരിയായത്. നെന്നെ പെറ്റേന്റെ ശേശം ഡാഡിക്ക് വെച്ചടിവെച്ച് കേറ്റംതന്നെ. ബർക്കത്തുള്ള കുട്ടിയാ നീ. അതോണ്ടല്ലേ മുത്തുമണിപോലത്തെ പുതിയാപ്ലനേം കിട്ടിയത്. കെട്ടിയോളേം മക്കളേം കൂടെ കൊണ്ടുപോകാൻ ഡാഡി പൂതിവെച്ചതാ. വല്യുപ്പച്ചി ഒരുവിധത്തിൽ സമ്മയിച്ചില്ല. അനിയന് വിസ ശരിയായിട്ട് മതീന്നാ ആദ്യം പറഞ്ഞത്. ഓനാണെങ്കില് പഠിപ്പില് മോശം. ഡാഡി നിർബന്ധിച്ചിട്ടാ പോളിയിൽ ചേർന്നത്. അവിടത്തെ പഠിപ്പ് കയിഞ്ഞതും ഡാഡി ഓനെ കൊണ്ടുപോയി. പണിയും ശരിയാക്കിക്കൊടുത്തു. എന്നിട്ടുമില്ല ആർക്കും തെളിച്ചം. ഓന്റെ പണിക്ക് പത്രാസുപോരാ, പെങ്ങളെ കെട്ടിക്കണെമെന്ന വിചാരമില്ല — പരാതിക്ക് തീർച്ചയില്ല. അവസാനം ഞാൻ അറ്റകൈയ് പ്രയോഗിച്ചു. അക്കൊല്ലം ഇന്നേം മക്കളേം അങ്ങട്ട് കൊണ്ടോയില്ലെങ്കില് കുട്ട്യേളുംകൊണ്ട് പൊയേച്ചാടുമെന്ന് പറഞ്ഞ് കത്തോടുകത്തെഴുതി. അങ്ങനെയാ ഡാഡി വിസ ശരിയാക്കി അയച്ചത്. വല്യുപ്പച്ചി കൊറേക്കാലം പെണങ്ങിയെങ്കിലും മാസാമാസം അയക്കുന്ന ഡ്രാഫ്റ്റിലെ തുക ഏറിയതോടെ പരാതി നിന്നു. ഇപ്പം തേനൊലിപ്പിക്കുന്നത് കണക്കാക്കണ്ട. ഇന്നെ നല്ലോണം കരയിച്ചിട്ടുണ്ട് അക്കൂട്ടര്. നേര് പറഞ്ഞാ ഇപ്പളും ഞാനോലിക്ക് കണ്ണിലെ

കരടാ. എന്നാലും ഒരാവശ്യംവന്നാ ഇന്നെയേ കിട്ടാറുള്ളൂ."

മമ്മി പറയുന്നത് കേൾക്കുമ്പോൾ അതിശയം തോന്നാറുണ്ട്. കാരണം സത്തുക്കയുടെ വീട്ടിൽ ഇത്തരമൊരനുഭവം ഇന്നുവരെയുണ്ടായിട്ടില്ല. അതൊരന്യവീടാണെന്ന തോന്നലുമില്ല. പെൺമക്കളില്ലാത്ത അവർക്ക് ഞാൻ മകളെപ്പോലെയല്ല മകൾതന്നെയാണ്. അനിയന്മാർക്ക് സഹോദരി. ഉമ്മ എന്തിനും ആദ്യം അഭിപ്രായം ചോദിക്കുക എന്നോടാണ്. ബാപ്പയും അങ്ങനതന്നെ. ഉമ്മ അടുക്കളയിൽ കിടന്നു നട്ടം തിരിയുമ്പോൾ സഹായിക്കാൻ ചെന്നാൽ സമ്മതിക്കില്ല.

"ഇങ്ങള് അവിടെക്കിടന്ന് പെടാപ്പാട് പെട്ടിട്ടാ ഇവിടെ വരുന്നത്. ഇവിടെയെങ്കിലും സ്വസ്ഥത വേണ്ടേ? എവിടെയാ പോണ്ടതെന്നുവെച്ചാ പോയ്ക്കോളീ. കുട്ട്യേളെ ഞാൻ നോക്കിക്കോളാം. നേരത്തിനും കാലത്തിനും തിന്നാനും കുടിക്കാനുമിവിടെയെത്തിയാ മതി."

ഓരോരുത്തരുടെ ഇഷ്ടാനിഷ്ടങ്ങൾ കണ്ടറിഞ്ഞാണ് പാചകം. അതിനിടയിൽ നാദിയുടെയും നയിമയുടെയും നൂറാവശ്യങ്ങൾ സാധിപ്പിച്ചു കൊടുക്കാനും സമയം കണ്ടെത്തും. നാട്ടിലെത്തിയാൽ അവരുടെ കാര്യം തിരിഞ്ഞു നോക്കണ്ട. അവരെ കുളിപ്പിക്കുന്നതും ഭക്ഷണം കഴിപ്പിക്കുന്നതും ഉറക്കുന്നതും ഉമ്മതന്നെ. അതിനിടയിൽ സമയമുണ്ടാക്കി അവരെ സർക്കസിനും ബീച്ചിലും ഷോപ്പിങ്ങിനുമൊക്കെ കൊണ്ടുപോകുന്നതും കാണാം. ഇതൊക്കെ എങ്ങനെ സാധിക്കുന്നു എന്നു പലപ്പോഴും തോന്നിപ്പോയിട്ടുണ്ട്. നാട്ടിലെത്തിയാൽ അതുകൊണ്ടുതന്നെ മമ്മി നിർബന്ധിച്ചാലും സ്വന്തം വീട്ടിൽ അധികം തങ്ങാറില്ല. മമ്മിക്ക് സർക്കീട്ടൊഴിഞ്ഞ നേരമില്ല. മമ്മിയും വെക്കേഷൻ കാലത്താണ് നാട്ടിലെത്തുക. ഉമ്മയെപ്പോലെ മക്കളുടെ കാര്യവും നോക്കി വീട്ടിലിരിക്കാൻ മമ്മിയെ കിട്ടില്ല. കുട്ടികളെ മമ്മിയെ ഏൽപ്പിച്ച് പോകാൻ സത്തുക്കയും സമ്മതിക്കില്ല.

"കുട്ടികളെ ഇവിടെ നിർത്തിയിട്ട് നീ മമ്മിയുടെകൂടെ എവിടെയാന്നുവെച്ചാ പോയ്ക്കോ. മമ്മിയുടെ കൂടെ കൂടിയാൽ നീയും മക്കളെ മറക്കും."

വേദനിപ്പിക്കാത്ത വിധത്തിലാണ് പറയുക. അതു നേരാണെന്ന് അറിയുന്നതുകൊണ്ട് പരിഭവം തോന്നാറില്ല. ആറു കിടപ്പുമുറികളും സ്ത്രീകൾക്കും പുരുഷന്മാർക്കും പ്രത്യേക സ്വീകരണമുറികളും അറബികളുടേതുപോലുള്ള മജ്ലിസുമൊക്കെയായി വലിയൊരുവീടു പണിതിട്ടുണ്ട്. അടുക്കള മൂന്നെണ്ണമുണ്ട്. പക്ഷേ, മമ്മി നാട്ടിലെത്തിയാൽ ഭക്ഷണം മിക്കപ്പോഴും ബന്ധുവീടുകളിലായിരിക്കും. ഒന്ന് ചിമ്മിനിയും കുക്കിങ് റേഞ്ചും കിച്ചൻ ക്യാബിനറ്റുകളുമൊക്കെയായി മോഡേൺ അടുക്കള. അതിനുതൊട്ട് സാദാ കിച്ചണും വർക്ക് ഏരിയയും. പുറത്ത് വിറകടുപ്പുള്ള മറ്റൊരടുക്കള. അതിനോടു ചേർന്ന് ഒരു കിടപ്പുമുറിയും വരാന്തയുമുണ്ട്. അവിടെ വാച്ചുമാനും ഭാര്യയും താമസിക്കുന്നു. അവരാണ് വീട് പരിപാലിക്കുന്നത്. മുഹമ്മദ് എന്നാണ് പേരെങ്കിലും മയമ്മാക്ക

എന്നാണ് വിളിക്കാറുള്ളത്. മയമ്മാക്ക തെക്കെങ്ങോ ഉള്ളതാണ്. അവിടെ എന്തോ കേസിൽപ്പെട്ട് ഇങ്ങോട്ടു പോന്നു. വല്ല്യുപ്പച്ചിയുടെ തൊടിയിൽ പണിക്കു നിന്നതാണ്. അവിടെ പുറംപണിക്കു വന്നിരുന്ന സക്കീനയുമായി അടുപ്പമാണെന്നറിഞ്ഞ് വല്ല്യുപ്പച്ചി അവരുടെ കല്യാണം നടത്തിക്കൊടുക്കുകയായിരുന്നു.

"ഓൻ ഇസ്ലാമ് തന്നേക്കും...?"

വിവാഹം നിശ്ചയിച്ചപ്പോൾ വല്ലിമ്മ സംശയം പ്രകടിപ്പിച്ചപ്പോൾ എല്ലാവർക്കും സംശയമായി. അവസാനം അതൊരു വലിയ പ്രശ്നമാവുകയും നാട്ടുകാരിടപെട്ട് അയാളെ കലിമ ചൊല്ലിച്ച് ദീനിൽകൂട്ടുകയും ചെയ്ത കഥകൾ മമ്മി പറയാറുണ്ട്. ഡാഡി പുതിയ വീടുണ്ടാക്കിയപ്പോൾ അവരെ ഇവിടത്തെ ഔട്ട്ഹൗസിൽ പാർപ്പിക്കുകയായിരുന്നു. അവർക്ക് കുട്ടികളില്ല. സക്കീനാത്ത മമ്മിയുമായി ഇടയ്ക്കിടെ പിണങ്ങുമെങ്കിലും എല്ലാവരോടും നല്ല കൂറാണ്. മമ്മിയെത്തുമ്പോഴേക്ക് വീട് അടിച്ചുതുടച്ച് വൃത്തിയാക്കി ഭക്ഷണമൊരുക്കി കാത്തിരിക്കും. മയമ്മാക്കയ്ക്ക് വയ്യെങ്കിലും തൊടിയിലെപ്പണിയും തോട്ടപ്പണിയും മൂപ്പർതന്നെ ചെയ്യും. കുട്ടികളെ വലിയ ഇഷ്ടമാണ്. പേരുപോലും വിളിക്കില്ല. വല്യമോളും ചെറിയമോളുമാണ്. ഇടയ്ക്ക് പഴയ കഥകൾ പറഞ്ഞുതരും.

"മയമ്മാക്കന്റെ നാടെവിടെയാ?"

പലപ്പോഴും ചോദിക്കാറുണ്ട്.

"അങ്ങ് ദൂരെദൂരെ.....ഏഴാം ബഹറിനക്കരെ."

നാട്ടിലെത്തിയാൽ മമ്മിക്ക് തിരക്കൊഴിഞ്ഞ നേരമില്ല. ബന്ധുവീടുകളിൽ സന്ദർശനം, കല്യാണം, സൽക്കാരം, ഷോപ്പിങ് — അതൊന്നും കൂടാതെ രണ്ടാഴ്ചത്തെ സുഖചികിത്സയും പതിവാണ്. ഗൾഫിൽ ഡാഡിക്ക് ജോലിഭാരം കാരണം ഒന്നിനുമില്ല നേരം. നാട്ടിലെത്തുമ്പോൾ രണ്ടാഴ്ച ആയുർവേദാശുപത്രിയിൽ സുഖചികിത്സ. കൈകാൽ വേദനയെന്നും പറഞ്ഞ് മമ്മിയും കൂടെപ്പോകും. അവിടെച്ചെന്ന് ഉഴിച്ചിലും പിഴിച്ചലുമൊക്കെയായി കഴിയുന്നതിനിടയിൽ കുട്ടികളെ മറന്നപോലെയാണ്.

"അപ്പൈതങ്ങളെ ഇങ്ങനെ ഒറ്റക്കാക്കാണ്ടെ കൂടെ കൊണ്ടേയ്ക്കൂടെ അനക്ക് സുമയ്യാ?"

വല്ലിമ്മച്ചി ചോദിക്കാറുണ്ട്.

"ഓലിക്ക് ആടത്തെ എണ്ണേം കൊയമ്പിന്റേം മണമൊന്നും പിടിക്കൂലാ.. ഇവിടാവുമ്പം സക്കീന ഓലെ നോക്കിക്കോളും. ഇനിക്ക് സമാധാനായിട്ട് കെടക്കും ചെയ്യാം. മടങ്ങിച്ചെന്നാ പൊരപ്പണി മുയുമൻ ഞാനൊരുത്തി പേറണ്ടേ? അയിന് കൈക്കും കാലിനും കെൽപ്പുവേണ്ടേ? അയിനു വേണ്ടീട്ടാ ഉയിച്ചല് നടത്തണത്."

മമ്മി അവതാ പറയും.

"എന്നാ കുട്ട്യേളെ ഞാൻ കുടീല്ക്ക് കൊണ്ടോയിക്കോളാം."

വല്ല്യുമ്മച്ചി.

"അള്ളാ, സെഫി ഇങ്ങളെ ഒരു ബയിക്കാക്കും. അവിടാവുമ്പം

സക്കീന ഓളെ മട്ടത്തിനു നിന്നോളം."

"അന്റിഷ്ടമല്ലേ നടക്കു. ഞാൻ ചോയിച്ചില്ലാന്നുള്ള പരാതി വേണ്ടല്ലോ."

വല്യുമ്മച്ചി പരിഭവിച്ചുകൊണ്ട് യാത്ര പറയും.

"അനക്ക് കുട്ട്യേളെ തറവാട്ടിലേക്കയച്ചൂടെ? അവിടാവുമ്പം ഉമ്മച്ചി നോക്കിക്കോളും."

ഡാഡി ചോദിക്കാറുണ്ട്.

"ഇങ്ങള് മിണ്ടാണ്ടിരിക്കീട്ടോ. അപ്പയ്യാലേല് നിന്നാ ഇന്റെ മക്കള് കോലംകെടും."

"ആ തൊഴുത്തിലാ നിന്റെ കെട്ട്യോൻ ജനിച്ചതും വളർന്നതുമെന്ന് നീ മറക്കണ്ട. അന്റെ കുടീലെ സ്ഥിതിയും മറിച്ചായിരുന്നില്ല."

"പണ്ട് അങ്ങനെയാച്ചിട്ട് ഇപ്പളും കെടന്ന് നരകിക്കണോന്നാ ഇങ്ങള് പറേണത്?"

"ഞാനൊന്നും പറഞ്ഞില്ല. നീ പഴയ കാര്യങ്ങള് പറഞ്ഞ് ഇപ്പച്ചിനേം ഉമ്മച്ചിനേം അകറ്റണത് നല്ലതിനല്ല. ഉമ്മാന്റെ കാലിന്റടീലാ സ്വർഗമെന്ന് ഖുർആനിൽ പറഞ്ഞത് നീ വായിച്ചിട്ടില്ലേ? എവിടെ... മുഖംമിനുക്കിയും ചമഞ്ഞൊരുങ്ങിയും നടക്കുന്നതിനിടയിൽ ഖുർആൻ വായിക്കാൻ സമയം വേണ്ടേ?"

"ഇമ്മച്ചി പറയുന്നതുകേട്ട് ഇങ്ങളെ വെറുതേ ഇന്റെ മേക്കിട്ട് കേറണ്ട. അവിടെ ഇന്റെ കുട്ട്യേളെ നിർത്തിയാ ഇനിക്കൊരു സമാധാന വുമുണ്ടാകില്ല. ഗേറ്റിറങ്ങിയാൽ വാഹനങ്ങള് മണ്ടിപ്പായണ റോഡാ. സഫി ഒരിടത്ത് അടങ്ങിയിരിക്കില്ല. ഉമ്മച്ചിക്ക് അടുക്കളേന്ന് പുറത്തിറങ്ങാൻ നേരണ്ടാവില്ല. എന്തിനാ അവരെ വെറുതെ കഷ്ടപ്പെടുത്തണതെന്നു വച്ചിട്ടേ...."

"ശരി ശരി.....മതിയാക്ക്."

ഡാഡിയുടെ സ്വരം കടുക്കുന്നതുവരെ മമ്മി പറഞ്ഞുകൊണ്ടിരിക്കും.

വീടിനു പിറകിലായി പുഴയൊഴുകുന്നുണ്ട്. അടുക്കളമുറ്റത്തുനിന്ന് കടവിലേക്ക് പടികളുമുണ്ട്. വീട്ടുപണികളെല്ലാം ഒതുങ്ങിയാൽ ഉച്ചയ്ക്ക് സക്കീനാത്ത പുഴയിൽക്കൊണ്ടുപോയി കുളിപ്പിക്കും. അങ്ങനെയാണ് നീന്തൽ പഠിച്ചത്. മമ്മിയുണ്ടെങ്കിൽ സമ്മതിക്കില്ല. പുഴവെള്ളത്തിൽ കുളിച്ചാൽ നിറം മങ്ങുമത്രെ. വെളുത്ത് മിനുത്തതൊലിയും നീണ്ടമുടിയും കാണാൻ ചേലുമുണ്ടെങ്കിലേ പെൺകുട്ടികൾക്ക് നല്ല പുതിയാപ്ലമാരെ കിട്ടു എന്ന് മമ്മി നൂറുവട്ടമെങ്കിലും പറയും. സെഫീറയ്ക്ക് ഡാഡിയെപ്പോലെ ഇരുണ്ടനിറമാണെന്നു മമ്മിക്ക് വേവലാതിയാണ്. പാൽപ്പാടയും മഞ്ഞളും പുരട്ടിയാണ് നിത്യവും അവളെ കുളിപ്പിക്കുന്നത്. ആഴ്ചയിലൊരിക്കൽ തന്നെയും മഞ്ഞളു തേപ്പിക്കും. കാണാൻചേലുള്ള പെണ്ണിനെ ആണുങ്ങളെ വരുതിയിൽ നിർത്താനാവൂ എന്നാണ് മമ്മി പറയുന്നത്. സൗന്ദര്യം കാത്തുസൂക്ഷിക്കുന്ന കാര്യത്തിൽ മമ്മിയും വളരെ ശ്രദ്ധിക്കാറുണ്ട്. മാസത്തിലൊരിക്കൽ ഫേഷ്യൽ, തലയിൽ

ഹെന്ന — എല്ലാം മുടങ്ങാതെ ചെയ്യും. വിലകൂടിയ പലതരം ക്രീമുകൾ വാങ്ങി പുരട്ടുന്നതും ചിലപ്പോൾ അബദ്ധം സംഭവിക്കുന്നതും പതിവാണ്. ഒരിക്കൽ ഏതോ ക്രീം പുരട്ടി മുഖമാകെ കുരുവന്ന് കുറേദിവസം പുറത്തിറങ്ങാൻ പറ്റാത്ത അവസ്ഥയിലായി. ക്രീം പുരട്ടിയിട്ടാണ് മുഖത്ത് കുരുവന്നതെന്ന് ഡാഡിയോട് പറയരുതെന്ന് കുട്ടികളെ ശട്ടംകെട്ടിയിരുന്നു. സെഫീറ അതു വകവയ്ക്കാതെ ഡാഡി വന്നതും വിളമ്പി.

"ഡാഡീ, മ്മിന്റെ മുഖം കണ്ടോ....? നെറച്ചും കുരു. വെളുക്കാൻ മരുന്നു പുരട്ടിയതാ."

ഡാഡി അന്ന് മമ്മിയെ ശരിക്ക് വഴക്കുപറഞ്ഞെങ്കിലും ഡെർമറ്റോളജിസ്റ്റിനെ കാണിച്ചു. കാശും ഒരുപാടായി.

"ഇനി ഇങ്ങനെ വല്ലതുമുണ്ടായാൽ തിരിഞ്ഞുനോക്കില്ല ഞാൻ" എന്നു താക്കീത് ചെയ്യാനും മറന്നില്ല.

ആലോചന സെഫീറയെക്കുറിച്ചായപ്പോൾ നെഞ്ചൊന്നാളി. അവൾ ചെറുപ്പത്തിലേ ശാഠ്യക്കാരി. ഞാൻ പിടിച്ച മുയലിനു കൊമ്പ് രണ്ടെന്നു പറയുന്നവൾ. വയസ് പതിനെട്ടാകുന്നതേയുള്ളൂ. അതിനിടയിലാണ് പ്രേമം. ചിലപ്പോൾ മമ്മിയെ ഈറപിടിപ്പിക്കാനായി പറഞ്ഞതായിരിക്കുമോ?

"അന്റെ വല്ലിമ്മച്ചിന്റെ നാക്കാ ഇപ്പെണ്ണിന്. ഗുണവും ദോഷവും മിണ്ടിക്കൂടാ. തറുതലയേപറയൂ. ഓളെ പോക്ക് ശരിയല്ല."

മമ്മി വേവലാതി ഫോണിലൂടെ അറിയിക്കാറുണ്ട്.

"ഇത്താത്ത പോയന്റേശം ഇന്റെ പിന്നാലെ നടക്കലാ മമ്മിന്റെ പണി. പുസ്തകം വായിച്ചാ കുറ്റം, ഫോൺ വിളിച്ചാ കുറ്റം. ഇന്റർനെറ്റ് എന്താന്നറീലാ. എന്നാലും അഭിപ്രായം പറയാൻ വരും. സൈ്വരം തരില്ല. മമ്മിന്റെ ഏതോ ഫ്രണ്ടിന്റെ മകൾ നെറ്റിലൂടെ പ്രേമിച്ച് കല്യാണം കഴിച്ചെന്നു പറഞ്ഞ് ഇനിക്കില്ലാത്ത വിലക്കുകളില്ല. ഇന്നെ അറിയാലോ... അധികം കളിച്ചാ..."

അവൾ പരാതി പറയാറുണ്ട്.

"ഉമ്മമാരങ്ങനെയാ. അവരിക്ക് എപ്പളും നമ്മളെക്കുറിച്ച് വേവലാതിയാ. അതിപ്പോ പറഞ്ഞാ നിനക്ക് മനസിലാവൂലാ."

"ഓ ഇങ്ങളൊരു വല്ലിമ്മ." സെഫീറ തെറ്റായ വഴിക്കൊന്നും പോവില്ല. ഇപ്പോഴത്തെ കുട്ടികളൊക്കെ ഇങ്ങനെയാണെന്നു പറഞ്ഞാൽ മമ്മിക്കു മനസിലാവുന്നില്ല. ഏതിനും സത്തുക്ക വരട്ടെ. വെറുതേ അതുമിതുമാലോചിച്ച് ഉറക്കം കളയണ്ട എന്നു വിചാരിച്ച് കണ്ണടച്ചതും കോളിങ് ബെല്ലടിഞ്ഞു. സത്തുക്കയായിരിക്കും. ഇപ്പോഴേതായാലും ഒന്നും പറയണ്ട. വന്നയുടനെ കിടക്കും. ഉറങ്ങിയെണീറ്റ് ഫ്രഷായിട്ട് സമാധനമായി കാര്യങ്ങൾ പറയാം.

എണീറ്റ് ഉമ്മറത്തേക്കു നടക്കുമ്പോൾ സമീറ തീരുമാനിച്ചു.

24

"മൈ ഗുഡ്നസ്....നാലു മണിയോ..?"

കമ്പ്യൂട്ടർസ്ക്രീനിലെ സമയം കണ്ട് റോഷിന ചാടിയെഴുന്നേറ്റു.

"ഹേയ്....വാട്ട്സ് അപ്....എവെരിതിങ് ഓക്കെ...?"

അവളുടെ വെപ്രാളംകണ്ട് അടുത്ത സീറ്റിലിരുന്നു ജോലി ചെയ്തിരുന്ന സഹപ്രവർത്തക മാഗി ചോദിച്ചു.

"സോറി ഫോർ ദി ഡിസ്റ്റർബൻസ് മാഗി. ഐ ഹാവ് ടു റീച്ച് ഹോം ബിഫോർ ഫൈവ്... ബൈ... സീ യു ടുമാറോ..."

റോഷിന ബാഗുമെടുത്ത് ധൃതിയിൽ കാർ പാർക്കിങ്ങിലേക്കു നടന്നു. മാഗി നല്ല സുഹൃത്താണ്. അവളോട് കാര്യം പറയാമായിരുന്നു. അപ്പഴത്തെ വെപ്രാളത്തിൽ അതിനും തോന്നിയില്ല. സാരമില്ല നാളെച്ചെന്നു വിശദീകരിക്കാം. നാട്ടിലേതുപോലെ മറ്റുള്ളവരുടെ ജീവിതത്തിലേക്ക് ഒളിഞ്ഞുനോക്കുന്ന പതിവ് ഇവിടത്തുകാർക്കില്ല. അതുകൊണ്ട് പരിഭവങ്ങളും പതിവില്ല. കാറെടുത്ത് റൂട്ടുപിടിച്ചപ്പോഴേ സമാധാനത്തോടെ ശ്വാസം കഴിക്കാനായുള്ളൂ. ന്യൂയോർക്കിലെ വീതിയുള്ള റോഡുകളിലൂടെ ഡ്രൈവിങ് പൊതുവെ എളുപ്പമാണ്. പീക്ക് ടൈമല്ലെങ്കിൽ ഇരുപതുമിനിട്ടിനകം വീട്ടിലെത്താം. രാത്രി പത്തുമണിക്കാണ് റഫീഖിന്റെ ഫ്ളൈറ്റ്. എയർപോർട്ട് കുറച്ചകലെയാണ്. വൈകുന്നേരം നേരത്തെ ഇറങ്ങുമെന്നു പറഞ്ഞിരുന്നു. ഉച്ചയ്ക്ക് പോകാനായി എഴുന്നേറ്റപ്പോഴാണ് ബോസ് അടിയന്തരമാണെന്നു പറഞ്ഞ് ചില ജോലികളേൽപ്പിച്ചത്. പെട്ടെന്നു തീരുമെന്നു കരുതിയെങ്കിലും വിചാരിച്ചതിലുമധികം സമയമെടുത്തു. റേഡിയോ ഓൺചെയ്ത് കാർ ഫാസ്റ്റ് ട്രാക്കിലേക്കെടുത്തു. വഴിയിൽ തടസങ്ങൾ വല്ലതുമുണ്ടെങ്കിൽ റേഡിയോവിലൂടെ അറിയിപ്പുണ്ടാകും. അപ്പോൾ പെട്ടെന്നു റൂട്ടു മാറാം. വേഗത്തിൽ പോകാനുള്ള

വർക്കുള്ളതാണ് ഫാസ്റ്റ് ട്രാക്ക്. ഓട്ടോമാറ്റിക് ഗിയറും വീതിയേറിയ റോഡും ഡ്രൈവിങ് സുഗമമാക്കുന്നു. കാറ് സ്പീഡിൽ പറപ്പിക്കുക ഹരമാണ്.

"റോഷീ നിനക്ക് സ്പീഡ് കൂടുതലാണ്. ബി കെയർഫുൾ" എന്ന് ഓഫീസിലേക്കിറങ്ങുമ്പോൾ റഫീഖ് എന്നും ഓർമിപ്പിക്കാറുണ്ട്. രണ്ടുപേരുംകൂടി പോകുമ്പോൾ തന്നെ കാറോടിക്കാൻ സമ്മതിക്കാറുമില്ല. മനസ്സ് കൈപ്പിടിയിലല്ലാത്തതുകൊണ്ടാകാം ഇന്ന് ഡ്രൈവിങ് ഭാരമായാണ് അനുഭവപ്പെട്ടത്. റഫീഖ് എയർപോർട്ടിലേക്കിറങ്ങുന്നതിനുമുമ്പ് വീട്ടിലെത്തണമെന്ന ഒറ്റച്ചിന്തയേ മനസിലുണ്ടായിരുന്നുള്ളു. "ഇന്നും നിനക്കു പോണം അല്ലേ..?" എന്ന റഫിയുടെ വാക്കുകളിലെ പരിഭവം കണ്ടില്ലെന്നു നടിച്ച് രാവിലെ ഓഫീസിലേക്കിറങ്ങുമ്പോൾ ഉള്ള് കരയുന്നുണ്ടായിരുന്നു. കുറേദിവസമായി തമ്മിൽ ഉരസാനേ നേരമുള്ളു. പുതിയ പ്രൊജക്ട് വേണ്ടെന്നുവെച്ച് കൂടെച്ചെല്ലണമെന്നു പറഞ്ഞാണ് എന്നും തർക്കം. ഭാര്യ ജോലിക്കു പോകണമെന്ന് റഫീഖിന് നിർബന്ധമില്ല. കാരണം, അവന് സാമാന്യം ഭേദപ്പെട്ട ജോലിയുണ്ട്. സുഖമായി ജീവിക്കാനുള്ള ശമ്പളവും. വീട്ടിൽ പ്രാരാബ്ധങ്ങളൊന്നുമില്ലാത്തതിനാൽ നാട്ടിലേക്ക് പണമയക്കേണ്ട ആവശ്യവുമില്ല. "ഒരാളുടെ ശമ്പളംകൊണ്ട് ആഘോഷമായിട്ട് കഴിയാം എന്നിരിക്കെ നിനക്കെന്തിനാ ജോലി?" എന്നാണ് ചോദ്യം. എന്നെ സംബന്ധിച്ച് ജോലി പണം സമ്പാദിക്കാനുള്ള മാർഗം മാത്രമല്ല, വ്യക്തിസ്വാതന്ത്ര്യത്തിന്റെ അടയാളം കൂടിയാണ്. അതിനുവേണ്ടിയാണല്ലോ അമേരിക്കയിൽവന്ന് ബിസിനസ് മാനേജ്മെന്റിൽ ബിരുദമെടുത്തത്. പാടുപെട്ടാണ് ഈ ജോലി കിട്ടിയത്. മികച്ച വരുമാനവുമുണ്ട്. സ്വന്തമായി സമ്പാദിക്കുന്നുണ്ടെന്ന ചിന്ത ആത്മാഭിമാനം വർധിപ്പിക്കുന്നു. അതൊന്നും പെട്ടെന്നൊരുദിവസം വേണ്ടെന്നുവയ്ക്കുക എളുപ്പമല്ല. റഫീഖിന്റെ ആഗ്രഹംപോലെ അയാളുടെ കുട്ടികളെ പ്രസവിച്ച് നല്ലൊരു വീട്ടമ്മയെന്ന ലേബലിനുവേണ്ടി തത്രപ്പെടാനും ഇപ്പോൾ മനസ്സ് ഒരുങ്ങിയിട്ടില്ല. കുട്ടികൾ വേണ്ടെന്നല്ല., ആലോചിച്ച് സാവകാശം പോരെ? എന്ന എന്റെ പ്രതികരണം റഫീഖിനെ അമ്പരപ്പിക്കുകയും അസ്വസ്ഥനാക്കുകയും ചെയ്യുന്നതിന്റെ പൊരുൾ പിടികിട്ടുന്നില്ല. വളർന്ന ജീവിതസാഹചര്യങ്ങളിലെ വ്യത്യാസങ്ങളാവാം രണ്ടുപേരെയും രണ്ടുതട്ടിലാക്കുന്നത്. മലബാറിലെ പേരുകേട്ട യഥാസ്ഥിതിക ജന്മികുടുംബത്തിലെ അംഗമാണ് റഫീഖ്. ഞാനാകട്ടെ മിശ്രവിവാഹിതരായ പ്രവാസിദമ്പതികളുടെ മകൾ. റഫിയുടെ ബാപ്പയും ഉമ്മയും പുരോഗമനാശയക്കാരാണെങ്കിലും ബന്ധുക്കളിൽ ഏറിയ പങ്കും ഇപ്പോഴും യാഥാസ്ഥിതിക മനഃസ്ഥിതിക്കാർതന്നെ. വീട്ടുകാരാലോചിച്ചു മക്കളുടെ വിവാഹം നടത്തുക എന്നതാണ് ഇന്നും അവിടത്തെ രീതി. ഞാനും റഫീഖും ഫെയ്സ്ബുക്കിലൂടെ പരിചയപ്പെട്ടതും വിവാഹം കഴിച്ചതും ആ കുടുംബത്തിലുള്ളവർക്ക് താന്തോന്നിത്തരമാണ്. ബാപ്പ മാത്രമാണ് ആദ്യം അനുകൂലിച്ചത്. റഫീഖിന്റെ നിർബന്ധത്തിനു വഴങ്ങി ഉമ്മ

സമ്മതിച്ചെങ്കിലും എവിടെയോ ഒരു വിടവ് പലപ്പോഴും അനുഭവപ്പെടാറുണ്ട്. സമീറാത്തയോടുള്ളത്രയും അടുപ്പം എന്നോടില്ലല്ലോ എന്നു തോന്നുമ്പോഴൊക്കെ ആ ധാരണ തിരുത്താൻ മനസിനെ നിർബന്ധിക്കുകയാണ് പതിവ്. റഫീഖിന്റെ അമ്മാവന്മാർ ഇപ്പോഴും സംശയദൃഷ്ടിയോടെയാണ് നോക്കാറുള്ളത്. രണ്ടുപേർ ഇഷ്ടപ്പെട്ട് വിവാഹം കഴിക്കുന്നത് മഹാപാതകമാണെന്ന മട്ടിലാണ് പലരുടെയും പെരുമാറ്റം. ഞങ്ങളുടെ ഇടയിലെ അസ്വാരസ്യങ്ങൾ അവരറിഞ്ഞാൽ വീടാകെ കുലുങ്ങുമെന്നതിൽ സംശയമില്ല. റഫി ഉമ്മയോട് ഒന്നും ഒളിച്ചുവയ്ക്കാറില്ല. നിത്യവും ഫോൺവിളിക്കുന്നതിനുപുറമേ ഒഴിവുദിവസങ്ങളിൽ ദീർഘനേരം ചാറ്റുചെയ്യുകയും പതിവാണ്. ജോലി വേണ്ടെന്നുവയ്ക്കണമെന്നു പറയുന്നില്ല. പക്ഷേ, കുടുംബം ത്യജിച്ചുകൊണ്ടുള്ള ജോലി വേണോ? കുട്ടികളൊക്കെ സമയത്തിനായില്ലെങ്കിൽ പിന്നീട് ഖേദിക്കേണ്ടി വരും. കുട്ടികൾ സ്കൂളിൽ പോകാനാവുന്നതോടെ ജോലിക്കാര്യത്തെക്കുറിച്ചാലോചിച്ചാൽ പോരെ? നിങ്ങളുടെ സ്വകാര്യതയിൽ ഇടപെടുകയാണെന്നു തോന്നുന്നുണ്ടെങ്കിൽ ക്ഷമിക്കണമെന്നുകൂടി ഉമ്മ ഫോണിലൂടെ പറഞ്ഞുകേട്ടതോടെ മനസാകെ സമ്മർദത്തിലാണ്.

വിവാഹം കഴിക്കാൻവേണ്ടി ജോലി ഉപേക്ഷിച്ച മമ്മയുടെ ഉള്ളുരുക്കം കണ്ട് വളർന്നതുകൊണ്ടാകാം ജോലി വേണ്ടെന്നുവെച്ച് സമരസപ്പെടുവാൻ മനസ്സ് തയാറാകാത്തത്. മമ്മയും പപ്പയും രണ്ടു സമുദായത്തിൽപ്പെട്ടവരാണ്. മമ്മ കോട്ടയത്തുകാരി സത്യക്രിസ്ത്യാനി. പപ്പ മലപ്പുറം മാപ്പിള. പപ്പ ജിദ്ദയിലെ കിങ്സയിദ് ആശുപത്രിയിൽ ഡോക്ടരും മമ്മ അവിടത്തെ നഴ്സുമായിരുന്നു. മമ്മ കർഷകകുടുംബത്തിലെ അംഗം. ഡോക്ടറാകണമെന്നായിരുന്നു മോഹം. പക്ഷേ, നിനച്ചിരിക്കാതെയുണ്ടായ ഉരുൾപ്പൊട്ടലിൽ അപ്പച്ചനും അമ്മച്ചിയും അനിയത്തിയും വീടോടെ മണ്ണിനടിയിൽ അമർന്നപ്പോൾ മോഹങ്ങളും സ്വപ്നങ്ങളും വെള്ളപ്പാച്ചിലിൽ ഒലിച്ചുപോയി. കോളേജ് ഹോസ്റ്റലിലായിരുന്ന മമ്മയും മൂത്ത സഹോദരനും രക്ഷപ്പെട്ടു. ചാച്ചൻ ബി എസ് സി നഴ്സിങ്ങിനും മമ്മ പ്രീഡിഗ്രിക്കും പഠിക്കുകയായിരുന്നു. എന്തു ചെയ്യണമെന്നറിയാതെ രണ്ടുപേരും പകച്ചുനിന്നു. വീടും കൃഷിയും നിന്നിടത്ത് വലിയൊരു മൺകൂന. അപ്പച്ചൻ നട്ടുനനച്ചു വളർത്തിയ കാപ്പിയും കുരുമുളകും കപ്പയും കാച്ചിലും അപ്പച്ചനോടും അമ്മച്ചിയോടുമൊപ്പം കൂനയ്ക്കടിയിൽ അമർന്നു. ഏറെ ദിവസത്തിനുശേഷമാണ് ശവശരീരങ്ങൾ ഓരോ ഭാഗമായി കിട്ടിയത്. പിന്നീട് അങ്ങോട്ട് പോവാനെ തോന്നിയില്ലത്രെ. പഠിത്തം പൂർത്തിയായതും മമ്മയെ നഴ്സിങ്ങിനു ചേർത്ത് ചാച്ചൻ മക്കയിൽ മെയിൽനഴ്സായി എത്തുകയായിരുന്നു.

"നിന്റെ മമ്മയെ കല്യാണം കഴിക്കുമെന്ന് ഞാൻ നിനച്ചതേയല്ല. പുറംലോകം കരുതുന്നതുപോലെ ഞങ്ങൾ തമ്മിൽ പ്രേമവുമില്ലായിരുന്നു. മുസ്‌ലിം മതാചാരങ്ങൾ അണുവിട തെറ്റാതെ പിന്തുടരുന്ന എനിക്ക് അങ്ങനെ ചിന്തിക്കാനും കഴിയില്ലായിരുന്നു. മലപ്പുറത്തെ ഇടത്തരം

കുടുംബത്തിലെ അംഗം. മെഡിസിൻ കഴിഞ്ഞതും വീട്ടിൽ വിവാഹാലോചനകളുടെ തിരക്ക്. പക്ഷേ, പി ജി കഴിഞ്ഞേ വിവാഹം കഴിക്കൂ എന്ന് ഉപ്പയോട് ആദ്യമേ പറഞ്ഞിരുന്നു. എന്നെ കനത്ത സ്ത്രീധനം വാങ്ങി കല്യാണം കഴിപ്പിച്ചിട്ടുവേണം പെൺമക്കളെ നല്ല നിലയിൽ കെട്ടിച്ചയക്കാനെന്ന് ഉപ്പച്ചിയും ഉമ്മയും മോഹിച്ചിരുന്നെങ്കിലും അതിനു തയാറല്ലെന്ന് ഞാൻ ആദ്യമേ സൂചനകൊടുത്തിരുന്നു. പഠിത്തംപൂർത്തിയാക്കിയതും വിദേശത്ത് ജോലി സമ്പാദിക്കാനുള്ള കാരണവും മറ്റൊന്നല്ല. അന്നേ കടലുകടന്നതുകൊണ്ട് സ്ത്രീധം വാങ്ങാതെതന്നെ രണ്ടു പെങ്ങന്മാരെ നല്ല നിലയിൽ കെട്ടിച്ചയക്കാൻ സാധിച്ചു. അക്കൊല്ലം വെക്കേഷന് നാട്ടിലെത്തിയാൽ വിവാഹം നടത്തണമെന്നും വിചാരിച്ചതാണ്. നമ്മളൊന്നു വിചാരിക്കുന്നു. വിധി നടത്തുന്നവൻ അവന്റെ വിധി നടപ്പിലാക്കുന്നു. നിന്റെ മമ്മയുടെ സഹോദരൻ ജോസിനെ ആശുപത്രിയിൽവെച്ചാണ് പരിചയപ്പെടാനിടയായത്. വളരെ നേരസ്ഥനായിരുന്നു. പാവവും. ഒഴിവുള്ളപ്പോൾ വീട്ടിൽവന്ന് അവൻ എന്നെ പാചകത്തിൽ സഹായിക്കുമായിരുന്നു. അങ്ങനെയാണ് അവന്റെ ദുരന്തകഥകൾ ഞാനറിഞ്ഞത്. അവനോടു തോന്നിയ സഹതാപമാണ് നിന്റെ മമ്മയ്ക്കൊരു ജോലി വാങ്ങിക്കൊടുക്കാൻ എന്നെ പ്രേരിപ്പിച്ചത്. അതെന്റെ ജീവിത്തിന്റെ വഴിത്തിരിവായിത്തീരുമെന്ന് ഞാൻ വിചാരിച്ചതേയല്ല. ജോസ് സഹോദരിയെ പരിചയപ്പെടുത്തിത്തന്നിരുന്നെങ്കിലും ഞാനവളെ ശ്രദ്ധിച്ചതുപോലുമില്ല. ജോസ് ആക്സിഡന്റിൽ മരണപ്പെട്ടു എന്ന് ആശുപത്രിയിൽനിന്നു വിളിച്ചു പറഞ്ഞപ്പോൾ എനിക്കവിടെ ഓടിയെത്താതിരിക്കാൻ സാധിച്ചില്ല. ഏതോ രോഗി അത്യാസന്നനിലയിലാണെന്നു വിവരം കിട്ടിയപ്പോൾ അങ്ങോട്ടേക്കു കുതിക്കുന്ന ആംബുലൻസിൽ ജോസുമുണ്ടായിരുന്നു. നിയന്ത്രണംവിട്ട ആംബുലൻസ് ട്രക്കുമായി കൂട്ടിയിടിക്കുകയായിരുന്നു. ജോസും ഡ്രൈവറും സംഭവസ്ഥലത്തുവച്ചു മരിച്ചു. കൂടെയുണ്ടായിരുന്ന രണ്ട് അറ്റന്റർമാർ അത്ഭുതകരമായി രക്ഷപ്പെടുകയും ചെയ്തു. അതിലൊരാൾ മലയാളിയായിരുന്നു. ഞാനെത്തുമ്പോൾ നിന്റെ മമ്മ ആശുപത്രിയിലെ മോർച്ചറിക്കു മുന്നിൽ വെറുങ്ങലിച്ചു നിൽക്കുമായിരുന്നു. കൂടെ ജോലിചെയ്യുന്ന രണ്ടുപേർ അവളെ ആശ്വസിപ്പിക്കുന്നുമുണ്ടായിരുന്നു. എന്നെ കണ്ടതും അവൾ വാവിട്ടു നിലവിളിച്ചു. മറ്റൊരു ഗതിയുമില്ലാത്ത പെൺകുട്ടിയെ സഹായിക്കേണ്ടത് എന്റെ ബാധ്യതയാണെന്നു തോന്നിയതുകൊണ്ടാണ് അവളുടെ കൂടെനിന്ന് എല്ലാ ഫോർമാലിറ്റീസും പൂർത്തിയാക്കിയത്. അപകടമരണമായാൽ ജിദ്ദയിൽ കടമ്പകളെമ്പാടും കടക്കാനുണ്ട്. ഇന്ത്യൻ എമ്പസിയിൽ പരിചയക്കാരുണ്ടായിട്ടും ശരീരം വിട്ടുകിട്ടാൻ രണ്ടുദിവസമെടുത്തു. നാട്ടിൽ കൊണ്ടുപോകേണ്ട ആവശ്യമില്ലെന്നു നിന്റെ മമ്മ പറഞ്ഞപ്പോൾ അവിടത്തന്നെ അടക്കാൻവേണ്ട ഏർപ്പാടുകൾ ചെയ്യുകയായിരുന്നു. ശവമടക്കു കഴിഞ്ഞപ്പോൾ നേരം സന്ധ്യ കഴിഞ്ഞു. ആകെ പരവശയായ അവളെ ആശുപത്രിയിൽ അങ്ങനെ വിട്ടുപോരാൻ മനസു സമ്മതിച്ചില്ല. താമസസ്ഥലത്ത്

വിടാമെന്നു തീരുമാനിച്ചു. കാറിൽ കയറ്റി കൊണ്ടുപോകുമ്പോഴും അവ ളാകെ മരവിപ്പിലായിരുന്നു. വീട്ടിനുമുമ്പിൽ കാർ പാർക്ക് ചെയ്തിട്ടും അവൾ അതേ ഇരിപ്പുതന്നെ. വാതിൽ തുറന്ന് കൈപിടിച്ചാണ് പുറത്തി റക്കിയത്. അത്താണി കിട്ടിയ ആശ്വാസത്തോടെ അവൾ മാറിൽവീണ് തേങ്ങാൻ തുടങ്ങിയപ്പോഴും അവളെ തോളിൽ തലോടി ആശ്വസിപ്പി ക്കാൻ ശ്രമിച്ചപ്പോഴും മനസിൽ അരുതാത്ത ചിന്തകളൊന്നുമുണ്ടായിരു ന്നില്ല. അതുകണ്ട് സംശയം തോന്നിയ മുതവ്വ അടുത്തുവന്ന് ചോദ്യം ചെയ്യാൻ തുടങ്ങിയപ്പോൾ എന്തു പറയണമെന്നറിയാതെ തരിച്ചുപോയി. ബീവിയാണോ..? പൊതുസ്ഥലത്തുവെച്ചാണോ പിണക്കം? ഇക്കാമ കാണിക്കൂ. അയാളുടെ ചോദ്യങ്ങൾക്കു മുന്നിൽ ഉത്തരംമുട്ടി നിൽക്കാനേ സാധിച്ചുള്ളൂ. സൗദിയിൽ മതകാര്യങ്ങൾക്കായി നിയോഗിക്കപ്പെട്ട പൊലീ സുകാരെയാണ് മുതവ്വയെന്നു വിളിക്കുന്നത്. നമസ്കാരസമയങ്ങളിൽ പള്ളിയിൽ പോകാതെ അലഞ്ഞുനടക്കുന്നവരെയും സംശയകരമായ സാഹചര്യങ്ങളിൽ കണ്ടുമുട്ടുന്ന സ്ത്രീപുരുഷന്മാരെയും നോമ്പുകാല ങ്ങളിൽ പൊതുസ്ഥലത്ത് വെച്ച് ഭക്ഷണം കഴിക്കുന്നവരെയുമൊക്കെ ശിക്ഷിക്കാൻ അധികാരമുള്ളവരാണ് ഇത്തരം പൊലീസുകാർ. സ്വന്തം ഭാര്യയെയല്ലാതെ അന്യസ്ത്രീകളെ പുരുഷന്മാർ സ്പർശിക്കാൻ പാടി ല്ലെന്നാണ് സൗദിനിയമം. പൊതുസ്ഥലത്തുവച്ചു ഭാര്യമാരുടെ കൈപി ടിക്കുന്നതുപോലും മുതവ്വമാർ തെറ്റായിട്ടാണ് കാണുന്നത്. പൊലീസ് ചോദ്യം ചെയ്യുകയും ശിക്ഷിക്കുമെന്നുറപ്പാവുകയും ചെയ്തപ്പോൾ തൽ ക്കാലം രക്ഷപ്പെടാൻവേണ്ടി അവൾ ഞാൻ വിവാഹം കഴിക്കാൻപോകുന്ന സ്ത്രീയാണെന്നു പറയേണ്ടിവന്നു. പക്ഷേ, അത് പ്രാവർത്തികമാക്ക ണമെന്ന് അപ്പോഴും വിചാരിച്ചതല്ല. സഹോദരന്റെ മരണം അവളെ വല്ലാതെ ഉലച്ചു. എന്നും അസുഖം. ജോസിന് ആശുപത്രിയിൽനിന്നും ഇൻഷുറൻസിൽനിന്നും മറ്റും ലഭിക്കേണ്ട ആനുകൂല്യങ്ങൾക്കുവേണ്ടി ഓടിനടക്കാനും സഹായിക്കാനും അവൾക്ക് മറ്റാരുമില്ലായിരുന്നു. അങ്ങ നെയാണ് അടുത്തിടപഴകേണ്ടിവന്നത്. ആശുപത്രിയിൽ സംസാരവിഷ യമായപ്പോൾ വല്ലാത്ത കുറ്റബോധം തോന്നി. ജോസിന്റെ പേരിൽ അവൾക്ക് കാര്യമായ ഒരു തുകതന്നെ കിട്ടിയിരുന്നു. അതും വാങ്ങി നാട്ടിൽപ്പോകാൻ ആഗ്രഹിക്കുന്നുണ്ടെങ്കിൽ വേണ്ടത് ചെയ്തുകൊടുക്കാ മെന്നു പറഞ്ഞതുമാണ്. ചാച്ചനെ അടക്കിയ ഈ മണ്ണിൽ കുറച്ചുകാലം കൂടി കഴിയാനാണ് ആഗ്രഹമെന്നാണ് അവൾ പറഞ്ഞത്. അതിനിടയി ലാണ് അവൾ പനിപിടിച്ച് കിടപ്പിലായതും പനി ടൈഫോയിടായതും. അതോടെ നിത്യവും അവളെ വാർഡിൽച്ചെന്നു കണ്ട് സുഖവിവരങ്ങള ന്വേഷിക്കുക പതിവായി. ആശുപത്രി ജീവനക്കാർ അർഥംവെച്ചു സംസാ രിക്കുന്നതുകേട്ട് കണ്ണീരൊഴുക്കുന്ന അവളെ കണ്ടപ്പോൾ രണ്ടാമതൊ ന്നാലോചിക്കാതെയാണ് മതംമാറി എന്നെ വിവാഹം കഴിക്കാൻ താൽപ്പ ര്യമുണ്ടോ എന്നു ചോദിച്ചത്. വാസ്തവത്തിൽ അതു മുൻകൂട്ടിയെടുത്ത തീരുമാനമൊന്നുമായിരുന്നില്ല. ആശുപത്രിയിലെ ജീവനക്കാരികൾ

അവളെക്കുറിച്ച് മോശമായി സംസാരിക്കുന്നതുകേട്ട് ചോദിച്ചുപോയതാണ്. അവൾ സമ്മതം മൂളിയപ്പോൾ പിറകോട്ടുപോകാൻ നിവൃത്തിയില്ലാതായി. അല്ലാതെ നാട്ടുകാർ പറയുന്നതുപോലെ നഴ്സ് ഡോക്ടറെ വശീകരിച്ചതൊന്നുമല്ല. ഇതൊന്നും ഞാനാരോടും വിശദീകരിക്കാൻ ശ്രമിച്ചിട്ടില്ല. ഉപ്പച്ചിയോടുപോലും. ഇതൊന്നും നിന്നെ ബാധിക്കരുതെന്നാഗ്രഹിച്ചതുകൊണ്ടാണ് നീ സംഗതികൾ മനസിലാക്കാനുള്ള പ്രായമായപ്പോൾ ഞാൻ ഇംഗ്ലണ്ടിലേക്കു കൂടുമാറിയത്."

ഒരിക്കൽ വെക്കേഷൻകാലത്ത് നാട്ടിലെത്തിയപ്പോഴാണ് പപ്പ അടുത്തുവിളിച്ചിരുത്തി ഇത്രയും പറഞ്ഞത്. വല്യുപ്പച്ചിയും ഉമ്മച്ചിയുമുണ്ടായിരുന്ന കാലത്ത് എല്ലാ വെക്കേഷനിലും നാട്ടിൽച്ചെല്ലുമായിരുന്നു. അക്കാലത്ത് നാട്ടിലെത്തുമ്പോൾ പപ്പയുടെ വീട്ടിൽ നിറയെ ആളുകളായിരിക്കും. പപ്പയുടെ സഹോദരിമാരും മക്കളും മാത്രമല്ല ബന്ധുമിത്രാദികളും എത്തിയിട്ടുണ്ടാകും. എല്ലാവരുടെയും നോട്ടം കാറിൽനിന്നിറക്കുന്ന പെട്ടികളിലാണെന്നാണ് മമ്മ പറയാറുള്ളത്. അത് നേരാണെന്ന് അവരുടെ സംസാരം കേൾക്കുമ്പോൾ തോന്നാറുണ്ട്. പപ്പയുടെ സഹോദരിമാരായ ജമീലമ്മായിയും സാബിറമ്മായിയും നീണ്ടലിസ്റ്റ് നേരത്തേ അയച്ചിരിക്കും. അതെല്ലാം പപ്പ മറക്കാതെ കൊണ്ടുവരും. പെട്ടിയോടെ മുന്നിൽവച്ചുകൊടുത്താലും അമ്മായിമാർക്ക് പരാതിയാണ്.

"ഇത്താന്റെ പർദപോലത്തേതുതന്നെ ഞങ്ങക്കുംകൂടി മേങ്ങിക്കുടേനോ? ഇന്റെ സക്രാർഫില് പൂപ്പണിപോരാ. ഇന്റെ കുഞ്ഞാന് മൊബൈല് കൊടന്ന്ക്കണോ?"

ഇങ്ങനെ പോകും അമ്മായിമാരുടെ പരാതികൾ.

"വർഷങ്ങളിത്രയായിട്ടും നിങ്ങടെ ആൾക്കാർക്ക് എന്നോടുള്ള ചൊരുക്ക് തീർന്നില്ല" മമ്മി കണ്ണീരൊഴുക്കുന്നത് കണ്ട് സംഗതി ചോദിച്ചപ്പോഴാണ് പപ്പ അവരുടെ ജീവിത്തിന്റെ ഏടുകൾ മുന്നിൽ നിവർത്തിയത്.

"ഇക്കാക്ക കടിഞ്ഞൂൽപ്പൊട്ടനായിപ്പോയതോണ്ടാ ഇതുപോലൊരു പോയത്തം പറ്റിപ്പോയതെന്ന് ഉപ്പച്ചി മരിക്കണെതുവരെ പറഞ്ഞീർന്നു. എവിടെന്നെല്ലാം മുന്തിയ ആലോചനകള് വന്നതാ. അപ്പളല്ലേ ഇടിത്തീ വീണതുപോലെ ഇക്കാക്ക കല്യാണക്കാര്യം വിളിച്ച് പറഞ്ഞത്. ഇമ്മച്ചി കിടക്കപ്പായീന്നെണീക്കാതെ ഒരേകെടപ്പായിരുന്ന്. ഉപ്പച്ചിയും കൊറച്ചൊന്നുമല്ല സങ്കടപ്പെട്ടത്. വീട്ടിനു തുണയാകേണ്ട ആൺതരി ഇതുപോലൊരു കൊടുംചതി ചെയ്താ ആരാ ഞെട്ടാത്തത്? അങ്ങനെ വിട്ടാപ്പറ്റുലാ. ഓനോട് ഓളേംകൊണ്ട് ഇങ്ങട്ട് വരാമ്പറ. അല്ലെങ്കില് അന്റെ മോൻ അനക്കില്ലാണ്ടാവും. അവിടന്ന് നിക്കാഹ് കയച്ചീന്ന് പറഞ്ഞതൊന്നും ഇയ്യ് കാര്യാക്കണ്ട. ഇവിടെക്കൊണ്ടേന്നാ ഞമ്മക്ക് പൊന്നാനിക്കൊണ്ടോയി ദീനിക്കൂട്ടാം. നിക്കാഹും ചെയ്യിക്കാം. അവിടെ നിർത്തി ഇസ്ലാംകാര്യങ്ങളും ഈമാൻ കാര്യങ്ങളും പഠിപ്പിക്കും ചെയ്യാം. എന്നൊക്കെ പള്ളീലെ ഖാസിയാര് പറഞ്ഞതോണ്ടാ ഓളേംകൂട്ടി ഇങ്ങട്ട് പോരാൻ ഇപ്പച്ചി പറഞ്ഞത്. ഒരാളെ ദീനിക്കൂട്ടണത് പുണ്യള്ള കാര്യാന്നല്ലേ പറേണത്.

അതേയ് ഞമ്മള് സമ്മയിച്ചത്."

ജമീലമ്മായി നീട്ടിയും കുറുക്കിയും ആരോടോ പറയുന്നത് കേട്ട് പലപ്പോഴും മനസ്സ് നൊന്തിട്ടുണ്ട്.

"പുയ്യിസ്ളാമാന്നാ ഓള്ക്കണ്ടാ പറയുലാട്ടോ. ദീനിന്റെ കാര്യത്തിലായാലും ഉടുപുടവയുടെ കാര്യത്തിലായാലും നല്ല അച്ചടക്കമുണ്ട്." കേട്ടുനിൽക്കുന്നവരുടെ മറുപടി.

മമ്മ പുയ്യിസ്ലാമാന്നാ എല്ലാരും പറേന്നത്. അങ്ങനെ പറഞ്ഞാ എന്താ എന്നു ചോദിച്ചതിന് മമ്മ പൊതിരെ തല്ലിയതും അതിന്റെ പേരിൽ മമ്മയും പപ്പയും പിണങ്ങിയതും കറുത്ത ഓർമകളായി ഇന്നും മനസിലുണ്ട്. ഞാൻ മുതിർന്നതോടെ പപ്പയും മമ്മയും മനസ്സ് തുറക്കുന്നത് എന്നോടാണ്. രണ്ടുപേരും ഒന്നിച്ചിരിക്കുമ്പോഴാണ് ഇത്തരം മനസുതുറക്കൽ പലപ്പോഴും സംഭവിക്കാറുള്ളത്.

"നിന്റെ മമ്മ എന്നും അവളുടെ രക്ഷകനായിട്ടാണ്എന്നെ കണ്ടത്. ഭർത്താവായിമാത്രം കണ്ടാ മതിയെന്നു എത്ര പറഞ്ഞിട്ടും അവളുടെ തലയിൽ കയറുന്നേയില്ല. എന്റെ വീട്ടുകാർ അവളെ അംഗീകരിക്കുന്നില്ലെന്നുള്ളതുകൊണ്ട് ഞാനവളെ ഉപേക്ഷിക്കുമോ എന്ന ഭീതി അവളെ വല്ലാതെ അലട്ടിയിരുന്നു. രണ്ടുകൊല്ലം കഴിഞ്ഞിട്ടും കുഞ്ഞു പിറക്കാതായപ്പോൾ ഒരുതരം ഉന്മാദാവസ്ഥ അവളെ പിടികൂടുന്നതായി ഞാൻ മനസിലാക്കി. അങ്ങനെയാണ് അവളെയുംകൂട്ടി മക്കത്തുചെന്ന് ഉംറ ചെയ്യാൻ തീരുമാനിച്ചത്."

മുസ്ലിമായി ജീവിക്കുന്നതിൽ എപ്പഴെങ്കിലും എതിർപ്പോ പ്രയാസമോ തോന്നിയിരുന്നോ? ആദ്യമായി കഅബയിലെത്തിയപ്പോൾ കുട്ടിക്കാലത്ത് പഠിച്ച ബൈബിൾ വചനങ്ങൾ ഓർമയിലെത്തിയോ? ചോദ്യത്തിനു മമ്മ വെറുതെ തലയാട്ടിയതേയുള്ളൂ. പപ്പയാണ് ഉത്തരം പറഞ്ഞത്.

"മതാനുഷ്ഠാനങ്ങളിൽ എന്നെക്കാൾ കൃത്യത അവൾക്കായിരുന്നു. ആദ്യമാദ്യം മറ്റുള്ളവരെ ബോധ്യപ്പെടുത്താൻ തിടുക്കം കൂട്ടുന്നതുപോലെയായിരുന്നു. പിന്നീടതെല്ലാം അവൾ ജീവിതചര്യയാക്കി."

"പപ്പയെന്തിനാ മമ്മയോട് മതം മാറാൻ ആവശ്യപ്പെട്ടത്? രണ്ടുമതക്കാർ ഒന്നിച്ചുജീവിക്കുന്നതിലെന്താ തകരാറ്?"

"അതൊക്കെ ഓരോരുത്തരുടെ ശീലങ്ങൾപോലെയിരിക്കും. ഞാൻ ഇസ്ലാമായി ജനിച്ചത് എന്റെ ആവശ്യപ്രകാരമല്ല. ഇസ്ലാമായി ജനിച്ചതുകൊണ്ടാണല്ലോ ആ മതത്തിലെ അനുഷ്ഠാനങ്ങൾ എന്റെ ശീലമായത്. കുട്ടിക്കാലം മുതൽ പഠിച്ചതും ശീലിച്ചതും വേണ്ടെന്നുവയ്ക്കാൻ എനിക്കു പ്രയാസമായിരുന്നു. സൗദിയിലെത്തിയപ്പോൾ ഖുർആൻ അർഥമറിഞ്ഞു വായിച്ചു പഠിക്കാൻ തുടങ്ങിയതോടെ അതിലെ ആശയങ്ങൾ എന്നെ വല്ലാതെ സ്വാധീനിച്ചു. എന്റെ സന്തതിപരമ്പരകളും ഖുർആന്റെ തണലിൽ വളരണമെന്ന് ഞാൻ ആശിച്ചുപോയെങ്കിൽ എനിക്ക് അതൊരു വലിയ ശരിയാണ്. എന്നെ കല്യാണം കഴിക്കണമെന്ന് ഞാൻ അവളെ ഒരിക്കലും നിർബന്ധിച്ചിട്ടില്ലെന്നു മാത്രമല്ല നാട്ടിൽച്ചെന്ന് അവളുടെ മത

ത്തിൽപ്പെട്ട ആരെയെങ്കിലും വിവാഹം കഴിക്കാൻ ആഗ്രഹമുണ്ടെങ്കിൽ അതിനുള്ള ഏർപ്പാടുകൾ ചെയ്തുകൊടുക്കാമെന്ന് നിർദേശിച്ചതുമാണ്."

"നേരാണോ മമ്മ....?" എല്ലാംകേട്ടുകൊണ്ട് മിണ്ടാപ്പൂതത്തെപ്പോലിരിക്കുന്ന മമ്മയോട് ചോദിക്കാതിരിക്കാൻ കഴിഞ്ഞില്ല.

"നിന്റെ പപ്പ അന്നെന്നെ സ്വീകരിച്ചില്ലായിരുന്നെങ്കിൽ എന്റെ ജീവിതം എന്തായിത്തീരുമെന്ന് പ്രവചിക്കാൻ ഞാനാളല്ല. ചാച്ചൻ മരിച്ചപ്പോൾ കിട്ടിയ വലിയൊരു തുകയുമായി നാട്ടിലെത്തിയാൽ എന്നെ സ്വീകരിക്കാൻ ചിലപ്പോൾ ബന്ധുക്കളുടെ നീണ്ടനിരതന്നെ ഉണ്ടായിരുന്നേക്കാം. കാശ് തീരുമ്പോൾ അവരെന്നെ പടിയിറക്കുമോ സംരക്ഷിക്കുമോ എന്നൊന്നും അപ്പോൾ ഞാൻ ചിന്തിച്ചതേയില്ല. ചാച്ചനില്ലാത്ത എന്റെ നാട്ടിൽ എനിക്കു ജീവിക്കേണ്ട എന്നൊരു തോന്നൽ മാത്രമേ അപ്പോഴെന്റെ മനസിലുണ്ടായിരുന്നുള്ളൂ. ഉംറയ്ക്ക് പോകാൻ ഞാൻ സമ്മതിച്ചോ എന്നു നീ ചോദിച്ചതുകൊണ്ട് പറയുകയാണ് — നിന്റെ പപ്പയുടെ ജീവിതത്തിലേക്ക് കാലെടുത്തുവെച്ച നിമിഷം മുതൽ എന്റെ ഭൂതകാലം മറക്കാൻ ഞാൻ തീരുമാനിച്ചു. നിന്റെ പപ്പയെക്കാൾ ഉറച്ച വിശ്വാസത്തോടെയാണ് ഞാൻ ഉംറചെയ്തത്. ദൈവാനുഗ്രഹംപോലെ നീ എന്റെ വയറ്റിൽ പിറന്നു എന്ന് വിശ്വസിക്കാനാണ് എനിക്കിഷ്ടം."

"സത്യം പറയാമല്ലോ കുട്ടീ, അതിനുശേഷമാണ് നിന്റെ മമ്മയുടെ പേടി മാറിയത്."

"അങ്ങനെയൊന്നുമല്ല. എന്നാലും ഒരുകാലത്ത് ഞാൻ ആകെ അസ്വസ്ഥയായിരുന്നു. ഓരോ തവണ നാട്ടിലെത്തുമ്പോഴും നിങ്ങളുടെ പെങ്ങന്മാരുടെയും ബന്ധുക്കളുടെയും സംസാരം എന്റെ സമനില തെറ്റിക്കാറുണ്ടായിരുന്നു. അൽഹംദുലില്ലാഹ്. അള്ളാഹു എല്ലാം നേരെയാക്കി. ഇനി എന്റെ കുട്ടിക്ക് അവളുടെ പപ്പയെപ്പോലൊരു വരനെക്കൂടി കിട്ടിയാൽ എനിക്കു സമാധാനമായി."

പപ്പയും മമ്മയും കുട്ടിയെന്നേ വിളിക്കൂ. എന്നെ ഇസ്ലാമികവേഷം ധരിപ്പിക്കാനും മതകാര്യങ്ങൾ പഠിപ്പിക്കാനും പപ്പയെക്കാൾ ജാഗ്രത മമ്മയ്ക്കായിരുന്നു.

"എന്റെ മോളെ പുതിയിസ്ലാമെന്ന് ആരും വിളിക്കാനിടവരരുത്."

മമ്മ ആത്മമഗതംപോലെ പറയാറുണ്ട്. അങ്ങനെ പറയിപ്പിക്കാതിരിക്കാൻ മമ്മ എപ്പോഴും ശ്രദ്ധിച്ചിരുന്നു. പ്രത്യേകിച്ചും റഫീഖിന്റെ വീട്ടുകാരുടെ മുന്നിൽ. എന്റെ മകൾക്ക് മലയാളമറിയില്ല, മണ്ണിലിറങ്ങിയാൽ അലർജി, മാനത്തുനോക്കിയാൽ നീരിറക്കം എന്നൊക്കെയുള്ള മമ്മയുടെ പറച്ചിലാണ് അവരെ ബടായിക്കാരിയാക്കിയത്. നാട്ടിലെത്തിയാൽ മമ്മയുടെ ശരീരഭാഷതന്നെ മാറും. ഏതോ ആഢ്യ കുടുംബത്തിലെ അംഗമാണെന്നു കാണിക്കാനുള്ള തത്രപ്പാടിൽ മമ്മ പലരുടെയും പരിഹാസപാത്രമാവുന്നത് പലപ്പോഴും നോവിക്കാറുണ്ട്.

ആലോചനയ്ക്കിടയിൽ മുന്നിലെ കാർ എക്സിറ്റിലേക്ക് തിരിയാൻ പതുക്കെയാക്കിയത് ശ്രദ്ധയിൽപ്പെട്ടില്ല. ദൈവാനുഗ്രഹംകൊണ്ടാണ് കുട്ടി

യിടി ഒഴിവായത്. ക്യാമറക്കണ്ണുകൾ ആ രംഗം പകർത്തിയിട്ടുണ്ടാവും. ഈ മാസം വലിയൊരു തുകയുടെ ടിക്കറ്റ് ഉറപ്പാണ്. അതോടെ സ്പീഡ് കുറച്ചു. വീട്ടിലെത്തിയപ്പോൾ ഗേറ്റിനുമുന്നിൽ ടാക്സി. കാർ ഗ്യാരേജിനു മുന്നിലിട്ട് തിരക്കിട്ടിറങ്ങിച്ചെല്ലുമ്പോൾ റഫി പെട്ടികളുമായി പുറത്തേക്കിറങ്ങുന്നുണ്ടായിരുന്നു. കണ്ട ഭാവംപോലും കാണിക്കാതെ ഡ്രൈവറുടെ സഹായത്തോടെ ലഗേജ് കാറിൽ കയറ്റുന്നതുകണ്ട് ഓടിച്ചെന്നു.

“എയർപോർട്ടിൽ ഞാനുംകൂടി വരാം. അഞ്ചുമിനുട്ട്.” തിടുക്കത്തിൽ പറഞ്ഞു.

“നോ, താങ്ക്സ്.”

“റഫീ, പ്ളീസ്.... ഞാൻ നേരത്തേ ഇറങ്ങണമെന്നു കരുതിയതാ. അപ്പോഴേക്ക് ബോസ്...”

“ഇറ്റ് സ് ഓൾറെഡി ലെയിറ്റ്. സീ യൂ.” അവൻ പോയപ്പോൾ നെഞ്ചിനകത്തുനിന്ന് നീരാവി തലയിലൂടെ പുറത്തേക്കൊഴുകുന്നതുപോലൊരു തോന്നൽ.

നിറഞ്ഞ കണ്ണുതുടച്ച് കാറ് ഗ്യാരേജിലേക്കു കയറ്റി.

25

വീട്ടിനകത്തെ നിശ്ശബ്ദത വല്ലാതെ പേടിപ്പെടുത്തി. മുക്കിലും മൂലയിലും ജനാലവിരികൾക്കു പിന്നിലും ആരോ ഒളിച്ചിരിക്കുന്നുണ്ടോ...? അവരോരോരുത്തരായി തന്നെ നോക്കി ഇളിച്ചു കാട്ടുന്നു....റബ്ബേ.....ഇവരൊക്കെക്കൂടി എന്നെയിപ്പോ കൊത്തിവലിക്കുമല്ലോ. എനിക്ക് തുണയില്ലല്ലോ... കുട്ടികളെപ്പോലെ ഭയന്നു നിലവിളിച്ചുകൊണ്ട് റോഷീന സെറ്റിയിലേക്കു വീണു. നിനക്ക് ഇണയായിട്ടും തുണയായിട്ടും റഫീഖുണ്ടായിരുന്നില്ലേ...? നീയായിട്ട് വേണ്ടെന്നു വെച്ചതല്ലേ..? അല്ല... അങ്ങനെയല്ല...റഫിയില്ലാതെ എനിക്കായിട്ടൊരുജീവിതം വേണമെന്ന് ഞാനാഗ്രഹിച്ചിട്ടില്ല. സ്വന്തം കാലിൽ നിൽക്കണമെന്നാഗ്രഹിച്ചത് എന്റെ പിഴ... എന്റെ പിഴ... എന്തുകൊണ്ടങ്ങനെ.? സ്വന്തം സ്വപ്നം സാക്ഷാൽക്കരിക്കാൻ ഇറങ്ങിപ്പുറപ്പെടുന്ന പെൺകുട്ടികൾ കണ്ണീർക്കടലിൽ മുങ്ങിത്താഴണമെന്നാണോ? ഇല്ല...ഞാനെന്റെ ജീവിതം വിധിക്ക് അടിയറവയ്ക്കാൻ ഒരുക്കമല്ല. കുടുംബത്തിനകത്തും പുറത്തും ഒരുപോലെ തിളങ്ങണം....

തിളങ്ങിക്കോ.....വേണ്ടെന്നാരും പറഞ്ഞില്ലല്ലോ. പക്ഷേ, വിട്ടുവീഴ്ചകൾ വേണ്ടിവരും. നീ ജനിച്ചതും വളർന്നതും വിദേശത്താണെങ്കിലും സ്വന്തം പൈതൃകം മറന്നൊരു ജീവിതം ആഗ്രഹിക്കരുതെന്ന് നിന്റെ മാതാപിതാക്കൾ നിരന്തരം ഓർമപ്പെടുത്താറുണ്ടായിരുന്നില്ലേ...? ഉള്ളിലിരുന്ന് കുറ്റപ്പെടുത്തുന്നവർ എനിക്കു വഴി കാണിച്ചുതാ... റോഷീന സ്വന്തം നിഴലുമായി പോരിനിറങ്ങാൻതന്നെ തീരുമാനിച്ചു. വേഷത്തിലും ചിന്തയിലും നാട്ടിൽ വളർന്ന പെൺകുട്ടികളെക്കാൾ വ്യത്യസ്തയായത് എന്റെ കുറ്റമല്ല. ധരിക്കുന്നത് ജീൻസും ടോപ്പുമാണെങ്കിലും എന്റെ ഉള്ളു നിറയെ മലയാളമാണ്. ഒന്നാംക്ലാസുമുതൽ ലണ്ടനിലാണ് പഠിച്ചതെങ്കിലും നന്നായി മലയാളം പറയാനും എഴുതാനും എനിക്കറിയാം.

അതിന്റെ ക്രഡിറ്റ് എന്റെ പപ്പയ്ക്കാണ്. എനിക്ക് മലയാളമറിയില്ലെന്ന് നാട്ടിലെത്തുമ്പോൾ പൊങ്ങച്ചം പറയുന്ന മമ്മ വീട്ടിൽ മലയാളമേ പറയൂ. അങ്ങനെ വേണമെന്ന് പപ്പയ്ക്ക് നിർബന്ധമായിരുന്നു. ബാക്കി എല്ലാ കാര്യങ്ങളിലും വിട്ടുവീഴ്ചയ്ക്ക് തയാറുള്ള പപ്പ ഇക്കാര്യത്തിൽ കർക്കശക്കാരനായിരുന്നു. വളർത്തുദോഷം കൊണ്ടാണ് തന്നിഷ്ടക്കാരിയായതെന്ന് പറയരുതെന്ന് അവർക്കെന്നപോലെ എനിക്കും നിർബന്ധമുണ്ടായിരുന്നു. എന്നെ ദീനിൽക്കൂടിയവളെന്ന് ആരും വിളിക്കരുതെന്ന് പപ്പയെക്കാൾ നിർബന്ധം മമ്മയ്ക്കായിരുന്നു. എനിക്കുവേണ്ടി ഇപ്പോഴും എപ്പോഴുമെന്നു പറഞ്ഞതുപോലെ നീറുന്ന മമ്മയുടെ ഉള്ളിലെ തീയ് അനുഭവിച്ചറിഞ്ഞതാണ്. സ്വന്തമായി ഒരു ഐഡന്റിറ്റി ഉണ്ടാക്കിയിട്ട് മതി വിവാഹമെന്നും അതുകൊണ്ടാണ് തീരുമാനിച്ചത്.

റഫീഖിനെ പരിചയപ്പെടുന്നതുവരെ വിവാഹത്തെക്കുറിച്ച് ചിന്തിച്ചിരുന്നില്ല. ഫെയ്സ്ബുക്കിലൂടെയുള്ള പരിചയം വിവാഹത്തിലെത്തുമെന്ന് കരുതിയതുമല്ല. പ്രവാസികളായ മലയാളിപ്പെൺകുട്ടികൾ സ്വന്തം പൈതൃകം മറന്ന് പാശ്ചാത്യരെ അന്ധമായി അനുകരിക്കുന്നുവെന്നും കുത്തഴിഞ്ഞ് ജീവിക്കുന്നുവെന്നുമുള്ള പൊതുചർച്ചയിൽ കൊമ്പു കോർത്തുകൊണ്ടായിരുന്നു പരിചയത്തിന്റെ തുടക്കം. കേരളത്തിൽ വളരുന്ന പെൺകുട്ടികളേക്കാൾ അടക്കവും ഒതുക്കവുമുള്ളവരും പൈതൃകം കാത്തുസൂക്ഷിക്കുന്നവരുമായ എമ്പാടും മലയാളിമങ്കമാർ വിദേശത്തുണ്ടെന്നും സ്ത്രീകളെ അടച്ചാക്ഷേപിക്കുന്നവർ മാപ്പുപറയണമെന്നുമൊക്കെ ആവേശത്തോടെ വാദിച്ച് ചർച്ചയിൽ നിറഞ്ഞുനിന്നത് സ്ത്രീപക്ഷവാദി എന്ന നിലയിൽത്തന്നെയായിരുന്നു. പലരുടെയും ചപ്പടാച്ചി വർത്തമാനത്തിൽനിന്ന് വിഭിന്നമായ അഭിപ്രായങ്ങളായിരുന്നു റഫീഖിനുണ്ടായിരുന്നത്. പുരുഷമേധാവിത്വത്തിന്റെ കുഴൽക്കണ്ണിലൂടെയാണ് സംസാരിച്ചതെങ്കിലും സ്ത്രീകളോടുള്ള ആദരവും അനുകമ്പയും വാക്കുകളിൽ പ്രകടമായതുകൊണ്ടാണ് കൂടുതൽ ഇടപഴകണമെന്ന തോന്നലുണ്ടായത്. പിന്നീടത് സൗഹൃദമായപ്പോൾ രണ്ടുപേരും നിലപാടുകളിൽ ഏറെ വ്യത്യാസമൊന്നുമില്ലല്ലോ എന്നു തോന്നുകയും ചെയ്തു.

ബസിനിസ് മാനേജ്മെന്റ് പഠിക്കാൻ അമേരിക്കയിൽപോകണമെന്ന് വാശിപിടിച്ചപ്പോൾ പപ്പയും മമ്മയുമൊന്നിച്ചെതിർത്തു.

"നിങ്ങളെ ചിറകിനിടയിൽ തന്നെ ഞാൻ വളരണമെന്നാഗ്രഹിക്കുന്നത് സ്വാർഥതയല്ലേ പപ്പാ...? ഇവിടത്തെ എന്റെ കൂട്ടുകാർക്കുള്ള അമിതസ്വാതന്ത്ര്യമൊന്നും ഞാനാവശ്യപ്പെടുന്നില്ല. ഇന്നല്ലെങ്കിൽ നാളെ എനിക്ക് പുറംലോകത്തേക്ക് ഇറങ്ങിയല്ലേ മതിയാവൂ. പപ്പയുടെ മനസിനരുതാത്തതൊന്നും ഞാൻ ചെയ്യില്ല."

"അതിനെന്തിനാ അമേരിക്കയിൽ പോകുന്നത്? ഇവിടെ ഓക്സ്ഫോർഡിൽ പേരുകേട്ട അനേകം കോളേജുകളുണ്ട്. നന്നായി പഠിച്ചാൽ നിനക്ക് എവിടെ വേണമെങ്കിലും അഡ്മിഷൻ കിട്ടും. ഒറ്റയ്ക്ക് ജീവിക്കാം. ഞങ്ങളുടെ കൺവെട്ടത്തുതന്നെയുണ്ടല്ലോ എന്ന് ഞങ്ങൾക്ക് സമാ

ധാനിക്കുകയും ചെയ്യാം."

"എനിക്ക് ഹാവാർഡിൽത്തന്നെ പഠിക്കണം."

അതുവരെ ഒന്നിനും ശാഠ്യംപിടിക്കാത്തതുകൊണ്ടാകാം പപ്പ പിന്നീ ടെതിർക്കാഞ്ഞത്. മമ്മ പക്ഷേ കണ്ണീരുകാണിച്ച് ബ്ലാക്മെയിൽ ചെയ്യാൻ ഏറെ ശ്രമിച്ചതാണ്. അന്നെന്തോ അതൊന്നും വകവെച്ചുകൊടുക്കാൻ തോന്നിയതേയില്ല. കൂടെ പഠിച്ചവരെല്ലാം ഒറ്റയ്ക്ക് ജീവിതമാരംഭിക്കുന്നു. എനിക്കും ഒറ്റയ്ക്ക് കഴിയണം എന്നൊരു വാശി വല്ലാതെ അലട്ടി. സ്കൂൾ വിദ്യാഭ്യാസം കഴിയുന്നതോടെ ചെറുപ്പക്കാർ സ്വന്തം കൊറ്റന്വേഷിച്ച് കണ്ടുപിടിക്കുകയും ഇഷ്ടത്തിനൊത്തു ജീവിക്കുകയുമാണ് അവിടത്തെ രീതി. ഇന്ത്യയിലേതുപോലെ സ്വയം ജീവിക്കാൻ മറന്നുകൊണ്ട് പ്രായ പൂർത്തിയായ മക്കളെ സംരക്ഷിക്കാൻ മാതാപിതാക്കൾക്ക് മനസോ താൽപ്പര്യമോ സമയമോ ഇല്ല. അവർക്ക് ജീവിതം ലഹരിയാണ്. മറ്റുള്ള വർക്കുവേണ്ടി, അത് സ്വന്തം മക്കൾക്കുവേണ്ടിയായാൽപ്പോലും, ത്യാഗങ്ങൾ സഹിക്കാനും സ്വന്തം സുഖസൗകര്യങ്ങൾ വേണ്ടെന്നു വയ്ക്കാനും അവർ തയാറുമല്ല. സ്വന്തം ജീവിതത്തിൽ മാതാപിതാക്കൾ ഒരു പരിധിക്കപ്പുറം ഇടപെടുന്നത് കുട്ടികളും ഇഷ്ടപ്പെടുന്നില്ല. കുട്ടി കളെ നേർവഴി പഠിപ്പിക്കാൻ തുനിഞ്ഞാൽ ചിലപ്പോൾ മാതാപിതാക്കൾക്ക് ജയിലഴി എണ്ണേണ്ടിയും വരും. ഇന്ത്യൻ സ്കൂളിലാണ് പഠിച്ചതെങ്കിലും കൂട്ടുകാരിൽ പലരും അന്നാട്ടുകാരായിരുന്നു. അതുകൊണ്ടാണ് അവ രുടെ ഡയലോഗുകൾ കടമെടുത്ത് ഡാഡിയോട് തർക്കിച്ചത്. വലിയ വർത്തമാനങ്ങളൊക്കെ പറഞ്ഞെങ്കിലും മമ്മയും പപ്പയുമില്ലാതെ ഒറ്റയ്ക്കുള്ള താമസം വല്ലാതെ അസ്വസ്ഥയാക്കി. അക്കാര്യം അവരെ അറിയിക്കാൻ ദുരഭിമാനം അനുവദിച്ചതുമില്ല. ആ ഒറ്റപ്പെടൽ മറികട ക്കാനാണ് ഫെയ്സ്ബുക്കിലും ടിറ്ററിലും നുഴഞ്ഞുകയറാൻ തുടങ്ങിയത്. റഫീഖ് അക്കാലത്ത് ന്യൂയോർക്കിലെ ഐ ടി കമ്പനിയിൽ ജോലിക്കായി എത്തിയതേയുള്ളൂ. എന്നെപ്പോലെ റഫിയും സ്വന്തംകുടുംബത്തെ പിരിഞ്ഞുകഴിയുന്നതിൽ വല്ലാതെ സങ്കടപ്പെട്ടിരുന്നുവെന്ന് പരിചയപ്പെട്ട പ്പോഴേ തോന്നിയിരുന്നു. സമാനമനഃസ്ഥിതിക്കാരായ രണ്ടുപേരുടെ സൗഹൃദം എപ്പോഴാണ് പ്രണയമായതെന്ന് അറിഞ്ഞതേയില്ല. ചെയ്യു ന്നതെന്തും പപ്പയോടും മമ്മിയോടും പറയുക എന്നത് ചെറുപ്പം മുത ലുള്ള ശീലമായിരുന്നു. റഫിയുമായുള്ള അടുപ്പത്തെക്കുറിച്ചെഴുതിയ പ്പോൾ മമ്മയ്ക്കാദ്യം ഭയമായിരുന്നു.

"കുട്ടീ, മമ്മയുണ്ടാക്കിയ ദുഷ്പേര് തീർന്നിട്ടില്ല. ഇനിയും..."

"ഈ ചിന്ത ഒഴിവാക്കാത്തിടത്തോളംകാലം മമ്മയ്ക്ക് മനസ്സമാധാനം കിട്ടില്ല. മമ്മ എന്തു തെറ്റു ചെയ്തതെന്നാ...? അന്യമതത്തിൽപ്പെട്ട ഒരാളെ വിവാഹം കഴിക്കുന്നത് തീരാക്കളങ്കമാന്ന് ആരാ പറഞ്ഞത്? ഒരു ശരാ ശരി ഇസ്ലാംസ്ത്രീ ജീവിക്കുന്നതിനേക്കാൾ മതനിഷ്ഠയോടെയല്ലേ മമ്മ ഇക്കണ്ടകാലമത്രയും ജീവിച്ചത്? എന്നിട്ട് വെറുതെ സ്വയം കുറ്റപ്പെടുത്തി ജീവിതം നരകമാക്കുന്നതെന്തിനാ? എല്ലാവരും സംശയദൃഷ്ടിയോടെ

നോക്കുന്നു എന്ന് മമ്മയ്ക്ക് വെറുതേ തോന്നുകയാണ്. നാട്ടുകാർക്ക് ഇന്ന് മമ്മ മജീദ് ഡോക്ടരുടെ ഭാര്യ സാറയാണ്. പഴയ സാറാമ്മയല്ല. സ്വയം പഴിച്ച് എന്നെക്കൂടെ കഷ്ടത്തിലാക്കല്ലേ?"

അതുവരെ ഉള്ളിലൊതുക്കിയ പ്രതിഷേധം വാക്കുകളായപ്പോൾ മമ്മ തേങ്ങി.

"കരയിക്കാൻ പറഞ്ഞതല്ല. നിങ്ങള് രണ്ടുപേരും വലിയ പിഴ ചെയ്തെന്ന വിചാരം ആദ്യം കള. നിങ്ങളെ ആരെങ്കിലും പഴിക്കുന്നുണ്ടെങ്കിൽ അവരാണ് അള്ളാഹുവിന്റെ മുന്നിൽ കുറ്റക്കാർ."

"കുട്ടീ, നീ പപ്പയ്ക്കിഷ്ടമില്ലാത്തതൊന്നും ചെയ്യരുത്. നാട്ടിൽച്ചെന്ന് അന്തസ്സുള്ള കുടുംബത്തിലെ യോഗ്യനായ പയ്യനെക്കൊണ്ട് എല്ലാ ബന്ധുക്കളെയും ഒരുമിച്ചുകൂട്ടി കേമമായി നിന്റെ വിവാഹം നടത്തണമെന്നാണ് പപ്പയുടെ മോഹം. ഉറക്കെ പറയുന്നില്ലെന്നേയുള്ളൂ."

"നിങ്ങളോട് ചോദിക്കാതെ ഞാനൊരു തീരുമാനവും എടുക്കില്ലെന്ന് നേരത്തേ പറഞ്ഞതാണ്. എപ്പോഴും അതങ്ങനെതന്നെയായിരിക്കും. റഫീഖ് തൽക്കാലം എന്റെ സുഹൃത്ത് മാത്രമാണ്."

"ആ കുട്ടിയുടെ വീടെവിടെയാ?"

"കോഴിക്കോട്. മലബാറിലെ പേരുകേട്ട കുടുംബത്തിലെ അംഗമാണ്. ബാപ്പ വക്കീൽ. ഉമ്മ വീട്ടമ്മയാണെങ്കിലും പുരോഗമനവാദിയാണെന്നാണ് റഫീഖ് പറയുന്നത്. ആള് മര്യാദക്കാരനാണെന്നാണ് ഇതുവരെയുള്ള പരിചയത്തിൽനിന്നു മനസിലായത്. അരുതാത്തതെന്തെങ്കിലും കണ്ടാൽ അതോടെ കട്ടു ചെയ്യില്ലേ ഈ കുട്ടി?"

"പപ്പയ്ക്കൊന്ന് പരിചയപ്പെടുത്തിക്കൊടുത്തുകൂടെ നിനക്ക്? കേട്ടിടത്തോളം മോശമില്ല."

"മമ്മാ...പ്ലീസ്.... വേണ്ടാത്തതൊന്നും തൽക്കാലം ആലോചിക്കല്ലേ."

അന്നുമുതലാണോ അങ്ങനെയൊരാശയം എന്റെ ഉള്ളിലും മുളയിട്ടതെന്ന് ഇപ്പോൾ സംശയമുണ്ട്. ഹായ്, ഹലോ എന്നുള്ള സംബോധനകൾ ഹായ് സ്വീറ്റിയും ഹണിയുമൊക്കെയായത് രണ്ടുപേരും അറിഞ്ഞുകൊണ്ടല്ല. അതോടെ പാതിരാവുകളിൽ ഏറെനേരം ചാറ്റിങ് പതിവായി. ലോകത്തു നടക്കുന്ന സകലമാന സംഭവങ്ങളെക്കുറിച്ചും പ്രതികരിക്കുക, തർക്കിക്കുക, പരസ്പരം വേദനിപ്പിച്ചെങ്കിൽ മാപ്പുപറയുക... അങ്ങനെയായിരുന്നു ആദ്യത്തെ രീതി. പ്രണയമാണെന്ന തിരിച്ചറിവുണ്ടായപ്പോൾ രണ്ടുപേരും ഒരുപോലെ അമ്പരന്നു. സ്വന്തം വീട്ടിൽ വലിയ എതിർപ്പുകളൊന്നുമുണ്ടാവില്ലെന്നറിയാമായിരുന്നു. റഫീഖിന്റെ വീട്ടിലാണെങ്കിൽ ഭയങ്കരകോലാഹലം. പപ്പയ്ക്കും മമ്മയ്ക്കുമയക്കുന്ന മെയിലുകളും അവരുടെ മറുപടികളും റഫീഖിനു ഫോർവേഡ് ചെയ്യുകയും തിരിച്ചും അക്കാലത്തെ പതിവായിരുന്നു. നേരാംവണ്ണം ജീവിക്കുന്ന ആൺകുട്ടികളെ വശത്താക്കാൻ ഇത്തരം പരിഷ്കാരിപ്പെൺകുട്ടികൾ ശ്രമിക്കുമെന്നും വിവാഹം കഴിയുന്നതോടെ സംഗതിമാറുമെന്നും അതിനാൽ ഇത്തരക്കാരിൽനിന്ന് ഒഴിഞ്ഞുമാറണമെന്നുള്ള ഉമ്മയുടെ മെയിൽ വായിച്ചപ്പോൾ

ഈ ബന്ധത്തിനു പൂർണവിരാമമിടാൻ തുനിഞ്ഞതാണ്. റഫീഖ് ഉമ്മയ്ക്കുവേണ്ടി മാപ്പു പറഞ്ഞപ്പോൾ അരിശം സങ്കടമായി. അപ്പോഴേക്കും പുള്ളി പപ്പയുടെ ഇഷ്ടക്കുട്ടിയായി മാറിയിരുന്നു. റഫി പപ്പയോട് പരാതി പറയുകയും പപ്പ ബാപ്പയുമായി ഇടപെടുകയും ചെയ്തിട്ടും ഒരുപാട് പ്രശ്നങ്ങൾ നേരിടേണ്ടിവന്നു. അതിന്റെയൊക്കെ ബാക്കിപത്രം ഇപ്പോഴും നാട്ടിൽച്ചെല്ലുമ്പോൾ പലപ്പോഴും പ്രകടമാകാറുണ്ട്. റഫീഖ് ഒറ്റയ്ക്ക് നാട്ടിലെത്തുമ്പോഴുള്ള വരുംവരായ്കകൾ എന്തൊക്കെയൊണാവോ? തന്നിഷ്ടം കാണിച്ചതല്ലേ? അനുഭവിച്ചോ എന്നു പറഞ്ഞ് എല്ലാവരുംകൂടി ആ പാവത്തിനെ കൊത്തിവലിക്കുമെന്നുറപ്പാണ്. മുൻശുണ്ഠിക്കാരനാണെങ്കിലും ആളൊരു പാവം. സ്നേഹത്തിനുവേണ്ടി കരള് പറിച്ചു കൊടുക്കാനും മടിക്കില്ല. ഓർത്തതും അതുവരെ അടക്കി നിർത്തിയ കരച്ചിൽ അണപൊട്ടിയൊഴുകി. തല പിളർക്കുന്ന വേദന. കരഞ്ഞാൽ തലവേദന പണ്ടേ പതിവുള്ളതാണ്. പാരസെറ്റമോൾ കഴിക്കാതെ നിവൃത്തിയില്ല. എഴുന്നേറ്റപ്പോൾ മുറിയിലെ ഇരുട്ട് കൈയും കാലും തളർത്തി.

വിവാഹം കഴിഞ്ഞ് നാളിത്രയായിട്ടും റഫിയില്ലാതെ ഈ വീട്ടിൽ ഒരു രാത്രിപോലും ഒറ്റയ്ക്ക് കഴിയേണ്ടി വന്നിട്ടില്ല. ദിക്കുതിരിയാത്ത അവസ്ഥയിൽ തപ്പിത്തടഞ്ഞ് ഭ്രാന്തമായ ആവേശത്തോടെ വിളക്കുകൾ ഓരോന്നായി കത്തിച്ചു. എന്നിട്ടും ഖുർആനിലെ ഏതോ സൂറയിൽ വായിച്ച പ്രാകാശത്തിനുമേൽ പ്രകാശം കണ്ടില്ല. മനസിലെ ഇരുട്ട് മുറിയിലാകെ പടരുന്നു. അടുക്കളയിലെത്തി ഗുളിക വിഴുങ്ങി വെള്ളം കുടിച്ചു. അടുക്കളയിലെ തീൻമേശപ്പുറത്ത് റഫി ഡിന്നറൊരുക്കിവെച്ചത് അപ്പോഴാണ് കണ്ണിൽപ്പെട്ടത്. ചപ്പാത്തിയും കോഴിക്കറിയും ഉണ്ടാക്കിവെച്ചിരിക്കുന്നു. അതോടെ സങ്കടമേറി. മൈക്രോവേവിൽവെച്ച് ചൂടാക്കാൻ പോലും മിനക്കെടാതെ ചപ്പാത്തി കോഴിക്കറിയിൽമുക്കി വായിലിട്ടു. റഫി കൂടെയിരുന്നു തീറ്റിക്കുന്നു എന്ന ഭാവത്തോടെ. ഉച്ചയ്ക്ക് ലഞ്ചുപോലും കഴിക്കാൻ സമയം കിട്ടിയിരുന്നില്ല. വല്ലാതെ വിശക്കുന്നുണ്ടായിരുന്നു എന്ന് ഭക്ഷണം കഴിച്ചുതുടങ്ങിയപ്പോഴാണ് ബോധ്യമായത്. ഒരു കാപ്പി കൂടി കഴിച്ചതോടെ തലയ്ക്കകത്തെ തട്ടും മുട്ടും ഒട്ടൊന്നു കുറഞ്ഞു. ഇനിയെന്ത് എന്ന് ചുഴിഞ്ഞാലോചിക്കാൻ പറ്റുന്ന അവസ്ഥയിലായി.

മമ്മയെ വിളിച്ചിട്ട് കാര്യമില്ല. കരച്ചിലും പിഴിച്ചിലുമായി ഉള്ള സ്വസ്ഥതകൂടി കെടുത്തും.

"അവിടെ കുടുംബമേള നടക്കുമ്പം നീകൂടെ പോകണമെന്ന് ഞാനപ്പഴേ പറഞ്ഞതല്ലേ...? പെരുന്നാളിന് ഞങ്ങളുംകൂടിച്ചെല്ലണമെന്നു പറഞ്ഞ് വക്കീല് ഇന്നലെയും വിളിച്ചതാണ്. നീ പോകാതെ ഞങ്ങളെങ്ങനെയാ പോകുന്നത്...? ജോലി ഇതില്ലെങ്കിൽ വേറെയുമുണ്ടാകും. പക്ഷേ, ജീവിതം... ഇത്രയും നല്ലൊരു കൊച്ചനെ നീയായിട്ടെന്തിനാ തീ തീറ്റിക്കുന്നത്...?"

ഇങ്ങനെപോകും മമ്മയുടെ പായാരം. വേണ്ട. അവിടെ എല്ലാവർഷവും ഒത്തുചേരൽ പതിവാണെങ്കിലും ഇത്തവണ വിപുലമായി നട

ത്താനുദ്ദേശ്യമുണ്ടെന്നും ലീവൊക്കെ മാറ്റിവെച്ചേക്കണമെന്നും ഉമ്മ നേരത്തേ അറിയിച്ചിരുന്നു. അതിനിടയിലാണ് സാമ്പത്തികമാന്ദ്യമുണ്ടായതും ജോലി നഷ്ടപ്പെട്ടതും. തൽക്കാലം ജോലിക്കാര്യം വിട്. ഞാനേതായാലും കാലാകാലം ഇവിടെ താമസിക്കാൻ ഉദ്ദേശിച്ചിട്ടില്ല. അഞ്ചു വർഷത്തെ ബോണ്ട് കഴിഞ്ഞാൽ തുടരണമോ എന്നും തീരുമാനിച്ചിട്ടില്ല. ബോണ്ട് കഴിഞ്ഞാൽ ദുബായിൽ ഒരു കൈയ് നോക്കാമെന്നാ സത്തുക്ക പറയുന്നത്. രണ്ടുപേരുംകൂടിച്ചേർന്ന് ബിസിനസ് തുടങ്ങിയാലോ എന്നും ആലോചനയുണ്ട്. ഇനി അവിടെച്ചെന്നിട്ട് ജോലിയെക്കുറിച്ച് ആലോചിച്ചാൽപ്പോരേ? എന്ന് റഫി ചോദിച്ചതാണ്. ബോണ്ട് കഴിയാൻ കൊല്ലം രണ്ട് ഇനിയും ബാക്കി കിടക്കയല്ലേ? അതുവരെ വെറുതേ വീട്ടിലിരിക്കാനോ? എന്നു ചോദിച്ചപ്പോഴുള്ള പിണക്കം അവഗണിച്ചുകൊണ്ട് ജോലിയന്വേഷണം തുടരുകയായിരുന്നു. പുള്ളിക്ക് മൂക്കത്താണ് അരിശം. തിരുവായ്ക്ക് എതിർവായില്ല എന്ന മൂപ്പരുടെ യാഥാസ്ഥിതികമനോഭാവം പലപ്പോഴും ചൊടിപ്പിക്കാറുണ്ട്. അതിന്റെ പേരിൽ ചില്ലറ പിണക്കങ്ങളും പതിവാണ്. അതൊന്നും അധികം നീണ്ടുനിൽക്കാറില്ല. പുതിയ ജോലിയിൽ പ്രവേശിച്ചതോടെ വീട്ടുകാര്യങ്ങളിൽ പഴയതുപോലെ ശ്രദ്ധിക്കാൻ സമയമില്ലാതായി എന്നത് ശരിയാണ്. മനപ്പൂർവമല്ല. ജോലിക്കൂടുതൽകൊണ്ടാണെന്ന് പറഞ്ഞിട്ട് തലയിൽ കയറുന്നേയില്ല. രണ്ടുപേരും പരസ്പരം കുറ്റപ്പെടുത്തുകയും പഴിചാരുകയും ഈയിടെയായി പതിവാണ്.

നിനച്ചിരിക്കാതെയാണ് പുതിയ ജോലി കിട്ടിയത്. മൂന്നുമാസമായതേയുള്ളൂ. ആദ്യമായി കിട്ടുന്ന വലിയൊരു പ്രൊജക്ടാണ്. സ്വന്തം കഴിവും ജോലിയോടുള്ള കൂറും തെളിയിക്കാനുള്ള അവസരം. ഈ പ്രൊജക്ട് ഏറ്റെടുക്കുമ്പോൾ നാടോ വീടോ മനസിലെത്തിയില്ല. ഒരാഴ്ചത്തെ ഇട ചോദിച്ചിരുന്നെങ്കിൽ കിട്ടില്ലായിരുന്നോ...? അറിയില്ല. ചോദിച്ചു നോക്കാമായിരുന്നു. പ്രൊജക്ട് വേണ്ടെന്നുവെച്ചൂടേ എന്ന റഫിയുടെ ചോദ്യം പ്രകോപിപ്പിച്ചു എന്നതാണ് വാസ്തവം. പെണ്ണായതുകൊണ്ട് വിട്ടുവീഴ്ചയ്ക്ക് തയാറാവണമെന്നുള്ള സൂചന എവിടെയോ മണത്തപ്പോൾ വാശിയായെങ്കിലും ഒരാഴ്ചത്തേക്കു ലീവ് ചോദിക്കാൻ ഒരുങ്ങിയതാണ്.

“നീ നാട്ടിലേക്കു വരുന്നില്ലെന്നും അവന്റെ ടിക്കറ്റ് ബുക്ക് ചെയ്തെന്നും റഫി പറഞ്ഞത് നേരാണോ?”

എന്ന് ഉമ്മ വിളിച്ചു ചോദിച്ചപ്പോൾ ലീവിനു ശ്രമിക്കുന്നുണ്ടെന്ന് പറഞ്ഞൊഴിഞ്ഞെങ്കിലും വല്ലാതെ നൊന്തു. ടിക്കറ്റെടുത്തപ്പോൾ ഒന്ന് ചോദിക്കണമെന്നുപോലും തോന്നിയില്ലല്ലോ. എന്നാ ഒറ്റയ്ക്ക് പോട്ടെ എന്ന ദുർവാശി കാരണം പിന്നീട് ലീവിനു ശ്രമിച്ചതുമില്ല.

“നീ ജോലിക്ക് പോണ്ടാന്ന് ഞാൻ പറഞ്ഞില്ലല്ലോ. നാട്ടിൽപ്പോയി വന്നിട്ട് പുതിയ ജോലിയിൽ പ്രവേശിച്ചാൽപ്പോരേ?”

“അപ്പളത്തിന് ഈ ജോലി വേറാരെങ്കിലും കൊണ്ടുപോകും.”

“പോയ്ക്കോട്ടെന്നെ. ജോലിയില്ലാത്തതുകൊണ്ട് നീ പട്ടിണി

യൊന്നും കിടക്കുന്നില്ലല്ലോ."

"പണത്തനുവേണ്ടി മാത്രല്ലല്ലോ ജോലി ചെയ്യുന്നത്. സ്ത്രീയായ തുകൊണ്ട് ഞാൻ കോംപ്രമൈസ് ചെയ്യണമെന്നല്ലേ ഉദ്ദേശിച്ചത്?"

"ഞാനങ്ങനെയൊന്നും ഉദ്ദേശിച്ചില്ല. ഭാര്യ താങ്ങായി കൂടെയുണ്ടാകണം. ഈ ബന്ധം കൂടുതൽ ഈടുറ്റതാക്കാൻ ഒരു കുഞ്ഞുവേണമെന്നൊക്കെ ആശിച്ചുപോയി."

"ഇത്തരം ആശയൊക്കെ എനിക്കുമുണ്ട്. അതിന് ജോലി വേണ്ടെന്നുവയ്ക്കുന്നതെന്തിനാ..?"

"എന്റെ കുട്ടിയെ ആയയെ ഏൽപ്പിച്ച് നീ ജോലിക്കു പോകുന്നത് എനിക്കിഷ്ടമില്ല."

"കുട്ടിയെ നോക്കൽ ഒരാളുടെമാത്രം കടമയല്ല."

"ഭാര്യ ജോലിക്കുപോകുമ്പോൾ വീട്ടുപണിചെയ്യാനും കുട്ടികളെ നോക്കാനും എന്നെ കിട്ടില്ല."

"പൂച്ച നഖം പുറത്തേക്കിടുന്നതുപോലെ ഫ്യൂഡൽമനോഭാവം പ്രത്യക്ഷപ്പെടുന്നതു കണ്ടില്ലേ?"

"ഞാനിങ്ങനെയൊക്കെയാണ്. സഹിക്കാമെങ്കിൽ സഹിച്ചാ മതി."

"എനിക്കും ഇങ്ങനയെ പറ്റൂ."

"അന്നേ ഉമ്മ പറഞ്ഞതാ...ഇനിയിപ്പോ എനിക്കാരോടും പരാതി പറയാനും പറ്റില്ലല്ലോ... ഞാനായിട്ട്..."

ഇങ്ങനെയുള്ള വാക്കുതർക്കങ്ങൾ ഈയിടെ പതിവാണ്. പുതിയ ജോലിയോടുള്ള ആഭിമുഖ്യം കാരണം ഇതിനെക്കുറിച്ചാലോചിക്കാൻ നേരവുമില്ലായിരുന്നു. രണ്ടുപേരും തെറ്റുകാരാണെങ്കിലും എന്റെ തുലാസിനാണല്ലോ ഭാരക്കൂടുതൽ എന്ന ചിന്ത ഉള്ള് ചുട്ടുപഴുപ്പിച്ചു. ഇപ്പോഴും തിരുത്താം. വാശിക്കു നാശമെന്നാണല്ലോ ചൊല്ല്. ഒരാഴ്ചത്തെ ലീവിനെങ്കിലും നാട്ടിൽപ്പോയേ തീരൂ. പപ്പയോടൊന്നാലോചിച്ചാലോ..?

ഫോണടിഞ്ഞപ്പോൾ ചിന്ത മുറിഞ്ഞു. പപ്പയായിരുന്നു.

"എന്താ കുട്ട്യേ പ്രശ്നം? അവൻ വല്ലാതെ അപ്സെറ്റാണല്ലോ..."

പപ്പയുടെ സ്വരത്തിൽ വേവലാതി.

"പപ്പയെ വിളിച്ചിരുന്നോ...?"

"ഇതാ ഇപ്പം ഫോൺവെച്ചതേയുള്ളൂ. ചെക്കിൻ കഴിഞ്ഞെന്നും എയർപോർട്ടിൽ വരാൻവരെ നിനക്കു സമയമില്ലായിരുന്നു എന്നും പറഞ്ഞപ്പോൾ അവനാകെ അസ്വസ്ഥനായിരുന്നു."

"യൂ മീൻ.....ഞാനിവിടെ സുഖിച്ചു കഴിയുകയാണെന്ന്..."

പറഞ്ഞപ്പോൾ തേങ്ങിപ്പോയി...

"വാക്കുകൾ അനാവശ്യമായി വ്യാഖ്യാനിക്കല്ലേ? നിനക്കല്ലെങ്കിലും ദുർവാശി ഇത്തിരി കൂടുതലാ..."

"എല്ലാവരും എന്നെ മാത്രം കുറ്റപ്പെടുത്തിക്കോ...എനിക്കാരുമില്ല."

ഫോൺ കട്ടു ചെയ്തു.

ഫോൺ വീണ്ടുമടിഞ്ഞെങ്കിലും ആദ്യമെടുത്തില്ല. തുടരെ അടിയു

ന്നത് കേട്ട് നമ്പർ നോക്കി. റഫിയായിരുന്നു. മരുഭൂമിയിൽ മരുപ്പച്ചകണ്ട ഒട്ടകത്തെപ്പോലെയായിരുന്നു അപ്പോഴത്തെ അവസ്ഥ.

"ഹായ്.....വാട്ട്സ് അപ് ദേർ...?"

ചോദിച്ചത് കേട്ടതും ഉറക്കെ കരയാനാണ് തോന്നിയത്.

"ഹേയ്.....ഈസ് എവരിതിങ് ഓക്കെ.....നീയെന്തിനാ കരയുന്നത്...?"

"ഐ മിസ് യു ഹണീ..."

"ഐ ടൂ......പക്ഷേ ഇനി കരഞ്ഞിട്ടെന്താ...? അവിടെ വേറെ കുഴപ്പമൊന്നുമില്ലല്ലോ... നീയിങ്ങിനെ കരഞ്ഞ് തലവേദന വരുത്തണ്ട."

കരയാനല്ലാതെ ഒരു വാക്കും ഉരിയാടാനായില്ല.

"റോഷീ....എന്താ ഉണ്ടായത്...?"

"നത്തിങ്. ഒന്നുമില്ല. വീട്ടിൽ ഒറ്റയ്ക്കായപ്പോൾ..."

"കൂടെ വിളിച്ചതല്ലേ...? അപ്പോൾ വലിയ വർത്തമാനമൊക്കെ പറഞ്ഞിട്ട്... നീയാണോ വലിയ ഫെമിനിസ്റ്റ്...?"

അപ്പോൾ കരച്ചിലിനു ശക്തികൂടി.

"റോഷീ....വാട്ട്സ് റോങ്? ഞാൻ ടിക്കറ്റ് ക്യാൻസല് ചെയ്യണോ? എമിഗ്രേഷൻ കഴിഞ്ഞു. എന്നാലും സാരമില്ല."

"ഹേയ്.... അതൊന്നും വേണ്ട. ഐ വിൽ മാനേജ്... ഞാനങ്ങോട്ടു വരുന്നതിനെക്കുറിച്ച് ആലോചിക്കുകയാ."

അവന്റെ സ്വരത്തിലെ വേവലാതിയും കരുതലും സ്നേഹപ്പെരുമഴയും അനുഭവിച്ചപ്പോൾ അങ്ങനെ പറയാനാണ് തോന്നിയത്.

"അപ്പോ നിന്റെ പ്രൊഫഷൻ.....പ്രൊജക്ട്...?"

"വലിയ ആളാവല്ലേ...?"

"ഐ ആം സീരിയസ് യാർ...."

"ഞാനും സീരിയസാ.. ഞാൻ തീരുമാനിച്ചു. പെരുന്നാളിനു ഞാനും നാട്ടിലെത്തും. ഒരാഴ്ചത്തെ അവധി ചോദിക്കാൻ പോവുകയാ."

"ഇത് നേരത്തെ ആയിക്കൂടായിരുന്നോ?"

"ടിക്കറ്റ് വാങ്ങിയപ്പോൾ എന്നോടൊരു വാക്കു ചോദിച്ചോ...?"

"അതിനുമുമ്പ് പലവട്ടം ചോദിച്ചതല്ലേ...?" ജോലിയാണ് എന്നെക്കാൾ മുഖ്യം എന്നായിരുന്നല്ലോ ധ്വനിപ്പിച്ചത്?"

"ധ്വനിയല്ലേ? നേരല്ലല്ലോ."

"നിന്നോട് തർക്കിക്കാൻ ഞാനാളല്ല. ഫ്ളൈറ്റിലേക്കു പോകുവാനുള്ള അനൗൺസുമെന്റു വന്നു. ദുബായിയിലെത്തിയിട്ട് വിളിക്കാം. സീ യു.... ഐ ലവ് യു ബേബി..."

"ഐ ലവ് യു ടൂ..."

എന്നു പറയുമ്പോഴേക്കും ഫോൺ കട്ടായി.

ലാപ്ടോപ്പെടുത്ത് ബോസിന് ലീവ് ആപ്ലിക്കേഷൻ തയാറാക്കുകയാണ് ആദ്യമായി ചെയ്തത്. അതു കഴിഞ്ഞാണ് ടിക്കറ്റിനെക്കുറിച്ചോർത്തത്. അപ്പോൾ വീണ്ടും ഫോണടിഞ്ഞു.

"ആർ യു ഓക്കെ.....റോഷീ...?"

"യാ പപ്പാ...ഡോണ്ട് വറി. പപ്പയുടെ കുട്ടി അത്രവേഗമൊന്നും തളരില്ല."

"ദാറ്റ്സ് ലൈക്ക് മൈ ബ്രെയിവ് ഗേൾ. ഞാനൊരു കാര്യം പറയട്ടെ."

"നാട്ടിൽ പോകുന്ന കാര്യമല്ലേ...ഞാനതു തീരുമാനിച്ചു."

"എന്തു തീരുമാനിച്ചു?"

"നാട്ടിൽപോകാൻ...."

"എന്ന്...?"

"ടിക്കറ്റ് നോക്കിക്കൊണ്ടിരിക്കയാ."

"എന്നാ നോക്കണ്ട?"

"വൈ..?"

"ഞാനത് ഓൾറെഡി ബ്ലോക് ചെയ്തിട്ടുണ്ട്. നിന്നോട് ഒന്നുകൂടി ചോദിച്ചിട്ട് ഓക്കെ ചെയ്യാമെന്നു വിചാരിച്ചു."

"താങ്ക് യൂ പാ....താങ്ക് യൂ സോമച്ച്."

"നിന്നെ എനിക്കറിയില്ലേ? മഴക്കാറുപോലെ ഇടയ്ക്കിടെ നിറം മാറിക്കോളും. റഫി വിളിച്ചിരുന്നോ?"

"യാ..."

"ഓ....അതാണല്ലേ പെട്ടെന്ന് തണുത്തത്?"

"പിന്നെ എന്റെ ഭർത്താവ് പറഞ്ഞാ അനുസരിക്കണ്ടേ...? അത് വിട് നിങ്ങടെ പ്ലാനെന്താ?"

"ഞങ്ങടെ കുട്ടി നാട്ടിലെത്തുമ്പോൾ ഞങ്ങളും അവിടെയുണ്ടാവണ്ടേ? എമിറേറ്റ്സിനാ എല്ലാവർക്കും ബുക്കു ചെയ്യുന്നത്. മറ്റന്നാളത്തേക്ക്. നമ്മൾ ദുബായിൽവച്ച് മീറ്റു ചെയ്യുന്നു. നിന്റെ ലീവ് ശരിയാകുമോ...?"

"ശരിയാക്കണം. ബോസിനെ ഒന്നു വിളിച്ചുനോക്കട്ടെ. എമർജൻസിയാണെന്നു പറഞ്ഞാൽ അനുവദിക്കാതിരിക്കില്ല."

"വിഷ് യൂ ആൾ ദി ബെസ്റ്റ്"

എന്നു പറഞ്ഞ് പപ്പ ഫോൺ വെച്ചപ്പോൾ ഉറക്കെയൊരു പാട്ടു പാടാൻ തോന്നി.

26

റോഷിയുമായി സംസാരിച്ച് ഫോൺവെച്ചപ്പോൾ നോമ്പുതുറക്കുന്ന നേരത്ത് ഉമ്മയുടെ നന്നാറി സർവത്ത് കുടിച്ച സുഖം. ഉത്സാഹത്തോടെ മൂളിപ്പാട്ടുംപാടി ഹാൻഡ് ബാഗേജുമായി തിരക്കിട്ട് വിമാനം കയറാനായി നടക്കുന്നതിനിടയിൽ വീണ്ടും ഫോണടിഞ്ഞു. സത്തുക്കയായിരുന്നു.

"അസ്സലാമു അലൈക്കും. എവിടെയെത്തി?"

"വ അലൈക്കുമുസ്സലാം. ഫ്ളൈറ്റിൽ കയറാനുള്ള പുറപ്പാടിലാണ്."

"ഫ്രം ന്യൂയോർക്ക്..."

"യാ..."

"ദുബായിലെത്തിയെന്ന് ഉമ്മ. തെറ്റിയതായിരിക്കും."

"ഉമ്മയ്ക്കെപ്പളാ തെറ്റാത്തത്?"

"നമ്മളെയൊക്കെ കാണാനുള്ള തിടുക്കത്തിൽ തീയതിയും ദിവസവുമൊക്കെ പാവം മറക്കും."

"സത്തുക്കാ, ദേറീസ് എ ഗുഡ് ന്യൂസ്. റോഷി വരുന്നുണ്ട്."

"അൽഹംദുലില്ലാഹ്.. എപ്പളാ പുറപ്പെടുന്നത്?"

"അതറിയില്ല. ടിക്കറ്റിനു ശ്രമിക്കുന്നുണ്ട്."

"നിന്റെ സന്തോഷം സ്വരത്തിലറിഞ്ഞു. ഇങ്ങോട്ടു പറയട്ടെ എന്നു കരുതിയാ ചോദിക്കാഞ്ഞത്. ഇൻഷാ അള്ളാഹ്. എയർപോർട്ടിൽ കാണാം."

"ഗുഡ് ഈവ്നിങ് സർ...വെൽക്കം."

വാതിൽക്കൽ നിൽക്കുന്ന യവനസുന്ദരി സ്വാഗതം ചെയ്തു.

ബിസിനിസ് ക്ലാസ് ടിക്കറ്റാകുമ്പോൾ ഫ്ളൈറ്റിൽ കാലെടുത്തു വയ്ക്കുമ്പോഴേ വ്യത്യാസമറിയാം. സ്വീകരിക്കാനും സീറ്റു കാണിച്ചുതരാനും ബാഗുകൾ ക്യാബിനിൽ വയ്ക്കാനും സുന്ദരികൾ തമ്മിൽ മത്സ

രമാണ്. ഇരിക്കുന്നതിനുമുമ്പേ കുടിക്കാനെന്തെങ്കിലും വേണോ എന്നു ചോദിച്ച് ആളെത്തി. ഒരു ഓറഞ്ച് ജ്യൂസിനു പറഞ്ഞിട്ട് ഇരിപ്പിടം സുഖകരമാക്കി. നാരങ്ങനീരിനോടൊപ്പം സ്നാക്സുമുണ്ടായിരുന്നു. ബിസിനസ് ക്ലാസിൽ കാശിനനുസരിച്ച് സുഖസൗകര്യങ്ങളുമുണ്ട്. സ്ഥിരമായി യാത്ര ചെയ്യുന്നവർക്ക് ഇളവുകളും പതിവാണ്. കഴിഞ്ഞ തവണ വെക്കേഷന് രണ്ടുപേരും ദുബായിൽ പോയത് ഇതേ ഫ്ളൈറ്റിനായിരുന്നു. ഇക്കോണമി ക്ലാസിൽ. അന്ന് ബിസിനസ് ക്ലാസിലെ സുഖസൗകര്യങ്ങൾ കണ്ട് വൗ എന്ന് റോഷി അതിശയം ഭാവിച്ചപ്പോൾ. അടുത്തതവണ ബിസിനസ് ക്ലാസ് എന്ന് അന്നേ തീരുമാനിച്ചതാണ്. രണ്ടുപേർക്കുള്ള ടിക്കറ്റും നേരത്തേ എടുത്തു. നേരത്തേ എടുത്തതുകൊണ്ട് കുറഞ്ഞ നിരക്കിൽ കിട്ടുകയും ചെയ്തു. പക്ഷേ, ഭാഗ്യം എപ്പോഴും തുണയ്ക്കണമെന്ന് ശാഠ്യംപിടിക്കാൻ സാധിക്കില്ലല്ലോ. അവളെ ഒന്ന് അമ്പരപ്പിക്കണമെന്നു കരുതിയാണ് ടിക്കറ്റ് ബുക്കുചെയ്ത കാര്യം നേരത്തെ പറയാതിരുന്നത്. പറയാനൊരുങ്ങുമ്പോഴേക്ക് കാര്യങ്ങളാകെ തകിടംമറിഞ്ഞു. പുതിയ ജോലിയിൽ കയറിയതോടെ അവളങ്ങാകാശത്തായിരുന്നല്ലോ. വീട്ടുകാര്യങ്ങൾ ശ്രദ്ധിക്കാനോ മിണ്ടാനോ പറയാനോപോലും നേരമില്ല. ഭാര്യയെ വീട്ടുജോലിയിൽ സഹായിച്ചാൽ ആത്മാഭിമാനമൊന്നുമിടിഞ്ഞ് വീഴില്ലെന്നും വീടുഭരിക്കുക രണ്ടുപേരുടെയും ബാധ്യതയാണെന്നും ഉമ്മ ചെറുപ്പം മുതൽ ഓർമിപ്പിക്കാറുണ്ടായിരുന്നു.

“എന്റെ അവസ്ഥ എന്റെ മരുമക്കൾക്കുണ്ടാവരുത്. പെണ്ണുങ്ങൾ കാലാകാലം അടുക്കളയിൽക്കിടന്ന് വെന്തുരുകണമെന്ന് നിയമമൊന്നുമില്ല.”

റോഷി വൈകിയെത്തുന്ന ദിവസങ്ങളിൽ ഡിന്നറൊരുക്കുമ്പോൾ ഉമ്മയുടെ ഈ വാക്കുകൾ ആശ്വാസമാകാറുമുണ്ട്.

“സൈനബാ ജീവിതം അടുക്കളയിലെരിച്ചു തീർക്കല്ലേ, വീടു വൃത്തിയാക്കി ജീവിക്കാൻ മറക്കല്ലേന്ന് എന്റെ പാവം ബാപ്പ ഇങ്ങളോട് എന്നും പറയാറില്ലേ? എന്നിട്ട് അനുസരിക്കാറുണ്ടോ?”

അനിയൻ ഷിഹാബ് മറുചോദ്യമിടും. അവൻ ബാപ്പക്കുട്ടിയാണെന്നാണ് ഉമ്മ പറയാറുള്ളത്.

“ബാപ്പാക്ക് വക്കാലത്തുപിടിക്കാനൊരുത്തനുണ്ടല്ലോ.”

ഉമ്മ.

“എന്റെ പാവം പാവം ബാപ്പ എന്തു ചെയ്യണമെന്നു പറ.”

“ഒന്നും വേണ്ട. നേരത്തിനും കാലത്തിനും വീട്ടിലെത്തിയാ മതി.”

“വെറുതേ കുറ്റം പറയല്ലേ പൊന്നാരുമ്മാ. ഉമ്മാമാനെ നോക്കാനുള്ളതുകൊണ്ടല്ലേ ഇങ്ങക്കൊന്നിനും സമയം കിട്ടാത്തത്? എന്നിട്ട് എന്റെ ബാപ്പാനെ കുറ്റം പറഞ്ഞോളും.”

“ഉമ്മാനെ നോക്കല് മക്കളുടെ ബാധ്യതയാ. ഉമ്മമാരുടെ കാലിനടിയിലാ സ്വർഗമെന്നാ ഖുർആനിൽ പറഞ്ഞിട്ടുള്ളത്.”

“സ്വർഗം കിട്ടാൻവേണ്ടി ദുനിയാവ് നഷ്ടപ്പെടുത്തണമെന്ന് ആരും

പറഞ്ഞിട്ടില്ല സൈനബാ."

ബാപ്പയെ അനുകരിച്ചുകൊണ്ടാണ് ഷിഹാബിന്റെ സംസാരം.

"എടാ, എന്റെ ഭാര്യയെ പേരുവിളിക്കാൻ നീ വളർന്നിട്ടില്ല..."

പെട്ടെന്നായിരിക്കും ബാപ്പ രംഗത്തെത്തുക.

ഉമ്മയും ബാപ്പയുമങ്ങനെയാണ്. അവർ പരസ്പരം കുറ്റപ്പെടുത്തുമെങ്കിലും മറ്റാരെങ്കിലും അവരിലൊരാളെ കുറ്റം പറഞ്ഞാൽ അവർ രണ്ടുപേരും മുഷിയും. മക്കളുടെ കാര്യത്തിലും അങ്ങനെതന്നെയായിരുന്നു. മിശ്രവിവാഹിതരുടെ മകളെ ഞാൻ വിവാഹം കഴിക്കാൻപോകുന്നുന്നതറിഞ്ഞ് കുടുംബം മുഴുവൻ ബാപ്പയ്ക്കെതിരെ പോരിനിറങ്ങി. "ഒരു പ്രായം കഴിഞ്ഞാ ആൺകുട്ടികളുടെ കാര്യം ബാപ്പാര് തന്നെ നോക്കണമെന്ന് ഞാനെപ്പളും കെഞ്ചാറുള്ളതാ. ആർക്കുണ്ട് കേക്കാൻ നേരം? ഇപ്പക്കണ്ടില്ലേ വഴിതെറ്റിയത്?" എന്ന് ഉമ്മപോലും ബാപ്പയെ പഴിച്ചു.

"സൈനബാ മറ്റുള്ളവർ പറയുന്നതുകേട്ട് നീയും നമ്മുടെ മകനെ പഴിക്കല്ലേ? അവൻ വഴിതെറ്റിയിട്ടില്ല. നമ്മളോട് ചോദിക്കാതെയും പറയാതെയും ആ കുട്ടിയെ വിവാഹം കഴിച്ചിരുന്നെങ്കിൽ അങ്ങനെ പറയാമായിരുന്നു. ഇക്കാര്യം അവൻ എന്നോടും നിന്നോടും പറഞ്ഞതല്ലേ?"

"അന്നുമുതൽ ഞാൻ എതിരുമാണല്ലോ. നിങ്ങളല്ലേ സപ്പോർട്ട് ചെയ്തത്? ഇപ്പം മാനംകെട്ടില്ലേ? ആളുകളുടെ മുഖത്തിനിയെങ്ങനെ നോക്കും?"

"ആളുകളുടെ മുഖത്ത് നോക്കാതിരിക്കാൻ പോന്ന പ്രവൃത്തിയൊന്നും അവൻ ചെയ്തതായി എനിക്കു തോന്നിയില്ല. അവൻ കല്യാണം കഴിക്കണമെന്നു പറഞ്ഞത് പെൺകുട്ടിയെയല്ലേ? അല്ലാതെ ആൺകുട്ടിയെ ഒന്നുമല്ലല്ലോ. അങ്ങനെ ആവശ്യപ്പെടുന്ന ആൺകുട്ടികളും ഈ നാട്ടിലുണ്ടെന്ന് മറക്കരുത്."

"ഇങ്ങനത്തെ തലതിരിഞ്ഞ വർത്താനമൊന്നും കുട്ടികളോട് പറയല്ലേന്ന് ഞാൻ പറയാറുള്ളതല്ലേ? എനിക്ക് വിവരമില്ലല്ലോ."

"ആങ്ങളമാർ പറയുന്നതുകേട്ട് ഉറയാതെ നീയൊന്ന് സമാധാനമായിട്ട് ആലോചിക്ക്. അവനിഷ്ടപ്പെടുന്ന പെൺകുട്ടി, കാണാൻ നന്ന്. വിദ്യാഭ്യാസമുണ്ട്. മതകാര്യങ്ങളിലും നിഷ്ഠയുണ്ട്. തല മറയ്ക്കാതെയുള്ള അവളുടെ ഒരു ഫോട്ടോപോലും ഞാനിന്നുവരെ കണ്ടിട്ടില്ല. അവളുടെ ബാപ്പയും ഉമ്മയും വിദ്യാഭ്യാസമുള്ളവരാണ്. നല്ലവരുമാണെന്നാണ് അവരുമായി ഇടപെട്ടപ്പോൾ എനിക്കു മനസിലായത്. അവനൊരു പെണ്ണാലോചിക്കുമ്പോൾ ഇത്രയുമൊക്കെത്തന്നെയല്ലേ നമ്മൾ ശ്രദ്ധിക്കുക?"

"പക്ഷേ, ഉമ്മ..... അതൊരു കറുത്ത പുള്ളിയായി എന്റെ പേരക്കുട്ടികളുടെ മേലും പതിയില്ലേ?"

"എന്നും രാവിലെ ഖുർആൻ അർഥമറിഞ്ഞ് വായിച്ചിട്ട് നീയൊക്കെ ഇങ്ങനെ പറഞ്ഞാലോ? നമ്മുടെ മതത്തിൽ പുതുതായി ചേരുന്നവരെ ഇങ്ങനെ കാലാകാലം ആക്ഷേപിക്കുന്നത് അള്ളാഹുവിനെ ആക്ഷേപിക്കുന്നതിനു തുല്യമല്ലേ? അങ്ങനെയാണ് ഖുർആൻ വായിച്ച് ഞാൻ മന

സിലാക്കിയത്."

"എന്നാലും ബന്ധുക്കൾ പഴിക്കില്ലേ?"

"സംസാരിക്കാൻ വേറൊരു വിഷയം കിട്ടുമ്പോൾ അവരിക്കാര്യം മറക്കും. നീ എതിർത്താൽ അവൻ ചിലപ്പോൾ ഈ വിവാഹം തൽക്കാലം വേണ്ടെന്നു വച്ചേക്കാം. അതു കഴിഞ്ഞോ...? വേറൊരു വിവാഹത്തിന് അടുത്തകാലത്തെങ്ങാനും സമ്മതിക്കുമെന്ന് നിനക്ക് തോന്നുന്നുണ്ടോ? നീ ആ കുട്ടിയുടെ ഉമ്മയുമായി ബന്ധപ്പെട്. അപ്പോൾ നിന്റെ കുറെ സംശയങ്ങൾക്ക് അറുതികിട്ടും."

ബാപ്പ നിരന്തരം ഓതിക്കൊടുത്തിട്ടും ഏറെക്കാലം ഉമ്മ അമ്പിനും വില്ലിനും അടുക്കാതെ നിന്നു. ഫോൺ വിളിച്ചാൽ കരച്ചിലോട് കരച്ചിൽ.

"ഉമ്മാന്റെ പൊന്നുമോനല്ലേ, നമ്മക്കിത് വേണ്ട. ഇതിനേക്കാൾ പഠിപ്പും വിവരവുമുള്ള കുട്ടികളെ ഉമ്മ കാണിച്ചുതരാം. എത്രവേണമെങ്കിലും. നിനക്കിഷ്ടപ്പെട്ടാൽ സമ്മതിച്ചാൽ മതി." ഫോണിലൂടെ കരഞ്ഞപേക്ഷിക്കുമ്പോൾ പലപ്പോഴും തളർന്നുപോയിട്ടുണ്ട്. അപ്പോഴൊക്കെയും റോഷിക്ക് കൊടുത്ത വാക്ക് കത്തിപോലെ ഉള്ളിൽ തുളച്ചുകയറും. ഉമ്മയുടെ എതിർപ്പറിഞ്ഞപ്പോൾ അവൾ പിന്മാറാൻ തയാറായതാണ്."

"എന്റെ പപ്പയും മമ്മയും തെറ്റെന്തെങ്കിലും ചെയ്തിട്ടുണ്ടെന്ന് ഞാൻ വിശ്വസിക്കുന്നില്ല. അങ്ങനെ പറയുന്നവരെ ടോളറേറ്റ് ചെയ്യാനും ഞാനൊരുക്കമല്ല. ഞാൻ ഇസ്ലാമാണെന്ന് ലോകത്തെ ബോധ്യപ്പെടുത്താൻ എനിക്കു മനസില്ല. പരസ്പരം ഇഷ്ടപ്പെട്ടുപോയി എന്നത് നേരാണ്. ഒന്നിച്ച് ജീവിക്കാൻ കഴിഞ്ഞില്ലെങ്കിൽ വേറൊരുവിവാഹം ഉണ്ടാകുമെന്നൊരുറപ്പും പറയാനാവില്ല. പക്ഷേ, അതോർത്ത് ജീവിതം പാഴാക്കാനൊന്നും തൽക്കാലം ഉദ്ദേശ്യമില്ല. ആൺതുണയില്ലാതെയും പെൺകുട്ടികൾക്ക് ജീവിക്കാൻ സാധിക്കുമോന്ന് അറിയണമല്ലോ.."

വീറോടെ പറയുമ്പോഴും അവളുടെ കണ്ണുകൾ നിറഞ്ഞൊഴുകുന്നുണ്ടായിരുന്നു. മുഖം കനലുപോലെ ചുവന്നിരുന്നു. സഹിക്കാനായില്ല.

വിവാഹം കഴിക്കുന്നെങ്കിൽ നിന്നെ മാത്രമെന്ന് അവളുടെ രണ്ടു കൈയുംപിടിച്ച് വാക്കു കൊടുത്തു. ഉമ്മയുടെ മടിയിൽ തലവച്ച് ഏങ്ങലടിച്ചുകൊണ്ട് ഇക്കാര്യം പറഞ്ഞപ്പോഴാണ് ഉമ്മ റോഷിയെ കാണാൻ സമ്മതിച്ചത്.

"ഉമ്മക്ക് എല്ലാത്തിലും വലുത് നിന്റെ സന്തോഷമാണ്. ലണ്ടനിൽ ജനിച്ചു വളർന്ന കുട്ടി. അവൾക്ക് നമ്മുടെ വീടുമായി പൊരുത്തപ്പെടാൻ സാധിക്കുമോ? ഉമ്മയ്ക്ക് പേടിയാ മോനെ." ഉമ്മയും കരച്ചിലോടുകരച്ചിലുതന്നെ.

"ഉമ്മ ഒന്നു കണ്ടുനോക്ക്. നോ പറയുകയാണെങ്കിൽ ഞാൻ ശാഠ്യം പിടിക്കില്ല. വേറെ കല്യാണത്തെക്കുറിച്ച് ഇപ്പോഴൊന്നും എന്നോടു പറയുകയും ചെയ്യരുത്."

"ഞാനെന്താ ആടോ മാടോ ആണോ? കണ്ടിഷ്ടപ്പെട്ട് കച്ചവടമു

റപ്പിക്കാൻ."

റോഷി ഉറഞ്ഞുതുള്ളി.

"അങ്ങനെയൊന്നും ഇവിടെ ആരും പറഞ്ഞില്ല. സ്വന്തം മകൻ വിവാഹം കഴിക്കുന്ന പെൺകുട്ടിയെക്കുറിച്ച് അവരുടെ ഉമ്മമാർക്ക് ചില സ്വപ്നങ്ങളെക്കെയുണ്ടാവുന്നത് അത്ര വലിയ തെറ്റൊന്നുമല്ല." പപ്പ പതിവുപോലെ എന്റെ പക്ഷംപിടിച്ചു.

"അപ്പോ സ്വന്തം മകളുടെ ഭാവി ഭർത്താവിനെക്കുറിച്ച് പപ്പക്കും മമ്മയ്ക്കും സ്വപ്നങ്ങളൊന്നുമില്ലെന്നോ?"

"ഉണ്ടല്ലോ. ആ സ്വപ്നം നീ സാക്ഷാൽക്കരിച്ചതുകൊണ്ടല്ലേ ഞങ്ങളീ വിവാഹത്തിനു സമ്മതിച്ചത്." എന്നായിരുന്നു അവരുടെ മറുപടി. അങ്ങനെയാണ് എല്ലാവരുംകൂടി വെക്കേഷനു നാട്ടിലെത്തിയത്.

"ചമഞ്ഞൊരുങ്ങി നാണിച്ച് തല കുനിച്ച് ഞാൻ നിൽക്കുമെന്നൊന്നും ഉമ്മ പ്രതീക്ഷിക്കില്ലല്ലോ." റോഷിക്ക് സംശയം തീരുന്നതേയില്ല.

"നിനക്കെന്റെ ഉമ്മയെ അറിയാഞ്ഞിട്ടാ." എന്നുമാത്രമേ പറയാൻ സാധിച്ചുള്ളു.

"മുൻവിധിയൊന്നും വേണ്ട. നിനക്കല്ലെങ്കിലും വമ്പിച്ചിരി കൂടുതലാ. ഒറ്റമോളാന്നുംപറഞ്ഞ് പപ്പ തലയിൽക്കയറ്റിവെച്ച് വഷളാക്കിയതാ. ഈ ചെറുക്കൻ പാവമായതോണ്ടാ നിന്റെ ഇത്തരം ധിക്കാരങ്ങൾ പൊറുപ്പിക്കുന്നത്." മമ്മ പതിവുപോലെ അവളെ കുറ്റപ്പെടുത്തി.

"കേരളത്തിൽ ജീവിക്കുന്നവർക്ക് സ്വന്തം മക്കളെക്കുറിച്ചും മരുമക്കളെക്കുറിച്ചും ചില ധാരണകളും സ്വപ്നങ്ങളുമൊക്കെയുണ്ട്. അത് നമ്മുടെ സംസ്കാരത്തിന്റെ ഭാഗമാണ്. അതൊന്നും ഒറ്റദിവസംകൊണ്ട് മാറ്റിമറിക്കാനൊന്നും സാധിക്കില്ല."

പപ്പയുടെ സ്വരത്തിലും ശാസന. അവർ റോഷിയെ കാണാൻ അമേരിക്കയിൽ വന്നപ്പോൾ നേരിൽക്കാണുകയും ഇടപഴകുകയും ചെയ്തിരുന്നു. തന്റെമേൽ സമൂഹം അടിച്ചേൽപ്പിച്ച കറുത്ത പുള്ളി മകളുടെ വിവാഹത്തോടെ മാഞ്ഞുപോകുമെന്ന് പാവം മമ്മ വിശ്വസിച്ചു. ആദ്യം കണ്ടപ്പോൾ പപ്പയെ ഇഷ്ടപ്പെട്ടെങ്കിലും മമ്മയെക്കുറിച്ച് നല്ല അഭിപ്രായമല്ല തോന്നിയത്. സ്വന്തം പോരായ്മകൾ മറയ്ക്കാൻ അവർ കണ്ടുപിടിച്ച വഴിയാണ് പൊങ്ങച്ചം പറച്ചിലെന്ന് കൂടുതലടുത്തപ്പോൾ മനസിലായി. അതോടെ അവരോടുള്ള നീരസം മാറുകയായിരുന്നു.

"ഞാൻ വിചാരിച്ചതുപോലുള്ള തെറിച്ചിയാണെന്നു തോന്നുന്നില്ല.. ഒറ്റനോട്ടത്തിൽ കുഴപ്പമില്ല. ബാക്കിയെല്ലാം റബ്ബിന്റെ വിധി. നിന്റെ ഇഷ്ടത്തിനു ഉമ്മ എതിരുനിന്നെന്നു വേണ്ട. കണ്ടും കരുതിയും കഴിയേണ്ടിവരും."

കണ്ടും കരുതിയും കഴിയേണ്ടിവരുമെന്ന ഉമ്മയുടെ പ്രവചനം തെറ്റായിരുന്നില്ലെന്ന് പലപ്പോഴും അനുഭവപ്പെട്ടിട്ടുണ്ട്. റോഷി തെറിച്ചിയല്ലെങ്കിലും തന്നിഷ്ടക്കാരിയാണല്ലോ എന്ന് തോന്നിയ പല സന്ദർഭങ്ങളുമുണ്ട്. അപ്പോഴൊക്കെയും അവളെയും സത്തുക്കയുടെ ഭാര്യയെയും

താരതമ്യം ചെയ്യാറുമുണ്ട്. സമീറമ്മായിയുടെ വേഷംകെട്ടു കണ്ടാൽ വിസ്മയിച്ചുപോകും. ഏറ്റവും പുതിയ തരത്തിലുള്ള ഡിസൈനർ വേഷമേ ധരിക്കൂ, സിനിമാസ്റ്റൈലിൽ. എന്നാൽ, വേഷംപോലെയേ അല്ല പെരുമാറ്റം. എല്ലാവരെയും ഇണക്കി നിർത്താൻ പ്രത്യേകം കഴിവാണ്. സത്തുക്ക പറയുന്നതിന് എതിർവാക്കില്ല. വീട്ടിലെത്തിയാൽ ഉമ്മയെ അടുക്കളയിലിറങ്ങാൻ സമ്മതിക്കില്ല. അവർ എഞ്ചിനിയറിങ് പാസായ താണ്. ജോലിക്കുപോകണമെന്ന് ഇന്നുവരെ വാശിപിടിച്ചിട്ടില്ല. കുട്ടികൾ മുതിർന്നിട്ട് അക്കാര്യത്തെക്കുറിച്ച് ആലോചിച്ചാ മതിയെന്നാ സത്തുക്ക പറഞ്ഞതെന്നാണ് ചോദിക്കുമ്പോൾ പറയാറുള്ളത്.

"എക്സ്ക്യൂസ് മീ സർ, ഫാസ്റ്റൺ യുവർ സീറ്റ് ബെൽട്ട് പ്ലീസ്"

എന്ന് എയർഹോസ്റ്റസ് പറഞ്ഞപ്പോഴാണ് ഫ്ളൈറ്റ് ടെയിക്ക് ഓഫ് ചെയ്തിട്ടില്ലെന്ന് ഓർത്തത്. സീറ്റ് നേരെയാക്കി സീറ്റ് ബൽറ്റിട്ടു. ഇടതട വില്ലാതെ വിമാനയാത്ര പതിവാണെങ്കിലും വിമാനം പെട്ടെന്ന് ആകാ ശത്തേക്കു കുതിക്കുമ്പോൾ ഉള്ളിലൊരാളലാണ്. അകത്തുള്ളതെല്ലാം പുറത്തേക്ക് തള്ളിവരുന്നതുപോലെ. അപ്പോൾ യാത്രയുടെ തുടക്കത്തിൽ ചൊല്ലണമെന്നു പറഞ്ഞ് ഉമ്മ കാണാപ്പാഠമാക്കിത്തന്ന പ്രാർഥന ഓർത്ത് ചൊല്ലും.

"ഈ വാഹനം ഞങ്ങൾക്ക് അധീനപ്പെടുത്തിത്തന്നവൻ എത്ര പരി ശുദ്ധൻ, ഞങ്ങൾക്ക് അതിനുള്ള പ്രാപ്തിയില്ല. തീർച്ചയായും നിന്നിലേ ക്കാണ് ഞങ്ങളുടെ മടക്കം."

കുട്ടിക്കാലത്ത് എവിടെയെങ്കിലും യാത്രയ്ക്കിറങ്ങുമ്പോൾ എല്ലാ വരെക്കൊണ്ടും ഈ പ്രാർഥന ചൊല്ലിച്ച് ഫാത്തിഹ ഓതി ദുആഇരന്നിട്ടെ ഉമ്മ വീട്ടിൽനിന്നിറങ്ങൂ. അപ്പോഴേക്ക് ബാപ്പ കാറിലിരുന്ന് ഹോറണടി തുടങ്ങിയിട്ടുണ്ടാവും. ബാപ്പയ്ക്കിത്തരം പ്രകടനങ്ങളിലൊന്നും വിശ്വാ സമില്ല. പ്രാർഥന മനസിലുണ്ടായാൽ മതിയെന്ന ബാപ്പയുടെ ആശയ ത്തോടുതന്നെയാണ് യോജിപ്പ്. എന്നാലും വേദനിപ്പിക്കാൻ ഇഷ്ടമില്ലാ ത്തതിനാൽ ഉമ്മ പറയുന്നതുപോലെ ചെയ്യുകയാണ് പതിവ്.

ഇന്നയിന്ന സന്ദർഭങ്ങളിൽ ഇന്നയിന്ന പ്രാർഥനകൾ ചൊല്ലണമെന്ന് ഉമ്മ കുട്ടിക്കാലത്തേ മനപ്പാഠമാക്കിത്തന്നിട്ടുണ്ട്. യാത്ര തുടങ്ങുമ്പോൾ, നിർദിഷ്ട സ്ഥലമെത്താറാവുമ്പോൾ, ഭക്ഷണം കഴിച്ചു തുടങ്ങുമ്പോൾ, ഉറങ്ങുമ്പോൾ — അങ്ങനെ പോകുന്നു. ഞാനും സത്തുക്കയും അതെല്ലാം മറക്കാതെ ചൊല്ലുകയും പതിവാണ്. ഷിഹാബ് ചെറുപ്പംമുതലേ ഇതി നെല്ലാം എതിരു പറയുന്നവനാണ്. ബാപ്പയുടെ മോൻ എന്നാണ് ഉമ്മ പറയുന്നത്. ഭക്തി മനസിലാണുണ്ടാകേണ്ടതെന്നും പ്രകടിപ്പിക്കാനുള്ള തല്ലെന്നുമുള്ള വിശ്വാസക്കാരനാണ് ബാപ്പ.

"അഞ്ചുനേരവും പള്ളിയിൽപ്പോയതുകൊണ്ടും വർഷംതോറും ഹജ്ജു ചെയ്തതുകൊണ്ടും മാത്രം ഇസ്ലാമാകില്ല. മനസു നന്നാക്ക ണം. ഇല്ലാത്തവരെ ജാതിമതവ്യത്യാസമില്ലാതെ കണ്ടറിഞ്ഞു സഹായി ക്കണം. നന്മ പ്രവർത്തിക്കണം. മറ്റുള്ളവർക്കുപദ്രവം ചെയ്യാതെ ജീവി

ക്കണം. എല്ലാ കള്ളക്കച്ചവടവും കരിഞ്ചന്തയും ചെയ്ത് പണം വാരിക്കൂട്ടിയിട്ട് പറയും കച്ചവടം ഇസ്‌ലാമിന് അനുവദിക്കപ്പെട്ടതാണെന്ന്. അള്ളാഹുവിനെ പറ്റിക്കാനെന്നപോലെ അതിൽനിന്നൊരു ചെറുവിഹിതം സക്കാത്തും കൊടുത്ത് ഞങ്ങളാണ് സ്വർഗാവകാശികളെന്നും പറഞ്ഞുനടക്കുന്ന തലയിൽക്കെട്ടുകാരുണ്ടല്ലോ, അവരാണ് സിജ്ജീൻ നിവാസികൾ. സിജ്ജീൻ എന്നു പറഞ്ഞാലെന്താണെന്നറിയുമോ? കത്തിയെരിയുന്ന നരകഗർത്തം." ബാപ്പയുടെ മൊഴി ഉമ്മയെ പലപ്പോഴും അരിശം പിടിപ്പിക്കാറുണ്ട്.

"നിസ്കാരം ഇസ്ലാമിന്റെ നെടുംതൂണാണ്. അഞ്ചുനേരവും കൃത്യമായി നിസ്കരിക്കാത്തവർക്ക് ഇങ്ങനെയൊന്നും പറയാനുള്ള അർഹതയില്ല. അവർക്കും കൂടിയുള്ളതാണ് സിജ്ജീൻ."

"പുലർകാലങ്ങളിലും രാവിന്റെ അന്ത്യയാമങ്ങളിലും അവനെ സ്മരിക്കുവിൻ എന്നാണ് ഖുർആനിൽ പറഞ്ഞിട്ടുള്ളത്."

"ചെവിയിൽ ഈയം ഉരുക്കി ഒഴിച്ചവരെപ്പോലെ സംസാരിക്കുന്ന അവിശ്വാസികളോട് തർക്കിക്കേണ്ട ആവശ്യമില്ലെന്നാണ് അള്ളാഹു നബിയോട് കൽപ്പിച്ചിട്ടുള്ളത്. ഇത്തരം തലതിരിഞ്ഞ വിചാരങ്ങളൊന്നും കുട്ടികളുടെ തലയിൽ അടിച്ചുകേറ്റാതിരുന്നാ മതി." ഉമ്മ ചൂടാകും.

ഇത്തരം വാക്കുതർക്കങ്ങൾ പതിവാണെങ്കിലും മനുഷ്യരെ കാണിക്കാൻവേണ്ടി ചെയ്തു കൂട്ടുന്ന മതപരമായ അനുഷ്ഠാനങ്ങളിൽ രണ്ടുപേർക്കും വിശ്വാസമില്ല. ഉമ്മ ഖുർആൻ പറഞ്ഞത് അപ്പടി ജീവിതത്തിൽ പകർത്തുമ്പോൾ ബാപ്പയ്ക്ക് എല്ലാറ്റിനും തന്റേതായ ന്യായാന്യായങ്ങളും വ്യാഖ്യാനങ്ങളുമുണ്ട്. മക്കൾ നന്മ പ്രവൃത്തിക്കുന്നവരും തിന്മ എതിർക്കുന്നവരുമാകണമെന്ന് രണ്ടുപേരും നിരന്തരം പറയുമായിരുന്നു. വീട്ടിലുള്ളപ്പോൾ കൃത്യമായി നിസ്കരിക്കുമെങ്കിലും ജോലി സമയങ്ങളിൽ ഇടവേളകളുണ്ടാക്കി പള്ളിയിലേക്കോടുന്ന പതിവ് ബാപ്പയ്ക്കില്ല. എന്നാൽ വെള്ളിയാഴ്ചകളിലെ ജുമ്ആ നമസ്കാരം ഒരിക്കലും ഒഴിവാക്കാറില്ല. പെരുന്നാൾ ദിവസങ്ങളിൽ കുടുംബം ഒന്നിച്ച് ഈദ്ഗാഹുകളിൽ പങ്കെടുക്കണമെന്ന് ബാപ്പയ്ക്ക് നിർബന്ധമാണ്. പെരുന്നാൾ ദിവസങ്ങളിൽ കുട്ടികളോടൊപ്പം പള്ളിയിൽ പോകാനും ഉച്ചയ്ക്ക് ഒരുമിച്ചിരുന്ന് ഭക്ഷണം കഴിക്കാനും സാധിച്ചില്ലെങ്കിൽ ഉമ്മയും ബാപ്പയും ആകെ അസ്വസ്ഥരാകുമായിരുന്നു. ഒരിക്കലും പരാതിപറയാറില്ലെങ്കിലും അവരുടെ ഉള്ളറിയുന്നതുകൊണ്ട് ആ ദിവസങ്ങളിൽ നാട്ടിലെത്താൻ മക്കൾ മൂന്നുപേരും ആവതും ശ്രദ്ധിക്കാറുണ്ട്. ഇത്തവണത്തെ പെരുന്നാളാഘോഷം ഏതായാലും കേമമായിരിക്കും. റോഷി വരാൻ തീരുമാനിച്ചത് നന്നായി. തിരിച്ചുചെന്നാൽ എന്തായിരിക്കും സംഭവിക്കുകയെന്നു പറയാൻ പറ്റാത്ത അവസ്ഥയിലായിരുന്നു.

ഭക്ഷണത്തിന്റെ മെനുകാർഡുമായി വീണ്ടും എയർഹോസ്റ്റസ് എത്തിയപ്പോൾ മനസ്സ് വർത്തമാനകാലത്തിലായി. ഭക്ഷണത്തിന് ഓർഡർ കൊടുത്ത് ജനാലയിലൂടെ പുറത്തേക്കു നോക്കി. പഞ്ഞിക്കെട്ടു

കൾപോലെ ആകാശത്ത് മേഘങ്ങൾ. ക്രിസ്തുമസ് അപ്പൂപ്പന്റെ വെള്ളത്താടിയായിരുന്നു അപ്പോൾ മനസിൽ. എത്ര കണ്ടാലും കൊതിതീരാത്ത കാഴ്ച. വിമാനത്തിൽ വിൻഡോ സീറ്റു വേണമെന്നുതന്നെ ശാഠ്യംപിടിക്കുന്നതും അതുകൊണ്ടാണ്. ജനലിലൂടെ പുറത്തേക്കു നോക്കുമ്പോൾ ആകാശത്തിലൂടെ പറക്കുന്നതായും നക്ഷത്രങ്ങളെ കൈയെത്തിപ്പിടിക്കുന്നതായും സ്വപ്നംകാണാത്ത സന്ദർഭങ്ങളില്ല. വിമാനത്താവളത്തിലേക്കിറങ്ങുമ്പോൾ മനസ്സ് മൂടിക്കെട്ടിയ ആകാശംപോലെയായിരുന്നു. ഇപ്പോഴാകട്ടെ പഞ്ഞിക്കെട്ടുപോലെ ഭാരം കുഞ്ഞിരിക്കുന്നു. അൽഹംദുലില്ലാഹ്... നിനക്കു സ്തുതി.

27

എമിഗ്രേഷൻ കഴിഞ്ഞ് എയർപോർട്ടിനകത്തെത്തിയപ്പോൾ ആശ്വാസത്തോടെ നെടുവീർപ്പിട്ടു ഷിഹാബ്. അവസാനമിതാ നാട്ടിലേക്കുപോകാൻ വിമാനം കയറാൻ പോകുന്നു, രണ്ടുവർഷത്തിനുശേഷം. ആരോടെങ്കിലും ഉറക്കെ പറയണമെന്നുണ്ടായിരുന്നു. ടിക്കറ്റ് നേരത്തേ എടുത്തതാണെങ്കിലും ഇന്നുതന്നെ പോകാൻ കഴിയുമോ എന്ന് ഇന്നലവരെ സംശയത്തിലായിരുന്നു. അത്ര തിരക്കായിരുന്നു ഓഫീസിൽ. സാമ്പത്തികമാന്ദ്യം കാരണം ലീവ് ചോദിക്കുന്നവരെ പിരിച്ചുവിടാനുള്ള ശ്രമത്തിലാണ് കമ്പനികൾ ആ ഒഴിവിൽ അതിലും കുറഞ്ഞ ശമ്പളത്തിൽ ജോലിചെയ്യാൻ അവർക്കുടനെ ആളെ കിട്ടുകയും ചെയ്യും. പോയാൽ പോട്ടെടാ, നമുക്കെല്ലാവർക്കുംകൂടി നാട്ടിൽ ബിസിനസ് തുടങ്ങാമെന്ന് സത്തുക്ക ആശ്വസിപ്പിക്കാറുണ്ട്. അങ്ങനെയായാലോ എന്നും തോന്നാതില്ല. വിവിധമേഖലകളിൽ കഴിവു തെളിയിച്ച ചെറുപ്പക്കാർ കുടുംബത്തിൽത്തന്നെയുണ്ട്. എല്ലാവരും കൂടിച്ചേർന്ന് എന്തെങ്കിലും വലിയ പ്രൊജക്ട് എന്ന ആശയം ഈയിടെയായി ഒഴിവുദിവസങ്ങളിൽ ചർച്ചാവിഷയമാണ്. പലഭാഗത്താണ് താമസമെങ്കിലും കമ്പ്യൂട്ടറും ഇന്റർനെറ്റുമൊക്കെ വന്നതോടെ ലോകം ചെറുതായിരിക്കുകയാണ്. അമേരിക്കയിലും ഇംഗ്ലണ്ടിലും സൗദിയിലും ദുബായിലും ഇന്ത്യയിലും താമസിക്കുന്നവർവരെ വട്ടമേശയ്ക്ക് ചുറ്റുമിരുന്ന് സംസാരിക്കുന്നതുപോലെ ഇന്റർനെറ്റിൽ ചാറ്റിങ് പതിവായതോടെ ആശയങ്ങൾ കൈമാറുക എളുപ്പമായി. കുടുംബത്തിലെ ഇളംതലമുറക്കാർ ചേർന്ന് ഒരു കുടുംബബിസിനസ് തുടങ്ങുകയെന്നത് എല്ലാവരുടെയും സ്വപ്നമായിട്ടുണ്ട്. മുതിർന്നവർ ധൈര്യം തരുന്നില്ല. നാട്ടിൽ സ്വന്തമായി ബിസിനസ് നടത്തുകയെന്നു വെച്ചാൽ തലവേദന വിലയ്ക്കുവാങ്ങുന്നതിനു തുല്യമാണെന്നാണ് അവ

രുടെ ഭയം. എല്ലാവരും ആദ്യം സ്വന്തം കാലിൽ നിൽക്കുകയും നാളേക്ക് എന്തെങ്കിലുമൊക്കെ കരുതിവയ്ക്കുകയും ചെയ്തിട്ട് അക്കാര്യത്തെക്കുറിച്ച് ചിന്തിച്ചാൽ മതിയെന്നാണ് അവർ കരുതുന്നത്. മൂത്തവരുടെ വാക്കും മുതുനെല്ലിക്കയും ആദ്യം കയ്ക്കും പിന്നെ മധുരിക്കുമെന്നു പറഞ്ഞാണ് സത്തുക്ക തൽക്കാലം മാറിനിൽക്കുന്നത്. സത്തുക്കയ്ക്ക് അത്യാവശ്യം സമ്പാദ്യമൊക്കെയായി. അമ്മാവന്മാരുടെ മക്കളും അടിത്തറ ഉറപ്പിച്ചിട്ടുണ്ട്. ഞാനും റഫീക്കയും പക്ഷേ തുടങ്ങുന്നതേയുള്ളൂ. അമേരിക്കയിലും ഇംഗ്ലണ്ടിലുമൊക്കെ താമസിക്കുന്നവർക്ക് സമ്പാദ്യം കമ്മിയാണ്. അതറിയുന്നതുകൊണ്ടാണ് സത്തുക്ക രണ്ടുപേരെയും ദുബായിയിലേക്ക് ക്ഷണിക്കുന്നത്. ഗൾഫ്ജീവിതം എന്തോ തീരെ ആകർഷകമായി തോന്നിയിട്ടില്ല. കുറേ പണമുണ്ടാക്കുകയും അത് ചെലവാക്കാനായി മാളുകളിലും കച്ചവടകേന്ദ്രങ്ങളിലും അലഞ്ഞുതിരിഞ്ഞ് ജീവിതം തീർക്കുകയും ചെയ്യുന്നതിനോടു യോജിക്കാനാവുന്നില്ല. ധാരാളം സ്വത്തും എണ്ണിയാലൊടുങ്ങാത്ത ബാങ്ക് ബാലൻസുമുണ്ടെങ്കിൽ ജീവിതം സ്വർഗമാകുമെന്ന വിശ്വാസവുമില്ല. പണമുണ്ടാക്കുന്നത് ചെലവാക്കാനാണെന്ന് ബാപ്പയെപ്പോലെ വിശ്വസിക്കാനാണ് ഇഷ്ടം. അതുകൊണ്ടാണ് ഇവിടെ വന്നതോടെ കിട്ടുന്ന ഒഴിവുവേളകളിൽ യൂറോപ്പ് ചുറ്റിക്കാണാൻ ശ്രമിച്ചത്. ഫ്രാൻസ്, ജർമനി, ഇറ്റലി തുടങ്ങിയ നാടുകളിലെ ചരിത്രപ്രധാനമായ പല സ്ഥലങ്ങളും കണ്ടു. ഇംഗ്ലണ്ട് കുറേ കണ്ടെങ്കിലും ഇനിയുമുണ്ട് കാണാൻ ധാരാളം.

ബിസിനസ് മാനേജ്മെന്റിൽ പി ജി കഴിഞ്ഞപ്പോൾ ഉടനെ ജോലിയിൽ കയറാനായിരുന്നു പരിപാടി. ക്യാമ്പസ് സിലക്ഷൻ കിട്ടിയതുമാണ്. ഇപ്പോഴത്തെ സാഹചര്യത്തിൽ വേണമെങ്കിൽ തുടർന്നും പഠിക്കാം. സത്താറും റഫീഖും അതുതന്നെയാണ് ആഗ്രഹിക്കുന്നത്. മൂത്തവർ രണ്ടുപേരും സ്വന്തംകാലിൽ നിൽക്കാനായതോടെ ബാപ്പയിപ്പോ പണക്കാരനാ എന്ന് പറഞ്ഞ് ബാപ്പ നിർബന്ധിച്ചപ്പോഴാണ് റിസർച്ചു ചെയ്ത് ഡോക്ടറേറ്റ് എടുത്താലോ എന്ന ചിന്തയുണ്ടായത്. ബിസിനസ് മാനേജ്മെന്റിൽ ഡോക്ടറേറ്റ് അത്ര എളുപ്പമല്ലെന്നറിയാം. അധികമാരും അതിനു മെനക്കെടാറുമില്ല. പഠിക്കാൻ താൽപ്പര്യമുണ്ടെന്നറിയാവുന്നതുകൊണ്ട് എല്ലാവരും നിർബന്ധം തുടങ്ങി. അങ്ങനെയാണ് നെറ്റിൽ പരതാൻ തുടങ്ങിയത്. ഓക്സ്ഫോർഡിൽ സ്കോളർഷിപ്പോടെ അഡ്മിഷൻ കിട്ടുകയും ചെയ്തു. പക്ഷേ, വലിയൊരു സംഖ്യ കെട്ടിവയ്ക്കണമെന്നു കേട്ടപ്പോൾ വേണ്ടെന്നുവച്ചതാണ്. ബാപ്പയും സത്തുക്കയും സമ്മതിച്ചില്ല. പണമുണ്ടാക്കി കയറ്റി അയച്ചു. അവരെ ഇനിയും ബുദ്ധിമുട്ടിക്കരുതെന്നു കരുതിയാണ് പാർട്ട്ടൈം ജോലിക്ക് ശ്രമിച്ചത്. മികച്ചൊരു കമ്പനിയിൽ ജോലികിട്ടുകയും ചെയ്തു. രണ്ടുംകൂടി ഒത്തുപോകേണ്ടതുകൊണ്ടാണ് നാട്ടിൽപ്പോക്ക് ഇത്രയും വൈകിയത്. അവധിദിവസങ്ങളിൽ ലണ്ടനിലെ ഉൾനാടുകൾ സന്ദർശിച്ചും മ്യൂസിയങ്ങളിലും ആർട്ട്ഗാലറികളിലും ചുറ്റിനടന്നും ഗൃഹാതുരത്വം ഒഴിവാക്കാൻ ശ്രമിച്ചു.

പുസ്സിക്കാറ്റ് പുസ്സിക്കാറ്റ് വേർ ഹാവ് യു ബീൻ ഐ ഹാവ് ബിൻ ടു ലണ്ടൻ ടു സീ ദ് ക്വീൻ

ബക്കിങ് ഹാം പാലസിലെ രാജ്ഞിയുടെ സിംഹാസനം കണ്ടപ്പോൾ പഴയ നഴ്സറിപ്പാട്ടിന്റെ വരികൾ അറിയാതെ ചുണ്ടിലെത്തുകയും എലിയെ ഓടിക്കാൻ പൂച്ച സിംഹാസനത്തിന്റെ കീഴിൽ ഒളിച്ചിരിക്കുന്നുണ്ടോ എന്നു പരതാനും തോന്നി. ലണ്ടൻ ബ്രിഡ്ജും ബ്രിട്ടീഷ് മ്യൂസിയവും സ്റ്റാറ്റ്ഫോർഡിലെ ഷേക്സ്പിയർ സ്മാരകവും അവിടെവച്ചു കണ്ട ഷേക്സ്പിയർ നാടകവും ഓക്സ്ഫോർഡും ഹാംപ്റ്റൺ കോർട്ടും ലണ്ടൻ ടവറുമൊക്കെ ഇപ്പോഴും മായാക്കാഴ്ചകളായി മനസിലുണ്ട്. ഉമ്മയേയും ബാപ്പയേയും കൂട്ടിക്കൊണ്ടുവന്ന് ഇംഗ്ലണ്ട് മുഴുവൻ കാണിക്കണമെന്നും ആഗ്രഹമുണ്ട്.

മൊബൈലടിഞ്ഞു.

"എവിടെയെത്തി ചങ്ങായീ...?" റഫീക്കയായിരുന്നു. നാട്ടിലെത്തിയതിന്റെ ആഹ്ലാദം അലതല്ലുന്ന വാക്കുകൾ.

"ഹീത്രൂ. എമിഗ്രേഷൻ കഴിഞ്ഞ് നിങ്ങളെയൊക്കെ മനസിൽ നിനച്ച് പുസ്സിക്കേറ്റിന്റെ പാട്ടുംപാടി ഡ്യൂട്ടിഫ്രീയിൽ ചുറ്റിത്തിരിയാനുള്ള ശ്രമത്തിലാണ്."

"പഴ്സ് തുറന്നുവെച്ച് ചുറ്റിക്കോ. ഇവിടെ നാദിയയും നയിമയും മറ്റു കുട്ടികളും വലിയ പ്രതീക്ഷയിലാ. രണ്ടുകൊല്ലം കഴിഞ്ഞുവരുന്നതുകൊണ്ട് നിന്റെ പെട്ടി വളരെ വലുതായിരിക്കുമെന്ന് ഞാൻ പറഞ്ഞിട്ടുണ്ട്."

"അപ്പം മൂപ്പരെ പെട്ടിക്ക് വലിപ്പമില്ലായിരുന്നോ? ഞാനൊരു പാവം ദരിദ്രവിദ്യാർഥി. ഏട്ടന്മാരുടെ പെട്ടിയിലെ കോളും പ്രതീക്ഷിച്ചാ വരവ്. നോമ്പു തുറന്നോ? എന്തായിരുന്നു കോള്?"

"പറയണ്ട മോനേ....ഉന്നക്കായ, കോഴിയട, കസ്കസ്, കോയി പൊരിച്ചത്, തേങ്ങാപ്പാലും നെയ്യുംമുക്കിയ പതുപതാന്നുള്ള അരിപ്പത്തിരി, എറച്ചി ഇഷ്ടു... അങ്ങനെ ഉമ്മാന്റെ സ്പെഷാലിറ്റികൾ മുഴുവൻ മേശപ്പുറത്തുണ്ടായിരുന്നു. പൊട്ടുംപൊടിയും ബാക്കിയുണ്ടെങ്കിൽ നിനക്ക് രാവിലത്തേക്ക് വെച്ചേക്കാം." റെഫീക്ക എരികേറ്റി.

"മതിയെടാ ഓനെ കൊതിപ്പിച്ചത്. ഇങ്ങൊണ്ടാ..." എന്ന ഉമ്മയുടെ സ്വരം ഫോണിലൂടെ കേട്ടപ്പോൾ കണ്ണുനിറഞ്ഞു.

"ഷിബൂ.... ഫ്ളൈറ്റിൽ കയറിയോ മോനേ...? നാളെ ചെലപ്പോ പെരുന്നാളാകും. പള്ളിക്ക് നീയെത്തുമോ...?"

ഉമ്മയും കരച്ചിലിന്റെ വക്കിലാണെന്ന് സംസാരം കേട്ടാലറിയാം.

"എത്തുമെന്നാ വിചാരിക്കുന്നത്. നാളെ പെരുന്നാള് ഉറപ്പാ...?"

"മാസംകണ്ടാൽ..."

"എന്നാ മാസം കാണല്ലേന്ന് ദുആഎരക്ക് സൈനബാ. അല്ലെങ്കില് ഖാളിമാരെ ഒന്നു സോപ്പിട്ട് നോക്ക്. കണ്ടാലും ഒറപ്പിക്കല്ലേ, എന്റെ മോൻ എത്തീട്ട് മതീന്ന് പറ. ഉമ്മാന്റൊപ്പരം ഒരു നോമ്പുതുറക്കാണ്ടെങ്ങനാ...?"

തമാശമട്ടിലാണ് ചോദിച്ചതെങ്കിലും വാക്കുകളിടറി.

പിന്നീട് സംസാരിച്ചത് സത്തുക്കയായിരുന്നു.

“എന്തൊക്കെയുണ്ട്. നീ ദുബായി വഴിക്കാണോ? അവിടെയെത്ര മണിക്കൂറ് സമയമുണ്ട്?”

“അല്ല, ഞാൻ ഖത്തർ എയർവെയ്സിലാ. ഒരു മണിക്കൂർ ഇടയുണ്ടെന്നാ പറഞ്ഞത്. ഇവിടെയും അവിടെയും തമ്മിലുള്ള സമയവ്യത്യാസം കണക്കിലെടുക്കുമ്പോൾ പെരുന്നാൾ നിസ്കാരം കൂടാൻ കഴിയുമെന്നാണ് പ്രതീക്ഷ. റോഷി അമ്മായി എത്തിയോ?”

“ഇല്ല, അവളും നാളെ പുലർച്ചയ്ക്കേ എത്തൂ. മറ്റുള്ളവരെല്ലാം എത്തി. എല്ലാവരും ഉത്സാഹത്തിമർപ്പിലാ. ഇക്കൊല്ലം ഇവിടെവെച്ചുതന്നാ പെരുന്നാളാഘോഷം. നീയറിഞ്ഞോ? ജോർജങ്കിളും എത്തുന്നുണ്ട്. നീയെത്തിയില്ലാന്നും പറഞ്ഞ് ഉമ്മ ബേജാറിലാ.”

“ജോർജങ്കിളോ..? അതൊരു സർപ്രൈസാണല്ലോ. കുട്ടികൾക്കൊന്നും വാങ്ങിയില്ല. ഇവിടെയൊന്നു തപ്പട്ടെ. ഓക്കെ, സത്തുക്കാ.... നാളെ കാണാം.”

“ഇൻശാ അള്ളാഹ്. നിന്റെ നാട്ടില് ഹലാക്കിന്റെ വെലയാ. വെറുതെ അതുമിതും വാങ്ങാൻ നിക്കണ്ട. ഇവിടെയെത്തിയിട്ട് അവരെ കൊണ്ടുപോയി എന്താ വേണ്ടതെന്നുവെച്ചാ വാങ്ങിക്കാം” എന്നു പറഞ്ഞ് സത്തുക്ക ഫോൺവെച്ചപ്പോൾ തിരക്കിട്ട് ഡ്യൂട്ടിഫ്രീയിലേക്ക് കയറി. കുറച്ച് ചോക്ലേറ്റെങ്കിലും വാങ്ങാതെ പറ്റില്ല. അപ്പോഴാണ് തോളത്തൊരു കൈപതിഞ്ഞത്. വല്ല പിടിച്ചുപറിക്കാരുമായിരിക്കുമോ എന്നു വിചാരിച്ച് ഞെട്ടലോടെ തിരിഞ്ഞുനോക്കിയപ്പോൾ അന്തംവിട്ടുപോയി.

“ജോർജങ്കിൾ......വൗ......വാട്ട് എ സർപ്രൈസ്.....അങ്കിളിന്റെ കാര്യം സത്തുക്ക ഇപ്പം പറഞ്ഞതേയുള്ളൂ.”

ജോർജങ്കിളിനെ കെട്ടിപ്പിടിച്ചപ്പോൾ നാട്ടിലെത്തിയ പ്രതീതി.

“മലയാളം പറയുന്നതുകേട്ട് പകച്ചപ്പോളല്ലേ നിന്നെ കണ്ടത്. എടാ നീ അടിമുടി സായിപ്പായിപ്പോയല്ലോ”

“എന്ത് സായിപ്പ്... നല്ല മണിമണിപോലെ മലയാളം പറയുന്നത് കേട്ടതല്ലേ...”

ജോർജങ്കിളിന്റെ ഉറക്കെയുള്ള പതിവു ചിരി. ഞങ്ങളുടെ ആഹ്ലാദപ്രകടനം പലരും ശ്രദ്ധിക്കുന്നുണ്ടെന്ന് മനസിലായപ്പോൾ രണ്ടുപേരും ശബ്ദം താഴ്ത്തി.

“അങ്കിളും നാട്ടിലേക്കാ അല്ലേ? സത്തുക്ക പറഞ്ഞിരുന്നു. അപ്പോഴേക്കും ഇങ്ങനെയൊരു കണ്ടുമുട്ടൽ പ്രതീക്ഷിച്ചില്ല.”

“അതിനാ മനപ്പൊരുത്തമെന്നു പറയുന്നത്.”

“ലിസിയാന്റിയില്ലേ?”

“ഓ...അവെക്കവിടെ നേരം? എന്റെ പെങ്ങടെ മകളുടെ വിവാഹമാ. വരുന്നയാഴ്ച. ബോംബെയിലൊരു സെമിനാറുണ്ട്. നാളെ ഉച്ചയ്ക്ക്. അതു കഴിഞ്ഞ് രാത്രി നാട്ടിലെത്തും. നിങ്ങളോടൊപ്പം പെരുന്നാള്

കൂടണ്ടേ?"

"അതു നന്നായി. സീനായുടെ പഠിത്തം ഏതുവരെയായി?"

"അതങ്ങനെ നടക്കുന്നു." അങ്കിളിന്റെ സ്വരത്തിൽ മടുപ്പ്.

"അങ്കിളേതു ഫ്ളൈറ്റിലാ?"

"ലുഫ്താൻസാ. ബോംബെ വഴിയാകുമ്പം അതാ സുഖം. ബോംബേന്ന് എയർ ഇന്ത്യ എക്സ്പ്രസ്."

"എയർ ഇന്ത്യക്കാരെ നമ്പാമോ..?"

"നമ്പാതെ നിവൃത്തിയില്ല മോനെ. അവര് ചതിച്ചില്ലെങ്കിൽ ഇൻശാ അള്ളാഹ് പെരുന്നാളൂണ് നിങ്ങളോടൊപ്പം. പോട്ടെ, കയറാനുള്ള അവസാനത്തെ വിളിവന്നു. നിന്നെ കണ്ടതുകൊണ്ടാ അമാന്തിച്ചത്."

"നാളെ കാണാം." ഒന്നു കൂടി അണച്ചുപിടിച്ച് പുറത്തുതട്ടി അങ്കിൾ തിരക്കിട്ടു നടന്നു. കുട്ടികളുടെ കണ്ണിൽപ്പൊടിയിടാൻ അത്യാവശ്യസാധനങ്ങളൊക്കെ വാങ്ങി വിമാനം കാത്തിരിക്കേണ്ട ഗെയിറ്റു കണ്ടുപിടിച്ച് ഇരുന്നപ്പോഴാണ് ഖത്തർ ഫ്ളൈറ്റ് അരമണിക്കൂർ വൈകുമെന്നുള്ള അറിയിപ്പുണ്ടായത്. ആകെ നിരാശ തോന്നി. ഒരു വിമാനക്കനിയേയും നമ്പാൻപറ്റാത്ത അവസ്ഥയായിരിക്കുന്നു. കാശു കണക്കില്ലാതെ വാങ്ങിയിട്ടും സമയത്തിനു എത്തേണ്ടിടത്ത് എത്തിക്കയുമില്ല. പെരുന്നാളുണ്ണാനുള്ള സമയത്തെങ്കിലും നാട്ടിലെത്തിയാ മതിയായിരുന്നു. അപ്പോൾ വീണ്ടും ഫോണടിഞ്ഞു. ഇത്തവണ ബാപ്പയായിരുന്നു.

"എടാ, നാളെ പെരുന്നാളില്ലെന്ന് അറിയിപ്പു വന്നു. ഖാസിമാരുടെ കൂട്ടായ തീരുമാനമാ. എവിടെയും മാസം കണ്ടില്ലത്രെ. ശാസ്ത്രം എത്ര കണ്ട് പുരോഗമിച്ചാലും ഇവന്മാര് മാനത്ത് കണ്ണുംനട്ട് ഇരുന്നോളും. അതുകാരണം നിനക്കേതായാലും നാട്ടിലൊരു നോമ്പുതുറ കിട്ടി. സൈനബ ഇപ്പളേ നാളത്തെ നോമ്പുതുറവിഭവങ്ങളുടെ പട്ടികയുണ്ടാക്കിത്തുടങ്ങി."

"അരേ വാഹ്.....അതൊരു ഗുഡ്ന്യൂസ്തന്നെ കേട്ടോ. ഫ്ളൈറ്റ് അരമണിക്കൂർ വൈകുമെന്നുള്ള അറിയിപ്പുകേട്ട് മനസിടിഞ്ഞ് ഇരിക്കുകയായിരുന്നു."

"നീ ടെൻഷനടിക്കേണ്ടെന്നു കരുതിയാ വിളിച്ചത്."

"ബാപ്പാ, മറ്റൊരു സർപ്രൈസുണ്ടായി. ജോർജങ്കിളിനെ കുറച്ചു നേരത്തെ ഇവിടെവച്ചു കണ്ടു. നാട്ടിലേക്കുള്ള വഴിയാ."

"ജോർജിപ്പോ വിളിച്ചിരുന്നു. നിന്നെക്കണ്ട വിവരം പറയാൻ. അവനാകെ ഡൗണാ. ബാക്കി നാളെ."

എന്നു പറഞ്ഞ് വക്കീൽ ഫോൺ വെച്ചപ്പോൾ സോഫയിൽ ചാരിയിരുന്ന് കണ്ണടച്ചു. നല്ല ക്ഷീണമുണ്ട്. നാട്ടിൽപോകാനുള്ള ഉത്സാഹത്തിൽ ക്ഷീണം മറന്നതാണെന്ന് ഇപ്പോഴാണ് മനസിലാകുന്നത്. ശരിയ്ക്കുറങ്ങിയിട്ട് രണ്ടുദിവസമായി. കണ്ണടയുന്നു. വീണ്ടും ഫോണടിഞ്ഞു. വീട്ടിൽനിന്നായിരിക്കുമെന്നാണ് കരുതിയത്.

"ഹേയ് മാൻ വാട്ട്സ് അപ്" എന്ന് ഫർസാന ചോദിച്ചപ്പോൾ ഉറക്കം പമ്പകടന്നു.

“ഹായ്, ഹൗ ഈസ് തിംഗസ് ദേർ. നിന്റെ മൻസൂർ അലിഖാൻ എന്തു പറയുന്നു. നീയിപ്പോ എവിടെയാ?”

“ശ്വാസം കഴിക്കെന്റെ കുട്ടാ. ഞങ്ങള് ഇന്നലെ ഹൈദരാബാദിലെത്തി. അലിയുടെ വീട്ടിൽ. വിവാഹശേഷമുള്ള ആദ്യത്തെ പെരുന്നാളാണെന്നും പറഞ്ഞ് വീട്ടിൽ കോലാഹാലം....”

“നിങ്ങക്കെപ്പളാ പെരുന്നാള്...? നാളെയോ മറ്റന്നാളോ...? മുപ്പതും തികയാതെ നിങ്ങടെ ഖാസിമാർ പെരുന്നാളുറപ്പിക്കയില്ലല്ലോ.”

“ഞങ്ങൾ യഥാർഥ ഇസ്‌ലാമിങ്ങളാ. ഉർദുവാലാ മുസൽമാൻ. നബിയുടെ സ്വന്തക്കാർ.”

“അലി അക്ബറിനെ കെട്ടിയതോടെ രാജകുമാരിയായെന്നാ വിചാരം അല്ലേ?”

“നിനക്കെന്താ അസൂയയുണ്ടോ...?”

“ഡോണ്ട് സേ ലൈക് ദാറ്റ് ബഹനാ.”

“ബഹനാ നഹി, ദീദി ബോലോ. ഞാൻ നിന്നെക്കാൾ മൂത്തതാ.”

“അങ്ങനെ വഴിക്കു വാ. ജീജു അടുത്തുണ്ടോ...?”

“ലെറ്റ് മി സീ.....അലീ..... വേർ ആർ യു......സോറി യാർ.....മുപ്പര് ബാത്ത് റൂമിലാ. ആട്ടെ നിന്റെ കല്യാണക്കാര്യമെന്തായി? ഇത്തവണയുണ്ടാകുമോ?”

“ഉമ്മ ഒരുകെട്ട് ഫോട്ടോസുമായി കാത്തിരിക്കുന്നുണ്ടെന്നാ സത്തുക്ക പറഞ്ഞത്. ഞാനിതുവരെ പിടികൊടുത്തിട്ടില്ല. എന്റെ കാര്യം ഞാൻ നോക്കിക്കോളാമെന്നൊക്കെ പറഞ്ഞ് ഭീഷണിപ്പെടുത്തി നിർത്തിയിരിക്കുകയാ.”

“എന്തിനാടാ ആ പാവത്തിനെ തീ തീറ്റിക്കുന്നത്? റഫീഖിന്റെ കാര്യത്തെക്കുറിച്ചുള്ള വേവലാതി അവരുടെ മെയിലിൽ കണ്ടു. നീയുംകൂടി ഓരോന്നു പറഞ്ഞ് അവരെ ആധിപിടിപ്പിക്കണ്ട.”

“ഉപദേശത്തിനു നന്ദി സഹോദരി. വിമാനത്തിലേക്കു കയറാനുള്ള വിളി വന്നു. എല്ലാവരെയും ഞാൻ ചോദിച്ചതായി പറയണം. നിങ്ങളെന്നാ മടങ്ങുന്നത്?”

“ഒരു പ്രധാനകാര്യം പറയാൻ വിട്ടു. നീ മാമയാകാൻ പോകുന്നു.”

“എപ്പം..?”

“ധൃതി പിടിക്കാതെ. ഇനിയുമുണ്ട് സമയം. അതു കഴിയാതെ തിരിച്ചയക്കുന്ന പ്രശ്നമേയില്ലെന്നും പറഞ്ഞ് രണ്ടുപേരുടെ വീട്ടുകാരും ത്രില്ലിലാണ്. പാവം നിന്റെ ജീജു. ഞാനില്ലാതെ എങ്ങനെ ദിവസം തള്ളിനീക്കുമെന്നും പറഞ്ഞ് ദുഃഖത്തിലാണ്.”

“അപ്പോ നിന്റെ ജോലിയോ...?”

“തൽക്കാലം രാജിവയ്ക്കാൻ പോകുന്നു.”

“നിങ്ങൾ പെണ്ണുങ്ങളുടെ കാര്യം കഷ്ടംതന്നെ.”

“ഞങ്ങൾ പെണ്ണുങ്ങൾ കഷ്ടപ്പെടുകയും ത്യാഗം സഹിക്കാൻ സന്നദ്ധരാവുകയും ചെയ്യുന്നതുകൊണ്ടാ മോനേ മനുഷ്യകുലം നില

നിൽക്കുന്നത്.”

“അയ്യോ.... മതി ഇനിയും കേട്ടാൽ ബോധംകെടും. വിമാനം അനൗൺസ്സു ചെയ്തു. മെയിലയക്കാം.”

“ഓക്കെ. നിന്റെ കല്യാണക്കാര്യം ഞാൻ ഉമ്മയോടു ചോദിച്ചോളാം.”

അവൾ ഫോൺ വച്ചു. ഹൈദരാബാദിൽ പി ജിക്കു പഠിക്കുമ്പോഴാണ് ഫർസാനയെ പരിചയപ്പെട്ടത്. അവളും എം ബി എയ്ക്ക് പഠിക്കുകയായിരുന്നു. സീനിയറായിട്ട്. കോളേജിലെ ബ്യൂട്ടി ക്യൂൻ, നൈസാമിന്റെ പിൻതലമുറക്കാരി എന്നൊക്കെ പറഞ്ഞ് കോളേജിൽ പ്രശസ്തയായിരുന്നു, ഉമ്മ പേരുകേട്ട എഴുത്തുകാരി. ബാപ്പ ബിസിനസ് ടൈകൂൺ. അവളുടെ ജീവചരിത്രം എല്ലാവർക്കും മനപ്പാഠമാണെന്നു തോന്നി. അവളുടെ ബാപ്പ കോളേജ് മാനേജിങ് കമ്മിറ്റി ചെയർമാനുമായിരുന്നു. സ്വയം കാറോടിച്ചാണ് അവൾ കോളേജിലെത്തുന്നത്. പക്കീസയിലെ മീനാകുമാരിയെയാണ് അവളെ ആദ്യം കണ്ടപ്പോൾ ഓർമയിലെത്തിയത്. ഏതാണ്ടതുപോലെയുള്ള വേഷം. ആരും രണ്ടാമതൊന്നു നോക്കിപ്പോകും.

കോളേജിലെ എല്ലാ പരിപാടികൾക്കും അവൾ മുന്നിലുണ്ടാവും. ഫ്രഷ്നേഴ്സ് പാർട്ടിയിൽ വെച്ചാണ് അടുത്തു കാണാനിടയായത്. ഞാനാണെങ്കിൽ നാണംകുണുങ്ങി. സുന്ദരിയായ പെൺകുട്ടി വന്ന് ഷർട്ടഴിച്ച് മുഖത്ത് കരിവാരിത്തേച്ച് കാട്ടാളനൃത്തമവതരിപ്പിക്കണമെന്നു പറഞ്ഞതും ആകെ ചൂളി. കണ്ണുനിറഞ്ഞു. വീട്ടിൽപ്പോലും ഷർട്ടിടാതെ മുറിക്കു പുറത്തിറങ്ങാറില്ല. കുളിമുറിയിലും പാന്റിടുന്നെന്നു പറഞ്ഞ് ഉമ്മ വഴക്കുണ്ടാക്കാറുണ്ട്.

“ഇച്ചെക്കനിക്കെന്തിന്റെ കേടാ? കുളിമുറീന്ന് ആരെങ്കിലും പാന്റിടോ? നനയില്ലേ?”

“ചെക്കന് നാണം. ഓനുമ്മാന്റെ ഇള്ളക്കുട്ടിയല്ലേ...നാണിക്കുട്ടി.”

എന്നൊക്കെപ്പറഞ്ഞ് സത്തുക്കയും റഫീക്കയും പിരികയറ്റുമ്പോൾ ഉമ്മയുടെ പിന്നിലൊളിച്ചു കരയുമായിരുന്നു കുട്ടിക്കാലത്ത്.

“നിനക്കെന്താ ചെവി കേൾക്കില്ലേ?” ഫർസാനയും സുഹൃത്തുക്കളും ഷർട്ടഴിച്ചപ്പോൾ വിതുമ്പിപ്പോയി. അതോടെ മറ്റുള്ളവരെല്ലാം ചുറ്റും നടന്ന് കൂക്കിവിളിച്ചെങ്കിലും അവളുടെ മുഖത്ത് കുറ്റബോധം.

“പാവം ചെക്കൻ, അവനെ വിട്ടേക്ക്.” അവൾ അടുത്തകുട്ടിയുടെ അടുത്തേക്കു പോയപ്പോൾ മറ്റുള്ളവരും അവളെ അനുഗമിച്ചു. അന്നു മുതൽ ഇടയ്ക്ക് വന്ന് സുഖവിവരങ്ങളന്വേഷിക്കുക അവൾ പതിവാക്കി. താമസിയാതെ അടുത്ത കൂട്ടുകാരാവുകയും ചെയ്തു. ഒരു പെരുന്നാളിന് ലീവ് കിട്ടാത്തതുകാരണം നാട്ടിലേക്കുപോകാൻ സാധിച്ചില്ല. ഫർസാന നിർബന്ധിച്ച് വീട്ടിലേക്കു കൂട്ടിക്കൊണ്ടുപോയി. മടിച്ചാണ് പോയത്. മകളുടെ പുരുഷസുഹൃത്തിനെ അവളുടെ വീട്ടുകാർ എങ്ങനെയായിരിക്കും സ്വീകരിക്കുക.? ഉള്ളിൽ പേടിയുണ്ടായിരുന്നു. അവൾ ബാപ്പയേയും ഉമ്മയേയുമൊക്കെ പരിചയപ്പെടുത്തുമ്പോൾ ആകെ ചമ്മ

ലായിരുന്നു. ബാപ്പ ഗൗരവക്കാരനായിരുന്നെങ്കിലും വളരെ മാന്യമായാണ് പെരുമാറിയത്. ഉമ്മയാകട്ടെ സ്നേഹം വാരിക്കോരി തരികയും ചെയ്തു. ആദ്യം സംശയത്തിന്റെ കുഴൽക്കണ്ണാടിയിലൂടെ നോക്കിയ അവളുടെ ബാപ്പ താമസിയാതെ ഒരു മകനോടെന്നപോലെ സ്നേഹവാത്സല്യത്തോടെ പെരുമാറാൻ തുടങ്ങി. ഫർസാന ഒറ്റ മകളായിരുന്നു.

"അങ്ങനെ ആരേയും കണ്ണുമടച്ച് വിശസിക്കുന്ന ആളല്ല ബാപ്പ. എന്താണെന്നറിയില്ല നിന്നെ വല്ലാതെയങ്ങിഷ്ടപ്പെട്ടു. നേരും നെറിയും ദീനിബോധമുള്ളതുകൊണ്ട് വീട്ടിനകത്ത് കയറ്റാം. ഇക്കാലത്ത് ഇങ്ങനത്തെ പിള്ളേർ കുറവാണെന്നൊക്കെ ഉമ്മയോടു പറയുന്നത് കേട്ടു."

ഒഴിവുദിവസങ്ങളിൽ ചെന്നില്ലെങ്കിൽ മൂപ്പർ നേരിട്ട് വിളിച്ചന്വേഷിക്കും. ബാപ്പയുമായും വൈകാതെ സുഹൃദ്ബന്ധം തുടങ്ങി. സുഹൃത്തുക്കളെക്കുറിച്ച് ഉമ്മയോടു പറയുകയും അവരെ വീട്ടിൽക്കൊണ്ടുവന്ന് പരിചയപ്പെടുത്തുകയും കുട്ടിക്കാലം മുതലുള്ള പതിവായിരുന്നു. ഫർസാനയെക്കുറിച്ചും അവളുടെ വീട്ടുകാരെക്കുറിച്ചും ആദ്യം പറഞ്ഞപ്പോൾ ഉമ്മയുടെ മുഖം കടലാസുപോലെ വിളറി. അവൾ സഹോദരിയെപ്പോലെയാണെന്നും നല്ല സുഹൃത്താണെന്നും പറഞ്ഞിട്ടും ഉമ്മയുടെ തലയിൽ കയറിയതേയില്ല.

"എന്റെ ചങ്ങായിച്ചിയാണെന്നും പറഞ്ഞ് നീ അക്കുട്ടീനെ നെറ്റിലൂടെ പരിചയപ്പെടുത്തിത്തന്നപ്പോ റബ്ബേ, എന്റെ പള്ളേൽത്തീയായിരുന്നു. ഇനി നീ എന്താ പറയാൻ പോകുന്നത് എന്നുള്ളൊരാധി....അതിന്റെ കല്യാണം നിശ്ചയിച്ചെന്ന് നീ വിളിച്ചുപറഞ്ഞപ്പോഴാ സമാധാനത്തോടെ ഉറങ്ങിയത്." ഉമ്മ പറഞ്ഞിരുന്നു.

പിന്നീട് അവൾ ഉമ്മയ്ക്ക് മകളെപ്പോലെയായി. ആഴ്ചയിലൊരിക്കൽ ഫോൺവിളി. നിത്യേന മെയിലയക്കൽ. അവൾ നിർബന്ധിച്ചപ്പോൾ ഉമ്മയും ബാപ്പയും വിവാഹത്തിനെത്തുകയും ചെയ്തു. അവളുടെ ഉമ്മയും ബാപ്പയും മകനോട് കാണിക്കുന്ന സ്നേഹംകണ്ട് രണ്ടുപേരുടെയും മനസ്സ് നിറഞ്ഞു. ഫർസാനയുടെ വിവാഹം വലിയൊരാഘോഷമായിരുന്നു. ഒരാഴ്ചത്തെ പരിപാടികളായിരുന്നു. ഉമ്മ എല്ലാറ്റിലും വലിയ താൽപ്പര്യത്തോടെ പങ്കെടുത്തു.

"ഷിബുവിന്റെ കല്യാണവും നമ്മക്കിതുപോലെ നടത്തണം." എന്ന് ഉമ്മ ബാപ്പയോട് പറയുകയും ചെയ്തു.

"നമ്മളതിന് നവാബോ നൈസാമിന്റെ ബന്ധുക്കളോ ഒന്നുമല്ലല്ലോ സൈനബാ." ബാപ്പ ഉടനെ തിരുത്തി.

"നൈസാമിന്റെ കുടുംബത്തിൽനിന്ന് എനിക്ക് കല്യാണാലോചന വരുന്നുണ്ട്. ഒരു കൈനോക്കിയാലോ ഉമ്മാ?" ചോദിച്ചതും അവരുടെ മുഖം മങ്ങി.

"അങ്ങനെയെന്തങ്കിലും പൂതിയുണ്ടെങ്കി ഉമ്മാന്റെ കുട്ടി അതിപ്പളേ മറന്നാളാ."

അതൊക്കെ വലിയ പ്രശ്നങ്ങളുണ്ടാക്കുമെന്ന് തറപ്പിച്ചു പറയു

കയും ചെയ്തു.

"അവൻ നിന്നെ ചൊടിപ്പിക്കാൻ പറഞ്ഞതാ. നീയിനി അതുമാലോചിച്ച് തലയിൽ തീക്കനലുമായി നടക്കണ്ട." – ബാപ്പ.

"എന്റെ കുട്ടി അതൊന്നും ചെയ്യൂലാ. അല്ലേ...?"

ഉമ്മ കൈപിടിച്ചുകൊണ്ട് ചോദിച്ചപ്പോൾ വെറുതേ തലയാട്ടിയതേയുള്ളു. ഇപ്പോൾ ഫോൺ വിളിക്കുമ്പോഴെല്ലാം കല്യാണക്കാര്യം പറഞ്ഞ് പിണങ്ങും. പഠിത്തം പൂർത്തിയാകാതെ വിവാഹക്കാര്യം എടുത്തിടരുതെന്ന് പറഞ്ഞിട്ട് മനസിലാകുന്നതേയില്ല. ഉമ്മ തൽക്കാലം എനിക്കു വേണ്ടി പെണ്ണന്വേഷിക്കേണ്ടെന്നു പറഞ്ഞതിനു ഉമ്മ മൂന്നുദിവസം തിന്നാതെയും കുടിക്കാതെയും ഒരേകിടപ്പായിരുന്നെന്ന് ബാപ്പ വിളിച്ചു പറഞ്ഞപ്പോൾ കുറ്റബോധംകൊണ്ട് നീറി. വളരെ പണിപ്പെട്ടാണ് പാവത്തിനെ സമാധാനിപ്പിച്ചത്. റഫീക്ക സ്വയം പെണ്ണുകണ്ടുപിടിച്ചത് ഉമ്മയ്ക്ക് വലിയൊരാഘാതമായിരുന്നു. ഇത്തവണ നാട്ടിലെത്തുമ്പോൾ ഉമ്മയുടെ വേവലാതികൾ തീർക്കണം. എന്നു കരുതി ആരെയെങ്കിലും വിവാഹം കഴിക്കാനൊന്നും ഒരുക്കമല്ല. മനസിൽ ചില സങ്കൽപ്പങ്ങളൊക്കെയുണ്ട്. പെൺകുട്ടി ഇരുത്തം വന്നവളാകണം. ജോലിക്കുപോകാൻ താൽപ്പര്യമുള്ളവളാകണം. പതിനെട്ടു തികയുംമുമ്പേ പെൺകുട്ടികളെ കല്യാണം കഴിപ്പിക്കുകയാണ് ഇപ്പോഴും നാട്ടിലെ പതിവ്. അത്തരക്കാരെ വേണ്ട. പി ജിയൊക്കെ കഴിഞ്ഞ് സ്വയം തീരുമാനമെടുക്കാൻ പ്രാപ്തിയുള്ള, ഒത്തിണങ്ങിപ്പോകാൻ സാധിക്കുന്ന പെണ്ണ് മതി. സൗന്ദര്യം മാത്രം പോരാ. ഇതൊക്കെ ഇത്തവണ ഉമ്മയോട് തെളിച്ചു പറയണം. മനസിനിണങ്ങിയ പെൺകുട്ടിയെ ഉമ്മ കണ്ടുപിടിച്ചുതരുമെന്ന് ഉറപ്പുണ്ട്.

ഫ്ളൈറ്റ് അനൗൺസ് ചെയ്യുന്നത് കേട്ടപ്പോൾ ഉള്ളിൽ സന്തോഷം.

28

കാർഡിയാക് ഐ സിയുവിന്റെ മുന്നിൽ നിൽക്കുന്ന ഷംസുദ്ദീൻ വക്കീലിന്റെ മുഖം വെള്ളക്കടലാസുപോലെ വിളറിയിരുന്നു. കണ്ണുകളിൽ ശൂന്യത. തൊട്ടടുത്തു നിൽക്കുന്ന പ്രൊഫസർ രവീന്ദ്രനും ഖാദറും റസാഖും ഈ അവസ്ഥയിൽത്തന്നെയാണെന്ന് അവരെ കണ്ടാലറിയാം. വാതിലിനടുത്തുള്ള കസേരിലിരിക്കുന്ന സീമയുടെ കണ്ണുകൾ ഈറനായിരുന്നു. എല്ലാവരുടെയും കണ്ണും കാതും ചെവിയും അകത്താണ്. അവർക്കെല്ലാം പ്രിയപ്പെട്ട സൈനു അകത്ത് ജീവിതവും മരണവുമായി മല്ലിടുകയാണ്. ആ സത്യം മറക്കാൻ ശ്രമിച്ചുകൊണ്ട് ഡോക്ടർ ഇപ്പോൾ ശുഭവാർത്തയുമായി എത്തുമെന്നുള്ള പ്രതീക്ഷയിലാണ് എല്ലാവരും. സൈനു നെഞ്ചുവേദന എന്നു പരാതിപ്പെട്ടപ്പോൾ ഗ്യാസായിരിക്കുമെന്ന് വക്കീലിനെപ്പോലെ എല്ലാവരും വിശ്വസിച്ചു. പക്ഷേ..

ഐ സി യുവിന്റെ വാതിൽ തുറന്ന് ഡോക്ടർ പുറത്തിറങ്ങിയപ്പോൾ വക്കീലൊഴികെ എല്ലാവരും തിടുക്കത്തിൽ ഡോക്ടറെ വളഞ്ഞു. വക്കീൽ മറ്റേതോ ലോകത്തെന്നപോലെ അപ്പോഴും അതേനിൽപ്പുതന്നെ. വക്കീലിന്റെ അടുത്ത സുഹൃത്തുകൂടിയായ ഡോക്ടർ മുരളി അടുത്തു വന്ന് തോളിൽത്തട്ടി.

"എന്തായി.....അവൾക്കെങ്ങനെയുണ്ട്?" വക്കീൽ ഡോക്ടറുടെ കൈയിൽ പിടിച്ചു. വേവലാതി മറച്ചുവയ്ക്കാനുള്ള ശ്രമം പരാജയമാണെന്ന് സ്വരം കേട്ടാലറിയാം. "ഷീസ് ബെറ്റർ നൗ..... പക്ഷേ..."

"എന്താ.......മുരളീ....?"

"നിങ്ങളിങ്ങനെ അപ്സെറ്റാവല്ലേ വക്കീലേ... സിവിയർ അറ്റാക്കായിരുന്നു. വൈകുന്നേരം മുതൽ നെഞ്ചുവേദനയുണ്ടായിരുന്നെന്നല്ലേ പറഞ്ഞത്. ഇവിടെയെത്തിക്കാൻ കുറച്ചു ലേറ്റായിപ്പോയി.."

"അതുകൊണ്ട്...? എന്താ നിങ്ങൾ പറയാൻ ഭാവിക്കുന്നത്?" വക്കീലിന്റെ വാക്കുകളിൽ ഉത്ക്കണ്ഠ.

"ഹാർട്ടിന്റെ വാൽവിൽ ബ്ലോക്കുണ്ട്. എത്രയാണെന്ന് കൃത്യമായി അറിയണമെങ്കിൽ ആൻജിയോഗ്രാം ചെയ്യണം. ബ്ലോക്ക് നീങ്ങാൻ ഇൻജക്ഷൻ കൊടുത്തിട്ടുണ്ട്. ഷീ ഈസ് ഫീലിങ് ബെറ്റർ. അതുകൊണ്ട് എമർജൻസിയായിട്ട് വേണ്ട. കുറച്ചുനേരം പമ്പിങ് നിലച്ചുപോയതുകൊണ്ട് കൊളസ്ട്രോളിന്റെയും പഞ്ചസാരയുടെയുമൊക്കെ അളവ് പെട്ടെന്നങ്ങുകൂടി. മെഡിസിൻ തുടങ്ങിയിട്ടുണ്ട്. നൗ എവരിതിങ് അണ്ടർ കൺട്രോൾ."

"ഇതിലൊരൊപ്പുവേണം സർ" – സിസ്റ്റർ.

വക്കീൽ സംശയത്തോടെ ഡോക്ടറെ നോക്കി.

"ഡോണ്ട് വറി....യൂഷ്വൽ ഫോർമാലിറ്റീസ്..."

ഡോക്ടർ തോളിൽത്തട്ടി സമാധാനിപ്പിച്ചിട്ട് ഐ സി യുവിലേക്കു തന്നെ പോയി. വക്കീൽ ദിക്കു തിരിയാത്തവനെപ്പോലെ ഇടനാഴിയിൽ അങ്ങോട്ടുമിങ്ങോട്ടും നടന്നിട്ട് മുന്നിലുണ്ടായിരുന്ന കസേരയിൽച്ചെന്നിരുന്നു. വിങ്ങിക്കരയുന്ന റസാഖിനെ ആശ്വസിപ്പിക്കുന്ന രവീന്ദ്രന്റെ കണ്ണുകളും നിറഞ്ഞൊഴുകുന്നുണ്ടായിരുന്നു. ഖാദർ മരവിച്ച അവസ്ഥയിൽ തൂണുനാട്ടിയതുപോലെ സ്തംഭിച്ചു നിൽക്കുന്നുണ്ടായിരുന്നു. സീമ വെള്ളക്കുപ്പിയുമായി വക്കീലിന്റെ അടുത്തെത്തി. വക്കീൽ വേണ്ടെന്നു തലയാട്ടി.

"ഖാദറിക്കയ്ക്ക് കാപ്പി തരട്ടെ?"

സീമ ചോദിച്ചു.

അദ്ദേഹവും ഒന്നും മിണ്ടിയില്ല.

"നോക്കൂ, നിങ്ങളെല്ലാവരും തിന്നാതെയും കുടിക്കാതെയും ഇവിടെ ഇരിക്കുകയാണെന്നറിഞ്ഞാ എത്ര വയ്യെങ്കിലും അവളവിടെ നിന്നിങ്ങെഴുന്നേറ്റുപോരും. അവളെ അറിയാലോ?"

സീമ തൊണ്ടയിടറിക്കൊണ്ട് പറഞ്ഞു.

"നീ ഖാദറിക്കയേയുംകൂട്ടി വീട്ടിൽ പോ. മൂപ്പർക്ക് ഗുളിക കഴിക്കാനുള്ളതാ. വക്കീലിനു കുളിക്കണ്ടേ? ചെന്നു കുളിച്ചിട്ടു വരൂ. അതുവരെ ഞാനും റസാഖുമിവിടെയിരിക്കാം."

രവീന്ദ്രൻ പറഞ്ഞിട്ടും ആർക്കുമില്ല അനക്കം.

അപ്പോൾ ഡോക്ടർ മുരളി വീണ്ടും പുറത്തുവന്നു.

"നിങ്ങളെല്ലാവരുംകൂടി ഇവിടെയിങ്ങനെ ഇരിക്കണ്ട. ഞാൻ റൂമിനു പറഞ്ഞിട്ടുണ്ട്. ആരെങ്കിലും റിസപ്ഷനിൽച്ചെന്ന് വിവരങ്ങളൊക്കെ പറഞ്ഞുകൊടുക്ക്."

ഡോക്ടർ. വക്കീൽ എഴുന്നേറ്റു.

"മൊബൈലടിയുന്നു" എന്ന് സീമ ഓർമിപ്പിച്ചപ്പോഴാണ് വക്കീൽ അക്കാര്യം ശ്രദ്ധിച്ചത്.

"യേസ്....മോനേ.....ഉമ്മ...."

അടക്കിനിർത്തിയ കരച്ചിൽ അണപൊട്ടി.

"ബാപ്പാ.....എന്താ ഉമ്മയ്ക്ക്....?"

സത്താർ ഫോണിലൂടെ കരയുന്നതുകേട്ട് വക്കീൽ സ്വയം നിയന്ത്രിച്ചു.

"പേടിക്കാനൊന്നുമില്ലെന്നാ മുരളി അങ്കിൾ പറയുന്നത്... ഇന്നലെ ഞാൻ വീട്ടിലെത്തുമ്പോൾ അവൾ തളർന്നമട്ടിൽ ടെറസിലിരിക്കുന്നുണ്ടായിരുന്നു. നെഞ്ചുതടവുന്നതുകണ്ട് ആസ്പത്രിയിൽ പോയാലോ എന്നു ചോദിച്ചതുമാണ്. വേണ്ടെന്നു പറഞ്ഞ് നേരത്തേ ഉറങ്ങാൻ കിടന്നു. രാത്രി ഒരുമണിക്ക് അനക്കംകേട്ട് എഴുന്നേറ്റപ്പോൾ വേദനകൊണ്ട് പിടയുന്നു. ഉടനെ എല്ലാവരുംകൂടി ആശുപത്രിയിലെത്തിച്ചു. നേരത്തേ എത്തിച്ചിരുന്നെങ്കിൽ...."

വക്കീലിനു തേങ്ങലടക്കാനായില്ല.

"നിങ്ങള് അക്കുട്ടിയെ ബേജാറക്കല്ലേ" അനക്കമറ്റ് നിൽക്കുകയായിരുന്ന ഖാദർ തിടുക്കത്തിൽച്ചെന്ന് ഫോൺ വാങ്ങി.

"മോനെ, ബേജാറാകാനൊന്നുമില്ലെന്നാ ഡോക്ടർ പറഞ്ഞത്."

"ഖാദറിക്കാ എന്റെ ഉമ്മ..."

സത്താറിന്റെ കരളു പിളർക്കുന്നകരച്ചിൽ ഫോണിലൂടെ പുറത്തെത്തിയപ്പോൾ കേട്ടുനിന്നവരും കരഞ്ഞു.

"നിന്റെ ഉമ്മയ്ക്ക് ഒന്നും സംഭവക്കില്ല. നീ കരയല്ലേ? ബാപ്പ ആകെ മരവിച്ച അവസ്ഥയിലാ. നീ വേണ്ടേ ബാപ്പയെ സമാധാനിപ്പിക്കാൻ? ഷിഹാബിന്റെ കാര്യം പറഞ്ഞ് ഈയിടെയായി അവൾ എപ്പളും കരച്ചിലാ. എല്ലാം നല്ലതിനാണെന്നു പറഞ്ഞിട്ട് തലയിൽ കയറണ്ടേ. എല്ലാ കുറ്റവും സ്വന്തം ചുമലിലേറ്റി പെണ്ണ് തളർന്നുപോയതാ. നീ ഒന്നുകൊണ്ടും പേടിക്കണ്ട. മുകളിലിരിക്കുന്നവൻ നമ്മളെ ഇനിയും പരീക്ഷിക്കില്ല."

ഖാദറിന്റെ വാക്കുകളും ഇടറുന്നുണ്ടായിരുന്നു.

"ഞാൻ ഇന്നു രാത്രിയോ നാളെ പുലർച്ചയ്ക്കോ എത്തും. ബാപ്പയോടു പറയണം. റഫിയും ഷിഹാബും വിളിച്ചിരുന്നു. കാര്യമായിട്ടൊന്നുമില്ലെന്നു പറഞ്ഞ് സമാധാനിപ്പിച്ചു നിർത്തിയിരിക്കയാ. ഞാനവിടെ എത്തിയിട്ട് കാര്യങ്ങൾ വിശദമായി പറയാം."

"ശരി. പേടിക്കാനൊന്നുമില്ല കേട്ടോ."

ഖാദർ സമാധാനിപ്പിച്ചു.

അപ്പോൾ വീണ്ടും ഫോണടിഞ്ഞു. അതോടെ ഓരോരുത്തരുടെയും നമ്പറുകളിൽ ഫോൺകോളുകൾ വന്നുകൊണ്ടേയിരുന്നു. വിദേശത്തുള്ള കുട്ടികളിൽ വിവരമറിഞ്ഞവർ തുടരെത്തുടരെ വിളിച്ചുകൊണ്ടേയിരുന്നു.

"ഞാനൊന്നു വീട്ടിൽപ്പോയിട്ടു വരാം. രാത്രിയിൽ പെട്ടെന്നിറങ്ങിയപ്പോൾ പഴ്സുപോലുമെടുത്തില്ല. റൂമിന് കാശൊക്കെ അടയ്ക്കേണ്ടിവരും." പെട്ടെന്നുവരാമെന്നു പറഞ്ഞ് വക്കീൽ നടന്നു.

"സൈനബയുടെ കൂടെയുള്ളവരാരാ...?"

പച്ചക്കുപ്പായമിട്ട സിസ്റ്റർ വിളിച്ചു ചോദിക്കുന്നതുകേട്ട് എല്ലാവരും തിടുക്കത്തിൽ അങ്ങോട്ടു ചെന്നു.

"ഇത് അവരുടെ ആഭരണങ്ങളാ. നോക്കിക്കോളൂ."

സിസ്റ്റർ ഒരു പൊതി സീമയെ ഏൽപ്പിച്ചു. മരുന്നു വാങ്ങാനുണ്ടെന്നു പറഞ്ഞ് കുറിപ്പടിയും കൊടുത്തു. വക്കീൽ അതു കേട്ടില്ലെന്നതുപോലെ നടത്തം തുടർന്നു. ഇനിയും അവിടെ നിന്നാൽ നിയന്ത്രണം വിട്ടുപോകുമെന്ന് ഭയന്നിട്ടെന്നപോലെ. സീമ ആഭരണപ്പൊതി ഹാൻഡ്ബാഗിലിട്ട് മരുന്നിന്റെ കുറിപ്പടിയുമായി മരുന്നുഷോപ്പിലേക്കു നടന്നു.

"കാശുണ്ടോ?" രവീന്ദ്രൻ ചോദിച്ചു.

"ഉവ്വ്." സീമ തിരക്കിട്ട് നടന്നു.

"അവളുടെ ഹാൻഡ്ബാഗിൽ കാശില്ലാതിരിക്കില്ല." രവീന്ദ്രൻ മറ്റുള്ളവരെ സമാധാനിപ്പിക്കാനെന്നപോലെയാണ് പറഞ്ഞത്.

കാറെടുത്തില്ലല്ലോ എന്ന് പുറത്തെത്തിയപ്പോഴാണ് വക്കീൽ ഓർത്തത്. രാത്രിയിൽ പെട്ടെന്നുള്ള സൈനുവിന്റെ പിടച്ചിൽ കണ്ട് ആദ്യം വിളിച്ചത് റസാഖിനെയായിരുന്നു. അവനാണ് ഡോക്ടർ മുരളിയെ വിളിച്ചത്. ഉടനെ ആശുപത്രിയിലെത്തിക്കാൻ പറഞ്ഞപ്പോൾ പഴന്തുണിക്കെട്ടുപോലെ തളർന്നുപോയ സൈനുവിനെ വാരിയെടുത്ത് കാറിലേക്കോടുകയായിരുന്നു. സാരിപോലും മാറാതെയാണ് അവൾ ഉറങ്ങാൻ കിടന്നതെന്ന് അപ്പോഴാണ് ശ്രദ്ധിച്ചത്. ഇക്കണ്ടകാലം വരെയായിട്ട് സൈനബ സാരിയുടുത്ത് ഉറങ്ങാൻ കിടന്നത് കണ്ടിട്ടേയില്ല. പകലുടുത്ത സാരി മാറ്റി രാവേഷമണിഞ്ഞ് കാതിലെ കമ്മൽപോലും അഴിച്ചുവെച്ചിട്ടാണ് അവൾ ഉറങ്ങാൻ കിടക്കുക. പിറ്റേന്ന് കുളി കഴിഞ്ഞാൽ വീണ്ടും എല്ലാം അണിയും. ഒട്ടും വയ്യാത്തതുകൊണ്ടായിരിക്കുമല്ലോ അവൾ വേഷം പോലും മാറ്റാതെ കയറിക്കിടന്നത്. പതിനൊന്നു മണിവരെ പാട്ടും കേട്ടിരുന്നിട്ടും കിടക്കാൻനേരം അവളെ ശ്രദ്ധിച്ചതുപോലുമില്ല. ഈയിടെയായി കിടന്നു കഴിഞ്ഞാൽ "ഹാവൂ", "അള്ളാ" എന്നൊക്കെയുള്ള ഞരക്കങ്ങൾ പതിവാണ്. അതൊക്കെ അവളുടെ ഉള്ളിലെ ആധിയുടെ പുറംതള്ളലാണെന്നാണ് കരുതിയത്. അവൾ പറയുന്നത് നേരാണ്. അവളുടെ കാര്യങ്ങൾ ശ്രദ്ധിക്കാറേയില്ല. കണ്ണുനിറഞ്ഞൊഴുകുന്നത് അടുത്തു നിൽക്കുന്നവർ ശ്രദ്ധിക്കുന്നു എന്നു മനസിലായപ്പോൾ പോർച്ചിൽ ആളെ ഇറക്കി മടങ്ങുകയായിരുന്ന ഓട്ടോയിൽ ചാടിക്കയറി. ഫോണെടുത്ത് ഡ്രൈവർ ശൈലനോട് ഉടനെ വീട്ടിലെത്താൻ പറഞ്ഞു. ചേച്ചിക്ക് സുഖമില്ല. ആശുപത്രിയിലാണെന്നു കേട്ടതും അവനും ആകെ തളർന്നതുപോലെ.

"ഞാനെന്താ യന്ത്രാ, എനക്കെന്താ സൂക്കേടൊന്നും വരാൻപാടില്ലേ...?"

ഇടയ്ക്കിടെയുള്ള സൈനുവിന്റെ പരാതി കാതിലലച്ചപ്പോൾ കുറ്റബോധംകൊണ്ട് അകം നീറി. ഏറെക്കാലമായി പടുത്തുയർത്തിയ സ്വപ്നക്കോട്ടകൾ നിരീച്ചിരിക്കാതെ ഇടിഞ്ഞുപൊളിഞ്ഞാൽ ഏതു കരുത്തനും

തളർന്നുപോകും. പിന്നെ, നിസ്സാരകാര്യങ്ങൾക്കുപോലും മനസുരുകുന്ന സൈനുവിന്റെ കാര്യം പറയാനുണ്ടോ? ആറുമാസംകൊണ്ട് അവൾക്ക് ആറുവയസു കൂടിയതുപോലെ. രക്തത്തിൽ കൊഴുപ്പിന്റെ അളവും ബി പിയും കൂടുന്നുണ്ട്. ടെൻഷൻ കുറയ്ക്കാൻ പറയണമെന്ന് ഈയിടെ കണ്ടപ്പോഴും ഡോക്ടർ മുരളി പറഞ്ഞതാണ്. അവളെപ്പോലെതന്നെ ഞാനും ആകെ നിരാശനും ക്ഷീണിതനുമായിരുന്നു. ഏറെ മോഹിച്ചു നടത്തിയ മകന്റെ വിവാഹം പെട്ടെന്ന് അലസിപ്പിരിയുമ്പോൾ ഏതു മാതാപിതാക്കളാണ് തളരാത്തത്? കുട്ടികളെല്ലാംകൂടി ഒരുമിച്ച് നാട്ടിലെത്തിയപ്പോൾ കോളനിയിൽ ആഘോഷത്തിമിർപ്പായിരുന്നു. ഓരോ നേരം ഓരോ വീട്ടിലായിരുന്നു ആഹാരം. വയ്യാതിരുന്ന ഉണ്ണിപോലും ഉത്സാഹത്തിലായിരുന്നു. ഷിഹാബിന്റെ വിവാഹം ആ ഒഴിവിൽ നടത്തണമെന്ന് ആരും കരുതിയതല്ല. പെണ്ണുകണ്ട് ഇഷ്ടമായാൽ നിശ്ചയം നടത്തുക, അടുത്ത അവധിക്ക് വിവാഹമെന്നായിരുന്നു എല്ലാവരുടെയും തീരുമാനം. പക്ഷേ, വിധിതീർപ്പുകാരന്റെ തീരുമാനം മറിച്ചായിരുന്നു.

"ഇത്തവണ ഉമ്മാന്റെ എല്ലാ ആശകളും പൂതികളും നിറവേറ്റാൻ ഞാൻ തീരുമാനിച്ചു. ഉമ്മ പറയുന്ന ഏതു പെണ്ണിനേയും ഞാൻ കെട്ടും." എന്ന് ഷിഹാബ് പറഞ്ഞപ്പോൾ അവളുടെ മുഖത്ത് നിലാവുദിച്ചു.

"അതൊന്നും വേണ്ട. നാലാലോചന ഇപ്പോൾ നിലവിലുണ്ട്. എല്ലാം ഒന്നിനൊന്ന് മുന്തിയത്. അതിലൊന്നും നിനക്ക് പിടിച്ചില്ലെങ്കിൽ നമ്മക്ക് വേറെ നോക്കാം. ഉമ്മാക്ക് തിരക്കൊന്നുമില്ല."

അവൾ ഫോട്ടോകൾ ഷിഹാബിനെ ഏൽപ്പിച്ചു.

"പെണ്ണുകാണൽ പരിപാടിയാക്കാനൊന്നും എന്നെ കിട്ടില്ല. ഈ ഫോട്ടോയിൽ എനിക്കിഷ്ടം തോന്നുന്ന പെണ്ണിനെ ഞാൻ കാണാം. അതിനുമുമ്പ് അവരുടെ ഡീറ്റെയിൽസെല്ലാം അറിഞ്ഞോളണം. പെണ്ണിനെ എനിക്കിഷ്ടപ്പെട്ടു കഴിഞ്ഞാൽപ്പിന്നെ വർത്തമാനമൊന്നും പറയരുത്."

താക്കീതോടെയാണ് അവൻ ഫോട്ടോ വാങ്ങിയത്. എല്ലാവരുടെയും അഭിപ്രായമാരാഞ്ഞ് കുടുംബത്തെക്കുറിച്ച് ചിക്കിയും പരത്തിയുമന്വേഷിച്ച് സൈനു സ്വകാര്യത്തിൽച്ചെന്ന് കുട്ടിയെ കണ്ടശേഷമാണ് അവനെ പെണ്ണുകാണാൻ പറഞ്ഞയച്ചത്. റോഷിയും സെമീറയും കൂടെച്ചെന്നതുമാണ്. എല്ലാവർക്കും കുട്ടിയെ ഇഷ്ടപ്പെട്ടു. സുന്ദരി. എഞ്ചിനിയറിങ് കഴിഞ്ഞു. ഖാദറിക്കയുടെ മകൻ ഷാജിദിന്റെ ഭാര്യയുടെ അകന്ന ബന്ധുവിന്റെ മകൾ. വിദേശത്തു വളർന്ന കുട്ടി. ഒറ്റനോട്ടത്തിൽ എല്ലാവർക്കും ബോധിച്ചു.

"കണ്ടിട്ട് തരക്കേടൊന്നുമില്ല. പുറത്ത് പഠിച്ചതിന്റെ പകിട്ടൊന്നും കാണാനുമില്ല. സ്വഭാവമൊക്കെ എങ്ങനെയാ...?"

സൈനു പലതവണ ഷാജിദിന്റെ ഭാര്യയോടു ചോദിക്കുന്നുണ്ടായിരുന്നു.

"ബന്ധുവാണെന്നു പറഞ്ഞിട്ട് കാര്യമില്ല. വല്ലപ്പോഴുമേ ഞങ്ങൾ കാണാറുള്ളൂ. നല്ല കുട്ടിയാണെന്നാ എല്ലാവരും പറഞ്ഞുകേട്ടത്."

എന്നേ അവളും പറഞ്ഞുള്ളൂ. വിവാഹനിശ്ചയം ഉടനെ നടത്താം. വിവാഹം പിന്നീട് മതിയെന്നായിരുന്നു പൊതുവായ തീരുമാനം. പക്ഷേ, പെൺകുട്ടിയുടെ വീട്ടുകാർക്ക് ഉടനെ വിവാഹം നടത്തിയാൽ തരക്കേടില്ലെന്നു സൂചിപ്പിച്ചപ്പോൾ ഷിഹാബാണ് അതിനോട് ആദ്യം യോജിച്ചത്.

"ഇനി ആറുമാസം കഴിയാതെ എനിക്കു നാട്ടിലെത്താൻ സാധിക്കില്ല. ഞാനവിടെ എത്തുംമുമ്പ് ഉമ്മ കല്യാണക്കാര്യം പറഞ്ഞ് തിരക്കിടരുത്."

"എന്നു പറഞ്ഞ് പെട്ടെന്നങ്ങ് കല്യാണം നടത്താൻ പറ്റുമോ? ഈ വീട്ടിലെ അവസാനത്തെ കല്യാണമാ. അത് ഘോഷമത്തിൽത്തന്നെ നടത്തണമെന്ന് ഞാൻ പൂതി വെച്ചതാ. ആറുമാസം കഴിഞ്ഞായാലും മതി. നിശ്ചയം കഴിഞ്ഞാൽ നിങ്ങക്ക് നെറ്റിലൂടെ ബന്ധപ്പെടാമല്ലോ."

എന്നായിരുന്നു സൈനുവിന്റെ തീരുമാനം. എന്നാ നിക്കാഹ് നടത്തണമെന്നായി പെൺവീട്ടുകാർ. നിക്കാഹ് കഴിയാതെ കുട്ടികൾ തമ്മിൽ ബന്ധപ്പെടുന്നത് ഹറാമല്ലേ എന്ന അവരുടെ വാദം സൈനു തള്ളിക്കളഞ്ഞു.

"ഓല് രണ്ടാളും രണ്ടു നാട്ടില്. മെയിലയക്കാനും ചാറ്റ് ചെയ്യാനും നിക്കാഹ് കഴിക്കണമെന്ന് ഒരു കിതാബിലും പറഞ്ഞിട്ടില്ല. ഓലിക്കത്ര തെരക്കാണെങ്കില് ഞമ്മക്ക് വേറെ നോക്കാം."

സൈനുവിന്റെ അഭിപ്രായം തന്നെയായിരുന്നു എല്ലാവർക്കും. നിക്കാഹ് മാത്രമായിട്ട് നടത്തുന്നതിനെ എല്ലാവരും ഒന്നിച്ചെതിർത്തു. ഷിഹാബിന്റെ മനസറിഞ്ഞ് ഞാനിടപെട്ടാണ് വിവാഹം ഉടനെ നടത്തിയേക്കാമെന്ന് എല്ലാവരെക്കൊണ്ടും സമ്മതിപ്പിച്ചത്. സൈനുവാന്റി സമാധാനമായിട്ടിരിക്ക്. ആന്റി മനസില് വിചാരിച്ചതുപോലെ ഞങ്ങളിക്കല്യാണം നടത്തിത്തരുമെന്ന് കുട്ടികളെല്ലാം ഒന്നിച്ചേറ്റപ്പോൾ വീട്ടിൽ ഉത്സവത്തിരക്ക്. ഓരോരുത്തർ ജോലി ഭാഗിച്ചെടുത്ത് കയ്യും മെയ്യും മറന്ന് ഇറങ്ങിയപ്പോൾ വിവാഹം സൈനു പ്രതീക്ഷിച്ചതിലും കെങ്കേമമായി.

പക്ഷേ... വിവാഹരാത്രിയിൽ മണിയറയിൽ ആർപ്പും വിളിയുംകേട്ട് ചെന്നു നോക്കുമ്പോൾ...പേടിച്ചരണ്ടതുപോലെ പുതുപ്പെണ്ണ് ഒരേനിലവിളി.

"എന്നെ തൊടരുത്.....അടുക്കരുത്..."

പാവം ഷിഹാബ് എന്തുചെയ്യണമെന്നറിയാതെ ചമ്മി നിൽക്കുന്നു. സൈനു ചെന്നു പിടിച്ചിട്ടും പെൺകുട്ടി നിലവിളിതന്നെ.

അവളുടെ വീട്ടുകാരെ വിവരമറിയിക്കുകയല്ലാതെ മറ്റൊരു നിവൃത്തിയുമില്ലായിരുന്നു. അവളുടെ ഉമ്മ വന്ന് ഏതോ ഗുളിക കൊടുത്തതോടെ കുട്ടി മയക്കം തുടങ്ങി. രാവിലെ എഴുന്നേറ്റപ്പോൾ ഒന്നും സംഭവിച്ചിട്ടില്ലാത്ത മട്ടിലായിരുന്നു അവളുടെ പെരുമാറ്റം. അന്ന് ഉച്ചയ്ക്കത്തെ സൽക്കാരത്തിനും യാതൊരു കുഴപ്പവുമുണ്ടായിരുന്നില്ല. ടെൻഷനും ഉറക്കക്ഷീണവും കൊണ്ടായിരിക്കും തലേന്ന് അങ്ങനെ സംഭവിച്ചത്. മുമ്പിതുവരെ ഇങ്ങനെയൊന്നുമുണ്ടായിട്ടില്ലെന്ന് ഉമ്മ ആവർത്തിച്ചു പറയു

ന്നുണ്ടായിരുന്നു. പക്ഷേ, പിറ്റേന്ന് രാത്രിയും മുറിയിൽ ഷിഹാബും അവളും മാത്രമായപ്പോൾ അവളുടെ രീതി മാറി. അവൻ അടുത്തു ചെല്ലുമ്പോൾ പേടിച്ചരണ്ടതുപോലെ ഉറക്കെ കരയുന്നതുകേട്ട് എല്ലാവരും ആകെ ഭയന്നു. ഇനി അവളോടൊപ്പം കഴിയുന്ന പ്രശ്നമില്ലെന്നും പറഞ്ഞ് ഷിഹാബ് ഗസ്റ്റ്റൂമിൽ കയറി വാതിലടച്ചതോടെ സൈനു തളർന്നു. പിറ്റേന്ന് കുട്ടിയുടെ ബാപ്പയെയും സഹോദരനെയും വിളിച്ച് സംസാരിച്ചപ്പോഴാണ് അവൾ മനോരോഗത്തിനു മരുന്നു കഴിക്കുന്നുണ്ടെന്നറിഞ്ഞത്.

"ഉറക്കമൊഴിച്ചിലും ക്ഷീണവുമൊക്കെയാവുമ്പോൾ വല്ലപ്പോഴും ഇങ്ങനെ പെരുമാറുമെന്നല്ലാതെ എന്റെ മോക്ക് മറ്റ് തകരാറൊന്നുമില്ല. റാങ്കോടെയാണ് അവൾ എഞ്ചിനിയറിങ് പാസായത്. അങ്ങനെ തകരാറെന്തെങ്കിലുമുണ്ടെങ്കിൽ അത് പഠിത്തത്തെ ബാധിക്കില്ലേ...?"

"എന്നാലും ഞങ്ങളോടിതു വേണ്ടായിരുന്നു."

കേട്ടതും ഖാദറിക്ക പൊട്ടിത്തെറിച്ചു. ഷാജിദിന്റെ ഭാര്യവീട്ടുകരോടായിരുന്നു മൂപ്പരുടെ അരിശം. ഷാജിദും വളരെ ക്ഷോഭത്തിലായിരുന്നു.

"ഇനിയൊന്നും പറയണ്ട. നമുക്ക് ഇതിവിടെവെച്ചവസാനിപ്പിക്കാം."

ഖാദറിക്ക തീർത്തുപറഞ്ഞപ്പോൾ എതിർക്കാൻപോലും തോന്നിയില്ല.

"ഞങ്ങളുടെ മോളുടെ ഭാവി...?"

അവളുടെ ബാപ്പയുടെ ഈറൻ സ്വരം തളർത്തിയെങ്കിലും അനങ്ങിയില്ല.

"ഞങ്ങൾക്കിപ്പോൾ ഞങ്ങളുടെ കുട്ടിയുടെ ഭാവിയെക്കുറിച്ചാ ചിന്ത. വെറുതേ തമ്മിൽ സംസാരിച്ച് മറ്റു ബന്ധങ്ങൾകൂടി വഷളാക്കണ്ട."

ഇനി ഇവർ തടസ്സം പറഞ്ഞാൽ അത് ഞങ്ങളുടെ ബന്ധത്തിലും വിള്ളലുണ്ടാക്കുമെന്ന് ഷാജിദ് പറഞ്ഞതോടെ അവന്റെ ഭാര്യയുടെ ബാപ്പ ഇടപെടുകയായിരുന്നു. അങ്ങനെ ആരവാരത്തോടെ നടത്തിയ വിവാഹം മൂന്നു ദിവസംകൊണ്ട് അലസിപ്പിരിഞ്ഞു.

തിരക്കിട്ട് വിവാഹം വേണ്ടെന്ന് സൈനു പറഞ്ഞതാണ്. കുട്ടികൾക്കിഷ്ടമായെങ്കിൽ പിന്നെന്തിനു നീട്ടിക്കൊണ്ടുപോകണമെന്നു പറഞ്ഞത് ഞാനായിട്ടാണ്... എല്ലാറ്റിനും ഞാനാണ് കാരണക്കാരൻ. എന്നിട്ട്... എന്റെ പിഴ സ്വന്തം തലയിലേറ്റി അവൾ ഹൃദയംപൊട്ടി ആശുപത്രിക്കിടക്കയിൽ.... ഭീരുവായ ഞാൻ അവിടന്ന് ഒളിച്ചോടിയിരിക്കുന്നു.

"സാർ ഇതല്ലേ വീട്?"

എന്ന് ഓട്ടോക്കാരൻ ചോദിച്ചപ്പോൾ പകച്ചമട്ടിൽ പുറത്തേക്കു നോക്കി. വില്ലാ കോംപ്ലക്സിന്റെ ഗേറ്റെത്തിയിരിക്കുന്നു. ഓട്ടോ കണ്ട് വാച്ചുമാൻ ഓടിയെത്തി. ഓട്ടോയ്ക്ക് കൊടുക്കാനുള്ള കാശ് അയാളെ ഏൽപ്പിച്ച് തിരക്കിട്ട് അകത്തേക്കു നടന്നു.

"സാർ ചേച്ചിക്ക് എങ്ങനെയുണ്ട്...?" അയാൾ പിറകിൽനിന്ന് വിളിച്ചു ചോദിച്ചതിനു മറുപടിയൊന്നും പറഞ്ഞില്ല. വീട്ടിൽച്ചെന്ന് ബെല്ലടിച്ചിട്ടും ആരും വാതിൽ തുറന്നില്ല.

"സൈനബാ.....വാതിൽ തുറക്ക്" എന്ന് പറയാനൊരുങ്ങുമ്പോഴേക്കും റസീന ചാവിയുമായി എത്തി.

"പെണ്ണിനെ ഇവിടെ ഒറ്റയ്ക്കിടേണ്ടെന്നു കരുതിയാ.....റസാക്ക വിളിച്ചിരുന്നു. കൊറവുണ്ടെന്നും കുളിച്ച് കുറച്ചുനേരം റസ്റ്റെടുത്തിട്ട് ചെന്നാമതിയെന്നും പറഞ്ഞു."

റസീനയും ദുഃഖിതയായിരുന്നു.

ഒന്നും മിണ്ടാതെ വക്കീൽ തിരക്കിട്ട് മുകളിലേക്കുള്ള ഗോവണി കയറി.

സൈനുവില്ലാത്ത വീട് പക്ഷിയില്ലാത്ത കൂടുപോലെ ശൂന്യമാണെന്നു തോന്നി. കുളിമുറിയിൽ കയറി കതകടച്ച് ഷർട്ടുപോലും മാറാതെ ഷവറിനടിയിൽനിന്നു.

29

കാണുമ്പോഴെല്ലാം സ്നേഹത്തോടെ വിശേഷങ്ങളേന്വേഷിക്കുകയും തമാശ പറഞ്ഞ് ചിരിപ്പിക്കുകയും ചെയ്യാറുള്ള ശംസുദ്ദീൻവക്കീൽ ഒന്നും ഉരിയാടാതെ ഗോവണി കയറിപ്പോകുന്നത് കണ്ട് റസീനയ്ക്ക് വിഷമം തോന്നി. ഒരു രാത്രികൊണ്ട് മൂപ്പർ വയസനായതുപോലെ.

"കണ്ടാൽ പ്രായം തോന്നുകയേ ഇല്ല. അതിന്റെ രഹസ്യമൊന്നു പറഞ്ഞു തരാമോ? എന്ന് ചോദിച്ചുകൊണ്ട് റസാക്ക് അളിയനെ എപ്പോഴും ചൊടിപ്പിക്കാറുണ്ട്.

"മനസു നന്നാകണം ചങ്ങാതി. എന്നാൽ പ്രായം തോന്നുകയേയില്ല." ഉറക്കെ ചിരിച്ചുകൊണ്ടുള്ള വക്കീലിന്റെ മറുപടി കോളനിയാകെ പ്രതിഫലിക്കും. ചായ വേണമോ എന്നു ചോദിക്കാൻപോലും ഇടകിട്ടിയില്ല. മുറിയുടെ വാതിലടയുന്ന ഒച്ച കേട്ടപ്പോൾ റസീന പരുങ്ങി. വീടു തുറന്നത് കണ്ടിട്ടാകണം അപ്പോഴേക്കും സുലേഖയും ലക്ഷ്മിയും സാബിറയും ഒന്നിച്ചെത്തി.

"എന്താ ആസ്പത്രീലെ വിവരം?" സുലേഖയാണ് ചോദ്യത്തിനു തുടക്കമിട്ടത്..

"കുളിച്ചിട്ട് വരാന്നും പറഞ്ഞ് വക്കീൽ മുകളിലേക്കു പോയി. ഒന്നും ചോദിക്കാനിടകിട്ടിയില്ല. ചായ വേണോന്നുപോലും ചോദിച്ചില്ല."

റസീന കരച്ചിലിന്റെ വക്കത്തായിരുന്നു.

"റബ്ബേ....മൂപ്പരിതെങ്ങനെ സഹിക്കും? പൊരേലുണ്ടെങ്കില് നാഴികയ്ക്ക് നാൽപ്പതുവട്ടം സൈനൂ സൈനൂന്ന് അട്ടംപൊട്ടെ നെലവിളിക്കണതല്ലേ...?" സുലേഖമ്മായി സങ്കടത്തോടെ പറഞ്ഞു.

"ഇന്നലെ വൈകുന്നേരവും ഫോണിൽ സൈനുവാന്റിയുമായി സംസാരിച്ചിരുന്നു. ആന്റിയുടെ സുഖവിവരമറിയാനാണ് ഞാൻ വിളിച്ച

തെങ്കിലും എന്റെ ഒറ്റപ്പെടലിനെക്കുറിച്ചുള്ള ആധിയായിരുന്നു ആന്റിയ്ക്ക്." സാബിറയുടെ തൊണ്ടയിടറി.

"അതാണല്ലോ അവളുടെ രീതി. എല്ലാരുടെ കാര്യങ്ങളും അന്വേഷിക്കും. സ്വന്തം കാര്യങ്ങൾ ആരോടും മിണ്ടുകയുമില്ല. ഇത്ര വയ്യാതിരുന്നിട്ടും നമ്മളാരും അറിഞ്ഞതുപോലുമില്ല." ലക്ഷ്മിയേച്ചിയുടെ സ്വരത്തിൽ കുറ്റബോധം.

"ഇന്നലെ വൈകുന്നേരം ഞാൻ വെറുതേ ഫോൺ വിളിച്ചതാണ്. ഈയിടെയായിട്ട് ഞാൻ മിക്കദിവസും വിളിക്കാറുള്ളതാ. ഒച്ച കേട്ടപ്പാൾ ആകെ തളർന്നതുപോലെയുണ്ടായിരുന്നു. എന്താ ആന്റി സുഖമില്ലേ എന്ന് ഞാൻ ചോദിച്ചതുമാണ്. എനിക്കിനിയെന്ത് സുഖമെന്നു പറഞ്ഞപ്പോൾ ആന്റിയുടെ സ്വരം വല്ലാതെ നേർത്തിരുന്നു. എന്നിട്ടും ഇങ്ങോട്ടൊന്നു വരാൻ തോന്നിയില്ലല്ലോ." സാബിറയക്ക് നിരാശ.

"വരാനുള്ളത് വഴീത്തങ്ങൂല കുട്ട്യേളേ...ആരിക്കു സൂക്കേടായാലും ആദ്യം മണ്ടിപ്പാഞ്ഞെത്തുന്നോളാ.. എന്നിട്ടു... ഇന്നലെ പഞ്ഞിക്കെട്ടുപോലെ കൊയഞ്ഞുവീണ ഓളെയുംകൊണ്ട് പിയ്യാപ്ല മണ്ടണത് കണ്ടപ്പേ എന്റെ കരള് കടഞ്ഞുപോയി." സുലേഖ.

"കുറവുണ്ടെന്നും പേടിക്കാനൊന്നുമില്ലെന്നും റസാക്ക ഇപ്പം വിളിച്ചു പറഞ്ഞതേയുള്ളൂ." സുലേഖയുടെ നാവിനു കടിഞ്ഞാണിടാനെന്നോണം റസീന പറഞ്ഞു.

"മൂപ്പര് രാവിലത്തെ മരുന്ന് കഴിച്ചിട്ടില്ല. നേരത്തിനും കാലത്തിനും മരുന്നും ഭക്ഷണവും ചെന്നില്ലെങ്കില് അയിനൊരു തളർച്ചയാ." – സുലേഖ.

"ഞാൻ ചെന്നയുടൻ ഖാദറിക്കയെ ഇങ്ങോട്ടയക്കാം" എന്നു പറഞ്ഞ് വക്കീൽ മുകളിൽനിന്ന് ഇറങ്ങി വരുന്നതു കണ്ട് എല്ലാവരും നിശ്ശബ്ദരായി.

"ചായ കുടിച്ചിട്ട് പോകാം." – റസീന.

"വേണോന്നില്ല കുട്ടി." – വക്കീൽ.

"എല്ലാം റെഡിയാ. ഒരുമിനുട്ട്. സാബിറാ, പ്രിയയെ വിളിച്ച് വിളമ്പിവച്ച ഇഡ്ഢലിയും സാമ്പാറും ഇങ്ങട്ട് കൊണ്ടരാൻ പറ. ഞാൻ ചായ ഉണ്ടാക്കട്ടെ." എന്നുപറഞ്ഞ് റസീന അടുക്കളയിലെത്തിയപ്പോഴേക്കും കാസറോളുകളിൽ വിളമ്പിവെച്ച ഇഡ്ഢലിയും സാമ്പാറുമായി പ്രിയ എത്തിക്കഴിഞ്ഞിരുന്നു.

"ശൈലനായിരിക്കും. കീ എടുത്ത്കൊട്."

കോളിങ്ബെൽ മുഴങ്ങുന്നതു കേട്ട് വക്കീൽ പറഞ്ഞപ്പോൾ സാബിറ കാറിന്റെ താക്കോലുമായി ഉമ്മറത്തേക്കു നടന്നു.

"ഞാനും കൂടെ പോരാം. കുളിയൊക്കെ കഴിഞ്ഞ് ഒരുങ്ങി നിക്കയാ. വീടൊന്നു പൂട്ടിക്കോട്ടെ." ലക്ഷ്മി തിരക്കിട്ട് വീട്ടിലേക്കു നടന്നു.

"ആസ്പത്രിയിലേക്കെന്തെങ്കിലും വേണോ?" ചായയുമായി എത്തിയ റസീന ചോദിച്ചു.

"സീമയെ ഒന്നു വിളിച്ചു നോക്കൂ.." എന്നു പറഞ്ഞ് വക്കീലെഴുന്നേറ്റു.

"ഒന്നും കഴിച്ചില്ലല്ലോ." പാത്രത്തിൽ വിളമ്പിയ ഇഡ്ഢലി അതേപടി യിരിക്കുന്നത് കണ്ട് റസീന സീമയെ ഫോൺ വിളിക്കുന്നതിനിടയിൽ പറയുന്നുണ്ടായിരുന്നു.

"വിശപ്പില്ല. ചായ കുടിച്ചോളാം."

വക്കീൽ ചായക്കപ്പുമായി ഓഫീസ് മുറിയിലേക്കു നടക്കുന്നതിനിട യിൽ പറഞ്ഞു.

"പോകല്ലേ, ആസ്പത്രിയിലേക്ക് ബെഡ്ഷീറ്റും ടൗവ്വലുമൊക്കെ വേണോന്നു പറഞ്ഞു."

വക്കീലിനെ റസീന പിറകിൽനിന്നു വിളിച്ചു.

"എളുപ്പം താ മോളെ." – വക്കീൽ.

സൈനു ഇന്നയിന്ന സാധനങ്ങൾ എവിടെയൊക്കെയാണ് വയ്ക്കു ന്നതെറിയാവുന്നതുകൊണ്ട് റസീനയ്ക്ക് കാര്യമെളുപ്പമായി. മുകളിലേ ക്കുള്ള ഗോവണിച്ചുവട്ടിൽ അലമാരയുണ്ടാക്കി അതിലാണ് ആസ്പത്രി യിലേക്കുള്ള സാധനങ്ങൾ വെച്ചിരിക്കുന്നത്. ഫ്ളാസ്ക്, ചെറിയ തുവാ ലകൾ, കിടക്കവിരികൾ, ഗ്ലാസ്, പ്ലെയിറ്റ്, ചോറ്റുപാത്രങ്ങൾ — എല്ലാമു ണ്ട്. ആര് ആസ്പത്രിയിൽ കിടന്നാലും ഇത്തരം സാധനങ്ങൾ സൈനു വാണ് എത്തിക്കാറുള്ളത്. സാധനങ്ങൾ വയ്ക്കാനുള്ള കൂടയും അതി നകത്തുതന്നെയുണ്ടായിരുന്നു. ഫ്ളാസ്കിൽ ചൂടുവെള്ളവും കുടിക്കാ നുള്ള വെള്ളവും മറ്റു സാധനങ്ങളുമൊക്കെയായി ഉമ്മറത്തെത്തിയപ്പോൾ വക്കീൽ അക്ഷമനായി ഉമ്മറത്ത് നിൽക്കുന്നുണ്ടായിരുന്നു. അപ്പോ ഴേക്കും ലക്ഷ്മിയുമെത്തി.

കാറ് ഗേറ്റ് കടന്നുപോയി.

"പൊര പൂട്ടീട്ടില്ല. ഞാൻ പോട്ടെ. നിയ്യ് ആസ്പത്രീപ്പോകുമ്പം എന്നേം വിളിക്കണേ." സുലേഖ വീട്ടിലേക്കു നടക്കുന്നതിനിടയിൽ പറഞ്ഞു.

"നിനക്കിന്നു പോണ്ടേ സാബി?"

സുലേഖ പോയപ്പോൾ റസീന ചോദിച്ചു.

"വേണമെങ്കിൽ ലീവെടുക്കാം." സാബിറ പറഞ്ഞു.

"അതിന്റെ ആവശ്യമില്ല. ലക്ഷ്മിയേച്ചി പോയിട്ടുണ്ടല്ലോ. ചോറും കറിയുമൊക്കെ ഒരുക്കി വെച്ചിട്ട് ഉച്ചയ്ക്ക് റസാക്ക വരുമ്പം ഞാൻ പോകും. നീ വൈന്നേരം നേരത്തെ ഇവിടെയെത്തിയാ മതി. സുലേഖ മ്മായി ഇവിടെ നിക്കലുണ്ടാവില്ല. നിന്നിട്ടും കാര്യമില്ല."

"അങ്ങനെയാകാം."

"ഊയ്യെന്റമ്മേ....സൈനുത്താക്ക് എന്തേ പറ്റിയത്...?" ഒപ്പാരിവെച്ചു കൊണ്ട് പെട്ടെന്നാണ് സുലോചന കയറിവന്നത്.

"ഇങ്ങനെ നിലവിളിക്കാൻ മാത്രമൊന്നുമില്ല. നിന്നോടാരാ പറ ഞ്ഞത്?"

"വാച്ച്മാൻ. ഇന്നലെ വൈകുന്നേരം ഒന്നുമില്ലേനല്ലോ."

"ചെറിയൊരു നെഞ്ചുവേദന. സാരമില്ല. നീയും പ്രിയയുംകൂടി ഇവിടത്തെ പണി ആദ്യം തീർക്ക്. അപ്പളക്കേ സീമ എത്തൂ."

"ചോറും കറിയും വെക്കണോ താത്താ?"

"വേണ്ട. ഞാനവിടെ ഉണ്ടാക്കിക്കോളാം. വീട് പെട്ടെന്ന് വൃത്തിയാക്കിയിട്ട് പൂട്ടി പെണ്ണിനെ അങ്ങോട്ടയച്ചേക്ക്."

എന്നു പറഞ്ഞ് റസീന ഇറങ്ങാൻ തുടങ്ങിയപ്പോഴാണ് ഫോണടിഞ്ഞത്. സൈനുവിന്റെ നൈറ്റിയും ടോയിലെറ്റ് കെയിസും കൊടുത്തയക്കണമെന്നു പറഞ്ഞായിരുന്നു വിളിച്ചത്.

"അളിയനിറങ്ങിയല്ലോ."

"മൂപ്പരെത്തിയാലുടൻ ശൈലനെ അയക്കാം. നീ എല്ലാം എടുത്ത് വയ്ക്ക്."

എന്നു പറഞ്ഞ് റസാഖ് ഫോൺ വെച്ചപ്പോൾ റസീന മുകളിലെ സൈനുവിന്റെ മുറിയിലെത്തി. ആകെ വാരിവലിച്ചിട്ട കിടക്കവിരി കണ്ടപ്പോൾ വിഷമം തോന്നി. രാവിലെ എഴുന്നേറ്റാൽ പുതപ്പ് മടക്കിവെച്ച് കിടക്ക വിരിച്ചിട്ടേ സൈനു കുളിമുറിയിൽപ്പോലും പോവുകയുള്ളൂ. ഒരു സാധനവും സ്ഥാനം തെറ്റിക്കിടക്കുന്നത് അവൾക്കിഷ്ടമല്ല. വക്കീലുമായുള്ള പതിവു വഴക്കുകൾ മിക്കപ്പോഴും ഇതിനെച്ചൊല്ലിയായിരിക്കും. പുതപ്പ് മടക്കി കിടക്ക തട്ടിക്കുടഞ്ഞു വിരിച്ചപ്പോഴാണ് വേദനയ്ക്ക് പുരട്ടുന്ന മരുന്നുകൾ താഴെ വീണത്. കട്ടിലിനടുത്തുള്ള സൈഡ് ടേബിളിൽ ഗ്യാസിനുള്ള മരുന്നുകുപ്പിയുമുണ്ടായിരുന്നു. പാവം വല്ലാതെ വേദന സഹിച്ചിട്ടുണ്ടാവുമെന്നോർത്തപ്പോൾ വിഷമം തോന്നി.. കിടക്ക വിരിച്ച് വക്കീല് അവിടെയവിടെ ഇട്ടേച്ചുപോയ സാധനങ്ങൾ അടുക്കിപ്പെറുക്കിവെച്ചിട്ട് സൈനുവിന്റെ അലമാര തുറന്നു. ഓരോന്നും യഥാസ്ഥാനത്ത് അടുക്കിയതുകാരണം നൈറ്റിയും തലയിലിടാനുള്ള ഷോളുമൊന്നും കണ്ടുപിടിക്കാൻ പ്രയാസമുണ്ടായില്ല. ഡ്രസ്സിങ് ടേബിളിന്റെ വലിപ്പു തുറന്നപ്പോൾ ടോയിലെറ്റ് കെയിസും കിട്ടി. വെറുതെ തുറന്നു നോക്കി. പെയിസ്റ്റും ബ്രഷും സോപ്പും ചീപ്പുമടക്കം എല്ലാമുണ്ടായിരുന്നു.

"യാത്ര കുറവാണെങ്കിലും എന്റെ ടോയിലറ്റ് കെയ്സ് എപ്പോഴും റെഡിയായിരിക്കും. മനുഷ്യന്മാരുടെ സ്ഥിതിയല്ലേ, എന്താ എപ്പളാ സംഭവിക്കുകാന്ന് ആരറിഞ്ഞു? എനിക്കാണെങ്കിൽ ഒരു ദിവസംപോലും എന്റെ ശീലങ്ങളൊന്നും മാറ്റിവയ്ക്കാനും സാധിക്കില്ല. ഓരോരുത്തര് കാണാം ഉടുത്ത സാരിയോടെ കേറിക്കിടന്നുറങ്ങുന്നത്. എന്റള്ളോ എനിക്കത് ആലോചിക്കാൻപോലും പറ്റൂല."

അസമയത്ത് ഫോണടിയുന്നത് കേൾക്കുമ്പോൾ ആകെയുൾക്കിടിലമാണ്. വിദേശത്തുള്ള കുട്ടികളെയോർത്താണ് എന്നും ഉറങ്ങാൻ കിടക്കുന്നത്. ഫോണടി കേൾക്കുമ്പോൾ അവരാണ് മനസിൽ. താൻ തട്ടിപ്പിടഞ്ഞെഴുന്നേറ്റപ്പോഴേക്കും റസാക്ക ഫോണെടുത്തിരുന്നു.

"എന്താ..? സൈനൂനോ......ഇതാ എത്തി" എന്നും പറഞ്ഞ് ഷർട്ടിടാൻപോലും മിനക്കെടാതെ പായുന്നത് കണ്ട് ഷർട്ടും കൈയിലെടുത്ത്

പിന്നാലെ മണ്ടുകയായിരുന്നു. അപ്പോഴേക്കും സീമയും രവിയേട്ടനും അവിടെയെത്തിയിരുന്നു. അവരാണ് സൈനുവിന്റെ തൊട്ടുമുന്നിൽ താമസിക്കുന്നത്. വക്കീൽ താഴെയിറങ്ങുമ്പോഴേക്കും സീമ കാറ് പുറത്തേക്കെടുത്തിരുന്നു. അവരോടാദ്യം പോകാൻ പറഞ്ഞിട്ട് റസാക്കയും ഖാദറിക്കയും റസാക്കയുടെ കാറിൽ പോവുകയായിരുന്നു. ഖാദറിക്ക ആകെ അന്തംവിട്ട മട്ടിലായിരുന്നു. എല്ലാവരുംകൂടി നിർബന്ധിച്ചപ്പോഴാണ് വീട്ടിൽച്ചെന്ന് വേഷം മാറി വന്നത്. അപ്പോഴേക്കും റസാക്കയും മുഖം കഴുകി വേഷം മാറിയെത്തയിരുന്നു.

"റസാഖേ, വണ്ടി സൂക്ഷിച്ചെടുക്കണേ മോനേ..."

ബഹളം കേട്ടെത്തിയ ലക്ഷ്മിയേച്ചി പറയുന്നുണ്ടായിരുന്നു. മറ്റു വീടുകളിലും വിളക്കു തെളിഞ്ഞു. സാബിറയും ലതയും പുറത്തിറങ്ങി. ജോർജച്ചായന്റെ വീട്ടിലെ ഇരുട്ട് അവിടെ കൂടിയവരുടെ മനസിലും പരന്നു. അസമയത്തുള്ള ഒച്ചപ്പാടുകൾ അലോസരപ്പെടുത്തിയതിനാലാകാം ഉണ്ണിയേട്ടൻ വിചിത്രശബ്ദങ്ങൾ പുറപ്പെടുവിക്കുന്നതുകേട്ട് ലത കരഞ്ഞുകൊണ്ട് അങ്ങോട്ടോടി. പെണ്ണുങ്ങൾ എന്തു ചെയ്യണമെന്നറിയാതെ സൈനുവിന്റെ വീട്ടുമുറ്റത്ത് പരുങ്ങി നിന്നു.

"എന്തേണ്ടായത്..? എങ്ങട്ടാ എല്ലാരും വെപ്രാളപ്പെട്ടു മണ്ടിയത്...?"

വാച്ചുമാൻ ചോദിച്ചതുകേട്ട് മൂന്നുപേരും മിഴിച്ചുനോക്കി.

"സൈനുവിനൊരു നെഞ്ചുവേദന. ഒന്നുമുണ്ടാവില്ല, ഗ്യാസായിരിക്കും."

സ്വയം സമാധാനിപ്പിക്കാനെന്നപോലെ ലക്ഷ്മിയേച്ചി എല്ലാവരോടുമായി പറഞ്ഞു.

"ഒറക്കൊയിഞ്ഞാ ഇനിക്ക് തലക്കുത്തിളകും കുട്ട്യേളെ. ഞാൻ പോണ്. ഇങ്ങളും ചെന്ന് കെടന്നോളീ. ഈ നട്ടപ്പാതിരാക്ക് ഇവിടിങ്ങനെ പന്തംകണ്ട പെരുച്ചായിയേളെപ്പോലെ നിന്നിട്ടെന്താ കാര്യം?" – സുലേഖ.

"ചേച്ചീ, ഞാനെന്താ ചെയ്യണ്ടത്?" എന്ന പ്രിയയുടെ ചോദ്യം എല്ലാവരേയും അസ്വസ്ഥരാക്കി. സൈനുവിന്റെവീട്ടിലാരുമില്ലെന്നും വീട് പൂട്ടിയിട്ടില്ലെന്നും എല്ലാവരും അപ്പോഴാണോർത്തത്.

"ഞാനിവിടെ കിടക്കണോ ആന്റി?" സാബിറ ചോദിച്ചു.

"വേണ്ട, വീടു പൂട്ടി ഞാനിവളെ അങ്ങോട്ടു കൊണ്ടുപോകാം. എന്റെ മദാമ്മ നാട്ടിൽപ്പോയിട്ട് ഇന്നേക്ക് പത്തു ദവസമായി. ഇവളവിടെയുണ്ടെങ്കില് എനിക്ക് രാവിലെ പെട്ടെന്ന് ജോലിയൊതുക്കി ആസ്പത്രിയിലേക്കും പോകാമല്ലോ."

സൈനുവിന്റെ വീട്ടിലെ ഗ്രാൻഡ്ഫാദർ ക്ലോക്കിൽ മണിമുട്ടുന്നത് കേട്ട് റസീന ചിന്തയിൽ നിന്നുണർന്നു. തിടുക്കത്തിൽ അലമാര പൂട്ടാൻ തുടങ്ങിയപ്പോൾ കൈതട്ടി അടുക്കിവെച്ച തുണികൾ പുറത്തേക്കു വീണു. അത് പെറുക്കി യഥാസ്ഥാനത്ത് വയ്ക്കുമ്പോഴാണ് താഴെ വീണുകിടക്കുന്ന ഫോട്ടോ കണ്ണിൽപ്പെട്ടത്. ഷിഹാബിന്റെയും ഭാര്യയുടെയും വിവാഹഫോട്ടോ കണ്ണിൽപ്പെട്ടതും മരവിപ്പ് ശരീരത്തിലേക്കരിച്ചു കയറി.

സൈനുവിന്റെ ജീവിതത്തിന്റെ താളം തെറ്റിച്ചതും ഷിഹാബിന്റെ വിവാഹമായിരുന്നല്ലോ. ആഘോഷത്തോടെ നടത്തിയ വിവാഹം മൂന്നുദിവസംകൊണ്ട് തകരുമെന്ന് ആരും കിനാക്കണ്ടതുപോലുമല്ല. ഒപ്പനപ്പാട്ടും ഗസലും ദഫുമുട്ടും ബാന്റുബാദ്യങ്ങളും ആകെ ഘോഷം. ഷിഹാബിനെ കുതിരപ്പുറത്തിരുത്തി പാട്ടും കളിയുമായി വേണം പുതിയാപ്ല യിറങ്ങാനെന്ന സൈനുവിന്റെ ആഗ്രഹംപോലും കുട്ടികൾ നടത്തിക്കൊടുത്തു. വക്കീൽ എതിരായിരുന്നെങ്കിലും സത്താറും റഫീഖും മറ്റു കുട്ടികളും ഇടപെട്ട് എല്ലാം സുല്ലാക്കുകയായിരുന്നു. ഷെർവാനിയും തലയിൽ വടക്കേ ഇന്ത്യക്കാരുടേതുപോലുള്ള തലപ്പാവും കഴുത്തിൽ പൂമാലയുമൊക്കെയായി ഷിഹാബ് തിളങ്ങി. പെണ്ണാകട്ടെ ഹിന്ദി സിനിമയിലെ നായികയെപ്പോലെ മനോഹരി. ഒത്തജോടി എന്ന് എല്ലാവരും വാഴ്ത്തുന്നുണ്ടായിരുന്നു. കണ്ണേറു തട്ടിയതുപോലെ വിവാഹരാത്രിയിലെ പെണ്ണിന്റെ അലർച്ചയിൽ കോളനി വെറുങ്ങലിച്ചു... മരവിച്ചു നിൽക്കുന്ന ഷിഹാബിന്റെ രൂപം ഇപ്പോഴും കണ്ണിൽനിന്നു മായുന്നില്ല. പാവം കുട്ടി. അവനാകെ വിരണ്ടുപോയി. സൈനുവിന്റെ കാര്യം പറയാനുമില്ല. മകനെ കെട്ടിപ്പിടിച്ച് തേങ്ങിക്കരയുന്ന അവളുടെ രൂപം എല്ലാവരുടെയും കരളുപിളർന്നു.

പ്രിയ വിളിക്കുന്നതുകേട്ട് അലമാരയടച്ച് സാധനങ്ങൾ നിറച്ച് തോൾസഞ്ചിയുമായി തിരക്കിട്ട് ഗോവണിയിറങ്ങി റസീന.

30

"ഉണ്ണ്യേട്ടൻ ഇങ്ങനെ തൊടങ്ങിയാ ഞാനെന്തു ചെയ്യും? മനസ്സമാധാനമായിട്ടൊന്ന് പ്രാർഥിക്കാൻപോലും സമ്മതിക്കില്ലാച്ചാൽ...."

പൂജാമുറിയിൽ വിളക്ക് കത്തിച്ച് പ്രാർഥിക്കുന്നതിനിടയിൽ ഉണ്ണിയുടെ ബഹളം കേട്ടെത്തിയ ലത സങ്കടത്തോടെ പറഞ്ഞു. അത് കേട്ടാകണം ഉണ്ണിയുടെ കണ്ണു നിറഞ്ഞു.

"ഉണ്ണ്യേട്ടാ മാപ്പ്. എനിക്ക് സങ്കടം പറയാനും അരിശം കാണിക്കാനും ഉണ്ണ്യേട്ടനല്ലാതെ മറ്റാരാ ഉള്ളത്? നമുക്ക് എന്തിനും ഓടിയെത്തുന്ന സൈനു ആശുപത്രിയിൽ മരണവുമായി മല്ലടിക്കുകയാണ്. നമുക്ക് രണ്ടു പേർക്കും അവളെ ഒന്നു ചെന്നു കാണാൻപോലും സാധിക്കുന്നില്ലല്ലോന്നോർത്ത് മനസ്സ് വേവുകയാണ്. അവൾക്കുവേണ്ടി പ്രാർഥിക്കാനാ പൂജാമുറിയിൽ വിളക്കു തെളിച്ചത്. അതിനിടയിൽ വിളിച്ചപ്പോ... സോറി...."

ലത ഉണ്ണിയുടെ മാറിൽ തല ചായ്ച്ച് തേങ്ങി. ഉണ്ണിയുടെ കണ്ണുകളും നിറഞ്ഞൊഴുകുന്നുണ്ടായിരുന്നു. സൈനു, സൈനു എന്ന് അവ്യക്തമായി പറയുകയും ചെയ്തു. ലതയുടെ തേങ്ങൽ കരച്ചിലായി.

"ഏച്ചി ഇങ്ങനെ തൊടങ്ങിയാലെങ്ങനാ....? സാറിനു മനോവിഷമമുണ്ടാക്കരുതെന്നല്ലേ ഡോക്ടർ ഇന്നലേം വന്ന് പറഞ്ഞിട്ട് പോയത്?"

കരച്ചിൽ കേട്ടെത്തിയ പണിക്കാരി ഗീത പുറംതടവി ആശ്വസിപ്പിച്ചുകൊണ്ട് പറഞ്ഞു.

"എന്തു ചെയ്യാനാ ഗീതേ, ഞാനൊരു മനുഷ്യജീവിയല്ലേ...? സ്വന്തം ഉള്ളുരുക്കം എത്രാന്നുവച്ച് മറച്ചുപിടിക്കും? എനിക്കു വയ്യല്ലോ എന്റീശ്വരന്മാരെ. എനിക്ക് താങ്ങും തണലുമാകേണ്ട ഉണ്ണ്യേട്ടൻ ഇങ്ങനെ കിടക്കുമ്പോ എനിക്ക് കരയാനല്ലേ കഴിയൂ."

ലതയ്ക്ക് കരച്ചിലടക്കാനായില്ല.

“അങ്ങനെ പറേല്ലേ ഏച്ചീ, ഇങ്ങള് കണ്ണിലെണ്ണയൊഴിച്ച് നോക്ക ണോണ്ടതല്ലേ സാറിങ്ങനയെങ്കിലും കിടക്കണത്.”

ഉണ്ണി വല്ലാതെ അസ്വസ്ഥനാവുകയും കൈകാലിട്ടടിക്കുകയും ചെയ്യുന്നതുകണ്ട് ലത കണ്ണീരടക്കി എഴുന്നേറ്റു.

“ഒന്നൂല്ല ഉണ്ണ്യേട്ടാ....സൈനുവിനു സുഖമില്ലെന്നറിഞ്ഞപ്പോ ഞാൻ വല്ലാതെ അപ്സെറ്റായിപ്പോയി. അവൾക്കിപ്പോ കൊറവുണ്ട്.”

ലത ഉണ്ണിയുടെ കണ്ണീർ തുടച്ച് നെറ്റി തലോടി. പക്ഷേ, ഉണ്ണി വല്ലാതെ ഭയന്നതുപോലെ നിലവിളിക്കുന്നത് കണ്ട് ലത ഓടിച്ചെന്ന് ഗുളി കയെടുത്ത് വായിലിട്ട് വെള്ളമൊഴിച്ചുകൊടുത്തു. അൽപ്പം കഴിഞ്ഞ പ്പോൾ ഉണ്ണി കൊച്ചുകുട്ടികളെപ്പോലെ ശാന്തനായി മയങ്ങി.

“ദൈവമേ നിന്റെ ഓരോ പരീക്ഷണം” എന്നുപറഞ്ഞുകൊണ്ട് ഗീത അടുക്കളയിലേക്കു നടന്നു.

ലത എന്തുചെയ്യണമെന്നറിയാതെ മുറിയിൽ വെറുതെ ഉലാത്തി. ദിവസം കഴിയുന്തോറും ഉണ്ണ്യേട്ടന്റെ സ്ഥിതി വഷളായിക്കൊണ്ടിരിക്കു കയാണ്. മുമ്പൊക്കെ ശരീരത്തിനു കുഴപ്പമൊന്നുമുണ്ടായിരുന്നില്ല. ഇപ്പോൾ എണീറ്റിരിക്കാൻപോലും സഹായം വേണം. ഭക്ഷണം തീരെ വേണ്ട. ആകെ കോലംകെട്ടു. ശരീരത്തിന്റെ ഓരോ അവയവമായി പ്രവർത്തനരഹിതമായിക്കൊണ്ടിരിക്കുമ്പോഴും ഈ രോഗത്തിനു പ്രത്യേ കിച്ച് മരുന്നൊന്നുമില്ലെന്നാണ് ഡോക്ടർമാർ പറയുന്നത്. വല്ലാതെ അസ്വ സ്ഥനാവുമ്പോൾ റിലാക്സ് ചെയ്യിപ്പിക്കാനുള്ള ഗുളിക, നിവൃത്തിയില്ലെ ങ്കിൽ കൊടുക്കാമെന്നു പറഞ്ഞിട്ടുണ്ട്. ഇത്തരം മുട്ടിയ ഘട്ടങ്ങളിൽ അതാണ് ചെയ്യുന്നത്. ജോർജച്ചായന്റെ സുഹൃത്തായ ന്യൂറോളജിസ്റ്റിനെ മുടങ്ങാതെ കാണിക്കാറുണ്ട്. ഈ അവസ്ഥയിൽ കാറിൽ കയറ്റി ആശു പത്രിയിൽ കൊണ്ടുപോകുന്നത് വളരെ പ്രയാസമാണെന്നറിഞ്ഞ ഡോക്ടർ മാസത്തിലൊരിക്കൽ വീട്ടിൽവന്നു പരിശോധിക്കുകയാണ് പതിവ്. ഈ പരുവത്തിലായിട്ട് മൂന്നുമാസമാകാറായി. സ്ഥിതി ഇനിയും വഷളാകാനല്ലാതെ മാറുമെന്നുള്ള ആശ വേണ്ടെന്നാണ് ഡോക്ർ പറ യുന്നത്. രോഗം കണ്ടുപിടിച്ചപ്പോൾ ശരീരത്തിനു കുഴപ്പമൊന്നുമില്ലാ യിരുന്നു. ഇടയ്ക്ക് ഓർമ വിട്ടുപോകുമെങ്കിലും അത്യാവശ്യകാര്യങ്ങ ളെല്ലാം ഒറ്റയ്ക്ക് ചെയ്യുമായിരുന്നു. പതുക്കെപ്പതുക്കെയാണ് ശരീരത്തിനു തളർച്ച തുടങ്ങിയത്. അതോടെ വീൽചെയറിലായി ജീവിതം. അപ്പോഴും ഇടയ്ക്കൊക്കെ പുറത്ത് കൊണ്ടുപോകുമായിരുന്നു. ബീച്ചിലും പാർക്കി ലുമൊക്കെ ഉണ്ണ്യേട്ടനെയും കൊണ്ടു നടക്കുമ്പോൾ സൈനുവായിരുന്നു കൂട്ട്. അത്തരം യാത്രകളിൽ ഉണ്ണ്യേട്ടൻ വളരെ സന്തോഷവാനായിരുന്നു. പിന്നീട് അതിനും താൽപ്പര്യമില്ലാതായി. എപ്പോഴും കിടപ്പുതന്നെ. നിർബ ന്ധിച്ച് വായിലിട്ടുകൊടുത്താൽ ഭക്ഷണം കഴിക്കും. എന്നാൽ, അവധി സമയത്ത് കുട്ടികളെല്ലാം ഒന്നിച്ചെത്തിയപ്പോൾ ഉണ്ണ്യേട്ടനും നല്ല ഉത്സാ ഹത്തിലായിരുന്നു. സത്താറും കോളനിയിലെ മറ്റു കുട്ടികളും നിർബ ന്ധിച്ചതുകാരണം കണ്ണനും നാട്ടിൽ എത്തിയിരുന്നു. അച്ഛന്റെ അവസ്ഥ

കണ്ട് അവനും ഒട്ടൊന്നുമല്ല വിഷമിച്ചത്. അമേരിക്കയിൽ കൊണ്ടുപോയി ചികിത്സിക്കാമോ എന്നുവരെ ചോദിച്ചതാണ്. ജോർജച്ചായനോടു ചോദിച്ചപ്പോൾ അതിൽ വലിയ കാര്യമൊന്നുമില്ലെന്നു പറഞ്ഞതുകൊണ്ടാണ് പിന്മാറിയത്. ഇനി അധികകാലം അവിടെ തങ്ങില്ല, കഴിയുന്നതും വേഗം നാട്ടിലേക്ക് തിരിച്ചുവരാമെന്ന് അച്ഛനെ കെട്ടിപ്പിടിച്ചുകൊണ്ട് അവൻ പറഞ്ഞപ്പോൾ ഉണ്ണ്യേട്ടന്റെ മുഖത്തെ തിളക്കം എല്ലാവരിലും പ്രത്യാശയുടെ തിളക്കമായി. മകൻ നഷ്ടപ്പെട്ടെന്നു കരുതി മനസു കല്ലാക്കി ജീവിച്ചവർക്ക് അവന്റെ തിരിച്ചുവരവ് പുത്തനുണർവായി.

ഷിഹാബിന്റെ വിവാഹം തെറ്റിപ്പിരിഞ്ഞതോടെ മനസ്സ് വീണ്ടും ഇടിഞ്ഞു. കണ്ണനും വളരെ വിഷമിച്ചാണ് തിരിച്ചുപോയത്. ആഴ്ചതോറുമുള്ള അവന്റെ ഫോൺവിളി വലിയ ആശ്വാസമാണെങ്കിലും സൈനുവിന്റെ കരഞ്ഞുകലങ്ങിയ കണ്ണുകൾ നോവിക്കുന്നു.

ഷിഹാബിന്റെ കല്യാണമേളം കണ്ട് നാട്ടിൽനിന്നൊരു വിവാഹമായാലോ എന്നു കണ്ണൻ തമാശമട്ടിൽ പറഞ്ഞതുമാണ്. എല്ലാം തകിടം മറഞ്ഞില്ലേ! ഒരുമാസക്കാലം ഉത്സവനാളുകളായിരുന്നു. ഷിബുവിനെയും പുതുപ്പെണ്ണിനേയും പാട്ടും ബഹളവുമായി മണിയറയ്ക്കകത്താക്കി വാതിലടച്ചെങ്കിലും അടുത്ത ബന്ധുക്കളും കോളനിക്കാരുമൊന്നും പിരിഞ്ഞിരുന്നില്ല. എല്ലാവരും മുറ്റത്തെ പന്തലിലിരുന്ന് സൊറ പറയുകയായിരുന്നു. ഉണ്ണ്യേട്ടനു മരുന്നു കൊടുക്കാനുള്ളതുകൊണ്ട് ഞാൻ വീട്ടിലേക്കു മടങ്ങിയിരുന്നു. എന്തോ ബഹളംകേട്ട് പുറത്തേക്കു നോക്കിയപ്പോൾ പാട്ടും കളിയുമായി പന്തലിലിരുന്ന ചെറുപ്പക്കാർ തുരുതുരെ അകത്തേക്കോടുന്നത് കണ്ട് അവരുടെ പിന്നാലെ മണ്ടുകയായിരുന്നു. മുറിയുടെ വാതിൽ തള്ളിത്തുറന്ന് പുറത്തേക്ക് ചാടിയ പെൺകുട്ടി വലിയവായാലേ നിലവിളിക്കുന്നു. പാവം ഷിഹാബാകട്ടെ വാതിൽക്കൽ മരവിച്ചു നിൽക്കുന്നു. അവന്റെ മരവിപ്പ് മറ്റുള്ളവരെയും ബാധിക്കാൻ അധികനേരം വേണ്ടിവന്നില്ല.

കല്യാണസമയത്തും പെൺകുട്ടിയുടെ മുഖത്ത് നാണത്തേക്കാളും സന്തോഷത്തേക്കാളും മുന്തിനിന്നത് പരിഭ്രമമായിരുന്നില്ലേയെന്ന് ഇപ്പോൾ തോന്നുന്നു. സമീറയും മറ്റു ചെറുപ്പക്കാരികളും ആവുന്നത്ര ശ്രമിച്ചിട്ടും പെൺകുട്ടിയുടെ മുഖം തെളിഞ്ഞതേയില്ല. നല്ല തലവേദനയെന്ന് ഇടയ്ക്ക് പറയുന്നുമുണ്ടായിരുന്നു.

"മതി കുട്ട്യോളെ അതിനെയിട്ട് പൊരിച്ചത്. ഒറക്കമൊഴിഞ്ഞിട്ടായിരിക്കും അതിനു തലവേദന. നീ ചെന്നു കെടന്നോ മോളേ." സൈനു പറയുകയും ചെയ്തു.

"അങ്ങനെ പറഞ്ഞ് കൊടുക്കുമ്മാ." ഷിഹാബ്.

"ഓനും തളന്നിട്ടുണ്ടാവും. ഇന്നേക്ക് മതിയാക്ക്."

"ഓ...ഓ..... എടാ...ഉമ്മാന്റെ കിള്ളക്കുട്ടി...അങ്ങനെയിപ്പം വേണ്ട."

"മതിയാക്കെടാ...." സൈനു.

"ഉമ്മാ ദിസ് ദിസ്നോട്ട് ഫെയർ.... ഇന്നല്ലേ ഇതിനൊക്കെ അവ

സരം കിട്ടു. ഇടങ്കോലിടാൻ വരല്ലേ." റഫീക്.

"എടാ അതിന്റെ മുഖം നോക്ക്, ആകെ വാടിയിരിക്കുന്നു. വീട്ടുകാര് പോയതും തൊടങ്ങിയ കരച്ചിലാ. അതിനിടയിലാ നിങ്ങളെ തമാശ."

സൈനു നിർബന്ധിച്ചപ്പോഴാണ് എല്ലാവരുംകൂടി പാട്ടും ഡാൻസുമായി അവരെ മണിയറയിലാക്കി വാതിലടച്ചത്. ഈ കുട്ടിയെന്താ ഇങ്ങനെ എന്ന് സീമയോട് ചോദിച്ചതുമാണ്.

"കാണാൻ നന്നെങ്കിലും എന്തോ ഒരു പന്തികേട് അല്ലേ, ലതേ...?" സീമയും സംശയം പ്രകടിപ്പിച്ചു. അത് സൈനുവിന്റെ ചെവിട്ടിലെത്തിയാൽ അവളാകെ അസ്വസ്ഥയാകുമല്ലോ എന്നു ഭയന്ന് രണ്ടുപേരും മൗനംപാലിച്ചു.

"കുട്ടി അധികം മിണ്ടാത്ത കൂട്ടത്തിലാന്നാ തോന്നുന്നത്. വായിലപ്പമിട്ടതുപോലെ."

കുട്ടിയെങ്ങനെയുണ്ട് എന്ന് പെണ്ണുകാണാൻ പോയിവന്നവരോട് ചോദിച്ചപ്പോൾ റോഷി പറഞ്ഞതാണ്.

"എല്ലാവരും നിന്നെപ്പോലെ പടച്ചിപ്പാത്തുകളാകണമെന്നാണോ പറയുന്നത്?" എന്ന് റഫീക് മറുപടിയും പറഞ്ഞു.

ഓരോരുത്തരുടെയും ഉള്ളിലുണ്ടായിരുന്ന ചെറിയചെറിയ സംശയങ്ങൾ പക്ഷേ ഈ സംഭവത്തിനുശേഷമാണ് എല്ലാവരും പരസ്പരം പങ്കുവച്ചത്. വിധിയെപ്പഴിച്ച് സമാധാനിക്കുകയല്ലാതെ ഇനി മറ്റൊരു നിവൃത്തിയുമില്ല. അധികം സംസാരിക്കാത്തത് ഒരപാകതയായി തോന്നിയില്ല എന്നു പറയുമ്പോൾ സൈനു കുറ്റബോധംകൊണ്ട് നീറുന്നുണ്ടായിരുന്നു. ആദ്യ ദിവസത്തെ ബഹളം കണ്ട് അന്നുതന്നെ വീട്ടുകാരോടൊപ്പം അവളെ പറഞ്ഞയക്കാൻ സൈനു നിർബന്ധം പിടിച്ചതാണ്. പക്ഷേ, അവളുടെ ഉമ്മയുടെ കണ്ണീരു കണ്ടപ്പോൾ ആണുങ്ങൾ അമ്പരന്നു. സൈനുവും അയഞ്ഞു.

"ഇന്നുവരെ ഇങ്ങനെയൊന്നുമുണ്ടായിട്ടില്ല. ഇടയ്ക്കിടെയുള്ള തലവേദന ഈയടുത്തായിട്ടാണ് തുടങ്ങിയത്. കഠിനമായ തലവേദന വരുമ്പം കുട്ടി ചിലപ്പോൾ വല്ലാതെ കരയുമെന്നല്ലാതെ... മരുന്നു കഴിച്ചാലുടനെ മാറൂം ചെയ്യും. അല്ലാതെ എന്റെ മോക്ക് വേറൊരു തകരാറുമില്ല."

പെൺകുട്ടിയുടെ ഉമ്മ കരഞ്ഞുകൊണ്ട് പറയുമ്പോഴും ബാപ്പ തലയും കുനിച്ച് അനക്കമറ്റിരിക്കുകയായിരുന്നു.

"ഇച്ചതി ഞങ്ങളോട് വേണ്ടായിരുന്നു" എന്ന് ഖാദറിക്ക പറഞ്ഞപ്പോൾ ഷാജിദിന്റെ അമ്മായിയച്ഛൻ ആകെ വിരണ്ടു.

"സത്യമായിട്ടും എനിക്കൊന്നുമറിയില്ലായിരുന്നു. എന്റെ മൂത്താപ്പയുടെ മകളെ വിവാഹം കഴിച്ചത് ഇവരുടെ മകനാണ്. അവരാണ് ഈ ആലോചന കൊണ്ടുവന്നത്. എന്നോട് ക്ഷമിക്കണം."

"ഇന്നിവിടെത്തന്നെ നിക്കട്ടെ. നാളെക്കൂടെ നോക്കിയിട്ട്...... നാട്ടുകാരോടെന്തു പറയും..."

ഉമ്മ പറഞ്ഞപ്പോൾ വക്കീലിടപെട്ടാണ് എല്ലാവരെയും അനുനയി

പ്പിച്ചത്.

"രണ്ടുദിവസംകൂടി നോക്കാം. ഇവര് പറയുന്നത് നേരാണെങ്കിലോ.... ക്ഷീണംകൊണ്ടോ മറ്റോ സംഭവിച്ചതാണെങ്കിലോ... അള്ളാഹുവിന്റെ മുന്നിൽ നമ്മൾ കുറ്റക്കാരാവരുതല്ലോ. ഷിഹാബേ നീയെന്തു പറയുന്നു...?"

"ഐ ഡോണ്ട് നോ....യു പീപ്പിൾ ഡിസൈഡ്" മനസുമടുത്തതുപോല പറഞ്ഞ് ഷിഹാബ് ഒഴിഞ്ഞുമാറി. പിറ്റേദിവസം രാവിലെ പെണ്ണിന്റെ കരച്ചിലും സങ്കടംപറച്ചിലും കണ്ട് അവൻ അയഞ്ഞതുമാണ്. പക്ഷേ, വൈകുന്നേരം ചായ കുടിച്ചുകൊണ്ടിരിക്കുമ്പോൾ തലേദിവസത്തെ സംഭവത്തെക്കുറിച്ച് കുട്ടികളാരോ തമാശ പറഞ്ഞു. പെൺകുട്ടി പെട്ടെന്ന് അസ്വസ്ഥയായി. മേശപ്പുറത്തിരുന്ന ചായപ്പാത്രം വലിച്ചെറിഞ്ഞു. വായിൽനിന്ന് നുരയും പതയുമൊലിക്കാൻ തുടങ്ങി. പെട്ടെന്ന് താഴെ വീഴുകയും ചെയ്തു. അതോടെ കല്യാണവീട് മരണവീടുപോലെയായി. അവളെ ഉടനെ ആശുപത്രിയിൽ അഡ്മിറ്റു ചെയ്യുകയും ഉമ്മയെയും ബാപ്പയെയും വിവരമറിയിക്കുകയുമായിരുന്നു. കുട്ടി ഏറെനാളായി മനോരോഗത്തിനു മരുന്നു കഴിക്കുന്നുണ്ടെന്ന് അപ്പോഴാണറിഞ്ഞത്. ആശുപത്രിച്ചെലവെല്ലാം കൊടുത്തെങ്കിലും പിന്നീടാരും ആ വഴി പോയില്ല.

അന്നു തുടങ്ങിയതാണ് സൈനുവിന്റെ കരച്ചിൽ.

"ഉമ്മാ.... പ്ലീസ്.... നിങ്ങളിങ്ങനെ അപ്സെറ്റായാൽ എന്റെ അവസ്ഥയെന്താ? എല്ലാം നല്ലതിനാന്ന് വിചാരിക്ക്. ഇതിനേംകൊണ്ട് ഞാൻ ജോലിസ്ഥലത്ത് പോയിരുന്നെങ്കിലുള്ള സ്ഥിതി ഒന്നാലോചിച്ച് നോക്ക്. എല്ലാ കുറ്റവും ഇവരെന്റെ തലയിൽ ചാർത്തുമായിരുന്നില്ലേ?"

"എന്നാലും മോനേ....ഞാനായിട്ട്...."

"നിങ്ങള് മാത്രമായിട്ടല്ല. ഞാനും തെറ്റുകാരനാണ്. ഈ പെണ്ണിനെത്തന്നെ വിവാഹം കഴിക്കണമെന്ന് നിങ്ങളാരും എന്നെ നിർബന്ധിച്ചിട്ടില്ല. മാത്രമല്ല, ഉടനെ വിവാഹം വേണ്ടെന്നു പറഞ്ഞതുമാണ്. ഒരു പെൺകുട്ടിയെ ഒറ്റനോട്ടത്തിൽ കണ്ടിഷ്ടപ്പെട്ട് വിവാഹത്തിനു സമ്മതിച്ചത് എന്റെ തെറ്റ്. നിങ്ങള് പറഞ്ഞതുപോലെ മെയിലയച്ചും ഫോൺവിളിച്ചു പരിചയപ്പെടുകയും മനസുതുറക്കാൻ അവസരം കിട്ടുകയും ചെയ്തിരുന്നെങ്കിൽ.... ഇനിയതൊന്നും ആലോചിച്ചിട്ട് ഒരു കാര്യവുമില്ല. ഒറ്റനോട്ടത്തിൽ എനിക്കവളെ ഇഷ്ടപ്പെട്ടു എന്നുള്ളത് നേരാണ്. എന്നു കരുതി അവളെ മറക്കാൻ പറ്റില്ലെന്നോ അവളില്ലാതെ ജീവിതം അസാധ്യമാണെന്നോ ഇല്ല..... നിങ്ങളിങ്ങനെ തുടങ്ങിയാ ഞാനുടനെ സ്ഥലം വിടും."

കുട്ടിക്കളി മാറാത്ത ഷിഹാബ് ഇരുത്തംവന്നവനെപ്പോലെ ഉമ്മയെ ആശ്വസിപ്പിക്കുന്നതു കണ്ട് എല്ലാവരുടെയും ഉള്ള് വെന്തു. അവൻ പോകുന്നതുവരെ സൈനു സന്തോഷം ഭാവിച്ചു. കുട്ടികളോരോരുത്തരായി തിരിച്ചുപോയതോടെ അവൾ കിടപ്പിലുമായി.

"ദിസ് ഈസ് ചീറ്റിങ്...അവർക്കെതിരായി കേസുകൊടുക്കണം."

കണ്ണനടക്കം പുതുതലമുറ ഒറ്റക്കെട്ടായി പലവട്ടം പറഞ്ഞതാണ്. വക്കീൽ പക്ഷേ, അതിനൊന്നും തുനിഞ്ഞില്ല. "വരാനുള്ളത് വഴിയിൽത്തങ്ങില്ലെന്നാ പഴമൊഴി. പരസ്പരം പഴിചാരി പുണ്ണിൽക്കുത്തി പഴുപ്പിക്കണ്ട. അള്ളാഹു ക്ഷമിക്കുന്നവന്റെ കൂടെയാണെന്ന് നീ നൂറുവട്ടം പറയാറില്ലേ സൈനു. നമുക്ക് ക്ഷമിക്കാം. നമ്മുടെ മകന് ഇതിനേക്കാൾ നല്ലൊരു ജീവിതം അവൻ വിധിച്ചിട്ടുണ്ടാകും. അതിനുവേണ്ടി പ്രാർഥിക്കാം. കാത്തിരിക്കാം." എന്നു പറഞ്ഞ് എല്ലാവരെയും സമാധാനിപ്പിച്ചു.

കണ്ണനെ തിരിച്ചുകിട്ടുമെന്ന് വിചാരിച്ചതേയല്ല. ദൈവം ഒരു കൈകൊണ്ട് തൊഴിക്കുമ്പോൾ മറുകൈകൊണ്ടു തലോടുന്നു എന്നാണ് തോന്നിയത്. ഉണ്ണ്യേട്ടന്റെ ഈ അവസ്ഥയിൽ അവന്റെ തിരിച്ചുവരവ് വല്ലാത്തൊരാശ്വാസംതന്നെ. പല പെൺകുട്ടികളോടൊപ്പമുള്ള ജീവിതം മടുത്തെന്നും വിവാഹത്തെക്കുറിച്ച് ആലോചിച്ചുതുടങ്ങിയിട്ടുണ്ടെന്നുമാണ് അവൻ പറഞ്ഞത്.

"എന്റെ പ്രാർഥനയുടെ ഫലമാ. ദൈവം തോന്നിച്ചതാ."

"സത്യം പറയാമല്ലോ അമ്മാ, ദൈവമൊന്നുമല്ല എന്റെ ഒരു ഫ്രൻഡാ അങ്ങനെ തോന്നിച്ചത്."

"ആരായാലും വേണ്ടില്ല, അവരെ ദൈവമനുഗ്രഹിക്കും."

"ദൈവം മാത്രം അനുഗ്രഹിച്ചാപ്പോരാ, അമ്മയും അനുഗ്രഹിക്കണം. അവളാണ് നാട്ടിലേക്കു വരാനും അമ്മയെയും അച്ഛനെയും കാണാനും എന്നെ പ്രേരിപ്പിച്ചത്. ഇനിയെങ്ങനെ നിങ്ങളെ ഫെയിസുചെയ്യുമെന്നാലോചിച്ച് മനസു കലങ്ങിയിരിക്കുമ്പോഴായിരുന്നു കല്യാണത്തിനു ക്ഷണിച്ചുകൊണ്ടുള്ള സത്താറേട്ടന്റെയും ഷിഹാബിന്റെയും മെയിലു കിട്ടിയത്. ഉടനെ ടിക്കറ്റും വാങ്ങി ഇങ്ങോട്ടുപോന്നു. പാവം എന്റെ അച്ഛനെ ഞാനൊരുപാട് നോവിച്ചു."

മടിയിൽ തലവച്ച് അവൻ പറഞ്ഞപ്പോൾ അതുവരെ ഉള്ളിലൊളിപ്പിച്ച എല്ലാ ദുഃഖങ്ങളും കണ്ണീരായി ഒഴുകി.

"അമ്മാ, എന്തിനാ കരയണത്..? നിങ്ങക്കിഷ്ടമില്ലാത്തതൊന്നും ഞാനിനി ചെയ്യില്ല."

"നിന്നെ ഞങ്ങക്ക് തിരിച്ചുതന്ന നിന്റെ സുഹൃത്തിനെ എനിക്കു പരിചയപ്പെടുത്തിത്തരണം."

"തീർച്ചയായിട്ടും. അവളെ അമ്മ അനുഗ്രഹിക്കണമെന്നു പറഞ്ഞതിന്റെ അർഥമെന്താ?"

"എന്താ...?" അന്തംവിട്ടപോലെയാണ് ചോദിച്ചത്.

"അതുതന്നെ...."

"ഏത്....?"

"ഞാനവളെ വിവാഹം കഴിച്ചാലോന്ന് ആലോചിക്കയാ. പക്ഷേ ഷീ ഈസ് എ വിഡോ....ഒരു മകളുണ്ട്."

"ഏതു നാട്ടുകാരിയാ...?"

“മലയാളിയാ. പേര് മിനി. നാലുവയസുള്ള ഒരു മകളുണ്ട്.. ഭർത്താവ് കാറാക്സിഡന്റിൽ മരിച്ചിട്ട് രണ്ടുകൊല്ലമായി. മോളെ കേരളത്തിൽ വളർത്തണമെന്നാണത്രെ ആഗ്രഹം. പക്ഷേ, കേരളത്തിൽ ഒരു സ്ത്രീക്ക് ഒറ്റയ്ക്ക് ജീവിക്കുക അത്ര എളുപ്പമല്ലെന്ന വീട്ടുകാരുടെയും കൂട്ടുകാരികളുടെയും അഭിപ്രായംകേട്ട് സംശയിച്ചിരിക്കുമ്പോഴായിരുന്നു ഞങ്ങൾ പരിചയപ്പെട്ടത്. എന്റെ വിവരങ്ങൾ കേട്ടതോടെ നാട്ടിൽ വരാൻ ഏറെയായി നിർബന്ധിക്കുന്നു. അമ്മ പറയുന്നതുപോലെ എല്ലാം ഓരോ നിമിത്തമെന്ന് എനിക്കും തോന്നുന്നു.”

“അച്ഛന്റെ നില ഇതിലും വഷളാകുംമുമ്പ് നീ അവളെയും കൂട്ടിക്കൊണ്ടുവാ. നിന്റെ വിവാഹം ഗുരുവായൂരുവച്ചു നടത്തണമെന്നായിരുന്നു ഞങ്ങടെ മോഹം. ഇനി നിന്റെ ഇഷ്ടംപോലെ. ജാതി ഏതായാലും അവളെയും കുഞ്ഞിനെയും രണ്ടു കൈയുംനീട്ടി സ്വീകരിക്കാൻ ഞാനൊരുക്കമാണ്. അച്ഛനെ നിനക്കറിയാമല്ലോ. ജാതിയോ മതമോ അച്ഛനു പ്രശ്നമല്ല. നിന്റെ പഴയ ബന്ധം ലീഗലൈസ് ചെയ്യണമെന്നു മാത്രമേ പാവം അച്ഛൻ പറഞ്ഞിട്ടുള്ളു. ഞങ്ങളൊക്കെ പഴയ മനഃസ്ഥിതിക്കാരാണ്. വിവാഹം കഴിക്കാതെ ഒന്നിച്ചു ജീവിക്കുക ഞങ്ങൾക്ക് തോന്ന്യാസമാണ്.”

“ഇനിയതൊന്നും ഓർമിപ്പിക്കരുത്. എല്ലാം മതിയായി. കുത്തഴിഞ്ഞ ജീവിതം എന്നെ രോഗിയാക്കി. നിങ്ങടെ പ്രാർഥനകൊണ്ടായിരിക്കാം ജീവിതം തിരിച്ചുകിട്ടിയത്. സുഖമില്ലാതെ ആശുപത്രിയിൽ കിടക്കുമ്പോഴാണ് മിനിയെ പരിചയപ്പെട്ടത്. അവൾ അവിടെ ലാബിൽ ടെക്നീഷ്യനായി ജോലി ചെയ്യുകയായിരുന്നു. രക്തമെടുക്കാൻ വന്നപ്പോഴാണ് ഞാൻ മലയാളിയാണെന്നും കൂടെ ആരുമില്ലെന്നും അറിഞ്ഞത്. അങ്ങനെ പരിചയപ്പെടുകയും ആ പരിചയം എന്റെ ജീവിതത്തിൽ മാറ്റങ്ങളുണ്ടാക്കുകയും ചെയ്തു എന്നതാണ് നേര്. എന്നാൽ, വിവാഹത്തെക്കുറിച്ച് ഞങ്ങളിതുവരെ ആലോചിച്ചിട്ടില്ല. ഇവിടെയെത്തിയപ്പോഴാണ് ഇങ്ങനെയൊരാലോചന തോന്നിയത്. മിനിക്ക് മെയിലയച്ചിട്ടുണ്ട്. ആലോചിച്ചിട്ട് മറുപടി പറയാമെന്നാണ് എഴുതിയത്. പക്ഷേ, ഇപ്പോ ഷിഹാബിന്റെ സ്ഥിതി കണ്ടപ്പോ ഒരു പേടി...”

“അങ്ങനെയൊന്നും ആലോചിക്കല്ലേ കണ്ണാ. ഇവളെ നിനക്ക് കുറേക്കാലമായി അറിയുന്നതല്ലേ? എല്ലാം നല്ലതിനായിരിക്കും. അച്ഛന്റെ കാലശേഷം ആത്മഹത്യ എന്ന ചിന്തയുടെ വക്കിലായിരുന്നു നിന്റെ അമ്മ....”

“അമ്മേ.....അങ്ങനെയൊന്നും പറയരുത്......അമ്മയ്ക്ക് ഞാനുണ്ട്...” കണ്ണൻ അടുത്തുള്ളതുപോലെ തോന്നി....

31

തിസീസ് സമർപ്പിക്കാനുള്ള അവസാന തീയതി അടുത്തതു കാരണം അവധിയിലായിരുന്നു ഷിഹാബ്. പത്തുദിവസത്തിനകം പേപ്പർ സബ്മിറ്റ് ചെയ്തില്ലെങ്കിൽ ഇതുവരെ ചെയ്തതെല്ലാം പാഴാകും. നാട്ടിൽപ്പോക്കും വിവാഹമേളയുമൊക്കെയായി ദിവസങ്ങൾ കുറേ പാഴായി. വിവാഹത്തെക്കുറിച്ചോർക്കുമ്പോൾ തലയിൽ ഇടിത്തീവീണതുപോലൊരു തോന്നലാണ്. അത്തവണത്തെ അവധിക്ക് വിവാഹമെന്നത് അജണ്ടയിലുണ്ടായിരുന്നതല്ല. വിവാഹത്തിനു സമ്മതമാണെന്നറിയിച്ച് ഉമ്മയുടെ ആശങ്കകൾക്കറുതി വരുത്താമെന്നേ വിചാരിച്ചിരുന്നുള്ളൂ. വിചാരിച്ചതെന്ത്, നടന്നതെന്ത്? ചിന്തയ്ക്ക് കടിഞ്ഞാണിട്ടുകൊണ്ട് മൊബൈലടിഞ്ഞു. ഈയിടെയായി അധികസമയത്തും ഫോൺ വോയിസ് മെസേജിലിടുകയാണ് പതിവ്. നാട്ടിൽനിന്നുള്ള ഫോൺവിളിക്ക് ഉത്തരം പറഞ്ഞു മടുത്തു. കഴിഞ്ഞതെല്ലാം വെറുമൊരു ദുഃസ്വപ്നമാണെന്നു കരുതി മറന്നേക്ക് എന്നാണ് എല്ലാവർക്കും പറയാനുള്ളത്. സ്നേഹവും കരുതലുമുള്ളതുകൊണ്ടാണ് അവരെല്ലാം ഫോൺവിളിച്ച് സമാധാനിപ്പിക്കുന്നതെന്നറിയാം. എന്നാലും ചിലപ്പോൾ വല്ലാതെ അരിശംവരും. രണ്ടുദിവസം മുമ്പും ഇക്കാര്യം പറഞ്ഞ് ഉമ്മയോട് കയർത്തതാണ്. ഇനി അതുമാലോചിച്ച് കണ്ണീരൊഴുക്കുന്നുണ്ടാകും. ഫോണിലെ നമ്പർ നോക്കി. റഫീക്ക... പകൽ സമയത്ത് പതിവുള്ളതല്ലല്ലോ. എന്തു പറ്റി...? തിരക്കിട്ട് ഫോണെടുത്തു.

"അസ്സലാമു അലൈക്കും.....വാട്ട്സ് ഗോയിംഗ് ഓൺ...?"

"വ അലൈക്കുമുസ്സലാം... എന്താ ഈ സമയത്ത്. ഓഫീസിലില്ലേ...?"

"ഓഫീസിലാണുള്ളത്... ബ്രെയിക് ടൈം....സത്തുക്ക വിളിച്ചിരുന്നോ?"

"ഇന്നു വിളിച്ചില്ല."

"നീ ഫോൺ ഓഫാക്കിയിടുന്നെന്നു പറഞ്ഞ് ഇന്നലെ ചാടി."

"ഞാൻ തിസീസ് സബ്മിറ്റു ചെയ്യാനുള്ള തിരക്കിലാ. ഈയാഴ്ച കൊടുത്തില്ലെങ്കിൽ ഇതുവരെ ബുദ്ധിമുട്ടിയതെല്ലാം വെറുതെയാകും."

"ഉമ്മയുടെ വിവരമെന്തെങ്കിലുമറിഞ്ഞോ...?"

"എന്താ ഉമ്മാക്ക്...? രണ്ടുദിവസമായി വിളിയില്ലായിരുന്നു. പഴയ കാര്യങ്ങൾ എണ്ണിപ്പെറുക്കി കരയാൻ തുടങ്ങിയപ്പോ ഞാനൊന്നുടക്കി. അതായിരിക്കും വിളിക്കാത്തത്. ഹോപ് എവിരിതിങ്ങ് ഫൈൻ ദേർ."

"ഐ തിങ്ക് സോ.... ഞാനും രണ്ടുദിവസമായി വിളിച്ചിട്ട്. സീ യു... ബൈ."

റഫീക്ക പെട്ടെന്ന് ഫോൺ കട്ടുചെയ്തു. ഈയിടെയായി നാട്ടിൽ നിന്നു വിളിക്കുന്നവർക്കെല്ലാം പറയാനുള്ളത് ഉമ്മയുടെ വയ്യായ്കയെക്കുറിച്ചാണ്. അവളാകെ കോലം കെട്ടെന്ന് ബാപ്പയും പറഞ്ഞു. എല്ലാം മറക്കാൻ ശ്രമിക്കുമ്പോഴായിരിക്കും ഉമ്മ ഓരോന്ന് കുത്തിപ്പൊക്കുന്നത്.

"ആവശ്യമില്ലാത്ത കാര്യങ്ങൾ പറഞ്ഞ് കരയാനാണെങ്കില് ഇങ്ങളെ ഫോൺ ഞാൻ അറ്റൻഡു ചെയ്യില്ല." എന്നു പറഞ്ഞാണ് രണ്ടുദിവസം മുമ്പ് ഫോൺ വച്ചത്. അതിനുശേഷം വിളി കേട്ടില്ല. പാവം ഇപ്പോൾ അതോർത്ത് സങ്കടപ്പെടുകയായിരിക്കും. ഒന്നു വിളിച്ചുനോക്കാം. അവിടെയിപ്പോൾ സന്ധ്യ കഴിഞ്ഞിരിക്കും. ഉമ്മ മഗരിബ് നമസ്കരിച്ച് *ഖുർആൻ* ഓതുകയായിരിക്കും. ഉമ്മയുടെ മൊബൈൽ ഡയൽചെയ്തപ്പോൾ കിട്ടിയത് സത്തുക്കയെ.

"ഹലോ....ആരാത്....?"

സംശയം തീർക്കാനെന്നപോലെ ചോദിച്ചു.

"ഞാൻ തന്നെ....എന്തുണ്ട് വിശേഷം?"

"സത്തുക്കാ....എന്താ പെട്ടെന്ന് നാട്ടില്....ഉമ്മയെവിടെ?"

"ഞാൻ ഇന്നലെയെത്തി."

"വൈ..... ഇപ്പോ അടുത്തല്ലേ പോയത്? ഒന്നുമില്ലാതെ ഇത്ര പെട്ടെന്ന്....?"

"എന്താടാ എനക്ക് നാട്ടില് വന്നൂടെ...? ഉമ്മ ആകെ വറീടാണെന്ന് ബാപ്പ പറഞ്ഞപ്പോ ഒരാഴ്ചത്തെ ലീവിനു വന്നതാ."

"ഐ ഡോണ്ട് ബിലീവ്.... ഉമ്മാക്ക് കൊടുക്ക്."

"ഉമ്മ ഇവിടെയില്ല."

"എവിടെപ്പോയി....? നിങ്ങള് നാട്ടിലുണ്ടെങ്കില് ഉമ്മ അടുക്കളേന്ന് പുറത്തിറങ്ങുന്ന പതിവില്ലല്ലോ. സത്തുക്കാ, പ്ലീസ് എന്താണ്ടായത്? ഉമ്മയ്ക്ക് അസുഖമൊന്നുമില്ലല്ലോ?"

"അത്.... ഉമ്മ ആസ്പത്രിയിലാ. ചെറിയൊരു നെഞ്ചുവേദന. ഒബ്സർവേഷനിലാ. ബട്ട് ഷീസ് ബെറ്റർ നൗ."

"എന്നിട്ടെന്നോടാരും പറഞ്ഞില്ല....ദിസ് ഈസ് നോട്ട് ഫെയർ. എപ്പ

ഴായിരുന്നു?”

“രണ്ടുദിവസമായി.“

“ദാറ്റ് മീൻസ്..... ഞാൻ ഫോൺവിളിച്ച അന്നായിരിക്കും...”

“വെറുതേ ഒരോന്ന് മെനഞ്ഞുണ്ടാക്കണ്ട. എടാ, നീ തിസീസ് സബ്മിറ്റുചെയ്യാനുള്ള തെരക്കിലായതുകൊണ്ടാ പറയാതിരുന്നത്. ഉമ്മ തന്നെയാ പഞ്ഞത് നിന്നെ അറിയിക്കരുതെന്ന്.”

“എനിക്കിപ്പോ ഉമ്മയോട് സംസാരിക്കണം.”

ഷിഹാബ് കൊച്ചുകുട്ടികളെപ്പോലെ വാശിപിടിച്ചു.

“എടാ നീ ചെറിയ കുട്ടികളെപ്പോലെ ശാഠ്യം പിടിച്ചാലെങ്ങനെയാ? ഉമ്മ ഐസിയുവിലാ. അധികം സംസാരിക്കുകയോ ഇമോഷനലാവുകയോ ചെയ്യരുതെന്നാ ഡോക്ടർ പറഞ്ഞത്.”

“എന്നുവെച്ചാ.... സീരിയസാണെന്നല്ലേ?”

“സീരിയസായിരുന്നു. ഇപ്പോഴല്ല.”

“ഞാനുടനെ പുറപ്പെടുകയാ.”

ഷിഹാബ് കരച്ചിലിന്റെ വക്കത്തായിരുന്നു.

“ട്രൈറ്റു അണ്ടർസ്റ്റാൻഡ് യാർ. നീയിങ്ങനെയൊക്കെ പറയുമെന്നറിയാവുന്നതുകൊണ്ടാ നിന്നെ അറിയിക്കാഞ്ഞത്. പ്രോജക്ട് സബ്മിറ്റ് ചെയ്യാതെ പെട്ടെന്നിങ്ങോടിപ്പോന്നിട്ട് ആർക്കുമില്ല നേട്ടം. പിന്നീടതു പറഞ്ഞായിരിക്കും ഉമ്മയക്ക് വേവലാതി. ഉമ്മയെ അറിയാമല്ലോ. ടെൻഷനടിക്കാൻ കാരണമന്വേഷിച്ചാ നടപ്പ്. വെറുതെ ഓരോന്നാലോചിച്ച് തല പുണ്ണാക്കി പഠിത്തം അലങ്കോലമാക്കരുത്. അത്ര സീരിയസാണെങ്കില് നിന്നെ അറിയിക്കാതെ പറ്റുമോ? കാം ഡൗൺ...ഓ കെ.”

“ആർ യൂ ഷുവർ സത്തുക്കാ...?”

“നൂറു ശതമാനം. നിന്റെ തിസീസ് എവിടെവരെയെത്തി? എന്നു കൊടുക്കാൻ പറ്റും?”

ഫൈനൽ ഡ്രാഫ്റ്റായി. തെറ്റില്ലെന്ന് ഉറപ്പുവരുത്തിയിട്ട് പ്രിന്റൗട്ടെടുത്ത് സബ്മിറ്റ് ചെയ്യണം.”

“ദാറ്റ്സ് ലൈക്ക് മൈ ബ്രദർ. ഇവിടത്തെ കാര്യമാലോചിച്ച് ഉഴപ്പല്ലേ മോനേ. ഉമ്മ അറിഞ്ഞാ അതുമതി കരയാൻ.”

“ഇന്നോ നാളെയോ എനിക്ക് ഉമ്മയോടൊന്നു സംസാരിക്കാൻ പറ്റുമോ?”

“ഞാൻ ഡോക്ടറങ്കിളിനോട് അനുവാദം വാങ്ങിയിട്ട് നിന്നെ വിളിക്കാം.”

“സത്തുക്ക ആസ്പത്രിയിലാണോ?“

“അതേ.”

“എന്നെക്കൊണ്ട് അങ്ങനെയൊരുപകാരവും ഇല്ലാതെ പോയി.”

“ഷിബൂ....നീയിങ്ങനെ തുടങ്ങിയാ ഞങ്ങളെല്ലാം അപ്സെറ്റാവും. പ്ളീസ്....ഉമ്മാക്ക് സുഖമാകാൻ പ്രാർഥിക്ക്. രാത്രി വിളിക്കാം. ടെയിക്

കെയർ.”

സത്തുക്ക ഫോൺവെച്ചിട്ടും സ്വന്തം ഫോൺ ഓഫാക്കാതെ കുറേ നേരം തരിച്ചിരുന്നു.

സത്തുക്ക പറഞ്ഞത് നേരായിരിക്കുമോ...? സമാധാനിപ്പിക്കാൻ വേണ്ടി പറഞ്ഞതാണോ...? റഫീക്കയെ ഒന്നു വിളിച്ചു നോക്കാം.

“ഉമ്മയ്ക്ക് സുഖമില്ലാത്ത കാര്യം നിങ്ങളെങ്കിലും എന്നെ അറിയിച്ചില്ലല്ലോ.”

ഫോണെടുത്തതും പരിഭവം പറഞ്ഞു.

“ഞാനിന്നലെ രാത്രിയാ അറിഞ്ഞത്. അതാ രാവിലെ നിന്നെ വിളിച്ചത്. സത്തുക്ക അറിഞ്ഞയുടൻ പുറപ്പെട്ടു. നീ തിരക്കിലാണെന്നറിയുന്നതുകൊണ്ടാ വിളിക്കാഞ്ഞത്. ഞാൻ റഷീദ് മാമായെ വിളിച്ചിരുന്നു. ലതാന്റിയേയും വിളിച്ചു. പേടിക്കാനൊന്നുമില്ലെന്നാ അവരും പറഞ്ഞത്. എല്ലാവർക്കും നിന്നെക്കുറിച്ചോർത്താ ആധി. അതുകൊണ്ട് നീ നിന്റെ പഠിത്തത്തിൽ ഉഴപ്പരുത്. പ്രോജക്ട് കഴിഞ്ഞാൽ ഒരാഴ്ചത്തേക്കെങ്കിലും നിനക്ക് നാട്ടിൽ പോകാമല്ലോ. ഞാനും ശ്രമിക്കുന്നുണ്ട്. ഇപ്പോ ചെല്ലേണ്ടെന്നാ സത്തുക്ക പറഞ്ഞത്. അത്യാവശ്യമാണെങ്കിൽ അറിയിക്കാമെന്നും പറഞ്ഞു. നീയെങ്ങനെയാ അറിഞ്ഞത്?”

“ഞാൻ ഉമ്മയുടെ ഫോണിൽ വിളിച്ചപ്പോ സത്തുക്കയെയാണ് കിട്ടിയത്.”

“കുറച്ചു തിരക്കിലാ. രാത്രി വിളിക്കാം. നിന്റെ പണി പെട്ടെന്ന് തീർക്ക്.”

റഫീക്ക ഫോൺ വെച്ചപ്പോൾ കസിൻസിനെല്ലാം മെയിലയച്ചു. എല്ലാവരും പറഞ്ഞത് പേടിക്കാനില്ലെന്നാണ്. എന്നിട്ടും സമാധാനം കിട്ടിയില്ല. കമ്പ്യൂട്ടർ ഓഫാക്കി.

വീട് പൂട്ടി സൈക്കിളുമായി പുറത്തേക്കിറങ്ങി. റയിൻകോട്ട് എടുക്കാൻ മറന്നു. ഉമ്മയുടെ കണ്ണീരുപോലെയാണ് ഇവിടത്തെ മഴ. എപ്പഴാ ചൊരിയുക എന്നു പറയാനാവില്ല. നല്ല വെയിലു കണ്ടായിരിക്കും പുറത്തിറങ്ങുക. നിനച്ചിരിക്കാതെയാകും പെരുമഴ കോരിച്ചൊരിയുക. അതുപോലെ മാറുകയും ചെയ്യും. പുറത്തിറങ്ങുമ്പോൾ കുട കൈയിൽ കരുതാൻ ഇവിടത്തുകാർ മറക്കാറില്ല. പത്തുമിനിട്ട് സൈക്കിളിൽ പോയാൽ ഒരു പാർക്കുണ്ട്. അവിടെച്ചെന്ന് കുറേ നേരമിരിക്കാം. സൈക്കിളിൽ പാർക്കിനു ചുറ്റും അഞ്ചാറുതവണ വലംവയ്ക്കുന്നതോടെ ശരീരവും മനസും ഒരുപോലെ സ്വസ്ഥമാകുന്നതായി തോന്നാറുണ്ട്. നാട്ടിലാണെങ്കിൽ സൈക്കിൾ പാവപ്പെട്ടവരുടെ വാഹനമാണ്. പക്ഷേ, ലണ്ടനിൽ സൈക്കിളില്ലാത്ത ചെറുപ്പക്കാർ കുറവാണ്. കാരണം, ലണ്ടൻ സിറ്റിയിൽ കാറിൽപോകണമെങ്കിൽ വലിയൊരു സംഖ്യ ടോൾ കൊടുക്കണം. പാർക്കിങ് ചാർജ് വേറെയും. സാമ്പത്തികമാന്ദ്യം തുടങ്ങിയതോടെ ലണ്ടൻ നിവാസികളുടെ ജീവിതം ദുഷ്കരമായിക്കൊണ്ടിരിക്കുകയാണ്.

വീടുകൾക്ക് ഭീമമായ വാടക. സാധനങ്ങൾക്കാണെങ്കിൽ തീവില. ശമ്പളം കുറയുകയും ചെയ്തു. കാർ ആഡംബരമായിത്തുടങ്ങിയിട്ടുണ്ട്. പബ്ളിക് ട്രാൻസ്പോർട്ട് കാര്യക്ഷമമായി പ്രവർത്തിക്കുന്നതിനാൽ അവധിദിവസങ്ങളിൽ മാത്രമേ കാറുള്ളവർപോലും എടുക്കാറുള്ളൂ. മെട്രോയും ട്യൂബ് ട്രെയിനുകളും നഗരങ്ങളെ തമ്മിൽ ബന്ധിപ്പിച്ചുകൊണ്ട് സമയബന്ധിതമായി നിരന്തരം ഓടുന്നു. ഏതു റെയിൽവേസ്റ്റേഷനിൽച്ചെന്നാലും അഞ്ചുമിനിട്ടിടവിട്ട് ഏതു ദിശയിലേക്കും ട്രെയിനുകളുണ്ടാവും. ധാരാളം ബസുകളുമുണ്ട്. സീസൻ ടിക്കെറ്റെടുത്താൽ ചാർജും കുറവാണ്. അതുകാരണം ജോലിക്കുപോകുന്നവർ സ്വന്തമായി കാറുപയോഗിക്കുന്നത് വിരളമാണ്. അവധിദിവസങ്ങളിൽ വീട്ടിൽ അടയിരിക്കുന്ന പതിവ് ഇവിടത്തുകാർക്കില്ല. രാവിലെ കൂട്ടത്തോടെ പുറത്തേക്കിറങ്ങും. ദൂരസ്ഥലങ്ങളിലുള്ള റെയിൽവേസ്റ്റേഷനിലെത്താൻ സൈക്കിളാണാശ്രയം. പൊതുസ്ഥലങ്ങളിൽ സൈക്കിൾ പാർക്കുചെയ്യാനാനുള്ള സൗകര്യമുണ്ടായിരിക്കും.

ആരോഗ്യകാര്യങ്ങളിൽ സായിപ്പന്മാർക്ക് വലിയ ശ്രദ്ധയാണ്. ജോലിദിവസങ്ങളിൽ വ്യായാമത്തിനൊന്നും സമയം കിട്ടാറില്ല. അവധിദിവസങ്ങൾ ആഘോഷിക്കാനുള്ളതാണ്. വ്യായാമമെന്ന നിലയിൽക്കൂടിയാണ് പലരും സൈക്കിൾസവാരി നടത്തുന്നത്. ഉച്ചയ്ക്കത്തെ ലഞ്ച്ബ്രേക്കിൽ ഓടാൻ പോകുന്ന സായിപ്പന്മാരെയും റോഡിൽ ധാരാളമായി കാണാം. ധാരാളം പെൺകുട്ടികൾ സുഹൃത്തുക്കളായുണ്ട്. അവരോടൊക്കെ വായ്തോരാതെ സംസാരിക്കാറുമുണ്ട്. പക്ഷേ, അന്ന് പെണ്ണുകാണാൻ ചെന്നപ്പോൾ നാവു കെട്ടിയിട്ടതുപോലെ.

“സൈക്കളോടിക്കാനറിയാമോ...?”

എന്നാണ് അറിയാതെ നാവിൻതുമ്പിലെത്തിയത്. കൂടെവന്ന സെമീറമ്മായിയും റോഷിയമ്മായിയും ചിരിയോ ചിരി.

“ഡ്രൈവിങ് അറയിമോന്ന് ചോദിക്കുന്നത് കേട്ടിട്ടുണ്ട്. സൈക്കിളറിഞ്ഞിട്ടെന്തിനാ..?”

സത്തുക്കയുടെ ഭാര്യ സെമീറമ്മായിക്ക് ചിരിയടങ്ങുന്നില്ല.

“അതറിയില്ലേ, ഇവന്റെ ദാരിദ്ര്യംപിടിച്ച നാട്ടില്പ്പോ ആർക്കാ കാറുള്ളത്? ഷബാന വേഗം സൈക്കിള് പഠിച്ചോ. ഇല്ലെങ്കില് നടന്ന് ഒരു വഴിയാകും.”

റഫീക്കയുടെ ഭാര്യ.

ഷബാന അത്രെ കാര്യമായി എടുക്കുമെന്നു കരുതിയതേയല്ല. സൈക്കിൾ പഠിച്ചു എന്നു രണ്ടു ദിവസം കഴിഞ്ഞ് ഫോൺ വിളിച്ചപ്പോൾ പറഞ്ഞതുകേട്ട് സന്തോഷംതോന്നി. ആകെ പതിനഞ്ചുദിവസത്തെ പരിചയം. ആ ദിവസങ്ങളിൽ മിക്കദിവസവും ഫോൺ വിളിക്കാറുണ്ടായിരുന്നു. അവൾക്ക് മാനസികമായി എന്തെങ്കിലും അപാകതകളുണ്ടെന്നു തോന്നിയതേയില്ല. ഒരുപാട് വായിക്കാറുണ്ടെന്നും സൈക്കോളിജിക്കൽ

പുസ്തകങ്ങളാണ് ഇഷ്ടമെന്നും പറഞ്ഞപ്പോൾ ആളൊരു ബുദ്ധജീവിയാ അല്ലേ എന്നും ചോദിച്ചു. അങ്ങനെയൊന്നുമില്ല, പൈങ്കിളി നോവലുക ളോടു താൽപ്പര്യമില്ല - എന്നൊക്കെ പറഞ്ഞുകേട്ടപ്പോൾ സെലക്ഷൻ മോശമില്ലല്ലോ എന്നാണ് തോന്നിയത്. കാര്യമാത്രപ്രസക്തമായ സംഭാ ഷണങ്ങളേ തമ്മിലുണ്ടായിട്ടുള്ളൂ. വിസയ്ക്കുള്ള അപേക്ഷ അവൾത ന്നെയാണ് പൂരിപ്പിച്ചത്. കൂടെയിരുന്നെന്നുമാത്രം. കൈയക്ഷരം മുത്തു മണിപോലെയുണ്ടല്ലോ എന്നു പറഞ്ഞപ്പോൾ അവളുടെ മുഖത്ത് തിള ക്കം. കാണാൻ അതിസുന്ദരിയായിരുന്നു. ഗോതമ്പുനിറം. തുടിക്കുന്ന കണ്ണുകൾ. മുട്ടോളമെത്തുന്ന മുടി. ലളിതമായ വേഷം. ഇപ്പോഴത്തെ ഭൂരിപക്ഷം കുട്ടികളിലും കാണാത്ത വിനയം. പതിഞ്ഞ ശബ്ദം. ഒറ്റനോട്ട ത്തിൽ ആരുമിഷ്ടപ്പെട്ടുപോകും. ഉള്ളിൽ അവളുടെ രൂപം പതിഞ്ഞതു മാണ്. എന്നിട്ടിപ്പോൾ ഷബാനയെന്ന പേരുപോലും ഓർക്കാതിരി ക്കാനുള്ള ശ്രമത്തിലാണ്. അവളെന്തു പിഴച്ചു എന്ന ചിന്ത ചിലപ്പോൾ വല്ലാതെ അലട്ടാറുണ്ട്. അവൾ മാനസികരോഗിയാണെന്ന കാര്യം അവൾക്കറിയില്ലെന്ന് മാതാപിതാക്കൾ പറഞ്ഞത് നേരായിരിക്കും. അവ രാണ് കുറ്റക്കാർ. നേരിയൊരു സൂചനയെങ്കിലും തരാമായിരുന്നു. ഇത്തരം ചോദ്യങ്ങൾക്കൊന്നും ഉത്തരംകിട്ടണമെന്ന് ശഠിക്കാനാവില്ലെന്നാണ് ബാപ്പ പറയുന്നത്. മനുഷ്യർ വളരെ സ്വാർത്ഥരാണ്. എപ്പോഴും സ്വന്തം കാര്യത്തിനാണ് മുൻതൂക്കം കൊടുക്കുന്നത്. ഈ വലയും വണ്ടിയും തലയിൽ നിന്നൊഴിഞ്ഞുകിട്ടിയാൽ മതിയെന്ന ചിന്തയേ അപ്പോഴുണ്ടാ യിരുന്നുള്ളൂ. അവളുടെ അന്നത്തെ അവസ്ഥ കണ്ടാൽ അങ്ങനയല്ലാതെ ചിന്തിക്കാനും സാധിക്കില്ല. എന്റെ സ്വപ്നങ്ങളും മോഹങ്ങളും ചവിട്ടിയ രച്ചുകൊണ്ടായിരുന്നില്ലേ അവളുടെ അലറൽ?

എല്ലാവരുംകൂടി ആരവാരത്തോടെ മണിയറയടച്ച് വാതിൽ ചാരി യതും അകത്തുനിന്നു കുറ്റിയിട്ടു.

“ഇനി പേടിക്കാനില്ല” ആവേശത്തോടെ തിരിഞ്ഞു നോക്കിയപ്പോൾ അവൾ രണ്ടുകൈയ്കൊണ്ടും തലപിടിച്ച് കട്ടിലിൽ ഇരിക്കുകയായിരു ന്നു. എന്തുപറ്റിയെന്നു ചോദിച്ച് തിടുക്കത്തിൽ അടുത്തു ചെന്നപ്പോൾ അവൾ കണ്ണുകൾ തുറുപ്പിച്ചു നോക്കി പേടിപ്പിച്ചു. അതുവരെ മനോഹ രമായിരുന്ന മുഖം പെട്ടെന്ന് ബീഭത്സമായി.

“ഷബാനാ....ആർ യു ആൾ റൈറ്റ്?” മുഖം പിടിച്ചുയർത്തിയതും അവൾ നിലവിളി തുടങ്ങി.

“ഹേയ്....,എന്തായിത്..? കാം ഡൗൺ.....ഞാനാണ്” മാറോട് ചേർത്ത് ആശ്വസിപ്പിക്കാൻ ശ്രമിച്ചപ്പോൾ അവൾ കുതറിമാറി.

“അടുക്കരുത്.......തൊടരുത്.....” മേശപ്പുറത്തിരുന്ന പാൽഗ്ലാസ്സ് തട്ടി യിട്ട് അവൾ വാതിൽക്കലേക്കോടുന്നതുകണ്ട് പകച്ചു നിൽക്കാനേ സാധിച്ചുള്ളൂ. വാതിൽക്കൽ കൂടിനിൽക്കുന്നവരെ കണ്ടപ്പോൾ ഏതു പാതാളത്തിലൊളിക്കണമെന്നറിയാതെ അമ്പരന്നു

"എന്താ മോനേ....ഇവക്കെന്തു പറ്റി?" ഉമ്മ ചോദിക്കുന്നത് കേട്ടപ്പോൾ അരിശം മുഴുവൻ അവരോടായി. ഷബാനയെപ്പോലെ അലറിയാലോ എന്നുപോലും തോന്നാതിരുന്നില്ല. പക്ഷേ, ഒന്നും മിണ്ടാനാവാതെ ഉമ്മയുടെ മുറിയിലെ കട്ടിലിലിൽച്ചെന്നു വീഴുകയായിരുന്നു.

"ഷിബൂ.....എന്റെ മോനെന്തുപറ്റി?" എന്നു ചോദിച്ച് പിറകെ വരാൻ തുടങ്ങിയ ഉമ്മയെ ബാപ്പ തടയുന്നത് കേൾക്കുന്നുണ്ടായിരുന്നു. കുട്ടിക്കാലത്തു ചിലപ്പോൾ രാത്രിയിൽ ഭീകരസ്വപ്നങ്ങൾ കണ്ടുപേടിച്ച് ഇതുപോലെ ഉമ്മയുടെ മുറിയിലേക്കോടാറുണ്ടായിരുന്നു.

"ഉറങ്ങാൻ കിടക്കുമ്പോൾ ഫാത്തിഹയും സൂറത്തുകളും ഓതണമെന്ന് ഉമ്മ പറയാറില്ലേ. സാരല്ലട്ടോ. ഇബ്‌ലീസിന്റെ പണിയാ. കുട്ടി ഉമ്മാന്റൊപ്പരം കെടന്നോ."

കേൾക്കേണ്ട താമസം ഉമ്മയോട് പറ്റിച്ചേർന്ന് കിടക്കും. പിന്നെ കാണുന്നതെല്ലാം കണ്ണും മനസും കുളിർപ്പിക്കുന്ന കിനാക്കളായിരിക്കും.

"ഈ ചെറുക്കനെ നീ ചീത്തയാക്കും."

ബാപ്പയുടെ വാക്കുകളിൽ അരിശം.

"ഇങ്ങള് മിണ്ടാതിരിക്കീട്ടോ. കുട്ടി പേടിച്ചരണ്ടുപോയി."

"കുട്ടാ, ആൺകുട്ടികൾ ദുഃസ്വപ്നം കണ്ടാലും പേടിക്കാറില്ല." ബാപ്പ വീരന്മാരുടെ കഥകൾ പറഞ്ഞുതരുമായിരുന്നു. എന്തിനും ഒപ്പം നില്ക്കുന്ന എന്റെ ആദർശപുരുഷനായ ബാപ്പയുടെ കണ്ണുകളിൽ കണ്ട നിസ്സഹായതയും ഉമ്മയുടെ മുഖത്തെ ഭീതിയും ഇപ്പോഴും കുറച്ചൊന്നുമല്ല അസ്വസ്ഥനാക്കാറുള്ളത്. പാവം അവരെന്തു പിഴച്ചു? പിന്നെ ആർക്കാണ് പിഴവ് പറ്റിയത്? ആരും മനപ്പൂർവം ഒന്നും ചെയ്തില്ല. നിന്റെ വിധി ഇതാണെന്ന് നാലാംമാസത്തിൽ തലയിലെഴുതിയിട്ടുണ്ടാകുമെന്നു പറഞ്ഞാണ് ഉമ്മ ഇപ്പോൾ ആശ്വസിപ്പിക്കാറുള്ളത്. ഇനി അവൻതന്നെ വിധി തിരുത്തുമായിരിക്കും. ഭാവി മൻകൂട്ടി കാണാൻ മനുഷ്യനായിരുന്നെങ്കിൽ ഈ ലോകം സ്വർഗമാകുമായിരുന്നല്ലോ. ഈ വിവാഹം കുട്ടിക്കാലത്തുകണ്ട പേടിസ്പങ്ങളിലൊന്നാണെന്നു കരുതി മറക്കാൻ ശ്രമിക്കാം. ഖുറ്ആൻ സൂറത്തുകളോതി നെഞ്ചിലൂതി പിശാചിനെ ആട്ടിയകറ്റുന്നതുപോലെ ഷബാനയെക്കുറിച്ചുള്ള ഓർമകളും കാറ്റിൽപ്പറത്താം. ഓർമിക്കാനിഷ്ടപ്പെടാത്ത ആ പേര് ജീവിതത്തിന്റെ ഏടുകളിൽനിന്ന് വെട്ടി അവിടെ പുതിയൊരു പേരെഴുതിച്ചേർക്കാനാണ് ഉമ്മ പറയുന്നത്..

"പാവം കുട്ടി, ഇനി അതിന്റെ ഹാലെന്താ?" അലിവോടെ പരിതപിക്കുന്നതും ഉമ്മതന്നെ.

"നീ വക്കീലിനോടിങ്ങനെയൊന്നും പറയണ്ട. നമ്മള് ചെയ്യുന്നത് തെറ്റാണെന്നാ മൂപ്പരുടെ പക്ഷം." എന്ന് ഖാദറിക്കയും റഷീദ് മാമയും താക്കീത് ചെയതപ്പോൾ ഉമ്മ മൗനംപാലിച്ചെങ്കിലും അവളെക്കുറിച്ചോർത്ത് ഉമ്മ ഇപ്പോഴും സങ്കടപ്പെടുന്നുണ്ടെന്നറിയാം. ഒന്നുമറിയാത്ത ഒരു പാവം പെൺകുട്ടിയെ രണ്ടാമതൊന്നാലോചിക്കാൻപോലും മിന

ക്കെടാതെ ഉപേക്ഷിച്ചതിലുള്ള കുറ്റബോധം എന്നെയും ചിലപ്പോഴെങ്കിലും അലട്ടാറുണ്ട്. ആശുപത്രിയിൽ അവൾ എന്നെ കാണണമെന്നു പറഞ്ഞു വാശിപിടിക്കുന്നു, ഒന്നു വരാമോ എന്ന് അവളുടെ ബാപ്പ ചോദിച്ചപ്പോൾ അടിമുടി അരിശം നുരഞ്ഞുപൊന്തി. ഒരു സുഹൃത്തെന്ന നിലയിൽ ചെന്നു കാണാമായിരുന്നു എന്ന് ഇപ്പോൾ തോന്നുന്നു. കാലം മായ്ക്കാത്ത മുറിവുകളില്ല. പഴയ ഏടുകൾ മറിച്ചുനോക്കി വേവലാതിപ്പെട്ട് ജീവിതം പാഴാക്കാൻ സാധിക്കില്ലല്ലോ. തിസീസ് സബ്മിറ്റ് ചെയ്ത് ഡോക്ടറേറ്റെടുക്കുകയാണ് ഇപ്പോഴത്തെ ലക്ഷ്യം. അതു കഴിഞ്ഞ് നാട്ടിൽച്ചെന്ന് ഉമ്മയെ കാണണം. ബാക്കിയെല്ലാം വിധിക്കുവിടാം.

32

കരകാണാക്കടലിൽ കൈകാലിട്ടടിച്ച് ശരീരം തളരുന്നല്ലോ. കാണാക്കയത്തിലേക്ക് ആരോ പിടിച്ചു വലിക്കുമ്പോൾ ശ്വാസം കിട്ടാതെ പിടഞ്ഞു. ഇരുട്ടിലൂളിയിട്ട് വെളിച്ചത്തിനായി കേണു. അപ്പോഴതാ രണ്ടുകൈകൾ പുഷ്പംപോലെ മേലേക്കുയർത്തുന്നു. ശ്വാസതടസം മാറുന്നു. ആശ്വാസത്തോടെ കണ്ണു തുറക്കാൻ ശ്രമിക്കുമ്പോൾ പശവെച്ചൊട്ടിച്ചതുപോലെ. നെഞ്ചിനകത്ത് സൂചി കുത്തിത്തറയ്ക്കുന്ന വേദന. ആരാ എന്റെ വായ മൂടിക്കെട്ടിയത്? എനിക്ക് ശ്വാസം കഴിക്കാനാവുന്നില്ലല്ലോ? ആരുമില്ലേ എന്നെ രക്ഷിക്കാൻ? യാ ഇലാഹീ.... നീയും കൈവിട്ടോ....? പണിപ്പെട്ട് കണ്ണുതുറക്കാൻ ശ്രമിച്ചപ്പോൾ ചുറ്റും പച്ചക്കുപ്പായക്കാരുടെ പട. പലരുടെയും കണ്ണുകളിൽ നിസ്സംഗത.

"റബ്ബേ....ഞാനിതെവിടെയാ..? എന്റെ മക്കളെ കാണണമല്ലോ...വക്കീലെവിടെ....?"

"ഡോക്ടർ, സൈനബ കണ്ണ തുറന്നു."

"ആരാ ആ പറഞ്ഞത്...? ഞാനെവിടെയാ...? ഷിബു.....സത്തു....റഫി പോയോ...? ആരുമില്ലേ...?"

"ഹലോ... സൈനബാ... ഇപ്പോൾ എങ്ങനെയുണ്ട്...?"

"എനിക്ക് ശ്വാസം കഴിക്കാൻ പറ്റുന്നില്ല. മൂക്കും വായും അടച്ചുകെട്ടിയാലെങ്ങനാ..."

"പേടിക്കണ്ട കേട്ടോ. വായ മൂടിക്കെട്ടിയതല്ല. ഓക്സിജൻ മാസ്കാണ്. എന്നെ മനസിലായോ...?"

"ആരാ....എന്റെ കണ്ണിലാരാ പ്ലാസ്റ്ററൊട്ടിച്ചത്? വിളക്ക് കത്തിക്കൂ.... ഇരുട്ട് ലക്ഷണക്കേടാ.."

"ഞാൻ ഡോക്ടർ മുരളി... സൈനബ, നിങ്ങൾ ഐസിയുവിലാ..

ഇന്നുകൂടി ഇവിടെ കിടക്കാം."

പരിചിതസ്വരം കേട്ട് ആശ്വാസമായി. എന്തോ ചോദിക്കാൻ തുനിഞ്ഞതും നാവ് അനങ്ങുന്നില്ല. ചങ്ങലയ്ക്കിട്ടതുപോലെ. തൊണ്ടയിൽ ഒരിറ്റു വെള്ളംപോലുമില്ല. ഇതേത് കൊടുങ്കാട്ടിലാണെത്തിച്ചേർന്നിരിക്കുന്നത്? പാമ്പും തേളും ഇഴയുന്ന മലമ്പാത. ചുറ്റും കൂരാക്കൂരിരുട്ട്. എന്നിട്ടും പൊള്ളുന്ന ചൂട്. മരങ്ങളെരിയുന്നു. തൂണിലും തുരുമ്പിലും തീയ്. ഇതായിരിക്കും ഉമ്മ പറയാറുള്ള ഒയിലെന്ന ചെരുവ്. നരകത്തിലേക്കുള്ള മലമ്പാത. സിജ്ജീൻ.... സിജ്ജീൻ എന്താണെന്നറിയാമോ....? കത്തിക്കാളുന്ന നരകത്തീയ്.... പാപികളുടെ വാസസ്ഥലം. കരുണാമയനേ നീ കാക്ക്. നീ എന്നെ ഇല്ലിയീനിൽ പ്രവേശിപ്പിക്കണമെന്നാണല്ലോ രാവും പകലും ഞാൻ നിന്നോട് കേണപേക്ഷിച്ചത്. ഇല്ലിയീനെന്താണെന്ന് നിനക്കറിയില്ലേ...? അവിടെ തണുപ്പായിരിക്കും. തണൽമരങ്ങളും പൂമരങ്ങളും പച്ചപ്പും തിങ്ങിവിങ്ങിയ പാത. പൂക്കളുടെ സുഗന്ധം. കുടിക്കാൻ കർപ്പൂരച്ചുവയുള്ള പാനീയം. ഉതിർന്നു വീണ മുത്തുപോലെയുള്ള ബാലകർ അതാ എന്നെ മാടിവിളിക്കുന്നു. ഇപ്പോൾ തൊണ്ട വരളുന്നില്ല. ആളിക്കത്തുന്ന തീയുമില്ല. ആഴക്കടലിനുപകരം മഞ്ഞു മൂടിയ താഴ്വര. ആപ്പിളും മുന്തിരിയും റുമ്മാനും കൈയെത്താവുന്നിടത്ത് കായ്ച്ചു നിൽക്കുന്നു. പ്രാർഥനയ്ക്കുത്തരം തരുന്നവനേ നിനക്കു സ്തുതി. വീണ്ടും ഇരുൾ മൂടുന്നു. തീജ്വാല പൊതിയുന്നു. കുറച്ചുദിവസമായി സിജ്ജീനും ഇല്ലിയീനും മാറിമാറി കാണിക്കുന്നു. ചൂടും തണപ്പും മാറി മാറി പൊതിയുന്നു. എനിക്കു വയ്യല്ലോ...

"സൈനബാ......എന്താ....വെള്ളം വേണോ...?"

ഭയന്നുവിറച്ചപ്പോൾ ആ മൃദുസ്പർശം വല്ലാത്തൊരാശ്വാസമായിരുന്നു. പണിപ്പെട്ടാണെങ്കിലും കണ്ണു തുറന്നു. ചുറ്റിലും അപ്പോഴും മഞ്ഞു മൂടിയതുപോലെ. പച്ചപ്പട ഇപ്പോൾ വീണ്ടും എന്റെ ശരീരത്തിൽ സൂചി കുത്തിക്കയറ്റുമല്ലോ... അരുത്. മയക്കിക്കിടത്തിയത് മതി. ഉണരണം. എന്റെ വീടാകെ അലങ്കോലമായിട്ടുണ്ടാകും. രാവിലെ കോടതിയിൽ പോകാനിറങ്ങിയ വക്കീലിന്റെ സൈനബാ എന്ന ആവർത്തിച്ചുള്ള വിളി ഇപ്പോളെനിക്കു കേൾക്കാം. ഒരു സാധനം വച്ചിടത്ത് കാണാനില്ല. എന്റെ കണ്ണടയെവിടെ... ഉമ്മാ...എന്റെ ഷൂസെവിടെ....സോക്സെവിടെ....എന്റെ മക്കളും ഞാനില്ലാതെ നട്ടം തിരിയുകയാണ്. ഷിബൂ, പാലു കുടിച്ചില്ല. സത്തൂ ടിഫിനെടുത്തില്ല. റഫീ നിന്റെ പെൻസിൽ ബോക്സ്. ഞാനിങ്ങനെ കിടന്നാലെങ്ങനെയാ....അള്ളാ എനിക്കനങ്ങാനാവുന്നില്ലല്ലോ...

"ഉമ്മാ......ഇപ്പോളെങ്ങനെയുണ്ട്...?"

"ആരാ.....ഞാനെവിടെയാ...?"

"സത്തു വന്നത് കണ്ടില്ലേ നീ? മിണ്ടാതെയും പറയാതെയും നീയിങ്ങനെ കിടന്നാൽ....?"

ആരുടെയൊക്കെയോ വിതുമ്പലും തേങ്ങലും കേൾക്കാം. പക്ഷേ, മിണ്ടാനാവുന്നില്ല. വെള്ളം... ചുണ്ടനക്കി. ദാഹിച്ചു കേഴുമ്പോൾ ചുട്ടുപ

ഴുത്ത മലിനജലം അല്ല, നാറുന്ന ചലം നിന്റെ വായിലേക്കൊഴിക്കും. പേടിച്ചാണ് ചുണ്ടുപിളർത്തിയത്. എന്റെ വായിൽ മലിനജലമല്ല മധുചഷകമാണ് പകർന്നത്. ഇപ്പോൾ എനിക്കു ചുറ്റുമുള്ളവരെ വ്യക്തമായി കാണാം. നാവിലെ ചങ്ങലയും അയഞ്ഞിരിക്കുന്നു.

മുഖത്തേക്കുറ്റു നോക്കി വിതുമ്പുന്ന വക്കീൽ. കട്ടിലിലിരുന്ന് നെറ്റി തടവുന്ന സത്താറിന്റെ കരഞ്ഞു കലങ്ങിയ മുഖം... സഹിക്കാനായില്ല.

ഇവരെല്ലാം എനിക്കുവേണ്ടി സങ്കടപ്പെട്ടതുകൊണ്ടായിരിക്കാം, ആഴക്കടലിലെറിഞ്ഞവർതന്നെ എന്നെ പൂപോലെ തൂക്കിയെടുത്ത് കട്ടിലിൽ കിടത്തിയത്. കൈകൊണ്ട് മുഖത്ത് പരതി. ഇല്ല വായ മൂടിക്കെട്ടിയിട്ടില്ല. സംസാരിക്കാൻ തടസമില്ല. സത്താറെന്താ ഇവിടെ...? ഐസിയുവിൽ അവർ നിന്നെ കയറ്റിയോ..? നന്നായി. നിങ്ങളാരെയും കാണാതെ ഞാൻ വല്ലാതെ വിഷമിക്കുകയായിരുന്നു. ഇപ്പോൾ കൈയ്ക്കും കാലിനും വിലങ്ങുകളില്ല. ചലിപ്പിക്കാം. കൈയ് പതുക്കെ ഉയർത്തിയതും സത്താർ കൈയിൽപ്പിടിച്ചു.

"ഉമ്മാ....ഇനി വേണോ വെള്ളം?"

"വേണ്ട. നീ എപ്പളേ വന്നത്? ഞാൻ എവിടെയാ...?"

"അധികം വർത്താനം പറയണ്ട...ഇന്നലെ രാത്രിയിലാ മുറിയിലേക്ക് കൊണ്ടന്നത്. അപ്പളേ മയക്കത്തിലാ."

അവൻ നെറ്റിയിൽ മുത്തി. അപ്പോൾ വക്കീൽ അടുത്തുവന്ന് കൈയ് പിടിച്ചു.

വക്കീൽ ആകെ അവശനായല്ലോ. മുഖത്ത് ഉറക്കക്ഷീണം. കണ്ണുകളിൽ മരവിപ്പ്.

"ഇങ്ങളേടെയായിരുന്നു? ഞാനെത്ര വിളിച്ചു. മുഖമെന്തായിങ്ങനെ...? ഉറങ്ങാറില്ലേ..? ഇതെന്തേ അതിശയം? ഇന്റെ ബാപ്പാക്ക് കോടതീലൊന്നും പോണ്ടേ...?"

ഒറ്റശ്വാസത്തിൽ സൈനബ അത്രയും പറഞ്ഞപ്പോൾ വക്കീലിന്റെ മുഖത്ത് നിലാവുദിച്ചു.

"അൽഹം ദുലില്ലാഹ്...നീയൊന്നു മിണ്ടിയല്ലോ. നിന്റെ പരിഭവം പറച്ചിലു കേൾക്കാഞ്ഞിട്ടാണെന്നു തോന്നുന്നു കോടതിയിൽപ്പോലും പോകാൻ മനസുവന്നില്ല."

"ഞാൻ ഷിബുവിനെ വിളിക്കട്ടെ. നിങ്ങളോടൊന്നു സംസാരിക്കണമെന്നു പറഞ്ഞ് അവനും റഫിയും രണ്ടുദിവസമായി രാവും പകലും വിളിയാണ്. ഇന്നുംകൂടി സംസാരിക്കാൻ സാധിച്ചില്ലെങ്കിൽ ഉടനെ ഇങ്ങോട്ടു പുറപ്പെടുമെന്നാ രണ്ടിന്റെയും ഭീഷണി. ഒരുവിധം പറഞ്ഞു നിർത്തിയിരിക്കുകയാ."

"ഇപ്പോ സമയമെന്തായി..? ഓല് ഒറങ്ങുന്ന സമയമാണെങ്കില് വിളിക്കണ്ട."

പതിഞ്ഞ ശബ്ദത്തിലാണെങ്കിലും വ്യക്തമായി സൈനബ പറഞ്ഞതുകേട്ട് വക്കീൽ ആശ്വാസത്തോടെ നെടുവീർപ്പിട്ടു.

"അവരുറങ്ങാനായിട്ടില്ല" സത്താർ ഫോൺ ഡയൽ ചെയ്തു.

മക്കളോട് രണ്ടാളോടും സംസാരിച്ചു കഴിഞ്ഞപ്പോൾ സൈനബ ക്ഷീണിച്ചെങ്കിലും മുഖം തെളിഞ്ഞു.

"കെടന്ന് മതിയായി. ഇരിക്കട്ടെ."

ഉമ്മ പറഞ്ഞത് കേട്ട് സത്താർ കട്ടിലിന്റെ ഹെഡ്റെസ്റ്റ് പതുക്കെ ഉയർത്തി ഉമ്മയുടെ ഇരിപ്പ് സുഖമാക്കി. യൂറിന്റെ ട്യൂബും കൈയിലെ ഡ്രിപ്പും സൈനബയെ അസ്വസ്ഥയാക്കി.

"ഇതൊക്കെയൊന്ന് ഊരിത്തരാൻ പറ. എനക്കിപ്പാളൊന്നുമില്ല. മേലുകഴുകി ഈ കുപ്പായമൊക്കെ മാറ്റി ഒളു എടുത്ത് നിസ്കരിച്ചാ എല്ലാം മാറും."

സൈനുവിന്റെ സ്വരത്തിലെ പ്രത്യാശ ബാപ്പയുടെയും മകന്റെയും മനസുകളെ ദീപ്തമാക്കി.

"മുരളി വരട്ടെ."

വക്കീൽ പറഞ്ഞു.

അപ്പോഴേക്കും ഡോക്റും പരിവാരങ്ങളും മുറിയിലെത്തി.

അതുകണ്ട് സൈനബ തല മറയ്ക്കാനായി ഷോള് പരതി. കട്ടിലിൻ തലയ്ക്കൽ മടക്കിയിട്ടിരുന്ന ഷോളെടുത്ത് സത്താർ ഉമ്മയുടെ തല മറച്ചു.

"ആളുഷാറായിപ്പോയല്ലോ."

ഡോക്ടർ മുരളി സൈനബയുടെ നാഡി പരിശോധിച്ചുകൊണ്ടു പറഞ്ഞു. ബിപിയും ഹൃദയമിടിപ്പും പരിശോധിച്ച് ഡോക്ർ മരുന്നുകൾ നിർദേശിച്ചു.

"ഈ ട്യൂബൊക്കെ ഒന്ന് ഊരിക്കൂടെ...?"

സൈനു ചോദിച്ചു.

"ഊരിയേക്കാം. അതിനുമുമ്പ് ഇസിജി ഒന്നുകൂടി നോക്കാണം. എന്താ?"

"നിങ്ങളെ കൈയിലകപ്പെട്ടാപ്പിന്നെ അനുസരിക്കയല്ലാതെ വേറെന്തു നിവൃത്തി. ഗുളിക തന്ന് മയക്കല്ലേ.. കണ്ണുതുറക്കാനാവുന്നില്ല. എന്തെല്ലാം പേക്കിനാക്കളാ കാണുന്നത്."

"വക്കീലേ, എന്തായീ സിജ്ജീനും ഇല്ലിയീനും...? ഐ സിയുവിൽ കിടക്കുമ്പോൾ സൈനബ ഇങ്ങനെയെന്തൊക്കയോ പറയുമായിരുന്നു."

ഡോക്ടർ മുരളി തമാശമട്ടിൽ പറഞ്ഞു.

"എന്റെ ഭാര്യ പഴയമട്ടിലാകട്ടെ. എന്നിട്ട് ഇതേക്കുറിച്ച് വിശദമായൊരു ക്ലാസെടുക്കാം.."

വക്കീൽ ഉറക്കെച്ചിരിച്ചുകൊണ്ടു പറഞ്ഞു.

"ഈ ചിരി കേൾക്കാതെ കോളനിക്കാർ മുഴുവൻ ഒരാഴ്ചയായി മൗനത്തിലാ."

വക്കീലിന്റെ ചിരി കേട്ടുകൊണ്ടത്തിയ ഖാദർ പറഞ്ഞു.

"സ്വർഗവും നരകവുമെല്ലാം കണ്ടു... ഇനി വയ്യ... വീട്ടിൽപ്പോണം." സൈനബ.

"നല്ലോണം മാറിയിട്ട് പോയാ മതി. അവിടെയത്തിയാൽ ഒരുമിനുട്ട് നീ അടങ്ങിയിരിക്കില്ല."

ഖാദറിക്ക ശാസിച്ചു.

"വീട്ടിലയക്കാം. പക്ഷേ ഒരുമാസം കംപ്ളീറ്റ് റസ്റ്റെടുക്കുമെന്ന് വാക്കു തരണം. അതു കഴിഞ്ഞ് മല വേണമെങ്കിലും മറിച്ചിടാം."

ഡോക്ടർ ആശ്വസിപ്പിച്ചു.

"ഒരു മാസം അനങ്ങാതെ കെടക്കാനോ...? ഞാനോ...? നന്നായി."

അന്തംവിട്ടമട്ടിലാണ് സൈനബ പറഞ്ഞത്.

"എന്നാപ്പിന്നെ ഒരുമാസം ഇവിടക്കിടക്കാം." ഡോക്ടർ.

"അതാ നല്ലത്. അവിടെ വന്നാ ഒരുമാസം പോയിട്ട് ഒരുദിവസം ഇവൾ അടങ്ങിയിരിക്കില്ല." വക്കീൽ.

"ഇങ്ങള് കരിനാക്കുകൊണ്ട് ഓരോന്നു പറയല്ലേ."

അത്രയുമായപ്പോഴേക്ക് സൈനബയുടെ മുഖം മങ്ങി. കിതയ്ക്കുന്നുമുണ്ടായിരുന്നു.

"ഉമ്മാ...ഇനി മതി സംസാരിച്ചത്. കിടക്കാം." സത്താർ.

"ഉമ്മാക്കൊന്നുമില്ലെടാ. ഒരേകിടപ്പു കിടന്നതുകൊണ്ടുള്ള ക്ഷീണമാ. വെറുതെയിരുന്നുള്ള ശീലമില്ലാലോ."

"ചെറിയചൂടിൽ കുടിക്കാനെന്തെങ്കിലും കൊടുക്ക്. ക്ഷീണം മാറിക്കോളും. ഞാനിപ്പോളെഴുതിത്തന്ന ഗുളിക ഉടനെ കൊടുത്തോളൂ. എണ്ണമയമുള്ളത് അധികം കഴിക്കണ്ട. മധുരവും ഒഴിവാക്കുന്നതാ നല്ലത്. ഇസിജി ഉടനെ എടുത്തിട്ട് എന്നെ കാണിക്കൂ കേട്ടോ."

ഡോ. മുരളി നഴ്സിനോടായി പറഞ്ഞു.

"മധുരമില്ലാതെ എനിക്ക് ചായ എറങ്ങൂലാ. ഓരോന്നു വിധിക്കല്ലേ ഡോക്ടരേ... ഇവരെല്ലാംകൂടി ഇനിയെന്നെ ഇടത്തോട്ടും വലത്തോട്ടും തിരിയാൻ സമ്മതിക്കില്ല."

"കുറച്ചു ദിവസമൊന്ന് ക്ഷമിക്ക്. പിന്നെ എല്ലാം പഴയതുപോലെ ആവാമല്ലോ. രണ്ടുദിവസംകൂടി ഇവിടെ കിടക്കാം. എല്ലാം ഒന്നു നോർമലായിട്ട് വീട്ടിൽപ്പോയാപ്പോരെ...?" എന്നു പറഞ്ഞ് ഡോക്ടർ പോയി.

സൈനുവിന്റെ മുഖത്തെ മ്ളാനത എല്ലാവരിലും പടർന്നു. അതോടെ മുറിയിൽ മൗനം നിറഞ്ഞു

"മോനേ, ഫ്ളാസ്കിൽ പച്ചക്കറി സൂപ്പുണ്ട്. ലത പ്രത്യേകം തന്നയച്ചതാ. ഉമ്മയ്ക്ക് കൊടുക്ക്."

കൈയിലിരുന്ന ക്യാരിയർബാഗ് സത്താറിനെ ഏൽപ്പിച്ചിട്ട് ഖാദർ പറഞ്ഞു.

സത്താർ ചൂടുള്ള സൂപ്പ് ഗ്ളാസിലൊഴിച്ച് ഉമ്മയെ കുടിപ്പിച്ചു. അപ്പോഴേക്ക് നഴ്സ് ഗുളികയുമായി എത്തി. ഇസിജി എടുക്കാനും ആളെത്തി. അതു കഴിഞ്ഞപ്പോഴേക്കും സൈനു ആകെ തളർന്നിരുന്നു. സത്താർ ഉമ്മയെ നേരെ കിടത്തി പുതപ്പിച്ചു. ഖാദറിക്കയും വക്കീലും പതുക്കെ സംസാരിക്കുന്നുണ്ടെങ്കിലും അങ്കലാപ്പിലാണെന്ന് മുഖം കണ്ടാലറിയാം.

നിങ്ങളൊക്കെ ഇങ്ങനെ വേവലാതിപ്പെടാൻമാത്രം അസുഖമൊന്നുമെനിക്കില്ലെന്നു പറഞ്ഞ് അവരെ സമാധാനിപ്പിക്കണമെന്നുണ്ടായിരുന്നു സൈനുവിന്. ക്ഷീണം കാരണം മിണ്ടാനാവുന്നില്ല. മകന്റെ മുഖത്തു തന്നെ കണ്ണുംനട്ടു കിടന്നു. മയങ്ങില്ലെന്നുറപ്പിച്ചതാണെങ്കിലും കൺപോളകളടയുന്നു. എങ്കിലും മനസിൽ ചിന്തകളുടെ വേലിയേറ്റം. സത്താറിന്റെ മുഖം താളുപോലെ വാടിയിരിക്കുന്നു. വക്കീലാകട്ടെ പെട്ടെന്ന് അവശനായതുപോലെ. റഫീഖും ഷിഹാബും സന്തോഷം ഭാവിക്കുന്നുണ്ടായിരുന്നെങ്കിലും അവരുടെ ഉള്ളിലെ നീറ്റൽ വാക്കുകളിലൂടെ അറിഞ്ഞതാണ്. പ്രിയപ്പെട്ടവരെയെല്ലാം അസ്വസ്ഥതയുടെ മുൾമുനയിൽ നിർത്തി ഒരാഴ്ചയായി ഐസിയുവിൽ രാവും പകലുമറിയാതെ മയക്കത്തിലായിരുന്നു. പാവം ഷിഹാബ്... എത്ര തവണയാണ് മാപ്പുപറഞ്ഞത്. ഉമ്മയെ നോവിപ്പിക്കുന്ന ഒരു വാക്കും നീ പറഞ്ഞില്ല കുട്ടാ എന്ന് പലതവണ പറഞ്ഞിട്ടും അവൻ കരച്ചിൽതന്നെ. ഒടുക്കം സത്താർ ഫോൺ പിടിച്ചു വാങ്ങുകയായിരുന്നു. പഴയകാര്യങ്ങൾ ചിക്കിപ്പരത്താനാണെങ്കിൽ ഞാനിനി ഫോണെടുക്കില്ലെന്ന് അവൻ പറഞ്ഞതുമുതൽ മനസ്സ് വല്ലാതെ കലങ്ങിയെന്നത് നേരാണ്. അത് പക്ഷേ അവനോടു പിണങ്ങിയതു കൊണ്ടല്ല. അവൻ മറക്കാൻ ശ്രമിക്കുന്ന കാര്യം വീണ്ടും ഓർമിപ്പിച്ചല്ലോ എന്ന കുറ്റബോധം കൊണ്ടാണ്. അവനിഷ്ടപ്പെടാത്തതൊന്നും മിണ്ടുകയേയില്ല എന്ന് മനസിലുറപ്പിച്ചുകൊണ്ടാണ് എപ്പോഴും ഫോൺ കൈയിലെടുക്കുക. അവസാനം നാവിൽ ഇബ്‌ലീസ് കയറിയതുപോലെ എന്തെങ്കിലുമൊന്നു പറഞ്ഞുപോകും. അതോടെ അവനാകെ ചൂടാകും. അപ്പോൾ അറിയാതെ സ്വരമിടറും. അതവനെ വേദനിപ്പിക്കുമെന്നറിയാമെങ്കിലും നിയന്ത്രിക്കാൻ സാധിക്കാറില്ല. സ്വന്തം നാവിനെപ്പഴിച്ച് ഒഴുക്കിയ കണ്ണീരിന് കണക്കില്ല.

"ഈമാനുറപ്പില്ല. അതാ നീയിങ്ങനെ. തൊട്ടെനും പിടച്ചേനുമൊക്കെ ഇങ്ങനെ ആധിപിടിക്കാൻ തൊടങ്ങിയാ ദുനിയാവിലെങ്ങനെ കയിഞ്ഞു കൂടും?"

ഉമ്മയുടെ വാക്കുകൾ ചെവിയിലടിക്കുന്നു.

അതേ, അഞ്ചുനേരം നിസ്കരിച്ചതുകൊണ്ടോ നോമ്പുനോറ്റതുകൊണ്ടോ മാത്രം വിശ്വാസിയാവുന്നില്ല. നന്മയും തിന്മയും അവന്റെ പക്കൽനിന്നാണെന്നുറച്ചു വിശ്വസിക്കുന്നവരാണ് യഥാർഥ വിശ്വാസികൾ. തന്റെ അടിമകളെ അവൻ നിരന്തരം പരീക്ഷിച്ചുകൊണ്ടിരിക്കും. അതിൽ തളരരുത്. വിധികർത്താവിനെ പഴിക്കരുത്. നീയെന്താ ചെയ്തത്..? ചെറുതായിട്ടൊരടി കിട്ടിയപ്പോഴേക്കും ലോകത്തെ മുഴുവൻ പഴിച്ചുകൊണ്ട് മുറിയടച്ചിരുന്ന് കരച്ചിലായിരുന്നില്ലേ? എല്ലാം രണ്ടുദിവസംകൊണ്ട് അവസാനിപ്പിച്ചുതന്നതിനു സർവശക്തനു നന്ദി പറയുകയാണ് വേണ്ടത്. ഷിഹാബ് പറയുന്നതുപോലെ ഒരുമിച്ച് ജീവിക്കുകയും സുഖദുഃഖങ്ങൾ പങ്കുവയ്ക്കുകയും ചെയതതിനു ശേഷമാണ് ഇങ്ങനെ സംഭവിച്ചിരുന്നതെങ്കിലോ? അവൻ ആ കുട്ടിയുടെ ദേഹത്തുപോലും തൊട്ടിട്ടില്ല. യുകെ

യിലേക്കു കൊണ്ടുപോകാൻ വിസയ്ക്ക് അപേക്ഷിക്കാൻ കടലാസുകളെല്ലാം രണ്ടുപേരും ഒന്നിച്ചിരുന്നാണ് പൂരിപ്പിച്ചത്. അഭിമുഖത്തിനുള്ള തീയതിയും കിട്ടിയിരുന്നു. കല്യാണപ്പിറ്റേന്ന് അവളുടെ വീട്ടിൽ സൽക്കാരവും കഴിഞ്ഞ് എറണാകുളത്തു പോകാൻ എല്ലാ ഏർപ്പാടുകളും ചെയ്തിരുന്നു. രണ്ടുദിവസം അവിടെ താമസിച്ച് അവിടന്ന് ഹൈദരബാദിൽ ഫർസാനയെ കാണാൻപോകാനും പരിപാടിയിട്ടതാണ്. അവിടെ വച്ചാണ് ഇങ്ങനെ സംഭവിച്ചിരുന്നതെങ്കിലോ? എന്റെ മോൻ ആകെ അവതാളത്തിലാകുമായിരുന്നു. പാവം ഫർസാന! വിവരമറിഞ്ഞ് വീട്ടുകാരോടൊപ്പം അവളും ദുഃഖിച്ചു. അവളെക്കുറിച്ച് ഷിഹാബ് ആദ്യം സൂചിപ്പിച്ചപ്പോൾ ഉള്ള് ഉരുകിയിരുന്നു. പക്ഷേ, അവളെയും വീട്ടുകാരെയും കാണുകയും പരിചയപ്പെടുകയും ചെയയ്തപ്പോഴുണ്ടായ സമാധാനം വാക്കുകളിലൊതുങ്ങില്ല. ആകെ തളർന്ന ഷിബുവിന് ഫർസാനയാണ് ധൈര്യം കൊടുത്തത്. സ്രഷ്ടാവിന്റെ ഓരോരോ തമാശകൾ! അങ്ങ് നൈസാമിന്റെ നാട്ടിൽ ജനിച്ചുവളർന്ന പെൺകുട്ടി മൂന്നാൺമക്കൾക്കും സഹോദരിയെപ്പോലെയാണ്. അള്ളാഹു ചെയ്തുതന്ന ഏതേതനുഗ്രഹങ്ങളെയാണ് നിനക്ക് തള്ളിപ്പറയാനാവുക? മനുഷ്യകുലം നന്ദികെട്ട ജാതിയാണെന്ന് ഖുറ്ആനിൽ പറയുന്നത് വെറുതെയല്ല. തന്നതിനൊന്നും നന്ദിയില്ല. കിട്ടാക്കനികളെക്കുറിച്ചാലോചിച്ച് ജീവിതം പാഴാക്കുകയും ചെയ്യും.

നിസ്സാരകാര്യങ്ങൾ പെരുപ്പിച്ച് മനസ്സ് കത്തിച്ച് അസുഖം ക്ഷണിച്ചുവരുത്തി. നീ കാരണം വക്കീലും മക്കളും സഹോദരങ്ങളും എത ദിവസമായി ആശുപത്രി വരാന്തയിൽ നട്ടം തിരിയുന്നു! കോളനിയിലെ എല്ലാവരുടെയും ജീവിതത്തിന്റെ താളം തെറ്റിയിട്ടുണ്ടാകും. ഇനിയും വേണ്ടാത്തതാലോചിച്ച് മനസ്സ് പുണ്ണാക്കി നിന്റെയും മറ്റുള്ളവരുടെയും ജീവിതം ദുരിതക്കടലിലാഴ്ത്തണ്ട. മനസിലെ കറകളെല്ലാം കഴുകിക്കളയാം. പലതവണ ആവർത്തിച്ചു മനസിലുറപ്പിച്ചതാണ്. എന്നാലും പിടിവിട്ടുപോകും. കരഞ്ഞുകലങ്ങിയ കണ്ണുകളുമായി ഇടയ്ക്കിടെയെത്തുന്ന ഷബാനയുടെ ഓർമകൾ കുറച്ചൊന്നുമല്ല ശല്യപ്പെടുത്താറുള്ളത്. അവളുടെ ജീവിതം നരകമാക്കണമെന്ന് ആരും ആഗ്രഹിച്ചതല്ല. എന്നാൽ, എന്റെ മകന്റെ ജീവിതം നരകമാക്കി അവളെ കൂടെ നിർത്താനും സാധിക്കില്ല. അവൾ അസുഖം മാറി വീണ്ടും പഠിക്കാൻ ചേർന്നെന്നറിഞ്ഞത് ആശ്വാസമായി. മഹറുപോലും തിരിച്ചു വേണ്ടെന്ന് വക്കീൽ നിർബന്ധം പിടിച്ചിട്ടും കൊടുത്തതെല്ലാം അവർ തിരിച്ചയച്ചത് വല്ലാതെ നോവിച്ചു. അവരെ കുറ്റപ്പെടുത്താനും സാധിക്കില്ല. ആശുപത്രിയിൽ കിടന്നപ്പോൾ ഒരിക്കൽപ്പോലും ആരും ചെന്നുനോക്കിയില്ലെന്നുള്ളത് നേരാണ്. പക്ഷേ, ആരോടുമുള്ള വിരോധം കൊണ്ടായിരുന്നില്ല. ഇനി ഒരുദിവസംപോലും അവളോടൊപ്പം കഴിയാൻ സാധിക്കില്ലെന്നു പറഞ്ഞ് ഷിഹാബ് ബാപ്പയെ കെട്ടിപ്പിടിച്ച് കരഞ്ഞപ്പോൾ എല്ലാവരും തളർന്നുപോയി. വക്കീൽ അന്നുതന്നെ നിയമത്തിന്റെ വഴിയിലൂടെ വിവാഹബന്ധം വേർപെടുത്തുവാനുള്ള ഏർപ്പാടുകളും ചെയ്തു. എല്ലാം ദുഃസ്വപ്നമായി കരുതാം.

സുഖക്കേടായാൽപ്പോലും കിടക്കാൻ നേരംകിട്ടില്ലെന്ന് നിത്യേന യുള്ള പരാതി കേട്ടായിരിക്കണം അള്ളാഹു കുറച്ചുദിവസം വിശ്രമം വിധി ച്ചത്. വല്ലാത്ത അനുഭവമായിരുന്നു. പകലേ അസ്വസ്ഥത തോന്നിയിരു ന്നു. എന്തോ പൊറുതികേട് എന്നാണ് തോന്നിയത്. മഗരിബ് നമസ്കരി ച്ചപ്പോൾ ആകെ തളർച്ചപോലെ. ഈയിടെയായി തളർച്ചയും നെഞ്ചെരി ച്ചലും പതിവാണ്. അസിഡിറ്റിക്കുള്ള മരുന്നു കഴിച്ചിട്ടും വലിയ വ്യത്യാ സമൊന്നും കാണാഞ്ഞപ്പോൾ ഗോരോജനാദി ഗുളിക ജീരകവെള്ളത്തി ലലിയിച്ച് കഴിച്ചു. അപ്പോൾ കുറച്ചാശ്വാസം തോന്നി. അതുകൊണ്ടാണ് ആശുപത്രിയിൽ പോണോ എന്ന് വക്കീൽ ചോദിച്ചപ്പോൾ വേണ്ടെന്നു പറഞ്ഞത്. രണ്ട് പാരസെറ്റമോളെടുത്ത് കഴിച്ചപ്പോൾ മയങ്ങുകയും ചെയ്തു. നെഞ്ചിൽ സൂചി തറയ്ക്കുന്നതുപോലെ തോന്നി ഉറക്കം ഞെട്ടു കയായിരുന്നു. അത് വർദ്ധിച്ച് നെഞ്ചിനകമാകെ പുകഞ്ഞപ്പോൾ കരച്ചി ലടക്കാൻ കഴിഞ്ഞില്ല. അതു കേട്ടാണ് വക്കീലുണർന്നത്. പിന്നെ ഒന്നും ഓർമയില്ല. എവിടെയൊക്കെയോ സൂചി കയറ്റുന്നതും ട്യൂബിടുന്നതും അറിയുന്നുണ്ടായിരുന്നെങ്കിലും മിണ്ടാൻ സാധിച്ചിരുന്നില്ല. ഇന്നിപ്പോൾ അള്ളാഹുവിന്റെ അനുഗ്രഹത്താൽ ജീവിതം തിരിച്ചുകിട്ടിയിരിക്കുന്നു. കൈവിട്ടുപോയെന്നു കരുതിയ ജീവിതം തിരിച്ചുകിട്ടുക അവന്റെ അള വറ്റ അനുഗ്രഹംതന്നെ.

അവന്റെ ഏതേതനുഗ്രഹമാണ് നിനക്ക് നിഷേധിക്കാൻ സാധി ക്കുക!

33

"നമ്മളെ മുറിയിലെ ചുമരിനെന്ത് നിറമാ വേണ്ടത്?"

പെയിന്റർമാർക്ക് നിർദേശം കൊടുക്കുന്നതിനിടയിൽ സൈനു വിളിച്ചു ചോദിച്ചു.

"നീ തന്നെ തീരുമാനിച്ചാ മതി." പുസ്തകം വായിക്കുന്നതിനിട യിൽ വക്കീൽ അലസമായി പറഞ്ഞു.

"ഇങ്ങളോട് ചോദിച്ചിട്ട് കാര്യമില്ല." അവൾ മക്കളെ മൂന്നുപേരെയും മാറിമാറി ഫോൺവിളിക്കുന്നതു കേട്ട് കൈയിലിരുന്ന പുസ്തകം മടക്കി വച്ചു വക്കീൽ ഓർമിപ്പിച്ചു.

"ആവശ്യമില്ലാതെ ഓടി നടക്കല്ലേ സൈനബാ, ക്ഷീണം വരും."

"ഓടി നടക്കാതെങ്ങനെയാ, മൂന്നാ കല്യാണം."

ഉത്സാഹത്തോടെ പറഞ്ഞുകൊണ്ട് അവൾ പണിക്കാർക്ക് നിർദേ ശങ്ങൾ കൊടുത്തു.

അപ്പോഴേക്കും സത്താറിന്റെ കുട്ടിക്കാലം മുതലുള്ള സുഹൃത്തും ആർകിടെക്ടുമായ രാജേഷെത്തി.

"നീയെത്തിയോ മോനേ? സമാധാനമായി. ബാപ്പാനോട് ഒരഭിപ്രാ യവും ചോദിച്ചിട്ട് കാര്യമില്ല. എല്ലാം നിന്നെ ഏൽപ്പിക്കാനാ സത്തു പറ ഞ്ഞത്. ഷിഹാബിന്റെ മുറി അടിമുടി മാറ്റണം. പഴയതൊന്നും വേണ്ട. കർട്ടൻകാര് വന്നോ?"

"ഇപ്പഴെത്തും. സത്തുവിന്റെ മെയിലുണ്ടായിരുന്നു. ഉമ്മ ഓവർ എക്സേർട്ട് ചെയ്യാതെ നോക്കണമെന്ന് എന്നെയാ ഏൽപ്പിച്ചിരിക്കുന്നത്. ഉമ്മ ഓടി നടക്കണ്ട. ഞാനായിക്കോളാം."

"അങ്ങനെ പറഞ്ഞുകൊടുക്ക് രാജൂ. കോണി അധികം കയററു തെന്ന് മുരളി ഇന്നലെയും പറഞ്ഞു. ആരു കേൾക്കാൻ?"

"ഞാനൊന്നും ചെയ്യരുതെന്നും പറഞ്ഞ് ഇങ്ങള് ചാരുകസേരയിൽ കയറിക്കെടന്നാൽ കാര്യങ്ങളെങ്ങെനാ നടക്കുന്നത്?"

"അതൊക്കെ രാജു ചെയ്യിച്ചോളും."

"സുഖമല്ലേ ബാപ്പാ, കഴുത്തുവേദന കുറഞ്ഞോ?"

രാജേഷ് ചോദിച്ചപ്പോൾ പെട്ടെന്ന് സത്തുവിനെ ഓർത്തു. അവർ അഞ്ചാംക്ലാസു മുതൽ ഒന്നിച്ചു പഠിച്ചതാണ്. സത്തുവിനെപ്പോലെ അവനും ഉമ്മാ, ബാപ്പ എന്ന് വിളിക്കുന്നത് കേൾക്കുമ്പോൾ മനസ്സ് നിറയാറുണ്ട്. രാജേഷിന്റെ അമ്മയും അച്ഛനും സത്തുവിനെയും സ്വന്തം മകനെപ്പോലെയാണ് കാണുന്നത്. ഓണത്തിനു കായ വറുത്തതും ശർക്കരപുരട്ടിയും വിഷുവിന് നെയ്യപ്പവുമായി രണ്ടുപേരും മുടങ്ങാതെയെത്തും. പെരുന്നാളിനും നോമ്പിനും കോളുമായി സൈനു അങ്ങോട്ടും പോകാറുണ്ട്.

ഷിഹാബ് ഫർസാനയുടെ മാമയുടെ മകൾ റുക്സാനയെ കല്യാണം കഴിക്കാൻ പോകുന്നതിലുള്ള ഉത്സാഹത്തിലാണ് സൈനു. ഉണ്ണിയുടെ മകൻ സന്ദീപിന്റെയും സാബിറയുടെയും വിവാഹസൽക്കാരവും ഇവിടെവച്ചു നടത്താനാണ് സൈനുവിന്റെ പരിപാടി. സാബിറയുടെ ജീവിതത്തിൽ ഇങ്ങനെയൊരു വഴിത്തിരിവ് ആരും പ്രതീക്ഷിച്ചതല്ല. ഹബീബിന് കുട്ടികളുണ്ടാവില്ലെന്നറിഞ്ഞ് അവന്റെ ഭാര്യ പിണങ്ങിപ്പോയകാര്യം സൈനു പറഞ്ഞിരുന്നു. അതുകഴിഞ്ഞ് താമസിയാതെ അവന്റെ ഉമ്മ സുഖമില്ലാതെ ആശുപത്രിയിൽകിടന്നപ്പോൾ സാബിറ ഓടിച്ചെന്നതുമാണ്. നിയമപരമായി അവൾ ഇന്നും അവന്റെ ഭാര്യയാണ്. വിവാഹബന്ധം വേർപെടുത്താനുള്ള വീട്ടുകാരുടെ ശ്രമം സാബിറയാണ് എതിർത്തത്. വിവാഹമോചനം വേണ്ടെന്ന് അവൾ ഒരേ വാശിയായിരുന്നു. അതേതായാലും നന്നായി. അല്ലെങ്കിൽ ഇപ്പോൾ വീണ്ടും ഒന്നാകണമെങ്കിൽ സാബിറയ്ക്ക് ചടങ്ങ് കല്യാണം നടത്തേണ്ടിവരുമായിരുന്നു. അങ്ങനെ വിവാഹം കഴിക്കുന്നവൻ നിയമപരമായി തലാഖ് ചെയ്താലേ അവൾക്ക് വീണ്ടും ഹബീബിനെ വിവാഹം കഴിക്കാൻ അനുവാദമുള്ളു എന്നതാണ് മതനിയമം. ഒറ്റനോട്ടത്തിൽ നോക്കുമ്പോൾ നിയമം പ്രാകൃതമാണെന്നു തോന്നുമെങ്കിലും ചുഴിഞ്ഞാലോചിച്ചാൽ സ്ത്രീനന്മയ്ക്കുവേണ്ടിയാണ് ഇങ്ങനെയൊരു നിയമമുണ്ടാക്കിയതെന്ന് മനസിലാകും. വിവാഹമോചനം കുട്ടിക്കളിയല്ലെന്ന് ജനതയെ ബോധ്യപ്പെടുത്താനാണ് ഇത്തരം കർശനനിയമങ്ങളുണ്ടാക്കിയത്. സ്വന്തം വീട്ടുകാരുടെ എതിർപ്പ് വകവയ്ക്കാതെയാണ് രോഗിയായ ഹബീബിന്റെ ഉമ്മയെ കാണാനും സഹായിക്കാനും സാബിറ ചെന്നിരുന്നത്.. ഞാനും സൈനുവും അവൾക്ക് ധൈര്യം കൊടുത്ത് കൂടെനിന്നു. എന്നാൽ, അവർ വീണ്ടും ഒന്നാകാൻ തീരുമാനിച്ച കാര്യം അറിഞ്ഞതേയില്ല. അതൊക്കെ പറയാനും അറിയാനും നിങ്ങക്ക് നേരവുമില്ല താൽപ്പര്യവുമില്ല എന്ന് സൈനബ പറയുന്നതാണ് നേര്. ചുറ്റും എന്തു സംഭവിക്കുന്നു എന്ന്

ചികഞ്ഞുനോക്കാറേയില്ല. സൈനു പറയുമ്പോഴാണ് കുടുംബത്തിലെ കാര്യങ്ങൾപോലും അറിയുന്നത്. അവൾക്ക് സുഖമില്ലാതായതോടെ കുറെയൊക്കെ മാറ്റം വന്നതാണ്. ഡോക്ടർ അവൾക്ക് പരിപൂർണവിശ്രമം വിധിച്ചപ്പോൾ അത്രയുംകാലം കോടതിയിൽപ്പോലും പോകാതെ കണ്ണിലെണ്ണയൊഴിച്ചു കാത്തിരുന്നു.

“ബാപ്പാനെ വിശ്വസിച്ചിട്ടാ ഞാൻ പോണത്. നമ്മുടെ അശ്രദ്ധ കൊണ്ട് ഉമ്മയ്ക്ക് രോഗം കൂടുതലായെന്നു കേട്ടാൽ എനിക്ക് സഹിക്കാനാവില്ല.”

ആശുപത്രിയിൽ നിന്നു സൈനുവിനെ വീട്ടിലെത്തിച്ചിട്ട് തിരിച്ചുപോകാൻ നേരം കൈയിൽപിടിച്ചുകൊണ്ട് സത്തു പറഞ്ഞത് എവിടെയൊക്കെയൊ കയറിക്കൊണ്ടു. ബാപ്പ ശ്രദ്ധിച്ചിരുന്നെങ്കിൽ ഉമ്മയുടെ രോഗം ഇത്രയും കഠിനമാവുമായിരുന്നില്ല എന്നൊരു ധ്വനി അതിലടങ്ങിയിരുന്നു. അതുകൊണ്ടാണ് എല്ലാ തിരക്കുകളും രണ്ടുമാസം അവൾക്കുവേണ്ടി മാറ്റിവെച്ചത്. അതിന്റെ ഫലം കാണുകയും ചെയ്തു. വിചാരിച്ചതിലും നേരത്തേ അവൾ കിടക്ക വിട്ടെഴുന്നേറ്റു. ജോലിഭാരവും, മക്കളുടെ പഠിത്തവും, ഉമ്മയുടെ പരിചരണവുമൊക്കെയായി യൗവ്വനകാലത്ത് നിന്നു തിരിയാൻ നേരമില്ലായിരുന്നു. വാർധക്യസുഖമായിരിക്കും പടച്ചവൻ നമുക്ക് വിധിച്ചിട്ടുണ്ടാവുക എന്ന് വളരെ പ്രതീക്ഷയോടെ സൈനു പറയാറുണ്ട്.

വേദനകൊണ്ട് പിടയുന്ന സൈനുവിനെയുംകൊണ്ട് ആശുപത്രിയിലേക്കോടുമ്പോഴുള്ള അവസ്ഥ വാക്കുകളിൽ വിവരിക്കാൻ സാധ്യമല്ല. കാറിൽ മടിയിൽ തലവെച്ച് കിടക്കുമ്പോൾ അവളുടെ കണ്ണുകൾ അടഞ്ഞുപോകുന്നുണ്ടായിരുന്നു. കൈയിൽ മുറുകെപ്പിടിച്ച് കണ്ണുകൾ തുറക്കാനും എന്തോ പറയാനും അവൾ പണിപ്പെടുന്നുണ്ടായിരുന്നു. ആശുപത്രിയിലെത്തി സ്ട്രക്ചറിൽ കിടത്തിയിട്ടും അവൾ കൈയിലെ പിടി വിട്ടിരുന്നില്ല. ഐസിയുവിലെത്തിയപ്പോൾ ഡോക്ടർ കൈയ് പറിച്ചെടുക്കുകയായിരുന്നു. അപ്പോൾ അവളുടെ കണ്ണുകളിലെ ഭീതി ഒട്ടാകെ തളർത്തി. ഇരിക്കാനൊരിടം തേടിയപ്പോൾ റസാഖ് വന്ന് താങ്ങി. കരയാൻപോലുമാകാതെ സ്തംഭിച്ചുപോയിരുന്നു. പെട്ടെന്ന് സമനില വീണ്ടെടുത്തെങ്കിലും കുറച്ചുസമയം ഭ്രാന്തമായ ഒരവസ്ഥയിൽത്തന്നെയായിരുന്നു. ദൈവത്തിന്റെ ഓരോരോ വികൃതികൾ എന്നല്ലാതെ എന്തു പറയാൻ? കണ്ടിട്ടും കേട്ടിട്ടുമില്ലാത്ത രണ്ടുപേരെ ഒന്നിച്ചു ചേർക്കുകയും വിട്ടുപിരിയാനാകാത്തവിധം അവരെ ബന്ധിപ്പിക്കുകയും ചെയ്യുന്നതിന്റെ പൊരുളാലോചിച്ച് പലപ്പോഴും തലപുകച്ചിട്ടുണ്ട്. ഒറ്റനോട്ടത്തിൽ കണ്ട് ഇഷ്ടപ്പെട്ടാണ് സൈനുവിനെ വിവാഹം കഴിക്കാൻ തീരുമാനിച്ചത്. ജീവിതകാലം മുഴുവൻ കൂടെപൊറുക്കേണ്ട ഇവളുടെ സ്വഭാവം എങ്ങനെയായിരിക്കുമെന്നോ പൊരുത്തപ്പെട്ട് ജീവിക്കാൻ സാധിക്കുമോ എന്നതിനെക്കുറിച്ചൊന്നും ചിന്തിച്ചതേയില്ല. ഉമ്മയുടെയും ആങ്ങളമാരുടെയും

ഇള്ളക്കുട്ടിയായി കഴിഞ്ഞവൾ, ഇരുത്തംവന്ന വീട്ടമ്മയായതുകണ്ട് അത്ഭുതപ്പെട്ടിട്ടുമുണ്ട്. അവൾ വിചാരിച്ചതുപോലെ കാര്യങ്ങൾ നടന്നില്ലെങ്കിൽ മുഖം നീരുകെട്ടിയതുപോലെ വീർക്കും. മൗനമാണ് പ്രധാനസമരരീതി. അവളുടെ മൗനം സഹിക്കാതെ പലപ്പോഴും പൊട്ടിത്തെറിച്ചു പോയിട്ടുണ്ട്. എന്നിട്ടും ഒരക്ഷരംപോലും മിണ്ടാതെ കമഴ്ന്നുകിടന്ന് കണ്ണീരടക്കുന്നത് കാണുമ്പോൾ സ്വയം ശപിക്കും. കുട്ടികൾ മുതിർന്നതോടെ അവരുടെ മുന്നിൽ സമനില കൈവിടാതിരിക്കാൻ രണ്ടുപേരും കിണഞ്ഞു ശ്രമിക്കാറുണ്ട്. അങ്ങനെ ഇണങ്ങിയും പിണങ്ങിയും നാൽപ്പതുകൊല്ലമായി കൂടെ പൊറുക്കുന്നു. ഇന്ന് അവളില്ലാത്ത ജീവിതം എനിക്കും ഞാനില്ലാത്ത ജീവിതം അവൾക്കും സങ്കൽപ്പിക്കാനേ സാധിക്കുന്നില്ല. ഉള്ളിലെ ഭീതി ഇപ്പോഴും മാറിയിട്ടില്ല. എന്നുവേണമെങ്കിലും തട്ടിപ്പറിക്കാം. ഒരു ജീവിതവും ശാശ്വതമല്ലല്ലോ. എല്ലാവരും പോകേണ്ടവർ. ആരു മുമ്പേ, ആരു പിമ്പേ എന്ന് അവൻ തീരുമാനിക്കും – എന്ന് മനസിലുറപ്പിച്ച് സ്വസ്ഥത കൈവരിക്കാൻ ശ്രമിക്കുകയാണ്.

സ്വന്തം അവശത മറ്റുള്ളവർ അറിയിരുതെന്ന് സൈനുവിന് നിർബന്ധമാണ്. പനിക്കിടക്കയിലായാലും മുടി ചീകി മുഖം മിനുക്കിയേ കിടക്കൂ. വയസ്സ് അമ്പത്തഞ്ചായെങ്കിലും നാൽപ്പതിലേറെ മതിക്കില്ല. നരച്ചമുടിയിഴകൾ കളർ ചെയത് കറുപ്പിച്ചും ബ്യൂട്ടിപാർലറിൽച്ചെന്ന് മുഖം മിനുക്കിയും പ്രായത്തെ ഒളിക്കാൻ അവൾ ശ്രമിക്കുന്നുമുണ്ട്.

“മുഖം മിനുക്കിയും മുടി കറുപ്പിച്ചും പ്രായത്തെ മൂടിവയ്ക്കാമെന്ന് വിചാരിക്കണത് വെറുതയാ അല്ലേ?”

ഈയിടെ അവൾ കണ്ണാടിയുടെ മുന്നിലിരുന്ന് പറയുന്നുണ്ടായിരുന്നു.

“അതെന്തേ ഇപ്പമങ്ങനെ തോന്നാൻ? സന്തൂർ സോപ്പു തേയ്ക്കുന്നത് കൊണ്ടായിരിക്കും നിന്നെക്കണ്ടാൽ പ്രായം തോന്നുകയേയില്ല.”

“വാരല്ലേ. ഈയിടെയായി കൈയും കാലുമൊക്കെ പണിമുടക്കി; വയസ്സ് മൂടിവയ്ക്കാനാവില്ലെന്ന് തെളിയിക്കുന്നുണ്ട്. കാൽമുട്ടിന് ഭയങ്കരവേദന. കോണിപ്പടി കേറുമ്പം കിതപ്പുമുണ്ട്. തേച്ചുമിനുക്കി സൂക്ഷിക്കുന്ന ഈ ഉടലും മണ്ണിൽച്ചെന്നു ചേരാനുള്ളതല്ലേ?”

“നീ മാത്രമല്ല എല്ലാവരും മണ്ണിൽച്ചെന്നു കിടക്കാനുള്ളവർതന്നെ. അതു കരുതി ജീവിക്കാതിരിക്കാൻ പറ്റുമോ ശ്രീമതീ? നമുക്കൊക്കെ ഇനിയുള്ളത് ബോണസ് പിരിയി ഡാ. അതങ്ങാസ്വദിക്കാമെന്നു പറഞ്ഞാ തലയിൽക്കയറില്ലല്ലോ.”

“പിന്നേ, ആസ്വദിക്കുന്ന ആളും. ഇംഗ്ലണ്ടിലും അമേരിക്കയിലുമൊക്കെ ചെല്ലാൻ റഫീഖും ഷിഹാബും എത്രകാലമായി വിളിക്കുന്നു. അലക്കൊഴിഞ്ഞിട്ട് കാശിക്കു പോകാൻ നേരമില്ലെന്നു പറഞ്ഞതുപോലെയല്ലേ നിങ്ങളെ അവസ്ഥ?”

“കുറച്ചുകാലംകൂടി ക്ഷമിക്ക്. ജൂനിയേഴ്സിനെ എല്ലാം ഏൽപ്പിച്ച് ബാക്കിജീവിതം നമുക്കങ്ങ് ആഘോഷിക്കാം.”

“കാലമേറെയായി കേൾക്കുന്ന ഡയലോഗല്ലേ? നമ്മക്കിതൊന്നും വിധിച്ചിട്ടില്ലേ?”

“നിന്നാണെ സത്യം. ഞാനിപ്പോ കാര്യമായിട്ടുള്ള കേസുകളൊന്നും ഏറ്റെടുക്കാറില്ല. പണ്ടത്തെപ്പോലെ ഓടിനടക്കാൻ വയ്യാതായി. കുട്ടികൾ പഠിച്ചിരുന്ന കാലത്ത് മണ്ടിപ്പാഞ്ഞ് നടക്കാതെ നിവൃത്തിയില്ലായിരുന്നു. ഇനിയിപ്പോ കിട്ടുന്ന പെൻഷൻതന്നെ നമുക്ക് രണ്ടുപേർക്കും ധാരാളം. വെറുതെയിരുന്ന് മുഷിയണ്ടല്ലോ എന്നു കരുതി മാത്രമാണ് പെൻഷനായപ്പോൾ കോടതിയിൽ പ്രാക്ടീസ് തുടങ്ങിയത്. പിന്നീടതൊരു ഹരമായി. ഇന്നിപ്പോ കോടതിയിൽ പോയില്ലെങ്കിൽ ആകെയൊരു ശൂന്യതയാണ്. ഏതായാലും ഒരു ബ്രെയിക് അത്യാവശ്യമാണ്. ഈ വർഷം നമ്മൾ യൂറോപ്പിലും അമേരിക്കയിലും പോകാൻ തീരുമാനിച്ചു കഴിഞ്ഞു. രണ്ടാം ഹണിമൂൺ. ട്രാവലേജന്റിനെ വിളിച്ച് ഇപ്പഴേ ടിക്കറ്റൊക്കെ ഏർപ്പാടാക്കിക്കോ.”

അവൾ അതിനു മറുപടിയൊന്നും പറഞ്ഞില്ല.

“എന്താ ശ്രീമതീ, മിണ്ടാട്ടമില്ലാത്തത്? നിനക്ക് ഇപ്പോഴും എന്നെ വിശ്വാസമില്ല അല്ലേ?”

“വിശ്വാസക്കുറവൊന്നുമില്ല. നേരത്തേകാലത്തേ ഓരോന്നു തീരുമാനിക്കുന്നതിലും കാര്യമില്ല. ആർക്ക് എന്താ എപ്പളാ സംഭവിക്കുകയെന്ന് അള്ളാക്കല്ലേ അറിയൂ? സമയവും സന്ദർഭവും ഒത്തുവരികയാണെങ്കിൽ ഇൻശാ അള്ളാഹ് നമുക്ക് പോകാം.”

“എന്താടോ നീയൊരുഷാറില്ലാതെ. ഷിഹാബിന്റെ കാര്യംവിട്. അവന് കുറച്ച് സമയം അനുവദിച്ച് കൊടുക്ക്. എല്ലാം ശരിയാവും.”

“അള്ളാഹു ശരിയാക്കിത്തരും. കാരണം എന്റെ കുട്ടി അറിഞ്ഞുകൊണ്ട് ഒരു തെറ്റും ചെയ്തിട്ടില്ല. നമ്മളായിട്ട് അവന്റെ ജീവിതം...”

മുഴുമിപ്പിക്കാനാകാതെ തേങ്ങിയ അവളെ മാറോടണച്ചപ്പോൾ കണ്ണു നിറഞ്ഞെങ്കിലും പണിപ്പെട്ട് കണ്ണീരടക്കി.

“എന്താന്നറിയില്ല, ഈയിടെയായിട്ട് വല്ലാതെ പേടിയാകുന്നു. വല്ലാത്ത പൊറുതികേട്. ഇനിയും ദുരന്തങ്ങൾ വേട്ടയാടുമെന്നൊരു തോന്നൽ. നിങ്ങള് കൂടെയുണ്ടല്ലോ എന്നു മാത്രമാണ് സമാധാനം.”

“ഏത് ദുരന്തത്തിലും ഞാൻ നിന്നോടൊപ്പമുണ്ട്. വെറുതേ ഓരോന്നാലോചിച്ച് അസുഖം വരുത്തല്ലേ. നമുക്ക് അടുത്തമാസം ദുബായിലൊന്നു പോയാലോ? കുട്ടികളോടപ്പം കുറച്ചു ദിവസം നിന്നാൽ നിന്റെ വിഷമമെല്ലാം മാറും.”

“കൊണ്ടുപോകുമോ എന്നെ...?”

“ഇൻശാ അള്ളാഹ്...”

“ടിക്കറ്റിനു പറയട്ടെ.”

“പറഞ്ഞോളൂ. നിന്നെ അവിടെയാക്കിയിട്ട് ഞാനിങ്ങു പോരും. നീ കുറേദിവസം അവിടെ നിന്നിട്ട് വന്നാമതി.”

"അതൊന്നും പറ്റില്ല. രണ്ടാളുംകൂടി ഒന്നിച്ച് തിരിച്ചുവന്നാ മതി. നിങ്ങളിവിടെ ഒറ്റയ്ക്കു നിന്നാ എനക്കൊരു സമാധാനവുമുണ്ടാവില്ല."

"വയസാകുന്തോറും സ്നേഹവും അടുപ്പവും കൂടുമെന്നു പറയുന്നത് വെറുതെയല്ല. നിന്നെപ്പിരിഞ്ഞ് അധികദിവസം നില്ക്കുന്നതിനെക്കുറിച്ച് എനിക്കും ആലോചിക്കാനേ കഴിയുന്നില്ല. നീ കുറച്ചുകാലം സ്വസ്ഥമായി കഴിഞ്ഞോട്ടെയെന്നു കരുതി പറഞ്ഞെന്നേയുള്ളൂ."

"നിങ്ങള് കൂടെയില്ലെങ്കില് എനിക്കെന്ത് സ്വസ്ഥത..?"

അവളില്ലാതെ സ്വസ്ഥതയില്ലെന്ന് അവൾ ആശുപത്രിയിലായിരുന്നപ്പോഴാണ് ബോധ്യമായത്. എല്ലാവരുംകൂടി നിർബന്ധിച്ചാലാണ് വീട്ടിലെത്തുക. കിടപ്പുമുറിയിലെത്തുമ്പോൾ ആകെ പരവേശമാണ്. സൈനൂ, കണ്ണടയെവിടെ, വാച്ചെവിടെ എന്നു ചോദിച്ചുകൊണ്ട് രാവിലെ ബഹളം വയ്ക്കുക ശീലമായിപ്പോയിരുന്നു. എല്ലാം മുന്നിലുണ്ടെങ്കിലും അവൾ നേരിട്ടുവന്ന് എടുത്തുതരണമെന്ന് വാശിപിടിച്ചതെന്തിനായിരുന്നെന്ന് ഇപ്പോൾ അത്ഭുതപ്പെടാറുണ്ട്. അവളുടെ സാമീപ്യം എപ്പോഴും ആഗ്രഹിച്ചിരുന്നതുകൊണ്ടായിരിക്കാം. രാവിലെ തുടരെയുള്ള നിങ്ങളുടെ വിളി കേട്ടില്ലെങ്കിൽ ആകെയൊരു പൊറുതികേടാണെന്ന് ഈയിടെ അവളുംസമ്മതിച്ചതാണ്.

"സാബീ, രാജു അങ്ങോട്ടു വരുന്നുണ്ട്. എന്താ വേണ്ടതെന്നുവെച്ചാ പറഞ്ഞുകൊടുക്ക്ട്ടോ."

സൈനബ ഫോണിൽ സംസാരിക്കുന്നത് കേട്ട് ആലോചന മതിയാക്കി എഴുന്നേറ്റു.

"ഞാൻ പോട്ടേ, ബാപ്പാ. തിരക്കുണ്ട്." രാജു ചോദിച്ചു.

"എന്തായി മോനേ, നിറമെല്ലാം സിലക്ട് ചെയ്തോ..?"

"ഒരുവിധം. നാളെത്തന്നെ പണി തുടങ്ങാം. സത്തു എത്തുംമുമ്പ് എല്ലാം തീർത്തില്ലെങ്കിൽ അവനെന്നെ ശരിയാക്കും."

"സാബിയുടെ വീട്ടിൽ ഞാൻ വരണോ മോനെ?" സൈനു ചോദിച്ചു.

"നീയിനി അങ്ങോട്ടോടണ്ട. ഇന്നത്തേക്ക് മതി." വക്കീൽ ശാസിച്ചു.

"ഉമ്മ കുറച്ചുനേരം റെസ്റ്റെടുക്ക്. ഞാൻ പോയിട്ട് നാളെ വരാം."

അവൻ യാത്ര പറഞ്ഞപ്പോൾ സൈനബ തളർന്നതുപോലെ തളത്തിലെ ആട്ടക്കസേരയിലിരുന്നുകൊണ്ട് അവശതയോടെ പറഞ്ഞു.

"ആവൂ, പണ്ടത്തെപ്പോലെ മണ്ടിപ്പായാനൊന്നും ആവുന്നില്ല. വയസായി അല്ലേ?"

"വല്ലാത്ത ക്ഷീണമുണ്ടോ. നീ സൂപ്പ് കുടിച്ചോ?"

വക്കീൽ കരുതലോടെ ചോദിച്ചു.

"ഓ, അതു മറന്നു."

"സ്വന്തം കാര്യത്തിൽ യാതൊരു ശ്രദ്ധയുമില്ല നിനക്ക്. രാവിലെ ഗുളിക കഴിച്ചതല്ലേ?"

സൈനു തലയാട്ടി എഴുന്നേല്ക്കാൻ ശ്രമിച്ചു.

"കുറച്ചുനേരം വിശ്രമിക്ക്. ഞാൻ പ്രിയയോട് സൂപ്പിങ്ങോട്ട് കൊണ്ടു വരാൻ പറയാം."

വക്കീൽ തിരിഞ്ഞപ്പോഴേക്കും പ്രിയ ട്രേയിൽ സൈനുവിനുള്ള സൂപ്പും എനിക്കുള്ള ഗ്രീൻടീയുമായി എത്തി.

"ഇവൾ മിടുക്കിയായിപ്പോയല്ലോ."

സൂപ്പെടുത്ത് സൈനുവിന് കൊടുക്കുമ്പോൾ വക്കീൽ വാത്സല്യത്തോടെ പറഞ്ഞു.

"ആരിഫ എത്തിയോ, ചോറിന്റെ പണിയൊക്കെ തുടങ്ങിയോ?"

"ആരിഫത്താത്ത എത്തി. അമ്മ മിണ്ടാതെ ഒരു ഭാഗത്തിരുന്നോ. ഞങ്ങള് നോക്കിക്കോളാം."

ചായക്കപ്പും ഗ്ലാസും വാങ്ങി താഴെത്തേക്കിറങ്ങുമ്പോൾ പ്രിയ പറഞ്ഞു.

"എന്നെ മൂലയ്ക്കിരുത്താൻ എല്ലാരും കിണഞ്ഞു പാടുപെടുന്നുണ്ടല്ലോ. നിങ്ങളെല്ലാം പറയുന്നത് കേട്ട് ഇപ്പോ ഇവളും എന്നോടു മെക്കിട്ട് കേറിത്തുടങ്ങി."

പ്രിയ ചിരിച്ചുകൊണ്ട് താഴേക്കിറങ്ങി.

"സ്നേഹംകൊണ്ടല്ലേ, സാരമില്ല. ആട്ടെ, ഇവളുടെ കല്യാണക്കാര്യമെന്തായി?"

വക്കീൽ ചോദിച്ചു.

"ഇത് കല്യാണ സീസനാണെന്നാ തോന്നുന്നത്. ഉടനെ ഉണ്ടാകുമെന്നാ അവളുടെ അച്ഛൻ കഴിഞ്ഞയാഴ്ച ഫോൺ വിളിച്ചപ്പോൾ പറഞ്ഞത്."

"നന്നായി. ആവുന്ന സഹായങ്ങൾ ചെയ്യണം. പറ്റുമെങ്കിൽ പോവുകയും വേണം. എല്ലാരും സന്തോഷമായിരിക്കട്ടെ. ഷിഹാബ് ഇത്ര പെട്ടന്ന് വിവാഹത്തിനു തയാറാകുമെന്ന് ഞാൻ വിചാരിച്ചതേയല്ല. കണ്ണെത്താ ദൂരത്തുനിന്ന് നമ്മുടെ ഭാഷപോലും വശമില്ലാത്ത ഒരു കുട്ടിയെ അവൻ വിവാഹം കഴിക്കുന്നത് നീ അനുകൂലിക്കില്ലെന്നാ ഞാൻ വിചാരിച്ചത്."

"ഫർസാന എനിക്കു മോളെപ്പോലെയാണ്. എന്റെ കുട്ടിക്ക് ദോഷം വരുന്ന കാര്യത്തിന് അവൾ മുന്നിട്ടിറങ്ങില്ലെന്നെനിക്കറിയില്ലേ? മലയാളിയല്ലെന്നുള്ള ദോഷംമാത്രമേയുള്ളു."

"ഭാഷയിലും വേഷത്തിലൊന്നുമല്ല കാര്യം. മനപ്പൊരുത്തമുണ്ടാകണം."

"എല്ലാം മുകളിലിരിക്കുന്നവന്റെ കാരുണ്യമെന്നേ ഞാൻ പറയൂ. റുക്സാനയും ഷിബുവും കാണാനിടയായതും അവർ രണ്ടുപേരും തമ്മിലിഷ്ടപ്പെട്ടതുമൊക്കെ അവന്റെ വിധിയെന്ന് വിശ്വസിക്കാനാ എനിക്കിഷ്ടം."

"അവർതമ്മിൽ എഴുത്തുകുത്തുകൾ തുടങ്ങിയിട്ടിപ്പോ എത്ര കാലമായി?"

“അഞ്ചാറുമാസമായില്ലേ. രണ്ടാൾക്കും പരസ്പരം ഇഷ്ടമാണെന്ന് അവർ പറഞ്ഞാണ് അറിഞ്ഞതെന്നാണ് ഫർസാന പറഞ്ഞത്.”

“ആ, അവന്റെ തലയിൽ രണ്ടു വിവാഹമെന്ന് എഴുതിയിരുന്നു. സംഭവിച്ചതെല്ലാം നല്ലതിന്, ഇനി സംഭവിക്കാനുള്ളതും നല്ലതിന്.”

“അതൊക്കെ സമ്മതിച്ചു. നിക്കാഹിന് അത്യാവശ്യക്കാർക്ക് ഹൈദരബാദിലേക്കു പോകാനുള്ള ഏർപ്പാടാക്കണമെന്ന് ഖാദറിക്ക പറഞ്ഞത് നിങ്ങള് മറന്നോ? എല്ലാവരുമായി ആലോചിച്ച് അതിനുള്ള ഏർപ്പാടെങ്കിലും നിങ്ങള് ചെയ്യണേ.”

“ഏറ്റു. ഇതാ ഇപ്പത്തന്നെ വിളിച്ചേക്കാം” വക്കീലെഴുന്നേറ്റപ്പോൾ സൈനബയും എഴുന്നേറ്റു.

34

"ഹേയ്, ഷിഹാബ്, ആർ യു സ്റ്റിൽ ദേർ...?"

റുക്സാന എഴുതിയത് വായിച്ചപ്പോഴാണ് ഓൺലൈനിലാണല്ലോ എന്നോർത്തത്.

അവളുമായി ചാറ്റു ചെയ്തുകൊണ്ടിരിക്കുമ്പോഴായിരുന്നു ഉമ്മയുടെ ഫോൺകോൾ വന്നത്.

"സോറി യാർ...ഉമ്മയുടെ കോളുണ്ടായിരുന്നു."

"ഇറ്റ സ് ഓക്കെ. ഞാൻ വിചാരിച്ചു ലൈൻ കട്ടായെന്ന്. ഉമ്മയെന്തു പറയുന്നു?"

"ഭയങ്കര എക്സൈറ്റ്മെന്റിലാ. ദിവസം പത്തുതവണയെങ്കിലും വിളിക്കും. കല്യാണക്കാര്യത്തിലുള്ള സംശയങ്ങൾ ചോദിച്ചുകൊണ്ട്."

"ഇന്നെന്തായിരുന്നു സംശയം?"

"നമ്മുടെ റൂം അലങ്കരിക്കുന്നതിനെക്കുറിച്ച്. ചുമരിനെന്തു നിറമാവേണ്ടത്. ജനൽകർട്ടൻ സീ ത്രൂ മതിയോ.. ഫർണിച്ചർ മാറ്റട്ടെ... അങ്ങനെ പോകുന്നു. നിന്റെ അഭിപ്രായവും ചോദിക്കാൻ പറഞ്ഞിട്ടുണ്ട്, കേട്ടോ."

"ഹൗ സ്വീറ്റ് ഓഫ് ഹേർ.....ഐ ആം റിയലി ലക്കി..."

"മുൻവിധിയൊന്നും വേണ്ട. കണ്ണെത്താദൂരത്താ നീ വരുന്നത്. ഭാഷ, വേഷം, ഫുഡ് എല്ലാം വ്യത്യസ്തം. നല്ലോണം ആലോചിച്ചോ. ഞാൻ നിന്റെ നാട്ടിൽ വന്നു താമസിക്കുന്ന പ്രശ്നമേയില്ല. ഇംഗ്ളണ്ടിൽ നിന്നു കെട്ടുകെട്ടാൻ പോവുകയുമാണ്. ഇവിടെ വന്നിട്ട് പറ്റില്ലാന്നു പറഞ്ഞാ കുഴയുമേ..."

"വെറുതേ പേടിപ്പിക്കല്ലേ. നിന്റെ വീട്ടുകാർ വളരെ നല്ലവരാന്ന് ഫർസാനാദി പറഞ്ഞിട്ടുണ്ടല്ലോ."

"അവൾ ഉമ്മയുടെ ചമ്ചയാ. അങ്ങനയേ പറയൂ റുക്മണീ...

റുക്മണീ..... നല്ലവണ്ണം ആലോചിച്ചോ...."

"വാട്ട് യു മീൻ ബൈ റുക്മണീ.....നീ പരിഹസിക്കുകയാ...?"

"നോ ബേബീ.....സ്നേഹിച്ചതാ."

"ഇവനെക്കൊണ്ട് ഞാൻ തോറ്റു. പാതിരാക്ക് ഉറക്കമിളച്ചിരുന്ന് നിന്റെ പൊട്ടത്തരങ്ങൾ കേൾക്കാൻ എന്നെ കിട്ടില്ല. ഞാൻ ലൈൻ കട്ടുചെയ്യാൻ പോവുകയാ..."

"പ്ലീസ്...പ്ലീസ്....കുറച്ച്നേരംകൂടി. നിന്നെ പേടിപ്പിക്കാൻ പറഞ്ഞ തല്ല. ചൂടുവെള്ളത്തിൽ വീണ പൂച്ചയുടെ അവസ്ഥയാ എന്റേത്. നിന്നോട് ചാറ്റ് ചെയ്യുമ്പോഴും എന്നെ കാണുമ്പോൾ അലറി ഓടുന്ന ഒരു പെൺകുട്ടി എന്നെ വല്ലാതെ വേട്ടയാടുന്നു."

"നീ എന്നോടൊന്നും ഒളിച്ചിട്ടില്ലല്ലോ. ഞാനും എന്റെ പഴയകാലം നിന്നോട് പറഞ്ഞിട്ടുണ്ട്. ഭൂതകാലം നമുക്കിരുവർക്കും മറക്കാം. പുതി യൊരു നാളേക്കായി ഒരുമിച്ച് പ്രാർഥിക്കാം."

"താങ്ക്യൂ യാർ. ആട്ടെ, അവിടെ ഒരുക്കങ്ങളൊക്കെ എത്രേടംവരെ യായി? ഫർസാനയുടെ വരവ് തീരുമാനിച്ചോ?"

"ഉടനെ എത്തണമെന്നു പറഞ്ഞ് ഞാൻ ഇന്നലെയും വിളിച്ചതാ. ഡ്രസ്സെടുക്കാനൊക്കെ ദീദിയുണ്ടെങ്കിലേ ശരിയാവൂ. ജീജുവിനെ ഇന്നലെ പപ്പയും വിളിച്ചിരുന്നു. ടിക്കറ്റയക്കട്ടെ എന്നു ചോദിച്ചു. അതൊന്നും വേണ്ട, കഴിയുന്നതും വേഗം അവളെ അയച്ചേക്കാമെന്നു പറഞ്ഞു."

"നിനക്ക് ഇവിടത്തെ റിസപ്ഷനിടാനുള്ള ഡ്രസ്സെടുക്കാനും ഉമ്മ ഫർസാനയെയാണല്ലോ ഏൽപ്പിച്ചത്."

"ഓ..റിയലീ... ദീ എന്നോടൊന്നും മിണ്ടിയില്ല. ഇങ്ങ് വരട്ടെ. ഞാൻ കാണിച്ചുകൊടുക്കാം. നീ എന്തു വേഷമാ ഇടാൻ പോകുന്നത്....? ഷെർവാണി....?"

"നോ..മുണ്ടും ഷർട്ടും.....കേരളാ സ്റ്റൈൽ ദുൽഹാ...."

"എന്നാ ഞാൻ സാരിയുടുക്കാം."

"ഐ ആം ജോക്കിംഗ് യാർ....മുണ്ടുടുത്താ അഴിഞ്ഞുപോകും."

"ആരൊക്കെയാ ഇങ്ങോട്ട് വരുന്നത്? എല്ലാവരേയും കൊണ്ടുവര ണമെന്ന് ഞാൻ ഉമ്മയോട് പറഞ്ഞിട്ടുണ്ട്."

"ഒരു പ്ലെയിൻ ചാർട്ടർ ചെയ്യ്. എന്നാ എല്ലാവരേയുംകൊണ്ടു വരാം."

"ആർ യു സീരിയസ്....ഞാൻ പപ്പയോട് പറയട്ടെ..."

"അല്ലയോ നൈസാമിന്റെ കൊച്ചുമകളേ, ഞങ്ങൾ പാവങ്ങളാണ്. അത്യാവശ്യക്കാരെയും കൊണ്ട് സമയത്തിന് ട്രെയിനിലവിടെ എത്തി ക്കോളാം."

"ഉറക്കം വരുന്നു... നിർത്തിയാലോ...?"

"ഓക്കെ, ഹണീ....ബൈ...."

ആരാദ്യം ലൈൻ വിടുമെന്ന് പതിവുപോലെയുള്ള തർക്കം കഴിഞ്ഞ് രണ്ടുപേരും ഒന്നിച്ച് ലോഗോഫ് ചെയ്തു.

കട്ടിലിൽച്ചെന്നു കിടന്നിട്ടും ഷിഹാബിന് ഉറക്കം വന്നില്ല. റുക്കു

വിനും ഉറക്കം വരുന്നുണ്ടാവില്ല. ഇത്രപെട്ടെന്ന് വീണ്ടുമൊരു വിവാഹം എന്നത് ആശ്ചര്യമായി ഇപ്പോഴും മുന്നിലുണ്ട്. ഷബാനയെ മൊഴിചൊല്ലി നാട്ടിൽനിന്ന് പലായനം ചെയ്യുമ്പോൾ മനസിലാകെ ഇരുട്ടായിരുന്നു. ഉമ്മയുടെ കണ്ണീരും ബാപ്പയുടെ അന്ധാളിപ്പും ബന്ധുക്കളുടെ സഹതാപവും ലണ്ടനിലെത്തിയിട്ടും വേട്ടയാടിക്കൊണ്ടിരുന്നു. ഒരുവിധം മനസുറപ്പിച്ച് ജോലിയിലും പഠിത്തത്തിലും മാത്രം ശ്രദ്ധിച്ചു കഴിയുമ്പോഴാണ് ഉമ്മയുടെ അസുഖവിവരമറിഞ്ഞത്. ഉള്ളിലുള്ള കയ്പ് രോഷമാകുമ്പോൾ അത് ഫോണിലൂടെ ഉമ്മയോട് പ്രകടിപ്പിച്ച് ഭാരമകറ്റുകയായിരുന്നു പതിവ്. രോഷപ്രകടനം അവരുടെ ജീവന് ആപത്തായെന്നു കണ്ടപ്പോൾ കുറ്റബോധം കുറച്ചൊന്നുമല്ല അലട്ടിയത്. ജോലിയും പഠിത്തവും മതിയാക്കി ഉടനെ നാട്ടിലെത്താൻ മനസ്സ് വെമ്പി. സഹോദരന്മാരും ബാപ്പയും നിർബന്ധിച്ചിട്ടാണ് തീരുമാനം മാറ്റിയത്. താൻ കാരണം മകന്റെ പഠിത്തം അവതാളത്തിലായെന്നു കേട്ടാൽ ഉമ്മയ്ക്ക് സഹിക്കാനാവില്ലെന്ന് അവർ ആവർത്തിച്ചു പറഞ്ഞപ്പോൾ ശരിയാണെന്നു തോന്നി. തിസീസ് സബ്മിറ്റ് ചെയ്തതും ഒരാഴ്ചത്തെ ലീവെടുത്ത് നാട്ടിലെത്തി. ഉമ്മയുടെ അവശത കുറച്ചൊന്നുമല്ല അലട്ടിയത്. ഉമ്മയുടെ അസുഖവിവരമറിഞ്ഞ് ഫർസാനയും ഭർത്താവും കുഞ്ഞുമൊത്ത് നാട്ടിലെത്തിയിരുന്നു. അവരും സ്നേഹപ്പെരുമഴ വർഷിച്ച് മനസ്സ് തണുപ്പിച്ചു. ലണ്ടനിലെത്തിയാൽ ഇവന്റെ കാര്യം ഞാനേറ്റെന്നു പറഞ്ഞാണ് ഫർസാന ഉമ്മയെ സമാധാനിപ്പിച്ചത്. ആ വാക്ക് അവൾ പാലിക്കുകയും ചെയ്തു. എല്ലാ അവധിദിവസങ്ങളിലും അവിടെച്ചെല്ലണമെന്ന് നിർബന്ധമായിരുന്നു. ചെന്നില്ലെങ്കിൽ ഭക്ഷണമുണ്ടാക്കി വീട്ടിലെത്തും. അവരെ മെനക്കെടുത്തേണ്ടെന്നു കരുതി അങ്ങോട്ടു ചെല്ലുക പതിവാക്കി. ആ അവസരത്തിലാണ് റുക്സാനയും അവിടെയെത്തിയത്. അലസിപ്പോയ പ്രേമബന്ധത്തിൽ മനംനൊന്ത് ആകെ ഉലഞ്ഞ അവളെ ഫർസാന നിർബന്ധിച്ച് തന്നോടൊപ്പം കൂട്ടിക്കൊണ്ടുവരികയായിരുന്നു. അന്യജാതിയിൽപ്പെട്ട സഹപാഠിയുമായിട്ടായിരുന്നു അവൾക്ക് പ്രേമം. അറിഞ്ഞതും നാട്ടിലും വീട്ടിലും പുകിലായി. ബാപ്പ വാളെടുത്തും ഉമ്മ കണ്ണീരൊഴുക്കിയും ബഹളംവെച്ചപ്പോൾ സംഗതി കൂടുതൽ കുഴഞ്ഞുമറിഞ്ഞു എന്നാണവൾ പറഞ്ഞത്.

ഷബാന വെറുമൊരു ദുഃസ്വപ്നം മാത്രമായിരുന്നെന്ന് റുക്സാനയോട് പറഞ്ഞിട്ടുണ്ട്. തനിക്കാ പയ്യനോട് കടുത്ത പ്രേമമൊന്നുമില്ലായിരുന്നെന്ന് നിന്നെ പരിചയപ്പെട്ടപ്പോഴാ ബോധ്യമായതെന്നാണ് അവൾ മറുപടി പറഞ്ഞത്.

"എന്നെ പരിചയപ്പെട്ടില്ലായിരുന്നെങ്കിൽ നീ ഇപ്പോഴും അവന്റെ പിന്നാലെ പോകുമായിരുന്നോ?"

"അറിയില്ല. അവനോടുള്ള പ്രേമം പ്രായത്തിന്റെ എടുത്തുചാട്ടമായിട്ടാണ് എനിക്കിപ്പോൾ തോന്നുന്നത്. ഹിന്ദി സിനിമാനടീനടന്മാരായിരുന്നു എന്റെ റോൾ മോഡലുകൾ. വേഷത്തിലും ഭാവത്തിലും അവരെ

അനുകരിക്കാനും ശ്രമിച്ചിരുന്നു. വാസ്തവം പറഞ്ഞാൽ എനിക്കു പഠിക്കാൻ വലിയ താൽപ്പര്യമൊന്നുമില്ലായിരുന്നു. വീട്ടമ്മയാവുക എന്നതായിരുന്നു എന്റെ സ്വപ്നം. രാഹുൽ.... അതാണവന്റെ പേരെന്ന് ഞാൻ നിന്നോട് പറഞ്ഞിരുന്നില്ലേ...?"

"ഇല്ല....ഇനി എന്തൊക്കെ പറയാൻ ബാക്കിയുണ്ട്...?"

"അപ്പോ നിനക്കെന്നെ വിശ്വാസമില്ലേ...?"

"എനിക്കൊരു പെൺകുട്ടിയേയും വിശ്വാസമില്ല."

"നീ കാര്യമായിട്ടാണോ ഷിഹാബ് പറയുന്നത്?"

"അറിയില്ല..."

"ഏതായാലും ഞാൻ മുഴുവൻ പറയട്ടെ. നിനക്ക് വിശ്വാസമില്ലെങ്കിൽ നമുക്കിതവസാ നിപ്പിക്കാമല്ലോ."

എന്നു പറഞ്ഞപ്പോൾ അവളുടെ തൊണ്ടയിടറി.

"ഫർസാന മിനിക്കഥയാക്കി പറഞ്ഞുതന്നിട്ടുണ്ട്. നീ ഒരു നോവലെറ്റാക്കി വിവരിക്ക്. പിന്നീട് അതേച്ചൊല്ലി അടികൂടണ്ടല്ലോ..."

തമാശമട്ടിലാണ് പറഞ്ഞതെങ്കിലും അവളുടെ മുഖമിരുണ്ടു.

"ഞാൻ തമാശ പറഞ്ഞതാ. തുടർന്നോ."

"രാഹുലും ഞാനും ഡിഗ്രിക്ക് ഒരേബാച്ചായിരുന്നു. അവൻ മിഡിൽ ക്ലാസ് ഫാമിലിയിൽ നിന്നു വരുന്ന ബ്രാമിൺ. നന്നായി പഠിച്ച് ഉയർന്ന ഉദ്യോഗം നേടുക എന്ന സ്വപ്നവുമായി നടക്കുന്നവൻ. അവന്റെ നോട്സ് കടംവാങ്ങി പഠിക്കുക എന്നെപ്പോലുള്ള മടിച്ചികളുടെ സ്ഥിരം പരിപാടിയായിരുന്നു. അങ്ങനെയാണ് അടുത്തത്. അവന്റെ വീട്ടിലെ വിഷമങ്ങൾ പറയുമ്പോൾ പോക്കറ്റ്മണിയിൽനിന്ന് ഒരുപങ്ക് അവനു കൊടുക്കുമായിരുന്നു. അതോടെ അവൻ എന്നെ നിഴലുപോലെ പിന്തുടർന്നു. ഞങ്ങളുടെ അടുപ്പം കോളേജിൽ സംസാരവിഷയമായത് അങ്ങനെയാണ്. അവിടെത്തന്നെ പഠിക്കുന്ന എന്റെ ബന്ധു വിവരം വീട്ടിലെത്തിച്ചപ്പോൾ വീട് ഒന്നാകെ പൊട്ടിത്തെറിച്ചു. മൂത്തസഹോദരനായിരുന്നു കൂടുതലരിശം. പഠിത്തം നിർത്തുമെന്ന് ഭയ്യ ഭീഷണിപ്പെടുത്തിയപ്പോൾ വാശികൂടി. ഞാൻ ഒറ്റമകളാണെന്നറിയാമല്ലോ. ആവശ്യത്തിൽക്കൂടുതൽ പണമുള്ള ഉന്നതകുടുംബത്തിലെ സന്തതി. നവാബിന്റെ പിന്തുടർച്ചക്കാരായതിൽ അഭിമാനിക്കുന്ന കുടുംബം. വാർത്ത കേട്ടതും എന്നോടൊരുവാക്കും ഉരിയാടാതെ വിവാഹാലോചന തുടങ്ങിയതോടെയാണ് പോരിനിറങ്ങിയത്. രാഹുലിനോട് ഒരുദിവസം ഒരുതവണയെങ്കിലും സംസാരിച്ചില്ലെങ്കിൽ ലോകമിടിഞ്ഞുപോകുമെന്നൊരു തോന്നൽ. നമുക്ക് ഒളിച്ചോടിയാലോ എന്നുപോലും ചോദിച്ചതാണ്. ഒരു വലിയ കുടുംബത്തിന്റെ ബാധ്യത ചുമലിലുണ്ടെന്നും പഠിത്തം മുഴുമിപ്പിക്കുകയാണ് ഇപ്പോഴത്തെ ലക്ഷ്യമെന്നും പറഞ്ഞ് അവൻ ഒഴിഞ്ഞുമാറിയപ്പോൾ എന്നോടുതന്നെ പുച്ഛം തോന്നി. ഇവനെപ്പോലൊരു ഭീരുവിനുവേണ്ടിയാണോ ഞാൻ കുടുംബത്തോട് പോരിനിറങ്ങയതെന്നോർത്ത് സങ്കടവും വന്നു. എന്നാൽ, വീട്ടുകാരുടെ മുന്നിൽ കുറ്റസമ്മതം നടത്താനും അടിയറവു പറയാനും ദുര

ഭിമാനം സമ്മതിച്ചതുമില്ല. എല്ലാവരോടും പിണങ്ങി നിരാഹാരറിലേ തുടങ്ങിയ സമയത്താണ് ഫർസാനദീദി വീട്ടിലെത്തി എന്നെ അവരുടെ വീട്ടിലേക്ക് കൊണ്ടുപോയത്. രാഹുലിന് ഭയ്യ പണംകൊടുത്തിരുന്നെന്നും അതോടെയാണ് അവൻ പിന്മാറിയതെന്നും പിന്നീടൊരു കൂട്ടുകാരി പറഞ്ഞപ്പോഴാണ് അറിഞ്ഞത്. പോഴൻ പോയതെത്ര നന്നായി അല്ലേ?"

അവളുടെ മുഖത്തേക്ക് കണ്ണും നട്ടിരിക്കുമ്പോൾ ചോദ്യംകേട്ട് ചിരിക്കാനാണ് തോന്നിയത്.

"നിങ്ങൾ പെൺകുട്ടികളുടെ കാര്യം. ദിവ്യപ്രേമം....മണ്ണാങ്കട്ട.." മലയാളത്തിലായിരുന്നു അത്രയും പറഞ്ഞത്.

അത് കേട്ടപ്പോൾ അവളുടെ മുഖത്ത് ആശങ്ക.

"നീ വിശ്വസിക്കുന്നില്ലാ...?"

"നോ യാർ.....നീ ഇത്ര സില്ലിയാണല്ലോ എന്നോർത്ത് ചിരിച്ചുപോയതാ. വെറുതെ പഠിത്തം കളഞ്ഞില്ലേ...?"

"എനിക്ക് പഠിക്കാനിഷ്ടമല്ല...വീട്ടമ്മയായാൽ മതി."

"നോക്ക് റുക്കു, അതൊക്കെ ഇപ്പ പറയും. ഇരുത്തംവന്ന ജോലി ചെയ്യാൻ താൽപ്പര്യമുള്ള ഒരു പെണ്ണായിരുന്നു എന്റെ സങ്കൽപ്പത്തിലെ ഭാര്യ. അല്ലാതെ നിന്നെപ്പോലെ കുട്ടിക്കളി മാറാത്ത പൊട്ടിപ്പെണ്ണായിരുന്നില്ല."

"വൈ.....വീട്ടുകാര്യങ്ങളെല്ലാം നോക്കിനടത്തി, നീ ജോലി കഴിഞ്ഞെത്തുമ്പോൾ ഭക്ഷണമൊരുക്കി കാത്തിരിക്കുന്ന ഭാര്യയല്ലേ നല്ലത്?"

"ഇപ്പോഴത്തെ ചെറുപ്പക്കാരുടെ തിരക്കും ബദ്ധപ്പാടും നിനക്കെന്തറിയാം? കൈനിറയെ ശമ്പളം തരുന്നവർ എല്ലുമുറിയെ പണിയെടുപ്പിക്കും. ഭക്ഷണമൊരുക്കി കാത്തിരിക്കുന്ന ഭാര്യയെ പലപ്പോഴും അവർക്ക് നിരാശപ്പെടുത്തേണ്ടിവരും. മനപ്പൂർവമല്ല, ജോലിത്തിരക്കുകാരണം. അതോടെ സ്നേഹമയിയായ ഭാര്യയുടെ ഭാവം മാറും. പുതുമോടി കഴിയുന്നതും അടിതുടങ്ങില്ലേ...? എനിക്കു വയ്യേ. ടൈംപാസിംഗിനുവേണ്ടിയെങ്കിലും സ്ത്രീകൾ ജോലിക്കുപോകണമെന്നാ ഉമ്മ പറയുന്നത്. അത് അവരുടെ ആത്മവിശ്വാസം വർധിപ്പിക്കുമെന്നും ഉമ്മ വിശ്വസിക്കുന്നു. ഉമ്മ മാത്രമല്ല ഞാനും അതേ പക്ഷക്കാരനാണ്. അതുകൊണ്ട് എന്റെ കുട്ടി പ്രൈവറ്റായെങ്കിലും ഡിഗ്രി പൂർത്തിയാക്ക്."

നിർബന്ധം സഹിക്കാതായപ്പോഴാണ് അവൾ അവസാനവർഷ ഡിഗ്രി പരീക്ഷയെഴുതിയത്. ആളൊരു പാവം. പണക്കൊഴുപ്പിൽ വളർന്നതു കാരണം യാതൊരു ബുദ്ധിമുട്ടുമറിയില്ല. നാട്ടിലെല്ലാവരും അവളെപ്പോലെ സുഭിക്ഷമായിട്ടാണ് കഴിയുന്നതെന്നാണ് അവളുടെ വിചാരം. വിവാഹം കഴിഞ്ഞാൽ നിന്റെ വീട്ടുകാരെയോ എന്റെ വീട്ടുകാരെയോ ആശ്രയിക്കാതെ ജീവിക്കണമെന്നതാണ് എന്റെ ആഗ്രഹം. എന്റെ ശമ്പളംകൊണ്ട് നമുക്ക് ഒരുവിധം സുഖമായിട്ട് കഴിഞ്ഞുകൂടാം. എന്നാൽ നിന്റെ വീട്ടിലേതുപോലുള്ള ആർഭാടമൊന്നും പ്രതീക്ഷിക്കരുത്. എന്റെ ഉമ്മയും ബാപ്പയും ലളിതമായി ജീവിക്കാനാണ് ഞങ്ങളെ പഠിപ്പിച്ചത്.

അതുകൊണ്ടുതന്നെ പണം കൂടുതലുണ്ടായാലും ഞാനൊരുപക്ഷേ ഇതുപോലെമാത്രമേ ജീവിക്കൂ എന്നാണ് എനിക്കു തോന്നുന്നത്. പിന്നീടൊരു അലോരസമുണ്ടാകാതിരിക്കാനാണ് ഇതൊക്കെ മുൻകൂട്ടി പറയുന്നത്. തെറ്റിദ്ധരിക്കരുത്. അവളെ ആവുന്നതുപോലെ പറഞ്ഞു മനസ്സിലാക്കിയിട്ടുണ്ട്. ഫർസാന കല്യാണാലോചനയുമായി എത്തിയപ്പോഴും ബാപ്പ ഇക്കാര്യങ്ങളെല്ലാം അവളോടും പറഞ്ഞിട്ടുണ്ട്.

അവളുടെ ബാപ്പയ്ക്ക് പൈതൃകമായി കിട്ടിയ സ്വത്തുക്കൾതന്നെ എമ്പാടുമുണ്ട്. അറിയപ്പെടുന്ന വ്യവസായി. ഉമ്മയും ഹൈദരബാദിലെ ഉന്നതകുടുംബത്തിലെ അംഗം. വിവാഹ നിശ്ചയത്തിന് ബാപ്പയും മാമമാരും റയീസും പോയിരുന്നു. വീട് കൊട്ടാരംപോലെയുണ്ടെന്നാണ് റയീസ് പറഞ്ഞത്. കൊട്ടാരമായാലും കുടിലായാലും എനിക്ക് വ്യത്യാസമൊന്നുമില്ല. എന്റെ വീടുമായി ഇണങ്ങിച്ചേരണമെന്ന നിബന്ധനമാത്രമേ ഉള്ളൂ. അക്കാര്യം വ്യക്തമായി ഫർസാനയോടു പറഞ്ഞിട്ടുമുണ്ട്. ഒറ്റമോളായതിന്റെ ചില ഏനക്കേടുകളൊഴിച്ചാൽ റുക്കു നല്ല കുട്ടിയാണെന്ന് ഫർസാന വാക്കുതന്നിട്ടുണ്ട്. ലണ്ടൻജീവിതം മടുത്തെന്നു പറഞ്ഞപ്പോൾ ദുബായിയിൽ ബിസിനസ്സ് തുടങ്ങിയാലോ എന്ന് റുക്കുവിന്റെ സഹോദരൻ ചോദിച്ചതിന് മറുപടി പറഞ്ഞിട്ടില്ല. അയാൾക്ക് അവിടെ എന്തൊക്കെയോ ഇടപാടുകളുണ്ട്. അതൊന്നും ശരിയാവില്ല. ദുബായിയിൽ ജോലി നോക്കുന്നതിനോട് സത്തുക്കയും യോജിച്ചു. രണ്ടുമൂന്നു ഓഫറുകളുമുണ്ട്. കൂട്ടത്തിൽ ഭേദപ്പെട്ട ശമ്പളം തരാമെന്നു പറഞ്ഞ കമ്പനിയുമായി എഴുത്തുകുത്തുകൾ നടന്നുകൊണ്ടിരിക്കുകയാണ്. ടെലിഫോണിക് ഇന്റർവ്യൂ ഇന്നലെയായിരുന്നു. അതിന്റെ വിവരമറിഞ്ഞാൽ നാട്ടിൽ പോകുന്ന വഴിക്ക് അവിടെയിറങ്ങി നേരിട്ട് ചെന്നുകണ്ട് എല്ലാം ഉറപ്പിക്കാനാണ് തീരുമാനം.

റുക്സാനയ്ക്ക് ദുബായി വലിയ പിടുത്തമില്ല. അവൾക്ക് ലണ്ടനാണിഷ്ടം.എനിക്ക് ലണ്ടൻ മടുത്തെന്നു പറഞ്ഞപ്പോൾ എതിരു പറഞ്ഞതുമില്ല. അവളുടെ ഉമ്മയും ബാപ്പയും സഹോദരനും എന്നെ കാണാനായി മാത്രം കഴിഞ്ഞ മാസം ലണ്ടനിലെത്തിയിരുന്നു. പണത്തിന്റെ അഹന്തയൊന്നും പെരുമാറ്റത്തിൽ കാണാഞ്ഞത് വലിയ ആശ്വാസമായി. വളരെ നല്ലവരാണെന്നാണ് ഒരാഴ്ചത്തെ സഹവാസത്തിൽനിന്ന് മനസ്സിലായത്. അവരുടെ ഔദാര്യത്തിനു കിട്ടില്ലെന്നും എന്റെ നിലയ്ക്കൊത്ത് റുക്സാന കഴിയേണ്ടിവരുമെന്നും മുഷിവ് തോന്നാത്തവിധത്തിൽ അവരെയും ബോദ്ധ്യപ്പെടുത്തിയിരുന്നു. അതവരെ ചൊടിപ്പിക്കുമോ എന്നും സംശയിച്ചിയിരുന്നു. പക്ഷേ എന്റെ ആ നിലപാടാണ് അവരെ ഏറ്റവും ആകർഷിച്ചതെന്നാണ് ഫർസാന പറഞ്ഞത്. അവരുടെ രീതിയനുസരിച്ച് വിവാഹനിശ്ചയം കഴിഞ്ഞാലുടനെ ആൺവീട്ടുകാർ ഡിമാന്റുകൾ തുടങ്ങുമത്രെ. കുടുംബാംഗങ്ങൾക്ക് മുഴുവൻ വിവാഹസമ്മാനമായി വൈരാഭരണങ്ങൾ, ഫൈവ്സ്റ്റാർ ഹോട്ടലിൽവെച്ച് വിവാഹം, പെണ്ണിന് എടുത്താൽ പൊന്താത്ത സ്വർണത്തിനു പുറമേ പണവും സ്വത്തും. അങ്ങനെ

പോകും ആവശ്യങ്ങൾ. നിങ്ങളുടെ മകൾക്ക് നിങ്ങൾക്കിഷ്ടമുള്ളത് കൊടുക്കാം. കൊടുക്കാതെയുമിരിക്കാം. എന്റെ മകന് നിങ്ങളുടെ മകളെമാത്രം മതി എന്നു ബാപ്പ പറഞ്ഞത് കേട്ട് മാമ കരഞ്ഞുപോയി എന്നാണ് ഫർസാന പറഞ്ഞത്. ഇതൊക്കെയാണെങ്കിലും നല്ല പേടി ഇപ്പോഴുമുണ്ട്. രണ്ടു സംസ്ക്കാരത്തിൽ വളർന്നവർ ഒന്നിച്ചുചേരുമ്പോൾ ചില അസ്വാരസ്യങ്ങൾ പ്രതീക്ഷിക്കാതെ തരമില്ല. ഇരുകൂട്ടരും മനസ്സു കൊണ്ട് യോജിച്ചാൽ എല്ലാം എളുപ്പമാകുമെന്ന ദൃഢവിശ്വാസത്തിലാണ് ഇരുകൂട്ടരും.

കുടുംബത്തിലെല്ലാവരും ഹൈദരബാദ് വിവാഹത്തെക്കുറിച്ചുള്ള ചർച്ചയിലാണ്. അവർ അവരുടെ രീതിയനുസരിച്ചും നാം നമ്മുടെ രീതിയനുസരിച്ചും കാര്യങ്ങൾ നടത്തുമെന്ന് ബാപ്പ മുന്നറിയിപ്പ് കൊടുത്തിട്ടുണ്ട്. ഇംഗ്ളണ്ടിലും അമേരിക്കയിലും താമസിക്കുന്ന കുടുംബത്തിലെ രണ്ടാംതലമുറക്കാർ അവിടന്ന് നേരിട്ട് വിവാഹത്തലേന്ന് ഹൈദരബാദിലെത്താനാണ് തീരുമാനം. സത്തുക്ക ഒരാഴ്ച നേരത്തെ നാട്ടിലെത്തി എല്ലാവരേയുംകൂട്ടി കൊച്ചിയിൽച്ചെന്ന് ഹൈദരബാദിലേക്ക് ഫ്ളൈറ്റിൽ പോകാനും തീരുമാനമായിട്ടുണ്ട്. ട്രെയിനിൽ പോകാമെന്നാണ് ആദ്യം കരുതിയത്. പക്ഷേ, കോഴിക്കോട്ട് നിന്ന് നേരിട്ട് തീവണ്ടിയില്ല. ഇതിനെക്കുറിച്ച് ചർച്ചകൾ നടക്കുന്നതിനിടയിൽ ആരോടുമൊന്നും പറയാതെ എല്ലാവർക്കും സത്തുക്ക ഫ്ളൈറ്റ് ടിക്കെറ്റെടുക്കുകയായിരുന്നു. അവനുള്ള എന്റെ വിവാഹസമ്മാനമെന്നാണ് സത്തുക്ക ബാപ്പയോടു പറഞ്ഞത്. കോളനിയിൽ ആകെ ഘോഷമാണെന്ന് ബാപ്പ പറഞ്ഞു. ഏറെക്കാലമായി പിരിഞ്ഞു ജീവിക്കുന്ന സാബിത്തയും ഹബീബ്ക്കയും വീണ്ടും ഒന്നിക്കുന്നു. നഷ്ടപ്പെട്ടു എന്ന് ലതാന്റി മനസ്സിലുറപ്പിച്ച മകൻ സന്ദീപിനെ അവർക്ക് തിരിച്ചുകിട്ടുകയും ചെയ്തത് ആഹ്ളാദത്തിന്റെ മാറ്റു കൂട്ടുന്നുണ്ട്. സന്ദീപിന്റെ വിവാഹം എന്റെ വിവാഹത്തിനു ഒരാഴ്ചമുമ്പ് ഗുരുവായൂരിൽവച്ച് നടത്താനാണ് തീരുമാനം. ഹബീബ്ക്ക നാട്ടിലെത്തിയിട്ടുണ്ടെന്നും അവരും ഹൈദരബാദിലേക്ക് വരുന്നുണ്ടെന്നുമാണ് അറിയാൻ കഴിഞ്ഞത്. ഹൈദരബാദിൽനിന്ന് തിരിച്ചെത്തിയാൽ മൂന്നുപേരുടെയും വിവാഹ സൽക്കാരം കോളനിയിൽവെച്ച് അത്യാവശ്യം ആർഭാടമായിട്ടുതന്നെ നടത്തണമെന്ന് പറയുന്നുണ്ട്. എല്ലാവരുംകൂടി തീരുമാനിക്കട്ടെ. ഇതൊക്കെ ആലോചിച്ച് ഉറക്കമിളച്ചാൽ രാവിലെ ഉണരാൻ വൈകും. അതോടെ ദിവസത്തിന്റെ താളവും തെറ്റും.

“ഗുഡ്ബൈ ചിന്തകളേ” ഷിഹാബ് പുതപ്പുവലിച്ച് തലവഴിമൂടി.

35

ഫ്ളൈറ്റിൽ തൊട്ടടുത്തിരുന്ന് ഉറക്കം തൂങ്ങുന്നത് ഹബീബാണെന്ന് വിശ്വാസം വരാത്ത മട്ടിൽ സാബിറ സ്വന്തം കൈയിൽ പിച്ചി.

"ഹൗച്ച്....." കൈ നന്നായി വേദനിച്ചു.

ഹബീബ് തോളിൽ തല ചായ്ച്ച് അപ്പോഴും ഉറക്കംതന്നെ. ഷിഹാബിന്റെ വിവാഹദുരന്തവും സൈനു ആന്റിയുടെ അസുഖവുമൊക്കെയായി കോളനിക്കാർ ഇരുട്ടിൽ മുങ്ങിത്തപ്പുന്നതിനിടയിലാണ് എല്ലാവർക്കും പ്രകാശമായി ഷിഹാബ് അവന് അനുയോജ്യയായ പെൺകുട്ടിയെ കണ്ടെത്തിയെന്ന സന്തോഷവാർത്ത അറിഞ്ഞത്. നഷ്ടപ്പെട്ടെന്ന് എല്ലാവരും ഉറച്ചു വിശ്വസിച്ച ലതാന്റിയുടെ മകൻ സന്ദീപിന്റെ തിരിച്ചുവരവും കോളനിക്കാരിൽ പ്രത്യാശ ഉണർത്തി. അതുകൊണ്ടാണ് മൂന്നു പേരുടെയും വിവാഹസൽക്കാരം കോളനിയിൽവെച്ച് ഒന്നിച്ചു നടത്തണമെന്ന കൂട്ടായ തീരുമാനമുണ്ടായത്. നിങ്ങളുടെ വിവാഹസൽക്കാരവും അതേ ദിവസം തന്നെയാകാമെന്ന് ഞങ്ങളങ്ങു തീരുമാനിച്ചു എന്ന് സൈനു ആന്റി പറഞ്ഞതുകേട്ട് ആകെ ചമ്മി. ഹബീബാകട്ടെ വലിയ ഉത്സാഹത്തിലായിരുന്നു. ജീവിത്തിൽ അപൂർവം ചിലർക്കേ ഇത്തരം സൗഭാഗ്യങ്ങളുണ്ടാവൂ.എന്ന നിലപാടിലായിരുന്നു ഹബീബ്.

"അണിഞ്ഞൊരുങ്ങി കുട്ടികളോടൊപ്പം മണവാളനും മണവാട്ടിയും ചമയാനോ...?"

"ഹാവൂ, ആലോചിക്കുമ്പോഴേ കോരിത്തരിക്കുന്നു....." എന്നായിരുന്നു ഹബീബിന്റെ പ്രതികരണം. എന്നിട്ടും ആദ്യം വഴങ്ങിയില്ല.

"ആർഭാടമൊന്നും വേണ്ട. ഒച്ചയും ബഹളവുമൊന്നുമില്ലാതെ നമുക്ക് വീണ്ടും തുടങ്ങാം."

എന്നു പറഞ്ഞത് ആരും കേട്ടതായി ഭാവിച്ചില്ല. ഹബീബിന്റെ

സഹോദരികൂടി നിർബന്ധിച്ചപ്പോൾ എതിർക്കാനുമായില്ല. സന്ദീപിന്റെ വിവാഹം രണ്ടുദിവസംമുമ്പ് ഗുരുവായൂരിൽ വച്ചായിരുന്നു. അവനും ഭാര്യയും ഇന്ന് ഹൈദരബാദിലേക്ക് തിരിക്കുമെന്ന് പറഞ്ഞിട്ടുണ്ട്. ഷിഹാബിന്റെ വിവാഹം ഹൈദരബാദിൽവെച്ചാണ്. ഓരോരുത്തരായി അവിടെ എത്തിക്കൊണ്ടിരിക്കുന്നതായി വാർത്തയുണ്ട്. ഞങ്ങളും അങ്ങോട്ടേക്കാണ്. ലതാന്റിയും ഉണ്ണികൃഷ്ണനങ്കിളും ഒഴികെ. അവർക്കൊരു കൂട്ടെന്നു പറഞ്ഞ് ലക്ഷ്മിയേച്ചിയും അവിടെ തങ്ങിയിരിക്കയാണ്. ഗുരുവായൂർ യാത്ര അങ്കിളിനെ വല്ലാതെ തളർത്തിയിട്ടുണ്ടെന്നാണ് ഇന്നലെ വിളിച്ചപ്പോൾ ലതാന്റി പറഞ്ഞത്. ഒരാഴ്ചയായി ഊട്ടിയും കൊടൈക്കനാലും ചുറ്റിക്കറങ്ങി ഇന്നലെയാണ് ബാംഗ്ളൂരെത്തിയത്. പുലർച്ചെയുള്ള ഫ്ളൈറ്റ് പിടിച്ചിരിക്കുകയാണ്. ഇന്നാണ് അവിടെ മയിലാഞ്ചി. ഷംസുദ്ദീൻ അങ്കിൾ വിലക്കിയിട്ടും പാട്ടും നൃത്തവുമൊക്കെയായി വിവാഹം ആഘോഷമാക്കാനാണ് ഷിഹാബിന്റെ ഭാര്യവീട്ടുകാരുടെ പുറപ്പാട്.സിനിമാസ്റ്റൈലിൽ. അങ്കിൾ എതിരാണെങ്കിലും സൈനു ആന്റി വലിയ ഉത്സാഹത്തിലാണ്. ശിഹാബിന്റെ വിവാഹം മഹാസംഭവമാക്കണമെന്ന് ആന്റി പണ്ടേ ആശിച്ചതായിരുന്നു. ആദ്യത്തെ വിവാഹം പെട്ടെന്നു തീരുമാനിച്ചതുകൊണ്ട് ആന്റി മനസ്സിൽ കരുതിയതുപോലൊന്നും നടന്നില്ല. എന്നാലും, ആഘോഷത്തിനു കുറവില്ലായിരുന്നു. ഉത്സവം തീരുംമുമ്പേ വെടിക്കെട്ടപകടമെന്നു പറഞ്ഞതുപോലെ ആയിപ്പോയി ആ കല്യാണം. ഈ വിവാഹത്തെക്കുറിച്ച് എല്ലാവർക്കും എമ്പാടും പ്രതീക്ഷകളുണ്ട്. ഹബീബുമൊത്ത് ആ കല്യാണത്തിൽ പങ്കെടുക്കുമെന്ന് വിവാഹം തീരുമാനിച്ചപ്പോൾ കരുതിയതേയല്ല. എല്ലാം കിനാവുപോലെയാണ് തോന്നുന്നത്.

കുറച്ചുദിവസമായി വീട് പെയിന്റടിയും മോടികൂട്ടലുമൊക്കെയായി നിന്നു തിരിയാൻ നേരമില്ലാത്ത അവസ്ഥ. ഉണ്ണികൃഷ്ണനങ്കിൾ കിടപ്പായതിനാൽ ലതാന്റിക്ക് വീട്ടിനു പുറത്തിറങ്ങാൻ തരമില്ല. ആരോഗ്യം വകവയ്ക്കാതെ സൈനുവാന്റി ഓടി നടക്കുന്നത് കണ്ട് രണ്ടാഴ്ചയായി ലീവാണ്. അതിനിടയിലാണ് ഹബീബിന്റെ വരവും രണ്ടാം ഹണിമൂണും. കോഴിക്കോട് എയർപോർട്ടിൽ ഹബീബിനെ കാത്തുനിൽക്കുമ്പോൾ ഉള്ളിൽ പെരുമ്പറമുട്ടായിരുന്നു. തമ്മിൽ പിരിഞ്ഞതിനുശേഷം ആദ്യമായാണ് നേരിൽ കാണുന്നത്. രണ്ടാംഭാര്യ പിണങ്ങിപ്പോയതിന്റെ ദുഖഭാരം ഹബീബ് എന്റെ തോളിൽ ഇറക്കിവെച്ചപ്പോൾ ആകെ അങ്കലാപ്പിലായിരുന്നു. എന്നോടു ചെയ്ത ക്രൂരതയ്ക്കു ദൈവം നൽകിയ ശിക്ഷയാണ്. അനുഭവിച്ചോളൂ. എന്നായിരുന്നു ആദ്യപ്രതികരണം. പതുക്കെ മഞ്ഞുരുകുംപോലെ വിദ്വേഷവും പകയും ഉരുകിയൊലിച്ചു. അവിടെ സ്നേഹവും കരുതലും സ്ഥാനംപിടിച്ചതോടെ ഹബീബിന്റെ ദുഃഖം എന്റതായി. അതോടെ വാക്കുകളിൽ സ്നേഹസാഗരം. മകനെ രണ്ടാമതും വിവാഹം കഴിപ്പിച്ചതിൽ ഖേദിച്ച് കുറ്റബോധംകൊണ്ട് ഉമ്മ നീറുകയാണെന്നും ഒട്ടും വയ്യാതെ ആശുപത്രിയിലാണെന്നും പറ്റുമെ

ങ്കിൽ ചെന്നു കാണണമെന്നും ഹബീബ് മെയിലയച്ചിരുന്നു. ആദ്യം മടിച്ചെങ്കിലും ഉമ്മ നേരിട്ട് ഫോൺ വിളിച്ചപ്പോൾ വൈരാഗ്യം മറന്ന് ഓടിച്ചെല്ലാതിരിക്കാൻ സാധിച്ചില്ല. കണ്ടതും അവർ മിണ്ടാൻപോലുമാകാതെ തേങ്ങിക്കരയുന്നത് കണ്ട് ആകെ ഉലഞ്ഞു. "പൊറുക്കണം... എന്റെ മോന് നീയില്ലാതെ ജീവിക്കാനാവില്ലെന്ന് എനിക്കറിയില്ലായിരുന്നു. നിങ്ങളെ പിരിച്ചതിന് എനിക്ക് അള്ളാഹുതന്ന ശിക്ഷ കണ്ടില്ലേ?" മൂക്കിലും വായിലുമുള്ള ട്യൂബുകൾ ചൂണ്ടിക്കാണിച്ച് അവർ പറഞ്ഞപ്പോൾ തേങ്ങിപ്പോയി. അവർക്ക് അന്നനാളത്തിൽ ക്യാൻസറായിരുന്നു. മൂക്കിലെ കുഴലിലൂടെ ദ്രവരൂപത്തിലുള്ള ഭക്ഷണം കഴിച്ചാണത്രെ കുറേക്കാലമായി ജീവിക്കുന്നത്. ഓട്ട്സും പൊടിയരിക്കഞ്ഞിയുമൊക്കെയായി നിത്യവും ഉമ്മയെച്ചെന്നു കാണുക പതിവായി. വീട്ടിലറിഞ്ഞപ്പോൾ പുകിലായെങ്കിലും വകവച്ചില്ല. മനസ്സിൽ അന്നും ഇന്നും ഹബീബ് മാത്രമേയുള്ളുവെന്ന് ഇക്കയോട് മാത്രം പറഞ്ഞു. ഞങ്ങൾ രണ്ടുപേരും ഇന്ന് ഒന്നിച്ചു ചേരാനുള്ള കാരണക്കാരനും ഇക്കതന്നെ. ഞങ്ങളെ ഒരുമിപ്പിച്ച സന്തോഷത്തോടെ ഉമ്മ മരിക്കുമ്പോൾ ഹബീബിന്റെ ഇത്തയോടൊപ്പം ഞാനും കൂടെയുണ്ടായിരുന്നു. ആസ്പത്രിയിൽ അഡ്മിറ്റ് ചെയ്തിട്ട് ലീവില്ലാത്തതുകാരണം ഹബീബ് തിരിച്ചുപോവുകയായിരുന്നു എന്ന് ഇത്ത പറഞ്ഞിരുന്നു. അവർ എന്നും എന്റെ പക്ഷത്തായിരുന്നു. ഹബീബിന്റെ ഇന്നത്തെ അവസ്ഥയ്ക്ക് ഉത്തരവാദി ഉമ്മ മാത്രമാണെന്ന് എപ്പോഴും കുറ്റപ്പെടുത്താറുമുണ്ടായിരുന്നു. ഹബീബ് സ്ഥലത്തില്ലാത്തപ്പോൾ ഉമ്മയ്ക്കും മകൾക്കും താങ്ങാവേണ്ടത് കടമയാണെന്നു കരുതിത്തന്നെയാണ് കൂടെ നിന്നത്. ഉമ്മയെ കാണാൻ വരുന്ന ഹബീബിന്റെ ബന്ധുക്കൾ അടക്കം പറയുന്നത് കേട്ടതായി ഭാവിച്ചില്ല. ഉമ്മ മരിച്ചതും നാട്ടിലേക്കുകൊണ്ടുപോകാനുള്ള ഏർപ്പാടുകളെല്ലാം ചെയ്തുകൊടുത്ത് ഭാരിച്ച മനസ്സുമായാണ് വീട്ടിൽ തിരിച്ചെത്തിയത്. ലക്ഷ്മിയേച്ചിയുടെ മടിയിൽ തലവെച്ച് ഏറെനേരം കരഞ്ഞാണ് ഭാരമിറക്കിവച്ചത്.

ഹബീബുമൊത്ത് ഒരുമിച്ചൊരു ജീവിതം! അതിനെക്കുറിച്ച് അപ്പോഴൊന്നും ചിന്തിച്ചതുപോലുമല്ല; ഇക്ക സൂചിപ്പിച്ചിട്ടും. രണ്ടാംഭാര്യ പിണങ്ങിപ്പോയപ്പോൾ ഹബീബിനെ ആശ്വസിപ്പിച്ചതു നേരാണ്. സുഹൃത്തിന്റെ ബാധ്യതയായിട്ടാണ് അതിനെ കണ്ടത്. ഷിഹാബിന്റെ വിവാഹവും തുടർന്നുള്ള ദുരന്തങ്ങളും അറിയിച്ചപ്പോൾ ഹബീബ് സൈനു ആന്റിയേയും അങ്കിളിനേയും വിളിച്ചു സംസാരിക്കുകയും ചെയ്തിരുന്നു. നിങ്ങൾക്ക് എന്തുകൊണ്ട് വീണ്ടും ഒന്നിച്ചുകൂടാ എന്ന ആശയം ആദ്യം മുന്നിലിട്ടത് സൈനു ആന്റിയാണെന്നാണ് ഹബീബ് പറയുന്നത്.

"നീ ഓളെ മൊഴി ചൊല്ലിയിട്ടില്ലല്ലോ, നിങ്ങക്ക് എപ്പവേണമെങ്കിലും തമ്മിൽ കാണാം ഒന്നിച്ചു ജീവിക്കുകയും ചെയ്യാം."

സൈനു ആന്റി പറഞ്ഞതുകേട്ടപ്പോൾ എന്റെ ശരീരത്തിന് ഭാരം കുറഞ്ഞ് ആകാശത്തേക്കുയരുന്നതുപോലെയാണ് തോന്നിയതെന്നു ഹബീബ് പറഞ്ഞപ്പോൾ മറുപടിയൊന്നും പറയാനായില്ല.

"നീയെന്താ ഒന്നും പറയാത്തത്?"

ആകാംക്ഷയോടെയാണ് ഹബീബ് ചോദിച്ചത്.

"എന്നോട് കുറച്ചുകാലമായി ഇതേക്കുറിച്ച് ആന്റി പറയുന്നു."

"എന്നിട്ട് നീയിതുവരെ അത് സൂചിപ്പിച്ചില്ലല്ലോ."

"എന്നെ മുച്ചൂടും മറന്ന് മറ്റൊരു സ്ത്രീയോടൊപ്പം കുടുംബമായി ക്കഴിഞ്ഞിരുന്ന ഒരാളോട് നമുക്ക് വീണ്ടും ഒന്നിച്ചാലോ എന്നു ചോദി ക്കുന്നത് ആ സ്ത്രീയോട് കാണിക്കുന്ന ക്രൂരതയായിട്ടാണ് എനിക്കു തോന്നിയത്."

"നിന്നെ ഓർക്കാത്ത ഒരു ദിവസംപോലും ഉണ്ടായിട്ടില്ലെങ്കിലും അവ ളോട് എന്റെ ജീവിത്തിൽനിന്ന് ഇറങ്ങിപ്പോകാൻ ഞാൻ ഒരിക്കലും ആവ ശ്യപ്പെട്ടിട്ടില്ല."

"നിങ്ങളുടെ മനസ്സിൽ അവളില്ലെന്ന് അവൾ ഊഹിച്ചുകാണും."

"നീ വെറുതേ കഥയുണ്ടാക്കല്ലേ. വിവാഹം കഴിഞ്ഞ് രണ്ടു മൂന്നുമാസമേ അവൾ എന്നോടൊപ്പം സന്തോഷമായിട്ട് കഴിഞ്ഞിട്ടുള്ളു."

"അവളോടൊപ്പം സന്തോഷിച്ചപ്പോൾ എന്നെക്കുറിച്ച് ഓർക്കാറുണ്ടാ യിരുന്നോ?" വാക്കുകളിടറി.

"നിന്നെയും അവളെയും താരതമ്യപ്പെടുത്താൻ ഞാൻ ഒരിക്കലും ശ്രമിച്ചിട്ടില്ല. ഉമ്മയും നീയുമായുള്ള വഴക്കിൽ ഞാൻ പങ്കാളിയായിരു ന്നില്ലെങ്കിൽ നമ്മൾക്ക് ഒരിക്കലും പിരിയേണ്ടിവരില്ലായിരുന്നു എന്നോർത്ത് ഞാൻ നീറിപ്പുകഞ്ഞിട്ടുണ്ട്."

"ഉമ്മയുമായി പിണങ്ങുമ്പോൾ നിങ്ങൾ ഉമ്മയുടെ പക്ഷംപിടിക്കു ന്നത് വലിയ പാതകമായിരുന്നില്ല എന്ന് തമ്മിൽപിരിഞ്ഞതിനുശേഷമാണ് ഞാൻ മനസ്സിലാക്കിയത്."

"നീ ഉമ്മയെ അധിക്ഷേപിച്ചു എന്നു പറഞ്ഞ് ഉമ്മ പൊട്ടിക്കരഞ്ഞ പ്പോൾ ഞാനും സമനില കൈവിട്ടു. ബാപ്പ മരിച്ചതിനുശേഷം ഉമ്മ മക്കൾക്കുവേണ്ടിയാണ് ജീവിച്ചത്. ഞാൻ കാരണം ഉമ്മ അപമാനിത യായല്ലോ എന്ന ചിന്ത എന്നെ വികാരഭരിതനാക്കി. പിന്നീട് പറഞ്ഞതെല്ലാം പറയരുതാത്തായിരുന്നു എന്നു തോന്നി. പക്ഷേ താമസിച്ചുപോയിരുന്നു."

"എന്റെ കണ്ണീരിന് ഒരു വിലയുമില്ലാത്തിടത്ത് ഞാനെന്തിനു കഴി യണമെന്നതായിരുന്നു എന്റെ ചിന്ത. അടിയറവു പറഞ്ഞ് പറ്റിക്കൂടാൻ മനസ്സനുവദിച്ചതുമില്ല. ഉമ്മയുടെ വാക്കുകേട്ട് രണ്ടാഴ്ചയോളം എന്നൊ ടൊരുവാക്കും ഉരിയാടാതെ നിങ്ങൾ നടക്കുന്നത് കണ്ടപ്പോൾ എന്റെ തീരുമാനം തെറ്റിയില്ലെന്ന് ഉറപ്പായി.അതുകൊണ്ടാണ് നാട്ടിൽ പോരണ മെന്നു ഞാൻ വാശിപിടിച്ചത്. പോരാൻ കാത്തിരുന്നതുപോലെയല്ലേ ഉമ്മയും മകനും വീണ്ടും വിവാഹാലോചന തുടങ്ങിയത്. നിങ്ങളതിനൊ രുങ്ങുമെന്ന് ഞാൻ കിനാവിൽപോലും കരുതിയതല്ല... എന്നിട്ടും....."

"എന്നിട്ടും....."

"ആ സ്ഥാനത്ത് മറ്റാരെയും കുടിയിരുത്താൻ കഴിഞ്ഞില്ല..."

"വീണ്ടുമൊരു വിവാഹത്തെക്കുറിച്ച് അപ്പോഴൊന്നും ഞാനും ചിന്തി

ച്ചതേയല്ല. നിനക്ക് തണ്ടിത്തിരി കൂടുതലാണെന്നും നീ അഹങ്കാരിയാണെന്നും അതുകൊണ്ടാണ് നിസ്സാര കാരണം പറഞ്ഞ് പിണങ്ങിപ്പോയതെന്നും ഉമ്മ എന്റെ തലയിൽ അടിച്ചുകയറ്റിയപ്പോൾ എന്റെ അഭിമാനം വ്രണപ്പെട്ടു. നിന്നെ ഒന്നു പേടിപ്പിക്കാനുള്ള ഏകമാർഗം എന്ന നിലയിലാണ് വീണ്ടുമൊരു വിവാഹമെന്ന ഉമ്മയുടെ ആശയത്തെ അനുകൂലിച്ചത്. അത് കേൾക്കുമ്പോൾ നീ എന്നെ വിളിക്കുമെന്നും തിരിച്ചുവരുമെന്നും അതോടെ ഉമ്മയുടെ രണ്ടാംവിവാഹാലോചന അലസിപ്പിരിയുമെന്നുമൊക്കെയായിരുന്നു എന്റെ കണക്കുകൂട്ടൽ."

"ഇതാണ് നിങ്ങൾ ആണുങ്ങളുടെ കുഴപ്പം. കൂടപ്പൊറുക്കുന്ന സ്ത്രീകളുടെ മനസ്സുപോലും വായിക്കാത്ത ദുരഭിമാനികൾ."

അണകെട്ടിനിർത്തിയ ആധി പുറത്തേക്കൊഴുകിയപ്പോൾ ഹബീബ് വെറുങ്ങലിച്ചു.

"ദുരഭിമാനം എനിക്കുമാത്രമല്ല നിനക്കും കുറച്ചു കൂടുതലായിരുന്നു. അന്നേരത്തെ അരിശത്തിൽ ഉമ്മ പറഞ്ഞത് ഞാനങ്ങു വിശ്വസിച്ചെങ്കിലും അത് തെറ്റാണെന്ന് ബോധ്യമായപ്പോൾ ഞാൻ നിന്നോട് മാപ്പപേക്ഷിച്ചതല്ലേ? നീ മറുപടിപോലുമയച്ചില്ലല്ലോ."

"അപ്പോഴേക്കും രണ്ടാംവിവാഹാലോചനയുമായി ഉമ്മ ഏറെ മുമ്പോട്ടുപോയിരുന്നു എന്നാണ് ഞാനറിഞ്ഞത്. വിവാഹം നിശ്ചയിച്ചെന്ന് നാട്ടിൽ പാട്ടായപ്പോഴാണ് ആ ക്ഷമാപണം എനിക്കു കിട്ടിയത്. പെണ്ണായതുകൊണ്ടുമാത്രം എല്ലായിടത്തും താണുകൊടുക്കണമെന്ന ആശയത്തോട് യോജിക്കാൻ സാധിച്ചില്ല."

"ഒറ്റയ്ക്കുള്ള ജീവിതം പരമസുഖമായതുകൊണ്ടല്ലേ നീ എന്നെ മറന്നത്?"

"അങ്ങനെയൊക്കെ പറയുന്നത് ക്രൂരതയാണ് കേട്ടോ. ഞാൻ കാരണം നിങ്ങളുടെ പുതിയ ദാമ്പത്യബന്ധം ഉലയരുതെന്ന് ഞാൻ ആഗ്രഹിച്ചിരുന്നു."

"നീ കാരണമാ വിവാഹബന്ധം തകർന്നതെന്ന് ആരാ പറഞ്ഞത്?"

"ശരിക്ക് എന്താണ് സംഭവിച്ചത്? അവളെ ഒഴിവാക്കയതുകൊണ്ട് ഇനി അതു ചോദിക്കാമല്ലോ. കുട്ടികളുണ്ടാവില്ലെന്നു പറഞ്ഞത് നേരാണോ?"

"നേരാണെങ്കിൽ......നീയും എന്നെ....?"

ഒന്നും മിണ്ടാതെ തേങ്ങാനേ സാധിച്ചുള്ളു.

"നിന്നെ സങ്കടപ്പെടുത്താൻ ചോദിച്ചതല്ല. അതൊന്നുമല്ല സംഗതി. അവൾക്ക് മറ്റൊരാളുമായി അടുപ്പമുണ്ടായിരുന്നു. അവൻ തറവാട്ടുകാരനല്ലെന്നു പറഞ്ഞാണ് വീട്ടുകാർ എതിർത്തതും രണ്ടാംവിവാഹക്കാരനായ എന്റെ തലയിൽ അവളെ കെട്ടിവയ്ക്കാൻ തിടുക്കം കാണിച്ചതും. ഞാൻ നിന്നെ തലാഖ് ചൊല്ലണമെന്നുപോലും അവർ ആവശ്യപ്പെട്ടില്ല. നിന്നോടുള്ള വൈരാഗ്യം കത്തിനിൽക്കുന്നതിനാൽ ഉമ്മ കൂടുതലൊന്നും അന്വേഷിച്ചതുമില്ല. സംഗതി അറിഞ്ഞതോടെ ഉമ്മ കരയാത്ത ദിവസമില്ല. ആധി

കേറിയാണ് അവർക്ക് രോഗം കൂടിയത്."

"അവൾക്ക് വേറെ കാമുകനുണ്ടെന്നൊക്കെ നിങ്ങളോടാരാ പറഞ്ഞത്? മനസ്സിൽപിടിക്കാത്ത സ്ത്രീകളെ ഒഴിവാക്കാൻ ഇത്തരം സൂത്രങ്ങളൊക്കെ പതിവാണെന്നു കേട്ടിട്ടുണ്ട്."

"ഞാൻ കളവു പറയുകയാണെന്നാണോ...?"

"എന്നല്ല... എന്നാലും അനാവശ്യമായി ഒരു സ്ത്രീയെ അവിശ്വസിക്കുന്നത്...?"

"ഞാനുറങ്ങുമ്പോൾ അവൾ എഴുന്നേറ്റുപോയി കമ്പ്യൂട്ടറിൽ ചാറ്റു ചെയ്യുന്നതും ഫോണിൽ നിരന്തരം സംസാരിക്കുന്നതും ഞാൻ അറിയുന്നുണ്ടായിരുന്നു. ഉമ്മയോട് ആദ്യമൊന്നും പറഞ്ഞില്ല. പക്ഷേ, എന്നെക്കാൾ മുമ്പേ അവർ ഇക്കാര്യം അറിഞ്ഞിരുന്നു എന്ന് പിന്നീടാണ് മനസ്സിലായത്. അവൾ കാണാതെ മൊബൈലിൽനിന്ന് അയാളുടെ ഫോൺ നമ്പർ തപ്പിയെടുത്ത് ഞാൻ നേരിട്ടു വിളിച്ചു സംസാരിച്ചതാണ്. ഞാൻ നിയമപരമായി അവളെ ഒഴിവാക്കുകയാണെങ്കിൽ അയാളവളെ വിവാഹം കഴിച്ചോളാമെന്നു വാക്കുതന്നതുകൊണ്ടാണ് ഞാനവളെ തലാഖ് ചെല്ലാൻ തീരുമാനിച്ചത്. നാട്ടിലേക്കയക്കരുതെന്ന അവളുടെ ആവശ്യവും ഞാൻ സാധിച്ചുകൊടുത്തു. നാട്ടിലെത്തിയാൽ ഈ വിവാഹത്തിനു വീട്ടുകാർ സമ്മതിക്കില്ലത്രെ. ഗൾഫിൽ ബിസിനസ്സുമൊക്കെയായി അവൻ എന്നെക്കാളും മികച്ച രീതിയിലാണ് ജീവിക്കുന്നത്. അവരിപ്പോൾ സുഖമായി കഴിയുന്നു. അതുകൊണ്ട് വേണ്ടാത്ത ചിന്തകളെല്ലാം ഒഴിവാക്കണം. എന്തുവേണമെങ്കിലും ചോദിക്കാം. സത്യസന്ധമായ ഉത്തരവും പ്രതീക്ഷിക്കാം. നമ്മുടെ പുതിയ ജീവിത്തിൽ പരസ്പരവിശ്വാസം അത്യാവശ്യമാണ്."

"നമ്മൾ പിരിഞ്ഞിട്ടില്ല എന്നു വിശ്വസിക്കാനാണ് എനിക്കിഷ്ടം. രണ്ടാമതൊരാൾ നിങ്ങളുടെ ജീവിതത്തിൽ കടന്നുവന്നിട്ടുമില്ല. അന്നും ഇന്നും ഞാൻ മാത്രമാണ് നിങ്ങളുടെ ഭാര്യ. രണ്ടാമതും വിവാഹം കഴിക്കാൻ എന്നെ എല്ലാവരും നിർബന്ധിച്ചതാണ്. ഉമ്മ വഴക്കു പറയാത്ത ദിവസമില്ല. അപ്പോഴൊക്കെ മറ്റൊരാളോടൊപ്പം ജീവിതം പങ്കുവയ്ക്കുന്നതിനെക്കുറിച്ച് സങ്കൽപ്പിച്ചു നോക്കിയിട്ടുണ്ട്. അന്നേരം ഒരുതരം ഭീതി എന്നെ പൊതിയുകയും അടിമുടി വിയർപ്പിൽ കുളിക്കുകയുമായിരുന്നു പതിവ്. ഉറങ്ങാൻപോലുമാകാതെ എത്രയോ ദിവസങ്ങളിൽ കിടക്കയിൽ തിരിഞ്ഞും മറിഞ്ഞും കിടന്ന് നേരം വെളുപ്പിച്ചിട്ടുണ്ട്. വെളുക്കുമ്പോൾ പലപ്പോഴും തലയണ കണ്ണീരിൽ കുതിർന്നിട്ടുണ്ടാവും. ഒരു സ്ത്രീ ഒറ്റയ്ക്ക് ജീവിക്കുന്നത് മതാചാരത്തിനെതിരാണെന്ന് ബാപ്പയും ഇടയ്ക്കിടെ ഓർമിപ്പിക്കുമായിരുന്നു. ഹബീബ് പുതുയൊരു പങ്കാളിയെ തെരഞ്ഞെടുത്ത സ്ഥിതിയ്ക്ക് നിനക്കും അങ്ങനെ ചിന്തിച്ചൂടെ എന്ന് ഇക്ക സ്നേഹത്തോടെ പലവട്ടം ചോദിച്ചിട്ടുണ്ട്. അതിനൊന്നും മറുപടിപോലും പറയാറില്ല. രണ്ടാമതും നമ്മൾ ഒരുമിക്കുമെന്ന് ഓർത്തുകൊണ്ടല്ല ഞാൻ ഒറ്റയ്ക്ക് ജീവിക്കാൻ തീരുമാനിച്ചത്. അള്ളാഹു എന്റെ മനസ്സറിഞ്ഞു..."

മുഴുമിക്കാനാവാതെ ഹബീബിന്റെ തോളിൽവീണ് തേങ്ങിയപ്പോൾ അത്രയുംകാലം ഒറ്റയ്ക്കു ജീവിച്ചതിന്റെ ദു;ഖഭാരം ഇറക്കിവെച്ച ആശ്വാസമായിരുന്നു.

"എന്തു പറ്റി?"

കണ്ണീരിന്റെ നനവുതട്ടിയപ്പോൾ ഉറക്കം ഞെട്ടിയ ഹബീബ് വെപ്രാളപ്പെട്ടു.

"സന്തോഷക്കണ്ണീരാ. "ഹബീബിന്റെ മാറിലൊട്ടിക്കൊണ്ട് പറഞ്ഞു.

"ഇനി നിന്റെ കണ്ണീര് എന്റെ മാറിൽ വീഴാൻ ഞാൻ അനുവദിക്കില്ല."

ഹബീബ് നെറ്റിയിൽ മുത്തി.

അപ്പോഴേക്കം ഹൈദരബാദ് എയർപോർട്ട് എത്തിയെന്നും സീറ്റ് ബെൽറ്റിടണമെന്നും അറിയിപ്പുവന്നു.

"ചിയറപ്പ് ബേബീ... ഇനിയുള്ള ജീവിതം ആഘോഷമല്ലേ?"

ഹബീബ് ഉറക്കെ പറഞ്ഞതു കേട്ടാകണം ഹെയർഹോസ്റ്റസ് കള്ളക്കണ്ണിട്ടു പുഞ്ചിരിച്ചു.

"ആയിക്കോട്ടെ, നമുക്കെന്താ?" ഹബീബ് അണച്ചുപിടിച്ചു.

36

കോളനിയിലുള്ളവരെയെല്ലാം ഹൈദരബാദിലേക്ക് കയറ്റിവിട്ടിട്ട് അവിടത്തെ വിശേഷം പറയാതെ നോവൽ അവസാനിപ്പിക്കുന്നതെങ്ങനെ? മലബാർ മുസ്ലീം വിവാഹമാണെങ്കിൽ നീട്ടിയും കുറുക്കിയും എത്ര വേണമെങ്കിലുമെഴുതാം. ഉർദുമുസ്ലിം വിവാഹങ്ങളെക്കുറിച്ച് സിനിമയിൽ കണ്ട അറിവേയുള്ളൂ. എവിടെയായാലും വിവാഹമല്ലേ, ആഘോഷത്തിനു കുറവുണ്ടാവില്ല.

പൂക്കളാലും വർണവിളക്കുകളാലും അലങ്കരിച്ച വിവാഹവേദി കമ്പ്യൂട്ടറിൽ തെളിഞ്ഞപ്പോൾ ആവേശമായി. ആയിരത്തിലേറെ പേരെ ഉൾക്കൊള്ളാവുന്ന പന്തൽ അതിമനോഹരമായി അലങ്കരിച്ചിരുന്നു. പൂക്കളുടെ നറുമണവും അലങ്കാരവിളക്കുളുടെ ശോഭയും കാരണം മായികമായ അന്തരീക്ഷം. സമയം സന്ധ്യ. ഗേറ്റിനിരുവശത്തും രാജഭടന്മാരുടെ വേഷമണിഞ്ഞ കാവൽക്കാർ. അവരുടെ തലപ്പാവിന് ചുവപ്പുനിറം. ഗേറ്റിൽ കാറു വന്നുനിൽക്കുമ്പോൾ അവർ ഓടിച്ചെന്ന് വാതിൽ തുറന്നു കൊടുത്ത് തല കുനിച്ച് വിനയത്തോടെ സ്വീകരിക്കുന്നു. ആഡംബരവണ്ടികൾ നിരനിരയായി വന്നുകൊണ്ടിരുന്നു. തെലുങ്കാനാ രജിസ്ട്രേഷനുള്ള ഒരു ബെൻസ് കാറിൽനിന്ന് വക്കീലും സൈനുവും ഖാദറും ഇറങ്ങുന്നത് കണ്ട് നോവലിസ്റ്റിന്റെ കണ്ണ് അവരുടെ പിന്നാലെയായി. കസവുമുണ്ടും ഖാദിസിൽക്കിന്റെ ഷർട്ടുമായിരുന്നു വക്കീലിന്റെ വേഷം. ഖാദർ സൂട്ടിലാണ്. സൈനു ചന്ദനനിറത്തിൽ ചുവപ്പ് ബോർഡറുള്ള സിൽക്ക്സാരിയും കഴുത്തിൽ മുത്തുമാലയുമൊക്കെ കെട്ടി സിനിമാസ്റ്റൈലിൽത്തന്നെ. പിന്നീട് വന്ന കാറുകളിൽ നിന്നിറങ്ങിയതെല്ലാം വരന്റെ ആളുകളായിരുന്നു. പ്രായംചെന്നവർ സൂട്ടും കോട്ടുമണിഞ്ഞെത്തിയപ്പോൾചെറുപ്പക്കാർ മാറത്ത് കസവുപണികളുള്ള ഷെർവാണിയായിരുന്നു ധരിച്ചിരുന്നത്. മെറൂൺനിറത്തിലുള്ള ഷെർവാണിയും ക്രീം നിറത്തി

ലുള്ള പൈജാമയും മാറത്തൊരു കസവുഷാളും തലയിൽ റോസ് നിറത്തിലുള്ള തലപ്പാവുമായി ഷിഹാബ് തിളങ്ങി. പട്ടിലും പൊന്നിലും പൊതിഞ്ഞായിരുന്നു സ്ത്രീകൾ എത്തിയത്. ചെറുപ്പക്കാരികളെല്ലാം ഇളംമഞ്ഞ നിറത്തിലുള്ള കസവുപണിചെയ്ത ലഹങ്കയായിരുന്നു ധരിച്ചിരുന്നത്. നാദിയയും നയിമയും പച്ച നിറത്തിലുള്ള മിന്നിത്തിളങ്ങുന്ന ലാച്ചയണിഞ്ഞ് ഷിഹാബിന്റെ ഇരുകരങ്ങളിലും പിടിച്ചിരുന്നു. റയീസിന്റെ മകൻ ആദിൽ ഷിഹാബിന്റെ അതേനിറത്തിലുള്ള ഷെർവാണിയണിഞ്ഞ് കൂടെയുണ്ട്. അവന്റെ തലയിലുമുണ്ട് ഒരു കുഞ്ഞിത്തലപ്പാവ്. എല്ലാവരുടെയും മുഖത്ത് സന്തോഷത്തിളക്കം. വരന്റെ ആളുകളെത്തിയതും അവരെ സ്വീകരിക്കാൻ ബാന്റുമേളക്കാരെത്തി. ഒപ്പം വീട്ടുകാരും. അതോടെ ഗേറ്റിനു പുറത്ത് ചെവിയടപ്പിക്കുന്ന പടക്കം പൊട്ടി.

"ഇതെന്ത്ന്നാടോ..? മനുഷ്യൻ പേടിച്ചുപോയല്ലോ...." റയീസ് പറഞ്ഞു.

"നീ അങ്ങനെയെങ്കിലും ഒന്ന് പേടിച്ചല്ലോ" എന്നായിരുന്നു സത്താറിന്റെ കമന്റ്.

"മർഹബാ, മർഹബാ....മതിപൂത്ത മണിമാരനു... മർഹബാ പാടിക്കൊണ്ട് മണിയറക്കകംകൊള്ളേ വരവായല്ലോ......"

"ഹിന്ദിപ്പാട്ട് വേണ്ട....ഞമ്മക്ക് മാപ്പളപ്പാട്ടു മതി" എന്നു പറഞ്ഞ്

റയീസ് പാടാൻ തുടങ്ങിയപ്പോൾ ചെറുപ്പക്കാർ ഏറ്റുപാടി....

"മർഹബാ....മർഹബാ......മർഹബ...മർഹബാ.....മർഹബ...മർഹബാ...."

അപ്പോൾ ബേന്റുമേളക്കാർ താളം മാറ്റി. അതോടെ അവിടെ കൂടിയവരെല്ലാം മണവാളനു മർഹബ പാടാൻ തുടങ്ങി.

"എടാ ഞമ്മക്ക് പാട്ടൊന്നു മാറ്റിയാലോ.....ബാന്റ്കാരെ ഒന്ന് കളിപ്പിക്കാ....."

റഫീഖ് റയീസിനോട് ചോദിച്ചു.

"അയിന് വേറെ പാട്ടറിയണ്ടേ ഇഷ്ടാ..?"

റയീസ് കൈ മലർത്തി.

"എടാ ലങ്കീ മറിയുന്നോളെ പാട്. ഇവർക്ക് ഒരക്ഷരം പിടികിട്ടില്ല." സത്താർ.

"ഓർമ്മ കിട്ടുന്നില്ലേ...?"

പാട്ടുപാടുന്നതുപോലെയാണ് റയീസ് പറഞ്ഞത്.

"മധുവർണ്ണപ്പൂവല്ലേ നറുനിലാപ്പൂമോളല്ലേ....
മധുരപ്പതിനേഴിൽ ലങ്കി മറിയുന്നോളേ
ലങ്കീ മറിയുന്നോളേ...ലങ്കീ മറിയുന്നോളേ...
ലങ്കീമറിയുന്നോളേ....ലങ്കീ മറിയുന്നോളേ...."

സുലേഖ തുടക്കമിട്ടപ്പോൾ എല്ലാവരും ചേർന്ന് പാടിത്തുടങ്ങി. ബാന്റുകാർ ആദ്യമൊന്നു പതറിയെങ്കിലും പെട്ടെന്നുതന്നെ പാട്ടിനൊപ്പിച്ച് താളമിട്ടു.

അപ്പോഴേക്കും പെണ്ണിന്റെ സഹോദരനെത്തി ഷിഹാബിന്റെ കഴുത്തിൽ പൂമാലയണിയിച്ചു. വരനോടൊപ്പമെത്തിയവർക്കെല്ലാം പൂച്ചെണ്ടും സമ്മാനങ്ങളും കൊടുത്ത് സ്വീകരിച്ചു.

"എന്നാലും എന്റെ സൈനുആന്റി ഇങ്ങളിച്ചതി ചെയ്യുന്ന് ആരും വിചാരിച്ചില്ലാട്ടോ...."

റയീസ് സൈനുവിനെ കെട്ടിപ്പിടിച്ചുകൊണ്ട് പറഞ്ഞു.

"എന്താടാ....എന്തേണ്ടായത്?"

ചോദിക്കുമ്പോൾ സൈനുവിന്റെ വാക്കുകളിടറി.

"കണ്ണെത്താ ദൂരത്ത് കണ്ണിലും മോത്തും കാണാത്ത ആൾക്കാരിക്കല്ലേ മോനെക്കൊടുത്തത്. ഇനി മോനെ നാട്ടിലേക്ക് നോക്കണ്ടാട്ടോ."

"റയീസ് മോനേ, ചായകുടി, ചായന്റോപ്പരം ബീഡിവലി എന്റെ ഉമ്മാനെ വെറുതേ വിട്ടേക്ക്...."

റഫീക്ക് പാടിക്കൊണ്ട് റയീസിന്റെ കൈപിടിച്ചു.

"എടാ, ഉറക്കെ പാടല്ലേ, ബാന്റുകാർ താളം മാറ്റും."

സത്താർ.

"കുട്ട്യേളെ മതിയാക്ക്. ഇനി നിക്കാഹ് കഴിഞ്ഞിട്ട്." റഷീദ് പറഞ്ഞതും കുട്ടികളടങ്ങി. അപ്പോഴേക്കും എല്ലാവരും പന്തലിനകത്തെത്തിയിരുന്നു. പലതരം പാനീയങ്ങളും തട്ടിലേന്തി യൂനിഫോമിട്ട വിളമ്പുകാർ ഓടി നടക്കുന്നുണ്ടായിരുന്നു. സൈനു ആകെ അങ്കലാപ്പിലായിരുന്നു. റബ്ബേ... നിന്റെ ഓരോ വിധി. റയീസ് പറഞ്ഞതുപോലെ കണ്ണെത്താ ദൂരത്ത് കേട്ടുകേൾവിപോലുമില്ലാത്ത ആളുകളുടെ ഇടയിൽ എന്റെ കുട്ടി ഒറ്റപ്പെട്ടുപോകുമോ? പെൺകുട്ടിയെ അവനൊഴികെ ആരും കണ്ടിട്ടുപോലുമില്ല. ഭാഷയുമറിയില്ല. സഹകരിക്കാൻ പറ്റുമോ...? ഓർത്തപ്പോഴേ വിയർത്തു. നെഞ്ചിടിപ്പുമേറി.

"ഉമ്മാ... സുഖമില്ലേ... മുഖം വല്ലാതെയിരിക്കുന്നല്ലോ...?"

ഫർസാന വന്ന് ആശ്ലേഷിച്ചപ്പോൾ കിതപ്പു നിന്നു. അവളും അവളുടെ ഉമ്മയും മറ്റു ബന്ധുക്കളും സ്നേഹത്തോടെ, ആദരവോടെ അകത്തേക്കാനയിച്ചപ്പോൾ പരിചയക്കേട് നിശ്ശേഷം മാറി.

"റയീസ്ക്കാന്റെ തമാശ കേട്ട് സൈനുആന്റിയുടെ മുഖം വാടിയതുകണ്ടപ്പോൾ ഞാൻ പേടിച്ചു പോയിട്ടോ." റയീസിന്റെ ഭാര്യ റൂബി പറഞ്ഞു.

"ഉമ്മ വല്ലാതെ വിയർക്കുന്നത് കണ്ട് ഞാനും പകച്ചതാ."

സത്താറിന്റെ ഭാര്യ സമീറയും യോജിച്ചു.

അപ്പോഴേക്കും അവർ അകത്തെ വിശാലമായ തളത്തിലെത്തിയിരുന്നു. മച്ചിൽ തൂങ്ങുന്ന വലിയ ഷാൻഡ്ലിയറുകൾ തളത്തിൽ പ്രകാശം വാരിവിതറി. തളം രണ്ടായി പകുത്ത് വെള്ളവിരിയിട്ട മെത്ത വിരിച്ചാണ് ഇരിപ്പിടമൊരുക്കിയിരിക്കുന്നത്. ചുവന്ന പട്ടിന്റെ ഉറയിട്ട ഉരുളൻ തലയണകൾ ചുറ്റിനുമുണ്ട്. സ്ത്രീകൾക്കിരിക്കാനുള്ള ഭാഗം നനുത്ത പട്ടുമറയിട്ട് വേർതിരിച്ചിരുന്നു. നടുവിലാണ് നിക്കാഹിനുള്ള ഇടം. ഇരുവശത്തി

രിക്കുന്നവർക്കും നിക്കാഹ് കാണാവുന്ന തരത്തിലായിരുന്നു സംവിധാനം. സ്ത്രീകളിരുന്നപ്പോൾ പുരുഷന്മാരെത്തി. നീളക്കുപ്പായവും പച്ചത്തലക്കെട്ടുമണിഞ്ഞ ഖാസിയെത്തിയപ്പോൾ സഭയൊന്നടങ്കം എഴുന്നേറ്റു നിന്ന് സലാം പറഞ്ഞു. അദ്ദേഹവും എല്ലാവർക്കും നന്മ ആശംസിച്ചു. എന്നിട്ട് ഉർദുവിൽ എന്തോ പറഞ്ഞു. അപ്പോൾ പെണ്ണിന്റെ ബാപ്പ ഷിഹാബിനെ വിവാഹവേദിയിലേക്ക് ആനയിച്ചു. വീണ്ടും എന്തോ പറഞ്ഞപ്പോൾ പെണ്ണിന്റെ ഉമ്മ പെണ്ണിനെ സ്ത്രീകളുടെ സദസ്സിലേക്ക് കൊണ്ടുവന്നിരുത്തി. നിറയെ കസവുപണികളുള്ള ഇളംമഞ്ഞ ലാച്ചയണിഞ്ഞ റുക്സാനയുടെ മുഖം പട്ടുദുപ്പട്ടയാൽ മറച്ചിരുന്നു.

കോഴിക്കോട്ടുള്ള ഷംസുദ്ദീൻ സൈനബാദമ്പതികളുടെ മകൻ ഷിഹാബും ഹൈദരബാദിലെ ഹാജി ഈസയുടെയും നിലോഫറിന്റെയും മകൾ റുക്സാനയും തമ്മിലുള്ള വിവാഹമാണ് ഇവിടെ നടക്കാൻ പോകുന്നതെന്നും നിങ്ങളെല്ലാം അവർക്കു നന്മനേരണമെന്നും മുഖുവരയായി പറഞ്ഞത് ഉർദുവിലായിരുന്നു. പ്രാർഥനയ്ക്കു ശേഷം ഖാസി വിളിച്ചു ചോദിച്ചു.

"ഷിഹാബിനെ വിവാഹം കഴിക്കാൻ നിനക്ക് സമ്മതമാണോ റുക്സാനാ...?"

അപ്പോൾ പെണ്ണിന്റെ ബാപ്പ എഴുന്നേറ്റു സ്ത്രീകളുടെ ഭാഗത്തുവന്നുകൊണ്ട് മൗലവിയുടെ ചോദ്യം ആവർത്തിച്ചു.

"ഖുബൂൽ ഹൈ....." എന്ന് റുക്സാന പതിഞ്ഞ സ്വരത്തിൽ ഉരുവിട്ടപ്പോൾ

"ഖുബൂൽ ഹൈ...ഖുബൂൽ ഹൈ"

എന്ന് പെണ്ണുങ്ങൾ ആഹ്ലാദത്തോടെ ഏറ്റുപറഞ്ഞതും മച്ചിൽ തൂക്കിയിട്ട തൂക്കുവിളക്കുകളിൽനിന്ന് വർണക്കടലാസുചീന്തുകളും മിഠായിയും മഴപോലെ പെയ്തു. അതോടെ ഷിഹാബിന്റെ കൈയ് പെണ്ണിന്റെ ബാപ്പയയുടെ കൈയിൽ വെച്ചുകൊണ്ട് മൗലവി പറഞ്ഞു:

"ഞാൻ പറയുന്നത് രണ്ടുപേരും ഏറ്റു പറയണം. ആദ്യം ഈസാ സാഹിബ്. എന്റെ മകൾ റുക്സാനയെ ഒരു വൈരമാല മെഹറായി നിശ്ചയിച്ച് നിങ്ങൾക്ക് ഞാൻ ഇണയാക്കി തന്നിരിക്കുന്നു. ഹലാലായ ഭാര്യായി തന്നിരിക്കുന്നു."

റുക്സാനയുടെ ബാപ്പ ഏറ്റു ചൊല്ലി.

"എന്റെ മകൾ റുക്സാനയെ......"

"നിങ്ങളുടെ മകളെ ഞാൻ സ്വീകരിച്ചിരിക്കുന്നു" എന്നു ഷിഹാബ് ഏറ്റു പറഞ്ഞതും തളത്തിൽ സന്തോഷാരവം. വിളമ്പുകാർ മിഠായിത്താലങ്ങളുമായി എത്തി. നിക്കാഹ് കഴിഞ്ഞ് മൗലവിയും കൂട്ടരും പുറത്തേക്കിറങ്ങിയതും സ്ത്രീകൾ റുകസാനയെ ഷിഹാബിനടുത്തേക്ക് കൊണ്ടുവന്നു.

"സെമീ, ഇനി എന്തൊക്കെയാണ് ചടങ്ങുകളെന്ന് ചോദിക്ക് മോളെ?"

റുക്സാനയെ ഏറ്റുവാങ്ങി ആശ്ലേഷിച്ച് അനുഗ്രഹിച്ച് ഷിഹാബി

നരികിൽ നിർത്തിയിട്ട് സൈനു മൂത്ത മരുമകളോടായി പറഞ്ഞു.

"റോഷീ, റൂബി, എല്ലാരും വാ."

സെമീറ ചെറുപ്പക്കാരികളെയെല്ലാം വിളിച്ചു. അപ്പോഴേക്കും ചെറുപ്പക്കാരും കൂട്ടത്തോടെയെത്തി. അതിനിടയിൽ പാട്ടുകാർ കവ്വാലി ആരംഭിച്ചിരുന്നു.

എല്ലാം കണ്ടും കേട്ടും മനസ്സുകുളിർത്ത് സൈനു ഫർസാനയുടെ കൈയിലൊന്നമർത്തി. ഫർസാന രണ്ടുകൂട്ടരുടെയും ബന്ധുക്കളെ പരസ്പരം പരിചയപ്പെടുത്തി. ഇംഗ്ലീഷിലും മുറിഹിന്ദിയിലും അവർ പരസ്പരം ലോഹ്യം പറയുന്നതും കെട്ടിപ്പിടിക്കുന്നതുമൊക്കെ നോക്കി സൈനു തന്നത്താൻ പറഞ്ഞു:

"ഭാഷയിലൊന്നും കാര്യമില്ല. മനപ്പൊരുത്തമാ വേണ്ടത്."

"നീയെന്താടീ ഒറ്റക്കിരുന്ന് പിറുപിറുക്കുന്നത്?"

അപ്പോൾ അവിടെയെത്തിയ ഖാദർ ചോദിച്ചു.

"ഇവിടെ എത്തുന്നതുവരെയും എത്തിയിട്ടും എനിക്കാകെ അങ്കലാപ്പായിരുന്നു. രണ്ടുകൂട്ടരും എങ്ങനെ യോജിച്ചുപോകുമെന്നുള്ള ആധി കുറച്ചൊന്നുമല്ല അലട്ടിയത്. ഇവിടത്തെ ആൾക്കാരുടെ സ്നേഹാദരവു കണ്ടപ്പോൾ എന്റെ ആധിയെല്ലാം മാറി. സ്നേഹത്തിനു മുന്നിൽ ഭാഷയൊന്നും തടസ്സമല്ല അല്ലേ ഖാദറിക്കാ....?"

"എന്റെ ഭാര്യയുടെ മുഖത്തെ നിലാവ് കണ്ടതോടെ സത്യം പറയാമല്ലോ എന്റെ യാത്രാക്ഷീണമെല്ലാം പമ്പ കടന്നു. എന്താണ് സഹോദരനും സഹോദരിയുംകൂടി ഒരു കുശുകുശുപ്പ്...?"

വക്കീലുമെത്തി. കൂടെ റഷീദും റസാഖുമുണ്ടായിരുന്നു. അതോടെ ചെറുപ്പക്കാരും കൂട്ടത്തോടെ എത്തി. അപ്പോൾ സന്ദീപിന്റെ ഫോണടിഞ്ഞു. അവൻ മാറിനിന്ന് ഫോൺ അറ്റൻഡുചെയ്തു. തിരിച്ചെത്തിയപ്പോൾ മുഖം മ്ലാനമായിരുന്നു.

"എന്തു പറ്റി മോനേ...?" സൈനു ചോദിച്ചു.

"ഒന്നുമില്ലാന്റീ.......സത്തുച്ചേട്ടാ ഒന്നുവന്നേ..."

എന്നു പറഞ്ഞുകൊണ്ട് അവൻ സത്താറിന്റെ കൈയുംപിടിച്ച് മാറിനിന്ന് എന്തോ സംസാരിക്കുന്നത് കണ്ണിൽപെട്ടു. അപ്പോഴേക്കും പെൺവീട്ടുകാരെത്തി എല്ലാവരേയും ഭക്ഷണം കഴിക്കാൻ ക്ഷണിച്ചപ്പോൾ സൈനു എല്ലാവരെയുകൂട്ടി അവരോടൊപ്പം നടന്നു.

"ബാപ്പാ, ഉണ്ണിയങ്കിൾ....."

എന്നു പറഞ്ഞ് സത്താറെത്തുമ്പോൾ അവിടെ പുരുഷന്മാർ മാത്രമേ ഉണ്ടായിരുന്നുള്ളൂ.

"ഉണ്ണിക്കെന്തു പറ്റിയെടാ...? അസുഖം ഏറിയോ...? വയ്യായിരുന്നല്ലോ." വക്കീൽ ആകാംക്ഷയോടെ ചോദിച്ചു.

"ഹീ ഈസ് നോ മോർ" പറഞ്ഞപ്പോൾ സത്താരിനു കരച്ചിലടക്കാൻ കഴിഞ്ഞില്ല..

"എന്തായീക്കേക്കുന്നത്.....? ഇന്നാലില്ലാഹി വ ഇന്നാ ഇലൈഹീ

റാജിഊൻ..."

റഷീദും ഖാദറും ഒന്നിച്ചാണ് പറഞ്ഞത്.

അതുവരെ പിടിച്ചുനിന്ന സന്ദീപും അപ്പോൾ സത്താറിന്റെ തോളിൽ പിടിച്ച് കണ്ണുതുടച്ചു.

"ഇക്കാര്യം സ്ത്രീകളറിയണ്ട. നമുക്കുടനെ തിരിച്ചുപോകാനുള്ള ഏർപ്പാടുണ്ടാക്ക്."

ഖാദർ കാരണവരുടെ സ്ഥാനത്തുനിന്നുകൊണ്ട് സംഗതികൾ ഏറ്റെടുത്തു.

"നമ്മളിവിടെ ആഘോഷം പൊടിപൊടിക്കുമ്പോൾ ഉണ്ണിയവിടെ... പാവം ലത...."

റസാഖ് കണ്ണീരടക്കാൻ കഴിയാതെ വിങ്ങി.

"ലക്ഷ്മിയേച്ചി വരാഞ്ഞതും നന്നായി. അവരുകൂടിയില്ലായിരുന്നെങ്കിൽ ലത ഒറ്റപ്പെട്ടു പോയേനെ. "രവീന്ദ്രന്റെ സ്വരവും ഇടറിയിരുന്നു.

"വരാനുള്ളത് വഴിയിൽത്തങ്ങില്ല. ഇനി മേലാക്കമുള്ള കാര്യങ്ങൾ തീരുമാനിക്കാം. സൈനു ഇപ്പോ ഒന്നും അറിയണ്ട. വയ്യാതിരിക്കയാ." വക്കീൽ.

ഇതെല്ലാം ദൂരെനിന്ന് ശ്രദ്ധിക്കുന്നുണ്ടായിരുന്ന റുക്സാനയുടെ ബാപ്പ അടുത്തുവന്നു കാര്യം തിരക്കി. സംഗതി കേട്ടതും അദ്ദേഹം അപേക്ഷമട്ടിൽ പറഞ്ഞു:

"ദയവുചെയ്ത് ഇക്കാര്യം ഇപ്പോൾ ഞങ്ങളുടെ ബന്ധുക്കൾ അറിയാൻ ഇടവരരുത്. അവരറിഞ്ഞാൽ അപശകുനമെന്നു പറഞ്ഞ് എന്റെ മകളെ പഴിക്കും."

"ഡോണ്ട് വറി....ആരും ഒന്നും അറിയണ്ട. സ്ത്രീകൾ പ്രത്യേകിച്ചും. ഉണ്ണി ഞങ്ങൾക്ക് കുടുംബത്തിലെ അംഗംതന്നെയാണ്. ഉടനെ പോയേ മതിയാകൂ...."

വക്കീൽ ആശ്വസിപ്പിച്ചു.

"സത്തുക്കാ...രാത്രി പന്ത്രണ്ട് മണിക്ക് ഒരു ഫ്ളൈറ്റുണ്ട് കൊച്ചിക്ക്. അതിൽ നാലു ടിക്കറ്റ് ശരിയാക്കിത്തരാമെന്ന് എന്റെ ഫ്രൻഡ് വിളിച്ചു പറഞ്ഞിട്ടുണ്ട്. ബാക്കിയുള്ളവർക്ക് രാവിലെ ആറുമണിക്കുള്ള ഫ്ളൈറ്റിലും ശരിയാക്കാമെന്നേറ്റിട്ടുണ്ട്."

ഷിഹാബുമെത്തി.

"നീയുമറിഞ്ഞോ....?" ഖാദർ ചോദിച്ചു.

"നോ അദർ വേ...."

റഫീഖ്.

"ഞാനും സന്ദീപും ഭാര്യയും രവിയങ്കിളും ഉടനെ തിരിക്കാം." സത്താർ.

ഷിഹാബും റുക്സാനയും അവിടത്തെ ചടങ്ങുകളെല്ലാം കഴിഞ്ഞിട്ട് എത്തിയാ മതിയെന്ന നിർദ്ദേശം വച്ചത് സന്ദീപായിരുന്നു.

"നോ വേയ്സ്....എനിക്ക് അങ്കിളിനെ കാണണം."

"കണ്ണൻ പറയുന്നതിലും കാര്യമുണ്ട്. വിവാഹം കഴിഞ്ഞ് ആദ്യം തന്നെ ഒരു മരണാന്തരച്ചടങ്ങിനല്ല കൂടേണ്ടത്. പാവം ലതയ്ക്കത് ചില പ്പോൾ താങ്ങാനാവില്ല." രവീന്ദ്രനും അതിനോട് യോജിച്ചു.

"അതൊന്നും സാരമില്ലായിരുന്നു. പക്ഷേ ഇവരുടനെ പോന്നാൽ ഇവിടെയുള്ളവർ ആകെ പരിഭ്രമിക്കും. കാരണം അവർ എന്തൊക്കെയോ പരിപാടികൾ അറേഞ്ച് ചെയ്തിട്ടുണ്ട്." റഷീദ്.

"ഒരു കാര്യം ചെയ്യാം. കുട്ടികളിവിടെ നിക്കട്ടെ. നമുക്കുടനെ പോകാം."

അപ്പോൾ ഖാദറിക്കയുടെ ഫോണടിഞ്ഞു.

ലതയായിരുന്നു. ഷിഹാബിനെയും ഭാര്യയേയും വിവരമറിയിക്കരു തെന്നും അവർ അവിടത്തെ പരിപാടികളൊക്കെ കഴിഞ്ഞിട്ട് വന്നാ മതി യെന്നും പറയാനായിരുന്നു ലത വിളിച്ചത്. അത് കഴിഞ്ഞ് ലക്ഷ്മിയും വിളിച്ച് അക്കാര്യം ആവർത്തിച്ചു. ഉണ്ണിയുടെ വീട്ടുകാരെ അറിയിച്ചിട്ടു ണ്ടെന്നും എല്ലാവരും ഉടനെയെത്തുമെന്നും ശവസംസ്കാരം പിറ്റേന്ന് വൈകുന്നേരത്തേക്ക് തീരുമാനിച്ചിട്ടുണ്ടെന്നും അപ്പോഴേക്കും എത്തി യാൽ മതിയെന്നും ആശ്വസിപ്പിക്കുകയും ചെയ്തു.

മുതിർന്നവരെല്ലാം ഉടനെ പോകാനും രണ്ടാം തലമുറക്കാർ ഇവി ടത്തന്നെനിന്ന് നാളത്തെ പരിപാടികളിൽകൂടി പങ്കെടുത്തിട്ട് പഴയ പരി പാടിയനുസരിച്ച് നാട്ടിലെത്തിയാ മതിയെന്നും തീരുമാനിച്ച് പുരുഷന്മാർ ഭക്ഷണം കഴിക്കാനായി പിരിഞ്ഞു.

ശൂന്യമായ കമ്പ്യൂട്ടർ സ്ക്രീൻ കണ്ട് എഴുത്തുകാരിയും പരുങ്ങലി ലായി. ഇങ്ങനെ അവസാനിപ്പിക്കണമെന്നു കരുതിയതേയല്ല. ആഹ്ലാദ ത്തിമർപ്പിനിടയിൽ ഇങ്ങനെയൊരു ക്ളൈമാക്സ് വേണമായിരുന്നോ..? അതാണല്ലോ ജീവിതം. വെളിച്ചത്തിനൊരിരിട്ട്.... ഇരുട്ടിനൊരു വെളിച്ചം..

www.ingramcontent.com/pod-product-compliance
Lightning Source LLC
LaVergne TN
LVHW101412051026
849519LV00005BC/1738
9789382328025